ഗ്രീൻ ബുക്സ്

നാഞ്ചിനാടിന്റെ ഇന്നലെകൾ

എസ്.പി. ഹരികുമാർ

1951ൽ തിരുവനന്തപുരം ജില്ലയിൽ ജനനം.
അച്ഛൻ: പരമേശ്വരൻ പിള്ള, അമ്മ: കമലമ്മ.
കേരള സംസ്ഥാന വൈദ്യുത ബോർഡിന്റെ
ലയ്സൺ ഓഫീസർ, തിരുവിതാംകൂർ
ദേവസ്വം ബോർഡിന്റെ പബ്ലിക് റിലേഷൻസ് ഓഫീസർ
എന്നീ തസ്തികകളിൽ പ്രവർത്തിച്ചിട്ടുണ്ട്.
ആദ്യ കൃതി 'അനന്തപുരി പുരവും പുരാവൃത്തവും'
ഗ്രീൻ ബുക്സ് പ്രസിദ്ധീകരിച്ചു.
ആനുകാലിക പ്രസിദ്ധീകരണങ്ങളിൽ
ലേഖനങ്ങളും കഥകളും പ്രസിദ്ധീകരിച്ചിട്ടുണ്ട്.

Email : harikumar7171@gmail.com

ചരിത്രം

നാഞ്ചിനാടിന്റെ ഇന്നലെകൾ

എസ്.പി. ഹരികുമാർ

ഗ്രീൻ ബുക്സ്

green books private limited
gb building, civil lane road, ayyanthole,
thrissur- 680 003, kerala, ph: +91 487-2381066, 2381039
website: www.greenbooksindia.com
e-mail: info@greenbooksindia.com

branches:
thrissur 8589095302
thiruvananthapuram 8589095301
calicut 8589095307

malayalam
nanchinadinte innalekal
history
by
s.p. harikumar

published november 2023

cover design : r. gopalakrishnan

printed in india
repro india ltd

isbn : 978-81-19486-88-5

₹ 610.00

GBPL/1334/2023

ഉള്ളടക്കം

ആമുഖം

നാഞ്ചിനാടിന്റെ പുണ്യതീരമായ കന്യാകുമാരി കടൽപ്പുറം. പാറക്കെട്ടുകളിൽ തട്ടിത്തെറിച്ചും അവയ്ക്കു മുകളിലൂടെ കുതിച്ചുചാടിയും കരയ്ക്കണയാൻ മത്സരിക്കുന്ന തിരമാലകൾ. പുറകിൽ ചക്രവാളംവരെ നീണ്ടുകിടക്കുന്ന സമുദ്രം. അസ്തമയസൂര്യനെ വരവേല്ക്കാൻ തകൃതിയായി വർണ്ണവിതാനം നടത്തുന്ന മാനം. കണ്ടാലും കണ്ടാലും മതിവരാത്ത കാഴ്ച. ദേവീക്ഷേത്രത്തിന്റെ തെക്കേ പുറംചുവരും ചാരി ഞാനിരുന്നു.

കന്യാകുമാരിയിൽ വരുമ്പോഴൊക്കെ ഞാൻ ഇവിടെ വന്നിരിക്കാറുണ്ട്. എനിക്ക് ഇത് ഒരു ഓർമ്മപുതുക്കൽ കൂടിയാണ്. ഇവിടെ ഇങ്ങനെയിരിക്കുമ്പോൾ, കന്യാകുമാരിയിലേക്കുള്ള ആദ്യയാത്രയുടെ ഓർമ്മകൾ ഒന്നൊന്നായി മനസ്സിലേക്കോടിയെത്തും. അപ്പോൾ എനിക്ക് വയസ്സ് പന്ത്രണ്ട് ആയിരുന്നു. സ്കൂളിൽനിന്നുള്ള വിനോദയാത്രാസംഘത്തോടൊപ്പമാണ് വന്നത്. ഇവിടെയിരുന്നാണ് കന്യാകുമാരിയിലെ സൂര്യാസ്തമയം ഞാൻ ആദ്യമായി കണ്ടത്. അന്നുകണ്ട മറ്റ് നാഞ്ചിനാടൻ കാഴ്ചകളും മങ്ങാതെ മായാതെ ഇപ്പോഴും മനസ്സിലുണ്ട്.

അന്നത്തെ ബസ്സുയാത്രയ്ക്കിടയിൽ കണ്ട പുറംകാഴ്ചകൾ ഇന്നും ഓർക്കുന്നു. വിശാലമായ പാടങ്ങൾ. നിറയെ പൂചൂടിനിൽക്കുന്ന താമരക്കുളങ്ങൾ. ഇടയ്ക്കിടയ്ക്ക് എഴുന്നു നിൽക്കുന്ന ചെറുകുന്നുകൾ. എല്ലാത്തിനും കാവലെന്നോണം പുറകിൽ ഗാംഭീര്യത്തോടെ നിൽക്കുന്ന വേളിമല. വശ്യമായ പ്രകൃതിഭംഗി!

വിനോദത്തിനും ക്ഷേത്രദർശനത്തിനുമായി പിന്നെ പലവട്ടം നാഞ്ചിനാടിന്റെ വിവിധ ഭാഗങ്ങളിൽ സഞ്ചരിച്ചിട്ടുണ്ട്. തിരുവനന്തപുരത്തുകാർക്ക് നാഞ്ചിനാടൻ

യാത്രകൾ എന്നും പ്രിയമായിരുന്നല്ലോ. അവിടെ ക്ഷേത്ര ങ്ങളിൽ എന്നെ ആകർഷിച്ചത് ആരാധനാമൂർത്തികളും അതിശയിപ്പിക്കുന്ന ശില്പവേലകളും വാസ്തുശില്പ മികവുമാണ്. ജൈനക്ഷേത്രമായിരുന്ന തിരുച്ചാരണത്തു മലയിലെ വിസ്മയിപ്പിക്കുന്ന ഗുഹാശില്പങ്ങൾ. തമിഴ്-ദ്രാവിഡശൈലിയിൽ നിർമ്മിച്ച ശുചീന്ദ്രം ക്ഷേത്രത്തിലെ കമനീയമായ പ്രതിമാശില്പങ്ങൾ, ആയ്കളുടെ വൈഭവം വിളിച്ചറിയിക്കുന്ന പാർത്ഥിവപുരം ക്ഷേത്രം, കേരള-ദ്രാവിഡശൈലിയിൽ പണികഴിപ്പിച്ച തിരുവട്ടാർ ആദി കേശവക്ഷേത്രം, ലാളിത്യവും പൗരാണികതയുംകൊണ്ടു ശ്രദ്ധേയമായ അരപ്പള്ളി, വഴിയോരങ്ങളിലെയും ഏലാ ക്കരകളിലെയും സാധാരണ സാന്നിദ്ധ്യമായ ഇശക്കിയ മ്മന്റെയും മാടന്റെയും കോവിലുകൾ, ദാരുശില്പമികവും ചുമർചിത്രകലയുടെ ലാവണ്യവും ഒരുമിക്കുന്ന പത്മനാഭ പുരം കൊട്ടാരം, ഇവയെല്ലാം മനോഹരമായ പൗരാണിക ദൃശ്യാനുഭവങ്ങൾ മാത്രമല്ല, ഒരു മഹത്തായ സംസ്കാര ത്തിന്റെ ശേഷിപ്പുകൾകൂടിയാണ്.

കാഴ്ചകളുടെ രസച്ചരടുമുറിച്ച ദൃശ്യം കളിയിക്കാവിള യിൽ റോഡിനു കുറുകെ കണ്ട കനത്തു നീണ്ട തേക്കിൻ കഴയാണ്. ചെക്ക്പോസ്റ്റ് എന്നറിയപ്പെടുന്ന, സർക്കാർ വക പരിശോധനാകേന്ദ്രം. ഒന്നായിരുന്ന ഒരു ദേശത്തെയും സംസ്കാരത്തെയും അതു രണ്ടായി പകുത്തുമാറ്റിയിരി ക്കുന്നു. ഇവിടെ കേരളത്തിന്റെ തെക്കേയറ്റം അവസാനി ക്കുകയും മദ്രാസ് (ഇപ്പോൾ തമിഴ്നാട്) സംസ്ഥാനം തുടങ്ങുകയും ചെയ്യും.

'അനന്തപുരി-പുരവും പുരാവൃത്തവും' എന്ന എന്റെ പുസ്തകത്തിന്റെ രചനയ്ക്കിടയിലാണ് നാഞ്ചിനാടിന്റെ സമ്പന്നമായ പൂർവകാലത്തെക്കുറിച്ചു ഞാൻ കൂടുതൽ അറിഞ്ഞത്. തിരുവിതാംകൂർചരിത്രവും സംസ്കാരവും വേരൂന്നിയിരിക്കുന്നത് നാഞ്ചിനാടിന്റെ മണ്ണിലാണല്ലോ. ആ നാടിന്റെ ചരിത്രം, സംസ്കാരം, മതങ്ങൾ, ജീവിത രീതി, ഐതിഹ്യങ്ങൾ, പുരാവൃത്തങ്ങൾ എന്നിവ വിശദ മായി അറിയാനായിരുന്നു പിന്നെ ഞാൻ ശ്രമിച്ചത്. ഇതി നായി നാഞ്ചിനാട്ടിലെ ക്ഷേത്രങ്ങളും സ്മാരകങ്ങളും ചരിത്രപ്രാധാന്യമുള്ള സ്ഥലങ്ങളും വീണ്ടും വീണ്ടും സന്ദർശിച്ചു. ലഭ്യമായ പുരാരേഖകൾ പരിശോധിച്ചു.

അങ്ങനെ സമ്പാദിച്ച അറിവുകളാണ് ഈ പുസ്തകത്തിന്റെ രചനയ്ക്ക് എനിക്കു പ്രചോദനമായത്.

അഗസ്തീശ്വരം, തോവാള താലൂക്കുകളും കൽക്കുളത്തിന്റെ ഏതാനും ഭാഗങ്ങളുമായിരുന്നു നാഞ്ചിനാടെന്ന ഭൂപ്രദേശമായി അടയാളപ്പെടുത്തിയിരുന്നത്. ചരിത്രവും സംസ്കാരവും ആചാരങ്ങളും മനുഷ്യബന്ധങ്ങളും ഇത്തരം അതിർരേഖകൾക്കുള്ളിൽ ഒതുങ്ങിക്കൂടുന്നവയല്ലല്ലോ. അങ്ങനെ സ്വാഭാവികമായി തെക്കൻതിരുവിതാംകൂറിലെ മറ്റ് പല പ്രദേശങ്ങളിലെ വിശേഷങ്ങളും ഒരു തുടർച്ചപോലെ ഇതിൽ പരാമർശിക്കപ്പെടുന്നുണ്ട്.

നാഞ്ചിനാട് എന്ന ഭൂപ്രദേശത്തിന്റെ ചരിത്രത്തിന്റെയും സംസ്ക്കാരത്തിന്റെയും സമഗ്രമായൊരു വിശകലനമാണോ ഈ പുസ്തകം? തീർച്ചയായും അല്ല. ഇന്നേവരെ ഞാൻ കണ്ടിട്ടുള്ള ദൃശ്യങ്ങളിൽനിന്നും രൂപപ്പെട്ട ഒരു അവലോകനമേ ഇതു നൽകുന്നുള്ളൂ. കാണാനും പഠിക്കാനും ഇനിയുമുണ്ടാകാം. ഇതുവരെ വെളിച്ചം കാണാത്ത ചരിത്രരേഖകൾ ഇനി കണ്ടെടുത്തുകൂടെന്നില്ല.

പുസ്തകരചനയ്ക്ക് ആവശ്യമായ വിവരങ്ങൾ ശേഖരിക്കാൻ സഹായിച്ചവർ പലരുണ്ട്. അവരിൽ ചിലരെ ഓർമ്മിക്കാതെ വയ്യ. ഡോ. ഉഷാകുമാരി, എന്റെ സഹധർമ്മിണി സുധ, എഴുത്തിന്റെ പുരോഗതി നിരന്തരം അന്വേഷിച്ചുകൊണ്ടിരുന്ന കൊച്ചുമക്കൾ നിവേദിത, സംയുക്ത, ചില റഫറൻസ് ഗ്രന്ഥങ്ങൾ സംഘടിപ്പിച്ചുതന്ന ഗോപൻ ശാസ്തമംഗലം, പുസ്തകത്തിന്റെ കവർ രൂപകല്പനചെയ്ത ആർട്ടിസ്റ്റ് ആർ. ഗോപാലകൃഷ്ണൻ, ടൈപ്പ്സെറ്റിങ് നിർവ്വഹിച്ച തൈക്കാട് സുമൻഗ്രാഫിക്സിലെ ജീവനക്കാർ എന്നിവരെ നന്ദിയോടെ സ്മരിക്കുന്നു.

എഴുത്തിന്റെ ഓരോ ഘട്ടത്തിലും ഒപ്പമുണ്ടായിരുന്ന സുഹൃത്തുക്കളാണ് എം. രാജ്കുമാറും പി.എൽ. ഷിബുകുമാറും. ഇവരുടെ വിലപ്പെട്ട സഹായസഹകരണങ്ങൾ കൃതജ്ഞതയോടെ ഓർക്കുന്നു.

സസന്തോഷം അവതാരിക എഴുതിത്തന്ന, നാഞ്ചിനാട്ടുകാരൻകൂടിയായ പത്മവിഭൂഷൺ ഡോ. മാധവൻനായർ സാറിനോടുമുള്ള നന്ദിയും കടപ്പാടും കൂടി രേഖപ്പെടുത്തട്ടെ.

എസ്.പി. ഹരികുമാർ

അവതാരിക

പത്മവിഭൂഷൺ ഡോ. ജി. മാധവൻ നായർ

കഴിഞ്ഞ അരനൂറ്റാണ്ടായി എന്റെ താമസം തിരുവനന്ത പുരത്തെ ശാസ്തമംഗലത്താണ്. ഒട്ടുമുക്കാൽസമയവും റോക്കറ്റും ബഹിരാകാശഗവേഷണങ്ങളുമായി ബന്ധപ്പെട്ട തിരക്കിലായിരുന്നു. ഇതിനിടയിൽ തൊട്ടടുത്ത വീട്ടുകാ രോടോ നാട്ടുകാരോടോ മിണ്ടാനോ ഇടപഴകാനോ അധികം സമയം കിട്ടിയിട്ടില്ല.

കന്യാകുമാരി ജില്ലയിലെ തിരുനന്ദിക്കരക്കാരനായ ഞാൻ വിദ്യാഭ്യാസത്തിനും ജോലിക്കും വേണ്ടിയാണ് തിരുവനന്ത പുരത്ത് എത്തിച്ചേർന്നത്. പിന്നീട് ഇവിടം എന്റെ സ്ഥിരം ലാവണമായി. എങ്കിലും ഗൃഹാതുരത്വം ഉണർത്തുന്ന ഓർമ്മ യായി തിരുനന്ദിക്കര എന്നും മനസ്സിലുണ്ട്.

വിശ്രമജീവിതത്തിന്റെ ആലസ്യത്തിലായിരുന്ന ഒരു ദിവസമാണ് ശാസ്തമംഗലത്തുകാരനായ ഹരികുമാർ എന്നെ കാണാൻ വന്നത്. വളച്ചുകെട്ടുകളില്ലാതെ ഹരികുമാർ വന്ന കാര്യം പറഞ്ഞു. നാഞ്ചിനാടിനെക്കുറിച്ച് ഒരു പുസ്തകം എഴുതിയിട്ടുണ്ട്. അസൗകര്യം ഒന്നുമില്ലെങ്കിൽ വായിച്ചിട്ട് അതിനൊരു അവതാരിക എഴുതിത്തരണം.

എഴുത്തും സാഹിത്യവുമൊന്നും എന്റെ മേഖലയല്ല. എങ്കിലും അവതാരിക എഴുതുക എന്ന സാഹസം ഞാൻ ഏറ്റെടുത്തു. അതിന് ഒരു കാരണം കൂടിയുണ്ട്, നാഞ്ചി നാടിനെക്കുറിച്ചുള്ള ഈ പുസ്തകം എന്റെ ജന്മനാടിന്റെ ചരിത്രംകൂടി പറയുന്നതാണ്. പുസ്തകം വായിച്ചു തുടങ്ങു ന്നതിനു മുൻപുതന്നെ ജന്മനാടിനെക്കുറിച്ചുള്ള മധുരിക്കുന്ന ഓർമ്മകൾ മനസ്സിലേക്ക് ഓടിയെത്തി.

തിരുവിതാംകൂറിനെക്കുറിച്ച് ഞാൻ ആദ്യം കേൾക്കുന്നത് എഴുപതുവർഷങ്ങൾക്ക് മുൻപ് ഒരു പ്രൈമറി ക്ലാസിലായിരുന്നു. അന്നത്തെ സാമൂഹികപാഠം ക്ലാസിൽ തിരുവിതാംകൂറിലെ നെല്ലറകളെപ്പറ്റി പഠിക്കാനുണ്ടായിരുന്നു. കുട്ടനാടും നാഞ്ചിനാടുമായിരുന്നല്ലോ നമുക്ക് നെല്ല് തന്നിരുന്ന നാടുകൾ. നെൽവയലിന്റെ സമൃദ്ധിയുടെയും ധാരാളം കിണറുകളുടെയും താമരക്കുളങ്ങളുടെയും മലകളുടെയും പുഴകളുടെയും മനോഹരമായ കടൽത്തീരങ്ങളുടെയും പ്രസിദ്ധമായ ആരാധനാലയങ്ങളുടെയും ഇടം. ഞാൻ അഭിമാനത്തോടെ ഓർക്കുന്ന എന്റെ നാട്. എഴുത്തുകാരനല്ലാത്ത ഞാൻ അവതാരികക്കാരൻ ആകാനും എന്റെ നാടുതന്നെ നിമിത്തമായി. പുസ്തകം വായിച്ചുതുടങ്ങിയപ്പോൾ ഇത്രയും ചെറിയൊരു ഭൂഭാഗത്തെക്കുറിച്ച് വലിയൊരു കഥ ഗ്രന്ഥകാരന് പറയാനുണ്ടെന്നത് എന്നെ അതിശയിപ്പിച്ചു.

ഇന്ത്യയുടെ തെക്കേയറ്റത്തുള്ള മനോഹരമായ ഭൂപ്രദേശമാണ് നാഞ്ചിനാട്. പശ്ചിമഘട്ടമലനിരകളാൽ ചുറ്റപ്പെട്ട്, സമുദ്രതീരത്തോടു ചേർന്നുകിടക്കുന്ന കൃഷിഭൂമി. താമ്രപർണിയാറും പറളിയാറും പഴയാറും ചെറുതും വലുതുമായ കുളങ്ങളും എല്ലാം ചേർന്ന് കൊല്ലം മുഴുവൻ ജലസമൃദ്ധി നൽകുന്ന ഈ നാട് കാർഷികവിഭവങ്ങളാൽ സമ്പൽസമൃദ്ധവുമാണ്. ഏകീകൃത കേരളം രൂപപ്പെടുന്നതിനുമുമ്പ് ഈ നാട് കൊച്ചുകൊച്ചു നാട്ടുരാജാക്കന്മാരുടെ കീഴിലായിരുന്നു. ചെറിയ നാട്ടുരാജാക്കന്മാരുടെ ഒരു പരമ്പരതന്നെ ഇവിടെയുണ്ടായിരുന്നു.

നാഞ്ചിനാടുപോലെ തന്നെ പ്രസിദ്ധമാണ് തെക്കൻ തിരുവിതാംകൂറിലെ അഗസ്ത്യമലയും. പണ്ഡിതരായ പല യോഗിവര്യന്മാരും ഇവിടെയുണ്ടായിരുന്നു പലതരം ഔഷധച്ചെടികളുടെയും വനവിഭവങ്ങളുടെയും ഇടം. ഇവിടത്തെ കാർഷികസംസ്കൃതിയെയും കാലാവസ്ഥയെയും നിയന്ത്രിക്കുന്നതിൽ ഈ മലയ്ക്ക് വലിയ പ്രാധാന്യമുണ്ട്. 'അകത്തിയ വ്യാകരണം' എഴുതിയ അഗസ്ത്യമുനി തപസ്സുചെയ്തതും ഇവിടെയാണ്. കേരളത്തിലെ ഏറ്റവും പഴക്കംചെന്ന രാജവംശമായ ആയ് രാജവംശം ഇവിടം കേന്ദ്രമാക്കിയാണ് ഭരിച്ചിരുന്നത്. വിദേശികളുടെയും സ്വദേശികളുടെയും ഇഷ്ടഭൂമിയായിരുന്നു നാഞ്ചിനാട്. ചേരന്മാരും ചോളന്മാരും പാണ്ഡ്യന്മാരും ഈ പ്രദേശം കീഴടക്കി ഭരിച്ചു. ആരുവാമൊഴിച്ചുരം വിദേശികൾക്ക് സുഗമമായി കടന്നുവരാനുള്ള

ഇടനാഴിയായി. കൊള്ളക്കാരും മറവന്മാരും മുകിലന്മാരും ഇവിടെ വന്നു. ഇവരൊക്കെ നമ്മുടെ സംസ്കൃതിയുടെ ഭാഗമായി. എല്ലാവരുടെയും സ്വപ്നഭൂമിയായ നാഞ്ചിനാട്. മൂവേന്തന്മാരായ ചേര, ചോള, പാണ്ഡ്യന്മാർ പന്തലിട്ടു താമസമായ ഈ ഇടം മുപ്പന്തലായി. ഇതെല്ലാം ഒരു കഥാകാരന്റെ കൗശലത്തോടെ, ചരിത്രബോധത്തോടെ ഹരി അവതരിപ്പിക്കുന്നുണ്ട്. വിദേശാധിപത്യത്തിന്റെ അഴിഞ്ഞാട്ടം അതിശയോക്തി കൂടാതെയും നിക്ഷ്പക്ഷമായും പ്രതിപാദിച്ചിരിക്കുന്നു.

കലപ്പയുടെ നാടാണ് നാഞ്ചിനാട്. ആ നാടിന്റെ ചരിത്രവും സംസ്കാരവും പുരാവൃത്തങ്ങളും കൂടിച്ചേർന്നതാണ് 'നാഞ്ചിനാടിന്റെ ഇന്നലെകൾ'. നാഞ്ചിനാടിനെക്കുറിച്ചും അതുൾക്കൊള്ളുന്ന തെക്കൻതിരുവിതാംകൂറിനെക്കുറിച്ചും വായിച്ചും കേട്ടും അറിഞ്ഞ കഥകളിൽ നിന്നു വ്യത്യസ്തമായ ഒരു രചനയാണിത്. പരമ്പരാഗത ചരിത്രകൃതികളിൽ കാണാത്ത പല വസ്തുതകളും ഇവിടെ വെളിച്ചം കാണുന്നു.

വള്ളിച്ചുനൈ, വെള്ളിമല, തിരുനന്തിക്കരയിലെയും മണലിക്കരയിലെയും തിരുച്ചാരണത്ത് മലയിലെയും ശിലാലിഖിതങ്ങൾ, തോവാളപ്പൂക്കൾ, ആരാധനാലയങ്ങളുടെ ചരിത്രം എന്നിവയൊക്കെ സൂക്ഷ്മമായി വിശകലനം ചെയ്തിട്ടുണ്ട്. കണ്ടറിഞ്ഞതിനും വായിച്ചറിഞ്ഞതിനുമപ്പുറം ചരിത്രത്തിനൊരുപാട് അടരുകൾ ഉണ്ട്. ആ അടരുകളിൽനിന്നു കിട്ടുന്നത് അറിയപ്പെടാത്ത ചരിത്രമായിരിക്കും. അത് പുതിയൊരു അറിവാകാം. ഉദയഗിരിക്കോട്ടയും ഇരണിയൽ കൊട്ടാരവും ഈ തലമുറയ്ക്ക് സവിശേഷ അറിവാണ്. ക്ഷേത്രങ്ങളെ വെറും ആരാധനാലയങ്ങളായി മാത്രം കാണാതെ അതിനു പുറകിലെ ചരിത്രവും സംസ്കാരവും വാസ്തുശില്പസവിശേഷതയും ഗ്രന്ഥകാരൻ നമുക്കു കാണിച്ചുതരുന്നു.

ഗവേഷകസ്വഭാവമാണ് രചനയിലുടനീളം കാണുന്നത്. അതുകൊണ്ടുതന്നെ സത്യസന്ധത നിഗമനങ്ങളെ അലങ്കരിക്കുന്നു. കണ്ടറിഞ്ഞ തെളിവുകളേക്കാൾ വലുതായി മറ്റൊന്നുമില്ല. ഭാസനാടകങ്ങൾ കണ്ടെത്തിയ മണലിക്കരമഠത്തെക്കുറിച്ചുള്ള വിവരണം ചരിത്രത്തിന്റെ ബഹുതലങ്ങളിലെ

അടരുകളിലേക്ക് എത്തിക്കുന്നു. ചരിത്രചിഹ്നങ്ങളിലെ സൂചനകളിൽനിന്ന് എഴുതപ്പെടാത്ത ചരിത്രം കണ്ടെത്തുകയാണല്ലോ ഒരു ചരിത്രകാരന്റെ നിയോഗം.

പത്മനാഭസ്വാമിക്ഷേത്രത്തേക്കാൾ പഴക്കമുള്ള, തിരുവട്ടാർ ആദികേശവ ക്ഷേത്രം, ചിതറാൽ ജൈന ക്ഷേത്രം, കേരളപുരം ക്ഷേത്രം, മതമൈത്രിയുടെ അടയാളമായ പള്ളിയപ്പൻ കോവിൽ, കഥകളെ തോൽപ്പിക്കുന്ന ചരിത്രവസ്തുതകളുള്ള പേച്ചിപ്പാറ ഡാം, കന്യാകുമാരിക്ക് അടുത്തുള്ള വട്ടക്കോട്ടയുടെ ചരിത്രം, കുളച്ചൽയുദ്ധചരിത്രം, പാർത്ഥിവപുരം ശാലയുടെ ചരിത്രം തുടങ്ങി പലതും നാഞ്ചിനാട്ടുകാരനായ എനിക്കുപോലും പുതിയ അറിവുകൾ ആയിരുന്നു. ഇവിടത്തെ ചരിത്രചിഹ്നങ്ങൾ ഒന്നും തന്നെ ഹരികുമാർ വിട്ടുപോയിട്ടില്ല. ശുചീന്ദ്രംക്ഷേത്രം, തിരുനന്ദിക്കര, തൃപ്പരപ്പ്, അമ്മൻകോവിലുകൾ, മാടൻപ്രതിഷ്ഠകൾ, പ്രസിദ്ധമായ പന്ത്രണ്ട് ശിവാലയ ഓട്ടക്ഷേത്രങ്ങൾ. അങ്ങനെ എന്തെല്ലാം എന്തെല്ലാമുണ്ട് നാഞ്ചിനാട്ടിൽ! മറ്റു സ്ഥലങ്ങളിൽനിന്ന് ഈ നാടിനെ വ്യത്യസ്തമാക്കുന്നതും ഇതൊക്കെയാണ്.

നാഞ്ചിനാടിനെപ്പറ്റി പറയുമ്പോൾ അവിടത്തെ യക്ഷികളെ ഓർക്കാതിരിക്കാനാവില്ല. 'കള്ളിയങ്കാട് നീലി'യെക്കുറിച്ച് അമ്മൂമ്മ പറഞ്ഞുതന്ന കഥകൾ കേട്ടാണ് ഞാനും വളർന്നത്. അമ്മൂമ്മക്കഥകളിലെ യക്ഷികളെ ഈ പുസ്തകത്തിലും ഞാൻ വീണ്ടും കണ്ടു.

എല്ലാതരത്തിലുള്ള കൃഷിയും ഇവിടെയുണ്ട്. ചമ്പാവരിയും കുരുമുളകും സുഗന്ധദ്രവ്യങ്ങളും വാങ്ങാനായി ക്രിസ്തുവിന് മുൻപു തന്നെ ഇവിടെ അറബികളും ചൈനക്കാരും ഈജിപ്തുകാരും ഗ്രീക്കുകാരും എത്തിയിട്ടുണ്ടായിരുന്നു. ദക്ഷിണേന്ത്യയിലെ മനുഷ്യസംസ്കൃതിയുടെയും കാർഷികസംസ്കൃതിയുടെയും ഈറ്റില്ലമാണ് നാഞ്ചിനാട്. നെല്ലിന്റെ നാടും കലപ്പയുടെ നാടും മലയുടെ നാടും പുഴയുടെ നാടും ഇവിടംതന്നെയാണ്.

എന്നാൽ മാറിയ രാഷ്ട്രീയ സാമൂഹിക വ്യവസ്ഥയിൽ നാഞ്ചിനാടിന്റെ ചന്തങ്ങൾ മങ്ങിത്തുടങ്ങുകയാണ്. കേരളപ്പിറവിയോടെ നാഞ്ചിനാടും ചരിത്രമായി മാറി. എന്നാലും പഴയ ഓർമ്മകൾക്ക് ഇപ്പോഴും മാറ്റമില്ല. എന്റെ കുട്ടിക്കാലത്ത് തിരുനന്ദിക്കരയിൽനിന്ന് കുമാരകോവിലേക്ക് പോയിരുന്നത്

കാളവണ്ടിയിലായിരുന്നു. മുത്തശ്ശന്റെ പിറന്നാൾ ആഘോഷിച്ചിരുന്നത് കുമാരകോവിലിലാണ്. ഏകദേശം ആറു മണിക്കൂർ യാത്ര ചെയ്താണ് ഞങ്ങൾ കുടുംബസമേതം കാളവണ്ടിയിൽ കുമാരകോവിലിൽ എത്താറുള്ളത്. രസകരമായ ഒരു യാത്രയാണത്. വയലുകളുടെയും, നിരനിരയായി നിന്നിരുന്ന നാഞ്ചിനാടിന്റെ തനതു മരമായ പനകളുടെയും ഇടയിലൂടെയുള്ള യാത്ര ഇപ്പോഴും ഭൂതകാലക്കുളിരു നൽകുന്നു. എന്തെല്ലാം ഓർമ്മകളാണ്! എല്ലാം ഓർമ്മകളായി തന്നെ നിൽക്കുന്നു

രണ്ടായിരത്തിലേറെക്കൊല്ലത്തെ പഴക്കമുള്ള ഈ ദേശത്തിന്റെ ചരിത്രം ഒരുകാലത്ത് കെട്ടുകഥകളെയും നാടോടിപ്പാട്ടുകളെയും ആശ്രയിച്ചായിരുന്നു എഴുതിയിരുന്നത്. കാലം മാറി. സാങ്കേതികവിദ്യയുടെ വരവോടുകൂടി ചരിത്രഗവേഷകന് ദത്തങ്ങൾ സ്വീകരിക്കാൻ ധാരാളം മാർഗ്ഗങ്ങൾ ഉണ്ടായി. അങ്ങനെ സമ്പാദിച്ച അറിവുകളും ഈ കൃതിയിൽ നമുക്ക് കാണാൻ കഴിയുന്നു. ആധികാരിക ചരിത്രപഠനം തന്നെയാണ് ഹരികുമാറിന്റെ 'നാഞ്ചിനാടിന്റെ ഇന്നലെകൾ' എന്ന പുസ്തകം.

മതസൗഹാർദ്ദത്തിന് പേരുകേട്ട ഇടം കൂടിയാണ് ഇവിടം. ഒന്നാംനൂറ്റാണ്ടു മുതലേ ഇവിടെ ക്രിസ്തുമതം ഉണ്ടായിരുന്നു. ഇസ്ലാം മതത്തിന്റെ കടന്നുവരവും ഉണ്ടായി. ഒന്നും കഥകളല്ല. കഥകളെപ്പോലും അതിശയിപ്പിക്കുന്ന ചരിത്രം. അതെല്ലാം ചരിത്രപരമായ തെളിവുകളുടെ അടിസ്ഥാനത്തിൽ ഹരികുമാർ വിശകലനം ചെയ്യുന്നു. ചരിത്രമാണ് വിഷയമെങ്കിലും ചരിത്രത്തെ കഥാരൂപത്തിൽ പറയുകയാണ് ഗ്രന്ഥകാരൻ. സാധാരണ ചരിത്രം പറയാൻ ഉപയോഗിക്കുന്ന മുരടിച്ച ആഖ്യാനഭാഷ ഇവിടെയില്ല. ഒരു നാടിന്റെ ചരിത്രം ആർക്കും മനസ്സിലാകുന്ന ഭാഷയിൽ, നാഞ്ചിനാടിന്റെ ഇന്നലെകളെ വരച്ചുകാട്ടുന്നു.

ഹരികുമാറിന്റെ ആദ്യഗ്രന്ഥമായ 'അനന്തപുരി: പുരവും പുരാവൃത്തവും' പോലെ ഇതും വായിക്കപ്പെടേണ്ടതും ചർച്ച ചെയ്യപ്പെടേണ്ടതുമായ കൃതി തന്നെയാണ്. മുൻപേ ഗമിക്കുന്ന ഗോക്കളുടെ പുറകേ പോകുന്ന സാമ്പ്രദായിക എഴുത്തല്ല ഈ കൃതിയെന്ന് നിസ്സംശയം പറയാം. ■

നാഞ്ചിനാടിന്റെ ഭൂമിക

പശ്ചിമഘട്ടത്തിന്റെ കരുതലും മൂന്ന് കടലുകളുടെ ലാളനയും ഏറ്റുവാങ്ങി ഉപഭൂഖണ്ഡത്തിന്റെ തെക്കേ മുനമ്പിനോടു ചേർന്നുകിടക്കുന്ന ഹരിതഭൂമി. പ്രകൃതി അതിന്റെ ഭണ്ഡാരത്തിലെ ചമയങ്ങളെല്ലാം നിർലോഭം വാരിയണിയിച്ചിട്ടുണ്ട്. വിവിധയിനത്തിലും നിറത്തിലുമുള്ള പൂക്കൾ വിടർന്നു പരിലസിക്കുന്ന പൂന്തോട്ടങ്ങൾ, ആമ്പലും താമരയും നിറഞ്ഞുനിൽക്കുന്ന പൊയ്കകൾ, തലക്കുളങ്ങൾ, മലയിറങ്ങിവരുന്ന നദികളും മറ്റ് ജലസ്ഥാനങ്ങളും. നോക്കെത്താദൂരത്ത് പച്ചപ്പരവതാനി നിവർത്തിയതുപോലെ പരന്നുകിടക്കുന്ന വയലേലകൾ, അവയ്ക്കിടയിൽ തലയെടുത്തുനിൽക്കുന്ന കുന്നുകൾ, പനന്തോട്ടങ്ങൾ, തെങ്ങിൻതോപ്പുകൾ, ചതുപ്പുനിലങ്ങൾ.

മഹാമേരുവായ സഹ്യൻ തന്റെ വിശ്വരൂപം ഒന്ന് ചുരുക്കി ശ്രദ്ധയോടെ ഇവയ്ക്കെല്ലാം കാവൽനിൽക്കുന്നുണ്ട്. വൈവിദ്ധ്യമാർന്ന ആവാസവ്യവസ്ഥയും അനവധിതരം ഔഷധസസ്യങ്ങളും ഉൾപ്പെട്ട അമൂല്യസമ്പത്ത്, മഹത്തായ ഒരു സാംസ്കാരിക പാരമ്പര്യത്തിന്റെ കൊടിയടയാളങ്ങൾപോലെ പച്ചത്തുരുത്തുകൾക്കിടയിൽ ഗതകാലസ്മരണകളുമായി തലയുയർത്തിനിൽക്കുന്ന മഹാക്ഷേത്രങ്ങൾ, ശരണമന്ത്രങ്ങളുമായെത്തിയ ബൗദ്ധരും ധ്യാനത്തിന് ഇടം തേടിയെത്തിയ ജൈനരും തുടർന്നുവന്ന വൈദികമതക്കാരും കച്ചവടത്തിനും മതപ്രചരണത്തിനുമായെത്തിയ വൈദേശിക മതങ്ങളും ഒപ്പം ദേശത്തെ പൂർവ്വികരും കൈകോർത്തപ്പോഴുണ്ടായ മഹത്തായ സംസ്കാരം. ഇവയെല്ലാം ചേർന്നുണ്ടായ ഒരു നല്ല നാട്. രാജസിംഹനെ തോൽപ്പിച്ച് കൂപകരാജാവ് കയ്യടക്കിയ നാഞ്ചിനാടിനെ 'പൂഞ്ചോലൈ നാഞ്ചിനാട്' എന്നാണ് പുരാരേഖകൾ വിശേഷിപ്പിച്ചിട്ടുള്ളത്. വേളിമലയുടെ ഇരുവശത്തുമായി പരന്നുകിടക്കുന്നു തിരുവിതാംകൂറിന്റെ ഹൃദയഭൂമി—അതാണ് നാഞ്ചിനാട്.

പൂഞ്ചോലൈ നാഞ്ചിനാട്

സ്ഥലനാമനിഷ്പത്തി

ഈ ഭൂപ്രദേശം എങ്ങനെ നാഞ്ചിനാടായി എന്ന് നോക്കാം. സ്ഥലനാമത്തെക്കുറിച്ചുള്ള നിഗമനങ്ങൾ ധാരാളമുണ്ട്. ചരിത്രം ഇവിടെ ഐതിഹ്യങ്ങൾക്കും പുരാവൃത്തങ്ങൾക്കും പഴമകൾക്കുമൊപ്പം ഇഴപിരിക്കാനാവാതെ കെട്ടുപിണഞ്ഞുകിടക്കുന്നു. ഒരു പേരിലെന്തിരിക്കുന്നു എന്ന വില്യം ഷേക്സ്പിയറുടെ പ്രസിദ്ധമായ ചോദ്യത്തിന് പേരിലുമില്ലേ കാര്യം എന്ന് മറുചോദ്യം ചോദിക്കാനാണ് തോന്നുന്നത്. സ്ഥലനാമങ്ങൾ പലപ്പോഴും ഒരു നാടിന്റെ ചരിത്രത്തിലേക്കു തുറന്നുവയ്ക്കുന്ന വാതായനങ്ങളാണല്ലോ.

'വടക്ക് വേളിമലമുതൽ തെക്ക് ആരുവാമൊഴിവരെ നീണ്ടുകിടക്കുന്ന പർവതം ഒരു കോട്ടപോലെ ഈ നാടിനെ സംരക്ഷിക്കുന്നു. 'നാഞ്ചിൽ' എന്ന പദത്തിന് 'കോട്ട' എന്ന അർത്ഥമുണ്ട്. അങ്ങനെ പ്രകൃതി ഒരുക്കിയ ഈ കോട്ടയാണ് സ്ഥലനാമത്തിനു നിദാനം എന്നത് ഒരു നിഗമനം. പുറനാനൂറിൽ 'ഉയർചിമൈയ ഉഴാ അ നാഞ്ചിൽ പെരുക' എന്നു കാണുന്നു. 'ഉഴാ അ നാഞ്ചിൽ' എന്നാൽ ഉഴവ് ചെയ്യാത്ത നാഞ്ചിൽ എന്നും 'ഉയർചിമൈയ' എന്നാൽ ഉയർന്ന ശിഖരത്തോടുകൂടിയ എന്നുമാണർത്ഥം. ഉഴവ് ചെയ്യാത്ത നാഞ്ചിൽ മല ഉൾപ്പെടുന്ന ഭാഗം നാഞ്ചിനാട് എന്നും പറയപ്പെടുന്നു. മരുതൻ ഇളനാകൻ, അവ്വൈയാർ എന്നീ പ്രസിദ്ധ സംഘകാലകവികൾ നാഞ്ചിനാടു ഭരിച്ചിരുന്ന നാഞ്ചിൽ വള്ളുവന്മാരെ സ്തുതിച്ചുപാടുന്നുണ്ടെങ്കിലും നാഞ്ചിൽ വള്ളുവന്റെ പേര് നാഞ്ചിനാടിനു കിട്ടി എന്ന് അവരാരും പറയുന്നില്ല. നാഞ്ചിൽ വള്ളുവന്മാർ സാമന്തർ മാത്രമായിരുന്നിരിക്കണം. നാഞ്ചിൽ കുറവന്മാർ ഭരിച്ചിരുന്ന നാട്

'നാഞ്ചിനാട്' എന്നു പറയുന്നവരുമുണ്ട്. പക്ഷേ, കുറവരാജാവ് തന്റെ പേരിന് നാഞ്ചിനാടിനോടു കടപ്പെട്ടിരിക്കുന്നുവെന്നുറപ്പിക്കുന്ന താണ് യുക്തി. കലപ്പയുടെ നാട്, നെൽക്കൃഷിയുടെ നാട് എന്നിങ്ങനെ നാഞ്ചിനാടിന്റെ സ്ഥലനാമനിഷ്പത്തികൾ ഇനിയും ഏറെയുണ്ട്. എല്ലാം പ്രസക്തവുമാണ്.

നെൽക്കൃഷിയുമായി ബന്ധപ്പെട്ട് നാഞ്ചിനാടിനെ അറിയാനാണ് നാഞ്ചിനാടിനും നാഞ്ചിനാടർക്കുമിഷ്ടം'. നൂറുമേനി വിളയുന്ന പാട ങ്ങൾ, അവിടെ തഴച്ചുവളരുന്ന നെൽച്ചെടികൾ, ഓരോ ചെടിയും സ്വർണ്ണവർണ്ണത്തിലുള്ള മുഴുത്ത കതിർമണികളുമായി തലകുനിച്ചു നിൽക്കുന്നു. ഇതായിരുന്നു നാഞ്ചിനാട്ടെ ഐശ്വര്യക്കാഴ്ച. ഇവി ടത്തെ കർഷകരുടെ വീടുകളിൽ ധാന്യസംഭരണസംവിധാനങ്ങളു ണ്ടായിരുന്നു. 'ഏലാക്കര'കളിലെ പത്തായക്കെട്ടുകളിൽ എപ്പോഴും വമ്പിച്ച ധാന്യശേഖരമുണ്ടാവും. അങ്ങനെയുള്ള സമ്പന്നമായ പത്തായപ്പുരകളാണ് നാഞ്ചിനാടിനു തിരുവിതാംകൂറിന്റെ പത്തായ പ്പുര എന്ന സ്ഥാനം ചാർത്തിക്കൊടുത്തത്.

നാഞ്ചിനാട് എന്നാൽ കലപ്പയുടെ നാട്. കലപ്പ ജന്മംകൊണ്ട നാട്. സ്ഥലനാമത്തോടേറ്റവും ചേർന്നു നിൽക്കുന്നത് കലപ്പ എന്ന പേരുതന്നെ. കാർഷികവൃത്തിയിൽ ഒരു വിപ്ലവത്തിനു തുടക്കം കുറിച്ച, കാർഷികോപകരണമാണല്ലോ കലപ്പ. കലപ്പയുടെ സംസ്കൃത രൂപം 'ലാംഗലം' എന്നാണ്. 'നേങ്ങേൽ' എന്ന വാക്കിൽനിന്നു ലാംഗലം ആവിർഭവിച്ചു. ഈ ദേശക്കാർ കലപ്പയെ ഞെങ്ങേൽ എന്നു വിളിച്ചു. ഞെങ്ങേൽ കാലക്രമേണ ഞാ(നാ)ഞ്ചിൽ ആയി. അങ്ങനെയൊരു നിഗമനവുംകൂടി ഉണ്ട്.

നാഞ്ചിനാടിനെ കൃഷിയുമായി ബന്ധിപ്പിക്കുന്ന വസ്തുതകൾ ഇനിയുമുണ്ട്. കന്യാകുമാരിക്കു 'കഴിക്കുടി' എന്നൊരു പേരുകൂടി യുണ്ടായിരുന്നു. കഴിക്ക് നുകം എന്നർത്ഥം പറയാം. കഴിക്കുടി എന്നാൽ നുകത്തിന്റെ നാട്. കഴിക്ക് ചെളിയെന്നു ഇനിയും ഒരു അർത്ഥം കൂടിയുണ്ട്. കഴിക്കുടിയെ ചെളിനിറഞ്ഞ നാടെന്നോ ചതുപ്പ് നിലമെന്നോകൂടിപ്പറയാം. കഴിക്കുടിയിലാണ് ആദ്യമായി നെൽക്കൃഷി ഉണ്ടായതെന്നാണ് ഡോ. പി. ശങ്കരൻനായരുടെ നിഗ മനം. അങ്ങനെയെങ്കിൽ കലപ്പയുടെ ആവിർഭാവത്തിനെത്രയോ മുൻപുതന്നെ കഴിക്കുടിയിൽ നെൽക്കൃഷി തുടങ്ങിയിരിക്കണം. ചതുപ്പു നിലങ്ങളിൽ കൃഷിചെയ്യാൻ കലപ്പയുടെയോ തുല്യമായ കൃഷി ഉപകരണങ്ങളുടെയോ ആവശ്യവുമില്ലല്ലോ. നാഞ്ചിനാട് എന്ന സ്ഥലനാമത്തെക്കുറിച്ചുള്ള അന്വേഷണം എത്തിനിൽക്കുന്നത് നെൽക്കൃഷിയിൽതന്നെയാണ്.

ശ്രീപത്മനാഭനിവേദ്യങ്ങൾ

ആദ്യം വേണാടിനെയും പിൽക്കാലത്ത് തിരുവിതാംകൂറിനെയും ഊട്ടിയിരുന്നത് നാഞ്ചിനാടാണ്. അങ്ങനെ തിരുവിതാംകൂറിന്റെ നെല്ലറ എന്ന വിശേഷണത്തിനും നാഞ്ചിനാട് അർഹമായി. ശ്രീപത്മനാഭനു ചൂടാൻ പൂക്കളും നിവേദ്യത്തിനു കൈക്കുത്തരിയും കണ്ണിമാങ്ങയും നാഞ്ചിനാട്ടിൽനിന്നായിരുന്നു കൊണ്ടുവന്നിരുന്നത്. നാഞ്ചിനാടിന്റെ ഈ വിശിഷ്ടവിഭവങ്ങളെക്കുറിച്ച് സാക്ഷാൽ ആദികേശവൻ ശ്രീപത്മനാഭനോടു സൂചിപ്പിച്ചിട്ടുണ്ടാവുമോ? നാഞ്ചിനാട്ടിലെ പണ്ടാരവകഭൂമികളിലാണ് പത്മനാഭസ്വാമിക്ഷേത്രത്തിന് ആവശ്യമുള്ള നെല്ല് കൃഷിചെയ്തിരുന്നത്. ഈ പാടങ്ങളിൽ വിതയും കൊയ്ത്തും ജലസേചനവുമൊക്കെ നടത്താൻ പ്രത്യേകം ജന്മികുടുംബങ്ങളെ ചുമതലപ്പെടുത്തി. കൊയ്തെടുക്കുന്ന വിളവ് പത്മനാഭപുരത്തുവച്ച് അളന്നു തിട്ടപ്പെടുത്തി തിരുവനന്തപുരം മേൽക്കാണം തഹസിൽദാരെ അറിയിക്കണം. ധാന്യം തിരുവനന്തപുരത്തെത്തിച്ച് കോട്ടയ്ക്കകത്ത് പ്രത്യേകം തയ്യാറാക്കിയിട്ടുള്ള നെൽപ്പുരകളിൽ സൂക്ഷിക്കും. തടികൊണ്ടു ദീർഘചതുരാകൃതിയിൽ നിർമ്മിച്ച നെല്ലറകൾ തട്ടുതട്ടായി തിരിച്ചിരുന്നു. കൊട്ടാരത്തിലെ ആവശ്യത്തിനും ക്ഷേത്രത്തിലെ ഊട്ടുപുരകളിൽ ബ്രാഹ്മണരെ ഊട്ടാനും ധാരാളം നെല്ല് വേണമായിരുന്നല്ലോ.

അനന്തശായിക്കു നിവേദ്യത്തിനുള്ള കണ്ണിമാങ്ങയും നാഞ്ചിനാടിന്റെ വകതന്നെ. ഭഗവാന്റെ ദിവ്യദർശനം ലഭിക്കാൻ യോഗമുണ്ടായ വില്വമംഗലം സ്വാമിയാർ ദേവനു നിവേദിച്ചതും കണ്ണിമാങ്ങ തന്നെയാണല്ലോ. കണ്ണിമാങ്ങയ്ക്കായി കന്യാകുമാരി നാഗർകോവിൽ റോഡിൽ കൊട്ടാരം എന്ന സ്ഥലത്ത് ഒരു മാവിൻതോട്ടംതന്നെ നട്ടുണ്ടാക്കി. സാധാരണയായി വർഷത്തിലൊരിക്കൽമാത്രം പൂത്തുകായ്ക്കുന്ന ഫലവൃക്ഷമാണല്ലോ മാവ്. പക്ഷേ, ഈ രാജകീയ മാന്തോട്ടത്തിൽ എല്ലാക്കാലത്തും കണ്ണിമാങ്ങ ലഭിക്കുംവിധം വിവിധയിനം മാവിൻതൈകൾ പ്രത്യേകം തിരഞ്ഞെടുത്തുകൊണ്ടുവന്നു നട്ടുപിടിപ്പിച്ചു. ശ്രീപത്മനാഭന്റെ കാര്യത്തിൽ ഒന്നിനും മുട്ടുവരരുതല്ലോ. കുലകുലയായി പറിച്ചെടുത്ത കണ്ണിമാങ്ങകൾ കാളവണ്ടിയിലാണ് തിരുവനന്തപുരത്തു കൊണ്ടുവന്നിരുന്നത്.

പൂക്കളുടെ നാട്

ശ്രീപത്മനാഭന് ചൂടാൻ തോവാളപ്പൂക്കൾതന്നെ വേണമായിരുന്നു. ആകർഷകമായ നിറങ്ങളിലുള്ള തോവാളപ്പൂക്കളുടെ സുഗന്ധവും ഒന്നുവേറെതന്നെയാണത്രെ. അതുകൊണ്ടുതന്നെയായിരിക്കണം

അവിടത്തെ പൂക്കൾ പത്മനാഭനു പ്രിയപ്പെട്ടതായത്. പൂക്കളുടെ സവിശേഷതയ്ക്കു കാരണം ഈ പ്രദേശത്തെ മണ്ണിന്റെ മഹിമ തന്നെയാവാം. മുല്ലയും പിച്ചിയും അരളിയും താമരപ്പൂക്കളും കൊഴുന്തും തോവാളയിൽ സുലഭമായി കൃഷിചെയ്തുണ്ടാക്കിയിരുന്നു. നിറയെ പൂത്തുനിൽക്കുന്ന വിശാലമായ താമരക്കുളങ്ങളിൽ ചെറുതോണികളിൽക്കയറി പൂപറിക്കുന്ന കുട്ടികളുടെയും പ്രഭാതത്തിൽത്തന്നെ കൊഴുന്തും തെറ്റിയും അരളിയും മുല്ലയുമൊക്കെ നുള്ളി കൂടയിലാക്കുന്ന സ്ത്രീകളുടെയും കാഴ്ച സാധാരണയായിരുന്നു. ഇങ്ങനെ പറിച്ചെടുക്കുന്ന പൂക്കൾ ഒട്ടും വൈകാതെ ആവശ്യാനുസരണം തിരുവനന്തപുരത്തെത്തിക്കാൻ സൈനികരിലെ 'ഓട്ടന്മാരെ' ചുമതലപ്പെടുത്തിയത് കാർത്തികതിരുനാൾ മഹാരാജാവാണ്. പൂക്കൾനിറച്ച സഞ്ചികളുമായി 'ഓട്ടൻ' ഒരു നിശ്ചിതദൂരം ഓടിയശേഷം കൂട അടുത്ത ഓട്ടക്കാരനു കൈമാറും. അങ്ങനെ കൈമാറിക്കൈമാറി പൂക്കൂടകൾ വേഗം അനന്തപുരിയിലെത്തും. ഈ സമ്പ്രദായമാണ് പിൽക്കാലത്തു വളർന്നു വലുതായി 'അഞ്ചൽ' എന്ന പ്രസ്ഥാനമായത് എന്ന് ഓർക്കാം. അടുക്കുമാലകൾ കെട്ടുന്നതിൽ തോവാളയിലെ 'പൂപ്പണ്ടാരങ്ങൾക്ക്' വിശേഷമായ കഴിവും വേഗതയുമുണ്ടായിരുന്നു. ആരുവാമൊഴി മലകളുടെ താഴ്വാരത്തെ 'തോവാള' ഇന്നും പൂക്കളാൽ സുരഭിലമാണ്. തോവാളപ്പൂക്കൾ ഇന്നും തിരുവനന്തപുരത്തിനു പ്രിയങ്കരംതന്നെ. പക്ഷേ, മുടിയിൽ കൊഴുന്തും കനകാംബരവും താഴമ്പൂവും ചൂടി നടക്കുന്ന പഴയ ശീലം മലയാളികൾ എന്നേ ഉപേക്ഷിച്ചു.

മണ്ണും മഴയും

മണ്ണിന്റെ ഗുണവും ജലത്തിന്റെ ആവശ്യാനുസരണമുള്ള ലഭ്യതയും കൃഷിചെയ്യാനുള്ള കൃഷിക്കാരന്റെ മനസ്സുമാണല്ലോ കാർഷികവിജയത്തിന്റെ പ്രധാന ഘടകങ്ങൾ. കരുതലും സ്നേഹവും നൽകിയാൽ, മണ്ണു പൊന്നു വിളയിക്കുമെന്നു കൃഷിക്കാരനറിയാം. മണ്ണറിഞ്ഞു കൃഷിചെയ്യുന്ന കൃഷിക്കാരനും മനമറിഞ്ഞു വിളനൽകുന്ന മണ്ണും തമ്മിലുള്ള സൗഹൃദമായിരുന്നു നാഞ്ചിനാടിന്റെ സൗഭാഗ്യം. നാഞ്ചിനാട്ടിലെ മണ്ണിനെ ചെമ്മണ്ണ്, എക്കൽ കലർന്ന മണ്ണ് എന്നിങ്ങനെ രണ്ടായി തരംതിരിക്കാം. അഗസ്തീശ്വരത്തും തോവാളയിലും എക്കൽ കലർന്ന ചുവന്ന മണ്ണാണുള്ളത്. എന്നാൽ തിരുവട്ടാർ, മുഞ്ചിറ, തക്കല, രാജാക്കമംഗലം എന്നിവിടങ്ങളിൽ ഇഷ്ടികച്ചുവപ്പുള്ള മണ്ണും. സഹ്യന്റെ താഴ്വാരങ്ങളിൽ ചരൽമണ്ണാണ്. ഇവിടെ മഴക്കാലത്ത് മലമുകളിൽനിന്നൊലിച്ചിറങ്ങുന്ന ജൈവാവശിഷ്ടങ്ങളും ധാരാളമായി ലഭിക്കും. വേനൽക്കാലത്ത്

കാടു കത്തുക സ്വാഭാവികമാണ്. അങ്ങനെയുണ്ടാകുന്ന ചാരവും മഴവെള്ളത്തോടൊപ്പം താഴ്വാരത്തിലെത്തും. നദീതടങ്ങളിലെ വണ്ടലിന്റെ സാന്നിദ്ധ്യമുള്ള മണ്ണാണ് കൃഷിക്കേറ്റവും അനുയോജ്യം. ഈ മണ്ണിൽ നൂറുമേനി വിളയിക്കാനുള്ള മനക്കരുത്തും മെയ്ക്കരുത്തും നാഞ്ചിനാടൻ കർഷകർക്കുണ്ടായിരുന്നു.

സഹ്യന്റെ ഉയരക്കുറവാണ് നാഞ്ചിനാട്ടിലെ മഴയെ നിയന്ത്രിക്കുന്നത്. വടക്കൻകേരളം വഴിയെത്തുന്ന കാലവർഷക്കാറ്റിനെ തടഞ്ഞു നിർത്തി മഴപെയ്യിക്കാൻ ഉയരക്കുറവുമൂലം ഇവിടെ പർവ്വതത്തിനു കഴിയുന്നില്ല. കേരളത്തിലെ മറ്റു ഭാഗങ്ങളെ അപേക്ഷിച്ച് നാഞ്ചിനാട്ടിലും പരിസരങ്ങളിലും കാലവർഷം ദുർബലമാകുന്നത് ഇതുകൊണ്ടാണ്. പക്ഷേ, ബംഗാൾ ഉൾക്കടലിൽ നിന്നെത്തുന്ന തുലാവർഷക്കാറ്റ് ശക്തമായ മഴയും കൊണ്ടാണ് വരുന്നത്. മഴക്കാറ്റിന് യഥേഷ്ടം കടന്നുവരാൻ സൗകര്യമൊരുക്കുന്നതും സഹ്യന്റെ ഉയരക്കുറവുതന്നെ.

മഴയുടെ കാര്യത്തിൽ ദേവേന്ദ്രൻ നാഞ്ചിനാടിനോടല്പം ലുബ്ധ് കാണിച്ചെങ്കിലും കൃഷിക്കാവശ്യമായ ജലാംശം മണ്ണിൽ നിലനിർത്തുന്നതിൽ ഭൂമീദേവി ഒട്ടും മടികാണിച്ചില്ല. സഹ്യനിൽനിന്നുത്ഭവിക്കുന്ന നദികളും നീർച്ചാലുകളും സമതലത്തിലെ കുളങ്ങളും നാഞ്ചിനാടിന്റെ ജലം സമൃദ്ധമാക്കുന്നതിൽ പ്രധാന പങ്കുവഹിക്കുന്നുണ്ട്. മലമുകളിൽനിന്ന് ഊർന്നിറങ്ങുന്ന കൊച്ചുകൊച്ചു നീരൊഴുക്കുകളൊത്തുചേർന്ന് വൻവൃക്ഷങ്ങളും കുറ്റിച്ചെടികളും പാറക്കെട്ടുകളും നിറഞ്ഞ കാട് താണ്ടി നാഞ്ചിനാടിന്റെ സമതലങ്ങളിലൂടെ ഒഴുകി സമുദ്രത്തിൽ ചേരുന്നതിനുമുൻപ് ഒപ്പം കൊണ്ടുവരുന്ന എക്കൽവളവും ജലത്തിന്റെ ഏറിയ പങ്കും നാഞ്ചിനാടിന്റെ മണ്ണിനു ദാനമായിനൽകുന്നു.

താമ്രപർണി, പറളിയാർ, വള്ളിയാർ, കോതയാർ, പഴയാർ എന്നീ നദികൾ നേരിട്ടും അവയുടെ പോഷകനദികൾവഴിയുമാണ് ഈ ജലവിതരണം. അഗസ്ത്യമുടിയിൽനിന്നുത്ഭവിക്കുന്ന കോതയാറും മഹേന്ദ്രഗിരിയിൽനിന്നു തുടങ്ങുന്ന പറളിയാറുംകൂടി ചേരുന്നതാണ് താമ്രപർണി (കുഴിത്തുറയാർ). കോതയാറിന് ചിറ്റാർ ഒന്ന്, ചിറ്റാർ രണ്ട് എന്നിങ്ങനെ രണ്ടു ശാഖകൾകൂടിയുണ്ട്. താമ്രപർണി പടിഞ്ഞാറേക്കൊഴുകുന്നത് തേങ്ങാപട്ടണത്തുവച്ച് അറബിക്കടലിൽ ചേരാനാണ്. താമ്രപർണി കൂടെക്കൊണ്ടുവരുന്ന ഫലഭൂയിഷ്ഠമായ എക്കൽ തീരത്തടിഞ്ഞപ്പോഴാണ് തേങ്ങാപട്ടണം എന്ന പ്രദേശമുണ്ടായത്. അടിത്തട്ടിലെ ചെമ്മണ്ണിന്റെ താമ്രവർണ്ണമാണ് ആറിനെ താമ്രവർണ്ണിയാക്കുന്നത്. താമ്രവർണ്ണത്തോടുകൂടിയവൾ 'താമ്രവർണി' ആയി. പറഞ്ഞുപറഞ്ഞ് താമ്രവർണ്ണിയെ താമ്രപർണ്ണിയാക്കി.

കുളങ്ങളുടെ കാര്യത്തിലും നാഞ്ചിനാട് സമ്പന്നമായിരുന്നു. ഇത്രയധികം കുളങ്ങൾ ഈ ദേശത്തുണ്ടായിരുന്നു എന്നത് അതിശയം തന്നെ. ഇവിടെ ജനങ്ങൾക്കു കൃഷിയോടുണ്ടായിരുന്ന താൽപര്യത്തിനു തെളിവാണ് ഈ കുളങ്ങൾ. മഴക്കാലത്ത് മഴക്കൊയ്ത്തിലൂടെയും നദികളിൽനിന്ന് കനാലുകൾവഴിയും കുളങ്ങളിൽ വെള്ളം സംഭരിക്കുകയും അത് വേണ്ടപ്പോൾ വേണ്ടപോലെ കൃഷിയിടങ്ങളിലേക്കൊഴുക്കിക്കൊണ്ടുപോവുകയും ചെയ്തു. ഫലഭൂയിഷ്ഠമായ കൃഷിയിടങ്ങൾ സഹ്യന്റെ വരദാനമെങ്കിൽ അറബിക്കടൽ കനിഞ്ഞു നൽകിയത് മത്സ്യവും മറ്റു സമുദ്രവ്യാപാരസമ്പത്തുകളുമാണ്. ഏറെ കൃഷിയിടവും അല്പം കടപ്പുറവുമായിരുന്നു നാഞ്ചിനാട്ടിൽ.

പുറമെ സുന്ദരമെങ്കിലും ആക്രമണങ്ങളും പ്രത്യാക്രമണങ്ങളും കൊള്ളയും കൊള്ളിവയ്പുമൊക്കെ ഒരു തുടർക്കഥയായ ഈ നാട്ടിൽ ജനജീവിതം എപ്പോഴും പ്രശ്നഭരിതവും കലുഷിതവുമായിരുന്നു. നാഞ്ചിനാട്ടെ നെല്ലിലും പണത്തിലുമായിരുന്നു അക്രമികളുടെ നോട്ടം. ഈ ദുരിതങ്ങൾക്കിടയിലും മനഃസാന്നിദ്ധ്യം കൈവിടാതെ പാടങ്ങളിൽ കൃഷിയിറക്കിയവരായിരുന്നു ഇവിടത്തെ കർഷകർ. വിദേശിയരുടെ കൊള്ളയ്ക്കും സ്വദേശികളുടെ ചൂഷണത്തിനും നിരന്തരം ഇരയാകേണ്ടിവന്ന അപൂർവ്വദുര്യോഗമായിരുന്നു കർഷകർക്ക്. ചിലയവസരങ്ങളിൽ ഈ അനീതിക്കെതിരെ ശക്തമായി പ്രതിഷേധിക്കാനും അവർ മടിച്ചിരുന്നില്ല.

കച്ചവടരംഗത്തും നാഞ്ചിനാട് ഒരു ചുവടു മുന്നിൽത്തന്നെയായിരുന്നു. ആയ്‌രാജാക്കന്മാരുടെ കാലം മുതൽക്കുതന്നെ കോട്ടാർ പ്രമുഖ കച്ചവടസ്ഥലവും പണമിടപാടു കേന്ദ്രവുമായിരുന്നല്ലോ. ഒരു നെയ്ത്തുകേന്ദ്രംകൂടിയായ ഇവിടേക്കു രാജ്യത്തിനകത്തും പുറത്തും നിന്നു ധാരാളം കച്ചവടക്കാരെത്തി. കന്യാകുമാരിയിലെ ധാതുമണലിന് വിദേശരാജ്യങ്ങളിൽ ഏറെ പ്രിയമായിരുന്നു.

വിദ്യാഭ്യാസരംഗത്ത് നാഞ്ചിനാടിന് ബുദ്ധ-ജൈനമതങ്ങളുടെ ശക്തമായ പാരമ്പര്യമുണ്ട്. അക്കാലത്ത് സ്വദേശീയരുടെയും വിദേശീയരുടെയും ശ്രദ്ധയാകർഷിച്ചിരുന്ന ഒരു വിദ്യാഭ്യാസസ്ഥാപനമായിരുന്നു വിക്രമാദിത്യവരഗുണന്റെ കാലത്തു സ്ഥാപിച്ച തിരുച്ചരണത്തെ ജൈനക്ഷേത്രവും അതിനോടൊപ്പമുണ്ടായിരുന്ന വിദ്യാഭ്യാസകേന്ദ്രവും. കന്യാകുമാരിയിലെ ശ്രീവല്ലഭ പെരുംചാലയും വിളവൻകോട് താലൂക്കിലെ പാർത്ഥിവപുരത്തെ പാർത്ഥിവശേഖരപുരം പെരുംചാലയും പുകൾപെറ്റ വിദ്യാഭ്യാസസ്ഥാപനങ്ങളായിരുന്നല്ലോ. വാസ്തുവിദ്യ, ശില്പകല, മർമ്മവൈദ്യം, ജ്യോതിഷം, വിഷചികിത്സ എന്നീ രംഗങ്ങളിൽ ഈ ദേശത്തിന്റെ സംഭാവന ചെറുതല്ല. ശുചീന്ദ്രത്തെയും തിരുച്ചാരണത്തുമലയിലെയും കേരളപുരത്തെയുമൊക്കെ

വാസ്തുശില്പവിസ്മയങ്ങൾ ആരെയും ആകർഷിക്കും. ശുചീന്ദ്രത്തെ സംഗീതം പൊഴിക്കുന്ന കൽത്തൂണുകളും രാജഗോപുരവുമെല്ലാം അനുപമശില്പങ്ങൾ തന്നെ. പത്മനാഭപുരം കൊട്ടാരവും ലോകനിലവാരം പുലർത്തുന്ന ദാരുനിർമ്മിതമാളികയാണല്ലോ. ശുചീന്ദ്രത്ത് കൽപ്പണി നടത്തിയ ശില്പികളുടെ അനന്തരതലമുറയെ കാണാൻ മൈലാടിയിലെത്തിയാൽ മതി.

പൂർവതലസ്ഥാനങ്ങൾ

നാഞ്ചിനാട്ടിലെ പ്രധാന ദേശങ്ങളിലേക്കു കണ്ണോടിച്ചാൽ അവയൊക്കെ ഓരോരോ കാലത്തു ചരിത്രപരമായും സാംസ്കാരികമായും പ്രാധാന്യമുണ്ടായിരുന്നവയാണെന്നു കാണാം. വലുതും ചെറുതുമായ സാമ്രാജ്യങ്ങളുടെയും നാട്ടുരാജ്യങ്ങളുടെയും തലസ്ഥാനമായിരുന്നു പലതും. പരശുരാമകഥയനുസരിച്ച് അദ്ദേഹം സ്ഥാപിച്ച രാജ്യതലസ്ഥാനം ശ്രീവർദ്ധനപുരമായിരുന്നു. 64 ഗ്രാമങ്ങളുടെയും രാജാക്കന്മാരെയും വിളിച്ചുവരുത്തി ശ്രീവർദ്ധനപുരമായിരിക്കും രാജ്യത്തിന്റെ തലസ്ഥാനം എന്നദ്ദേഹം പ്രഖ്യാപിച്ചു. ശ്രീവാഴുംകോടാണ് തിരുവാൻകോടെന്നും തിരുവിതാംകോടെന്നും അറിയപ്പെട്ടത്. തിരുവിതാംകോടു വളർന്ന് തിരുവിതാംകൂറായി. മാർത്താണ്ഡവർമ്മ പടുത്തുയർത്തിയ തിരുവിതാംകൂർ സാമ്രാജ്യം ആ പേരിന് തിരുവിതാംകോടിനോടു കടപ്പെട്ടിരിക്കുന്നു. വേണാടിന്റെ ആദ്യകാലതലസ്ഥാനമായിരുന്നു ഇരണിയൽ, ചേരതലസ്ഥാനം കോട്ടാറും.

പരശുരാമൻ - തിരുനന്തിക്കര ക്ഷേത്രത്തിലെ ഉപപ്രതിഷ്ഠ

വീരകേരളപുരം കുലശേഖരന്റെ രാജ്യതലസ്ഥാനമായിരുന്നല്ലോ. വേണാടിന്റെ പ്രതാപകാലത്ത് പത്മനാഭപുരമായിരുന്നു തലസ്ഥാനം. തിരുവട്ടാർ തലസ്ഥാനമാക്കി രാജ്യം ഭരിച്ചത് ആയ് വേളുകളാണ്. ഇത്തരം ഒരു സൗഭാഗ്യം നാഞ്ചിനാട്ടിനുമാത്രം അവകാശപ്പെട്ടതാണ്.

മതസൗഹാർദ്ദം

മതസൗഹാർദ്ദത്തിന്റെ ജീവിക്കുന്ന സ്മാരകങ്ങളാണ് ആയ് രാജാക്കന്മാരുടെയും വേണാട്ടു രാജാക്കന്മാരുടെയും തലസ്ഥാനമായിരുന്ന തിരുവിതാംകോട്. അവിടെയുള്ള തിരുവിതാംകോട്, കേരളപുരം ക്ഷേത്രങ്ങളും. അരചൻപള്ളി എന്നുകൂടി പേരുള്ള, തോമയാർപള്ളിയും തിരുവിതാംകോട് മുസ്ലീം വലിയപള്ളിയും ഇപ്പോഴും മതസൗഹാർദ്ദത്തിന്റെ അടയാളങ്ങളായി തലയുയർത്തി നിൽക്കുന്നു.

ആരാധനാസങ്കൽപ്പങ്ങൾ തമ്മിലുണ്ടായിരുന്ന സഹവർത്തിത്വമാണ് സംഘകാലത്തെ ഏറ്റവും വലിയ പ്രത്യേകത. സംഘകാലത്തിനുശേഷവും ഏറെക്കാലം ഈ സ്ഥിതി നിലനിന്നിരുന്നതായിക്കാണാം. ഏതു മതസ്ഥർക്കും തങ്ങളുടെ മതത്തിൽ വിശ്വസിക്കുന്നതിനും യഥേഷ്ടം പ്രചരിപ്പിക്കുന്നതിനും തടസ്സമുണ്ടായിരുന്നില്ല എന്നു മാത്രമല്ല, രാജാക്കന്മാർ സ്വമതത്തിൽ വിശ്വസിക്കുകയും അന്യമതസ്ഥരെ പ്രോത്സാഹിപ്പിക്കുകയും ചെയ്തു. പരദേശമതങ്ങൾക്കും തുല്യപരിഗണന കിട്ടിയിരുന്നുവെന്ന് ഓർക്കാം.

ക്രിസ്തുമതത്തിലേക്കു മതം മാറിയതിന്റെ പേരിൽ മൈലാപൂരിൽനിന്ന് 64 ചെട്ടികുടുംബങ്ങളെ നാടുകടത്തിയപ്പോൾ അന്നത്തെ തിരുവിതാംകോട്‌രാജാവ് അവർക്ക് അഭയവും ഓരോ കുടുംബത്തിനും ഭൂമിയും വീടുവയ്ക്കാൻ വേണ്ട സാമ്പത്തികസഹായവും നൽകി. അക്കൂട്ടർ പിൽക്കാലത്ത് ധരിയാചെട്ടികളെന്നറിയപ്പെട്ടു. അവർക്ക് ആരാധിക്കാൻ രാജസഹായത്തോടെ നിർമ്മിച്ച പള്ളിയാണ് തോമയാർപള്ളി. രാജാവിന്റെ സഹായത്തോടെ നിർമ്മിച്ചതിനാൽ നന്ദിസൂചകമായി അരചൻപള്ളിയെന്നും പേരുണ്ടായി. ആയ്‌രാജാക്കന്മാർ വൈഷ്ണവരായിരുന്നുവെങ്കിലും ബുദ്ധ-ജൈന മതസ്ഥർക്ക് ഉദാരമായ സംഭാവനകൾ നൽകിയിരുന്നു. വിക്രമാദിത്യ വരഗുണൻ ജൈനരുടെ തിരുച്ചരണത്തുമലയിലെ ക്ഷേത്രത്തിനു നൽകിയ സംഭാവനകൾക്ക് ചരിത്രം സാക്ഷി. കുലശേഖരന്മാർ നാടുവാണിരുന്ന ഒൻപതും പത്തും നൂറ്റാണ്ടുകളിൽ ക്ഷേത്രങ്ങൾ കേന്ദ്രമാക്കിയ ഹിന്ദുമതത്തിനായിരുന്നു പ്രാധാന്യമെങ്കിലും ജനങ്ങൾ തമ്മിൽ വേർതിരിവുണ്ടാക്കുന്ന മതചിന്തകളുണ്ടായിരുന്നില്ല.

ഭൂതലവീര ഉദയമാർത്താണ്ഡവർമ്മ
(കളക്കാട് സത്യവാഗീശ്വര ക്ഷേത്രത്തിലെ ശില്പം)

വിശാലമായ മതവീക്ഷണത്തോടുകൂടിയവരായിരുന്നു ജനങ്ങൾ. ഒരു മതം മറ്റേതിനെക്കാൾ മോശമാണെന്നാരും കരുതിയുമില്ല. വേണാട്ടുരാജാവായിരുന്ന ഭൂതലവീരശ്രീ ഉദയമാർത്താണ്ഡവർമ്മ (1516–1535) നാഗർകോവിലിലെ ജൈനക്ഷേത്രങ്ങൾക്ക് വസ്തുവകകൾ ദാനംചെയ്തതിനും കന്യാകുമാരി ജില്ലയിലെ മീൻപിടുത്തക്കാരും ക്രിസ്ത്യാനികളുമായ പരവർക്ക് നികുതിയിളവുകൾ നൽകിയതിനും മറ്റും രേഖയുണ്ട്.

1544–ൽ ജസ്യൂട്ട് പുരോഹിതനായ ഫ്രാൻസിസ് സേവ്യർ കന്യാകുമാരിയിലെ മീൻപിടിത്തക്കാരെ മതംമാറ്റാൻ പ്രോത്സാഹനം നൽകിയതിനാണല്ലോ രാമരായവിട്ടലന്റെ നേതൃത്വത്തിൽ വിജയനഗരം, നാഞ്ചിനാടാക്രമിച്ചത്. വീരകേരളവർമ്മയായിരുന്നു അന്ന് രാജാവ്. തികഞ്ഞ ശൈവഭക്തനായിരുന്ന വ്യാഘ്രപാദമുനി. കടുത്ത വൈഷ്ണവവിരോധിയും. ശിവാലയ ഓട്ടത്തെക്കുറിക്കുന്ന ഐതിഹ്യത്തിൽ മുനികോപത്തിൽനിന്നു രക്ഷപ്പെടാൻ ഭീമസേനൻ നടത്തിയ പലായനത്തിനിടയിൽ നിക്ഷേപിച്ച 11 രുദ്രാക്ഷങ്ങളിലും ശിവനെക്കണ്ട വ്യാഘ്രപാദമുനി 12–ാമതു രുദ്രാക്ഷത്തിൽ കണ്ടത് ശങ്കരനാരായണനെയാണ്. ശൈവ-വൈഷ്ണവമതസ്ഥരുടെ ഇടയിൽ രൂപപ്പെട്ട മതസഹിഷ്ണുതയുടെയും സമഭാവനയുടെയും ലക്ഷണമായി ഇതിനെ കണക്കാക്കാം.

യക്ഷികളുടെ നാട്

യക്ഷികളുടെ കൂടി നാടാണല്ലോ നാഞ്ചിനാട്. അവരെക്കൂടി ഓർക്കാതെ നാഞ്ചിനാടിന്റെ കഥ പൂർണ്ണമാവില്ല. എവിടെ നോക്കിയാലും ഇശക്കി (യക്ഷി) അമ്മന്മാരെ കാണാം. യക്ഷി എന്നു കേട്ടാൽ മലയാളിമനസ്സിലോടിയെത്തുന്നത്, രാത്രികാലങ്ങളിൽ ആളൊഴിഞ്ഞ വഴിയോരങ്ങളിൽ, നിലാവത്ത് പാലപ്പൂവിന്റെയോ ചെമ്പകപ്പൂവിന്റെയോ താഴമ്പൂവിന്റെയോ സുഗന്ധം പരത്തി അഴകൊത്ത മിഴിയും വടിവൊത്ത ഉടലുംകാട്ടി, വഴിയാത്രക്കാരെ തടഞ്ഞുനിർത്തി ചുണ്ണാമ്പു ചോദിച്ചു വശീകരിച്ച്, പനയുടെ മുകളിലേക്കു കൂട്ടിക്കൊണ്ടുപോയി ചോരയൂറ്റിക്കുടിക്കുന്ന ദുർദേവതകളെയാണ്. പക്ഷേ, നാഞ്ചിനാട്ടെ യക്ഷികൾ വ്യത്യസ്തരാണ്. ഇത് നാഞ്ചിനാട്ടിന്റെ മാത്രം പ്രത്യേകത.

വൃക്ഷാരാധനയുടെ കാലംമുതൽതന്നെ യക്ഷികളെയും ആരാധിച്ചുതുടങ്ങിയെന്നു കരുതാം. ദ്രാവിഡർ ആരാധിച്ചിരുന്ന പ്രകൃതിദൈവങ്ങളുടെ കൂട്ടത്തിൽ യക്ഷികളുമുണ്ടായിരുന്നു. സ്ഥലദേവതകൾ, പരദേവതകൾ, പ്രകൃതിശക്തികൾ ഇവയുടെ ആരാധന ദ്രാവിഡരുടേതായിരുന്നല്ലോ. കൂട്ടത്തിൽ യക്ഷികളെ ജനങ്ങൾ

കൂടുതലാരാധിക്കുകയും വിശ്വസിക്കുകയും ചെയ്തുപോന്നു. ജൈനമത വിശ്വാസികളും യക്ഷി പൂജയ്ക്കു പ്രാധാന്യം നൽകിയതോടെ യക്ഷി യമ്മന്മാർക്ക് കൂടുതൽ പ്രചാരവും വിശ്വാസ്യത യും ലഭിച്ചു. നാഞ്ചിനാട്ട് ഒരു കാലത്ത് വ്യാപക മായുണ്ടായിരുന്ന ജൈ നസംസ്കാരത്തിന്റെ ബാക്കിപത്രങ്ങൾ അവിട വിടെയായി ഇന്നും കാ ണാം. ജൈനരുടെ ആരാ ധനാസമ്പ്രദായത്തിൽ തീർത്ഥങ്കരന്മാരോ ടൊപ്പം അവരുടെ യക്ഷി മാരും വേണം. പ്രസിദ്ധ മായ ചിതറാൽ ജൈന ക്ഷേത്രത്തിലെ പ്രധാന ആരാധനാമൂർത്തി പാർ ശ്വനാഥന്റെ യക്ഷിയായ പത്മാവതിയാണ്.

യക്ഷി - മുപ്പന്തലിലെ ശില്പം

നാഞ്ചിനാട്ടെ പ്രധാന യക്ഷിമാരെയെല്ലാം നമുക്കു പരിചയ പ്പെടുത്തുന്നത് തെക്കൻപാട്ടുകളാണ്. സതി ചെമ്പകവല്ലി, സതി വടുവച്ചിയമ്മ, പഴകനല്ലൂർ നീലി, പുരുഷാദേവി, പൊന്നിറത്താൾ എന്നിവരാണ് തെക്കൻപാട്ടുകളിൽ പരാമർശമുള്ള യക്ഷിയമ്മന്മാർ. ഇതിൽ പൊന്നിറത്താളൊഴികെ മറ്റുള്ളവരെയെല്ലാം നാഞ്ചിനാട്ടിൽ അമ്പലങ്ങളുണ്ടാക്കി കുടിയിരുത്തി ആരാധിച്ചുപോരുന്നു. ഇവർ ജീവിച്ചിരുന്നപ്പോൾതന്നെ ചാരിത്രശുദ്ധിയുള്ളവരും ആരാധിക്ക പ്പെടേണ്ട ഗുണഗണങ്ങളോടുകൂടിയവരുമായിരുന്നു. നാഞ്ചിനാട്ടു മാത്രമേ ഇത്തരത്തിലുള്ള യക്ഷിയമ്പലങ്ങളുള്ളൂവെന്നും ഓർമ്മി ക്കണം. ക്ഷിപ്രപ്രസാദികളായ ഇവരുടെ കഥകൾ ക്ഷേത്രത്തിലെ വാർഷികോത്സവത്തിന് വില്പാട്ടുരൂപത്തിലവതരിപ്പിച്ചുപോരുന്നു. അങ്ങനെ പാടിപ്പതിഞ്ഞ പാട്ടുകളിലൂടെ യക്ഷിയമ്മമാർ ഇന്നും ജനമനസ്സുകളിൽ ജീവിക്കുന്നുണ്ട്.

കുടിയേറ്റഭൂമി

സൂര്യചന്ദ്രന്മാരുടെ സുഗമസഞ്ചാരത്തിനായി തലതാഴ്ത്തിയ വിന്ധ്യൻ ദക്ഷിണദേശങ്ങളിൽനിന്ന് തിരുവിതാംകൂറിലേക്കും തിരിച്ചുമുള്ള സഞ്ചാരത്തിന് വഴിയൊരുക്കിനിന്നു. അതാണ് അരുവാമൊഴിചുരം. എത്രയെത്ര വിദേശികളാണ് ഈ സുഗമപാതയിലൂടെ കടന്നുവന്നത്! ചോള, പാണ്ഡ്യരാജാക്കന്മാരും മധുരനായ്ക്കന്മാരും തുലുക്കരുമൊക്കെ അനായാസേന പടനയിച്ചത് ഇതുവഴിയാണ്. കൂട്ടത്തിൽ കൊള്ളക്കാരും കച്ചവടക്കാരും മതപ്രചാരകരുമൊക്കെ കടന്നുവന്നു. ചൂളമടിച്ച് ചുരംകടന്നുവന്ന കാറ്റിനൊപ്പം തമിഴ് സംസ്ക്കാരവും ഉണ്ടായിരുന്നു. തിരുവിതാംകൂറിനെ സംബന്ധിച്ചിടത്തോളം സൈനികമായി വളരെ തന്ത്രപ്രധാനമായിരുന്നു ഈ പാത. ആരുവായ്മൊഴിചുരം ഇല്ലായിരുന്നെങ്കിൽ തിരുവിതാംകൂറിന്റെ രാഷ്ട്രീയ, സാമൂഹിക, വ്യാവസായിക ചരിത്രം മറ്റൊന്നാകുമായിരുന്നു. ഇതുവഴി അവസാനം കടന്നുവന്ന വിദേശസൈന്യം വേലുത്തമ്പി ദളവയെ നേരിടാൻ വന്ന കമ്പനിപട്ടാളമാണ്.

നാഞ്ചിനാട് ഒരു കുടിയേറ്റഭൂമിയാണ്. ആരുവാമൊഴി പാത തന്നെയാണ് പ്രധാന കാരണം. പലതരക്കാർ പലപ്പോഴായി ഇവിടെ വന്നുചേർന്നു. പല കൈവഴികൾ ഒന്നിച്ച ഒരു മഹാപ്രവാഹമെന്ന പോലെ ഒരു പൊതുധാരയായി അവർ മുന്നേറി. വിന്ധ്യന്റെ തെക്കേയറ്റത്തേക്കുള്ള അഗസ്ത്യമുനിയുടെ വരവായിരിക്കാം ആ കുടിയേറ്റങ്ങളുടെ തുടക്കം. മാമുനി താവളമടിച്ച കൊടുമുടി അഗസ്ത്യമുടിയെന്നും സ്ഥലം അഗസ്ത്യമലയെന്നുമറിയപ്പെട്ടു. നാഞ്ചിനാടിന്റെ അയൽസാന്നിദ്ധ്യമായിരുന്നല്ലോ അഗസ്ത്യമുനിയും അഗസ്ത്യമലയും. മുനിയുടെ വരവോടെ ധാരാളം സന്ന്യാസിമാരും യോഗികളുമെത്തി. ബലരാമനും അർജ്ജുനനുമുൾപ്പെടെയുള്ള പല പുരാണപ്രശസ്തരും അഗസ്ത്യരെ സന്ദർശിക്കാനെത്തി. കൂട്ടത്തിൽ അവർ ഹിന്ദുക്കളുടെ പുണ്യസ്നാനഘട്ടമായ കന്യാകുമാരിയിലും വന്നുവെന്ന് പുരാണകഥനം.

മലമുകളിൽ പക്ഷിമൃഗാദികളെ കൊന്നുതിന്നും കായ്കനികൾ ഭക്ഷിച്ചും ജീവിച്ചിരുന്ന ആദിമമനുഷ്യൻ സമതലത്തിലേക്കിറങ്ങിയത് കൃഷിചെയ്യാൻ യോഗ്യമായ ചതുപ്പുനിലങ്ങളന്വേഷിച്ചാണ്. ക്രമേണ ഇവരുടെമേൽ ആധിപത്യം സ്ഥാപിച്ചുകൊണ്ട് പരശുരാമനും അനുയായികളും വന്നുവെന്ന് കേരളമാഹാത്മ്യം പറയുന്നു. അദ്ദേഹം ശ്രീവർദ്ധനപുരി തലസ്ഥാനമാക്കി പുതിയ രാജ്യം സ്ഥാപിച്ചു. സംഘകാലത്ത് പൊതിയൽമല ആസ്ഥാനമാക്കി സാമ്രാജ്യം കെട്ടിപ്പടുത്ത ആയ്കളും മധുരയ്ക്കടുത്തുള്ള കൂടൽ കേന്ദ്രമാക്കി വാണിരുന്ന പാണ്ഡ്യരും കാവേരിനദിയുടെ തെക്കേ

ക്കരയിലെ ഉറൈയൂർ തലസ്ഥാനമാക്കി ഒരു രാജ്യം ഭരിച്ചിരുന്ന ചോളരും നാഞ്ചിനാട്ടെത്തി. സാമ്രാജ്യവിസ്തൃതിയായിരുന്നു ഇവർ ഓരോരുത്തരുടെയും ലക്ഷ്യം. വേണാട് രാജവംശത്തിൽപ്പെട്ട തൃപ്പാപ്പൂർ മൂപ്പൻ തിരുവിതാംകോടെത്തി താമസമാക്കിയത് 15-ാം നൂറ്റാണ്ടിന്റെ പകുതിയിലാണ്. അതോടെ വേണാട്ടുകാരുടെ ശ്രദ്ധയും ഇങ്ങോട്ടു തിരിഞ്ഞു. തുടർന്നുവന്ന വേണാട്ടുരാജാക്കന്മാരുടെ ഉദ്യോഗസ്ഥരും സൈനികരും സേവകരും ആശ്രിതരും തെക്കൻ തിരുവിതാംകൂറിന്റെ തെക്കേയറ്റത്തേക്കു കുടിയേറിത്തുടങ്ങി. ദേശീയ, വൈദേശിക മതങ്ങളുടെ കുടിയേറ്റവും ശ്രദ്ധേയമാണ്.

കുമരിക്കടലും മരുത്വാമലയും

കന്യാകുമാരി പണ്ടേക്കുപണ്ടേതന്നെ ഹൈന്ദവരുടെ തീർത്ഥാടനസ്ഥാനമായിരുന്നല്ലോ. ഇവിടത്തെ ദേവീദർശനവും കടലിലെ കുളിയുമൊക്കെ തങ്ങളുടെ ഭൗതികജീവിതത്തിലെ പാപങ്ങൾ കഴുകിക്കളയുമെന്ന് ഭക്തർ വിശ്വസിച്ചിരുന്നു. എ.ഡി. ഒന്നാംനൂറ്റാണ്ടിൽ രചിക്കപ്പെട്ട മണിമേഖലയിലും ചിലപ്പതികാരത്തിലും ഇവിടം ഹിന്ദുക്കളുടെ പുണ്യകേന്ദ്രസ്ഥാനമാണെന്ന പരാമർശമുണ്ട്.

ജീവിതത്തിന്റെ അവസാനഭാഗം ഈശ്വരസേവയ്ക്കും മതപരമായ കാര്യങ്ങൾക്കും സമർപ്പിച്ച് ശാന്തമായ ജീവിതം നയിക്കാൻ ആഗ്രഹിക്കുന്ന സ്ത്രീകൾ ഉൾപ്പെടെയുള്ളവർ കന്യാകുമാരിയിലെത്തി കടലിൽ കുളിച്ച് തൊഴുത് ഇവിടെ താമസിച്ചിരുന്നു. മാസത്തിലൊരിക്കൽ മുടങ്ങാതെ ഇവിടെയെത്തി ദേവീദർശനം നടത്തുന്നവരും ധാരാളമുണ്ടെന്ന് അന്നത്തെ വിദേശസഞ്ചാരികളിൽ പലരും രേഖപ്പെടുത്തികാണുന്നു.

ബനാറസിൽനിന്നും ബ്രാഹ്മണതീർത്ഥാടകർ കന്യാകുമാരിയിൽ കുളിച്ച് തങ്ങളുടെ പാപങ്ങൾ കഴുകിക്കളയാൻ എത്താറുണ്ടായിരുന്നെന്നും അതുപോലെതന്നെ തെക്കേ ഇന്ത്യയിൽനിന്നു ബ്രാഹ്മണർ, അഗസ്ത്യമുനിയുടെ വാസംകൊണ്ട് പവിത്രമായ പൊതിയിൽമല ചുറ്റി കന്യാകുമാരി കടലിൽ കുളിച്ചശേഷം ഗംഗാസ്നാനത്തിന് പോയിരുന്നുവെന്നും വി. കനകസഭ (The Tamils 1800 years ago-P. 21) പറയുന്നുണ്ട്. ഇങ്ങനെ ഗംഗാതടത്തിൽനിന്നും കന്യാകുമാരിയിലേക്കും കേരളമുൾപ്പെട്ട തമിഴകത്തുനിന്നും തിരിച്ചുമുള്ള തീർത്ഥാടനങ്ങൾ തെക്കുംവടക്കുംതമ്മിൽ ഉണ്ടായിരുന്ന ആശയവിനിമയത്തിന് തെളിവായി അദ്ദേഹം ചൂണ്ടിക്കാണിക്കുന്നു.

കന്യാകുമാരിയിലെ സ്നാനം പവിത്രമെന്ന് കരുതിയിരുന്നത് ഹിന്ദുക്കൾ മാത്രമല്ല എന്ന് പത്മനാഭമേനോൻ തന്റെ 'ഹിസ്റ്ററി ഓഫ് കേരളാ' എന്ന പുസ്തകത്തിൽ രേഖപ്പെടുത്തിയിട്ടുണ്ട്. ഹിന്ദുക്കളുടെ

വടക്കുള്ള പുണ്യസ്നാനകേന്ദ്രമായ ഹരിദ്വാറിൽ സ്നാനം നടത്തിയ ബിഷപ്പ് കോട്ടൺ, തെക്കെ മുനമ്പിലുള്ള കന്യാകുമാരിയിലും സ്നാനംനടത്തണമെന്ന് ആഗ്രഹിച്ചു. 1864-ൽ അദ്ദേഹം കന്യാകുമാരി സന്ദർശിച്ചു. സഹായികളായി രണ്ട് ക്രിസ്തീയ പുരോഹിതന്മാരും ഒപ്പമുണ്ടായിരുന്നു. അവരുടെ സഹായത്തോടെ അദ്ദേഹം കടലിലേക്കിറങ്ങി. ശക്തമായി ആഞ്ഞടിച്ച തിരയിൽപ്പെട്ട് ബിഷപ്പിന്റെ വലതുവശത്തുണ്ടായിരുന്ന സഹായിയുടെ പിടുത്തം വിട്ടുപോയി. മറുവശത്തുനിന്ന പുരോഹിതന് വേഗംതന്നെ അദ്ദേഹത്തെ ഭദ്രമായി പിടിക്കാൻകഴിഞ്ഞതുകൊണ്ട് ബിഷപ്പ് കടലിൽ മുങ്ങുന്നതിൽനിന്ന് കഷ്ടിച്ച് രക്ഷപ്പെട്ടു (*ഹിസ്റ്ററി ഓഫ് കേരള*, വാല്യം 1, പുറം 7,8).

കന്യാകുമാരിക്കു വടക്കുഭാഗത്തായി കുന്നുകളുടെ ഒരു നിരയുണ്ട്. അതിൽപ്പെട്ടതാണ് മരുത്വാമല. ഇവിടെ ധ്യാനനിരതരായി

കന്യാകുമാരി കടൽത്തീരം

കാലംകഴിക്കുന്ന ധാരാളം യോഗികൾ വസിച്ചിരുന്നു. കഠിനമായ തപസ്സനുഷ്ഠിച്ചിരിക്കുന്ന ഇവർക്ക് പല അസാധാരണ കഴിവുകളുണ്ടായിരുന്നുവത്രേ. ഇവരിൽ ചിലർ സമുദ്രത്തിനുള്ളിലേക്ക് നടന്നിറങ്ങാൻ കഴിവുള്ളവരായിരുന്നുപോലും. സ്വയം ശുദ്ധീകരിക്കുന്നതിനായി ഇവർ പതിവായി കന്യാകുമാരിയിലെ കടലിനുള്ളിലേക്ക് നടന്നിറങ്ങാറുണ്ടായിരുന്നു. ഇവരെക്കുറിച്ച് പല വിദേശ ചരിത്രകാരന്മാരുടെയും പരാമർശമുണ്ട്. കന്യാകുമാരിക്ക് അടുത്ത് ഒരു കുന്നിൽ സ്ഥിതിചെയ്യുന്ന സെന്റ് സേവ്യർ ചർച്ചിനെക്കുറിച്ച് പരാമർശിക്കുമ്പോൾ ഫാ. ബർത്തലോമിയോ ഇങ്ങനെ പറയുന്നു "കുറച്ച് മൈലുകൾ അകലെയുള്ള ഒരു കുന്നിൽ ഒരു സന്യാസി മഠമുണ്ട്. പ്രത്യേക ലോകമതങ്ങളിലൊന്നും വിശ്വസിക്കാത്ത ഇവർ യോഗികൾ എന്നാണ് അറിയപ്പെടുന്നത്" ബർത്തലോമിയോ AD 1500-ന്റെ ആദ്യകാലങ്ങളിലാണ് കേരളത്തിലുണ്ടായിരുന്നത്. അത്രി മഹർഷി പത്നിയോടൊപ്പം ജ്ഞാനാരണ്യത്തിൽ തപസ്സുചെയ്യാനെത്തിയ കഥയും പ്രസിദ്ധമാണല്ലോ.

സങ്കടങ്ങൾ

സുന്ദരിയും സമ്പന്നയുമായ നാഞ്ചിനാടിനെ മോഹിച്ച ഭൈമീകാമുകന്മാർ ധാരാളമുണ്ടായിരുന്നു. സ്വന്തമാക്കാനെത്തിയവരിൽ ഏറിയകൂറും നാഞ്ചിനാടിന്റെ സമ്പത്തു കണ്ട് മോഹിച്ചെത്തിയവരാണ് എന്നാണു ചരിത്രം.

കാർഷികസമൃദ്ധിയുടെ നിറവിലും ഇവിടത്തെ സാധാരണക്കാരുടെ ജീവിതം പലപ്പോഴും ഭീതിയുടെയും ദുരിതത്തിന്റെയും നടുവിൽതന്നെയായിരുന്നു. അയൽരാജാക്കന്മാരുടെ ആക്രമണങ്ങൾ വീണ്ടും വീണ്ടും ഉണ്ടായി. ദേശത്തിന്റെ അതിരുകൾ തുടർച്ചയായി മാറ്റിവരയ്ക്കപ്പെട്ടു. കനകം വിളയിച്ച പാടങ്ങൾ പലപ്പോഴും പടനിലങ്ങളായി. പരസ്പരം വെട്ടിമരിച്ചവരുടെ ചോരവീണ് ഇവിടത്തെ മണ്ണു കൂടുതൽ ചുവന്നു. നാട് പട്ടിണിയിലായി. പടനിലങ്ങൾ വീണ്ടും കൃഷിയിടങ്ങളാക്കാനുള്ള 'പങ്കപ്പാടുകൾ' വേറെയും.

ആയ്കളുടെയും ചോളരുടെയും പാണ്ഡ്യരുടെയുമൊക്കെ ആഗ്രഹം സാമ്രാജ്യവിസ്തൃതിയായിരുന്നെങ്കിലും തെലുങ്ക്, മുസ്ലീം ആക്രമണകാരികളുടെ നോട്ടം നാഞ്ചിനാട്ടെ മണ്ണിലായിരുന്നില്ല. സമ്പത്തു കൊള്ളയടിക്കാൻ അവർ തുടരെത്തുടരെ വന്നുകൊണ്ടിരുന്നു. ഇടവേളകൾ സജീവമാക്കാൻ കളക്കാട്, തെങ്കാശി, പാണ്ഡി എന്നിവിടങ്ങളിൽനിന്നു കൊലവിളിയുമായെത്തിയ മറവക്കൂട്ടങ്ങൾ കൊലയും കൊള്ളിവയ്പും ഭവനഭേദനവും നടത്തി തിമർത്താടി. കേൾപ്പോരും കേൾവിയുമില്ലാത്ത അവസ്ഥ. ഭരണാധികാരികളിൽ

നിന്നു യാതൊരു തരത്തിലുള്ള പരിരക്ഷയും ലഭിച്ചില്ല എന്നു മാത്രമല്ല, സംരക്ഷണത്തിനായി നിലനിർത്തിയിരുന്ന സേനയുടെ പേരിൽ ഭാരിച്ച നികുതിയും നൽകേണ്ടിവന്നു. അനാഥത്വത്തിന്റെ ദിനങ്ങളായിരുന്നു അത്. ആർക്കും അനായാസം കൊള്ളയടിക്കാൻ പാകത്തിൽ തുറന്നുവച്ച, കാവലില്ലാത്ത കലവറയായിരുന്നു നാഞ്ചി നാട്.

നെല്ലായിരുന്നല്ലോ നാഞ്ചിനാടിന്റെ സമ്പത്ത്. കൃഷി ഉപജീവന മാർഗ്ഗവും. പാടത്ത് കഷ്ടപ്പെട്ടു പോറ്റിയെടുത്ത സമ്പാദ്യം കൊള്ള ക്കാർ കൊണ്ടുപോകാതിരിക്കാൻ, നെല്ല് ചെറുകല്ലുകളും മണലും ചേർത്തു കുഴച്ചുവച്ചു മണ്ണുമായിച്ചേർത്ത് മൺകട്ടകളായി കുഴിച്ചിട്ടു. ആക്രമണകാരികളെത്തുമ്പോൾ എതിർത്തുനിൽക്കാൻ കെല്പില്ലാ തിരുന്ന നിരായുധരായ പുരുഷന്മാർ ജീവരക്ഷയ്ക്കായി സമീപത്തെ മലമുകളിൽ കയറി ഒളിക്കുക പതിവായി. കൊള്ളക്കാർ പണയ വസ്തുക്കളായി പിടിച്ചുവയ്ക്കുന്ന സ്ത്രീകളെ വിടുവിക്കാൻ നെല്ലും പണവും വച്ചു വിലപേശേണ്ടിവന്നു.

'ഒരു കുടം നെല്ലുതരാം പെണ്ണിനെ വിടെടാ തുലുക്കാ'

'ഒരു കുടം നെല്ലുവേണ്ടാ പെണ്ണിനെ വിടൂല്ലടാ'

'രണ്ടു കുടം നെല്ലുതരാം പെണ്ണിനെ വിടെടാ തുലുക്കാ' എന്നി ങ്ങനെയുള്ള നാട്ടുകാരുടെയും കൊള്ളക്കാരുടെയും സംഭാഷണം നാടോടിപ്പാട്ടുകളായി നാട്ടുകാർ ഇന്നും പാടിപ്പോരുന്നു. ഈ നാട്ടു പാട്ടുകളിൽ നിസ്സഹായരായിരുന്ന ഒരു ജനതയുടെ മനസ്സിലെ വിങ്ങൽ ഒളിഞ്ഞിരിപ്പുണ്ട്.

പുരുഷന്മാരില്ലാത്ത വീടുകളിൽ അനായാസം അതിക്രമിച്ചു കയറുന്ന തുലുക്കന്മാർ സ്ത്രീകളെ പിടിച്ചുകൊണ്ടുപോയി പുറത്തെ മരങ്ങളിൽ കെട്ടിയിട്ട് അവരിൽനിന്ന് അറകളുടെ താക്കോൽ ബലാൽ കൈക്കലാക്കും. പ്രതീക്ഷയോടെ തുറക്കുന്ന അറകളിൽ മണലി ന്റെയും നെല്ലിന്റെയും കല്ലിന്റെയും മിശ്രിതംകണ്ടു കലിയിളകി മര ങ്ങളിൽ തൂക്കിയിട്ട സ്ത്രീകളുടെ കാലിൽ ഭാരമുള്ള കല്ലുകൾ വീണ്ടും കെട്ടിത്തൂക്കിയശേഷം സ്ഥലംവിടും. അങ്ങനെ അവിടെ ക്കിടന്നലറിക്കരഞ്ഞ് നട്ടെല്ലു തകർന്നു ദാരുണമായി കൊല്ലപ്പെടാ നായിരുന്നു ആ പെണ്ണുങ്ങളുടെ വിധി.

വിദേശീയ ആക്രമണകാരികളിൽനിന്നു മാത്രമല്ല സ്വന്തം ഭര ണാധികാരികളിൽനിന്നും അവരുടെ ഉദ്യോഗസ്ഥപ്പരിഷകളിൽനിന്നു മുള്ള അതിക്രമങ്ങളും അസഹനീയമായിരുന്നു. ഒപ്പം ജന്മിമാരും മഠക്കാരും അവരാലാവുന്ന ഉപദ്രവങ്ങൾ ചെയ്യാനും മടിച്ചില്ല. സ്വത്ത വകാശരേഖകളെല്ലാം കൊള്ളയടിക്കലുകളിൽ നഷ്ടപ്പെട്ടു. സ്വന്തം

കൈവശഭൂമി പുനഃസ്ഥാപിക്കാൻ ഉദ്യോഗസ്ഥന്മാർ അനുവദിച്ചുമില്ല. പാട്ടക്കുടിശ്ശികയുടെ പേരിൽ തങ്ങൾ നട്ടുപരിപാലിച്ച നെൽവിളകൾ ജന്മിമാർ കൊയ്തുകൊണ്ടുപോകുന്നത് നിസ്സഹായതയോടെ നോക്കിനിൽക്കേണ്ടിയും വന്നു.

നാഞ്ചിനാടിന്റെ മക്കളായ തമ്പിമാരും അനന്തിരവനായ മാർത്താണ്ഡവർമ്മയും തമ്മിലുള്ള പകയും പകപോക്കലും നാടിനു മറ്റൊരു സങ്കടമായി. ജനങ്ങൾ രണ്ടു ചേരിയായിത്തിരിഞ്ഞ് പരസ്പരം വെട്ടിക്കൊന്നു. കളരിക്കാരും പടയാളികളുമായ നായന്മാർ തമ്പിമാരോടൊപ്പം നിന്നപ്പോൾ ചാന്നാൻമാരും മുസൽമാൻമാരുമൊക്കെ മാർത്താണ്ഡവർമ്മയോടൊപ്പം നിന്നു. രാജാവിനെ വകവരുത്താൻ അളകപ്പാമുതലിയാരുടെ സഹായം തേടിയ തമ്പിമാരും കൂട്ടരും രണ്ടു ജാളിക പണവും മൂന്നു ദിവസം നാഞ്ചിനാടു കൊള്ളയടിക്കാനുള്ള മൗനാനുവാദവുമാണ് അയാൾക്കു വാഗ്ദാനം നൽകിയത്. പരാജയം മണത്തറിഞ്ഞ മാർത്താണ്ഡവർമ്മയും മറവപ്പടയുടെ സഹായത്തിനായി മുതലിയാരെത്തന്നെയാണു സമീപിച്ചത്. (905-ലെ രാജ്യകാര്യ ചുരുണ) കുറുക്കനെ വെല്ലുന്ന കൗശലബുദ്ധിയുള്ള മുതലിയാർ രണ്ടുകൂട്ടരിൽനിന്നും പാരിതോഷികങ്ങൾ സ്വീകരിച്ചു. മാർത്താണ്ഡവർമ്മയുമായുള്ള കരാറിലും കുറച്ചു ദിവസത്തേക്കു നാടിന്റെ സമ്പത്ത് യഥേഷ്ടം കൊള്ളയടിക്കാനുള്ള സമ്മതം അവർക്കു നൽകിയിരുന്നത്രെ. ഒടുവിൽ തമ്പിരാമൻ തമ്പിയുടെ (പപ്പുതമ്പി) വാൾമുനയിൽനിന്ന് മുതലിയാർ മാർത്താണ്ഡവർമ്മയുടെ ജീവൻ കൗശലപൂർവ്വം രക്ഷിച്ചെടുത്തു. അങ്ങനെ സംഭവിച്ചില്ലായിരുന്നുവെങ്കിൽ തിരുവിതാംകൂറിന്റെ ചരിത്രം വേറൊന്നായേനേ. രണ്ടു ശക്തന്മാർ ഏറ്റുമുട്ടിയപ്പോൾ സമർത്ഥമായി അവരെ തമ്മിൽ യോജിപ്പിച്ച് ഇരുകൂട്ടരിൽനിന്നും പ്രതിഫലവും പറ്റി നാഞ്ചിനാടിന്റെ സമ്പത്തും സ്ത്രീകളെയും കൊള്ളയടിച്ച് അവർ മടങ്ങുന്നത് മരവിച്ച മനസ്സുമായി കണ്ടുനില്ക്കാനേ അവശേഷിച്ച സാധാരണ പ്രജകൾക്കു കഴിഞ്ഞുള്ളൂ.

നാട്ടിലെ രക്തച്ചൊരിച്ചിൽ എന്നിട്ടുമവസാനിച്ചില്ല. നാട്ടുസൈന്യത്തിന്റെ പിന്തുണകൂടിയുണ്ടായിരുന്ന തമ്പിരാമൻതമ്പിയുടെയും തമ്പിരാമൻ ആദിച്ചന്റെയും ശക്തി മാർത്താണ്ഡവർമ്മ കുറച്ചുകണ്ടില്ല. അളകപ്പാമുതലിയാരുടെ സാന്നിദ്ധ്യത്തിൽ നീലകണ്ഠസ്വാമിക്ഷേത്രത്തിൽവച്ചു നടത്തിയ സൗഹൃദക്കരാർ നഖത്തിനിടയിൽപ്പെട്ട ഒരു ചെറുജീവിയെ ഞെരിച്ചുകൊല്ലുന്ന ലാഘവത്തോടെ രാജാവു ലംഘിച്ചു. തമ്പിമാരുടെ രക്തം ചതിപ്രയോഗത്തിലൂടെ നാഗർകോവിൽ കൊട്ടാരത്തിൽ ഒഴുക്കി. വിരോധികളായ

എട്ടുവീട്ടിൽ പിള്ളമാരും മാടമ്പിമാരുമുൾപ്പെടെ 42 പേരെ കൽക്കുളത്തിനു വടക്കുപടിഞ്ഞാറുള്ള മേക്കേമണ്ഡപത്തിൽവച്ച് തൂക്കിലേറ്റി. മാടമ്പിമാരുടെ വകയിൽ ഉണ്ടായിരുന്ന പുരയിടങ്ങളും പൊൻ, വെള്ളി, വെങ്കലപാത്രങ്ങൾ ഉൾപ്പെട്ട മുതൽ കണ്ടുകെട്ടി. നാലുകെട്ടിന്റെയും എട്ടുകെട്ടിന്റെയും അകത്തളങ്ങളിൽ ഒതുങ്ങിക്കഴിഞ്ഞിരുന്ന അവരുടെ വീട്ടിലെ സ്ത്രീകളെയും കുട്ടികളെയുംപോലും വെറുതെവിട്ടില്ല. അവരെ തടവിലാക്കി വലിച്ചിഴച്ച് മുട്ടം കടപ്പുറത്തെത്തിച്ച് മുക്കുവർക്കു വിലപേശി വിറ്റു. ധാരാളം സ്ത്രീകളെ പറങ്കികൾ വിലയ്ക്കു വാങ്ങി അടിമകളുമാക്കി (912-ലെ രാജ്യകാര്യ ചുരുണ).

> "കച്ചമുറിയുടുത്ത പെൺടുകളെ
> കണ്ണാടി മുണ്ടുടുത്ത പെൺടുകളെ
> മുക്കുവർ തന്നെ പൊട്ടിപോട്ട്
> കൊച്ചു കൊച്ചു കുറുമാൻകളൈ
> ഏലം എടുത്താർ നൂറു നൂറ്"
>
> *(എട്ടുകൂട്ടം തമ്പുരാൻ പാട്ട്)*

സ്ത്രീകളെ കൊല്ലുന്നത് ധർമ്മവിരോധമാണല്ലോ. കൊല ചെയ്യപ്പെട്ടവരുടെ സന്താനങ്ങൾ പകരംചോദിക്കാൻ തിരിച്ചെത്തുമോ എന്ന ഭയമായിരുന്നു സ്ത്രീകളെ തുറകയറ്റി ജാതിഭ്രഷ്ടരാക്കിയതിനു പിന്നിൽ. പെൺപാപം ചെയ്ത മാർത്താണ്ഡവർമ്മയുടെ കഥയാണ് 'എട്ടുകൂട്ടംതമ്പുരാൻ' പാട്ട്.

"ചങ്ങലയുടെ ഭാരംകൊണ്ടു തളർന്നു നിലത്തു വീഴുകയാണു സ്ത്രീകൾ. കൊലവാളു ധരിച്ച ശിപായിമാർ എരുമത്തോൽ ചാട്ടകൊണ്ട് അടിച്ചെഴുന്നേല്പിച്ച് വലിച്ചിഴച്ചു കൊണ്ടുപോകുന്നു. പൊടിപറ്റിയ വെളുത്ത മുഖങ്ങൾ കണ്ണീരും ചോരയുംകൊണ്ടു നനഞ്ഞിരിക്കുന്നു. അഴിഞ്ഞ മുടിയിൽ ചപ്പും ചവറും ഒട്ടിയിരിക്കുന്നു. പിഞ്ഞിയ വസ്ത്രങ്ങൾ ചെളിപുരണ്ട് നിലത്തിഴയുന്നു. അമ്മദൈവങ്ങളെയും കാരണവന്മാരെയും വിളിച്ച് കരയുകയാണ്. തൊണ്ട പൊട്ടി ശബ്ദമില്ലാതെ വെറുതെ കൈവീശുകയാണ് ചിലർ. തെരുവിന്റെ മുക്കിലും മൂലയിലും കൂടിയിരുന്ന ആണും പെണ്ണും ചങ്കിൽ കൈവച്ച് കണ്ണീരോടെ തരിച്ചുനിൽക്കുന്നു." (ജയമോഹൻ, ഉറവിടങ്ങൾ, പുറം-66). വേണാടിന്റെ മനഃസാക്ഷി മരവിച്ചുനിന്ന ദിവസങ്ങൾ.

അങ്ങനെ അനാഥമായി, മതാചാരമുള്ള മരണാനന്തരകർമ്മങ്ങൾ പോലും ലഭിക്കാതെ മരിച്ചുപോയ അമ്മച്ചിമാരുടെ മോക്ഷം കിട്ടാത്ത ആത്മാക്കൾ പിൽക്കാലത്ത് ബാധകളായി കന്യകമാരുടെ ശരീരങ്ങളിൽ കൂടാറുണ്ടത്രേ. അവർ പരിചിതമല്ലാത്ത വൃദ്ധകളുടെ

ശബ്ദത്തിൽ സംസാരിക്കും. ആഹാരം ചോദിക്കും. അലറിവിളിക്കും. മാർത്താണ്ഡവർമ്മ തുറകയറ്റിയ അമ്മച്ചിമാരുടെ ആത്മാക്കളാണത്രേ ഇവരൊക്കെ. മരണാനന്തരശേഷക്രിയകൾ ലഭിക്കാതെ അലഞ്ഞു തിരിയുന്ന ആത്മാക്കൾ. അവസാനം നിരുപദ്രവികളായി കടന്നു കയറിയ ശരീരത്തെവിട്ടു ദുഃഖത്തോടെ പോവും.

തെക്കൻതിരുവിതാംകൂറുകാർ കൊണ്ടാടിയ വീരകഥകളിലെ നായകന്മാർ പലരും നാഞ്ചിനാട്ടുകാരാണ്. സ്വന്തം രാജ്യത്തിനു വേണ്ടി ജീവൻ ബലിയർപ്പിച്ച ഇവരെല്ലാം ചരിത്രത്തിൽ ഇടംപിടി ച്ചവരുമാണ്. മധുരപ്പടയുമായി കണിയാംകുളത്തുവച്ചു നടന്ന പ്രസിദ്ധമായ യുദ്ധത്തിൽ വേണാടിന്റെ മന്ത്രിയും വലിയപടത്തല വനുമായിരുന്ന ഇരവിക്കുട്ടിപ്പിള്ളയെ ശത്രുസൈന്യത്തിന് ഒറ്റു കൊടുത്തു കൊല്ലിച്ചത് ഒപ്പമുണ്ടായിരുന്ന സഹമന്ത്രിമാർതന്നെയായി രുന്നു. അനിഴംതിരുനാൾ മാർത്താണ്ഡവർമ്മയുടെ സന്തതസഹ ചാരിയും വിശ്വസ്തനും കളരിയഭ്യാസിയുമായ അനന്തപത്മനാഭൻ ചാന്നാരെ കൂടെയുണ്ടായിരുന്നവർതന്നെ ചതിച്ചുകൊന്നു എന്നാണു കഥ. പുനച്ചൽ വലിയ യജമാനൻ തന്റെ 60-ാം വയസ്സിലാണ് ബ്രിട്ടീഷുകാർക്കെതിരെ പടയ്ക്കിറങ്ങിയത്. അദ്ദേഹം ബ്രിട്ടീഷു കാരുടെ വെടികൊണ്ടു മരിച്ചു. കാർത്തികതിരുനാളിന്റെ ബുദ്ധിയും ശക്തിയുമായിരുന്ന വലിയദിവാൻജി രാജാകേശവദാസന്, തിരു വിതാംകൂർ ആക്രമിച്ച ടിപ്പുവിനെ പരിമിതമായ ആയുധവും അല്പ വിഭവവും കൊണ്ടു തടഞ്ഞുനിർത്താൻ കഴിഞ്ഞത് അദ്ദേഹത്തിന്റെ മെച്ചപ്പെട്ട യുദ്ധതന്ത്രംകൊണ്ടു മാത്രമാണ്. ബാലരാമവർമ്മയുടെ കാലത്ത് ജയന്തൻ നമ്പൂതിരിയുടെ നേതൃത്വത്തിൽ നടന്ന ഗൂഢാ ലോചനയുടെ ഭാഗമായി രാജാകേശവദാസന് വിഷംകൊടുത്തു കൊന്നുവെന്നാണു ചരിത്രം. അദ്ദേഹത്തിന്റെ അനുജൻ ജനറൽ കുമാരൻതമ്പിയെയും അനന്തിരവൻ പേഷ്ക്കാർ ഇരയിമ്മൻതമ്പി യെയും വധിച്ചു. കുന്നത്തൂർ പുത്തൻവീട്ടിലെയും കക്കുറിശ്ശിയി ലെയും തേവിക്കോട്ടിലെയും പൊൻവെള്ളി വെങ്കലപാത്രങ്ങളും പെട്ടി ഓലപ്രമാണങ്ങളും, കന്നുമാടുകളും കണ്ടവും പറമ്പുമൊക്കെ കണ്ടുകെട്ടി. നാട്ടുപ്പട്ടാളത്തെകൂട്ടി ബ്രിട്ടീഷ് അധിനിവേശത്തിനെ തിരെ യുദ്ധം ചെയ്ത വേലുത്തമ്പി ദളവയെ രാജാവ് തള്ളിപ്പറയുക കൂടി ചെയ്തപ്പോൾ മാനം രക്ഷിക്കാൻ ആത്മഹത്യയല്ലാതെ മറ്റു മാർഗ ങ്ങളൊന്നുമുണ്ടായിരുന്നില്ല. ഉള്ളൂർക്കുന്നിൽ കെട്ടിത്തൂക്കി അപ മാനിച്ചത് അദ്ദേഹത്തിന്റെ മൃതദേഹത്തെയാണ്. കുടുംബാംഗങ്ങളെ കൊല്ലുകയും സ്വത്തുവകകൾ കണ്ടുകെട്ടുകയും ചെയ്തു. ഈ ദേശാ ഭിമാനികളുടെ രക്തസാക്ഷിത്വവും നാഞ്ചിനാടിനു സങ്കടം തന്നെ. ചരിത്രം രേഖപ്പെടുത്താത്ത വീരരക്തസാക്ഷികൾ ഇനിയുമുണ്ടാവാം.

1956 നവംബർ 1-ാം തീയതി നാഞ്ചിനാട്ടുകാരുടെ മനസ്സിൽ ആഴത്തിൽ മുറിവുണ്ടാക്കിയ മറ്റൊരു ദിവസമായിരുന്നു. അഗസ്തീശ്വരത്തിന്റെയും തോവാളയുടെയും കൽക്കുളത്തിന്റെയും വിളവൻകോടിന്റെയും ജാതകം മാറ്റിക്കുറിച്ച ദിവസം. ദേശത്തിന്റെ അതിരുകൾ ഒരിക്കൽക്കൂടി തിരുത്തിവരയ്ക്കപ്പെട്ടു. ഇത്തവണ, അധികാരവും ധനവും മോഹിച്ച രാജാക്കന്മാരായിരുന്നില്ല. പകരം ബ്രിട്ടീഷ് സാമ്രാജ്യത്തിന്റെ നീരാളിപ്പിടിത്തത്തിൽനിന്നു കുതറിമാറിയ ഭാരതത്തിന്റെ ജനകീയസർക്കാർ തന്നെയായിരുന്നു. മലയാളവും തമിഴും ഇടകലർന്ന ഭാഷ സംസാരിച്ചിരുന്ന ഒരു സമൂഹത്തെ തമിഴ് കുപ്പായമണിയിച്ച് തമിഴരുടെ നാടിനോടു ചേർത്തു.

1. കൽക്കുളം (പത്മനാഭപുരം), 2. ഉദയഗിരി, 3. പുലിയൂർക്കുറിച്ചി, 4. കേരളപുരം, 5. നാഗർകോവിൽ, 6. വടശ്ശേരി, 7. കണിയാകുളം, 8. തിരുപ്പതിസാരം, 9. ആരുവായ്മൊഴി, 10. പണകുടി, 11. കന്യാകുമാരി

പ്രകൃതികൊണ്ടും വിഭവങ്ങൾകൊണ്ടും തിരുവിതാംകൂറിനോടു ചേർന്നുനിന്നിരുന്ന ഭൂമിയായിരുന്നു നാഞ്ചിനാട്. രാജ്യത്തിനുവേണ്ടി പോരാടി ജീവത്യാഗം ചെയ്ത പടയാളികളുടെയും പടനായകന്മാരുടെയും പിതൃഭൂമി. അവരുടെ വീരകഥകൾ പറയുന്ന വീരക്കല്ലുകൾ. തിരുവിതാംകൂറിന്റെ കുലദൈവങ്ങളുടെയെല്ലാം കുടിയിരിപ്പുകൾ ഇവിടെയായിരുന്നല്ലോ. മലയാളപൂജയും ക്ഷേത്രാചാരങ്ങളും കൊണ്ടുമാത്രം ഇന്നും തൃപ്തിപ്പെടുന്ന ദൈവങ്ങൾ. ഓണവും തിരുവാതിരയും ശിവരാത്രിയുമൊക്കെ മോടിയോടെ ആഘോഷിച്ച ജനങ്ങൾ. തമിഴ്നാടിന്റെ വരണ്ട പ്രകൃതിയോടു പുറംതിരിഞ്ഞ് കേരളത്തിന്റെ ഹരിതഭംഗി പുണർന്ന നാട്. ആ നാടിനെയാണു കേരളം ഉപേക്ഷിച്ചത്. തങ്ങളുടേതല്ലാത്ത സംസ്കാരത്തെയും സ്വന്തമല്ലാത്ത ദൈവങ്ങളെയും ആചാരങ്ങളേയും ഉൾക്കൊള്ളാൻ തമിഴർക്കുമായില്ല. പിന്നെയെന്തിനീ പറിച്ചുനടൽ എന്ന ചോദ്യം ഇന്നും ഉത്തരം കിട്ടാതെ അവശേഷിക്കുന്നു. ശ്രീപത്മനാഭന്റെ പ്രജകൾക്കും തങ്ങളോടു കാണിച്ച ക്രൂരത പൊറുക്കാനായില്ല. വിഭജനത്തിന്റെ ലാഭനഷ്ടക്കണക്കുകളിൽ നഷ്ടം മലയാളത്തിനു തന്നെ. കന്യാകുമാരി തമിഴകത്തിന്റെ സമ്പന്നമായ ജില്ലകളിലൊന്നായിട്ടും തമിഴർ പറഞ്ഞു: “നെല്ലൈ എങ്കളുക്ക് എല്കൈ, കുമരി എങ്കളുക്ക് തൊലൈ.” ■

രാഷ്ട്രീയ ചരിത്രം

രാജവംശങ്ങൾ

ചെറുതെങ്കിലും മനോഹരവും സമ്പന്നവുമായ നാടാണ് നാഞ്ചി നാട്. പ്രസിദ്ധമായ തെന്നിന്ത്യൻ രാജവംശങ്ങളുടെയെല്ലാം ശക്തിയും ദൗർബല്യവും അനുഭവിക്കാൻ വിധിക്കപ്പെട്ട നാട്. വിഖ്യാതമായ വൃഷ്ണിവംശജരായ ആയ്ക്കുടിയിലെ ആയ്കളും സൂര്യതേജസ്സോടെ തിളങ്ങിനിന്നിരുന്ന സൂര്യവംശജരായ ചോളരും ചന്ദ്രവംശികളും പരാക്രമികളുമായ പാണ്ഡ്യരും മധുരമന്നന്മാരും പത്മനാഭദാസരായ വേണാടരും പിന്നെ ചില കുറുനിലമന്നന്മാരും കാലാകാലങ്ങളിൽ നാഞ്ചിനാടിന്റെ ഭരണം കൈയാളിയവരാണ്. നാഞ്ചിനാടിനുവേണ്ടി ഇവർ നടത്തിയ കലഹങ്ങൾക്കും ചിന്തിയ രക്തത്തിനും ചരിത്രം സാക്ഷി.

കൊങ്കരെ യുദ്ധത്തിൽ തോൽപ്പിച്ച രണധീരനും ദാനശീലനുമായ ആണ്ടിരൻ, സൂര്യപുത്രനെപോലെ ജ്വലിച്ചുനിന്ന പരാന്തക ചോളൻ, വിഴിഞ്ഞം കീഴടക്കിയ മറഞ്ചടയൻ, ശക്തമായ തിരുവിതാംകൂർ രാജ്യം കെട്ടിപ്പടുത്ത മാർത്താണ്ഡവർമ്മ എന്നിങ്ങനെ വീരശൂരരായ എത്രയെത്ര രാജാക്കന്മാർ. തിരുച്ചരണത്ത് 'പട്ടിണ പടാരർക്ക് തിരുമേനി ചെയ്യിച്ച' വരഗുണൻ, ഉഴക്കുടിവിളയിൽ ക്ഷേത്രവും വേദപാഠശാലയും നിർമ്മിച്ച കരുനന്തടക്കൻ, ശ്രീവല്ലഭ പെരുംചാല സ്ഥാപിച്ച ശ്രീവല്ലഭൻ തുടങ്ങിയ ദാനശീലരും ഭക്തരുമായ ഭരണാധികാരികളുടെ പ്രജാക്ഷേമതൽപ്പരത, ഇവയൊക്കെ ചേർന്നതാണ് നാഞ്ചിനാടിന്റെ രാഷ്ട്രീയചരിത്രം.

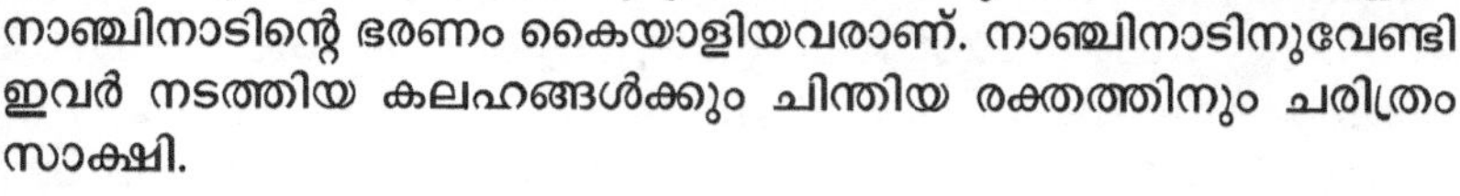

ആയ്, ചോള, പാണ്ഡ്യ, ചേര, വേണാട് രാജവംശങ്ങളുടെ ചിഹ്നങ്ങൾ. ആയ് സാമ്രാജ്യം കീഴടക്കിയശേഷം ചേരന്മാർ ആയ്കളുടെ രാജകീയചിഹ്നം സ്വന്തമാക്കി

തമിഴ്ചരിത്രത്തിന് ഒരു വ്യക്തത വരുന്നത് സംഘകാലത്തോടെയാണല്ലോ. തമിഴ്സാഹിത്യത്തിന്റെ സുവർണ്ണകാലവും സംഘകാലം തന്നെ. ഈ കാലഘട്ടത്തിൽ തമിഴകം വിസ്തൃതികൊണ്ടും സാംസ്കാരികപ്പെരുമകൊണ്ടും സമ്പന്നമായിരുന്നു. വേണാട്, കുട്ടനാട്, കൂടനാട്, പൂഴിനാട്, കർക്കാനാട് എന്നിങ്ങനെ അഞ്ചു നാടുകളായി വിഭജിക്കപ്പെട്ടിരുന്നു. കേരളവും അന്ന് തമിഴ്നാട്ടിൽ ഉൾപ്പെട്ടിരുന്നു. ആയ്രാജാക്കന്മാർ, ഏഴിമലരാജാക്കന്മാർ, ചേരരാജാക്കന്മാർ എന്നിങ്ങനെ പ്രബലരായ മൂന്നു രാജവംശങ്ങളാണ് സംഘകാലത്തിന്റെ ആദ്യദശയിൽ കേരളം ഭരിച്ചിരുന്നത്. തെക്ക് നാഗർകോവിൽ മുതൽ വടക്ക് തിരുവല്ല വരെ സഹ്യപർവ്വതപ്രദേശങ്ങൾ ഉൾപ്പെടെയുള്ള രാജ്യം ആയ്കളുടേതായിരുന്നു. അവരായിരുന്നു തെക്കൻ കേരളത്തിലെ പ്രബലരാജവംശവും.

ആയ്കൾ

ആയ്രാജാക്കന്മാർ യാദവ അഥവാ വൃഷ്ണിവംശത്തിൽ പിറന്നവരാണ്. ഈ വിഖ്യാതവംശത്തിന് ജന്മംനൽകുകയാൽ ചന്ദ്രൻ കളങ്കവിമുക്തനായത്രേ (വിക്രമാദിത്യവരഗുണന്റെ പാലിയം ശാസനം-AD 925). തിരുവനന്തപുരത്ത് ശ്രീപത്മനാഭന്റെ വിഗ്രഹം നിർമ്മിക്കാനുള്ള സാളഗ്രാമശിലകൾ നേപ്പാളിലെ ഗണ്ഡകീനദിയിൽ നിന്നും ആനപ്പുറത്ത് കൊണ്ടുവന്നതും വൃഷ്ണിവംശജരാണ് എന്നോർക്കണം. 14-ാം ശതകത്തിൽ നച്ചിനാർക്കിനിയർ 'തൊൽക്കാപ്പിയ'ത്തിനെഴുതിയ വ്യാഖ്യാനത്തിൽ അഗസ്ത്യമുനിക്കൊപ്പം ദ്വാരകയിൽനിന്നും വന്നവരാണ് ഇവർ എന്നും പരാമർശിച്ചു കാണുന്നു.

ഈ കഥകളൊന്നും കാര്യമായി എടുക്കേണ്ടതില്ല എന്നാണ് ശ്രീധരമേനോൻ അദ്ദേഹത്തിന്റെ കേരളചരിത്രത്തിൽ പറഞ്ഞിട്ടുള്ളത്. ചോള, ചേര, പാണ്ഡ്യന്മാരെപ്പോലെ ആയ്രാജാക്കന്മാരും ഈ മണ്ണിൽപിറന്ന ദ്രാവിഡരാണ് എന്ന് സംഘകാലകൃതികൾ തെളിയിക്കുന്നുണ്ട്. (കേരളചരിത്രം, പുറം 113) വടക്ക് പെരിയാറും തെക്കുകിഴക്ക് താമ്രപർണ്ണീനദിയും അതിരുകളായിരുന്ന തെക്കൻകേരളത്തിലെ ശക്തരായ ഭരണാധികാരികളായിരുന്നു ആയ്കുലരാജാക്കന്മാർ. പൊതിയിൽമലയിലെ ആയ്കുടിയായിരുന്നു ആയ്കളുടെ ആസ്ഥാനം. ചെങ്കോട്ട മുതൽ തെക്കോട്ടുള്ള സഹ്യപർവ്വതമാണ് പൊതിയിൽമല. മുകിലോളം ഉയർന്ന മലമുകളിലുള്ള തലസ്ഥാനത്തെത്താൻ ആടിച്ചെല്ലുന്ന പെൺകൊടികൾക്കല്ലാതെ ശത്രുരാജാക്കന്മാർക്ക് സാധ്യമല്ലെന്നും (പുറം 128) വടക്ക് വാനോളമുയർന്ന ഹിമാലയമുള്ളപ്പോൾ തെക്ക് ആയിക്കുടി ഇല്ലാതിരുന്നെങ്കിൽ ഭൂമി

തലകീഴായി മറിഞ്ഞുപോയേനേയെന്നുമാണ് (പുറം 132) മുടമോശി യാരുടെ വർണ്ണന. അഞ്ചാംനൂറ്റാണ്ടുവരെ ആയ്‌രാജാക്കന്മാരുടെ തലസ്ഥാനം ആയ്ക്കുടിയായിരുന്നു. പൊതിയൻപ്രദേശം പാണ്ഡ്യർ കയ്യടക്കിയതോടെ അവർ അവിടം ഉപേക്ഷിച്ചു. പിൽക്കാലത്തെ പാട്ടുകളിൽ പൊതിയൻമല പാണ്ഡ്യരുടെ വക എന്നാണ് പറയു ന്നത്.

അണ്ടിരൻ, തിതിയൻ, അതിയൻ എന്നിവരായിരുന്നു സംഘ കാലത്തെ ആയ്‌രാജാക്കന്മാരിൽ പ്രമുഖർ. സൂര്യനെവെല്ലുന്ന ശോഭ യായിരുന്നു അണ്ടിരനെന്ന് സംഘകാലകവികൾ പാടി. സൂര്യനും അണ്ടിരനെപോലെ പ്രതാപശാലിതന്നെ; എന്നാൽ അണ്ടിരന്റെ ദാന ശീലമില്ല. പിന്നെങ്ങനെ സൂര്യൻ അദ്ദേഹത്തിന് തുല്ല്യനാകും എന്നാ യിരുന്നു മുടമോശിയാരുടെ സംശയം (പുറം 374). യുദ്ധവീരനായ അണ്ടിരൻ കൊങ്കരെ യുദ്ധത്തിൽ തോൽപ്പിച്ചപ്പോൾ പടിഞ്ഞാറൻ കടൽത്തീരത്ത് അവർ ഇട്ടിട്ടോടിയ വേലുകളേക്കാൾ കൂടുതൽ ആന കളെ കവികൾക്കുംമറ്റും ദാനംകൊടുത്തിട്ടുണ്ടത്രേ (കോയമ്പത്തൂർ, സേലം എന്നീ പ്രദേശങ്ങൾ കൊങ്ങുനാട് എന്നാണ് അറിയപ്പെട്ടി രുന്നത്). വലിയ ദാനശീലരെ 'വള്ളലുകൾ' എന്നാണ് സംഘ കാലത്ത് വിശേഷിപ്പിച്ചിരുന്നത്. അപ്പോഴത്തെ അറിയപ്പെട്ടിരുന്ന ഏഴുവള്ളലുകളിൽ ഒരാളായിരുന്നു ഈ രാജാവ്. ആയ്‌വംശക്കാ രുടെ മുദ്രയും ആനയായിരുന്നല്ലോ. AD രണ്ടാംശതകത്തിൽ പമ്പ മുതൽ കന്യാകുമാരിവരെ വ്യാപിച്ചുകിടന്ന ആയ്‌രാജ്യത്തെ അയോയി (Aioi) എന്നാണ് പ്രസിദ്ധസഞ്ചാരിയായ ടോളമി രേഖ പ്പെടുത്തിയിട്ടുള്ളത്. ആദ്യകാലങ്ങളിൽ നാഞ്ചിനാടും ആയ്‌രാജ്യ ത്തിൽപ്പെട്ടതായിരുന്നു. ആയ്കൾ തങ്ങളുടെ തലസ്ഥാനം ആയി ക്കുടിയിൽനിന്ന് തിരുവട്ടാറ്റേക്കും പിന്നീട് വിഴിഞ്ഞത്തേക്കും മാറ്റി.

സംഘകാലത്തെ ഒരു വേൾപ്രഭുവായിരുന്നു വട്ടാറ്റ് ഏഴിനി ആതൻ. 'തിരുവട്ടാറ്' ആയിരുന്നു ഇദ്ദേഹത്തിന്റെ തലസ്ഥാനം. നക്ഷത്രമദ്ധ്യത്തിൽ പൂർണ്ണചന്ദ്രനെപ്പോലെ യശസ്വി ആയിരുന്നു ഏഴിനി ആതൻ എന്നാണ് പ്രശസ്തകവി മാങ്കുടിമരുതനാർ പാടി യത്. ദുഃഖിതർക്ക് ആശ്വാസം നൽകുന്ന ഹൃദയവിശാലതയുള്ള രാജാവ് എന്നും പ്രസിദ്ധം. ഇദ്ദേഹം ആയ് ആയിരുന്നുവെന്നും അല്ല ചേരൻ ആയിരുന്നുവെന്നും ചരിത്രകാരന്മാർക്കിടയിൽ രണ്ട് അഭി പ്രായമുണ്ട്. ഏഴിനി ആതന്റെ പുത്രനാണ് ആതൻ ഏഴിനി. ഏഴിനി ആതന്റെ പിൻഗാമികളാണ് മലനാട്ടുവേണാടരെന്നു വിശ്വസിക്കുന്നു. തിരുവട്ടാറിലെ ശയനവിഷ്ണുവായിരുന്നു ആദ്യം വേണാടരുടെ കുലദൈവം. ആദ്യാനന്ദപുരമെന്നും തിരുവട്ടാറിന് വിശേഷണമുണ്ട്.

ആതൻ ഏഴിനിയുടെ കാലത്ത് നാഞ്ചിനാട് ഭരിച്ചിരുന്നത് കുറുനിലമന്നനായിരുന്ന നാഞ്ചിൽ വള്ളുവനായിരുന്നു. ഇദ്ദേഹത്തിന്റെ ഭരണകാലം AD 150 മുതൽ 173 വരെ ആയിരിക്കാം എന്നാണ് നിഗമനം. എന്നാൽ AD 500-ന് അടുത്താണ് ഇവർ നാഞ്ചിനാടിന്റെ വടക്കുഭാഗം വാണിരുന്നതെന്നാണ് ഇളങ്കുളത്തിന്റെ കണ്ടെത്തൽ. ഇരണിയൽ, കൽക്കുളം പ്രദേശങ്ങൾക്ക് വള്ളുവനാട് എന്ന പേര് ലഭിക്കാൻ കാരണം ഈ വള്ളുവരാജാക്കന്മാരാണ്. വള്ളുവരാജാവിനെ പുകഴ്ത്തിക്കൊണ്ടുള്ള ഔവ്വയാറിന്റെ പാട്ടുകൾ പുറനാന്നൂറിലുണ്ട് (പുറം 137-140). കരുനന്ദടക്കന്റെയും രാജരാജചോളന്റേയും ശാസനങ്ങളിൽ തെക്കൻ തിരുവിതാംകൂറിലെ ചിലഭാഗങ്ങളെ വള്ളുവനാട് എന്നാണ് പരാമർശിച്ചിട്ടുള്ളത്. ആയ്കൾ തെങ്ങനാട്, ചെങ്ങഴുനാട്, മുടാലനാട്, ഒമായനാട്, തൂമനാട്, പടൈപ്പനാട്, വള്ളുവനാട് എന്നിങ്ങനെയാണ് രാജ്യത്തെ വിഭജിച്ചിരുന്നത്. ഓരോ

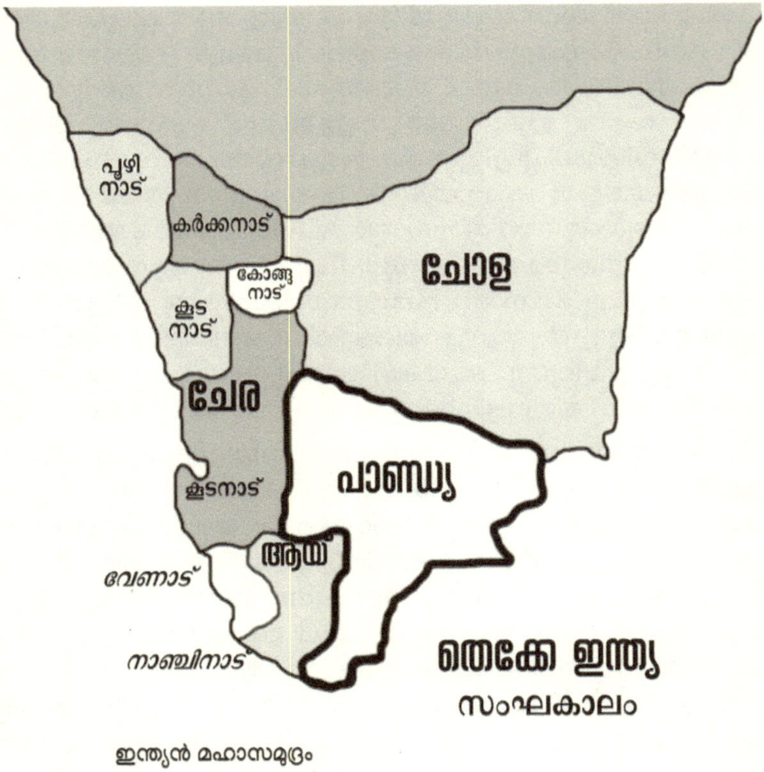

തെക്കേ ഇന്ത്യൻ സാമ്രാജ്യങ്ങൾ - സംഘകാലം

നാടിനും ഓരോ ഭരണാധികാരിയുണ്ട്. 'കിഴവൻ' എന്ന് അയാൾ അറിയപ്പെട്ടു. തിരുനന്ദിക്കരയും മുട്ടവും മേക്കോടും മറ്റും വള്ളുവ നാടിന്റെ ഭാഗങ്ങളായിരുന്നു. ചോഴവള്ളുവനാട് ആഴ്വാർ കൈലാ സക്ഷേത്രത്തിലെ നിത്യച്ചെലവിലേക്ക് കുറേ വസ്തുക്കൾ നൽകി യതായി കൈലാസനാഥക്ഷേത്രരേഖകളിൽ കാണാം (TAS Vol. 4 P. 182). രാജരാജചോഴന്റെ പതിനെട്ടാംകൊല്ലത്തെ തിരുനന്ദിക്കര ഗുഹാക്ഷേത്രരേഖയിൽ വള്ളുവനാട് മുട്ടത്തിനെ മുമ്മൂട്ടി ചോഴ നെല്ലൂർ എന്ന് പേരുമാറ്റി തിരുനന്ദിക്കര മാതേവർക്ക് വിട്ടുകൊടു ത്തതായി രേഖപ്പെടുത്തിയിട്ടുണ്ട് (തിരുനന്ദിക്കര ഗുഹാക്ഷേത്ര രേഖ). നാഞ്ചിൽ വള്ളുവന്മാരുടെ പിൻഗാമികളായിരുന്നു വള്ളുവ നാട് ആഴ്വാന്മാർ.

ആയ്‌വേളുകൾ

ആയ്കളെപോലെതന്നെ വേളുകളും തെന്നിന്ത്യയിലെ പ്രബല വംശമായിരുന്നു. തിരുവട്ടാറും തിരുവിതാംകോടുമായിരുന്നു വേളു കളുടെ സങ്കേതം. ഈ പ്രബലവംശങ്ങൾ തമ്മിൽ വിവാഹബന്ധ ങ്ങളിൽ ഏർപ്പെടുകയും പരസ്പരം യോജിച്ചുപ്രവർത്തിക്കുകയും ചെയ്തവരാണ്. ഇങ്ങനെയുണ്ടായ സങ്കരവംശമാണ് ആയ്‌വേളു കൾ. AD 8, 9 നൂറ്റാണ്ടുകളിൽ കന്യാകുമാരിക്കും കരമനയാറിനും ഇടയ്ക്കുള്ള പ്രദേശങ്ങൾ ഭരിച്ചിരുന്ന കരുനന്തടക്കനും അദ്ദേഹ ത്തിന്റെ പിൻഗാമികളുമാണ് ആയ്‌വേളുക്കളിൽ പ്രബലർ. പാർത്ഥിവപുരം, തിരുവട്ടാർ, തിരുനന്ദിക്കര, തൃപ്പരപ്പ്, ചിതറാൽ, തിരുവിടൈക്കോട് തുടങ്ങി പ്രസിദ്ധങ്ങളായ തെക്കൻതിരുവിതാം കൂർ ക്ഷേത്രങ്ങൾ ആയ്‌വേളുകളുടെ കഥ പറയും. 108 വൈഷ്ണവ ക്ഷേത്രങ്ങളിൽപ്പെട്ട തിരുവനന്തപുരത്തെ പത്മനാഭസ്വാമിക്ഷേത്ര സമുച്ചയത്തിൽ സ്വതന്ത്രക്ഷേത്രമായി നിലകൊള്ളുന്ന തിരുവമ്പാടി ക്ഷേത്രം ആയ്‌വേളുകളുടേതായിരുന്നു. പത്മനാഭപ്രതിഷ്ഠ പിൽ ക്കാലത്ത് ഉണ്ടായതാണെന്നാണ് വിശ്വാസം.

'മലയുടെ അതിനായകൻ' എന്നാണ് അണ്ടിരനെ വിശേഷിപ്പി ച്ചിരുന്നതെങ്കിൽ (പുറം നാനൂർ) അദ്ദേഹത്തിന്റെ പിൻഗാമിയായ തിതിയൻ 'പൊതിയൻ ശെൽവൻ' എന്നറിയപ്പെട്ടു. തിതിയന്റെ ഭരണകാലത്ത് സ്ഥിതിഗതികൾ സമാധാനപരമായിരുന്നുവെന്ന് കരുതാം. ഇക്കാലത്ത് പാണ്ഡ്യരുമായി യുദ്ധം നടന്നതായി കാണു ന്നില്ല. തിതിയനുശേഷം ആയ്‌രാജ്യാധിപൻ അതിയനായിരുന്നു. ഇദ്ദേഹം ആയ്കുലത്തിലെ പ്രമുഖരാജാക്കന്മാരിൽ ഒരാളാണ്. പക്ഷേ അതിയന്റെ കാലത്ത് ആയ്‌വംശത്തിന്റെ പതനം ആരംഭിച്ചു. അഴകിയപാണ്ഡ്യനാണ് ആരുവാമൊഴികടന്ന് നാഞ്ചിനാടിനെ ആക്രമിച്ച ആദ്യപാണ്ഡ്യരാജാവ് എന്ന് കരുതുന്നു. പരാക്രമിയായ

അഴകിയപാണ്ഡ്യൻ ആയ്‌രാജ്യം ആക്രമിച്ചു കീഴ്പ്പെടുത്തി. ഈ യുദ്ധത്തിന്റെ വിശദമായ വർണ്ണന അകനാനൂറിൽ കാണാം. അഴകിയപാണ്ഡ്യപുരവും പൂതപ്പാണ്ടിയും ഈ രാജാവ് തന്റെ പിതാവ് പൂതപ്പാണ്ഡ്യന്റെ സ്മരണയ്ക്കായി സ്ഥാപിച്ചതാവാം. പൂതപ്പാണ്ഡ്യന്റെ കാലത്ത് പ്രസ്തുത പ്രദേശങ്ങൾ പാണ്ഡ്യരാജ്യത്ത് ഉൾപ്പെട്ടിരുന്നില്ല. അതിയന്നൂർ ആണ് അഴകിയപാണ്ടിയന്നൂരും അഴകിയപാണ്ട്യപുരവുമായത് (അഴകിയ പാണ്ഡ്യപുരം രേഖ AD 1124). തോവാളയിലെ ചേന്തിശ്വരമുടൈൻകോവിലും അഴകിയപാണ്ഡ്യപുരത്തെ ജയന്തനാർകോവിലും ഇദ്ദേഹത്തിന്റെ കാലത്ത് നിർമ്മിച്ചതാണ്.

അയിരൂർ, ആയ്ക്കുടി, അതിയന്നൂർ, ഇടൈക്കോട്, തിരുവിടൈക്കോട്, പേരായക്കുടി, അന്തായക്കുടി, ഇടരായക്കുടി തുടങ്ങിയ സ്ഥലനാമങ്ങൾ ആയ്‌രാജവംശത്തിന്റെ ഓർമ്മകളായി അവശേഷിക്കുന്നു. ചിതറാൽ, നാഗർകോവിൽ, തിരുനന്തിക്കര തുടങ്ങിയ ക്ഷേത്രങ്ങൾ ആയ്‌രാജാക്കന്മാരുടെ സംഭാവനകളാണ്.

ചേര-ചോള-പാണ്ഡ്യന്മാർ മൂവരശന്മാർ എന്നാണ് അറിയപ്പെട്ടിരുന്നത്. ചോളം, ചേരം, പാണ്ഡ്യം, പൊതിയൻ എന്നിങ്ങനെ നാലു സ്വതന്ത്രരാജ്യങ്ങൾ തമിഴകത്തുണ്ടായിരുന്നുവെന്നും മൂവരശന്മാരുടെ കാലം ആരംഭിക്കുന്നത് പൂതപ്പാണ്ഡ്യനുശേഷമാണെന്നും ഇളംകുളം അഭിപ്രായപ്പെടുന്നു (ഇളംകുളം കുഞ്ഞൻപിള്ളയുടെ തിരഞ്ഞെടുത്ത കൃതികൾ, പുറം. 270). കാലാന്തരത്തിൽ ഇവർ തെറ്റിപ്പിരിയുകയും സ്വന്തം സാമ്രാജ്യങ്ങൾ കെട്ടിപ്പടുക്കുകയും ചെയ്തു. പരസ്പരം കലഹിച്ചും വെട്ടിപ്പിടിച്ചും പിൻവാങ്ങിയും വീണ്ടും ആക്രമിച്ചും അവർ തങ്ങളുടെ സാമ്രാജ്യങ്ങൾ നിലനിർത്തിപ്പോന്നു.

പാണ്ഡ്യർ

പാണ്ഡ്യരാജ്യതലസ്ഥാനമായ മധുരയ്ക്ക് 'കൂടൽ' എന്നും പേരുണ്ടായിരുന്നു. രണ്ടുനദികൾ ഒന്നിച്ചുചേരുന്ന സ്ഥലമാണ് 'കൂടൽ'. വൈഗയുടെ തെക്കേക്കരയിലായിരുന്ന 'കൂടൽ' ഇപ്പോൾ ആറിന്റെ വടക്കേക്കരയിലാണ്. വൈഗയാറിന് പിൽക്കാലത്ത് ഗതിമാറ്റം സംഭവിച്ചിരിക്കാം. തായകണ്ണനാർ പാടിയ പാലപ്പാട്ടിൽ 'പാണ്ഡ്യന്റെ കൊടികൾപാറുന്ന തെരുവുകൾ തിങ്ങിയ കൂടൽ' എന്ന് വർണ്ണിച്ചിട്ടുണ്ട്. താമ്രവർണ്ണീമുഖത്ത് ഉണ്ടായിരുന്ന 'കൊർക്കൈ' ആയിരുന്നു പാണ്ഡ്യരാജ്യത്തെ പ്രധാന തുറമുഖം. പവിഴമായിരുന്നു ഇവിടെ നിന്ന് പ്രധാനമായും കയറ്റിഅയച്ചിരുന്നത്. 'പാണ്ഡ്യ' എന്നവാക്കിന് പഴയത് എന്നൊരർത്ഥമുണ്ട്. 'മത്സ്യ'മായിരുന്നു അവരുടെ അടയാളം. നാടോടിക്കഥകളിൽ അല്ലിറാണി എന്നൊരു പാണ്ഡ്യ

ഭരണാധികാരിയുണ്ടായിരുന്നു. അവരായിരുന്നത്രെ പാണ്ഡ്യ വംശത്തിലെ ആദ്യത്തെ ശക്ത യായ ഭരണാധികാരി. സ്ത്രീ കൾക്കായിരുന്നു പ്രാധാന്യം. ഭരണകർത്താക്കളും, സൈനി കരുമൊക്കെ സ്ത്രീകൾതന്നെ. പുരുഷന്മാരൊക്കെ വാല്യ ക്കാരും. ഇവർ പാണ്ഡ്യദേവത യായ മീനാക്ഷിയുടെ അവതാ രമെന്നാണ് വിശ്വാസം. ക്രി സ്തുവിന് മുൻപ് മൂന്നാംനൂറ്റാ ണ്ടിലെ അശോകന്റെ ശിലാ ലിഖിതങ്ങളിലും പാണ്ഡ്യരെ ക്കുറിച്ച് പരാമർശമുണ്ട്. ഇവർ ചന്ദ്രവംശീയരായ പുരൂരവസ്സി ന്റെയും നഹുഷന്റെയും പിന്തു ടർച്ച അവകാശപ്പെട്ടിരുന്നു.

മത്സ്യ അടയാളം. വരതുംഗ വരഗുണപാണ്ഡ്യന്റെ ചെമ്പോല

പാണ്ഡ്യന്മാർ ആയ്‌രാജ്യ ത്തിന്റെ കിഴക്കൻ അതിർത്തി കളിൽ നിർണ്ണായകശക്തി യായി വളർന്നിരുന്നെങ്കിലും വിഴിഞ്ഞവും തിരുവനന്തപു രവും അതിന് തെക്കുള്ള പ്രദേശങ്ങളും ആയ് ഭരണാധിപന്മാ രുടെകീഴിൽതന്നെയായിരുന്നു. പാണ്ഡ്യർക്കാകട്ടെ ആ പ്രദേശങ്ങ ളിൽ എന്നും ഒരു കണ്ണുണ്ടായിരുന്നുതാനും. ഈ ലക്ഷ്യത്തോടെ നാഞ്ചിനാടും സമീപപ്രദേശങ്ങളും അവർ തുടർച്ചയായി ആക്രമിച്ചു കൊണ്ടിരുന്നു. അഴകിയ പാണ്ഡ്യൻ ആയ്‌രാജാവായ അതിയനെ കീഴ്പ്പെടുത്തി. ജയവർമ്മൻ എന്ന പാണ്ഡ്യരാജാവ് സമകാലികനായ കേരളരാജാവിനെ തോൽപ്പിച്ചു. അദ്ദേഹത്തിന്റെ പിൻഗാമി അരി കേസരിവർമ്മൻ കേരളരാജാവിനെ തോൽപ്പിച്ച് അദ്ദേഹത്തെ ബന്ധു ക്കളോടും സൈന്യത്തോടുമൊപ്പം ബന്ധനത്തിലാക്കി. ഈ കേരള രാജാവ് 'ആയ്' ആയിരിക്കാം എന്നാണ് ശ്രീധരമേനോന്റെ അഭി പ്രായം. അരികേസരിവർമ്മന്റെ അനന്തരഗാമി അരികേസരിമാറ വർമ്മൻ ചെന്നിലത്തുവച്ചുള്ള യുദ്ധത്തിലും മാറവർമ്മന്റെ മകനായ കോച്ചടയൻ രണധീരൻ (700-730) മരുതൂർ യുദ്ധത്തിലും ആയ്‌രാജാ ക്കന്മാരെ പരാജയപ്പെടുത്തി (വേൾകുടിശാസനം).

എട്ടാംനൂറ്റാണ്ടിന്റെ അവസാനം ആയ്രാജ്യം ഭരിച്ചത് ചടയനും മകൻ കരുനന്തനുമാണ്. ഇക്കാലത്ത് മാറഞ്ചടയൻ (765-815) ദക്ഷിണ കേരളം ആക്രമിച്ചു. ഇദ്ദേഹത്തിന് ജടിലവർമ്മൻ പരാന്തകൻ എന്ന ബിരുദവും ഉണ്ടായിരുന്നു. തന്റെ ഇരുപത്തിമൂന്നാമത് ഭരണവർഷ ത്തിൽ ഇദ്ദേഹം മലനാട് രാജാവിന്റെ ആസ്ഥാനമായ അരുവിയൂർ കോട്ട ആക്രമിച്ചു കീഴ്പ്പെടുത്തി (കഴുകുമലശാസനം. AD 788). ഈ ശാസനത്തിൽ പറയുന്ന മലനാട് രാജാവ് കരുനന്തൻ ആയിരി ക്കണം. ആയ്കൾ അനായാസം തോൽവി സമ്മതിച്ചിരുന്നില്ല, കാരണം മാറഞ്ചടയൻ തുടർന്നുള്ള പത്തിലധികം വർഷങ്ങൾകൂടി യുദ്ധംചെയ്തുകൊണ്ടിരുന്നു (തിരുവനന്തപുരം ശിലാശാസനം). ആയ്രാജവംശത്തിലെ പ്രധാനരാജാവായിരുന്നു കരുനന്തടക്കൻ (857-885).

പാർത്ഥിവശേഖരപുരത്തെ വിഷ്ണുക്ഷേത്രനിർമ്മാണവും അനുബന്ധിച്ചുള്ള പാഠശാലയും കരുനന്തടക്കന്റെ ശ്രദ്ധേയമായ സംഭാവനയാണ്. “ശ്രീ രാജാവ് കരുനന്തടക്കനു ഭരണവർഷം ഒൻപത് പതിനഞ്ചുദിവസം. മുടലനാട്ടു പചുടങ്കുളത്ത്പെട്ട നില ത്തിൽ മുഞ്ചിറസഭക്കാരുടെ വക ഉഴക്കുടിവിള എന്ന നിലം ഇവർക്ക് അടിക്കടി നിലം വേറെ കൊടുത്ത് മാറിവാങ്ങി. ഈ നിലം പിടി യാനയെ നടത്തി അതിർത്തി നിശ്ചയിച്ച് ശ്രീകോവിൽ പണിയിച്ച് വിഷ്ണുഭട്ടാരകരെ പ്രതിഷ്ഠിച്ച് പാർത്ഥിവശേഖരപുരമെന്ന് പേരിട്ട് കാന്തളൂർ (ശാലയിലെ) വ്യവസ്ഥ അനുസരിച്ച് ബ്രാഹ്മണ വിദ്യാർത്ഥികൾക്ക് താമസിച്ചു പഠിക്കാനുള്ള സൗകര്യം ചെയ്തു കൊടുത്തു ശ്രീ കരുനന്തടക്കൻ എന്ന രാജാവ്” (പാർത്ഥിവപുരം ചെപ്പേടുകൾ ക്രി.വ. 866). പൊതുആവശ്യങ്ങൾക്കു ഭൂമി ഏറ്റെടു ക്കുമ്പോൾ പിടിയാനയെ അഴിച്ചുവിട്ട് അത് സഞ്ചരിച്ച് തിരിച്ചു

പാർത്ഥിവശേഖരപുരം ക്ഷേത്രം

വരുന്ന വഴിയിൽ അകപ്പെടുന്ന ഭാഗം ഭൂമി പതിച്ചെടുക്കുന്നത് അക്കാലത്തെ രീതിയായിരുന്നു. പാർത്ഥിവശേഖരപുരം കാലാന്തരത്തിൽ പാർത്ഥിവപുരമായി. കരുനന്തടക്കന് പാർത്ഥിവശേഖരൻ, ശ്രീവല്ലഭൻ എന്നീ ബിരുദങ്ങളുമുണ്ടായിരുന്നു. ഇദ്ദേഹത്തിന്റെ 14-ാം ഭരണ വർഷത്തിൽ തിരുവിടൈക്കോട് മഹാദേവർക്ക് നെയ്‌വിളക്ക് വയ്ക്കുന്നതിനുവേണ്ട ദാനംചെയ്തതായി തിരുവിടൈക്കോട് ശിലാരേഖയിൽ കാണുന്നു.

കോട്ടാർ, തിരുവട്ടാർ, വിഴിഞ്ഞം എന്നീ സ്ഥലങ്ങളായിരുന്നു ആയ്കളുടെ പിൽക്കാല തലസ്ഥാനങ്ങൾ. കരുനന്തടക്കന്റെ കാലത്ത് തെക്കൻ തിരുവിതാംകൂറിലെ മിക്ക സ്ഥലങ്ങളും ആയ്‌രാജ്യത്തിൽ ഉൾപ്പെട്ടിരുന്നുവെങ്കിലും ശുചീന്ദ്രം, കന്യാകുമാരി എന്നിവിടങ്ങളിൽ ഇക്കാലത്തെ പാണ്ഡ്യശാസനങ്ങൾ കാണാം. ഇതിൽനിന്ന് ഈ ഭാഗങ്ങളിൽ പാണ്ഡ്യരുടെ ഭരണമായിരുന്നെന്നും കരുനന്തടക്കന്റെ കാലത്ത് തുടർച്ചയായി ഉണ്ടായ പാണ്ഡ്യൻ ആക്രമണങ്ങളിൽ നാഞ്ചിനാടിന്റെ കുറേ ഭാഗവും ആയ്‌രാജ്യത്തിൽനിന്ന് വിട്ടുപോയതായി കണക്കാക്കേണ്ടിയിരിക്കുന്നു. അപ്പോൾ ആയ് രാജ്യാതിർത്തി നാഗർകോവിലിന് വടക്കുവരെ മാത്രമേ ഉണ്ടായിരുന്നുള്ളൂ.

വിക്രമാദിത്യവരഗുണൻ കരുനന്തടക്കനുശേഷം ഭരണമേറ്റു (885-925). തന്റെ ഭരണവർഷം എട്ടിൽ, വരഗുണൻ തേങ്കനാട് കിഴവൻ വെണ്ണിർവെള്ളാളൻ ചാത്തൻ മുരുകൾ മകൾ ആയ്കുല മഹാദേവിയായ മുരുകൻചേന്തിയെ ദേവദാസിയായി അഭിഷേകം ചെയ്ത് തിരുവടിചേർത്തു (തിരുനന്തിക്കര ചെപ്പേട് AD 892).

പരാന്തകചോളൻ (907-955) പാണ്ഡ്യരാജാവായിരുന്ന രാജസിംഹൻ രണ്ടാമനെ (905-920) യുദ്ധത്തിൽ തോൽപ്പിച്ച് മധുരയിൽ നിന്ന് തുരത്തി. മധുരയിൽ തോറ്റ പാണ്ഡ്യന്മാർ നാഞ്ചിനാട് മുതലായ തെക്കൻപ്രദേശങ്ങളിലേക്ക് നീങ്ങിയെങ്കിലും ചോളന്മാർ അവിടെയെത്തി നാഞ്ചിനാടും കൈവശപ്പെടുത്തി. കൊല്ലം ഒന്നാംശതകത്തിന്റെ അവസാനം നാഞ്ചിനാട് പ്രദേശങ്ങളിൽ രാജസിംഹന്റെ ശാസനങ്ങൾ കാണുന്നുണ്ടെങ്കിലും രണ്ടാം ശതകത്തിന്റെ ആരംഭകാലത്തെ കന്യാകുമാരിയിലെയും ശുചീന്ദ്രത്തെയും മറ്റും ശാസനങ്ങളിൽ നാഞ്ചിനാട് ഉൾപ്പെടെയുള്ള പാണ്ഡ്യരാജ്യം പരാന്തകചോളന്റെ അധീനതയിലായിരുന്നുവെന്നതിന്റെ സൂചനകൾ നൽകുന്നു.

ഈ സമയം നാഞ്ചിനാടിന്റെ വടക്കുള്ള വള്ളുവനാട് വരഗുണന്റെ ഭരണത്തിൻകീഴിലായിരുന്നല്ലോ. തോൽവി മുന്നിൽക്കണ്ട അദ്ദേഹം ധാരാളം സ്ഥലങ്ങൾ ക്ഷേത്രങ്ങൾക്ക് ദാനംനൽകി. തൃക്കുന്നപ്പുഴക്ക് സമീപമുള്ള ശ്രീമൂലപാദം ക്ഷേത്രത്തിലേക്ക് ഒരു

താലൂക്കോളം വലിപ്പമുള്ള തെക്കൻ തിരുവിതാംകൂറിലെ സ്ഥലം ദാനമായി നൽകിയെന്ന് പാലിയംശാസനം പറയുന്നു. ഇങ്ങനെ ദാനംചെയ്ത ഭൂമിയുടെ സംരക്ഷണം ഗോദരവിവർമ്മയുടെ കാലത്ത് കോയിലധികാരി എന്ന സ്ഥാനംവഹിച്ച യുവരാജാവ് ഇന്ദുക്കോത വർമ്മ എന്ന വീരക്കോതയെ ഏൽപ്പിച്ചു (944-962). രാജാക്കന്മാരുടെ അടുത്ത തലമുറകൾ ഈ ദാനഭൂമിയെ കാത്തുകൊള്ളണമെന്ന് അദ്ദേഹം തന്റെ ശാസനത്തിൽ അഭ്യർത്ഥിക്കുന്നു.

"പരിപാവനമായ നിങ്ങളുടെ ഈ വംശം നശിക്കുവാൻ ഇടയാകരുത്. വീണ്ടും 'ക്ഷിതിപവൃഷഭനായ ഈ യാദവേന്ദ്രൻ' ഭാവിതലമുറകളിൽ ജനിക്കുന്ന 'പ്രണയിസുഹൃത്തുക്കളോട്' നമ്രമൗലിയായ് അപേക്ഷിക്കുന്നു. ഈ ഭൂമി നിങ്ങളുടെ ഭാര്യയെ എന്നപോലെ എല്ലായ്പ്പോഴും ഹൃദയത്തിൽതന്നെ സൂക്ഷിച്ച് അന്യൻ അനുഭവിക്കാൻ ഇടയാകാതെ രക്ഷിക്കണം. 'വ്യാവൃതാസ്യ പ്രചണ്ഡ'നായ കാലൻ നിങ്ങളുടെ സമീപം എത്തിയിരിക്കുന്നു. അവന് പ്രിയം ചെയ്യുന്നതിനെന്നപോലെ അവന്റെ പിതാവായ സൂര്യനും അതിവേഗം സഞ്ചരിച്ച് നിങ്ങളുടെ ജീവിതകാലത്തെ കുറയ്ക്കുന്നു. അല്ലയോ ജനങ്ങളെ, പുണ്യകർമ്മങ്ങളിൽ നിങ്ങളുടെ മനസ്സിനെ വ്യാപരിപ്പിക്കുവിൻ." വരഗുണൻ തന്റെ അനന്തരഗാമികളോട് രാജ്യം രക്ഷിക്കാൻ നടത്തിയ യാചനയാണിത്. (പാലിയം ചെപ്പേട്)

ഇതുപോലുള്ള ഒരു പ്രസ്താവന മറ്റുശാസനങ്ങളിലൊന്നും കാണുന്നില്ല എന്നതും ഒരു പ്രത്യേകതയാണ്. പരാന്തകചോളനെയാണ് സൂര്യപുത്രനായി കൽപ്പിക്കുന്നതെന്നാണ് ചരിത്രകാരന്മാരുടെ നിഗമനം. സൂര്യപുത്രനായ കാലൻ വായുംപിളർന്ന് വിഴുങ്ങാൻവരുന്നതായാണ് അദ്ദേഹത്തിന് തോന്നിയത്. ചോളരാജാക്കന്മാർ സൂര്യവംശജരാണല്ലോ. ആസന്നമായ ചോള ആക്രമണം മുന്നിൽകണ്ട് പുറപ്പെടുവിച്ചതായിരിക്കണം ഈ വിളംബരം എന്നതും ശ്രദ്ധേയമാണ്. വരഗുണനുശേഷം ആയ്‌രാജാക്കന്മാരുടെ സാന്നിദ്ധ്യം തിരുവിതാംകൂറിൽ കാണുന്നില്ല. അദ്ദേഹത്തിന്റെ കാലംകഴിഞ്ഞതോടെ ആയ്‌വംശം അസ്തമിച്ചു. തുടർന്നുള്ള ഇരുന്നൂറുവർഷക്കാലത്തോളം നാഞ്ചിനാടിന്റെ അവകാശികൾ ചോളന്മാരായിരുന്നു.

ചോളർ

'ഉറൈയൂർ' ആയിരുന്നു ചോളരാജ്യത്തിന്റെ ആസ്ഥാനം. 'കോഴി' എന്ന് മറ്റൊരു പേരും ഉറൈയൂരിനുണ്ട്. കാവേരിയുടെ തെക്കേക്കരയിൽ ഉറൈയൂർ ഇപ്പോഴുമുണ്ട്. തലസ്ഥാനത്തെക്കാളും പ്രസിദ്ധമായ നഗരം കാവേരി പൂമ്പട്ടണമായിരുന്നു. 'പുകാർ' ആയിരുന്നു

പ്രധാനകച്ചവടകേന്ദ്രം. ചോളഭരണകാലം തമിഴ്നാടിന്റെ സുവർണ്ണ കാലഘട്ടമായാണ് അറിയപ്പെടുന്നത്. ചോളന്മാരുടെ സാമന്തരാജ്യ മായി മാറിയ നാഞ്ചിനാട്ടിലെ രാജകുടുംബങ്ങൾക്കിടയിലുണ്ടായി രുന്ന ആഭ്യന്തരകലഹങ്ങൾ അവർ അമർച്ച ചെയ്തു.

നാഞ്ചിനാടും സമീപപ്രദേശങ്ങളും വേണാടിൽ ലയിക്കുന്നത് കൊല്ലവർഷം 292 ലാണെന്നും 296 ലാണെന്നും രണ്ട് അഭിപ്രായ മുണ്ട്. കൂപകരാജാവ് (കോതവർമ്മ 1122-1124) പാണ്ഡ്യരാജസിംഹ നിൽനിന്നും കോട്ടാറും നാഞ്ചിനാടും ഉൾപ്പെടെയുള്ള പ്രദേശങ്ങൾ പിടിച്ചടക്കുകയായിരുന്നു. ഇളങ്കുളം ഈ വിഷയത്തിൽ ഇങ്ങനെ രേഖപ്പെടുത്തിയിരിക്കുന്നു.

"കൂപകരാജാവ് പാണ്ഡ്യരാജസിംഹനിൽനിന്നും കോട്ടാറും നാഞ്ചിനാടും 292-ൽ പിടിച്ചടക്കി എന്ന് നാഗമയ്യ പറഞ്ഞിട്ടുള്ളതു തന്നെ സദസ്യതിലകനും ചൂണ്ടിക്കാണിക്കുന്നു. നാഗമയ്യയുടെ ഈ അഭിപ്രായത്തിന് കാരണഭൂതമായ ഒരു രേഖ സെൻട്രൽ റിക്കാർ ഡ്സിൽ കണ്ടെത്തിയതായി മഹാകവി ഉള്ളൂർ അടുത്തകാലത്ത് പ്രസ്താവിക്കുകയുണ്ടായി. 'തമിഴ്വിരുത്ത'ത്തിൽ എഴുതിയിട്ടുള്ള ഈ രേഖയിൽനിന്ന് മനസ്സിലാക്കുന്നത് 292 ആവണിമാസം 11-ാം തീയതി വ്യാഴം കുംഭരാശിയിൽ നിൽക്കുമ്പോൾ നാഞ്ചിനാടും കോട്ടാറും കൂപകർകോൻ ജയിച്ചു കീഴടക്കി എന്നാണ്. എന്നാൽ ഏതാനും വർഷങ്ങൾക്കുമുൻപ് നട്ടാലം സ്കൂൾഹെഡ്മാസ്റ്ററായി രുന്ന പെൻഷൻപറ്റിയ കേച്ചൻവിളാകത്ത് കൃഷ്ണപിള്ള അവർ കളിൽനിന്ന് എനിക്ക് ലഭിച്ച പാഠം അനുസരിച്ച് ആണ്ട് 292 അല്ല 296 ആണ്. ഈ രേഖ ആരും ഇതുവരെ പ്രസിദ്ധംചെയ്തിട്ടില്ല എന്നുള്ളതുകൊണ്ട് താഴെചേർക്കുന്നു.

> "എത്തിശൈയും പുകൾപെരുത്ത കൊല്ല-
> മിരുനൂറ്റിതൊണ്ണൂറ്റിയാറാമാണ്ടു
> വെറ്റിചെയ്യും കുമ്പത്തിൽ വ്യാഴനിൻറു
> വിളങ്കതിങ്കളാവണി പതിനൊൻറിൽ
> തത്തമിഴും പറളിയാറ്റണൈയും തള്ളി
> തമിഴ്പാണ്ടി രാജശിങ്കരനൈയും വെൻറു
> കൊത്തലരും പൂഞ്ചോലൈ നാഞ്ചിനാടും
> കോട്ടാറും കൂപർകോൻ കൊണ്ടവാറെ."

കോട്ടാറും നാഞ്ചിനാടും പിടിച്ചടക്കുന്നത് 292 എന്നും 296 എന്നും രണ്ട് പാഠങ്ങൾ കാണുന്നതിൽ ഏതാണ് ശരി എന്ന് തീർച്ചയാക്കു വാൻ വ്യാഴത്തിന്റെ നിലപറഞ്ഞിരിക്കുന്നതുകൊണ്ട് വിഷമമില്ല. 292 ചിങ്ങം 11-ാം തീയതി വ്യാഴം തുലാത്തിലാണ്. കുംഭത്തിൽനിന്നും 100 ഡിഗ്രി അകലെ 296 ചിങ്ങം 11-ാം തീയതി വ്യാഴം കുംഭത്തിൽ

തന്നെയാണ്. അതുകൊണ്ട് 292 എന്ന് നാഗമയ്യക്ക് ലഭിച്ച പാഠം ശരിയല്ലെന്നും 296 എന്ന് എനിക്ക് ലഭിച്ച പാഠമാണ് ശരിയെന്നും സ്പഷ്ടമാണ്" (തെരഞ്ഞെടുത്ത കൃതികൾ, ഇളംകുളം കുഞ്ഞൻ പിള്ള, പുറം 735).

കേരളചരിത്രത്തിലെ ശ്രദ്ധേയമായ ഒരധ്യായമാണല്ലോ നൂറ്റാണ്ടു യുദ്ധം. നൂറ്റാണ്ടുയുദ്ധം എന്ന പ്രയോഗംകൊണ്ട് നൂറുകൊല്ലം നിരന്തരമായ യുദ്ധം നടന്നു എന്ന് അർത്ഥമില്ല. ഇക്കാലങ്ങളിൽ നാട്ടിൽ യുദ്ധത്തിന്റെ അന്തരീക്ഷം നിലനിന്നിരുന്നുവെന്നേ അർത്ഥമാക്കേണ്ടതുള്ളൂ. രാജരാജൻ കാന്തള്ളൂർ ലക്ഷ്യമാക്കി തുടങ്ങിവച്ച ആക്രമണം നൂറുവർഷം നീണ്ടുനിന്ന ആക്രമണപരമ്പരകളുടെ തുടക്കമായിരുന്നു. ഇടയ്ക്കിടയ്ക്ക് ചോളസൈന്യം കേരളത്തിനെതിരായി നടത്തിയ ആക്രമണങ്ങളിൽ രണ്ടുഭാഗത്തും താൽക്കാലികജയ പരാജയങ്ങൾ ഉണ്ടായി. കേരളത്തിലെ ചേരഭരണത്തോട് ആക്രമണ പരമായ ഒരു സമീപനമാണ് രാജ രാജചോളൻ സ്വീകരിച്ചത്. രാജ രാജൻ (985-1016) മലനാട്ടിലെ 18 രാജാക്കന്മാരെ കൊന്നു എന്ന് കുലോത്തുംഗചോളൻ ഉലായിൽ പറയുന്നത് അതിശയോക്തി യായി കണക്കാക്കിയാൽമതി.

രാജാരാജചോളൻ

രാജരാജചോളൻ രാജാവായി അധികം വൈകാതെ കാന്തളൂർ ശാല ആക്രമിച്ച് മടങ്ങിപ്പോയത് 999-ൽ വീണ്ടും അതിശക്തമായ ഒരു ആക്രമണം നടത്താനായിരുന്നു. "ഊഴിയിൽ എല്ലായാണ്ടും തൊഴുതുവിളങ്കുംയാണ്ട്'' എന്നാണ് ഈ വർഷത്തെക്കുറിച്ച് ശാസനങ്ങളിൽ രേഖപ്പെടുത്തിയിട്ടുള്ളത്. കന്യാകുമാരി, തിരുനന്ദിക്കര, ശുചീന്ദ്രം, ചോളപുരം ശാസനങ്ങൾ ഈ ആക്രമണങ്ങളെ ഓർമ്മിപ്പിക്കുന്നു. ചോളർ പിടിച്ചടക്കിയ കന്യാകുമാരിയെ രാജരാജേശ്വരമെന്നും കോട്ടാറിനെ മാമ്മുടിചോളനല്ലൂർ എന്നും പുനർനാമകരണം ചെയ്ത് (കേരള

രാജേന്ദ്രചോളൻ - ശില്പം.

ചരിത്രം. ശ്രീധരമേനോൻ. പുറം 134). അവിടെ സ്ഥിരമായ ഒരു സൈന്യത്തെ നിലനിർത്തി. രാജരാജചോളന്റെ ഭരണത്തിന്റെ അവസാനകാലത്ത് കുഴിത്തുറയ്ക്ക് തെക്കുള്ള ദക്ഷിണതിരുവിതാംകൂർ പ്രദേശങ്ങൾ മുഴുവൻ ചോളഭരണത്തിൻ കീഴിലായി. AD 10 മുതൽ 13 വരെയുള്ള ശതകങ്ങളിൽ ചോള സാമ്രാജ്യം അതീവശക്തമായിരുന്നു. രാജരാജന്റെ മകൻ രാജേന്ദ്രചോളനും അച്ഛന്റെ വഴിതന്നെ പിന്തുടർന്നു. രാജേന്ദ്രൻ വിഴിഞ്ഞവും കാന്തളൂരും പിടിച്ചടക്കി. വിഴിഞ്ഞത്തിന് രാജേന്ദ്രചോളപട്ടണം എന്നപേരും നൽകി (തിരുപ്പതിസാരം ക്ഷേത്രരേഖ AD 1129). സമുജ്ജ്വലവിജയങ്ങളൊക്കെ കൈവരിക്കാനായിട്ടും തിരുവനന്തപുരത്തിന് തെക്കുള്ള പ്രദേശങ്ങളിൽ മാത്രമേ ചോളാധിപത്യം തുടർന്ന് നിലനിർത്താനായുള്ളൂ. രാജാധിരാജന്റെ കാലശേഷം ചേരരുടെ സഹായത്തോടെ പാണ്ഡ്യർ നാഞ്ചിനാട്, തിരുനൽവേലി പ്രദേശങ്ങൾ തിരിച്ചുപിടിച്ചെങ്കിലും അധികാരം നിലനിർത്താനായില്ല. 1070-ൽ കുലോത്തുംഗചോളൻ രാജാവായി പല യുദ്ധങ്ങളിലും പാണ്ഡ്യരെ പരാജയപ്പെടുത്തുകയും കോട്ടാറിലും നാഞ്ചിനാടുമുണ്ടായിരുന്ന പാണ്ഡ്യസൈനികകേന്ദ്രങ്ങളെ നശിപ്പിക്കുകയും ചെയ്തു.

രാജേന്ദ്രചോളന്റെ ഔദ്യോഗികമുദ്ര: വൃത്താകൃതിയിലുള്ള ഈ മുദ്ര ചോള സാമ്രാജ്യത്തിന്റെ പരാക്രമത്തിന്റെയും വിജയങ്ങളുടെയും കഥ പറയുന്നു. മദ്ധ്യഭാഗത്ത് ആക്രമണോത്സുകനായിരിക്കുന്ന കടുവ ചോളരുടെ അടയാളമാണ്. മത്സ്യം (പാണ്ഡ്യർ), വില്ല് (ചേരർ), ആൺപന്നി (കിഴക്കൻ ചാലൂക്യർ) എന്നിവ ആ രാജവംശങ്ങളെ കീഴ്പ്പെടുത്തിയതിന്റെ സൂചനയാണ്. മുകളിലത്തെ 'സ്വസ്തിക്' ഹൈന്ദവികതയെയും ഇരുവശങ്ങളിലെയും വിളക്കുകൾ മതശ്രേഷ്ഠതയെയും പ്രതിനിധാനം ചെയ്യുന്നു.

വിക്രമചോഴപാണ്ഡ്യപുരം, ചോളകുലവല്ലിപുരം, ചോളപുരം ചോഴനല്ലൂർ, ഗംഗൈകൊണ്ട ചോളപുരം, ആളൂർ എന്നിങ്ങനെയുള്ള സ്ഥലനാമങ്ങൾ ചോളസാമ്രാജ്യത്തിന്റെ മായാത്ത ഓർമ്മകളായി ഇന്നും നിലനിൽക്കുന്നു.

ചോള, പാണ്ഡ്യരാജ്യങ്ങളുടെ പതനത്തിനുശേഷം സ്വാഭാവികമായും ചെറിയ ചെറിയ നാട്ടുരാജ്യങ്ങൾ ഉടലെടുത്തു. നാഞ്ചിനാടും ചില കാലങ്ങളിൽ ചെറിയ നാട്ടുരാജാക്കന്മാരാണ് ഭരിച്ചിരുന്നത്. അക്കൂട്ടത്തിൽപ്പെട്ട നാട്ടുരാജാക്കന്മാരായിരുന്നു നാഞ്ചിൽകുറവന്മാർ.

1262 വരെ നാഞ്ചിനാടുൾപ്പെടെയുള്ള തെക്കൻ തിരുവിതാംകൂർ ഭരിച്ചിരുന്നത് സുന്ദരചോളപാണ്ഡ്യനായിരുന്നുവെന്ന് ശുചീന്ദ്രത്തെയും രാജേന്ദ്രചോളേശ്വരത്തെയും രേഖകൾ സൂചിപ്പിക്കുന്നു. ഇദ്ദേഹം ശുചീന്ദ്രം പിടിച്ചെടുത്ത് സുന്ദരചോളചതുർവേദിമംഗലമാക്കി. തിരുവിതാംകൂറിനെ നിരന്തരം ശല്യപ്പെടുത്തിക്കൊണ്ടിരുന്ന ചോളരാജാക്കന്മാരിൽ അവസാനത്തെ രാജാവായിരുന്നു ഇദ്ദേഹം.

13-ാംനൂറ്റാണ്ടിന്റെ അവസാനം ജയസിംഹരാജാവ് നാഞ്ചിനാടിന്റെ ഒരുഭാഗം പിടിച്ചടക്കി. അദ്ദേഹത്തിന്റെ മകനായ രവിവർമ്മ (1299-1314) നാഞ്ചിനാട് പൂർണ്ണമായും കൈവശമാക്കി. രവിവർമ്മയുടെ മരണശേഷമാണ് നാഞ്ചിനാട് കുറവന്മാരുടെ ഭരണത്തിൻകീഴിലാവുന്നത്.

നാഞ്ചിക്കുറവന്മാരുടെ ഭരണത്തെക്കുറിച്ച് വിശ്വസനീയമായ ചരിത്രം ലഭ്യമല്ല. ഐതീഹ്യങ്ങളിലൂടെയും പുരാവൃത്തങ്ങളിലൂടെയുമാണ് അവർ തങ്ങളുടെ സാന്നിധ്യം അറിയിക്കുന്നത്. ഇവരെക്കുറിച്ചുള്ള കഥകൾ പലതാണെങ്കിലും - സ്റ്റേറ്റ് മാന്വലിൽ നാഗമയ്യ നാഞ്ചിക്കുറവന്മാരുടെ കഥ വിശദമായി പറയുന്നുണ്ട്.

പനനാരുകൊണ്ട് വട്ടിയും കുട്ടയുമൊക്കെ നിർമ്മിച്ചുവിൽക്കുന്ന നായാടിയായ കൊങ്ങിക്കുറവൻ രാജാവായ കഥ. ഭൂതപ്പാണ്ടിക്കടുത്തുള്ള തടുഗമലയിൽ പനനാരുകൾ ശേഖരിക്കുന്നതിനിടയിൽ ഇരുമ്പ് സ്വർണ്ണമാക്കുന്ന വിദ്യ അയാൾക്ക് ലഭിച്ചു. ഈ വിദ്യ ഉപയോഗിച്ച് അടുത്തുള്ള ഒരു ഗ്രാമം സ്വന്തമാക്കുകയും കുറവന്മാരുടെ രാജാവാകുകയും ചെയ്തു. ക്രമേണ ശുചീന്ദ്രത്തെയും കന്യാകുമാരിയിലെയും ഗ്രാമങ്ങൾ ഇയാളുടെ അധീനതയിലായി. 35 വർഷം കൊങ്ങിക്കുറവൻ ഈ രണ്ട് താലൂക്കുകളും ഭരിച്ചുവെന്നാണ് നാഗമയ്യ രേഖപ്പെടുത്തിയിട്ടുള്ളത്.

കൊങ്ങിക്കുറവന്റെ മകൻ ബൊമ്മയ്യകുറവനും ജനക്ഷേമതൽപ്പരനായ രാജാവായിരുന്നു. പതിനായിരം കാലാളും നൂറ് ആനകളുമുള്ള ഒരു സൈന്യം അയാൾ സ്വരൂപിച്ചു. കൃഷിയിടങ്ങളെല്ലാം

യഥേഷ്ടം കൃഷിചെയ്യാൻ കൃഷിക്കാർക്ക് വിട്ടുകൊടുത്തു. സമൃദ്ധമായിരുന്നു കുറവരാജ്യം.

ബൊമ്മയ്യകുറവന്റെ മകനാണ് നാഞ്ചിക്കുറവൻ. ഈ രാജാവും ശക്തിശാലിയായിരുന്നു. രാജ്യത്ത് ബുദ്ധിശാലികളും സാമൂഹിക അംഗീകാരവുമുണ്ടായിരുന്നവരുമായ വെള്ളാളജാതിയിൽപ്പെട്ട ഒരാളെക്കൊണ്ട് തന്റെ മകളെ വിവാഹം കഴിപ്പിക്കാൻ അയാൾ ആഗ്രഹിച്ചു. ബുദ്ധിമാനായ പെരിയവീട്ട് മുതലി എന്ന വെള്ളാളപ്രഭു രാജകോപം ഒഴിവാക്കാൻ ഗത്യന്തരമില്ലാതെ തന്റെ മകനെക്കൊണ്ട് നാഞ്ചിക്കുറവന്റെ മകളെ വിവാഹംകഴിപ്പിക്കാമെന്ന് സമ്മതിച്ചു. പക്ഷേ, പെരിയവീട്ട് മുതലി വലിയൊരു ചതിക്ക് തയ്യാറെടുക്കുകയായിരുന്നു. അങ്ങിനെ പെരിയവീട്ട് മുതലി രാജാവിന്റെ വിശ്വസ്തനായ മന്ത്രിയായി. വിവാഹദിവസം വെള്ളാളർ വിവാഹം നടന്ന കൽമണ്ഡപം വീഴ്ത്തി, കുറവരെയെല്ലാം കൊല്ലുന്നതോടെ കുറവവംശം അവസാനിക്കുന്നു. ഇതാണ് കുറവവംശത്തെക്കുറിച്ച് അറിയപ്പെടുന്ന കഥ. കുറവരാജാക്കന്മാർക്കുശേഷം കുറച്ചുകാലം പെരിയവീട്ട് മുതലി നാഞ്ചിനാട് ഭരിച്ചു. നാട്ടുക്കൂട്ടം എന്നറിയപ്പെട്ടിരുന്ന നാട്ടുകാരുടെ സമിതിക്കായിരുന്നു പരമാധികാരം.

കുറവവംശത്തിന്റെ ഉത്ഭവത്തെക്കുറിച്ചുള്ള മറ്റൊരു കഥ ഇങ്ങനെ. തെൻപാണ്ടിനാട്ടിലെ പാണ്ഡ്യരാജാവിന്റെ മകന് കലശലായ വയറുവേദന. പല ചികിത്സകളും നടത്തിയിട്ടും കുമാരന്റെ അസുഖത്തിന് ശമനമുണ്ടായില്ല. രാജാവ് സങ്കടത്തിലായി. തന്റെ മകന്റെ അസുഖം ഭേദമാക്കുന്നവർക്ക് രാജ്യത്തിന്റെ ഒരുഭാഗം ദാനമായി നൽകാമെന്ന് അദ്ദേഹം പ്രഖ്യാപിച്ചു. അപ്പോഴാണ് ലാടവൈദ്യനായ കൊനാങ്കിക്കുറവന്റെ വരവ്. കുറവൻ കുമാരന്റെ അസുഖം ചികിത്സിച്ച് ഭേദമാക്കി. സന്തുഷ്ടനായ രാജാവ് വാക്കുപാലിച്ചു. അങ്ങിനെ കുറവൻ രാജാവായി. കുറവവംശത്തിന്റെ ആരംഭവുമായി. വള്ളിയൂരായിരുന്നു തലസ്ഥാനം.

വേണാടർ

ചോളന്മാരുടെ ആക്രമണത്തെ ഫലപ്രദമായി തിരിച്ചടിച്ചത് വേണാട് രാജാവായ രാമവർമ്മകുലശേഖരനാണ്. യുദ്ധത്തിൽ ചോളസൈന്യം പരാജയപ്പെടുകയും നാഞ്ചിനാട് പ്രദേശങ്ങൾ ഉപേക്ഷിച്ചുപോവുകയും ചെയ്തു. അങ്ങനെ ആ പ്രദേശങ്ങൾ പാണ്ഡ്യരുടെ നിയന്ത്രണത്തിലായി. 8-ാംനൂറ്റാണ്ടുമുതലുള്ള പാണ്ഡ്യശാസനങ്ങളിൽ വേണാടിനെക്കുറിച്ച് സൂചനകളുണ്ട്. എങ്കിലും 12-ാം ശതകത്തിൽ കുലശേഖരന്മാരുടെ അസ്തമയത്തോടുകൂടിയാണ് വേണാട് രാഷ്ട്രീയമായി ശക്തിപ്രാപിക്കുന്നത്. സംഘകാലസാഹിത്യത്തിൽ വേണാട് എന്ന പരാമർശമില്ല എന്നതും ശ്രദ്ധേയമാണ്.

വേണാടിന്റെ ഉൽപ്പത്തിയെക്കുറിച്ച് ചരിത്രകാരന്മാരുടെ അഭിപ്രായങ്ങൾ പലതാണ്. വേണാടിന്റെ പൂർവികരെ 'ആയ്‌വേൾ,' 'വേൾആയ്' എന്നിങ്ങനെ സംഘകാലകൃതികളിൽ പരാമർശിച്ചിട്ടുണ്ട്. സംഘകാലത്ത് 'വേൾനാട്' തമിഴകത്ത് ഉൾപ്പെട്ടിരുന്നുവെന്ന് അക്കാലത്തെ കൃതികളിൽ സൂചിപ്പിക്കുന്നു. AD 311-ൽ വീരകേരള വർമ്മ കുലശേഖരപെരുമാളായി സ്ഥാനാരോഹണം ചെയ്തുവെന്നും തിരുവിതാംകോടിനടുത്തുള്ള വീരകേരളപുരമായിരുന്നു തലസ്ഥാനമെന്നും ശങ്കുണ്ണിമേനോൻ രേഖപ്പെടുത്തുന്നു. 9-ാം ശതകത്തിന്റെ ആരംഭംവരെ തിരുവനന്തപുരവും അതിന് തെക്കുള്ള പ്രദേശങ്ങളും ആയ്‌രാജ്യത്തിൽപ്പെട്ടതായിരുന്നല്ലോ. 14-ാം ശതകം വരെ തിരുവിതാംകോട് രാജകുടുംബമോ, രാജാവോ ഉണ്ടായിരുന്നില്ല എന്നതും ഓർക്കണം.

തരീസാപ്പള്ളി ശാസനത്തിൽ (AD 849) പരാമർശിക്കുന്ന അയ്യനടി തിരുവടികളായിരുന്നു വേണാട്ടിലെ ആദ്യത്തെ ഭരണാധികാരി. അറിയപ്പെടുന്ന അടുത്ത ഭരണാധികാരിയാവട്ടെ AD 974-ലെ മാമ്പള്ളിപ്പട്ടയവുമായി ബന്ധപ്പെട്ട ശ്രീവല്ലഭൻകോതയും. ശ്രീവല്ലഭൻ കോതയ്ക്കുശേഷം ഭരണത്തിൽ വന്നത് ഗോവർദ്ധന മാർത്താണ്ഡവർമ്മയായിരുന്നു (990-1015 AD).

12-ാം ശതകത്തിൽ രാമവർമ്മ കുലശേഖരനിലൂടെയാണ് വേണാട് ഒരു സ്വതന്ത്രരാജ്യമായി അറിഞ്ഞത്. അദ്ദേഹത്തെ വേണാട് രാജവംശത്തിന്റെ സ്ഥാപകനായി കരുതാം. കുലോത്തുംഗചോളന്റെ കേരള ആക്രമണത്തിനെതിരായി യുദ്ധംചെയ്ത് ചോളസൈന്യത്തെ തുരത്തി. നാഞ്ചിനാട് പ്രദേശങ്ങൾ പാണ്ഡ്യരുടെ നിയന്ത്രണത്തിൽ ഉപേക്ഷിച്ച് ചോളർ പിൻവാങ്ങിയ സംഭവം നേരത്തേ സൂചിപ്പിച്ചിട്ടുണ്ട്. പുത്രനുവേണ്ടി രാജ്യഭാരംഒഴിഞ്ഞ ശേഷം രാമവർമ്മ ഇരണിയിൽ കൊട്ടാരത്തിൽവച്ച് ചരമമടഞ്ഞു എന്നാണ്

അയ്യനടിതിരുവടികൾ

ഐതിഹ്യം. അദ്ദേഹത്തിന്റെ മകനായ കോതവർമ്മ (1102-1125) കോട്ടാറും നാഞ്ചിനാടും സമീപപ്രദേശങ്ങളും പാണ്ഡ്യരുടെ കൈയിൽനിന്നും പിടിച്ചെടുത്തു. തുടർന്ന് അധികാരത്തിൽവന്നത് വീരകേരളവർമ്മ എന്ന കോതകേരളവർമ്മ (AD 1125-1155) ശുചീന്ദ്രം ക്ഷേത്രത്തിന് ഭൂമിദാനം നൽകി.

നാഞ്ചിനാട്ട് കർക്കാട് എന്ന നൃപശേഖരനെല്ലൂരിൽപ്പെട്ട തെൻവടനെല്ലൂർനിലമാണ് ദാനമായി നൽകിയത് (ശുചീന്ദ്രം ശാസനം AD 1150). നാഞ്ചിനാട് കോതകേരളവർമ്മയുടെ ഭരണത്തിലായിരുന്നുവെന്നതിന് തെളിവാണ് ഈ ശാസനം. കൂടാതെ ശുചീന്ദ്രത്തെ 'വീരകേരളചതുർവേദിമംഗലം' എന്ന് നാമകരണവും ചെയ്തു. 12-ാംശതകത്തിന്റെ മദ്ധ്യത്തോടെ വേണാട് തെക്കൻ തിരുവിതാംകൂർപ്രദേശങ്ങളിൽ ആധിപത്യം സ്ഥാപിച്ചു.

സംഗ്രാമധീരൻ - കാന്തലൂർ ശാല ക്ഷേത്രത്തിലെ ശില്പം

തിരുനൽവേലി ജില്ലയിലെ വൈകക്കുളത്തുനിന്നുകിട്ടിയ വീരകേരളൻ വെള്ളി നാണയങ്ങൾ വീരകേരളവർമ്മയുടേതാണെന്ന് വിശ്വസിക്കാം. ഈ നാണയത്തിന്റെ ഒരുവശത്ത് ആനയുടേയും തോട്ടിയുടേയും ചിഹ്നവും 'വീരന്മാർക്ക് അങ്കുശമായുള്ളവൻ' എന്ന് അർത്ഥംവരുന്ന 'ശ്രീഗണ്ഡിരങ്കുശസ്യ' എന്ന വാക്യശകലവുമുണ്ട്. വീരകേരളവർമ്മയും കോതവർമ്മയും ഒരാൾതന്നെയെന്ന് സ്യാനന്ദൂരപുരാണസമുച്ചയം പറയുന്നു. തുടർന്നുവന്ന വീരരവിവർമ്മ(AD 1155-1165)യുടെ കാലത്തും നാഞ്ചിനാട് വേണാടിന്റെ അധീനതയിൽതന്നെയായിരുന്നു. ഇക്കാലത്ത് ഗ്രാമക്കൂട്ടങ്ങൾ സജീവമായി. രാജാവ് അവർക്ക് ഭരണപരമായ അംഗീകാരവും നൽകി. വേണാട് രാജാക്കന്മാരിൽ പ്രമുഖനായ രവിവർമ്മ കുലശേഖരൻ വേണാടിനെ ഒരു പ്രബല സൈനികശക്തിയായി ഉയർത്തി. ദക്ഷിണേന്ത്യയിലെ പല ഭാഗങ്ങളും കീഴടക്കി. 'സംഗ്രാമധീരൻ' എന്ന ബിരുദം സ്വീകരിച്ചു. 1312-ൽ പാണ്ഡ്യരെ തോൽപ്പിച്ച് ദക്ഷിണേന്ത്യയുടെ

ചക്രവർത്തിയായി അഭിഷേകം നടത്തി. പ്രതിഭാശാലിയും പണ്ഡിതനുമായിരുന്നു അദ്ദേഹം.

1516 മുതൽ 1535 വരെ രാജ്യം ഭരിച്ച ഭൂതലവീര മാർത്താണ്ഡവർമ്മയായിരുന്നു അടുത്ത രാജാവ്. പാണ്ഡ്യരിൽ നിന്ന് തിരുനെൽവേലിയുടെ ഭൂരിഭാഗവും പിടിച്ചെടുത്ത ഇദ്ദേഹം തലസ്ഥാനം കളക്കാട്ടെക്ക് മാറ്റി 'വെൻറുകൊണ്ട ഭൂതലവീരൻ', 'പുലിമാർത്താണ്ഡൻ' എന്നീ ബിരുദങ്ങൾ സ്വീകരിച്ചു.

15-ാംനൂറ്റാണ്ടിന്റെ ആദ്യപകുതിയിൽ വേണാട് പലശാഖകളായി പിരിഞ്ഞു. അതിൽ തൃപ്പാപ്പൂർ മൂപ്പനായ വേണാടിലെ ഇളമുറ രാജാവ് തിരുവിതാംകോട്ട് ഒരു കൊട്ടാരംപണിയിച്ച് താമസം അങ്ങോട്ടേക്ക് മാറ്റി. 16-ാംനൂറ്റാണ്ടിന്റെ അവസാനകാലത്ത് പത്മനാഭപുരത്ത് (കൽക്കുളം) ദർഭക്കുളം കൊട്ടാരം നിർമ്മിക്കുന്നതുവരെ അദ്ദേഹം തിരുവിതാംകോട്ടുതന്നെ താമസിച്ചു.

വിദേശആക്രമണങ്ങൾ-ചങ്ങാത്തങ്ങൾ

തിരുമലനായ്ക്കൻ നാഞ്ചിനാട് ആക്രമിച്ചത് രാമവർമ്മയ്ക്കുശേഷം രാജാവായ രവിവർമ്മ (1611-1663) യുടെ കാലത്താണ്. നായിക്വംശസ്ഥാപകനായ വിശ്വനാഥനായിക്കൻ 1553-ൽ പാണ്ഡ്യരാജാവിനെ കീഴ്പ്പെടുത്തി നാഞ്ചിനാടിന്റെ അതിർത്തിവരെയെത്തി. വേണാട് രാജാവിനെക്കൊണ്ട് മധുരയുടെ മേൽക്കോയ്മ അംഗീകരിപ്പിക്കുകയും സമ്പന്നമായ നാഞ്ചിനാടിനെ കൊള്ളയടിക്കുകയുമായിരുന്നു ലക്ഷ്യം. തിരുമലനായ്ക്കന്റെ സൈന്യം തുടർന്നും പലപ്രാവശ്യം നാഞ്ചിനാട് ആക്രമിച്ചതായും അരനൂറ്റാണ്ടോളം നാഞ്ചിനാട് അരാജകാവസ്ഥയിലായിരുന്നതായും കാണാം. നായ്ക്കന്റെ ആക്രമണത്തിൽ കഷ്ടത്തിലായ നാഞ്ചിനാട്ടിലെ പണ്ടാരപ്പാട്ടക്കൃഷിക്കാരുടെ നികുതിയെ സംബന്ധിച്ച് വേണാട് രാജാവ് കൊ.വ. 837-ൽ (AD 1662) പുറപ്പെടുവിച്ച നീട്ടിലാണ് ഈ ആക്രമണങ്ങളെക്കുറിച്ചുള്ള ആദ്യപരാമർശമുള്ളത്. 1634-ൽ ആദ്യആക്രമണമുണ്ടായി എന്ന് ഈ രേഖ പറയുന്നു. അന്ന് പൊന്മനയ്ക്കടുത്തുള്ള മംഗലത്തിനും മണക്കുടിക്കുമിടയ്ക്കുള്ള പ്രദേശം നാഞ്ചിനാടിന്റേതായിരുന്നു. AD 1694-ലെ ആക്രമണത്തിൽ ആ പ്രദേശങ്ങളും അഗസ്തീശ്വരം താലൂക്കിലെ കന്യാകുമാരി മുതൽ കൊട്ടാരംവരെയുള്ള ഭാഗങ്ങളും തിരുമല സർക്കാരിന്റെ ഉദ്യോഗസ്ഥഭരണത്തിൻകീഴിലായി. മണക്കുടിമുതൽ പൊറ്റയടിവരെ കെട്ടിയിരുന്ന അതിരുമതിലിന്റെ അവശിഷ്ടങ്ങൾ ദീർഘകാലം നിലനിന്നിരുന്നു. മലയാളം 8-9 നൂറ്റാണ്ടുകളിൽ കന്യാകുമാരി പാണ്ഡ്യഭരണത്തിലായിരുന്നു.

AD 1697-ൽ തിരുവിതാംകൂറിൽനിന്നുള്ള കപ്പം മുടങ്ങിയതിനെ തുടർന്ന് മധുരപ്പട ആരുവാമൊഴിവഴി കൽക്കുളത്തെത്തി കൽക്കുളം കോട്ട ഉപരോധിച്ചു. രാജസ്ഥാനത്തിനെതിരെ നിരന്തരം ഭീഷണി ഉയർത്തിയിരുന്ന മാടമ്പിമാരെ നശിപ്പിക്കാൻ തിരുവിതാംകൂർ രാജാവ് ഇത് അവസരമായിക്കണ്ട് രാജ്യത്തിനകത്തുള്ള വിരുദ്ധ ശക്തികളെ ഒഴിവാക്കാൻ സഹായിച്ചാൽ കൽക്കുളം ഉൾപ്പെടെ ചില പ്രദേശങ്ങൾ മധുരയ്ക്ക് നൽകാമെന്നും വാക്കുനൽകി. ഇതനുസരിച്ച് മധുരസൈന്യം ചില പ്രഭുക്കന്മാരെ പിടികൂടി വധിക്കുകയും ചിലർ ഓടിപ്പോവുകയും ചെയ്തു. എന്നാൽ തിരുവിതാംകൂറിന്റെ ചിന്ത വേറെയായിരുന്നു. രാജാവ് ഇതിനിടെ വലിയ ഒരു സൈന്യം ശേഖരിച്ച് മധുരയെ യുദ്ധത്തിൽ പരാജയപ്പെടുത്തി.

AD 1698-ൽ മധുരയിലെ രാജ്ഞിയായ മങ്കമ്മ തങ്ങൾക്കേറ്റ പരാജയത്തിന് പകരംവീട്ടാൻ ദളവ നരസപ്പയ്യന്റെ നേതൃത്വത്തിൽ തിരുവിതാംകൂർ ആക്രമിച്ചു. അയാൾ തിരുവിതാംകൂർ സൈന്യത്തെ പരാജയപ്പെടുത്തി ധാരാളം സുഗന്ധദ്രവ്യങ്ങളും ആഭരണങ്ങളും കൊള്ളയടിച്ച് തൃശ്ശിനാപ്പള്ളിയിലേക്ക് മടങ്ങി.

1635-ൽ രാമപ്പയ്യന്റെ നേതൃത്വത്തിലുള്ള മധുരപ്പട ഇരവിക്കുട്ടിപ്പിള്ള പടത്തലവൻ നയിച്ച വേണാടു സൈന്യത്തെ കണിയാങ്കുളം യുദ്ധത്തിൽ തോൽപ്പിച്ചതായി 'രാമപ്പയ്യൻ അമ്മാനപ്പാട്ടും' ഇരവിക്കുട്ടിപ്പിള്ള അസാമാന്യധൈര്യത്തോടെ യുദ്ധംചെയ്ത് വീരചരമം പ്രാപിച്ചതായി 'ഇരവിക്കുട്ടിപ്പിള്ള പാട്ടും' പറയുന്നു.

തിരുവിതാംകൂർ രേഖകളിൽ മുകിലൻ (മുഗളൻ) എന്നൊരു ആക്രമണകാരിയെക്കുറിച്ചും പരാമർശമുണ്ട്. നവാബിന്റെ അപ്രഖ്യാപിത പടത്തലവനായിരുന്നത്രേ ഇയാൾ. ഉമയമ്മറാണിയുടെ ഭരണകാലത്ത് (1677–1684) ഇയാളുടെ നേതൃത്വത്തിലും അപ്രതീക്ഷിത ആക്രമണമുണ്ടായി. (AD 1680) തെക്കൻ തിരുവിതാംകൂർ പ്രദേശങ്ങളെ തന്റെ കുതിരപ്പട്ടാളവുമായെത്തി ഇയാൾ ആക്രമിച്ചു കൊള്ളയടിച്ചു. കാര്യമായ എതിർപ്പൊന്നുംകൂടാതെ അയാൾ തിരുവനന്തപുരംവരെ എത്തി മണക്കാട് തമ്പടിച്ചു. അന്ന് മണക്കാട് തിരുവനന്തപുരം നഗരപരിധിക്കു പുറത്തായിരുന്നല്ലോ. ഇതോടെ തോവാള മുതൽ തിരുവനന്തപുരംവരെയുള്ള പ്രദേശങ്ങൾ ഇയാളുടെ വരുതിയിലായി. കോട്ടയം കേരളവർമ്മയാണ് ഈ ആപത്തിൽനിന്നും തിരുവിതാംകൂറിനെ രക്ഷിക്കാനെത്തിയത്. ഉമയമ്മറാണി കേരളവർമ്മയെ ദത്തെടുത്ത് ഹിരണ്യസിംഹനല്ലൂർ അഥവാ ഇരണിയൽ രാജകുമാരൻ എന്ന പേര് നൽകി. അദ്ദേഹം മുകിലനെ തോവാളവരെ തുരത്തുകയും തിരുവട്ടാർവച്ചുണ്ടായ യുദ്ധത്തിൽ മുകിലനെ പരാജയപ്പെടുത്തി വധിക്കുകയും ചെയ്തു. മരത്തിൽ കൂടുകൂട്ടിയിരുന്ന കടന്നലുകൾ യുദ്ധത്തിനിടയിൽ ഇളകി മുകിലനെ

ആക്രമിച്ചുവെന്നും അങ്ങനെ കുതിരപ്പുറത്തുനിന്നും താഴെവീണ അയാളെ തിരുവിതാംകൂർസൈന്യം വധിച്ചുവെന്നുമാണ് ശങ്കുണ്ണി മേനോൻ രേഖപ്പെടുത്തിയിട്ടുള്ളത്. (തിരുവിതാംകൂർ ചരിത്രം. പുറം 90)

ആദിത്യവർമ്മ (1718-1721) ആയിരുന്നു രവിവർമ്മയുടെ പിൻഗാമി. കുടിയാന്മാർ ഉദ്യോഗസ്ഥരുടെ അതിക്രമങ്ങളെക്കുറിച്ച് കൽക്കുളം കൊട്ടാരത്തിലെത്തി രാജാവിനെ മുഖംകാണിച്ച് പരാതി ബോധിപ്പിച്ചെങ്കിലും പരിഹാരമൊന്നുമുണ്ടായില്ല. അവർ വലിയൊരു സംഘമായി തിരുവനന്തപുരത്തെത്തി പത്മനാഭസ്വാമി ക്ഷേത്രത്തിന്റെ പടിഞ്ഞാറെ നടയിൽ ചെങ്കൊടിനാട്ടി യോഗക്കാരോട് തങ്ങളുടെ സങ്കടമുണർത്തിച്ചു. ഇതുകൊണ്ടൊന്നും നാഞ്ചിനാട്ടെ കുടിയാന്മാരുടെ പ്രശ്നങ്ങൾക്ക് പരിഹാരമുണ്ടായില്ല. പിന്നീടുവന്ന രാമവർമ്മയുടെ (1721-1729) കാലത്തും നാഞ്ചിനാട്ടെ കുടിയാന്മാരുടെ പ്രശ്നങ്ങൾ പരിഹരിക്കപ്പെടാതെ തുടർന്നു. കുടിയാന്മാരും രാജാവിന്റെ ഉദ്യോഗസ്ഥരും തമ്മിൽ നിരന്തരം ഏറ്റുമുട്ടലുകളുണ്ടായി. 1723-ൽ ഇദ്ദേഹം ഈസ്റ്റിന്ത്യാകമ്പനിയുമായി ഒരു ഉടമ്പടിയുണ്ടാക്കുകയും ബ്രിട്ടീഷുകാർക്കുവേണ്ടി കുളച്ചൽ ഒരു കോട്ടനിർമ്മിച്ചുനൽകാമെന്ന് സമ്മതിക്കുകയും ചെയ്തു. 1723 ഏപ്രിലിൽ ഇംഗ്ലീഷ് ഈസ്റ്റിന്ത്യാകമ്പനിയുമായി, വേണാട് യുവരാജാവായിരുന്ന മാർത്താണ്ഡവർമ്മയാണ് ഉടമ്പടിയിൽ ഒപ്പുവച്ചത്. യോഗക്കാർക്കും പിള്ളമാർക്കും എതിരായുള്ള യുദ്ധത്തിന് ശക്തി പകരാനായിരുന്നു

അനിഴംതിരുനാൾ മാർത്താണ്ഡവർമ്മ - തക്കല നീലകണ്ഠസ്വാമി ക്ഷേത്രത്തിലെ ശില്പം

ഈ സൗഹൃദം. വേണാട്ടിലെ മാടമ്പിമാരെ അമർച്ചചെയ്യുന്നതിന് 1726-ൽ രാമവർമ്മ മധുരനായ്ക്കന്മാരുടെ മേൽക്കോയ്മ അംഗീകരിച്ച് വർഷം 3000 രൂപ കപ്പംനൽകാമെന്ന് സമ്മതിക്കുന്ന ഉടമ്പടിയിലും ഒപ്പുവച്ചു.

മാർത്താണ്ഡവർമ്മ തിരുവിതാംകോടിന്റെ ഭരണം ഏറ്റെടുത്തപ്പോൾ രാജ്യത്തെ രാഷ്ട്രീയ, സാമൂഹിക, സാമ്പത്തികരംഗങ്ങൾ ആകെ കലുഷിതമായിരുന്നു. രാജ്യകാര്യങ്ങളിൽ എതിർത്തുനിന്ന മാടമ്പിമാരെയും യോഗക്കാരെയും നിലയ്ക്കുനിർത്തുന്നതിനായി തന്റെ മുൻഗാമികളിൽ ചിലരെപ്പോലെ അദ്ദേഹവും വിദേശശക്തികളുടെ കൂട്ടുപിടിച്ചു. രാജ്യത്തിന്റെ കിഴക്കനതിർത്തിയിലുണ്ടായ ഗുരുതരമായ ആഭ്യന്തരപ്രശ്നങ്ങൾ നേരിടുന്നതിനിടയിൽ ആർക്കാട് നവാബിന്റെ ബന്ധുക്കളായ ചന്ദ്രാസാഹിബും ബഡാസാഹിബും 1740-ൽ നാഗർകോവിലും ശുചീന്ദ്രവും കോട്ടാറും ആക്രമിച്ചതും പ്രശ്നങ്ങൾ വഷളാക്കി. ആരുവാമൊഴി കടന്നെത്തിയ അവർ ശുചീന്ദ്രം ക്ഷേത്രം കൊള്ളയടിച്ച് ധാരാളം നഷ്ടങ്ങളുണ്ടാക്കി. രാമയ്യൻദളവയുടെ നേതൃത്വത്തിൽ തിരുവിതാംകൂർസൈന്യം അവരെ എതിരിട്ടെങ്കിലും തുടക്കത്തിൽ പരാജയമായിരുന്നു ഫലം. രാമയ്യൻ അവർക്ക് ഒരു വലിയ തുക നൽകി മടക്കി അയച്ചു. പ്രശ്നങ്ങൾ അതുകൊണ്ടു തീർന്നില്ല. തുടർന്ന് 1752-ൽ തൃശ്ശിനാപ്പള്ളി ഗവർണ്ണറായിരുന്ന മുഡേമിയ തിരുവിതാംകൂറിന്റെ വകയായ കളക്കാടും വള്ളിയൂരും സമീപപ്രദേശങ്ങളും കൈയടക്കിയപ്പോഴും വലിയ തുക പാരിതോഷികമായി നൽകി തിരിച്ചയയ്ക്കേണ്ടിവന്നു. കർണ്ണാട്ടിക് നവാബിന്റെ ഗവർണ്ണറായ മഹഫൂസ്ഖാനായിരുന്നു അടുത്ത ഊഴം. അയാളുടെ കളക്കാട് ആക്രമണം അപ്പോൾ ചെറുക്കാനായില്ലെങ്കിലും പിൽക്കാലത്ത് കളക്കാട് കോട്ടയും അവരുടെ സൈനികരെയും കുതിരകളെയും പിടിച്ചെടുത്തുകൊണ്ട് ഖാനെ തുരത്തി.

അനിഴംതിരുനാൾ മാർത്താണ്ഡവർമ്മയുടെ കാലത്തുനടന്ന കുളച്ചൽയുദ്ധം പ്രസിദ്ധമാണ്. ഇംഗ്ലീഷ്ചരിത്രകാരന്മാർക്ക് ഡച്ചുകാരും തിരുവിതാംകൂറും തമ്മിൽ 1741 ആഗസ്റ്റ് മാസം 10-ാം തീയതി കുളച്ചലിൽവച്ച് നടന്ന യുദ്ധം താരതമ്യേന ചെറിയ ഒരു സംഭവമാണെങ്കിലും വിദേശനാവികശക്തിക്കെതിരെ ഒരു നാട്ടുരാജ്യത്തിന്റെ ചരിത്രപരമായ വിജയമായാണ് തിരുവിതാംകൂർ ചരിത്രകാരന്മാർ കുളച്ചൽയുദ്ധത്തെ ഇന്നും കണക്കാക്കുന്നത്. തന്റെ താൽപ്പര്യങ്ങൾക്ക് വിരുദ്ധമായി ഡച്ചുകാർ ഇളയിടത്ത് സ്വരൂപത്തിനെ സൈനികമായി സഹായിക്കാൻ മുതിർന്നതാണ് മാർത്താണ്ഡവർമ്മയെ പ്രകോപിപ്പിച്ചത്. അദ്ദേഹം ഡച്ചുകാരുടെ കച്ചവടകേന്ദ്രങ്ങൾ പിടിച്ചെടുത്തു. അവരുടെ കോട്ടകൾ ആക്രമിച്ചു.

കുളച്ചൽ യുദ്ധത്തിൽ പരാജിതനായ ഡിലനോയ് മാർത്താണ്ഡ വർമ്മയുടെ മുൻപിൽ കീഴടങ്ങുന്നു. പത്മനാഭപുരം കൊട്ടാരത്തിലെ ചിത്രം.

ഡച്ചുകാരുടെ ഒരു പീരങ്കിപ്പട സിലോണിൽനിന്ന് കുളച്ചൽ തുറമുഖത്ത് വന്നിറങ്ങിയതാണ് കുളച്ചൽയുദ്ധത്തിന്റെ ആരംഭം. അവർ നാട് കൊള്ളയടിച്ചുകൊണ്ട് കൽക്കുളത്തേക്ക് മുന്നേറി. വടക്കൻ ദിക്കുകളിലെ സൈനികനടപടികളിൽ തിരക്കിലായിരുന്ന തിരുവിതാംകൂർസൈന്യം തക്കസമയത്ത് തിരിച്ചെത്തുകയും ഡച്ചു സൈന്യത്തെ നേരിടുകയും ചെയ്തു. കുളച്ചൽവച്ചുനടന്ന ഗംഭീര യുദ്ധത്തിൽ മാർത്താണ്ഡവർമ്മയ്ക്കായിരുന്നു വിജയം. ഒട്ടേറെ പടക്കോപ്പുകൾ പിടിച്ചെടുത്തു. സൈനികരേയും തടവിലാക്കി. തടവിലാക്കിയ സൈനികരിൽ ഡിലന്നോയിയായിരുന്നു പ്രധാനി. അദ്ദേഹം പിന്നീട് മാർത്താണ്ഡവർമ്മയുടെ വിശ്വസ്തനായി എന്നു മാത്രമല്ല, തിരുവിതാംകൂറിലെ സൈനികപരിശീലനത്തിനും യുദ്ധങ്ങൾക്കും നേതൃത്വം നൽകി എന്നതും ശ്രദ്ധേയമാണ്. ക്രമേണ അദ്ദേഹം തിരുവിതാംകൂറിന്റെ വലിയ കപ്പിത്താനായി. കുളച്ചൽയുദ്ധത്തിലെ പരാജയത്തോടെ തിരുവിതാംകൂറിന് വേണ്ടിയുള്ള ഡച്ചു സ്വപ്നം പൊലിഞ്ഞു.

കാര്യപ്രാപ്തിയുള്ളവനും സൗമ്യനുമായിരുന്നു ധർമ്മരാജാവ് എന്നറിയപ്പെട്ടിരുന്ന രാമവർമ്മരാജാവ്. പക്ഷേ അദ്ദേഹത്തിനു

ശേഷം അഭിഷേകം ചെയ്യപ്പെട്ട ബാലരാമവർമ്മയാകട്ടെ, ദുർബല നായിരുന്നു. സ്വാഭാവികമായും രാജ്യഭരണം കൊട്ടാരത്തിലെ ഉപ ജാപകവൃന്ദത്തിന്റെ കൈകളിലായി. ധർമ്മരാജാവിന്റെ വിശ്വ സ്തനും ശക്തിയുമായിരുന്ന വലിയ ദിവാൻജി രാജാ കേശവദാ സന് വിലക്ക് നീട്ട് (ഉദ്യോഗത്തിൽനിന്ന് പിരിച്ചുവിടൽ ഉത്തരവ്) നൽകി. താമസിയാതെ അദ്ദേഹം അകാലചരമംപ്രാപിച്ചു. കേശവ ദാസനുശേഷം ജയന്തൻനമ്പൂതിരി സർവാധിക്കാര്യക്കാരായി. മാത്തുത്തരകനും ശങ്കരനാരായണൻ ചെട്ടിയും ഇദ്ദേഹത്തോടൊപ്പം ചേർന്നതോടെ ഈ ത്രിമൂർത്തികളുടെ ജനവിരുദ്ധഭരണം അസഹ്യ മായി. നാട്ടുപ്രമാണിമാരെ ഭീഷണിപ്പെടുത്തി വൻതുകകൾ കരമായി പിരിക്കുക ഇവരുടെ പതിവായി.

തലക്കുളം കാര്യക്കാരായിരുന്നു വേലുത്തമ്പി എന്ന് വിളിപ്പേ രുള്ള വേലായുധൻ ചെമ്പകരാമൻതമ്പി. ഇദ്ദേഹത്തോടും ഈ മൂവർസംഘം ഇരുപതിനായിരം പണം ആവശ്യപ്പെട്ടു. ആജന്മ യോദ്ധാവായിരുന്ന തമ്പിക്ക് ഇത് പൊറുക്കാനായില്ല. അധികാരി വർഗ്ഗത്തിന്റെ പിടിപ്പുകേടും അപകടവും മനസ്സിലാക്കിയ തമ്പി പണംനൽകാൻ മൂന്നുദിവസത്തെ സാവകാശം ആവശ്യപ്പെട്ടശേഷം നാട്ടിലെത്തി ഇരണിയൽകൊട്ടാരത്തിനുമുമ്പിൽ നാഞ്ചിനാട് നാട്ടു ക്കൂട്ടം വിളിച്ചുകൂട്ടി. "തമ്പുരാന്റെ കാര്യം വിചാരിപ്പാൻ ഇന്നാട്ടിൽ ഒരുത്തനും ഇല്ലാത്തതുപോലെ മറുനാട്ടിൽനിന്നു വന്നുപാർക്കുന്ന നമ്പൂതിരിക്ക് അടക്കി വലിയസർവ്വാധിയും ചെട്ടിശങ്കരനാരായണ പിള്ളയ്ക്കു അടക്കി വലിയമേലെഴുത്തും അവർക്ക് ബോധിച്ച പേർക്ക് രാജ്യത്തിൽ മറ്റു ഉദ്യോഗങ്ങളും കൊടുത്ത് കീഴിൽ ഇല്ലാത്ത ചട്ടവട്ടങ്ങൾഒക്കെയും തുടങ്ങി ജനങ്ങളെ അടിക്കയും പിടിച്ചുകെട്ടു കയും വാക്കുദോഷങ്ങൾ പറയുകയും കുടുംബങ്ങളിൽ കണ്ടുകെട്ടി കവർച്ച ഇടുവിക്കുകയും സ്ഥാനമാനങ്ങളില്ലാമൽ ചെയ്യിക്കുകയും കൽപ്പിക്കാതെയുള്ള കാര്യങ്ങൾ കൽപ്പിച്ച് നടത്തുകയും..." (ഇര ണിയലിൽവച്ച് നടത്തിയ സമരആഹ്വാനത്തിൽനിന്ന്) ഇതിനെ തിരായി നിലകൊള്ളാൻ വേലുത്തമ്പി ജനങ്ങളെ ആഹ്വാനം ചെയ്തു. ജനങ്ങൾ ഒരു സായുധവിപ്ലവത്തിന് തയ്യാറായെങ്കിലും തമ്പുരാനെതിരെ ഒന്നും ചെയ്തുകൂടെന്നും സഹനസമരമാണ് വേണ്ടതെന്നും തമ്പിക്കറിയാമായിരുന്നു.

1799-ൽ വേലുത്തമ്പിയുടെ നേതൃത്വത്തിൽ ആയിരക്കണക്കിന് സായുധരായ പ്രക്ഷോഭകാരികൾ നാഞ്ചിനാടുനിന്ന് തിരുവനന്ത പുരത്തേക്ക് യാത്രതിരിച്ചു. തങ്ങൾ കാലാകാലങ്ങളായി അനുഭവിച്ചു വന്നിരുന്ന അവകാശങ്ങൾ നിലനിർത്താൻ ഒരു സായുധവിപ്ലവ ത്തിനുതന്നെ അവർ തയ്യാറായിരുന്നുവെങ്കിലും തമ്പി സമാധാന ത്തിന്റെ പാതയാണ് തിരഞ്ഞെടുത്തത്.

തിരുവനന്തപുരത്ത് കോട്ടക്കുപുറത്ത് തടിച്ചുകൂടിയ പ്രജകളെക്കണ്ട് ഭയന്ന രാജാവ് ലഹളക്കാരുമായി ഒത്തുതീർപ്പിന് തയ്യാറായി. ശങ്കരൻനമ്പൂതിരിയെ പിരിച്ചുവിടുക, അയാളുടെ അനുയായികളായ ശങ്കരനാരായണൻ ചെട്ടിയെയും മാത്തുതരകനെയും ചെവിയറുത്ത് പരസ്യമായി ചാട്ടവാറുകൊണ്ട് അടിക്കുക, അന്യായമായ നികുതികൾ പിൻവലിക്കുക എന്നീ നിബന്ധനകൾ ബാലരാമവർമ്മ അംഗീകരിച്ചു. വിപ്ലവനേതാക്കളായ ചെമ്പകരാമൻപിള്ളയെ സർവ്വാധികാര്യക്കാരായും വേലുത്തമ്പിയെ മുളകുമടിശീലക്കാരനായും നിയമിച്ചു. ജയന്തൻ ശങ്കരൻനമ്പൂതിരി, ശങ്കരനാരായണൻചെട്ടി, മാത്തുതരകൻ എന്നീ രാജ്യദ്രോഹികളായ മന്ത്രിമാർക്കെതിരായി വേലുത്തമ്പി നയിച്ച പ്രക്ഷോഭണമാണ് തിരുവിതാംകൂറിലെ രാഷ്ട്രീയസമരങ്ങളിൽ ആദ്യത്തേത് (ശ്രീധരമേനോൻ, കേരള ചരിത്രം, പുറം 350). 1801-ൽ വേലുത്തമ്പിയെ ദളവയായി നിയമിച്ചു. ഭരണത്തിന്റെ ആദ്യകാലങ്ങളിൽ റസിഡന്റ് മെക്കാളെയുമായി തമ്പി സൗഹൃദത്തിലായിരുന്നു. രാജ്യത്തിന്റെ ആഭ്യന്തരഭരണകാര്യങ്ങളിൽ റസിഡന്റിന്റെ അനാവശ്യ ഇടപെടലുകൾ കാരണം വേലുത്തമ്പി ക്രമേണ ബ്രിട്ടീഷ് അധികാരികളിൽനിന്ന് അകന്നു. തമ്പി ഇംഗ്ലീഷുകാർക്കെതിരായി സായുധവിപ്ലവം ആരംഭിച്ചു. ഈ സായുധ വിപ്ലവം ദയനീയമായി പരാജയപ്പെട്ടു. കീഴടങ്ങാനറിയാത്ത ആ ധീരയോദ്ധാവ് മണ്ണടിയിൽവച്ച് ആത്മഹത്യ ചെയ്തു.

വിഭജനം

തിരുവട്ടാർ ആദികേശവനും ശ്രീപത്മനാഭനും പള്ളികൊണ്ടിടം. പൂർവരാജധാനികളായ തിരുവിതാംകോടും കൽക്കുളവും ഇരണിയലും ഒപ്പം തിരുവനന്തപുരവും സ്ഥിതിചെയ്തിരുന്ന തെക്കൻ തിരുവിതാംകൂറിന്റെ സാംസ്കാരികപ്പെരുമ വേരോടിയ ഭൂമി. ആ ഭൂമി രണ്ടായി മുറിച്ചുമാറ്റിയപ്പോൾ അവിടത്തെ പഴയ തലമുറയ്ക്കുണ്ടായ നൊമ്പരം ഇന്നും അവസാനമില്ലാതെ തുടരുന്നു.

1956 നവംബർ ഒന്നാം തീയതി ഭാഷാടിസ്ഥാനത്തിൽ ഇന്ത്യയിൽ 14 സംസ്ഥാനങ്ങൾ നിലവിൽ വന്നപ്പോൾ കേരളത്തിന് നഷ്ടപ്പെട്ടത് അഗസ്തീശ്വരം, തോവാള, കൽക്കുളം, വിളവൻകോട്, എന്നിങ്ങനെ തെക്കൻ തിരുവിതാംകൂറിലെ നാലു ജില്ലകളാണ്. കൂട്ടത്തിൽ പ്രധാനം ഊട്ടിവളർത്തിയ നാഞ്ചിനാട് തന്നെ. തോവാള, അഗസ്തീശ്വരം എന്നീ താലൂക്കുകളും കൽക്കുളത്തിന്റെ കുറച്ച് ഭാഗവും ഉൾപ്പെട്ടതായിരുന്നല്ലോ നാഞ്ചിനാട്. കേരള സംസ്കാരത്തിന്റെയും ഭൂപ്രകൃതിയുടേയും തുടർച്ച, കാർഷികസമ്പത്തിന്റെ കലവറ ഇതൊക്കെയായിരുന്നു ഈ ദേശം. സാംസ്കാരിക സാമൂഹിക കാരണങ്ങളേക്കാൾ രാഷ്ട്രീയതാൽപര്യങ്ങളായിരുന്നു ഈ ഭാഗം

വയ്പിന്റെ പിന്നിലെന്ന് വസ്തുതകൾ സസൂക്ഷ്മം വിശകലനം ചെയ്യുന്നവർക്ക് മനസ്സിലാകും. തിരുവനന്തപുരം ജില്ലയിലെ പഴമക്കാർക്ക് ഇന്നും മാനസികമായി അംഗീകരിക്കാനാവാത്തതാണ് ഈ വിഭജനം. അനിഴംതിരുനാൾ മാർത്താണ്ഡവർമ്മയുടെ കാലത്ത് കൽക്കുളമായിരുന്നല്ലോ ഭരണതലസ്ഥാനം. ഭരണസൗകര്യത്തിനായി തലസ്ഥാനം തിരുവനന്തപുരത്തേക്ക് മാറ്റിയത് കാർത്തിക തിരുനാളാണ്. ഇതോടെ നാഞ്ചിനാട്ടിൽ വേരുകളുണ്ടായിരുന്ന, രാജകുടുംബത്തോട് വിധേയത്വം കാണിച്ചിരുന്ന നായന്മാരും തമ്പിവീടുകളും പാനപ്പിള്ളവീടുകളും കണക്ക് ചെമ്പകരാമന്മാരും കുഞ്ചുക്കൂട്ടം എന്നറിഞ്ഞിരുന്ന കാർത്തികതിരുനാളിന്റെ പ്രത്യേക സൈന്യത്തിൽപ്പെട്ടവരും തിരുവനന്തപുരത്ത് താമസമാക്കി. അക്കൂട്ടത്തിൽ ദിവാന്മാരും പടത്തലവന്മാരും ജഡ്ജിമാരും കൊട്ടാരം സേവകരുമൊക്കെയുണ്ടായിരുന്നു. അങ്ങനെയാണ് തെക്കൻതിരുവിതാംകൂറിലെ ധാരാളം പേർ തിരുവനന്തപുരത്ത് സ്ഥിരംതാമസമാക്കിയത്. ഇവരിൽ ഭൂരിഭാഗം പേരുടേയും കൃഷിസ്ഥലങ്ങൾ തെക്കൻതിരുവിതാംകൂറിൽത്തന്നെയായിരുന്നു. ആ ഭൂമിയാണ് ഭാഷയുടെ പേരിൽ വിഭജിക്കപ്പെട്ടുപോയത്. രാഷ്ട്രീയമായി കന്യാകുമാരി ജില്ല തമിഴ്നാട്ടിൽപെട്ടു എങ്കിലും തെക്കൻ തിരുവിതാംകൂർകാർക്ക് ഈ ജില്ലയോടുള്ള ബന്ധം വൈകാരികവും സാംസ്കാരികവും സാമൂഹികവുമൊക്കെയാണ്.

കന്യാകുമാരി ജില്ല തമിഴ്നാടിനോട് ചേരാനിടയായ സാഹചര്യങ്ങളും കാരണങ്ങളും പലതായിരുന്നു. കാലാകാലങ്ങളിൽ അന്നാട്ടിലെ സാധാരണക്കാർ ഉയർത്തിയ ആവശ്യങ്ങൾ പരിഹരിക്കാൻ അധികാരിവർഗ്ഗം വിമുഖതകാണിച്ചുവെന്നതും സത്യം. തമിഴ് സംസാരിക്കുന്ന പ്രദേശങ്ങളെ കൂട്ടിച്ചേർത്ത് ഒരു റവന്യൂജില്ലയാക്കണമെന്ന ആവശ്യം ന്യായമായിരുന്നു. ഇതിന് വഴങ്ങിയിരുന്നെങ്കിൽ വിഷയത്തിൽ തല്പരകക്ഷികളുടെ കൈകടത്തലുകൾക്ക് അവസരമുണ്ടാകുമായിരുന്നില്ല എന്ന് ചിന്തിക്കുന്നവരുമുണ്ട്.

കന്യാകുമാരി ജില്ലയായി മാറിയ പ്രദേശത്തെ സാധാരണജനങ്ങൾ ഭൂരിഭാഗവും നാടാർ, പരവർ, പുലയർ, പറയർ തുടങ്ങിയ ജാതിയിൽപ്പെടുന്നു. ഇവർ അധികവും തമിഴ്ഭാഷ സംസാരിക്കുന്നവരും. പക്ഷേ അധികാരിവർഗ്ഗത്തിൽപ്പെട്ടവർ ഏറിയകൂറും ഉയർന്ന ജാതിക്കാരും മലയാളം സംസാരിക്കുന്നവരുമായ നായന്മാരായിരുന്നുതാനും. തമിഴും മലയാളവും ചേർന്ന മിശ്രഭാഷ സംസാരിക്കുന്ന നാടാർ സമുദായക്കാരായിരുന്നു ഇവിടത്തെ തൊഴിലാളികളിൽ അധികവും. ഭാഷയ്ക്കുപരിയായി ജന്മി-തൊഴിലാളിബന്ധത്തിലെ അസ്വാരസ്യങ്ങളാണ് ഈ സമുദായങ്ങളെ തമ്മിൽ അകറ്റിയത്. കോടതികളിൽ

സവർണ്ണരായ വക്കീലന്മാർക്ക് നാലുകാലുള്ള കസേരയും മറ്റുള്ള വർക്ക് മൂന്നുകാലുള്ള കസേരയുമാണത്രെ നൽകിയിരുന്നത്. താണ ജാതിക്കാർ പ്രതികളായുള്ള കേസുകളുടെ വിചാരണ കോടതിക്ക് പുറത്തുവച്ചായിരുന്നു. കാർഷികരംഗത്തും ഔദ്യോഗികരംഗത്തു മുണ്ടായിരുന്ന സവർണ്ണമേധാവിത്വത്തിനെതിരെയാണ് ആദ്യം ശബ്ദമുയർന്നതെന്ന് പറയാം.

തിരുവിതാംകൂറിലെ ഭരണഭാഷ തമിഴിൽനിന്ന് മലയാളമാക്കി മാറ്റിയതും തമിഴ് സംസാരിക്കുന്നവരുടെ ശക്തമായ പ്രതിഷേധ ത്തിനിടയായി. തിരുവിതാംകൂറിൽ ഉത്തരവാദിത്തഭരണംവന്നപ്പോൾ തമിഴ്നാട് കോൺഗ്രസ്സിന് ക്യാബിനറ്റിൽ അർഹമായ പ്രാതിനിധ്യം നൽകാത്തത് വിഘടനവാദത്തിന് രാഷ്ട്രീയപിൻബലം വർദ്ധിപ്പിച്ചു. 1948-ലെ പട്ടം മന്ത്രിസഭയിൽ ക്രിസ്ത്യാനികൾ, ഈഴവർ, മുസ്ലീ ങ്ങൾ എന്നിവർക്ക് പ്രാധാന്യം നൽകിയിട്ടും തമിഴർക്ക് അർഹി ക്കുന്ന പ്രാധാന്യം ലഭിച്ചില്ല.

തെക്കൻതിരുവിതാംകൂറിൽ കമ്യൂണിസ്റ്റ് പാർട്ടിക്ക് പ്രത്യേക രാഷ്ട്രീയതാൽപ്പര്യമൊന്നുമില്ലാതിരുന്നതിനാൽ അവർ വിഭജ നത്തെ അനുകൂലിച്ചു. കൊച്ചിയിലെയും മലബാറിലെയും കോൺഗ്ര സുകാർക്ക് നാഞ്ചിനാട് പ്രദേശങ്ങളോട് വൈകാരികമായ അടുപ്പ മൊന്നും ഉണ്ടായിരുന്നില്ല. അതുകൊണ്ടുതന്നെ അവരും വിഭജനത്തെ പിൻതുണച്ചു. പട്ടംതാണുപിള്ളയുടെ പ്രാമാണ്യത്തിന് തടയിടുക എന്ന ഗൂഢഉദ്ദേശവും ഇതിനു പിന്നിലുണ്ടായിരുന്നു എന്നും പറ യപ്പെടുന്നു.

ഇനി, തെക്കൻതിരുവിതാംകൂറിലെ ചില പ്രദേശങ്ങൾ ചേർത്ത് കന്യാകുമാരിജില്ലയുണ്ടാക്കി തമിഴ്നാടിനോട് ചേർക്കാൻ നടത്തിയ നീക്കങ്ങളുടെ നാൾവഴി നോക്കാം.

തെക്കൻ തിരുവിതാംകൂറിലെ ചില പ്രദേശങ്ങൾ തമിഴ്നാടു മായി കൂട്ടിച്ചേർക്കുന്നതിനുള്ള സംഘടിതശ്രമം വളരെ പണ്ടേ തന്നെ തുടങ്ങിയതാണ്. ഇതിനായി പല സംഘടനകളുണ്ടായി. വിഘടനത്തിനായി ശ്രമിച്ചവരുടെ ആവശ്യങ്ങൾ പലതായിരുന്നെ ങ്കിലും ആ ശ്രമങ്ങൾ ഏകോപിപ്പിക്കാനും വിജയപ്രാപ്തിയിലെ ത്തിക്കാനും അവർക്ക് കഴിഞ്ഞു.

1910-ൽ തെക്കൻ തിരുവിതാംകൂറിലെ തമിഴ്വിഭാഗം, സമ്പന്നരും അധികാരിവർഗ്ഗത്തിൽപ്പെട്ടവരുമായ മലയാളം സംസാരിക്കുന്നവരുടെ പീഡനത്തിൽനിന്ന് തമിഴരെ രക്ഷിക്കുക എന്ന ഉദ്ദേശത്തോടെ തുട ങ്ങിയ സംഘടനയാണ് 'മലയാളി എതിർപ്പ് ഇയക്കം.' അരുമനായകം, പുലിപ്പണം ഇശക്കിമാടൻ, മോസസ് തുടങ്ങിയവരായിരുന്നു സംഘടനയുടെ സ്ഥാപകനേതാക്കൾ. അധികാരികളുടെ ശിക്ഷണ

നടപടികളിൽ പിടിച്ചുനിൽക്കാനാവാതെ ഈ സംഘടനയുടെ പ്രവർത്തനം വളരെവേഗം നിലച്ചു.

തിരുവിതാംകൂറിന്റെ ഭരണഭാഷ തമിഴായിരുന്നല്ലോ. 1923 ആയപ്പോഴേക്ക് രാജഭാഷ മലയാളമായി. തമിഴ്വിമോചനക്കാരെ ചൊടിപ്പിച്ച നടപടിയായിരുന്നു ഇത്. ഇതിനെതിരെ ശ്രീമൂലം പ്രജാസഭയിൽ 27-1-1924-ൽ പോൾ .വി. ഡാനിയേൽ ശക്തമായ പ്രതിഷേധം അറിയിച്ചു. തമിഴ്പ്രദേശങ്ങളുടെ പ്രതിനിധിയായിരുന്നു ഇദ്ദേഹം. താഴ്ന്നജാതിക്കാർക്കുണ്ടായിരുന്ന തീണ്ടായ്മയും പ്രതിഷേധങ്ങൾക്ക് ചൂടുപകർന്നു.

1928-ൽ തങ്ങളുടെ അവകാശസംരക്ഷണത്തിനായി തമിഴർ രൂപം കൊടുത്ത സംഘടനയാണ് വിടുതലൈകോൺഗ്രസ്. നെയ്യൂർ കാഞ്ചാംകുടി കുഞ്ഞൻനാടാരായിരുന്നു നേതൃത്വം നൽകിയത്. തിരുവിതാംകൂറിലെ മലയാളികളുടേയും ഇംഗ്ലീഷുകാരുടേയും പിടിയിൽനിന്ന് തമിഴരെ രക്ഷിക്കുക എന്നതായിരുന്നു ലക്ഷ്യം. കുടിയാന്മാരുടെ നെല്ലുവിളയുമ്പോൾ ജന്മിമാർ അത് കൊയ്തുകൊണ്ടു പോകുന്നത് ഈ സംഘടന തടഞ്ഞിരുന്നു.

ഭാഷാടിസ്ഥാനത്തിൽ നേരിടേണ്ടിവന്നിരുന്ന അവഗണനകൾക്കെതിരെ കവി പി. രാമസ്വാമിയുടെ നേതൃത്വത്തിൽ രൂപം കൊണ്ട സംഘടനയാണ് ഭാഷാസ്വാതന്ത്ര്യസമിതി. മനോന്മണീയം സുന്ദരൻപിള്ള, കവിമണി ദേശിഗവിനായകംപിള്ള, കെ.എൻ. ശിവരാജൻപിള്ള, ചിദംബരംപിള്ള എന്നിങ്ങനെ നാടക, കവിത, പത്രപ്രവർത്തനരംഗങ്ങളിൽ സജീവമായിരുന്ന പലരും തമിഴ്വിമോചനപ്രവർത്തനങ്ങൾക്ക് പിന്തുണയുമായെത്തി. 1945-ൽ സാം നതാനിയേലിന്റെ ശ്രമഫലമായി അഖിലതിരുവിതാംകൂർ തമിഴ്കോൺഗ്രസ് രൂപംകൊണ്ടു. ഇതിനോടൊപ്പംതന്നെ നാഞ്ചിൽ തമിഴ്കോൺഗ്രസ് എന്ന മറ്റൊരുസംഘടനയും ജന്മമെടുത്തു. 1945-ലെ ഐക്യകേരളവാദത്തെ എതിർത്തവരാണ് ഈ രണ്ടുസംഘടനകളും. തമിഴ് ഭൂരിപക്ഷപ്രദേശങ്ങളെ തമിഴ്നാടിനോട് ചേർക്കണമെന്നായിരുന്നു ഇവരുടെ ആവശ്യം. 1947-ലാണ് തിരുവിതാംകൂർ തമിഴ്നാട്കോൺഗ്രസ് രൂപംകൊണ്ടത്. മാർഷൽനേശമണിയായിരുന്നു നേതാവ്. അദ്ദേഹത്തിന്റെ ആവേശം ഒരുപടികൂടികടന്നതായിരുന്നു. കൽക്കുളം, വിളവൻകോട്, അഗസ്തീശ്വരം, തോവാള, നെയ്യാറ്റിൻകര, ചെങ്കോട്ട, ദേവികുളം എന്നിവിടങ്ങളിലെ തമിഴ് സംസാരിക്കുന്നവരെ ഒരുമിപ്പിക്കാനും കേരളസംസ്ഥാനത്തിൽനിന്ന് വിട്ട് തമിഴ്നാട്ടിൽ ചേരുന്നതിനുവേണ്ടിയുള്ള പോരാട്ടങ്ങൾ ആസൂത്രണം ചെയ്യാനും തിരുവിതാംകൂർ തമിഴ്കോൺഗ്രസിന് കഴിഞ്ഞു. ഭാഷാവികാരം ആളിക്കത്തിക്കാനുള്ള ശ്രമമായിരുന്നു അവരുടേത്. ആ ശ്രമങ്ങൾക്ക് ക്രമേണ ഫലം കണ്ടുതുടങ്ങി. 1947 ഒക്ടോബർ 8-ാംതീയതി അലൻ സ്മൃതി

മണ്ഡപത്തിൽവച്ച് നടന്ന സമ്മേളനത്തിൽ മലയാളിമേധാവിത്വത്തിൽ നിന്ന് തമിഴരെ മോചിപ്പിക്കുമെന്ന് നേശമണി പ്രതിജ്ഞ ചെയ്തു.

1928-ൽ എറണാകുളത്ത് കൂടിയ നാട്ടുരാജ്യപ്രജാസമ്മേളനത്തിൽ ഐക്യകേരളപ്രമേയം അംഗീകരിച്ചു. ഭാരതം സ്വതന്ത്രമാകുമ്പോൾ തിരുവിതാംകൂറും കൊച്ചിയും മലബാറും ചേർത്ത് കേരളത്തെ ഒരു പ്രത്യേക പ്രവിശ്യയായി പുനഃസംഘടിപ്പിക്കണം എന്നതായിരുന്നു ആവശ്യം. 1940 ആയപ്പോഴേക്ക് ഇന്ത്യയുടെ സ്വാതന്ത്ര്യം സുനിശ്ചിതമായി. 1946 ജൂലൈ 29-ാംതീയതി കൊച്ചിരാജാവായ കേരളവർമ്മ തിരുവിതാംകൂറും, കൊച്ചിയും, മലബാറും ചേർത്ത് കേരളസംസ്ഥാനം രൂപീകരിക്കുന്നതിൽ തന്റെ അനുകൂലനിലപാട് അറിയിച്ചു. 1947 ഏപ്രിലിൽ തൃശ്ശൂരിൽവച്ച് കെ. കേളപ്പന്റെ നേതൃത്വത്തിൽ ഐക്യകേരളസമ്മേളനം വിളിച്ചുകൂട്ടി.

തിരുവിതാംകൂർ, കൊച്ചി സംയോജനത്തിൽ തിരുവിതാംകൂർ പ്രാരംഭഘട്ടത്തിൽ എതിർപ്പുകൾ പ്രകടിപ്പിച്ചെങ്കിലും 1949 ജൂലൈ 1-ാം തീയതി തിരുവിതാംകൂർ മഹാരാജാവിന് രാജപ്രമുഖസ്ഥാനം നൽകിക്കൊണ്ട് തിരു-കൊച്ചി സംസ്ഥാനം രൂപംകൊണ്ടു. ടി.കെ. നാരായണപിള്ളയുടെ നേതൃത്വത്തിലായിരുന്നു ആദ്യത്തെ തിരു-കൊച്ചി മന്ത്രിസഭ അധികാരമേറ്റത്. തിരു-കൊച്ചി നിയമസഭയിലേക്ക് തിരഞ്ഞെടുപ്പ് നടക്കുകയും 1954 മാർച്ച് 17-ാം തീയതി പട്ടം താണുപിള്ളയുടെ നേതൃത്വത്തിൽ പി.എസ്.പി. മന്ത്രിസഭ അധികാരത്തിൽവരികയുമുണ്ടായി. പട്ടംതാണുപിള്ള മന്ത്രിസഭ ഒരുവർഷമായപ്പോൾ നിലംപതിച്ചു. 1956 ഫെബ്രുവരിയിൽ തമിഴ്നാട് കോൺഗ്രസിന്റെ പിന്തുണയോടെ പനമ്പള്ളി ഗോവിന്ദമേനോന്റെ നേതൃത്വത്തിൽ മന്ത്രിസഭയുണ്ടായെങ്കിലും അതിനും അൽപ്പായുസ്സായിരുന്നു. ഇതോടെ സംസ്ഥാനത്ത് പ്രസിഡന്റ് ഭരണം അനിവാര്യമായി.

ഭാഷാടിസ്ഥാനത്തിലുള്ള സംസ്ഥാന പുനഃസംഘടനാകമ്മിറ്റിക്ക് തിരുവിതാംകൂർ സന്ദർശിക്കാൻ തിരുവിതാംകൂറിലെ ആദ്യപ്രധാനമന്ത്രിയായിരുന്ന പട്ടംതാണുപിള്ള അനുമതി നൽകിയില്ല. കോൺഗ്രസ് അനുഭാവികളായ തമിഴർ സംസ്ഥാനം വിട്ടുപോകുന്നതും കമ്മ്യൂണിസ്റ്റ് പ്രാബല്യമുള്ള മലബാർ തിരുവിതാംകൂറിനോട് ചേർക്കുന്നതും താണുപിള്ള അനുകൂലിച്ചില്ല. അതോടൊപ്പം തിരുവിതാംകൂറിന്റെ നെല്ലറയായ നാഞ്ചിനാട് നഷ്ടപ്പെടുന്നതിലുള്ള അപകടത്തെക്കുറിച്ച് അദ്ദേഹം ബോധവാനുമായിരുന്നു. ഭാഷാടിസ്ഥാനത്തിലുള്ള സംസ്ഥാനവിഭജനമുണ്ടായാൽ തെക്കൻതിരുവിതാംകൂർ തമിഴ്നാടിനോട് ചേരേണ്ടിവരുമെന്നും അത് ആ പ്രദേശത്തെ തമിഴരല്ലാത്തവരെ പ്രതികൂലമായി ബാധിക്കുമെന്നും അദ്ദേഹത്തിനറിയാമായിരുന്നു. ക്രമേണ പട്ടത്തിന് സ്വന്തം പാർട്ടിക്കാരിൽനിന്ന് എതിർപ്പു

നേരിടേണ്ടിവന്നു. അങ്ങനെ കന്യാകുമാരി വിഭജനപ്രശ്നത്തിൽ 1948 ഒക്ടോബർ 22-ന് ആദ്യ മന്ത്രിസഭയ്ക്ക് രാജിവക്കേണ്ടിവന്നു.

1954 ആഗസ്റ്റ് 11-ാംതീയതി തമിഴ്പ്രദേശങ്ങളുടെ മോചനത്തിനായി തിരുവിതാംകൂർ തമിഴ്നാട് കോൺഗ്രസ് നടത്തിയ സമരം അക്രമാസക്തമായി. ഇതോടനുബന്ധിച്ചുനടന്ന ലാത്തിച്ചാർജ്ജിലും വെടിവയ്പിലും ആറുപേർ മരണമടഞ്ഞു. തുടർന്നുനടന്ന അക്രമണങ്ങൾക്കെതിരെ വീണ്ടും ഉണ്ടായ വെടിവയ്പ്പിൽ നാലുപേർകൂടി മരിച്ചു. സ്വന്തം പാർട്ടിക്കാരനായ കന്യാകുമാരി MLA അവതരിപ്പിച്ച അവിശ്വാസപ്രമേയം പാസ്സായതോടെ 1955 ഫെബ്രുവരി 14-ാം തീയതി പട്ടംതാണുപിള്ള മന്ത്രിസഭ രാജിവച്ചു.

പട്ടത്തിനുശേഷം തമിഴ്നാട് കോൺഗ്രസിന്റെ പിന്തുണയോടെ പനമ്പിള്ളി ഗോവിന്ദമേനോൻ മുഖ്യമന്ത്രിയായി. ഭാഷാടിസ്ഥാനത്തിലുള്ള വിഭജനത്തെ അനുകൂലിക്കാമെന്ന ഉറപ്പിന്മേലാണത്രേ പനമ്പള്ളിക്ക് തമിഴ്നാട് കോൺഗ്രസ് പിന്തുണ നൽകിയത്. പക്ഷേ തെക്കൻതിരുവിതാംകൂർ വിഭജനത്തിനുമുൻപ് പനമ്പള്ളിക്കും രാജിവച്ച് പുറത്തുപോകേണ്ടിവന്നു.

1956-ലെ സംസ്ഥാന പുനഃസംഘടനാനിയമപ്രകാരം തോവാള, അഗസ്തീശ്വരം, കൽക്കുളം, വിളവങ്കോട് എന്നീ നാലു താലൂക്കുകളും ചെങ്കോട്ട താലൂക്കിന്റെ ഒരുഭാഗവും തിരുവിതാംകൂർ-കൊച്ചിയിൽനിന്ന് വേർപെടുത്തി മദിരാശി സംസ്ഥാനത്തോട് ചേർത്തു. പകരം കാസർകോഡും മലബാർജില്ലയും തിരുക്കൊച്ചിയോടും ചേർത്തു. ഐക്യകേരളം എന്ന സ്വപ്നം അങ്ങിനെ 1956 നവംബർ 1-ാം തീയതി യാഥാർത്ഥ്യമായി. ഇതോടെ രാജഭരണത്തിന്റെ അവസാനത്തെ അടയാളമായ രാജപ്രമുഖസ്ഥാനവും നാഞ്ചിനാടും തിരുവിതാംകൂറിന് നഷ്ടപ്പെട്ടു.

നാഞ്ചിനാട്ടിലെ ന്യൂനപക്ഷമായ മലയാളികളുടെ അവകാശങ്ങൾ പൂർണ്ണമായും സംരക്ഷിക്കപ്പെടും എന്ന ഉറപ്പ് ആ ഭാഗങ്ങളെ തമിഴ്നാട്ടിലേക്ക് ചേർക്കുമ്പോൾ ഉണ്ടായിരുന്നുവെങ്കിലും ദ്രാവിഡ പാർട്ടികൾ അധികാരത്തിൽവന്നതോടെ ഉറപ്പുകൾ പാലിക്കപ്പെടാതെപോയി. മലയാളികൾ പല രംഗത്തുനിന്നും മാറ്റിനിർത്തപ്പെട്ടു. അവർ തമിഴ്നാട്ടിലെ രണ്ടാംകിട പൗരന്മാരായിമാറി. കന്യാകുമാരിക്കാകട്ടെ, തമിഴ്നാട് സർക്കാരിൽനിന്നു വേണ്ട പരിഗണന ലഭിച്ചുമില്ല.

■

കാർഷിക സംസ്കാരം

നായാട്ടിൽനിന്ന് നാഗരികതയിലേക്ക്

മുനിശ്രേഷ്ഠനായ അഗസ്ത്യന്റെയും മറ്റനേകം യോഗിവര്യന്മാരുടെയും സാന്നിദ്ധ്യംകൊണ്ട് പവിത്രമായ അഗസ്ത്യമല. ധാരാളം ഔഷധസസ്യങ്ങൾ, സ്വച്ഛന്ദം വിഹരിക്കുന്ന ആനക്കൂട്ടങ്ങൾ, കാട്ടരുവികൾ, വൻവൃക്ഷങ്ങൾ, പാറക്കൂട്ടങ്ങൾ. ജൈവസമ്പന്നവും സുന്ദരവുമായിരുന്നു പശ്ചിമഘട്ടത്തിന്റെ ഈ തെക്കെ അറ്റം. അവിടെ മനുഷ്യൻ മലമുകളിലെ കാടുകളിൽ വേട്ടയാടിയും കായ്കനികൾ ഭക്ഷിച്ചും അന്നന്നത്തെ വിശപ്പടക്കിയിരുന്നു. നായാടിയായ മനുഷ്യൻ കൃഷിചെയ്യാനും ധാന്യം സംഭരിച്ചുവയ്ക്കാനും ശീലിച്ചതിനെക്കുറിച്ചുള്ള പഴമ ഇങ്ങനെ.

അഗസ്ത്യമുനി - തിരുവനന്തപുരം നേപ്പിയർ മ്യൂസിയത്തിലെ ശില്പം

ഒരുദിവസം അവൻ മലയിറങ്ങി താഴ്വാരത്തിലെത്തിയത് അന്നത്തെ വിശപ്പടക്കാനായിരുന്നു. അപ്പോൾ മലയിൽ വറുതിയായിരുന്നിരിക്കണം. താഴ്വാരത്തിലെ ചതുപ്പുനിലത്തിൽ നിറയെ കാട്ടുപുല്ലുകൾ വളർന്നു നിൽക്കുന്നു. അടുത്തുള്ള കരയിലെ എലിമാളങ്ങളിൽ എലിയുണ്ടാവും. ധാന്യങ്ങളും കിഴങ്ങുകളും ഭക്ഷിച്ചു ജീവിക്കുന്ന എലിയുടെ മാംസത്തിന്റെ സ്വാദ് അവന് പരിചിതമാണ്. വിശപ്പടക്കാനുള്ള

തന്ത്രപ്പാടിനിടയിൽ കുത്തിത്തുരന്ന എലിമാളങ്ങൾക്കുള്ളിലെ കാഴ്ച അവനെ ശരിക്കും അതിശയിപ്പിച്ചു. ഭൂമിക്കടിയിലെ മാളങ്ങളിൽ ഭദ്രമായി സൂക്ഷിച്ചിരിക്കുന്ന ധാന്യശേരം. എല്ലാം വിളഞ്ഞതും മുഴുത്തതുമായ കാട്ടുനെൽമണികൾ. ഈ ശേഖരം മഴയും വെയിലും തണുപ്പുമേൽക്കാതെ ദീർഘകാലം കേടുകൂടാതെ സംരക്ഷിക്കുന്നത് മറ്റൊരു അത്ഭുതം. എത്ര സൂക്ഷ്മതയോടെയാണ് എലി തന്റെ മാളം നിർമ്മിച്ചിരിക്കുന്നത്! വിദഗ്ദ്ധനായ വാസ്തുശിൽപ്പിയെ പോലെ. ഒരു മാളത്തിലെ കരുതൽശേഖരം രണ്ട് ഇടങ്ങഴിയോളമുണ്ട് (ഒരു ഇടങ്ങഴി 4 നാഴി). പഞ്ഞമാസത്തിലേക്കുള്ള മുൻകരുതൽ. അന്നന്നുള്ള ഭക്ഷണം വേട്ടയാടി സമ്പാദിച്ചിരുന്ന നായാടിക്ക് നാളത്തേക്കുള്ള ഈ കരുതലിന്റെ കാഴ്ച ഒരു പുതിയ അറിവും അനുഭവവുമായി എന്നു മാത്രമല്ല എലിമാളങ്ങളിലെ തുടർച്ചയായ അന്വേഷണം കരുതൽ ഭക്ഷ്യശേഖരം എന്ന ആശയം അനുകരിക്കപ്പെടേണ്ടതാണെന്നും ബോദ്ധ്യമായി. പിൽക്കാലത്ത് ലോകത്തിലെ ഏറ്റവും മികച്ച ഭക്ഷണമായിമാറിയ ധാന്യമായിരുന്നു എലിമാളങ്ങളിൽ കണ്ടെത്തിയതെന്നസത്യം അവൻ അപ്പോൾ അറിഞ്ഞുമില്ല. അരി സ്വാദിഷ്ഠമായ ഭക്ഷണമാണെന്നും നെല്ല് ദീർഘകാലം കേടുകൂടാതെ സൂക്ഷിച്ചുവയ്ക്കാമെന്നും കാട്ടുനെല്ലിനെ മെരുക്കിയെടുത്ത് വീടിന്റെ ചുറ്റുവട്ടത്തുതന്നെ വിതച്ചു വീണ്ടും വീണ്ടും പുതിയ നെൽചെടികൾ വളർത്തി ആവശ്യത്തിന് കൊയ്തെടുക്കാമെന്നുമുള്ള അതിശയകരമായ അറിവാണ്, നായാടിയിൽനിന്ന് നാഗരികനിലേക്കുള്ള അവന്റെ മാറ്റത്തിന് തുടക്കം കുറിച്ചത്.

കാർഷികജീവിതത്തിന്റെ തുടക്കം നായാടിയുടെ പ്രാകൃത ജീവിതശൈലിയിൽ ഭാഗികമായ മാറ്റങ്ങൾ വരുത്തി. മലയുടെ വന്യതയിൽനിന്ന് താഴേക്കിറങ്ങിയ നായാടി അടിവാരത്ത് കണ്ടത് മനോഹരമായ കാഴ്ചകളാണ്. ചെറിയചെറിയ കുന്നുകൾ, അവയ്ക്കിടയിലെ ജലാശയങ്ങൾ, ഈർപ്പമുള്ള സമതലങ്ങൾ. വന്യമായ സാഹചര്യങ്ങളിൽനിന്ന് ശാന്തവും സ്വസ്ഥവുമായ ജീവിതത്തിലേക്കുള്ള യാത്ര. മൃഗങ്ങൾക്കുനേരേ ചൂണ്ടിയിരുന്ന ആയുധം അവൻ ഭൂമിക്കുനേരേ തിരിച്ചു. കുന്നിൻമുകളിലെ ശിലായുഗപാർപ്പിടങ്ങൾ ഉപേക്ഷിച്ച് ക്രമേണ സമതലത്തിലേക്കിറങ്ങി.

നെൽകൃഷിയുടെ പുരാവൃത്തം

മലയിറങ്ങിവന്ന് കഴിക്കുടിയിൽവിതച്ച വിത്തുകൾ മഹത്തായ ഒരു കാർഷികവൃത്തിയുടെ തുടക്കമാണെന്ന് അവൻ അപ്പോൾ അറിഞ്ഞില്ല. നാഞ്ചിനാടിന്റെ ഭാഗമായ കന്യാകുമാരിയുടെ പഴയപേരാണല്ലോ കഴിക്കുടി. ഉപ്പുകലർന്ന ചതുപ്പ് പ്രദേശമായിരുന്നു അത്.

കയ്പ്പാടെന്നാൽ ചതുപ്പ് എന്നും കഴി എന്നാൽ ചെളി എന്നുമാണർത്ഥം. കഴിക്കുടിക്ക് കൃഷിയോഗ്യമായ സ്ഥലം എന്നും അർത്ഥം കൽപ്പിക്കാം. നെൽകൃഷിക്ക് അനുയോജ്യവും പ്രകൃതിദത്തവുമായ പാടമായിരുന്നു ഇവിടം. കാർഷികോപകരണമായ തൂമ്പയുടെ കൈപിടിയും 'കഴി' എന്നാണല്ലോ അറിയപ്പെട്ടിരുന്നത്. നാഞ്ചിനാട് എന്ന സ്ഥലനാമങ്ങളെകുറിച്ചുള്ള അന്വേഷണങ്ങളെല്ലാം നെൽകൃഷിയിൽ എത്തിച്ചേരുന്നവയാണ്. ഈ സാഹചര്യത്തിൽ മനുഷ്യൻ ആദ്യമായി നെല്ല് കൃഷിചെയ്തത് കഴിക്കുടിയിലെ ചതുപ്പുനിലത്തിലായിരുന്നു എന്ന ഡോ. ശങ്കരൻനായരുടെ നിഗമനം കൂടുതൽ അന്വേഷണം അർഹിക്കുന്നു. (Nanchinadu Harbinger of Rice and Plough Culture in the Ancient World).

വിത്തുപാകി ചെടികൾ മുളപ്പിച്ച് വിളവെടുക്കാനും അത് ആഹാരമാക്കാനുമുള്ള വിദ്യ സ്വന്തമാക്കിയതോടെ വിശപ്പടക്കാനുള്ള നെട്ടോട്ടത്തിൽനിന്ന് അവന് ആശ്വാസംലഭിച്ചു. ജീവിതം മുൻകാലങ്ങളേക്കാൾ അപകടരഹിതവും സുരക്ഷിതവുമായി. ചതുപ്പുനിലങ്ങളിലെ കളകൾനീക്കി അവിടെ വിത്ത്പാകുന്നത് താരതമ്യേന ആയാസംകുറഞ്ഞ ജോലിയാണല്ലോ. അവിടെ പ്രത്യേക കൃഷിആയുധങ്ങളുടെ സഹായമൊന്നും ഉണ്ടായിരുന്നില്ല. ആദ്യകാലങ്ങളിൽ കൃഷിജോലികൾ സ്ത്രീകളെ ഏൽപ്പിച്ച് അവൻ വേട്ടയാടൽ തുടർന്നു. കൃഷിഭൂമിയിലെ അദ്ധ്വാനത്തിന് ഉചിതമായ ഫലം കിട്ടിത്തുടങ്ങിയതോടെ സ്ത്രീക്കൊപ്പം പുരുഷനും കൃഷിക്കാരനായി. ക്രമേണ മലമുകളിലെ പാർപ്പിടങ്ങൾ ഉപേക്ഷിച്ച് കൃഷിയിടങ്ങളുടെ കരയിൽ സ്ഥിരതാമസം തുടങ്ങി. കൃഷിയിടങ്ങൾക്കു സമീപത്തെ താമസം കൃഷിയിൽ കൂടുതൽ ശ്രദ്ധിക്കാൻ അവനെ സഹായിച്ചു. സ്വസ്ഥവും ചിട്ടയുമുള്ള ജീവിതം സ്വാഭാവികമായും വംശവർദ്ധനവേഗത്തിലാക്കിയതോടെ ഭക്ഷണസാധനങ്ങളുടെ ആവശ്യവുംകൂടി. ക്ഷാമകാലംവരുമെന്നും അന്നേക്ക് ഭക്ഷണം കരുതിവയ്ക്കണമെന്നും ഇപ്പോൾ അവനറിയാം. അങ്ങനെ കഴിക്കുടിയിലെ സ്വയംഭൂവായ കൃഷിയിടങ്ങൾ തികയാതെ വന്നപ്പോൾ പുതിയപുതിയ കൃഷിസ്ഥലങ്ങൾ അന്വേഷിച്ചു. അതിന് ഇളക്കമുള്ള മണ്ണും വെള്ളവും വേണം. പുഴക്കരയിലെ വെള്ളക്കെട്ടുള്ള പ്രദേശങ്ങളായിരുന്നു അടുത്ത ലക്ഷ്യം. ഇവിടെ പുൽച്ചെടികളും വൃക്ഷങ്ങളും വെട്ടിമാറ്റേണ്ടിവന്നു. അങ്ങനെ ഊരും വയലുകളും നാടുമൊക്കെ രൂപംകൊണ്ടു. കടൽത്തീരത്തെ പ്രകൃതിദത്തമായ പാടശേഖരങ്ങളായിരുന്നല്ലോ ആദ്യത്തെ നെൽവയലുകൾ. അവിടെ നിന്നുള്ള ഈ യാത്ര ഒരു തുടക്കം മാത്രമായിരുന്നു. ഇന്നും അവസാനിക്കാത്ത മനുഷ്യന്റെ കുടിയേറ്റങ്ങളുടെ കഥ തുടങ്ങുന്നത് ഇങ്ങനെയാണ്.

വെള്ളക്കെട്ടുള്ള നിലങ്ങളിൽ വിത്തുവിതയ്ക്കുന്നതിന് ആദ്യ സഹായി തന്റെ സന്തതസഹചാരിയായ 'കോൽ'തന്നെ. കോൽ തന്നെയായിരുന്നല്ലോ നായാടിയുടെ ആദ്യത്തെ ആയുധവും. മരങ്ങളിൽനിന്നും തങ്ങളുടെ കൈക്ക് ഇണങ്ങുന്ന ശിഖരങ്ങൾ മുറിച്ചെടുത്തായിരുന്നു കോലുകൾ ഉണ്ടാക്കിയത്. ഇതിന്റെ ഒരറ്റംകൂർപ്പിച്ചുവച്ചു. മൃഗങ്ങളെ വേട്ടയാടാനും വൃക്ഷങ്ങളിൽനിന്ന് കായ്കനികൾ പറിക്കാനും ഈ കോലുതന്നെയായിരുന്നു തുണ. കഴിക്കുടിയിലെ എലിമാളങ്ങൾ തുരക്കാൻ സഹായിച്ചതും ഈ കോൽ തന്നെ. മനുഷ്യന്റെ ആദ്യത്തെ കൃഷിആയുധമെന്ന ഖ്യാതിയും കോലിനുണ്ട്. കോലുകൊണ്ട് നിലത്തിലെ ചെളിയിൽ ഒരു ചെറിയ കുഴി കുത്തി. പിന്നെ അതിൽ വിത്തുവിതച്ചു. ഈ സമ്പ്രദായം പിൽക്കാലത്ത് കോൽകൃഷി എന്ന് അറിയാൻ തുടങ്ങി. കാലമേറെയായിട്ടും കോലും മനുഷ്യനും തമ്മിലുള്ള സൗഹൃദം ഇന്നും മാറ്റമില്ലാതെ തുടരുന്നു.

കൃഷിഭൂമിയുടെ ആവശ്യകത വെള്ളക്കെട്ടുള്ള നിലങ്ങൾകൊണ്ട് മതിയാകാതെ വന്നപ്പോഴാണ് ഈർപ്പം കുറഞ്ഞ മണ്ണിൽ കൃഷി ചെയ്യാനുള്ള ശ്രമംതുടങ്ങിയത്. അങ്ങനെ അവൻ കഴിക്കുടിയിൽ നിന്ന് നീങ്ങിയത് സമീപത്തെ തോവാള, അഗസ്തീശ്വരം എന്നിവിടങ്ങളിലേക്കാണ്. നനഞ്ഞ മണ്ണുള്ള നാടായിരുന്നു അത്. കൃഷിക്ക് ഉപയുക്തമായ നനഞ്ഞ മണ്ണുള്ള നാടാണ് നാഞ്ചിനാടായതെന്ന് പറയുന്നവരുമുണ്ട്. ഇത്തരത്തിലുള്ള കൃഷി പിൽക്കാലത്ത് നഞ്ചകൃഷി, പൊടിവിത, നീർവിത എന്നീപേരുകളിൽ അറിയപ്പെട്ടു. ഇവിടത്തെ ഈർപ്പംകുറഞ്ഞ് കട്ടിയുള്ള മണ്ണ് ഇളക്കാൻ കോലിന്റെ ബലവും മൂർച്ചയും മതിയാകാതെവന്നു. കുറച്ചുകൂടി മൂർച്ചയും ബലവുമുള്ള ആയുധംവേണം. ആ അന്വേഷണത്തിന്റെ ഫലമാണ് കൊഴുവിന്റെ രംഗപ്രവേശം. മൃഗങ്ങളെ അടിച്ചും എറിഞ്ഞും വീഴ്ത്തിയിരുന്നതും ഉയരമുള്ള മരങ്ങളിൽനിന്ന് കായ്കനികൾ എറിഞ്ഞുവീഴ്ത്തിയിരുന്നതും 'കൊണികൾ'കൊണ്ടാണ്. ആ കൊണികളാണ് കൊഴുവായി ഉപയോഗിച്ചുതുടങ്ങിയത്. കലമാൻകൊമ്പായിരുന്നു ആദ്യത്തെ കൊഴു. മാനുകൾ വസന്തകാലത്ത് കൊമ്പുപൊഴിക്കും. അപ്പോൾ അനുയോജ്യമായ കൊമ്പുകൾ ശേഖരിച്ചുവച്ചു. നാഞ്ചിനാട് ഉൾപ്പെടെയുള്ള തെക്കൻപ്രദേശങ്ങളിൽ ഈ ആയുധത്തെ വച്ചാരാധിക്കുന്ന പതിവുമുണ്ട്. കലമാൻകൊമ്പുകളിൽ ഈശ്വരചൈതന്യം ആവാഹിച്ച് വീടിനോട് ചേർന്നുള്ള ഇലങ്കങ്ങളിൽവച്ച് ആരാധിച്ചു. ഇവിടെ പണിയായുധങ്ങൾ വച്ച് പൂജിക്കുന്നതും പൂർവസംസ്കാരത്തിന്റെ ഭാഗമായി ഇന്നും തുടരുന്നു.

മനുഷ്യൻ മുഴുവൻസമയ കൃഷിക്കാരനായതോടെ കൃഷിക്കാരും കൃഷിയിടങ്ങളും വർധിച്ചു. അവൻ പുതിയപുതിയ കൃഷിയിടങ്ങൾ കണ്ടുപിടിച്ചു കുടിയേറുന്ന തിരക്കിലായി.

കലപ്പയുടെ കഥ

രാത്രികാലങ്ങളിൽ അനന്തമായ ആകാശത്തിലേക്ക് കണ്ണുംനട്ട് കിടന്നപ്പോൾ നക്ഷത്രസമൂഹങ്ങൾക്കിടയിൽ ചില നക്ഷത്രങ്ങൾ ചേർന്ന് ഒരുക്കിയ കലപ്പയുടെ രൂപം അവൻകണ്ടു. ആകാശത്ത് കിഴക്കുപടിഞ്ഞാറായി സപ്തർഷിമമണ്ഡലത്തിൽ നക്ഷത്രങ്ങൾ ചേർന്നുണ്ടാക്കിയ ആകാശക്കലപ്പയെക്കുറിച്ച് പണ്ട് ഗാർഗിമുനിയും (BC. 2400) പരാമർശിച്ചിട്ടുണ്ട്.

ആകാശക്കലപ്പയുടെ കിഴക്കുഭാഗത്തുള്ള കൈപ്പിടിയിൽ മരീചി മഹർഷിയും കൈപ്പിടിയുടെ വളഞ്ഞഭാഗത്ത് അരുന്ധതിയോടൊപ്പം വസിഷ്ഠമുനിയും അടുത്തായി ധ്രുവനും പിടിയുടെ പുറകിലായി അംഗിരസ്സും കലപ്പയുടെ ചതുരഭാഗത്തിന്റെ വടക്കുകിഴക്കായി അത്രി മഹർഷിയും അദ്ദേഹത്തിന്റെ കിഴക്കുഭാഗത്തായി പുലസ്ത്യ മഹർഷിയും പുലസ്ത്യന്റെ ചുവട്ടിൽ പുലഹനും കൊഴുവിന്റെ മുന യിൽ ക്രതുവും കുടികൊള്ളുന്നത്രെ. ആകാശക്കലപ്പയുടെ മനസ്സി ലുറച്ച ഈ രൂപമായിരിക്കാം പിൽക്കാല കലപ്പയുടെ മാതൃക.

ആകാശക്കലപ്പ

പുരാണങ്ങളിൽ ഉഴവുചാലിനെക്കുറിച്ചുള്ള പരാമർശം ഉണ്ടാ യത് ത്രേതായുഗത്തിലാണ്. ജനകമഹാരാജാവിന് ഉഴവുചാലിൽ നിന്നാണല്ലോ ഒരു പെൺകുഞ്ഞിനെ കിട്ടിയത്. അയോനിജയായ ഭൂമീപുത്രിയെ ജനകരാജാവ് സ്വന്തം പുത്രിയെപ്പോലെ വളർത്തി. "യാഗഭൂദേശം വിശുദ്ധ്യർത്ഥമായുഴുതപ്പോളേകദാ സിതാമദ്ധ്യേ കാണായി കന്യാരത്നം" എന്നാണ് സീതയെ തനിക്ക് ലഭിച്ചതി നെക്കുറിച്ച് ജനകൻ പറയുന്നത് (അദ്ധ്യാത്മരാമായണം. എഴുത്ത ച്ഛൻ). 'സിതാ' എന്ന വാക്കിനർത്ഥം ഉഴവ്ചാൽ എന്നാണല്ലോ. ഉഴവുചാലിൽനിന്ന് കിട്ടിയ മകളെ സീത എന്ന് നാമകരണം

ചെയ്തത് ഉചിതം. ഉഴവിന്റെയും ഐശ്വര്യത്തിന്റെയും ദേവതയായി സീതയെ കണക്കാക്കുന്നു. അങ്ങനെയെങ്കിൽ ഉഴവിന്റെ ആവിർഭാവം ത്രേതായുഗത്തിനും വളരെ മുൻപാണെന്ന് ഊഹിക്കണം.

അംഗസംഖ്യ കൂടിയതോടെ കൃഷി സുഗമവും ലാഭകരവും വേഗതയേറിയതുമാക്കുന്നതിന് നടത്തിയ അന്വേഷണങ്ങൾ കലപ്പയിലേക്കെത്തി. പല പരിവർത്തനങ്ങൾക്കും രൂപപരിണാമങ്ങൾക്കും ശേഷമാണ് കലപ്പ ഇന്നത്തെ രൂപത്തിലായത്. കാർഷിക ഉപകരണരംഗത്തെ ഏറ്റവും പ്രധാനവും മഹത്തരവുമായ കണ്ടെത്തലായിരുന്നു ഇത്.

ആദ്യകാലങ്ങളിൽ കലപ്പക്കുവേണ്ടിയും മനുഷ്യൻ മരത്തിന്റെ കൊമ്പുകളെതന്നെ ആശ്രയിച്ചു. ശ്രദ്ധയോടെ തെരഞ്ഞെടുത്ത് മുറിച്ച കവരിച്ച് വളഞ്ഞകമ്പ്, അതായിരുന്നു ആദ്യത്തെ ഉഴവുപകരണം. ശൂലാകൃതിയിലുള്ള അഗ്രത്തോടുകൂടിയ രണ്ടുകവരങ്ങളുള്ള വടിയായിരുന്നു ഇതും. ഒരു കവരം വടിയും കൂർത്തഭാഗം കൊഴുവും. ക്രമേണ കൊഴുവായി മാൻകൊമ്പോ കൂർത്ത എല്ലുകളോ പിടിപ്പിച്ചു. മഹാശിലായുഗത്തിന് മുൻപുള്ള കാലമായിരുന്നു അത്. പുതിയ ശിലായുഗത്തിൽ ഇരുമ്പ് കണ്ടുപിടിക്കപ്പെട്ടതോടെ, കൂടുതൽ മൂർച്ചയുള്ള കൃഷിയായുധങ്ങളുടെ വരവായി. തൂമ്പയായിരുന്നു കൂട്ടത്തിൽ പ്രധാനം. ചതുപ്പുനിലങ്ങളിലെ മണ്ണിളക്കാൻ കലപ്പ ഉപയോഗിക്കാനാവുമായിരുന്നില്ല. അവിടെയാണ് തൂമ്പ പ്രയോജനപ്പെട്ടത്. നുകത്തിന്റെ അറ്റത്ത് കൊഴുവിനുപകരമായി തൂമ്പ ഉപയോഗിച്ചു. കലപ്പയുടെ ആദിമരൂപം ഇതായിരുന്നിരിക്കണം. ഇത്തരം കലപ്പകൾ വലിച്ചിരുന്നത് മനുഷ്യർതന്നെയായിരുന്നു. കൂടുതൽ സ്ഥലങ്ങളിലേക്ക് കൃഷി വ്യാപിപ്പിക്കേണ്ടിവന്നപ്പോൾ പതിവായി കാട്ടിൽനിന്നും തങ്ങളുടെ കൃഷിയിടങ്ങളിലേക്കിറങ്ങി കൃഷി നശിപ്പിക്കുന്ന ശല്യക്കാരായ കാലികളെ മെരുക്കിയെടുത്തു. പണ്ടേതന്നെ അവൻ കാലികളുമായി സഹവർത്തിത്വത്തിലുമായിരുന്നു. കലപ്പ വലിക്കുന്ന ജോലി ക്രമേണ കാലികളെ ഏൽപ്പിച്ച് അതിനുള്ള അധ്വാനവും സമയവും മറ്റാവശ്യങ്ങൾക്ക് ഉപയോഗിച്ചു. ധാന്യസംഭരണത്തിനുശേഷം വരുന്ന വൈക്കോൽ കാലികൾക്ക് ആഹാരമായി പകരം നൽകി. കൂടാതെ കൊയ്ത്തിനുശേഷം പാടത്ത് അവശേഷിക്കുന്ന നെൽച്ചെടികളുടെ ചുവടുകൾ മേയാൻ കാലികളെ അഴിച്ചുവിട്ടു. അങ്ങനെ ഒരു അധികജോലിയിൽനിന്നുകൂടിയുള്ള വിടുതി കൃഷിക്കാരന് ആശ്വാസമായി. ഈ സൗകര്യങ്ങൾ മനുഷ്യനെയും കാലികളേയും കൂടുതൽ അടുപ്പിച്ചു.

നങ്ങോൽ, കലപ്പ എന്നീ വാക്കുകൾ ഒരു കാർഷികഉപകരണത്തെ കുറിക്കുന്നു എന്നതിലുപരി കാർഷികസംസ്ക്കാരവുമായി

നാഞ്ചിനാടിനെ ബന്ധപ്പെടുത്തുന്ന കണ്ണികൂടിയാണ്. കാർഷിക രീതിയുടെ മട്ടുംമാതിരിയും മാറിയതനുസരിച്ച് കലപ്പയുടെ രൂപത്തിനും മാറ്റങ്ങൾ വരുത്തി. കലപ്പ നിർമ്മിക്കാൻ പ്രത്യേക ഇനം തടികൾ തിരഞ്ഞെടുത്ത് ഉപയോഗിച്ചു. അത്തിയും കാഞ്ഞിരവുമായിരുന്നു അത്. കരിക്കോല് എന്ന് വിളിക്കുന്ന കലപ്പത്തണ്ടിന് പനയാണ് ഉചിതമെന്ന് കണ്ടു. മുകളിലത്തെ കൈപ്പിടി നുകത്തിൽ ബന്ധിക്കുന്ന ഈയക്കോലും മണ്ണിളക്കാനുള്ള കൊഴുവുമാണ് പരിഷ്കൃത കലപ്പയിലെ പ്രധാനഘടകങ്ങൾ. ആപ്പ് ഉപയോഗിച്ചാണ് കൊഴു കലപ്പയുമായി ഉറപ്പിച്ചത്. കലപ്പയുടെ പിടിയാണ് കോൽ. ഞങ്ങോൽ, കലപ്പത്തണ്ട്, കരിക്കോൽ എന്നിങ്ങനെയും ആ ഭാഗത്തിന് പേരുണ്ട്. കലപ്പയും നുകവുമായി ഘടിപ്പിക്കുന്ന കോലിനെ കോൽമരം എന്നും വിളിച്ചുപോന്നു. കാളയുടെ കഴുത്ത് നുകക്കയർ ഉപയോഗിച്ചുവേണം നുകവുമായി ബന്ധിപ്പിക്കാൻ. വിതയ്ക്കുന്നതിനുമുൻപ് ഉഴുതിട്ടനിലം നിരപ്പാക്കുന്ന പതിവുണ്ട്. അതാണ് മരമടി. ഇതിനായി ഉപയോഗിക്കുന്ന പ്രത്യേകതരം പലകയാണ് മരം. അങ്ങനെ കവരിച്ച ഒറ്റത്തടിയിൽനിന്നും പലഭാഗങ്ങൾ ചേർത്ത കാർഷിക ഉപകരണമായി കലപ്പ രൂപാന്തരപ്പെട്ടു. കാർഷിക ഉപകരണത്തിന്റെ രൂപകൽപ്പന മെല്ലെയെങ്കിലും ക്രമമായി പുരോഗമിച്ചു.

കലപ്പയുടെ പഴക്കമന്വേഷിച്ചുള്ള യാത്രയ്ക്കിടയിൽ വിഷ്ണുവിന്റെ പത്ത് അവതാരങ്ങളിൽ മൂന്നാംരാമനായ ബലരാമനെയും പിന്നെ ശ്രീബുദ്ധനെയും നമുക്കുകാണാം. ഹലായുധനാണല്ലോ ബലരാമൻ. യമുനാനദിയെ അദ്ദേഹം തന്റെ കലപ്പകൊണ്ട് ഉഴുതുണ്ടാക്കിയ ഉഴവുചാലിലൂടെ വൃന്ദാവനത്തിൽ എത്തിച്ചത് സ്വന്തം ഗ്രാമത്തിലെ കൃഷിക്കാരുടെ നെൽകൃഷിക്കും പശുക്കൾക്ക് പുല്ലിനുംവേണ്ടിയാണ്. ഒരിക്കൽ അമ്പാടിയിൽ വർഷങ്ങളോളം മഴപെയ്തില്ല. ഇന്ദ്രകോപമായിരുന്നു കാരണം. കൃഷിക്കാരും

ഹലായുധനായ ബലരാമൻ

ഗോപാലകരും സങ്കടനിവാരണത്തിനായി ബലരാമനെ അഭയം പ്രാപിച്ചു. വനത്തിലൂടെ ആർത്തുല്ലസിച്ച് 'ഓളങ്ങളെ കാട്ടിൽമേച്ചു കളിക്കുന്ന' കളിന്ദമഹർഷിയുടെ പുത്രി കാളിന്ദിയോട് തന്റെ ജനങ്ങളോട് കരുണ കാട്ടാൻ ബലരാമൻ ആവശ്യപ്പെടുന്നു. കളിന്ദജയുടെ നിഷേധത്താൽ കോപാക്രാന്തനായ, മഹാബലനായ ഹലധാരി "വൻ കരിങ്കള്ളിയാം കാളിന്ദി നിന്നെ ഞാൻ എൻകരംകൊണ്ട് വലിച്ചിഴക്കും" (വൈലോപ്പള്ളി ശ്രീധരമേനോൻ, ജലസേചനം) എന്ന് ആക്രോശിച്ച് തന്റെ കലപ്പകൊണ്ടുണ്ടാക്കിയ ഉഴവുചാലിലൂടെ കാളിന്ദിയെ അമ്പാടിയിലേക്ക് ഒഴുക്കി. നവീന ഉഴവുസംസ്കാരത്തിന്റെ പ്രതിപുരുഷനായാണ് ബലരാമൻ അറിയപ്പെടുന്നത്. ദ്വാപരയുഗത്തിൽ ബലരാമന്റെ കാലത്ത് ഇരുമ്പുകൊണ്ടുള്ള കൃഷിയായുധങ്ങൾ നിലവിൽവന്നിരുന്നു. രണ്ടാംരാമനായ പരശുരാമന്റെ ആയുധം മഴുവായിരുന്നല്ലോ. ഇരുമ്പുകൊണ്ടുള്ള ഈ ആയുധമാണ് കാടുവെട്ടിത്തെളിച്ച് കൃഷിചെയ്യാൻ സഹായിച്ചത്.

കാഴിക്കുടിയിൽ നായാടികൾ തുടങ്ങിവച്ച ഉഴവു സംസ്കാരത്തിന് ബലരാമനെക്കാളും ശ്രീബുദ്ധനെക്കാളും സീതയെക്കാളും പഴക്കമുണ്ട്. കലപ്പയുടെ ഉത്ഭവം നാഞ്ചിനാടാണെന്ന് ഡോ.വി. ശങ്കരൻനായർ ഉറപ്പിക്കുന്നു. കാലികളെമേച്ച് ജീവിച്ച ചരിത്രമുള്ള നാഞ്ചിനാട്ടെ കൃഷിക്കാർതന്നെയാണ് ഇങ്ങനെ ഒരു കാർഷികഉപകരണം ആവിഷ്കരിച്ചത് എന്നതിൽ എതിരഭിപ്രായം ഉണ്ടാവേണ്ട കാര്യമില്ല എന്നും അദ്ദേഹം പറയുന്നു. "അയ്യായിരം വർഷമെങ്കിലും പഴക്കം കൽപ്പിക്കാവുന്ന ഹാരപ്പൻസംസ്കാരത്തിന് 'നേങ്ങോൽ' എന്ന വാക്ക് സുപരിചിതമെങ്കിൽ അവർ ഉപയോഗിച്ചിരുന്ന കലപ്പ നാഞ്ചിനാട്ടിന്റെ സംഭാവനതന്നെയായിരിക്കണം. കാർഷികജീവിതത്തിന്റെ തുടക്കത്തിൽതന്നെ കലപ്പ ഉണ്ടായിരുന്നില്ല. അനവധി പരിണാമഘട്ടങ്ങൾ തരണം ചെയ്തിട്ടായിരിക്കും അത്തരം ഒരുഘട്ടം തന്നെ വന്നുചേർന്നത്. ജനസംഖ്യ കൂടുമ്പോഴാണ് കൂടുതൽ ഭൂമി കലപ്പയ്ക്കുകീഴിൽ കൊണ്ടുവരേണ്ടത് ആവശ്യമായിതീരുന്നത്.

നേങ്ങോൽ എന്ന വാക്കിൽനിന്നുമാണ് ലാംഗലമെന്നവാക്ക് വന്നതെന്ന് നാം കണ്ടു. നേങ്ങോൽ ആകട്ടെ ഞേങ്ങോലിൽനിന്നും. ഞേങ്ങോൽ എന്നത് ഞംകോലിൽനിന്നും. ഞം+കോലിന്റെ ഉറവിടം പഴയനാഞ്ചിനാട്ടിൽനിന്നും. നാഞ്ചിനാടെന്ന പേരിന് മുൻപേ നുകക്കുഴിയുടെ നാടെന്ന് അർത്ഥമുള്ള കഴിക്കുടിയെന്നും ഈ ദേശം അറിയപ്പെട്ടിരുന്നു. എങ്കിൽ കഴിക്കുടി എന്ന നാമംതന്നെ ഈ നാട്ടിന്റെ കാർഷികചരിത്രത്തെ വീണ്ടും പുറകോട്ട് തള്ളിമാറ്റുകയാണ്. നുകത്തിന്റെ പ്രസക്തി ആ കാലഘട്ടത്തിലും ഉണ്ടായിരുന്നു.

എങ്കിൽ നുകവും കലപ്പയും വരുന്നതിന് എത്രയോകാലംമുമ്പായിരിക്കണം കൃഷി തുടങ്ങിയിട്ടുള്ളത്. ചേർനിറഞ്ഞ കൃഷിയിടങ്ങളിൽ മൺവെട്ടിപോലുള്ള കാർഷികോപകരണങ്ങൾകൊണ്ട് കൃഷി ചെയ്തിരിക്കാം" (നെല്ലും സംസ്കൃതിയും. ഡോ.വി. ശങ്കരൻ നായർ പുറം 45).

ജലസേചനം

ക്രിസ്തുവർഷാരംഭത്തിന് മുൻപുള്ള മഹാശിലാസംസ്കാരത്തിന്റെ അടയാളങ്ങൾ സാധാരണയായി കൃഷിയോഗ്യവും ജലസേചനസൗകര്യങ്ങളുള്ള കൃഷിയിടങ്ങളോട് ചേർന്നുള്ള കുന്നുകളിൽനിന്നാണ് ലഭിച്ചിട്ടുള്ളത് എന്ന് കെ.എ. നീലകണ്ഠശാസ്ത്രി രേഖപ്പെടുത്തിയിട്ടുണ്ട് (The Illustrated History of South India. Page 7).

ഇരുമ്പ് വേർതിരിച്ചെടുത്തശേഷം അത് ഉപയോഗിച്ചുള്ള കാർഷിക ഉപകരണങ്ങൾകൊണ്ട് കൃഷിചെയ്യാൻ തുടങ്ങി എന്നതാണ് മഹാശിലാകാലഘട്ടത്തിന്റെ സവിശേഷത. ചരിഞ്ഞുകിടക്കുന്ന ഭൂമിയെ കല്ലുകൾ അടുക്കി തട്ടുതട്ടായി വിഭജിച്ച് കൃഷി ചെയ്യാൻ തുടങ്ങിയതും ഈ കാലഘട്ടത്തിലാണ്. കൃഷിചെയ്യാൻ യോഗ്യമായ മലഞ്ചരിവുകളെ 'ഉഴം' എന്ന് പേരിട്ടു. ഇവിടത്തെ കൃഷിക്ക് നിലമൊരുക്കാൻ ഉണങ്ങിയ കാട് വെട്ടിയിട്ട് തീയിടുന്നതിനെ ഉഴവ്ചുടലെന്നും പറഞ്ഞിരുന്നു. വേനൽക്കാലത്ത് കാടിന് തീപിടിക്കാറുണ്ട് ചിലപ്പോൾ തീയിടാറുമുണ്ട്. പുതുമഴയ്ക്ക് താഴ്വാരങ്ങളിലെ പാടങ്ങളിലേക്ക് കാട് കത്തിയ ചാരം ഒഴുകിയെത്തും.

മഴകൊണ്ടുള്ള വെള്ളം കൃഷിയാവശ്യങ്ങൾക്ക് തികയാതെവന്നപ്പോൾ അടുത്തത് എന്ത് എന്ന ചിന്തയായി. അങ്ങനെയാണ് വെള്ളം ശേഖരിക്കാനായി കുഴികൾ കുഴിച്ചത്. ജലസേചനത്തിനായി കുഴികൾ കുഴിച്ച് വെള്ളംശേഖരിച്ചിരുന്നതും പുരാതനസമ്പ്രദായമാണ്. ദക്ഷിണേന്ത്യയിൽ കുളങ്ങളുടെ എണ്ണത്തിൽ രണ്ടാംസ്ഥാനം നാഞ്ചിനാടിനായിരുന്നു. ഒന്നാംസ്ഥാനം തഞ്ചാവൂരിനും. കുളങ്ങൾ കുഴിച്ചും അണകൾ കെട്ടിയും ശാസ്ത്രീയജലസേചനം തുടങ്ങിയതോടെ നദീതടങ്ങളിൽനിന്നും കൃഷിക്കാർ മറ്റു സ്ഥലങ്ങളിലേക്ക് വാസംമാറി തുടങ്ങി. നാഞ്ചിനാട്ടിലെ കൃഷിക്കാർ പ്രധാനമായും കുളങ്ങളെയാണ് ആശ്രയിച്ചിരുന്നത്. രാജാക്കന്മാരുടെ സന്ദർശനത്തിന്റെ ഭാഗമായും രാജകുടുംബത്തിലുള്ളവരുടെ രോഗശമനത്തിനും മറ്റുമായും കുളങ്ങൾ കുഴിച്ചു. രാജ്യദ്രോഹികളുടെ വീടുകൾ പൊളിച്ചതിന്റെ പാപപരിഹാരമായി അവിടെ കുളംകുത്തി. മിക്കകുളങ്ങളും ആഘോഷങ്ങളുടേയോ കാര്യസാദ്ധ്യത്തിന്റേയോ സ്മാരകങ്ങൾ കൂടി ആയിരുന്നു. കുളംകുഴിക്കുന്നത് പുണ്യപ്രവൃത്തിയായി കരുതി. ഭൂതപ്പാണ്ടി മുതൽ കൊല്ലങ്കോടുവരെ ഏകദേശം 2500 കുളങ്ങൾ

ഉണ്ടായിരുന്നു എന്നാണ് കണക്ക്. നാഞ്ചിനാട്ടെ കുളങ്ങളിൽ പലതും ചോളഭരണകാലത്ത് കുഴിപ്പിച്ചവയാണ്. പല കുളങ്ങൾക്കും ചോള രാജാക്കന്മാരുടേയും റാണിമാരുടേയും പേരാണുള്ളതെന്നും ഓർമ്മിക്കാം. ഇതുമായി ബന്ധപ്പെട്ട് ധാരാളം ശിലാലിഖിതങ്ങളുള്ളതിൽ കുളങ്ങളിലെ വെള്ളം വീതിച്ചെടുക്കേണ്ടുന്നതിനെകുറിച്ചും മറ്റുമുള്ള നിർദ്ദേശങ്ങളുണ്ട്. മുന്നൂറുവർഷത്തോളം നീണ്ടുനിന്ന ചോളഭരണത്തിനുശേഷം ജലവിതരണത്തിന് അടുക്കുംചിട്ടയും നിയന്ത്രണങ്ങളുമുണ്ടായത് മാർത്താണ്ഡവർമ്മയുടെ കാലത്താണ്. പ്രസിദ്ധമായ മുതലിയാർ രേഖകളിൽ പലതും കുളംകുഴിച്ച കണക്കുകളാണത്രേ. അതിപ്രാചീനകാലത്ത് നിർമ്മിക്കപ്പെട്ട കുളങ്ങളിലേക്ക് അരുവികൾ, ഉറവുകൾ, മഴക്കാലത്ത് വെള്ളംകെട്ടിനിന്നിരുന്ന ചിറകൾ എന്നിവകളിൽനിന്നുള്ള വെള്ളംശേഖരിക്കുകയായിരുന്നു പതിവ്. ഇത്തരം ഒരു കുളത്തിലെ വെള്ളംകൊണ്ടുമാത്രം ജലസേചനം നടത്തിയിരുന്ന കൃഷിയിടങ്ങൾ 'കുളപ്പൂരവ്' എന്നാണ് അറിഞ്ഞിരുന്നത്.

നാഞ്ചിനാട്ടെ നെൽകൃഷിയിടങ്ങളിൽ വെള്ളമെത്തിക്കാൻ ഓരോ കാലത്തുമുണ്ടായിരുന്ന സംവിധാനങ്ങളെ മൂന്നായി തിരിക്കാം. ആദ്യത്തേത് മഴയെമാത്രം ആശ്രയിച്ചുള്ള കൃഷിയായിരുന്നല്ലോ. മഴക്കാലത്ത് കുളങ്ങളിൽ വെള്ളം കെട്ടിനിർത്തി ആ വെള്ളം കുളങ്ങളിൽ നിന്ന് നീർച്ചാലുകൾവഴി കടത്തിവിട്ട് കൃഷിയിടങ്ങളിൽ എത്തിക്കുന്നതായിരുന്നു രണ്ടാംഘട്ടം. മൂന്നാംഘട്ടമാകട്ടെ നദികളിൽ അണക്കെട്ടുകളുണ്ടാക്കി നീർച്ചാലുകൾവഴി കൃഷിയിടങ്ങളിലേക്കെത്തിക്കുന്ന ശാസ്ത്രീയരീതിയും.

ഒരു ഭക്തൻ ക്ഷേത്രത്തിൽ ഭഗവാന് വഴിപാടിനായി നൽകിയ തുകകൊണ്ട് ക്ഷേത്രക്കുളവും അനുബന്ധ നീർച്ചാലും അറ്റകുറ്റപ്പണി ചെയ്ത് ഉപയോഗയോഗ്യമാക്കി കൃഷിയിടങ്ങളിലേക്ക് വെള്ളമെത്തിച്ച വിവരം കന്യാകുമാരിയിലെ ഗുഹാനാഥേശ്വരക്ഷേത്രത്തിൽ കൊത്തിവച്ചിട്ടുണ്ട്.

മാറവർമ്മൻ ഉദയവിക്രമചോളന്റെ 29-ാംവർഷത്തെ ഭരണകാലത്തായിരുന്നു സംഭവം. പുറത്ത്യ നാട്ടിലെ കഴിക്കുടി തിരുപാണ്ഡവേശ്വരം ക്ഷേത്രത്തിലെ പെരുമാക്കന്മാരാണ് സഭകൂടി ഇത്തരത്തിൽ ഒരു തീരുമാനമെടുത്തത്. ഒരു വ്യാപാരി ക്ഷേത്രത്തിലെ ദേവന് വഴിപാടിനായി നൽകിയ 20 സ്വർണ്ണക്കാശ് ഉപയോഗിച്ച്, വെള്ളപ്പൊക്കത്തിൽ തകർന്നുപോയ കണ്ടാർകുളവും തലക്കുടിവഴി പോകുന്ന നീർവരിക്കൽ എന്ന നീർച്ചാലും കേടുപാടുകൾതീർത്ത് ജലസേചനയോഗ്യമാക്കാൻ തീരുമാനിച്ചു. ക്ഷേത്രത്തിന്റെ വകയായിരുന്നു നാഞ്ചിനാട്ടെ കണ്ടാർകുളം. ഇങ്ങനെ ലഭിക്കുന്ന വെള്ളം

കൊണ്ട് കൃഷിചെയ്യുന്ന പാടങ്ങളിൽനിന്ന് പാണ്ഡവേശ്വരത്തെ ദേവന് വഴിപാടിനായി ദിവസം രണ്ടുനാഴി അരിവീതം നൽകണ മെന്നും നിശ്ചയിച്ചു. അങ്ങനെ ഭക്തന്റെ ആഗ്രഹവും പൂർത്തീക രിച്ചു. നെൽകൃഷിക്ക് അക്കാലങ്ങളിൽ നൽകിയിരുന്ന പ്രാധാന്യ ത്തിന്റെ സാക്ഷിപത്രമാണ് ഈ രേഖ.

13-ാംനൂറ്റാണ്ടിൽ നാഞ്ചിനാട് ഭരിച്ചിരുന്ന നാട്ടുരാജാക്കളായ കുറവന്മാർ കൃഷി പ്രോത്സാഹിപ്പിക്കുകയും കൃഷിക്കാർക്ക് വേണ്ട സഹായങ്ങൾ ചെയ്യുകയും ചെയ്തു. രാജ്യംഭരിച്ചിരുന്ന കൊങ്ങി ക്കുറവന്റെ മകൻ ബൊമ്മക്കുറവൻ കൃഷിയിടങ്ങളിലെ വിളവുമുഴു വൻ പ്രജകൾക്ക് വീതിച്ച് നൽകിയിരുന്നു. ഇദ്ദേഹത്തിന്റെ മകനാണ് നാഞ്ചിക്കുറവൻ.

പശമണ്ണുള്ള പ്രദേശങ്ങളിൽ ജലസേചനത്തിനായി അണക്കെ ട്ടുകൾ നിർമ്മിച്ചു. വർഷകാലത്ത് അധികജലം നദികളിലേക്ക് ഒഴു ക്കിവിടുന്നതിന് നിർമ്മിച്ച മടകൾ വെള്ളപ്പൊക്കം നിയന്ത്രിക്കുന്ന തിന് പ്രയോജനപ്പെട്ടു. മടയടക്കാൻ പൂവരശിൻകുറ്റികൾ നാട്ടി കരിമ്പ് നടുകയായിരുന്നു പതിവെങ്കിലും അതതുസ്ഥലത്തെ ലഭ്യ തയനുസരിച്ച് കൈതച്ചെടികളും തെങ്ങോലകളും മുളംകുറ്റികളു മൊക്കെ ഉപയോഗിച്ചുപോന്നു.

ക്രിസ്തുവർഷാരംഭത്തിലെ ആദ്യകാലങ്ങളിലെ കൃഷിരീതികളെ ക്കുറിച്ച് സംഘകാലകൃതികളിൽ വിശദമായി പറയുന്നുണ്ട്. ധാരാളം മരുതനിലങ്ങൾ ഉണ്ടായിരുന്ന നാടാണല്ലോ നാഞ്ചിനാട്. ഭൂമിയുടെ ഉടമസ്ഥാവകാശം സ്വകാര്യവ്യക്തികൾക്കായിരുന്നുവെന്നതും വള ക്കൂറുള്ള കൃഷിയിടങ്ങൾ ധാരാളം ലഭ്യമായിരുന്നുവെന്നതും ഇക്കാ ലഘട്ടത്തിൽ നാഞ്ചിനാട്ടെ കാർഷികാഭിവൃദ്ധിക്ക് നിദാനമായി. ഓരോ കരയിലും മേച്ചിൽസ്ഥലങ്ങൾ, രാത്രികാല കന്നുകാലി സംരക്ഷണകേന്ദ്രങ്ങൾ, വിനോദസ്ഥലങ്ങൾ എന്നിവ പൊതുവുട മയിൽതന്നെ. ഇരുമ്പുകൊണ്ടുള്ള കൊഴുനഖം, കുന്താലി, കോടാലി തുടങ്ങി അത്യാവശ്യ കൃഷിഉപകരണങ്ങളെപ്പറ്റിയും കളനെല്ല്, ചെന്നെല്ല്, തിന, പയറ്, വരക്, കടുക്, പുല്ലരി, മുളയരി തുടങ്ങിയ ധാന്യങ്ങളെപ്പറ്റിയും സംഘംകൃതികളിൽ പരാമർശമുണ്ട്.

സംഘകാലത്ത് കൃഷിക്കാർ താമസിച്ചിരുന്നതും കൃഷി ചെയ്തി രുന്നതും മരുതനിലത്തിലാണ്. ഇവരെ ഉഴവർ എന്ന് വിളിച്ചു. പൂമരങ്ങളും വൻവൃക്ഷങ്ങളും പാടങ്ങളും നദീതടങ്ങളും ഉള്ള ഉദ്യാന സമാനമായ പ്രദേശമാണ് മരുതം. പത്തും പതിനൊന്നും നൂറ്റാണ്ടു കളിലെ ശാസനങ്ങളിൽ കൃഷിക്കാരുടെ തലവനായ ഊരൻ നാട്ടു കൂട്ടത്തിലെ അംഗമാണ്. ഉഴവർ എല്ലാവരുംതന്നെ ഭൂവുടമകളുമാ യിരുന്നു.

'ഉഴുതുണ്ണുന്നവനെ തൊഴുതുണ്ണണം' എന്നായിരുന്നു പ്രമാണം. പുരാതനകാലത്തെ കാർഷികവൃത്തിയുടെ പ്രാധാന്യവും അന്തസ്സുമാണ് ഈ ചൊല്ല് വെളിവാക്കുന്നത്. ആഹാരത്തിനുള്ള ധാന്യത്തിനായി വട്ടിനിറച്ച് മാനിറച്ചിയുമായി വേട്ടുവനും കലം നിറയെ തൈരുമായി ഇടയനും ഉഴവനെ സമീപിക്കുകയല്ലാതെ മറ്റു മാർഗങ്ങൾ ഒന്നുമില്ല. കള്ളുകുടിച്ച് മദിച്ച ഉഴവൻ "കാഞ്ചിമരക്കുറ്റികൾ നാട്ടി മധുരമായ കരിമ്പിൻകഴകൾ കുറുകെവച്ചടച്ച് നെൽച്ചെടികൾ തഴച്ചുവളരുന്ന വയൽപ്പള്ളങ്ങളിൽ വെള്ളംതേകി പ്രയാസപ്പെട്ടുണ്ടാക്കിയ വളഞ്ഞ വലിയ വരമ്പിൻമീതെ വെളുത്ത ചിറകുകളാർന്നതും കുറേശ്ശെ കുറേശ്ശെ പറക്കുന്ന സ്വഭാവത്തോടുകൂടിയതുമായ ആൺകൊക്ക് വെള്ളിപൂവുകൾപോലെ വെള്ളിത്തിളങ്ങുന്ന കായൽമീൻ പിടിക്കാനായി പതുങ്ങിയിരിക്കുന്ന (പരസ്ത്രീകളെ റാഞ്ചിയെടുക്കാൻ നോക്കിയിരിക്കുന്ന നായകന്മാരെപോലെ എന്ന് ഗൂഢാർത്ഥം) ശ്രീമത്തായ മരുതംപ്രദേശത്തിന് നാഥനായുള്ള പ്രഭോ" എന്ന് നച്ചിനാർക്കിനിയർ മരുതനിലത്തെ വർണ്ണിക്കുന്നു.

കാലാവസ്ഥ

സൂര്യമാർഗത്തെ നിരോധിക്കുമാറ് വടക്കുതെക്കായി തലയുയർത്തിനിന്നിരുന്ന വിന്ധ്യന്റെ തെക്കുഭാഗത്തെത്തിയ അഗസ്ത്യമുനി, ധാർഷ്ട്യം വെടിഞ്ഞ് തലതാഴ്ത്താൻ പർവതശ്രേഷ്ഠനോട് ആവശ്യപ്പെട്ടത്രേ. കഥയെന്തായാലും വിന്ധ്യന് തെക്കെഅറ്റത്തെത്തുമ്പോൾ ഉയരക്കുറവാണ്. ഈ ഉയരക്കുറവും കടലിന്റെ സാമീപ്യവുമാണ് നാഞ്ചിനാട്ടെ കാലാവസ്ഥ നിർണ്ണയിക്കുന്ന പ്രധാന ഘടകങ്ങൾ. നെടുവൻകാടുമുതൽക്കുള്ള സഹ്യപർവതത്തിന്റെ തെക്കേഅറ്റം ഉയരം കുറഞ്ഞതും ഇടവിട്ടുള്ളതുമാണല്ലോ. കൽക്കുളത്തെ പർവതനിരകൾക്ക് 4400 അടിയോളം പൊക്കമുണ്ട്. മഹേന്ദ്രഗിരിയുടെ ഉയരമാകട്ടെ 5500 അടിയോളവും. ആശാമ്പുമല, മരുങ്ങൂർ, മഹേന്ദ്രഗിരി, മരുത്വാമല എന്നീ മലകൾ തോവാള-അഗസ്തീശ്വരം താലൂക്കുകളിലായി വ്യാപിച്ചുകിടക്കുന്നു. മുകളിയാടിമല, ക്ലാമല, മൊട്ടാച്ചിമല, വേളിമല എന്നിവ കൽക്കുളം താലൂക്കുമായി ചേർന്നു കിടക്കുന്നവയാണ്. തുലാമാസത്തിലും ഇടവം പകുതിയിലുമുള്ള മഴയാണ് കൃഷിക്ക് ആശ്രയം.

നാഞ്ചിനാട്ടിലെ ജീവിതം നിശ്ചയിക്കുന്നത് രണ്ട് കാറ്റുകളാണ് എന്ന് പഴമക്കാർ. ഒന്ന് കിഴക്കൻകാറ്റും മറ്റേത് തെക്കൻകാറ്റും. രാത്രിയാകുമ്പോൾ കാടിന്റെ മണവും കുളിരുമായാണ് തെക്കന്റെ വരവ്. കിഴക്കൻമഴയുടെ വരവ് കടൽതിരപോലെയാണ്. അടിച്ചുകയറി ഇങ്ങുവരും. അടിച്ചുടച്ച് പെയ്ത് ഒന്നുമറിയാത്തപോലെ മടങ്ങുകയും ചെയ്യും. തെക്കൻമഴയുടെ വരവ് ഭയപ്പെടുത്തിക്കൊണ്ടാണ്.

വേണ്ട സന്നാഹങ്ങളും മുന്നറിയിപ്പുമൊക്കെയുണ്ടാവും. മാനമാകെ കാർകൊണ്ട് ഇരുളും പിന്നെ നാടടച്ച് പെയ്യും. ദിവസങ്ങളോളം മഴയുടെ ആസുരതാളമായിരിക്കും മുഴങ്ങുക. പുഴകൾ കുലംകുത്തി ഒഴുകും. കുളങ്ങൾ നിറഞ്ഞു കവിയും. സമതലങ്ങളിൽ വെള്ളം കുതിച്ചുപാഞ്ഞ നീർച്ചാലുകളും മടവീണുനശിച്ച ഏലാകളും നാമാവശേഷമായ വാഴത്തോട്ടങ്ങളും അടയാളങ്ങളാക്കി പിൻവാങ്ങും. ക്രമേണ ചുവന്ന് കലങ്ങി ഒഴുകിയിരുന്ന ആറുകളിൽ വീണ്ടും തെളിനീരൊഴുകും.

ആനി, ആടി മാസങ്ങളിലാണ് തെക്കൻമഴ 'തെക്കുകറുത്താൽ മുക്കിമഴ, കിഴക്ക് കറുത്താൽ ഒഴക്കില് മഴ' എന്നാണ് നാഞ്ചിനാട്ടുകാരുടെ പറച്ചിൽ. 'തെക്കൻമഴ പിഴച്ചാൽ കിഴക്കൻമഴ തഴക്കും' എന്നാണ് വിശ്വാസം. ചിലപ്പോൾ കാലക്കേടിന് രണ്ടും ചതിക്കും. എന്നാൽ പിന്നെ ഉണക്കും ക്ഷാമവും ഫലം. കൊടുംപാവി കെട്ടിക്കാണിച്ചാൽ മഴപെയ്യും എന്നൊരു വിശ്വാസമുണ്ട്. വയ്ക്കോലും പിരമ്പുംകൊണ്ടാണ് കോലം കെട്ടുന്നത്. വലിയ കൊമ്പും കാതുമൊക്കെയുള്ള രൂപം. പാട്ടകൊട്ടി നാട്ടാരെക്കൂട്ടി കോലത്തെ തെറിപറഞ്ഞ് ശപിച്ച് ശകാരിച്ച് കത്തിക്കും. സംഘകാലത്ത് മഴയുടെ ദേവനായ ഇന്ദ്രനെ പ്രീതിപ്പെടുത്താൻ ഇന്ദ്രോത്സവം നടത്തിയിരുന്നു. ഇന്ദ്രവിഴ എന്നായിരുന്നു ഈ ഉത്സവം അറിയപ്പെട്ടിരുന്നത്. മഴ ലഭിക്കാനായി ക്ഷേത്രങ്ങളിൽ പ്രത്യേകപൂജകളും വഴിപാടുകളും നടത്തുന്നതും സാധാരണയായിരുന്നു. ഇരണിയൽ—കൽക്കുളം—അഗസ്തീശ്വരം—തോവാള എന്നീ മണ്ഡപത്തും വാതിലുകൾ ചേർന്ന പ്രദേശങ്ങളിൽ കൃഷിക്ക് ആവശ്യമായ മഴ ലഭിക്കാനായി അമ്പലപ്പുഴ ശ്രീകൃഷ്ണസ്വാമിക്ക് വഴിപാട് നേർന്നതായും അതനുസരിച്ച് നല്ല മഴ ലഭിച്ചതായും വഴിപാട് ചെലവായി $1350^1/_2$ പണം അനുവദിച്ചതായും രേഖയുണ്ട്. (കൊ.വ. 1019ലെ നീട്ട്)

പരിഷ്കൃതജലസേചനപദ്ധതികൾ വരുന്നതിനുമുൻപ് മഴയെ ആശ്രയിച്ചുള്ള കൃഷിക്കായിരുന്നു പ്രാധാന്യം എന്ന് മുൻപ് സൂചിപ്പിച്ചുവല്ലോ. അവയ്ക്ക് കടുംകൃഷി, കാടുകൃഷി, കാല എന്നിങ്ങനെയുള്ള പ്രാദേശികനാമങ്ങളുമുണ്ടായിരുന്നു. വെള്ളക്കെട്ടുള്ള നിലങ്ങൾ പുഞ്ചനിലങ്ങൾ എന്നാണ് പറഞ്ഞിരുന്നത്. ഇവിടത്തെ കൃഷി പുഞ്ചക്കൃഷിയും. നനവുള്ള സ്ഥലങ്ങളിൽ ഒരുക്കുന്ന നിലമാകട്ടെ പുതുവൽനിലവും. ആറ്റിൽനിന്ന് വെള്ളംപായിച്ച് ഒരുക്കുന്ന നിലത്തിന് പുരത്തൻ എന്നും കുളത്തിൽനിന്ന് വെള്ളം പായിച്ച് ഒരുക്കുന്ന നിലത്തിന് പുരവിയെന്നും പേരുണ്ട്. കൃഷിയാവശ്യങ്ങൾക്കായി വെള്ളം കെട്ടിനിർത്തിയിരിക്കുന്ന വലിയചിറയാണ് തലച്ചിറ.

മഴയുടെ കാര്യത്തിൽ ശുചീന്ദ്രം പിന്നിലാണെങ്കിലും ഫലഭൂയിഷ്ടതയുടെ കാര്യത്തിൽ മുന്നിൽതന്നെ. ഇവിടെ ലഭിക്കുന്ന

ശരാശരി മഴ മറ്റുഭാഗങ്ങളെ അപേക്ഷിച്ച് വളരെകുറവാണ്. പക്ഷേ ഭൂമിയിലെ ജലനിരപ്പ് സാധാരണയിൽനിന്ന് ഉയർന്നിരിക്കുന്നുവെന്ന താണ് പ്രത്യേകത. മണ്ണിന്റെ ഉപരിതലത്തിൽ കൂടുതലായികാണുന്ന ജലാംശം സസ്യങ്ങൾക്ക് കൂടുതൽ ജലം ലഭ്യമാക്കുന്നു. പഴയാ റ്റിൽനിന്ന് നിന്നുള്ള നിരവധി നീർച്ചാലുകൾ ഇന്നും ഇവിടത്തെ ജലസാന്നിധ്യത്തെ സമ്പന്നമാക്കുന്നുണ്ട്. ഏലായുടെ അരികിലൂടെ ഒഴുകുന്ന നീർച്ചാലിന്റെ പേര് അരുവുചാൽ എന്നാണ്. ഏലായി ലേക്കുള്ള നീരൊഴുക്ക് ആവശ്യമനുസരിച്ച് നിയന്ത്രിക്കാനുള്ള സംവിധാനവും ഈ ചാലുകളിലുണ്ട്. ശുചീന്ദ്രത്തെ ശിവന്തക്കുളം, വേട്ടൈക്കുളം, പറക്കൈക്കുളം, തേർക്കുളം എന്നീ കുളങ്ങൾ നാഞ്ചി നാട്ടെ വലിയ കുളങ്ങളിൽപെട്ടതാണ്. ഈ കുളങ്ങൾ ശുചീന്ദ്രത്തെ രണ്ടായിരം ഏക്കറോളം നിലത്തിലെ കൃഷിക്കാവശ്യമായ ജലം സംഭരിച്ച് നൽകുന്നുവെന്നതും ശ്രദ്ധേയമാണ്. ശുചീന്ദ്രത്തെ കൃഷി യിടങ്ങളെ സമ്പന്നമാക്കിയത് മണ്ണിന്റെ ഉപരിതലജലസാന്നിധ്യവും, തലക്കുളങ്ങളും, പഴയാറുമാണല്ലോ.

A.D. 1116-ൽ നിർമ്മിച്ച പാണ്ഡ്യൻ അണക്കെട്ടാണ് നാഞ്ചിനാ ടിന്റെ കൃഷിയിടങ്ങളെ ജലസമൃദ്ധമാക്കിയത്. പറളിയാറിൽനിന്ന് പഴയാറിലേക്ക് വെള്ളം തിരിച്ചുവിടുകയായിരുന്നു ഈ അണക്കെ ട്ടിന്റെ ഉദ്ദേശം. 'പറളിയാറ്റണയും തള്ളി തമിഴ്പാണ്ടി രാജസിംഹ നെയും വെൻറു..." (സെൻട്രൽ റെക്കോർഡ്സ്) എന്ന പദ്യഭാഗ ത്തിൽനിന്ന് പാണ്ഡ്യനണ, തലൈഅണ എന്നീ പേരുകളുള്ള ഈ അണക്കെട്ട് പാണ്ഡ്യരാജവംശത്തിലെ ആദ്യരാജാവായ നേടിയോൻ നിർമ്മിച്ചതെന്നാണ് വിശ്വാസം. വേൾകുടി, ചിന്നമന്നൂർ ചേപ്പേടുകളിൽ ഈ രാജാവിനെക്കുറിച്ച് പരാമർശമുണ്ട് (ദി ഇലസ്ട്രേറ്റഡ് ഹിസ്റ്ററി ഓഫ് സൗത്ത് ഇന്ത്യ. കെ.എ. നീലകണ്ഠശാസ്ത്രി). ഇദ്ദേഹം അമാ നുഷശക്തിയുള്ളവനും പറളിയാറിനെ ഉണ്ടാക്കിയവനുമാണത്രേ.

കൃഷി

കാർഷികവൃത്തിയായിരുന്നല്ലോ നാഞ്ചിനാട്ടുകാരുടെ പ്രധാന ജീവിതമാർഗം. കൃഷിയിടങ്ങളിൽ എന്തിനും ഏതിനും എപ്പോഴും ഒരു നോട്ടംവേണം. ഇതിനായി നാഞ്ചിനാട്ടെ തായ്‌വീടുകൾ എപ്പോഴും പാടങ്ങളുടെ തലയ്ക്കൽതന്നെയാണ് സ്ഥിതിചെയ്തി രുന്നത്. വീടിന്റെ പൂമുഖത്തോ പടിപ്പുരയിലോ ഇരുന്ന് കൃഷിപ്പണി കൾ നിയന്ത്രിക്കാം. പാടത്തിലേക്ക് നോട്ടമെത്തുന്നരീതിയിലായി രിക്കും കാരണവർക്ക് വിശ്രമിക്കാനുള്ള ഉടമ്പറയുടെ സ്ഥാന നിർണ്ണയം. കർഷകന്റെ മൂലധനമായ വിത്തും വീട്ടിലെ വില പിടിപ്പുള്ള മറ്റു വസ്തുക്കളും കാരണവരുടെ നിയന്ത്രണത്തിലുള്ള ഉടമ്പറകളിലാണ് വച്ച്പൂട്ട്.

സംഘകാലത്തും അതിനുമുൻപും ജാതിമതവർഗ്ഗഭേദമില്ലാത്ത സമഭാവനയോടെ വർത്തിച്ചിരുന്ന സമൂഹത്തിൽ കൃഷിചെയ്യാനും എല്ലാവിഭാഗക്കാർക്കും തുല്യമായ അവകാശമുണ്ടായിരുന്നു. എന്നാൽ ബ്രാഹ്മണമേധാവിത്വം വന്നതോടെ വർണ്ണവ്യവസ്ഥകൾ നിലവിൽവരികയും സമൂഹത്തിന്റെ പല പ്രവർത്തനങ്ങൾക്കും ജാതിയിലധിഷ്ഠിതമായ നിയന്ത്രണങ്ങൾ ഏർപ്പെടുത്തുകയും ചെയ്തു.

മഴയെ മാത്രം ആശ്രയിച്ച് കൃഷിചെയ്തിരുന്ന നാഞ്ചിനാട്ട് സംഘടിത രീതിയിൽ കൃഷി തുടങ്ങിയത് ബ്രാഹ്മണരാണ്. അവർ അസംഘടിതരായ ഗോത്രവർഗ്ഗക്കാരുടെ സഹായത്തോടെ കാടുകൾ വെട്ടിത്തെളിക്കുകയും അവിടെ വിപുലമായ രീതിയിൽ കൃഷിയിറക്കുകയും ചെയ്തു. കൃഷിക്ക് വ്യവസ്ഥാപിതമായ മാർഗങ്ങളുണ്ടായി. കാലംനോക്കി കൃഷിയിറക്കാനും കൊയ്യാനും കൃത്യമായ കാർഷികപഞ്ചാംഗങ്ങളുണ്ടായി.

സൂര്യൻ ഭൂമദ്ധ്യരേഖയ്ക്ക് നേരേ ഉദിക്കുന്ന ദിവസമാണല്ലോ പത്താമുദയം. അന്ന് രാത്രിയും പകലും തുല്യമായിരിക്കും. ഇതോടെ നാഞ്ചിനാട്ടെ കൃഷിഭൂമികൾ ഉഷാറാവും. മേടമാസത്തിൽ പാടത്തെ കൊയ്ത്തുകഴിഞ്ഞ് നെല്ലിന്റെ പഴമൂടുകളൊക്കെ പിഴുതെടുക്കണം. പിന്നെ പിഴുതെടുത്ത മൂടുകൾ ഉണക്കി വാരിക്കൂട്ടി തീയിടും. ആദ്യമഴ കഴിഞ്ഞാലുടൻ വയൽ ഉഴുത് മരമടിച്ച് പത്താമുദയത്തിന് വയൽവിതയ്ക്ക് ഒരുക്കിവയ്ക്കും. മേടപ്പത്തിന് ഒരാഴ്ചയ്ക്കു മുൻപുള്ള മഴ ശുഭലക്ഷണമാണ്. ഇല്ലെങ്കിൽ ആകെ കുഴയും. അന്ന് കാരണവർ വിതയ്ക്കാനുള്ള വിത്ത് അറയിൽനിന്ന് പുറത്തെടുത്ത് രാവിലെതന്നെ കൃഷിക്കാർക്കൊപ്പം ഒരു കടവം ചാണകവും വിത്തുമായി വയൽക്കരയിലെത്തും. വയൽക്കരയിൽ വിളക്കും നിറനാഴിയും കിണ്ടിയും വെള്ളവും പുലർകാലെതന്നെ തയ്യാറാക്കി വച്ചിരിക്കും. ഭൂമിപൂജയാണ് ആദ്യം. പൂജയ്ക്കുശേഷം വയലിൽ ഒരു മൂലയിലെ മണ്ണിളക്കി അതിൽ ചാണകംചേർത്തശേഷം വിത്തു വിതയ്ക്കുന്നു. അതിന് മുകളിലായി കിണ്ടിയിൽ കരുതിയിട്ടുള്ള വെള്ളത്തിൽനിന്ന് നീരുംപൂവും നൽകി മൂന്നുവട്ടം നമസ്കരിക്കും. സൂര്യോദയത്തിനുശേഷം പൊങ്കാലയിട്ട് കർപ്പൂരദീപാരാധനയോടെ സൂര്യന് നിവേദിച്ചശേഷം പ്രസാദം എല്ലാവർക്കുമായി നൽകും.

പൊങ്കാലയിടാൻ കാരണവരും പരിവാരങ്ങളും വയൽക്കരയിലേക്ക് പോകുമ്പോൾ വീട്ടുമുറ്റത്ത് സ്ത്രീകൾ അരിയും പയറും ചേർത്ത് അരച്ച് നിവേദ്യം ഉണ്ടാക്കുന്ന തിരക്കിലാണ്. സൂര്യോദയമാകുമ്പോൾ വീട്ടിലെ തലമുതിർന്ന സ്ത്രീ ഇലയിൽ നിവേദ്യം വിളമ്പി മൂന്നുതവണ പ്രദക്ഷിണംവച്ച് ഉടുമുണ്ടിൽനിന്ന് ഒരു നൂൽ

പറിച്ചെടുത്ത് സൂര്യന് സമർപ്പിച്ചശേഷം പലഹാരം പിതൃക്കൾക്കായി അറയിൽ സമർപ്പിക്കണം. അല്പനേരം കഴിഞ്ഞ് പിതൃക്കൾ നിവേദ്യം സ്വീകരിച്ച് സന്തുഷ്ടരായി എന്ന സങ്കല്പത്തിൽ അത് പുറത്തെടുത്ത് പുറത്ത് കാത്തുനിൽക്കുന്നവർക്ക് പ്രസാദമായി നൽകുന്നു. ഇത്തരത്തിൽ പാടത്തിന്റെ ഓരത്തും വീട്ടിലും ഭക്തിനിർഭരമായ ചടങ്ങുകളോടെ സൂര്യദേവനേയും ഭൂമീദേവിയെയും പിതൃക്കളേയും പ്രസാദിപ്പിക്കുന്നതോടെ ഒരു കൃഷിക്കാലത്തിന് തുടക്കമാവും.

കൃഷിക്കാരന് ഉഴവ് ഒരുത്സവമായിരുന്നു. നേരവും കാലവും നോക്കിവേണം കൃഷിയുടെ ആദ്യചടങ്ങായ ഉഴവ് ആരംഭിക്കാൻ. പ്രകൃതിദൈവങ്ങളുടേയും കുലദൈവങ്ങളുടേയും പ്രീതിയും അനുഗ്രഹവും വേണം. നിലമൊരുക്കൽ മുതൽ നെല്ല് പത്തായത്തിലെത്തുന്നതുവരെയുള്ള കാര്യങ്ങൾ ശ്രദ്ധയോടും ഭക്തിയോടും ചെയ്തുപോന്നു. ഒന്നു പിഴച്ചാൽ എല്ലാം അവതാളത്തിലാവുമല്ലോ.

ശ്രീബുദ്ധനുമായി ബന്ധപ്പെട്ട ഒരു ഉഴവുത്സവത്തിന്റെ കഥ നമുക്കറിയാം. അക്കാലത്തും ആചാരാനുഷ്ഠാനങ്ങളോടുകൂടി ആഘോഷത്തോടെയാണ് ഉഴവ് ഉത്സവം കൊണ്ടാടിയിരുന്നത് എന്നതിന് ഉദാഹരണംകൂടിയാണ് ഈ കഥ. 2500 വർഷങ്ങൾക്കുമുൻപാണല്ലോ ബുദ്ധൻ ജീവിച്ചിരുന്നത്. സിദ്ധാർത്ഥന് ഏഴുവയസ് പ്രായമുള്ളപ്പോഴത്തെ സംഭവമാണ്. അദ്ദേഹം ഒരുനാൾ അച്ഛൻ ശുദ്ധോദനനോടൊപ്പം ഉഴവ് ഉത്സവത്തിൽ പങ്കെടുക്കാൻ പോയി. അക്കാലത്ത് രാജാക്കന്മാർ പരിവാരങ്ങളോടൊപ്പം ഈ ഉത്സവത്തിൽ പങ്കുചേർന്നിരുന്നു. ആ ദിവസത്തെ ഉഴവിന് 799 കലപ്പകൾ ഉപയോഗിച്ചിരുന്നത്രേ. കഠിനമായ വെയിലത്ത് നിലമുഴുന്ന കർഷകരുടെ യാതനകളാണ് സിദ്ധാർത്ഥന്റെ മനസ്സിൽ പതിഞ്ഞത്. തന്റെ മനസ്സിനെ അസ്വസ്ഥമാക്കിയ ഈ സംഭവമായിരിക്കാം അദ്ദേഹത്തെ ആദ്യധ്യാനത്തിലേക്ക് നയിച്ചത്. സിദ്ധാർത്ഥനിൽനിന്ന് ഗൗതമബുദ്ധനിലേക്കുള്ള യാത്രയുടെ തുടക്കം ഇവിടെ നിന്നാകാം.

നാഞ്ചിനാട്ടിലെ വയലുകൾ പലയിടത്തും 'പത്ത്' എന്നാണ് അറിയപ്പെടുന്നത്. തോപ്പ് പത്ത്, കരയടി പത്ത്, കാട്ടുപത്ത് എന്നിങ്ങനെ. ചിലയിടങ്ങളിൽ ഏലാ, പറ്റ് എന്നപേരുകളിലും അറിയപ്പെടുന്നുണ്ട്. കുളത്തിനെ ആശ്രയിച്ച് കൃഷിചെയ്യുന്ന പാടശേഖരങ്ങൾ ആ കുളത്തിന്റെ പേരിലാണ് അറിയപ്പെടുന്നത്. ശുചീന്ദ്രം ക്ഷേത്രത്തോടനുബന്ധിച്ചുള്ള കുളമാണ് ശിവന്തക്കുളം. ഈ കുളത്തിന്റെ കരയിലുള്ള പാടശേഖരം ശിവന്തപ്പത്ത് എന്നും ശുചീന്ദ്രപ്പത്ത് എന്നും അറിയപ്പെടുന്നു. പാറക്കുളത്തിനോട് ചേർന്നുള്ള വയലാകട്ടെ 'പറക്കപ്പറ്റ്' എന്നും തേർകുളത്തിന് ചേർന്നുള്ള വയൽ 'തേർപ്പറ്റ്'

എന്നും അറിയപ്പെട്ടു. ശുചീന്ദ്രത്തിന് പടിഞ്ഞാറുള്ള ശിവന്തപ്പത്ത്, തെക്കുവശത്തുള്ള തേർപ്പറ്റ്, നല്ലൂർപറ്റ് എന്നീ വയലേലകൾ നാഞ്ചി നാട്ടെ ഏറ്റവും ഫലഭൂയിഷ്ഠമായ പാടശേഖരങ്ങളാണ്. പുത്തേരി പ്പത്ത്, ഇരവിപ്പത്ത്, എണ്ണയപ്പത്ത് എന്നിവയും വയലേലകളാണ്. വയലുകളുടെ പേരിൽനിന്നും സ്ഥലനാമവും അറിയാമെന്നതാണ് ഇവിടത്തെ പാടശേഖരണങ്ങളുടെ പേരുകൾക്കുള്ള പ്രത്യേകത.

ചെറുമഴ അഥവാ ചാറൽമഴയെ ആശ്രയിച്ച് നടത്തിയിരുന്ന കൃഷി യാണ് ചാരൽകൃഷി. ഇത്തരം കൃഷിസമ്പ്രദായങ്ങളോട് ഭരണാധി കാരികൾക്ക് ഉത്തരവാദിത്തവും ശ്രദ്ധയുമുണ്ട്. സ്വാതിതിരുനാളിന്റെ കാലത്ത് പുറപ്പെടുവിച്ച നീട്ട് നോക്കാം. "നാഞ്ചിനാട്ടും മലയാളത്തും ഉള്ള നിലങ്ങൾ 1014-ാംമാണ്ട് ചാരൽപൂവിലേക്ക് കൃഷിചെയ്യേണ്ടു ന്നതിനും 1013-ാംമാണ്ട് മീനമാസം 23-ന് ചൊവ്വാഴ്ചയും പൂയം നക്ഷത്രവും പൂർവപക്ഷത്തു ദശമിയും ധൃതിനിത്യയോഗവും ഖരകരണവും കൂടിയ ദിവസം. അന്നു വിളക്കുവച്ച് 20 നാഴികയ്ക്കു മേൽ 22 നാഴികയ്ക്കകം മകരംരാശിനേരത്ത് നാളേറടിപ്പാനും നാൾവിത്തുപിടിപ്പാനും അനന്തവെങ്കിടരാമജ്യോത്സ്യർ ദിവസം നിശ്ചയിച്ചുഎഴുതിയിട്ടുള്ള മുഹൂർത്തച്ചാർത്തു ഇതിനോടുകൂടി കൊടുത്തയയ്ക്കുന്നു" (രായസം നീട്ട് വാല്യം 34 - പേജ് 21 - കൊവ 1013-ാംമാണ്ട് കുംഭമാസം 22). നാഞ്ചിനാട് ചെങ്കോട്ട പ്രദേ ശങ്ങളിൽ ഈ ചാരൽകൃഷിയെ ആനിയാടി ചാറൽ എന്നാണ് പറ യുന്നത്. ആദ്യത്തെ ചാറൽമഴയത്ത് ഈ രീതിയിൽ വിത്തുവിത യ്ക്കുന്നതിനെ 'പൊടിവിത' എന്ന് പറഞ്ഞിരുന്നു. പണ്ട് തിരുവി താംകൂറിൽ ചിത്തിരമാസത്തിൽ നിലമുഴാനുള്ള ദിവസം മുരശടിച്ച് അറിയിക്കും. 'പൊന്നേറ് പൂട്ടൽ' എന്നാണ് ഇതിനുവേണ്ടിയുള്ള ഉഴവിനെ പറഞ്ഞിരുന്നത്. പാടത്തിന്റെ കരയിൽ കുത്തുവിളക്ക് കത്തിച്ചുവച്ചായിരുന്നു പൊന്നേറുപൂട്ടൽ നടത്തിയിരുന്നത്.

മുൻകാലങ്ങളിൽ വിളവെടുപ്പിനുശേഷം നടത്തിയിരുന്ന ആഘോഷങ്ങളിൽ പലതും ഇന്നും തുടർന്നുവരുന്നുണ്ട്. കേരള ത്തിൽ ഏപ്രിൽ-മെയ് മാസങ്ങളിൽ വേനലാണല്ലോ. മേയ്മാസമാ കുമ്പോൾ, മഴയുടെ വരവോടെ നിലമൊരുക്കി കൃഷിയിറക്കിയി രിക്കും. ആഗസ്റ്റ്-സെപ്റ്റംബർമാസത്തിൽ വിളവെടുപ്പ് നടത്താം. അപ്പോഴേക്കും ഓണക്കാലമായി. ഓണക്കൊയ്ത്തിനുശേഷമുള്ള സന്തുഷ്ടകാലത്തെ ആഘോഷമാണ് ഓണാഘോഷം. മലയാള സംസ്കാരം പിന്തുടർന്നിരുന്ന നാഞ്ചിനാടിനും ഓണം ഒരാഘോഷം തന്നെ. ഓണത്തിനുശേഷമുള്ള കന്നിവെറിക്ക് അവസാനംകുറിച്ചു കൊണ്ട് തുലാവർഷം പെയ്തിറങ്ങുന്നതോടെ ഉണങ്ങിക്കിടക്കുന്ന പാടങ്ങൾക്ക് പുതുജീവൻ കൈവരുന്നു. നിലമൊരുക്കലും കൃഷി യിറക്കും തകൃതിയായി നടക്കും. ഡിസംബർ അവസാനത്തോടെ

അടുത്ത വിളവെടുപ്പിന് നേരമായി. ഈ വിളവെടുപ്പോടെയാണ് പൊങ്കൽആഘോഷം.

യുദ്ധങ്ങൾ നാഞ്ചിനാടിന് നിരന്തരഭീഷണിയായിരുന്നല്ലോ. സഹ്യന് കിഴക്ക് നിന്നുള്ള തുടർച്ചയായ ആക്രമണങ്ങളും കൊള്ളകളും കൂടുതൽ അസ്വസ്ഥതപ്പെടുത്തിയത് അവിടത്തെ കൃഷിക്കാരെയാണ്. വയലേലകളായിരുന്നു യുദ്ധഭൂമി. പലപ്പോഴും നെൽകൃഷി മുടങ്ങി. കൃഷിയിടങ്ങൾ നശിപ്പിക്കുകയും ധാന്യങ്ങൾ കൊള്ളയടിക്കപ്പെടുകയും ചെയ്തു. കൊ.വ. 810ൽ ഇരവിക്കുട്ടിപിള്ളപ്പോരു നടന്നത് കണിയാംകുളം നെൽപാടത്തായിരുന്നുവെന്നത് ഓർമ്മിക്കാം: യുദ്ധം മൂലം കന്നിയിൽ വിളവെടുക്കേണ്ടിയിരുന്ന കന്നിപ്പൂവ് തരിശിടേണ്ടിവന്നു. കുംഭപ്പൂവ് വൈകിയതിനാൽ മണമാരി, ചമ്പാവ് തുടങ്ങിയ വിത്തുകൾ വിതയ്ക്കേണ്ടിയും വന്നു. മാത്രമല്ല, ഇറക്കിയ കൃഷിക്ക് കീടബാധ കാരണം ന്യായമായ വിളവ് ലഭിച്ചതുമില്ല. ഈ വിഷയത്തിൽ മംഗലം മുതൽ മണക്കുടിവരെയുള്ള ദേശത്തെ പ്രതിനിധികൾ കൽക്കുളത്ത് വന്ന് മഹാരാജാവിനെ കണ്ട് സങ്കടമുണർത്തിച്ചു. തുടർന്ന് 810ലെ കുംഭപ്പൂവ് ഒരുപ്പൂവായതിനാൽ അടുത്ത കുംഭപ്പൂവിന് മേൽവാരം അളന്നാൽ മതിയെന്ന് ഉത്തരവുണ്ടായി (1635ലെ നീട്ട്)

തിരുവിതാംകൂർ രാജാക്കന്മാർ

വേണാട് ഭരണാധികാരികൾ രാജ്യത്തിന്റെ സാമ്പത്തികനില നിയന്ത്രിക്കുന്നതിൽ കൃഷിയുടെ പങ്ക് മനസ്സിലാക്കുകയും കൃഷിക്ക് കൂടുതൽ ശ്രദ്ധയും പ്രോത്സാഹനവും നൽകുകയും ചെയ്തു. തിരുവിതാംകൂറിന്റെ നെല്ലറയായിരുന്ന നാഞ്ചിനാട്ടിലെ നെൽകൃഷിക്ക് ആവശ്യമായ സഹായങ്ങൾ നൽകാൻ തിരുവിതാംകൂർ മഹാരാജാക്കന്മാർ പ്രത്യേക താല്പര്യം കാണിച്ചു. അനിഴം തിരുനാൾ മാർത്താണ്ഡവർമ്മ (1729-1758) ഫലഭൂയിഷ്ഠമായ നാഞ്ചിനാട്ടെ കൃഷിയിടങ്ങളിലേക്ക് വെള്ളമെത്തിക്കുന്നതിന് പല പദ്ധതികളും ആവിഷ്കരിച്ചു നടപ്പാക്കി. അങ്ങിനെയാണ് പൊന്മന അണക്കെട്ടും പുത്തൻ അണക്കെട്ടും നിർമ്മിച്ചത് (1731). ഈ അണക്കെട്ടുകൾ കൽക്കുളം ഭാഗത്തെ കൃഷിയിടങ്ങളിലേക്ക് ആവശ്യത്തിന് വെള്ളമെത്തിക്കുന്നതിനുപുറമേ പത്മനാഭപുരത്തെ ജനങ്ങൾക്ക് ആവശ്യമായ ശുദ്ധജലവും നൽകി. പശ്ചിമഘട്ടത്തിന്റെ പടിഞ്ഞാറുഭാഗത്തു നിന്ന് ഒഴുകിവരുന്ന ജലം പാഴായി പോകാതെ സംഭരിച്ചുനിർത്തി ആവശ്യാനുസരണം ഉപയോഗിക്കാൻ ഉദ്ദേശിച്ചുള്ളതായിരുന്നു ഈ അണക്കെട്ടുകൾ. കാലപ്പഴക്കംകൊണ്ട് പാണ്ഡ്യൻ അണക്കെട്ടിന് ബലക്ഷയം സംഭവിച്ചതോടെ കുഴിത്തുറയാറിലെ ജലം ഉപയോഗശൂന്യമായി കടലിലേക്ക് ഒഴുകിപ്പോവുകയായിരുന്നു. നദിയിൽ

വീണ്ടും കരിങ്കൽചിറകെട്ടി പ്രയോജനമില്ലാതെ ഒഴുകിയ ജലം കൃഷി ആവശ്യങ്ങൾക്കുവേണ്ടി തിരിച്ചുവിടാൻ ശ്രമിച്ചതിന്റെ ഫലമാണ് പൊന്മനഅണയും പുത്തൻഅണയും. ഇതോടൊപ്പംതന്നെ തോടുകളും ചാലുകളും വെട്ടിച്ച് ജലാശയങ്ങളിലും കുളങ്ങളിലും വെള്ളം സംഭരിച്ചു നിർത്താനുള്ള ഏർപ്പാടുകളുമുണ്ടാക്കി. മഴയെ മാത്രം ആശ്രയിച്ച് നടത്തിയിരുന്ന നാഞ്ചിനാട്ടെ കൃഷിക്ക് ഈ ജലസേചന സംവിധാനം പുത്തനുണർവ് നൽകി എന്ന് പറയേണ്ടതില്ലല്ലോ. വെള്ളം കിട്ടാതെയുള്ള കൃഷിപ്പിഴകളിൽനിന്ന് കർഷകർക്ക് മോചനം ലഭിച്ചു എന്നു മാത്രമല്ല, ഒരുപ്പൂനിലങ്ങൾ ഇരുപ്പൂനിലങ്ങളായി മാറുകയും ചെയ്തു. ഈ പദ്ധതികൾ നടപ്പാക്കുന്നതിന് വേണ്ട സാമ്പത്തികവും സാങ്കേതികവുമായ ആവശ്യങ്ങൾ സംഘടിപ്പിക്കുന്നതിനും പദ്ധതിവേഗം പൂർത്തിയാക്കുന്നതിനും അനിഴംതിരുനാൾ വ്യക്തിപരമായി താല്പര്യം പ്രകടിപ്പിച്ചു.

ജലസേചനപദ്ധതികളുടെ പൂർത്തീകരണത്തിന് രാജാവ് വ്യക്തിപരമായ താല്പര്യം കാണിച്ചിരുന്നുവെന്നതിന് തെളിവായി ഒരു സംഭവം ശ്രദ്ധയിൽപെടുത്താം. പൊന്മനയിൽനിന്ന് തെക്കോട്ടുള്ള തോട് വെട്ടുന്നതിനിടയിലാണ് സംഭവം. തോടുവെട്ടി മുന്നേറുകയായിരുന്നു. അപ്പോഴാണ് ഒരു വലിയ പാറ ജോലി തടസ്സപ്പെടുത്തി മദ്ധ്യഭാഗത്ത് പ്രത്യക്ഷപ്പെട്ടത്. തടസ്സം മാറ്റാൻ ഇന്നത്തെപ്പോലെ ആധുനികയന്ത്രസാമഗ്രികളും വെടിമരുന്നും ഒന്നും ഉണ്ടായിരുന്ന കാലമായിരുന്നില്ല എന്നോർക്കണം. പാറ പൊട്ടിച്ചുമാറ്റാൻ മനുഷ്യപ്രയത്നംതന്നെ വേണം. ഈ സന്ദിഗ്ദ്ധഘട്ടത്തിൽ രാജാവ് നേരിട്ട് പാറപൊട്ടിക്കലിന്റെ മേൽനോട്ടത്തിനെത്തി. ജോലിക്കാർക്കു വേണ്ട നിർദ്ദേശങ്ങൾ നൽകിക്കൊണ്ട് ദിവസംമുഴുവൻ അദ്ദേഹം അവരോടൊപ്പം ചെലവഴിച്ചു. കഠിനമായ വെയിലിൽനിന്ന് രാജാവിനെ സംരക്ഷിക്കാൻ ഒരു തൊഴിലാളി അദ്ദേഹത്തിന് ഓലക്കുടപിടിച്ച് നിന്നിരുന്നു. കുറച്ചുകഴിഞ്ഞപ്പോൾ അടുത്തുള്ള പാറമേൽ ഒരു കുഴികുഴിച്ച് കുട അവിടെ ഉറപ്പിച്ചശേഷം ആ തൊഴിലാളിയെയും പാറപൊട്ടിക്കാൻ അദ്ദേഹം പറഞ്ഞുവിട്ടു. കുളച്ചൽ മുതൽ പൂവാർവരെ ആറ്വെട്ടിയതും അനിഴംതിരുനാളിന്റെ കാലത്താണ്.

പത്മനാഭപുരം, അഗസ്തീശ്വരം പുത്തനാറ് വെട്ടിച്ചത് സ്വാതി തിരുനാൾ മഹാരാജാവാണ് (1829-1847). ഈ തോടിന്റെ പണി വേഗത്തിലാക്കുന്നതിന് 100 ജോലിക്കാരെ കൂടുതലായി നിയമിക്കാനും ജോലിക്കാർക്ക് പതിവ് കൂലിയിൽ വർദ്ധനവുവരുത്താനും അദ്ദേഹം ഉത്തരവിട്ടു (17-6-1010-ലെ നീട്ട്). 1829-ൽ സ്വാതിതിരുനാൾ നാഞ്ചിനാട് ഒരു ജലസേചനപദ്ധതിക്ക് രൂപം നൽകി. ധാരാളം കുളങ്ങൾ

കുഴിപ്പിക്കുകയും അതിലൂടെ ശാസ്ത്രീയമായ ജലസേചനപദ്ധതികൾ ആവിഷ്കരിക്കുകയും ചെയ്തു.

അനന്തപുരി മുതൽ നാഞ്ചിനാട്ടുവരെ ഒരു തോട് നിർമ്മിക്കാൻ തീരുമാനമെടുത്തത് 1860-ലാണ്. "കുടിരക്ഷയ്ക്കായിട്ടും കച്ചവടം അഭിവൃദ്ധിക്കുവേണ്ടിയും തിരുവനന്തപുരം മുതൽ നാഞ്ചിനാടുവരെ ആറുവെട്ടിവെപ്പിച്ചാൽ കൊള്ളാമെന്ന് നാം നിശ്ചയിച്ചു. കടിയപട്ടണം അധികാരത്തില ഒന്നാംമുന്നിലയിൽ കരിപ്പറമ്പുസ്ഥലത്ത് വേല ആരംഭിച്ചിട്ടുള്ളതാകയാൽ ഈ ചിലവ് തുകയ്ക്ക് ആവശ്യമുള്ള പണത്തിന് നാം ബോധിക്കുന്നതിനായിട്ട് എഴുതി അയച്ച മറുപടി അയയ്ക്കുന്നതിൻവണ്ണം പണവും ചിലവു ചെയ്യിച്ചു ഞാറ്റുവേല എത്രയും പെട്ടെന്ന് നടപ്പാൻതക്കവണ്ണം വിചാരിച്ചുകൊള്ളുകയും വേണം...." (1035 മിഥുനം 26-ാം തീയതിയിലെ നീട്ട്). മാധവരായരായിരുന്നു ദിവാൻ. 1022 മുതൽ 1036 വരെ രാജ്യം ഭരിച്ചിരുന്നത് ഉത്രം തിരുനാളാണ്.

ആയില്യംതിരുനാൾ കർഷകർക്ക് അനുകൂലമായ നടപടികൾ പലതും കൈക്കൊണ്ടു. കൃഷിക്കാരുടെ ചിരകാലആവശ്യമായിരുന്ന ചില നികുതിഇളവുകൾ അദ്ദേഹം അനുവദിച്ചു. കോതയാറിൽ പുതിയ അണക്കെട്ട് നിർമ്മിക്കാനുള്ള തീരുമാനവും അതിനായുള്ള സർവ്വേനടപടികളും 1877-ൽ നാണുപിള്ള ദിവാന്റെ ഉത്സാഹത്തിൽ തുടങ്ങി. 1880-ൽ രാജാവായ വിശാഖംതിരുനാൾ തെക്കൻ തിരുവിതാംകൂറിലെ ജലസേചനപദ്ധതികൾ അഭിവൃദ്ധിപ്പെടുത്താൻ വേണ്ട നടപടികൾ കൈക്കൊണ്ടു. 1885-ൽ ശ്രീമൂലംതിരുനാൾ പാണ്ഡ്യൻ അണക്കെട്ടും പുത്തനാറും നവീകരിച്ചു. കോതയാറിൽ കുലശേഖരത്തിനടുത്താണല്ലോ പ്രസിദ്ധമായ പേച്ചിപ്പാറ അണക്കെട്ട്. 1895-ൽ അണക്കെട്ടിന്റെ നിർമ്മാണം തുടങ്ങി. അണക്കെട്ടിനടുത്ത് തിരുനന്ദിക്കരക്ഷേത്രവും തൃപ്പരപ്പ് ശിവക്ഷേത്രവും ഉണ്ട്.

മലമൂപ്പന്റെ മകളായിരുന്നു പേച്ചി. തങ്ങൾക്ക് അവകാശപ്പെട്ട മലയിൽ കടന്നുകയറി അവിടത്തെ ആവാസവ്യവസ്ഥയെ തകിടം മറിക്കുന്ന അണക്കെട്ട് നിർമ്മാണത്തെ ഉൾക്കൊള്ളാൻ പേച്ചിക്ക് കഴിഞ്ഞില്ല. അണക്കെട്ട് നിർമ്മിക്കുന്നതിൽ പേച്ചി ശക്തമായ എതിർപ്പ് പ്രകടിപ്പിച്ചു എന്നുമാത്രമല്ല നിർമ്മാണഘട്ടത്തിൽ അണക്കെട്ടിന്റെ ഭാഗങ്ങൾ കൂട്ടുകാരോടൊപ്പം തകർത്തുകൊണ്ടുമിരുന്നു. അന്നത്തെ തിരുവിതാംകൂർ ചീഫ് എൻജിനീയറായിരുന്ന അലക്സാണ്ടർ ഹംഫ്രിമിഞ്ചിൻ എന്ന സായിപ്പിനായിരുന്നു അണക്കെട്ട് നിർമ്മാണത്തിന്റെ ചുമതല. പേച്ചിയെ തടയാനുള്ള മിഞ്ചിന്റെ ശ്രമങ്ങൾ വിഫലമായതോടെ, അദ്ദേഹം പേച്ചിയെ വെടിവച്ച് കൊന്നു. ഒരുപക്ഷേ പരിസ്ഥിതിസംരക്ഷണത്തിനുവേണ്ടി പോരാടി രക്ത

പേച്ചിയമ്മൻ കോവിലും അലക്സാണ്ടർ ഹംഫ്രിമിഞ്ചിന്റെ കല്ലറയും

സാക്ഷിയായ തിരുവിതാംകൂറിലെ ആദ്യത്തെ വ്യക്തിയായിരിക്കാം പേച്ചി. അണക്കെട്ടിന് താഴെ പേച്ചിയെ അടക്കിയ സ്ഥലം പിൽക്കാലത്ത് ആരാധനാകേന്ദ്രമായിമാറി. വിധിവൈപരീത്യമെന്ന് പറയട്ടെ 1913-ൽ അന്തരിച്ച മിഞ്ചിന്റെ മൃതദേഹം അണക്കെട്ടിന് മുകളിലായാണ് അടക്കിയത്.

പഴയാറിൽ പൊന്മന ശിവക്ഷേത്രത്തിനടുത്താണ് പെരിഞ്ചാണി അണക്കെട്ട്. തകർന്നടിഞ്ഞ പാണ്ഡ്യൻ അണക്കെട്ടിന്റെ അവശിഷ്ടം ഈ പ്രദേശത്ത് കാണാം. 1933-ൽ തിരുവിതാംകൂറിന്റെ അവസാനത്തെ രാജാവായി സ്ഥാനമേറ്റ ചിത്തിരതിരുനാളും നാഞ്ചിനാട്ടിലെ കൃഷിക്ക് പ്രാധാന്യം നൽകിയിരുന്നു. സർക്കാർ ചെലവിന്റെ വലിയൊരുഭാഗം അവിടത്തെ ജലസേചനപദ്ധതികൾക്കായി അദ്ദേഹം ഉപയോഗിച്ചു.

തോട്ടക്കൃഷി

നാഞ്ചിനാടിൽ ക്രിസ്തുമതത്തിലേക്കുള്ള മതംമാറ്റപ്രവർത്തനങ്ങളിൽ ഏറ്റവും മുൻപന്തിയിൽനിന്നത് ലണ്ടൻ മിഷൻ സൊസൈറ്റിയിലെ മിഷനറിമാരാണ്. പനകയറ്റക്കാരും കള്ളുചെത്തുകാരുമായിരുന്ന ചാന്നാന്മാരും വയലിൽ കൂലിവേല ചെയ്തിരുന്ന

പറയന്മാരുമായിരുന്നു ഇവരിൽ അധികവും. ഇവർ ക്രമേണ തോട്ട ക്കൃഷിയിലേക്ക് തിരിഞ്ഞു. കാപ്പിക്കൃഷിയായിരുന്നു ഇതിൽ പ്രധാനം. മിഷനറിമാരിൽനിന്നും ലഭിച്ച വിദ്യാഭ്യാസമാണ് അവരെ ഈ വഴിക്ക് ചിന്തിക്കാൻ പ്രേരിപ്പിച്ചത്. ഇക്കൂട്ടത്തിൽ ചിലർ സിലോ ണിലെ കാപ്പിത്തോട്ടങ്ങളിൽ പണിയെടുക്കാനും പോയി.

സിലോണിലെ കാപ്പിത്തോട്ടങ്ങളിൽ പണിയെടുക്കാൻപോയ പി.ഡി. ദേവസഹായത്തിന്റെ കഥ ശ്രദ്ധേയമാണ്. 1822-ൽ നാഗർ കോവിലിൽ ജനിച്ച ഇദ്ദേഹം മാർഗ്ഗംകൂടി ചാന്നാർ ക്രിസ്ത്യാനി യായി. എൽ.എം.എസിന്റെ സഹായത്തോടെയായിരുന്നു വിദ്യാ ഭ്യാസം നേടിയത്. തുടർന്ന് സിലോണിലേക്കുപോയ ദേവസഹായം, തോട്ടക്കൃഷിയിൽ ഇരുപതുവർഷത്തെ പ്രവർത്തിപരിചയവുമായാണ് തിരുവിതാംകൂറിൽ മടങ്ങിയെത്തിയത്. നാഗർകോവിലിൽനിന്ന് 25 മൈൽ വടക്കുമാറിയുള്ള ആഷാമ്പൂമലകളിൽ 'വിക്ടോറിയ' എന്ന പേരിൽ അദ്ദേഹം ഒരു കാപ്പിത്തോട്ടം ആരംഭിച്ചു. നാഗർകോവി ലിൽ ക്രിസ്ത്യാനിയുടേതായ ആദ്യത്തെ രണ്ടുനിലവീട് ദേവസഹാ യത്തിന്റേതായിരുന്നു. വിശാഖംതിരുനാളിന്റേയും മാധവറാവു വിന്റേയും കാപ്പിത്തോട്ടങ്ങളുടെ മേൽനോട്ടം വഹിച്ചതും ഈ രംഗത്ത് പരിചയസമ്പന്നനായ ഇദ്ദേഹംതന്നെ. ദേവസഹായത്തിന്റെ കാർഷികസംരംഭം മിഷനറിമാരുടെ ശ്രദ്ധയിൽപെട്ടു. മേൽമുണ്ട് കലാപത്തിൽ സർക്കാരിനെതിരെയുള്ള സമരം മുൻനിരയിൽനിന്ന് നയിച്ച റവ. ജോൺ കോക്സ് എന്ന മിഷനറി, 1869-ൽ മിഷൻപ്ര വർത്തനങ്ങളിൽനിന്ന് വിടുതൽവാങ്ങി ഒരു ചാന്നാർസ്ത്രീയെ വിവാഹംകഴിക്കുകയും ആഷാമ്പുമലകളിൽ താമസിച്ച് കാപ്പിക്കൃഷി ആരംഭിക്കുകയും ചെയ്തു. 1800 ഏക്കറോളം വരുന്നതായിരുന്നു ഇദ്ദേഹത്തിന്റെ കാപ്പിത്തോട്ടം. തുടർന്ന് പല മിഷനറിമാരും തോട്ട ക്കൃഷിയിലേക്ക് തിരിഞ്ഞു. കാപ്പിക്കൃഷിക്കായി മിഷനറിമാർ ആരം ഭിച്ച കമ്പനിയിൽ, മാർഗ്ഗംകൂടിയ ചിലരും പങ്കാളികളായി. ക്രിസ്ത്യൻ യുവാക്കൾക്ക് ഇത് ഒരു തൊഴിലവസരമായി മാറി. മതംമാറിയ പാവപ്പെട്ടവർക്ക് ഒരു ജീവിതമാർഗ്ഗവും. ഇതോടെ വൈദികകാര്യ ങ്ങൾക്ക് കൂടുതൽ സംഭാവന ലഭിച്ചു എന്നതും ഓർക്കാം. 1870-കളിൽ ലാഭകരമായി നടന്ന കാപ്പിക്കൃഷി കാപ്പിച്ചെടികൾക്ക് ഇലരോഗം ബാധിച്ചതോടെ 1880-ൽ പ്രതിസന്ധിയിലായി. ഇതോടെ മിഷനറിമാർ ഈ കൃഷിയിൽനിന്ന് പിന്മാറുകയും മാർഗ്ഗംകൂടിയ വർ മറ്റു കൃഷികളിലേക്ക് തിരിയുകയും ചെയ്തു.

■

മതം

ഏറ്റവും വലിയ സംഘടിതശക്തി ഏത് എന്ന ചോദ്യത്തിന് മതം എന്നാണ് ഉത്തരം. മറ്റെല്ലാ രംഗത്തുമെന്നപോലെ ഒരു ദേശത്തിന്റെ സംസ്കാരരൂപീകരണത്തിലും മതത്തിന്റെ ഇടപെടലുകൾ നിർണ്ണായകംതന്നെ. കാലാകാലങ്ങളിൽ സമൂഹത്തിൽ ശീലിച്ചുപോരുന്ന ആരാധനക്രമങ്ങളും മതപരമായ നിഷ്ഠകളും ആചാരങ്ങളും വിലക്കുകളും ആ ദേശത്തെ ജീവിതശൈലി രൂപീകരണത്തെ ഗണ്യമായി സ്വാധീനിക്കാറുണ്ട്. പരസ്പരം മല്ലിടുന്ന ഒരു സാമൂഹിക പ്രതിഭാസംകൂടിയാണ് മതം.

അതിപ്രാചീനകാലംമുതൽ ഭാരതത്തിൽ നിലനിന്നിരുന്ന എല്ലാ മതങ്ങളുടെയും സാന്നിദ്ധ്യം നാഞ്ചിനാട്ടിലും ഉണ്ടായിരുന്നു. തദ്ദേശീയമായ ദ്രാവിഡ-ബുദ്ധ-ജൈന-ഹൈന്ദവമതങ്ങൾക്കുപുറമെ ക്രിസ്തുമതം, ഇസ്ലാംമതം എന്നിങ്ങനെ പ്രധാന ലോകമതങ്ങൾക്കും ഇവിടെ വേരോട്ടമുണ്ടായി.

വൃക്ഷാരാധന

എല്ലാ പുരാതന വർഗ്ഗങ്ങളും വൃക്ഷങ്ങളെ ആരാധിച്ചു. ചില വൃക്ഷങ്ങളിൽ പരേതാത്മാക്കൾ കുടികൊള്ളുന്നു എന്ന് അവർ വിശ്വസിച്ചു. അത്തരം മരങ്ങൾ ആത്മാക്കളോടൊപ്പം പരക്കെ ആരാധനാപാത്രങ്ങളായി. മരിച്ച ആളിനെ അടക്കിയ സ്ഥലത്ത് ശ്രാദ്ധദിവസം അയാളുടെ കാൽക്കൽ വൃക്ഷം നടുക ഇന്നും പതിവാണല്ലോ. ചില പ്രത്യേക മരങ്ങളുടെ ഇലയോ പൂവോ ഫലമോ കൊണ്ട് ദേവീദേവന്മാരെ അലങ്കരിക്കുകയും നിവേദ്യം അർപ്പിക്കുകയും ചെയ്തിരുന്നുവെന്നതും ശ്രദ്ധേയമാണ്. പുരാതന ഗ്രീസിലെ ദേവീദേവന്മാർ ഓരോരുത്തർക്കും അവരുടേതായി അറിയപ്പെടുന്ന വൃക്ഷങ്ങളുണ്ടായിരുന്നു.

അരയാലും കൂവളവുമാണ് ഏറ്റവും പവിത്രമായ വൃക്ഷങ്ങൾ. തുളസി ഏറ്റവും പവിത്രമായ സസ്യവും. പനമരത്തിൽ ദുർദേവതയുടെ

സാന്നിദ്ധ്യമുണ്ടെന്ന വിശ്വാസം ഇന്നുമുണ്ട്. ആലും കൂവളവും പനയുമൊക്കെ ഇന്നും നാഞ്ചിനാട്ടിലെ ക്ഷേത്രങ്ങളിൽ സാധാരണം തന്നെ. അരയാലിന്റെ സാന്നിദ്ധ്യം മിക്കവാറും എല്ലാ ക്ഷേത്രങ്ങളിലും കാണാം. അരയാൽ നടുന്നത് പുണ്യവും അതിനെ പ്രദക്ഷിണം വയ്ക്കുന്നത് ശനിദോഷത്തിന് പരിഹാരവുമാണെന്നും വിശ്വാസമുണ്ട്. വേപ്പുമരം വസൂരിയുടെ ദേവതയുമായി ബന്ധപ്പെട്ടതാണ്.

ബിഷപ് ഹെബർ (Heber) താൻ കണ്ട ആൽമരത്തിനെക്കുറിച്ച് ഇങ്ങനെ എഴുതുന്നു. "ഈ ഗ്രാമത്തിനടുത്ത് സുന്ദരമായ ഒരു നല്ല ആൽമരം ഉണ്ടായിരുന്നു. ഇത്തരത്തിൽ ഒരു മരം ഞാൻ മുൻപ് കണ്ടിട്ടില്ല. അക്ഷരാർത്ഥത്തിൽ ഒറ്റത്തടിയിൽ നിന്നു പടർന്നു പന്തലിച്ച ഒരു മഹാവൃക്ഷത്തെപ്പോലെതന്നെയായിരുന്നു അത്. മരത്തിന്റെ തണലിലേക്ക് വന്നപ്പോൾ എന്റെ ആദ്യ ധാരണ 'ആരാധനയ്ക്കുള്ള എത്ര കുലീനമായ സ്ഥലം' എന്നാണ്." (ഹെബർ ജേർണൽ Vol 2. P.93)

വിദ്യാഭ്യാസം കുറഞ്ഞ ഇന്ത്യാക്കാരനായ ഹിന്ദു, ഇവിടം ആരാധനയ്ക്കുള്ള കുലീനമായ സ്ഥലം മാത്രമായല്ല കാണുന്നത് മറിച്ച്, ശിശുസഹജമായ നിഷ്കളങ്കതയോടെ അവൻ പ്രകൃതിയുമായി താദാത്മ്യം പ്രാപിക്കുകയും പ്രകൃതിയെ ദൈവമായി ആരാധിക്കുകയും ചെയ്യുന്നു. ശരിക്കും അവൻ വൃക്ഷത്തെ വൃക്ഷമായല്ല, തന്റെ സൃഷ്ടിപരമായ ശക്തി, വൃക്ഷത്തിന്റെ രൂപത്തിൽ സാർത്ഥകമാക്കിയ പരമകാരുണികന്റെ ശക്തിയായിക്കണ്ടാണ് ആരാധിക്കുന്നത്.

മൂലതോ ബ്രഹ്മരൂപായ മദ്ധ്യതോ വിഷ്ണുരൂപിണേ
അഗ്രതശ്ശിവരൂപായ വൃക്ഷരാജയതേ നമഃ

(വേര് ബ്രഹ്മാവിന്റെയും മദ്ധ്യഭാഗം വിഷ്ണുവിന്റെയും മുകൾഭാഗം ശിവന്റെയും രൂപമുള്ള വൃക്ഷരാജനെ വണങ്ങുന്നു)

പ്രസിദ്ധമായ ശുചീന്ദ്രം ക്ഷേത്രത്തിൽ ദർശനം നടത്തിയിട്ടുള്ളവർ ചെമ്പകരാമൻ മണ്ഡപത്തിന് അഭിമുഖമായി 'കൊന്റയടിനാഥന്റെ' കോവിൽ കണ്ടിട്ടുണ്ടാവും. രണ്ടായിരത്തിലേറെ വർഷം പഴക്കം കണക്കാക്കുന്ന കൊന്നമരവും അതിന് മൂട്ടിൽ ഒരു ത്രിമൂർത്തിലിംഗവുമുണ്ട് അവിടെ. ലിംഗത്തിന്റെയും വൃക്ഷത്തിന്റെയും ചുവട്ടിലുള്ള ഭാഗം ബ്രഹ്മാവ്, മദ്ധ്യഭാഗം വിഷ്ണു, മുകൾഭാഗം ശിവൻ എന്നീ സങ്കല്പത്തിലാണ് ആരാധന നടത്തുന്നത്. കൃതയുഗത്തിൽ ഇത് അശ്വത്ഥവൃക്ഷമായിരുന്നത്രേ. കുമാരകോവിലിലെ ശ്രീകുമാര സ്വാമി ക്ഷേത്രത്തിൽ വളരെ പുരാതനമായ ഒരു വേങ്ങമരത്തിന്റെ ഭാഗം കാണാം. ഈ മരത്തെ മുരുകന്റെ സങ്കൽപ്പത്തിൽ പൂജിക്കുന്നുണ്ട്.

കൊന്റയടിനാഥൻ - ശുചീന്ദ്രം ക്ഷേത്രം

വേങ്ങമരം - കുമാരകോവിൽ

വൃക്ഷങ്ങളിൽ വച്ച് ഞാൻ അരയാലാണെന്ന് ശ്രീകൃഷ്ണൻ ഗീതയിൽ പറയുന്നുമുണ്ട്.

ആലിന്റെ ചുവട്ടിൽ വച്ച് ആരും അസത്യം പറയാൻ ധൈര്യപ്പെട്ടിരുന്നില്ല എന്ന് മാത്രമല്ല നിയമം കൃത്യമായി പാലിക്കുന്നതിൽ വീഴ്ച വരുത്താറുമില്ല. പണ്ടുകാലത്ത് ന്യായവിസ്താരങ്ങൾ നടത്തി ശിക്ഷവിധിച്ചിരുന്നതും ആലിന്റെ ചുവട്ടിൽ വച്ചായിരുന്നു എന്ന് ഓർക്കാം. തെക്കൻപാട്ട് കഥയിലെ ചെമ്പകവല്ലി സതി അനുഷ്ഠിച്ചത് അരയാലിന്റെ ചുവട്ടിൽ ചിത കൂട്ടിയാണല്ലോ. അവർ യക്ഷിയായി പ്രത്യക്ഷപ്പെട്ടതും ഉദയഗിരിയിലെ ആലിന്റെ ചുവട്ടിൽത്തന്നെ. ഇങ്ങിനെ ആൽചുവട്ടിൽ കുടികൊള്ളുന്ന യക്ഷിയമ്മമാർ നാട്ടിൽ എത്ര വേണമെങ്കിലുമുണ്ട്.

പ്രാചീനമനുഷ്യരിൽ ഭക്തിയുടെ അടിസ്ഥാനം ഭയമായിരുന്നു. മരണത്തോടും പ്രകൃതിക്ഷോഭങ്ങളോടും രോഗങ്ങളോടുമുള്ള ഭയം. ഈ ഭയത്തിൽനിന്നാണ് പ്രകൃത്യാരാധന ആരംഭിക്കുന്നത്. സൂര്യൻ, വായു, വരുണൻ, ഇന്ദ്രൻ തുടങ്ങിയ പ്രകൃതിശക്തികളെയും പേരാൽ, അരയാൽ, പന, പാല തുടങ്ങിയ വൃക്ഷങ്ങളെയും അവർ ആരാധിച്ചു. നാഞ്ചിനാട് പ്രദേശങ്ങളിൽ ഒറ്റയ്ക്ക് നിൽക്കുന്ന വൃക്ഷങ്ങളിൽ ഒരു ചുവന്ന പട്ടുചുറ്റി കുങ്കുമമോ മഞ്ഞളോ പൂശിയിരിക്കുന്ന

കാഴ്ച ഇന്നും സാധാരണയാണ്. ഈ മരങ്ങളിൽ ഏതെങ്കിലും ദേവതയുടെ സാന്നിദ്ധ്യം ഉണ്ടെന്ന് അവർ വിശ്വസിച്ചു. മരത്തിന്റെ ചുവട്ടിൽ ദൈവികസങ്കല്പമായി ഒരു കല്ലോ ശൂലമോ ഉണ്ടാകും. ആദികാലങ്ങളിലെ ഈ ആരാധനാസമ്പ്രദായങ്ങൾ ഇപ്പോഴും നില നിൽക്കുന്നത് ഇത്തരം അനുഷ്ഠാനങ്ങളിൽ ഇന്നും ഭക്തർക്കുള്ള വിശ്വാസം തെളിയിക്കുന്നു. മാട്ടുപ്പൊങ്കൽ തുടങ്ങിയ ഉത്സവങ്ങൾ പുരാതനമായ മൃഗപൂജയുടെ തുടർച്ചയാണ്. കാലികളെ ബഹുമാ നപൂർവം അലങ്കരിച്ച് ആരാധിക്കുന്ന ചടങ്ങാണിത്. ജനവാസകേന്ദ്ര ങ്ങളിൽ വ്യാപകമായി കാണപ്പെട്ടിരുന്ന വിഷജന്തുക്കളായ സർപ്പ ങ്ങളോടുള്ള ഭയമാണ് സർപ്പാരാധനയ്ക്ക് നിദാനം (സർപ്പകോപ ത്തിൽനിന്ന് രക്ഷപ്പെടാനാണ് സർപ്പത്തെ ആരാധിച്ചുതുടങ്ങിയത്). വീട്ടുവളപ്പിൽ സർപ്പക്കാവുകൾ സാധാരണമായിരുന്നു.

ചാവാരാധന

വീരയോദ്ധാക്കളുടെ മരണത്തിനുശേഷം അവരുടെ ആത്മാ ക്കളെ പൂജിച്ചിരുന്ന ആരാധനാരീതി പിൽക്കാലത്ത് ക്ഷേത്രാരാധ നയ്ക്ക് വഴിതെളിച്ചു. 'ചാവ് പൂജ' എന്നാണ് ഈ ആരാധനാ സമ്പ്രദായം അറിയപ്പെട്ടത്. ശത്രുനിഗ്രഹംനടത്തി വിജയശ്രീലാ ളിതരായ യോദ്ധാക്കളുടെ മരണശേഷം അവരുടെ ആത്മാക്കൾ ആരാധനാമൂർത്തികളായിമാറി. ചില പ്രത്യേക വൃക്ഷങ്ങളിൽ ഇങ്ങനെ മരണമടഞ്ഞവരുടെ ആത്മാക്കൾ കുടികൊള്ളും എന്നവർ വിശ്വസിച്ചു. ആത്മാക്കളുടെ ക്ഷോഭം മഹാമാരികൾക്കും തന്മൂലം വംശനാശത്തിനും ഇടയാക്കുമെന്ന വിശ്വാസവും അവരെ ഭയപ്പെ ടുത്തി. യുദ്ധഭൂമിയിൽ പൊരുതിവീണ ധീരയോദ്ധാക്കളുടെ മുറി വുകളിലെ രക്തം കൈയിൽതൊട്ട് ആ കൈകൊണ്ട് തലമുടിചീകി ഭംഗിപിടിപ്പിക്കുന്ന പൊയ്പ്പാണ്ടികളെക്കുറിച്ച് കഴാത്തലൈയാരും (പുറം 62) പിണത്തെ കെട്ടിപ്പിടിച്ച് വിളർത്ത ഊൻ കുത്തിത്തിന്നുന്ന പേയ്പെൺകൊടികളെ കണ്ടിട്ടുള്ളതായി കാവട്ടനാരും പറയുന്നു (പുറം 359). മുറിവേറ്റ യോദ്ധാക്കളുടെ മുറിവുകൾ പേയ് തൊടാതെ സൂക്ഷിക്കേണ്ടത് യോദ്ധാവിന്റെ ഭാര്യയുടെ കടമയാണ്. യുദ്ധഭൂമി യിലേക്ക് വീരന്മാരെ അവരുടെ ഭാര്യമാരും അനുഗമിച്ചു.

ആത്മാക്കളുടെ സാന്നിദ്ധ്യം സങ്കൽപ്പിക്കുകയോ അവ പ്രത്യക്ഷ പ്പെടുമെന്ന് വിശ്വസിക്കുകയോ ചെയ്യുന്ന സ്ഥലത്ത് അടയാളത്തി നായി കല്ലുകൾ സ്ഥാപിക്കും. ബലിമൃഗങ്ങളെ ഹാരമണിയിച്ച് ദീപ മുഴിഞ്ഞ് സദ്യയും നൽകി ആദരവോടെയും ആഘോഷത്തോടെ യുമാണ് ഇത്തരം കല്ലുകൾക്ക് മുമ്പിലേക്ക് ആനയിച്ചിരുന്നത്. തുടർന്ന് ബലി നടത്തി രക്തമൊഴുക്കി ആ രക്തം നൽകി ആത്മാ വിനെ തൃപ്തിപ്പെടുത്തിയശേഷം ഭക്തരുടെ ശരീരത്തിലും

വസ്ത്രത്തിലും വളർത്തുമൃഗങ്ങളുടെ പുറത്തും ഈ രക്തം തൊടുന്നത് ദിവ്യമായി കരുതിപ്പോന്നു.

യുദ്ധത്തിൽ മരണമടഞ്ഞ വീരന്മാരെ മുരശടിച്ചും വള്ളിക്കൂത്തും കുരവക്കൂത്തും അടിയും ബലി നൽകിയും മുരുകപൂജ നടത്തിയും ആദരിച്ചു. അങ്ങനെ മരിച്ച വീരന്മാരുടെ ഓർമ്മയ്ക്കായി വീരക്കല്ലുകൾ നാട്ടും. പെരുളധികാരം അറുപതാംസൂത്രത്തിൽ ഇതേക്കുറിച്ച് വിസ്തരിച്ചിട്ടുണ്ട്.

ആടുമാടുകളെ അപഹരിക്കുന്നതിനിടയിൽ മരണം വരിക്കുന്നവരും ധീരയോദ്ധാക്കൾതന്നെ. രണ്ടു ദിക്കുകൾ തമ്മിലോ രാജ്യങ്ങൾ തമ്മിലോ ഉള്ള വിരോധം തീർക്കുന്നത് അവരുടെ കന്നുകാലികളെ അപഹരിച്ചുകൊണ്ടാണ്. ഇത്തരത്തിലുള്ള ആക്രമണങ്ങൾക്കിടയിൽ മരിക്കുന്നവരുടെ ഓർമ്മയ്ക്കായും വീരക്കൽ നാട്ടിയിരുന്നു.

വീരക്കല്ലുകൾക്ക് യോഗ്യമായ കല്ലുകൾ കണ്ടെടുത്ത് അവ കൊത്തി ഭംഗിയാക്കി പുണ്യതീർത്ഥത്തിൽ അഭിഷേകംചെയ്ത് മുൻകൂട്ടി തയ്യാറാക്കിയ സ്ഥലത്ത് സ്ഥാപിച്ച് ഉത്സവംനടത്തുകയാണ് പതിവ്. അക്കാലത്ത് വീരക്കല്ലുകളല്ലാതെ മറ്റൊരു ദൈവവും ഉണ്ടായിരുന്നില്ലെന്ന് മങ്കുടികിഴാർ പുറനാനൂറിൽ സാക്ഷ്യപ്പെടുത്തുന്നു. പത്തും പതിനൊന്നും ശതകങ്ങളിലെ ശാസനങ്ങളിൽ ആടുമാടുകളെ അപഹരിച്ച് മരണംവരിച്ച ധീരയോദ്ധാക്കളെക്കുറിച്ച് പരാമർശമുണ്ട്.

വീരക്കല്ല്

പടയ്ക്കുപോയി വീരമൃത്യുവരിച്ച ഇരവിക്കുട്ടിപ്പിള്ളയെ ഇന്നും ഇത്തരത്തിൽ വാഴ്ത്തുന്നത് ഓർക്കാം. കൽക്കുളം ആസ്ഥാനമാക്കി വേണാട് ഭരിച്ചിരുന്ന രവിവർമ്മ കുലശേഖരന്റെ മന്ത്രിയായിരുന്നു ഇരവിക്കുട്ടിപ്പിള്ള. വേണാട് ആക്രമിച്ച തിരുമലനായ്ക്കന്റെ

സൈന്യാധിപൻ രാമപ്പയ്യന്റെ സൈന്യത്തോട് ഏറ്റുമുട്ടി വീരചരമം പ്രാപിച്ച ഇദ്ദേഹത്തെ ആരാധിക്കാൻ നാട്ടുകാർ ആരാധനാലയമുണ്ടാക്കി. ഇംഗ്ലീഷുകാരുമായി പൊരുതി വീരമൃത്യുവരിച്ച പുനച്ചൽ വലിയ യജമാനനെ ആരാധിക്കുന്ന വലിയ യജമാനൻ മാടൻകോവിൽ ആരുവാമൊഴിക്ക് അടുത്തുണ്ട് എന്നതും ഓർമ്മിക്കാം.

അപമൃത്യുവിനിരയാകുന്നവരുടെ ആത്മാക്കൾ അപകടകാരികളാകുമെന്നും പ്രതികാരദാഹത്തോടെ പകരംവീട്ടാൻ വരും എന്നുമാണ് വിശ്വാസം. അത്തരം ആത്മാക്കളെ തൃപ്തിപ്പെടുത്താൻ നിരവധി യക്ഷിയമ്പലങ്ങളും ഇശക്കിയമ്മൻകോവിലുകളും മാടൻകോവിലുകളും പഴയ നാഞ്ചിനാട് പ്രദേശങ്ങളിൽ ഇന്നുമുണ്ട്. കള്ളിയങ്കാട്ട് നീലിയമ്മൻ ക്ഷേത്രവും മേലാങ്കോട് യക്ഷിയമ്പലവും അവയിൽ പ്രധാനമാണ്. ദുർമരണപ്പെട്ട ദേവദാസി യക്ഷിയായി പുനർജനിക്കുന്നതാണ് കള്ളിയങ്കാട്ട് നീലി. മറ്റെല്ലാ ഇടങ്ങളിലുമെന്നപോലെ നാഞ്ചിനാട്ടിലും മാതൃദേവതാരാധനയ്ക്കാണ് കൂടുതൽ പ്രചാരം. അമ്മദൈവങ്ങൾക്കായിരുന്നു കൂടുതൽ ആരാധകർ ഉണ്ടായിരുന്നത്. ശിവന്റെ അംശമായ മാടന്റെ വിവിധഭാവങ്ങൾ നാഞ്ചിനാട്ടെ ഓരോ പ്രദേശത്തുമുണ്ട്. പന്നിമാടൻ, ഇശക്കിമാടൻ എന്നിങ്ങനെ പ്രാകൃത ദൈവസങ്കല്പങ്ങളാണ് ഈ മൂർത്തികൾ. കാർഷികരംഗത്തെ ശത്രുതയ്ക്ക് പകരംവീട്ടാൻ മൂവാട്ട്മല്ലൻ എന്ന ദുർദേവതയായ മാടനെ ഉപാസനമൂർത്തിയാക്കിയ കുറുപ്പന്മാരുടെ കഥയാണ് തെക്കൻ പാട്ടിലെ മൂവാട്ട്മല്ലൻ കഥ.

പരേതരെ പൂജിക്കുന്ന സമ്പ്രദായത്തിന് തുടർന്നും വ്യാപകമായ പ്രചാരം ലഭിച്ചു. രക്ഷസ്സ്, യോഗീശ്വരൻ, മുനീശ്വരൻ, മന്ത്രമൂർത്തി, മറുത, അറുകൊല, മുത്തപ്പൻ, തമ്പുരാൻ, ഉലകുടയപെരുമാൾ എന്നിങ്ങനെ പലപേരുകളിൽ ഈ സമ്പ്രദായം പഴയ തെക്കൻ തിരുവിതാംകൂർ ഭാഗങ്ങളിൽ ഇന്നും സജീവമായുണ്ട്.

ദമ്പതിമാരുടെ ആദ്യത്തെ കുഞ്ഞിന്റെ ചെറുപ്പത്തിലുള്ള മരണവും പ്രശ്നമായിരുന്നു. ഈ കുഞ്ഞ് ദുർഗ്ഗാദേവിയായി മാറും എന്നാണ് വിശ്വാസം. എന്നാൽ ആ കുഞ്ഞിനെ വീടിനുള്ളിൽ ഏതെങ്കിലും ഒരുമുറിയിൽ അടക്കംചെയ്താൽ കുഞ്ഞിന്റെ ആത്മാവ് വീടിന്റെ രക്ഷകനായിമാറുമത്രെ. ഈ വിശ്വാസമാണ് അത്തരം മൃതദേഹങ്ങൾ വീട്ടിനുള്ളിൽ അടക്കുന്നതിന് കാരണം.

ക്രൈസ്തവവിശ്വാസികളും അപമൃത്യുവിന് ഇടയായവരുടെ ആത്മാക്കൾ ദുരാത്മാക്കളാവുമെന്ന് വിശ്വസിച്ചു. പ്രശ്നപരിഹാരത്തിനായി അവർ മന്ത്രവാദികളെ സമീപിക്കുന്നതും അക്കാലത്ത് സാധാരണംതന്നെ. ഇതുകൊണ്ടും പരിഹാരമായില്ലെങ്കിൽ കല്ലറ പൊളിച്ച് മൃതദേഹത്തിന്റെ നെഞ്ചിൽ കമ്പിയടിച്ച് കയറ്റണം.

മധുരരാജാവുമായുള്ള യുദ്ധത്തിൽ പരാജിതനായ വൈക രാജാവ് അപമാനഭാരത്താൽ ആത്മഹത്യചെയ്യുന്നു. മരണശേഷം ആരാധനാമൂർത്തിയാവുന്ന ഈ ധീരയോദ്ധാവിന്റെ യുദ്ധവും ജീവ ത്യാഗവുമാണ് ഉലകുടയതമ്പുരാൻ പാട്ട്കഥ. തെക്കൻ തിരുവിതാം കൂറിൽ ഉലകുടയതമ്പുരാൻ ഊരൂട്ടും, പാട്ടും ഒരു അനുഷ്ഠാന മായി ഇന്നും കൊണ്ടാടുന്നു.

ഇഷ്ടപുരുഷന്റെ ജഡത്തിൽ വരണമാല്യം ചാർത്തി അഗ്നി പ്രവേശം ചെയ്യുന്ന രാജകുമാരിക്കും ആത്മഹത്യചെയ്ത രാജാ വിനുംവേണ്ടി വടുവാച്ചിമലയിൽ രണ്ട് ക്ഷേത്രങ്ങൾ പണിയിച്ച കഥയാണ് കന്നാടിയാൻപോര്. തെക്കൻപാട്ടിലെ മറ്റൊരു രക്ത സാക്ഷി പുരുഷാദേവിയാണ്. ശത്രുരാജാവിനെതിരെ പോരാടവെ ഗർഭിണിയായിരുന്ന ഇവർ തന്റെ വയറുപിളർന്ന് കുഞ്ഞിനെ ശത്രു വിന് നേർക്ക് വലിച്ചെറിഞ്ഞ് മരിച്ചുവീഴുന്നു. പുരുഷാദേവിയമ്മ പ്പാട്ടാണ് ഈ കഥപറയുന്നത്.

ജൈനബുദ്ധമതങ്ങൾ

കോട്ടാർ, തിരുച്ചാരണത്തുമല, തിരുനന്തിക്കര, കുറത്തിയറൈ എന്നിവിടങ്ങളിൽ ജൈനസന്ന്യാസിമാർ പതിപ്പിച്ച അടയാളങ്ങൾ തന്നെയാണ് നാഞ്ചിനാട്ടെ ജൈനസാന്നിദ്ധ്യത്തിന്റെ സാക്ഷ്യം. മഗധയിൽ ഉണ്ടാവാൻ സാധ്യതയുള്ള ക്ഷാമത്തെകുറിച്ചുള്ള പ്രവ ചനമാണത്രേ അവിടത്തെ പ്രജകളെ താൽക്കാലികമായി രാജ്യമു പേക്ഷിക്കാൻ പ്രേരിപ്പിച്ചത്. രാജകീയവേഷങ്ങൾ ഉപേക്ഷിച്ച് രാജാവും തെക്കേ ഇന്ത്യയിലേക്കുപോയ ജൈനസന്ന്യാസിമാർക്കൊപ്പംകൂടി എന്നാണ് കഥ. ആദ്യം കർണ്ണാടകത്തിലെ ശ്രവണബെൽഗോള യിലും പിന്നെ തമിഴ്നാട്ടിലും അവരെത്തി. നാഞ്ചിനാട് താവളമടി ച്ചത് തിരുച്ചരണത്ത് മലയിലാണ്.

ബി.സി. മൂന്നാംനൂറ്റാണ്ടോടെ ബുദ്ധജൈനമതങ്ങൾ തമിഴ്നാട്ടിൽ തങ്ങളുടെ വരവറിയിച്ചു എന്നാണ് കരുതുന്നത്. സ്വന്തം മതത്തി ലേക്ക് ആളുകളെ ആകർഷിക്കുകയായിരുന്നില്ല ജൈനരുടെ ലക്ഷ്യം, മറിച്ച് സ്വച്ഛമായി ധ്യാനിക്കാനുള്ള ധ്യാനകേന്ദ്രങ്ങൾ കണ്ടുപിടിക്കു കയായിരുന്നു. ആദ്യകാലസംഘടിതമതം എന്ന ഖ്യാതി ബുദ്ധ, ജൈനമതങ്ങൾക്കുള്ളതാണെന്ന് നമുക്കറിയാം. വൈദികമതത്തെയും അതിന്റെ ഹിംസാത്മകമായ ആചാരങ്ങളെയും ചോദ്യംചെയ്തു കൊണ്ടായിരുന്നു ഇവരുടെ രംഗപ്രവേശം. പ്രാകൃതഗോത്രത്തല വന്മാരായിരുന്ന ചേര, ചോള, പാണ്ഡ്യനായകന്മാരെ ധർമ്മബോ ധവും നീതിനിഷ്ഠയുമുള്ള വിദ്വാന്മാരായ രാജാക്കന്മാരായിമാറ്റാൻ ഇവർക്ക് കഴിഞ്ഞു എന്നതും ഓർക്കണം. ആദ്യകാലങ്ങളിൽ ശ്രമണ

മതവും ബുദ്ധമതവും ഒന്നുതന്നെയായിരുന്നു. ബുദ്ധശിഷ്യന്മാർ മറ്റ് തീർത്ഥങ്കരന്മാരെ ഒഴിവാക്കി ശ്രീബുദ്ധനെ ഏകപ്രവാചകനായി ആരാധിക്കാൻ തുടങ്ങിയതോടെയാണ് ഇരുമതങ്ങൾക്കുമിടയിൽ അകൽച്ച ഉണ്ടായത്. അഹിംസ, സത്യം, ശരീരശുദ്ധി, ആത്മനിയന്ത്രണം, അനർഹമായത് ആഗ്രഹിക്കാതിരിക്കുക തുടങ്ങിയ ഉപദേശങ്ങളാണ് ബുദ്ധമതം പ്രധാനമായും നൽകിയത്. വിദ്യാഭ്യാസം, ആതുരശുശ്രൂഷ, ഔഷധസസ്യങ്ങളെക്കുറിച്ചുള്ള പഠനം ഇവയായിരുന്നു ഈ മതങ്ങളുടെ പ്രധാനലക്ഷ്യങ്ങൾ. ജാതിപരമായ അസമത്വങ്ങളില്ലാത്ത ഈ സംവിധാനത്തിലേക്ക് ജനങ്ങൾ വളരെ വേഗം ആകൃഷ്ടരായതിൽ അതിശയിക്കാനില്ല. ഹൈന്ദവനവോത്ഥാനകാലംവരെ ബുദ്ധജൈനമതങ്ങൾ നാഞ്ചിനാട്ടിൽ നിലനിന്നിരുന്നതായി കാണാം.

ബുദ്ധനും മഹാവീരനും പ്രാദേശികഭാഷകളിൽ ജനങ്ങളോട് ആശയവിനിമയം നടത്തി. പ്രാദേശികഭാഷകളിൽ അവർ ധർമ്മബോധം നടത്തുകയും തങ്ങളുടെ ശിഷ്യന്മാരോട് അങ്ങിനെ ചെയ്യാനാവശ്യപ്പെടുകയും ചെയ്തു. ജനമനസ്സുകളിലേക്ക് കടന്നുചെല്ലാനുള്ള എളുപ്പവഴി ശ്രോതാക്കളുടെ ഭാഷയിലുള്ള ആശയവിനിമയമാണെന്ന് ബുദ്ധ, ജൈനസന്ന്യാസിമാർക്ക് അറിയാമായിരുന്നു. സാമാന്യജനങ്ങൾ ഈ മതങ്ങളിലേക്ക് വളരെവേഗം ആകൃഷ്ടരാകാനുള്ള ഒരു കാരണവും ഇതുതന്നെ.

ആചാര്യന്മാർ സ്വവസതികളിൽവച്ച് നാട്ടുകാരെ വിദ്യ അഭ്യസിപ്പിച്ചു. ഇത്തരത്തിൽ ജനങ്ങൾക്ക് വിദ്യാഭ്യാസം നൽകിയിരുന്ന കേന്ദ്രങ്ങളാണ് പള്ളിക്കൂടങ്ങൾ, കുടിപ്പള്ളി, കുഴിപ്പള്ളി, പിച്ചപ്പള്ളി എന്നിങ്ങനെ പലതരത്തിലുള്ള വിദ്യാലയങ്ങൾ ഉണ്ടായിരുന്നതായി രേഖയുണ്ട്. തുടർന്നും അക്ഷരം പഠിപ്പിക്കുന്ന പ്രാദേശികവിദ്യാലയങ്ങൾ ആശാൻപള്ളിയും കുടിപ്പള്ളിക്കൂടവും ആയിരുന്നല്ലോ.

ക്ഷേത്രനിർമ്മിതിയും വിഗ്രഹാരാധനയും പരിചയപ്പെടുത്തിയത് ശ്രമണരാണ്. വേദങ്ങളിൽ ഒരിടത്തും വിഗ്രഹാരാധനയെക്കുറിച്ച് പരാമർശം കാണുന്നില്ല എന്നതും ഓർക്കാം. ഈശ്വരനെ സൃഷ്ടികർത്താവ് എന്ന സങ്കൽപ്പത്തിൽ ജൈനർ അംഗീകരിക്കുന്നില്ലെങ്കിലും ആത്മാവ്, പരമാത്മാവ്, പുനർജന്മം എന്നിവയിൽ അവർ വിശ്വസിച്ചിരുന്നു. ഇവർ ക്രമേണ ക്ഷേത്രങ്ങളിൽ തീർത്ഥങ്കരന്മാരുടെ പ്രതിമകൾ സ്ഥാപിച്ച് ആരാധിക്കാൻ തുടങ്ങി. ജൈനർ വൈദികയജ്ഞവിധിയിൽനിന്നുമാറി തീർത്ഥങ്കരന്മാരെ ദേവന്മാരാക്കിയപ്പോൾ അവരെ ആരാധിക്കാനായി പൂജാവിധികൾ നിശ്ചയിച്ചു. ഇവർ വിഗ്രഹാരാധന തുടങ്ങുന്നതിനുമുൻപ് ശിൽപ്പങ്ങൾ കലാരൂപങ്ങൾ മാത്രമായിരുന്നു. ക്ഷേത്രങ്ങൾ നിർമ്മിക്കുകയും നിലനിർത്തുകയും

ചെയ്യുന്നതുകൊണ്ടുമാത്രം മോക്ഷം ലഭിക്കുന്നില്ല എന്ന് ജൈനർ വിശ്വസിച്ചു.

ഒന്നാംശതകത്തിൽ ജൈനരുടെ പ്രധാനക്ഷേത്രവും വിദ്യാപീഠ വുമായിരുന്നു തിരുച്ചാരണത്തുമല. ഇവിടെ മഹാവീരന്റേയും പാർശ്വ നാഥന്റേയും പത്മാവതീദേവിയുടേയും വിഗ്രഹങ്ങളെ പൂജിച്ചു. വിദൂരദേശങ്ങളിൽനിന്നുപോലും ജൈനസന്യാസിമാരും സന്ന്യാ സിനികളും ഇവിടെവന്ന് താമസിച്ച് ആരാധന നടത്തിയിരുന്നു.

AD 833-ൽ വിക്രമാദിത്യവരഗുണന്റെ കാലത്താണ് തിരുച്ചര ണത്ത് മലയിൽ ശ്രീകോവിൽ പണികഴിപ്പിച്ചത്. അദ്ദേഹം തന്റെ ഭരണത്തിന്റെ 28-ാംവർഷം ക്ഷേത്രത്തിലേക്ക് ചില സംഭാവനകൾ നടത്തിയതിനെകുറിച്ച് ശിലാരേഖയുണ്ട്. വരഗുണന്റെ കാലത്ത് ഗുണതങ്കി എന്ന കുറത്തി ഇവിടെ ഒരു വിളക്ക് സ്ഥാപിച്ചു. കൊല്ലം അഞ്ചാംശതകംവരെ ഇവിടം ഒരു ജൈനക്ഷേത്രമായി നിലനിൽക്കു കയും തുടർന്ന് ഭഗവതീക്ഷേത്രമായി മാറുകയുമുണ്ടായി. ജൈന രുടെ പത്മാവതീദേവിക്ക് തമിഴിൽ പത്തിനി എന്നും പട്ടിനി എന്നും വിളിപ്പേരുണ്ട്. വരഗുണൻ ഇവിടെ സ്ഥാപിച്ച വിഗ്രഹത്തിന് താഴെ 'തിരുച്ചരണത്ത് പട്ടിനി പടാരർ ചട്ടൻ വരഗുണൻ ചെയ്വിത്ത ശ്രീമേനി" (തിരുച്ചരണം ജൈനരേഖ) എന്ന് കൊത്തിവച്ചിട്ടുണ്ട്.

നാഗർകോവിൽ നാഗരാജക്ഷേത്രത്തിന്റെ കൽത്തൂണുകളിലെ ജൈന ശിൽപ്പങ്ങൾ. (പാർശ്വനാഥൻ - മഹാവീരൻ)

നാഗർകോവിലിൽ ഇന്ന് കാണുന്ന നാഗരാജക്ഷേത്രവും പണ്ട് ജൈനക്ഷേത്രമായിരുന്നു. നാഗർകോവിൽ എന്ന പേരുതന്നെ നാഗരുടെ കോവിലിൽനിന്ന് ഉണ്ടായതാണല്ലോ. 16-ാം ശതകംവരെ ഇതൊരു ജൈനക്ഷേത്രമായി തുടർന്നെങ്കിലും മറ്റു പല ക്ഷേത്രങ്ങളേയുംപോലെ ഇതും കാലക്രമത്തിൽ ഒരു ഹൈന്ദവക്ഷേത്രമായി മാറി. കൊ.വ. 696-ൽ വേണാട് ഭരിച്ചിരുന്ന ഭൂതലവീര ഉദയമാർത്താണ്ഡവർമ്മ പള്ളിച്ചന്തമായി (ജൈനക്ഷേത്രങ്ങളിലേക്ക് നൽകുന്ന ദാനമാണ് പള്ളിച്ചന്തം) ക്ഷേത്രത്തിലേക്ക് വസ്തുക്കൾ ദാനംചെയ്തതായി രേഖയുണ്ട്. അക്കാലത്ത് ഗുണവീരപണ്ഡിതൻ, കമലവാഹനപണ്ഡിതൻ എന്നീ ജൈനസന്ന്യാസിമാരായിരുന്നു ക്ഷേത്രഭരണം കൈകാര്യം ചെയ്തിരുന്നത്. ജൈനക്ഷേത്രത്തിന്റെ അടയാളമായി മഹാവീരൻ, പാർശ്വനാഥൻ എന്നീ തീർത്ഥങ്കരന്മാരുടേയും പത്മാവതീദേവിയുടേയും വിഗ്രഹങ്ങൾ ഇവിടെയുണ്ട്.

നാഗർകോവിൽ നാഗരാജക്ഷേത്രം

നാഗപൂജയ്ക്ക് ബുദ്ധ-ജൈനമതങ്ങളുമായി ബന്ധമുണ്ട്. ഒരുകാലത്ത് ജൈനമതത്തിന് ശക്തമായ വേരുകളുണ്ടായിരുന്ന ബർമ്മയിലും മലയയിലും നാഗാരാധനയുണ്ട്. ജൈനക്ഷേത്രങ്ങളിൽ തീർത്ഥങ്കരന്മാരുടെ വിഗ്രഹങ്ങൾക്കൊപ്പം നാഗരാജാക്കന്മാരുടെ പ്രതിഷ്ഠകളും കാണാറുണ്ടല്ലോ. ബുദ്ധ-ജൈനമതങ്ങളിലെ ദേവീദേവന്മാരുടെ വിഗ്രഹങ്ങൾ പലതും നാഗഫണത്തിൻകീഴിലാണ്

സ്ഥാപിച്ചിട്ടുള്ളത് എന്നതും ശ്രദ്ധേയമാണ്. നാഗർകോവിലിൽ കോട്ടാറിനു സമീപമുള്ള വണിക്കുകളായിരുന്നു നാഗരാജക്ഷേത്രത്തിനാവശ്യമായ സാമ്പത്തികസഹായങ്ങൾ ചെയ്തിരുന്നത്.

സിംഹളദേശത്ത് ബുദ്ധമതപ്രചരണത്തിനായി നിയോഗിക്കപ്പെട്ട അശോകന്റെ പുത്രനായ മഹേന്ദ്രൻ കന്യാകുമാരിയിലും എത്തി എന്നാണ് വിശ്വാസം. കന്യാകുമാരിയിലെ മഹേന്ദ്രഗിരിക്ക് ഇദ്ദേഹത്തിന്റെ പേരാണ് ലഭിച്ചതെന്ന് എസ്. ശങ്കുഅയ്യർ അഭിപ്രായപ്പെട്ടിട്ടുണ്ട്. പക്ഷേ നാഞ്ചിനാട്ടും പരിസരങ്ങളിലും ജൈനമതത്തിന് ലഭിച്ച സ്വീകരണം ബുദ്ധമതത്തിന് ലഭിച്ചതായി കാണുന്നില്ല. ബുദ്ധമതവുമായി ബന്ധപ്പെട്ട ക്ഷേത്രങ്ങളൊന്നും ഇവിടെ ഉണ്ടായിരുന്നില്ലെങ്കിലും ക്ഷേത്രകാര്യങ്ങളിൽ അവരുടെ സംഭാവനയായ കെട്ടുകാഴ്ച, തേരോട്ടം, ആനയെ എഴുന്നള്ളിപ്പ് എന്നിവ ബുദ്ധമത സാന്നിധ്യം അറിയിക്കുന്നു. ശുചീന്ദ്രത്തെയും, കന്യാകുമാരിയിലെയും തേരോട്ടങ്ങൾ പ്രസിദ്ധമാണല്ലോ.

സംഘകാലം

മഹാശിലാസംസ്കാരത്തിന്റെ സ്വാഭാവികപരിണാമമായാണ് സംഘകാലത്തെ കരുതുന്നത്. വടക്കേ ഇന്ത്യയിൽനിന്നുവന്ന ബൗദ്ധജൈനദർശനങ്ങളും അവയ്ക്കു മുൻപേ സ്ഥാനമുറപ്പിച്ച ശൈവ-ശാക്തേയസംസ്കാരത്തിന്റേയും ഒരു സമന്വയം സംഘകാലത്ത് ഉണ്ടായി എന്നാണ് നിഗമനം. എരുമക്കൊമ്പുകൾ കൊണ്ടുള്ള ശിരോലങ്കാരമണിഞ്ഞ് ആന, പുലി, കാണ്ടാമൃഗം, പോത്ത് എന്നീ മൃഗങ്ങളാൽ ചുറ്റപ്പെട്ട് യോഗാസനത്തിലിരിക്കുന്ന ഒരു മൂർത്തിയുടെ കളിമൺമുദ്ര മോഹൻജദാരോയിൽനിന്ന് കണ്ടെടുത്തിട്ടുണ്ട്. ഭാരതീയകലകളിൽ ദൈവത്തിന് മനുഷ്യരൂപം നൽകി പ്രതിനിധാനം ചെയ്തതിന്റെ ആദ്യ ഉദാഹരണം ഇതാണ് (ഭാരതീയകല നൂറ്റാണ്ടുകളിലൂടെ—ഡോ. എ.ജി. മേനോൻ, പുറം 1). പശുപതി—കാലികളുടെ ദൈവം എന്ന വിശേഷണമാണ് ചരിത്രകാരന്മാർ ഈ മുദ്രയ്ക്ക് നൽകിയിട്ടുള്ളത്. ഇത് രുദ്രശിവനാണെന്ന് ജോൺ മാർഷൽ തുടങ്ങിയ പുരാവസ്തുഗവേഷകർ സാക്ഷ്യപ്പെടുത്തുന്നു. ശിവാരാധന സിന്ധൂനദീതടസംസ്കാരത്തിനുമുൻപുതന്നെയുണ്ടായിരുന്നു എന്ന് ഈ കണ്ടെത്തൽകൊണ്ട് അർത്ഥമാക്കാം. സൈന്ധവസംസ്കാരത്തിൽ ശൈവാരാധനയുടെ അംശങ്ങൾ കലർന്നിരുന്നുവെന്ന് തെളിയിക്കപ്പെട്ടിട്ടുമുണ്ടല്ലോ. കാലാന്തരത്തിൽ പുതിയ മേച്ചിൽപുറങ്ങൾ തേടിയെത്തിയവരോടൊപ്പം ശൈവാരാധനയും തെക്കേഇന്ത്യയിൽ എത്തി എന്ന് വിശ്വസിക്കാം.

ശൈവ-ശാക്തേയ-വൈഷ്ണവവിശ്വാസങ്ങൾ ദക്ഷിണേന്ത്യയിൽ വേരുറപ്പിക്കാൻ തുടങ്ങിയതിന്റെ തെളിവുകൾ സംഘകാലസാഹിത്യത്തിലുണ്ട്. അക്കാലത്തെ ഏറ്റവും പ്രധാനദൈവം ശിവനായിരുന്നു. ആദിമസംഘത്തിന്റെ അദ്ധ്യക്ഷനും ശിവൻതന്നെ. പുറനാനൂറിലെ ആദ്യത്തെ പാട്ട് പെരുംതേവനാരുടെ ശിവസ്തുതിയാണെന്ന് ഓർക്കണം. മൂന്നുകണ്ണുകളോടുകൂടിയ, കാതും മാറും കൊന്നപ്പൂക്കളാൽ അലങ്കരിച്ച, വെള്ളക്കാള വാഹനമായുള്ള ശ്യാമവർണ്ണനും ജഡാധാരിയുമായ അർദ്ധനാരീശ്വരനെയാണ് കവികൾ നമുക്ക് പരിചയപ്പെടുത്തുന്നത്.

സംഘകാലത്ത് സമൂഹം ജാതികളായും സമുദായങ്ങളായും വിഭജിക്കപ്പെട്ടിരുന്നില്ല എന്നത് ശ്രദ്ധേയമാണ്. AD 500 വരെ ഒരു ജാതിരഹിതസമൂഹമായി മനുഷ്യർ ജീവിച്ചു. AD 500-നടുത്ത്, നാഞ്ചിനാടിന്റെ വടക്കുഭാഗം ഭരിച്ചിരുന്ന വള്ളുവന്മാർ പറയവർഗ്ഗത്തിൽപ്പെട്ടവരായിരുന്നു. ഇരണിയൽ, കൽക്കുളം പ്രദേശങ്ങൾ വള്ളുവനാട് എന്ന് അറിയപ്പെടാൻ കാരണം ഈ വള്ളുവഭരണമാണ്. പ്രസിദ്ധകവി തിരുവള്ളുവരും വള്ളുവനായിരുന്നല്ലോ. ഇളംകോവടികളാകട്ടെ കുറവനും. ആയ്‌രാജാക്കന്മാരും വേണാടരും കീഴ്മലരാജാക്കന്മാരും ഓടനാട് ഭരിച്ചിരുന്നവരും ഇടയവംശത്തിൽപ്പെട്ടവരായിരുന്നുവെന്നാണ് വിശ്വാസം. ചേരരാജാക്കന്മാർ ചെറുമരായിരുന്നു എന്ന് കെ.പി. പത്മനാഭമേനോൻ പറയുന്നു. ചില ദ്രാവിഡ ആചാരങ്ങൾതന്നെയായിരുന്നു അവർ പാലിച്ചിരുന്നത്. യുദ്ധദേവതയായ 'കൊറ്റവൈ'യാണ് പ്രധാനദേവത. ഈ ദേവിക്ക് മാംസവും മദ്യവുമായിരുന്നു നിവേദ്യം. ജനങ്ങളിൽ ഭൂരിപക്ഷവും ദ്രാവിഡആചാരങ്ങളാണ് പിന്തുടർന്നതെങ്കിലും ജൈന-ബുദ്ധ-ഹൈന്ദവമതങ്ങൾ ക്രമേണ ഇവരുടെമേൽ വമ്പിച്ച സ്വാധീനം ചെലുത്തിയതായി കാണാം.

സംഘകാലത്ത് തമിഴകത്തെ കുറിഞ്ചി, പാല, മുല്ല, മരുതം, നെയ്തൽ എന്നിങ്ങനെ അഞ്ച് തിണകളായി തിരിച്ചിരുന്നു. ഐന്തിണകൾ എന്നാണല്ലോ ഈ വിഭജനം അറിഞ്ഞിരുന്നത്. ഭൂസ്ഥിതിയനുസരിച്ചായിരുന്നു ഈ തരംതിരിവ്. ഇവർക്ക് പ്രത്യേകം തൊഴിലുകളും ദൈവങ്ങളുമുണ്ടായിരുന്നുവെന്നതിന് സംഘകാലകൃതികൾ സാക്ഷി.

കുറിഞ്ചിനിലത്ത് താമസിച്ചവരെ പുനവർ, കുറവർ, ആടവർ എന്നൊക്കെയാണ് വിളിച്ചിരുന്നത്. മുരുകനായിരുന്നു അവരുടെ അധിദേവൻ. മുരുകന്റെ ആയുധം വേൽ ആണല്ലോ. വേൽ ആയുധമാക്കിയവനെ വേലായുധൻ എന്നും വിളിച്ചു. ആടിനെ കുരുതി കഴിച്ച് അതിന്റെ രക്തത്തിൽ കുതിർത്ത ചോറും ഇറച്ചിയും മദ്യവുമൊക്കെയാണ് മുരുകന് നിവേദ്യമായി നൽകിയിരുന്നത്. 'വേലൻ

വെറിയാട്ട്' മുരുകനുള്ള ഒരു വഴിപാടാണ്. വേലെടുത്ത് ആടുന്നതാണ് വേലൻവെറിയാട്ട്. തോൽക്കാപ്പിയത്തിൽ ഇതിനെക്കുറിച്ച് പരാമർശമുണ്ട്. വെറിയാടുന്ന വേലൻ അനുഗ്രഹം കൊള്ളുമ്പോൾ അയാളെ സാക്ഷാൽ മുരുകനായിതന്നെ കരുതി. വേലന്മാർ പുരോഹിതന്മാർ മാത്രമല്ല, വൈദ്യന്മാരുമായിരുന്നു.

ദേവസേനയുടെ പതിയും ദേവസൈന്യത്തിന്റെ അധിപതിയുമായ മുരുകൻ സംഘകാലത്തെ പ്രധാനദൈവമാണ്. കുറവരാജാവിന്റെ മകൾ വള്ളിയെയും ഇന്ദ്രന്റെ പുത്രി ദേവസേനയെയും അദ്ദേഹം വിവാഹം കഴിച്ചു. സംഘകാലത്തെ ജാതിയില്ലായ്മയുടെ ഉദാഹരണമാണ് കുറവരാജാവിന്റെ മകളുമായുള്ള മുരുകന്റെ വിവാഹം. കുറവരാജാക്കന്മാർ ദീർഘകാലം നാഞ്ചിനാട് ഭരിച്ചിരുന്നുവെന്നും ഓർക്കാം. മുരുകൻ പിൽക്കാലത്ത് ആര്യവൽക്കരിക്കപ്പെട്ടപ്പോൾ സുബ്രഹ്മണ്യനായി. നാഞ്ചിനാട്ടെ ഹൈന്ദവർ ഇന്നും മുരുകനെ ആരാധിക്കുന്നവരാണ്. വേളിമലയിലെ കുമാരകോവിൽ നാഞ്ചിനാട്ടെ പ്രസിദ്ധവും പുരാതനവുമായ ക്ഷേത്രമാണ്. വള്ളിയുമായുള്ള പ്രണയവും വിവാഹവുമൊക്കെ നടന്നത് ഇവിടെവച്ചാണെന്നാണ് വിശ്വാസം. മുരുകന്റെ അവതാരങ്ങളെപ്പറ്റി 'പരിപാടലിലും', 'തിരുമുരുകാറ്റുപ്പട'യിലും വിശദമായി പ്രതിപാദിക്കുന്നു. ആർക്കും തോൽപ്പിക്കാൻകഴിയാത്ത കടവുൾ എന്ന് പരണരും കുറിഞ്ചിനിലത്തിന് അനുയോജ്യമായ ദൈവം എന്ന് കപിലരും മുരുകനെ വാഴ്ത്തുന്നു. നാഞ്ചിനാടിന് അടുത്തുള്ള തിരുനെൽവേലിയിലെ ആദിച്ചനല്ലൂരിൽ നടത്തിയ ഖനനങ്ങളിൽ മുരുകാരാധന അതിപ്രാചീനകാലത്തേ ഉണ്ടായിരുന്നു എന്നതിന് തെളിവുകൾ ലഭിച്ചിട്ടുണ്ട്. മുരുകന്റെ പ്രധാന ആയുധമായ വേലിനുപുറമെ ഇരുമ്പുകൊണ്ടുള്ള തൃശൂലവും കൊടിയടയാളമായ കോഴിയുടെ രൂപവും മറ്റും ഇവിടെനിന്ന് കണ്ടെടുത്തു (The Illustrated History of South India K.A. Neelakanta Sastri).

മണൽനിറഞ്ഞ മരുഭൂമിയാണ് പാലൈനിലത്തിന്റെ ലക്ഷണം. നാഞ്ചിനാട്ടിൽ ഈ ലക്ഷണത്തിൽപ്പെടുന്ന ഭൂഭാഗം ഇല്ല എന്നുതന്നെ പറയേണ്ടിവരും. എങ്കിലും മറവർ ഇവിടെ ജീവിച്ചിരുന്നു എന്നതിന് തെളിവുകളുണ്ട്. വാൾവച്ചഗോഷ്ടം ക്ഷേത്രത്തിലെ ആരാധനാമൂർത്തി 'കൊറ്റവൈ' ആണ്. ഈ കൊറ്റവൈയാണ് മറവരുടെ ദൈവം. അനിഴംതിരുനാൾ മാർത്താണ്ഡവർമ്മ എട്ടുവീട്ടിൽ പിള്ളമാരെ അമർച്ചചെയ്യാൻ മറവരെ ആശ്രയിച്ചിരുന്നല്ലോ. യുദ്ധദേവതയായ കൊറ്റവൈയ്ക്ക് മാംസവും മദ്യവുമായിരുന്നു നിവേദ്യം. യുദ്ധങ്ങളിൽ ജയിക്കാൻ പാലൈയിലെ ആൾക്കാർ മാത്രമല്ല മറ്റു തിണകളിലെ ആൾക്കാരും കൊറ്റവൈക്ക് ബലിനൽകിപ്പോന്നു.

യുദ്ധവീരനും ജ്ഞാനിയുമായിരുന്ന പൽയാനൈച്ചെൽകെഴുക്കുട്ടുവൻ തന്റെ ദേവതയായ കൊറ്റവൈയുടെ പ്രീതിക്കായി ബലിനൽകിയിരുന്നു. വൈദികബ്രാഹ്മണരുടെ നിർദ്ദേശപ്രകാരം അദ്ദേഹം വലിയ വലിയ യാഗങ്ങൾ നടത്തി. നിണംപൂണ്ട ഇറച്ചികൾ പാചകം ചെയ്യുമ്പോഴുണ്ടാകുന്ന പുകയും വിധിപ്രകാരം ജ്വലിപ്പിച്ച അഗ്നിയിൽ ഹോമദ്രവ്യങ്ങൾ അർപ്പിക്കുമ്പോഴുണ്ടാകുന്ന പുകയും തലസ്ഥാനനഗരം മുഴുവൻ കരിപിടിപ്പിച്ചിരുന്നത്രെ. നെടുംചേരലാതന്റെ അനുജനായിരുന്നു ഇദ്ദേഹം. ആയിരമലയിലെ കൊറ്റവൈയായിരുന്നു ചേരന്മാരുടെ കുലദേവത. ത്രിശൂലമാണ് ദേവിയുടെ പ്രധാന ആയുധം.

മുല്ലനിലത്തിൽ അഥവാ ഇടനാടുകളിൽ താമസിച്ചിരുന്നവരാണ് ഇടയർ. ഇടനാട്ടിൽ ദുഷ്ടമൃഗങ്ങളുടെ സാന്നിദ്ധ്യം ഉണ്ടായിരുന്നില്ല. കാർവർണ്ണനായ 'മായോൻ' ആണ് മുല്ലനിലക്കാരുടെ ദൈവം. ഈ മായോനാണ് കാലാന്തരത്തിൽ വിഷ്ണുവായതെന്ന് വിശ്വസിക്കുന്നു. ഗോക്കൾക്കും ഗോപാലകർക്കും പ്രിയനായ ഈ ദേവന് നൃത്തവും സംഗീതവുമായിരുന്നു ഏറെ പ്രിയം. പുരുഷന്മാർ 'കുടകൂത്ത്' നടത്തിയും സ്ത്രീകൾ 'കുരവൈകൂത്ത്' നടത്തിയും മായോനെ പ്രീതിപ്പെടുത്തി. മത്സ്യവും മാംസവും മായോൻ ഇഷ്ടപ്പെട്ടിരുന്നില്ല. പകരം പാലും നെയ്യും പാച്ചോറുമായിരുന്നു ഇഷ്ടം. സംഘകാലം മുതൽ പ്രസിദ്ധമായിരുന്ന തിരുവട്ടാർക്ഷേത്രവും മറ്റു വൈഷ്ണവക്ഷേത്രങ്ങളും നാഞ്ചിനാട്ടെ മുല്ല എന്ന തിണസങ്കല്പത്തിനുനേരേ വിരൽചൂണ്ടുന്നു. നാഞ്ചിനാട് ഉൾപ്പെട്ട രാജ്യംഭരിച്ചിരുന്ന ആയ്‌രാജാക്കന്മാർ യാദവരായിരുന്നു. തിരുവട്ടാർ ആദികേശവൻ വേണാടരുടെ ഇഷ്ടദൈവവും. പല പുരാതനശിവക്ഷേത്രങ്ങളിലും പിൽക്കാലത്ത് വൈഷ്ണവപ്രതിഷ്ഠനടത്തിയതും ഓർക്കാം.

വിശാലമായ നെൽപ്പാടങ്ങളും പാടങ്ങൾക്കരികിലെ തെങ്ങിൻതോപ്പും പനന്തോട്ടങ്ങളും നീർച്ചാലുകളുമൊക്കെ ചേർന്ന് ലക്ഷണമൊത്ത മരുതനിലങ്ങൾ നാഞ്ചിനാട്ടിൽ ഇന്നുമുണ്ട്. ഇവിടത്തെ കളിമണ്ണ് കലർന്ന പശമണ്ണാണ് ഈ ഭൂമിയെ ഫലഭൂയിഷ്ഠമാക്കുന്നത്. മരുതനിലനിവാസികളെ ഉഴവർ എന്നു വിളിച്ചു. കൃഷി തൊഴിലാക്കിയ ഇവരുടെ ദൈവം ഇന്ദ്രനാണ്. ഇന്ദ്രന് വേന്തൻ എന്നും വിളിപ്പേരുണ്ടായിരുന്നു. മഴയുടെ ദൈവമാണല്ലോ ഇന്ദ്രൻ. മഴയെ ആശ്രയിച്ചായിരുന്നു കൃഷി. ഇന്ദ്രനെ പ്രീതിപ്പെടുത്താൻ ഇരുപത്തിഎട്ട് ദിവസം നീണ്ടുനിന്നിരുന്ന ഇന്ദ്രോത്സവം നടത്തിയിരുന്നു. സ്ത്രീകളുടെ 'കുരവൈ'കൂത്തോടുകൂടിയാണ് ഉത്സവാരംഭം. മഴപെയ്യിക്കാനും ആപത്തുകൾ ഒഴിവാക്കാനും ഇന്ദ്രനോടുള്ള പ്രാർത്ഥനയാണ് 'ഇന്ദ്രവിഴ' എന്നറിയപ്പെടുന്ന ചടങ്ങ്. ചിലപ്പതികാരം,

മണിമേഖല എന്നീ കൃതികളിൽ ഇന്ദ്രവിഴയെക്കുറിച്ച് സവിസ്താര വർണ്ണനയുണ്ട്. ഇന്ദ്രന്റെ തേര് വന്നിറങ്ങിയ തേരും ഇന്ദ്രന് കുളി ക്കാൻ ഐരാവതം കൊമ്പുകൊണ്ട് കുത്തിയുണ്ടാക്കിയ കോട്ടാറും നാഞ്ചിനാട്ടുണ്ട്.

പരവർ ജീവിച്ചിരുന്ന സ്ഥലമാണ് നെയ്തൽ; വലയർ, പരവതർ, മീനവർ, നുളയർ എന്നീ പേരുകളിലും ഇവർ അറിയപ്പെട്ടിരുന്നു. സ്രാവിൻകൊമ്പാണ് ഇവരുടെ ആരാധനാമൂർത്തി. സ്രാവിൻകൊമ്പ് കുഴിച്ചുനിർത്തി, മീനെണ്ണയൊഴിച്ച് ഇടിഞ്ഞിലുകൾ കത്തിച്ചുവച്ചാണ് ഇവർ പൂജചെയ്തിരുന്നത്. ഉപ്പിലിട്ട് ഉണക്കിയ മത്സ്യമായിരുന്നു നിവേദ്യം. വിശാലമായ കടൽപ്പുറമാണല്ലോ നാഞ്ചിനാടിന്റേത്. ഇന്നും കന്യാകുമാരി ജില്ലയിലുള്ള 30%ത്തോളം ജനങ്ങൾ കടലിനെ ആശ്രയിച്ച് ജീവിക്കുന്നു.

ഹിന്ദുമതം

തെക്കേഇന്ത്യയിൽ പ്രചരിച്ച ഹിന്ദുമതചൈതന്യം ഹിന്ദുമത ത്തിന്റെ നവോത്ഥാനമോ പുനഃസ്ഥാപനമോ ആയിരുന്നില്ലെന്ന് ശ്രീധരമേനോൻ കേരളചരിത്രത്തിൽ പറയുന്നു. നിശ്ചലമോ നിഷ്പ്രഭമോ ആയി കിടന്നതിനുശേഷം ശക്തിപ്രാപിക്കുന്നതിനെ യാണ് നവോത്ഥാനമെന്ന് പറയുന്നത്. പല മതങ്ങൾക്കൊപ്പം അപ്ര ധാനമായ ഒരു മതമായി ഹിന്ദുമതവും അക്കാലത്ത് നിലവിലുണ്ടാ യിരുന്നു. അതുകൊണ്ടുതന്നെ ഹിന്ദുമതം പുനസ്ഥാപിതമാവുക യല്ല മറിച്ച് ബുദ്ധജൈനമതങ്ങളേയും ദ്രാവിഡആരാധനകളെയും കീഴ്പ്പെടുത്തിക്കൊണ്ട് മുൻനിരയിലേക്ക് വരുകയാണുണ്ടായത്.

8-ാം നൂറ്റാണ്ടിൽ തമിഴകത്തേക്ക് ബ്രാഹ്മണരുടെ കൂട്ടത്തോടെ യുള്ള വരവാണ് ബുദ്ധജൈനമതങ്ങളുടെ തകർച്ചയ്ക്ക് തുടക്കം കുറിച്ചത്. ബ്രാഹ്മണരുടെ ഈ വരവിന് ശൈവവൈഷ്ണവമത ങ്ങളുടെ പിൻതുണയുമുണ്ടായിരുന്നു. സംഘടിതമായ കടന്നുകയറ്റ ത്തിലൂടെ ഭരണകൂടത്തിന്മേലും സമൂഹത്തിലും ശ്രമണർക്കുണ്ടാ യിരുന്ന മേൽക്കോയ്മ ലോപിക്കാൻ തുടങ്ങി. ശ്രമണപാഠശാല കളായ പള്ളികൾക്ക് പകരം വൈദികപാഠശാലകൾ നിലവിൽവന്നു.

9-ാം നൂറ്റാണ്ടു മുതൽ ശ്രമണരുടെ തകർച്ച പ്രകടമായി ത്തുടങ്ങി. ശൈവനയനാർമാരുടെ തേവാരങ്ങളും നമ്മാഴ്വാർ ഉൾപ്പെടെയുള്ളവരുടെ തിരുമൊഴികളും ആ പതനത്തിന് ആക്കം കൂട്ടി. ഇക്കാലത്ത് വൈഗാതീരത്ത് ആയിരക്കണക്കിന് ശ്രമണരെ ക്രൂരമായി ശൂലത്തിൽ തറച്ച് കൊന്നതിന്റെ സ്മരണയാണ് 'കഴു വേറ്റിതിരുവിഴ' ഉത്സവം. തമിഴകത്തെ പല ഭരണാധികാരികളും ശൈവരോ വൈഷ്ണവരോ ആയി മാറി.

പാണ്ഡ്യരാജാവായ കരുനന്ദടക്കൻ (857-885) സ്വയം ശ്രീവല്ലഭൻ എന്ന പേര് സ്വീകരിക്കുകയും മുഞ്ചിറയിൽ പാർത്ഥിവപുരം എന്ന വിഷ്ണുക്ഷേത്രവും അതിനോടനുബന്ധിച്ച് ഒരു മഹാപാഠശാലയും കൂടി സ്ഥാപിച്ചു. (പാർത്ഥിവപുരം ചെപ്പേട് AD 866)

കൊല്ലവർഷം 41 കർക്കിടകം 14-ാം തീയതി പാർത്ഥിവപുരം ക്ഷേത്രത്തിൽ പ്രതിഷ്ഠനടത്തിയെന്നാണ് ഹജൂർ താമ്രശാസനത്തിൽ പറയുന്നത്. ആയ് രാജാവായ കരുനന്ദടക്കന്റെ ബിരുദങ്ങളായിരുന്നു ശ്രീവല്ലഭനും പാർത്ഥിവശേഖരനും. അങ്ങനെയാണ് ഈ പ്രദേശത്തിന് പാർത്ഥിവശേഖരപുരം എന്ന പേര് ലഭിച്ചത്. 'ഉഴക്കുടിവിളൈ' എന്നായിരുന്നു സ്ഥലത്തിന്റെ പഴയപേര്. മുഞ്ചിറ സഭക്കാരുടെ വക വയൽ വാങ്ങി നികത്തിയെടുത്ത് ക്ഷേത്രം പണികഴിപ്പിച്ചു. 95 നമ്പൂതിരി വിദ്യാർത്ഥികൾക്ക് പഠിക്കാനുള്ള സൗകര്യവും ഇവിടെയുണ്ടാക്കി. അക്കാലത്തെ 'പാതിനാഴിചാല' എന്ന ഗണത്തിലാണ് ഈ ശാല ഉൾപ്പെട്ടിരുന്നത്. വിദ്യാർത്ഥികൾക്ക് ഒരു ദിവസത്തെ ചെലവിന് പാതിനാഴി നെല്ലാണ് അനുവദിച്ചിരുന്നത്. 95 വിദ്യാർത്ഥികൾക്കുംകൂടി ഒരുവർഷത്തേക്ക് 2312 കലം നെല്ല് ആദായമായി കിട്ടുന്നവിധത്തിൽ നിലം വാങ്ങിക്കൊടുത്തു. ശാലകളിലെ അധ്യാപകരായിരുന്ന 'പട്ട'കളുടേയും മറ്റും ചെലവ് ഈ കണക്കിൽപ്പെടുത്തിയിരുന്നില്ല. എണ്ണാഴിചാല, പന്തിരുനാഴി ചാല, പതിനാഴിചാല എന്നിങ്ങനെ ശാലകൾ പലവിധം ഉണ്ടായിരുന്നു. ഒരു വിദ്യാർത്ഥിക്ക് ഒരു ദിവസത്തേക്ക് അനുവദിച്ചിട്ടുള്ള നെല്ലിനെ ആസ്പദമാക്കിയായിരുന്നു ഈ വിഭജനം.

'പട്ടൻ' എന്നാൽ പ്രൊഫസർ എന്നാണ് അർത്ഥം. അക്കാലത്ത് പണ്ഡിതന്മാർക്ക് ലഭിച്ചിരുന്ന ഏറ്റവും ഉയർന്ന സ്ഥാനമാണ് പട്ടത്താനം. 'പട്ട'സ്ഥാനംവഹിച്ചിരുന്ന പണ്ഡിതർക്ക് 'വിരുത്തി'യായി ധാരാളം വസ്തുവകകൾ ക്ഷേത്രങ്ങളിൽനിന്ന് വിട്ടുനൽകും. പട്ടസ്ഥാനം കുടുംബപാരമ്പര്യമായി ലഭിച്ചുതുടങ്ങിയതോടെ ആ സ്ഥാനത്തിന്റെ മഹത്വം നഷ്ടപ്പെട്ടു എന്ന് പറയേണ്ടതില്ലല്ലോ. ക്രമേണ പട്ടകൾ പട്ടന്മാരായി. 9-ാം നൂറ്റാണ്ടോടെ ജൈനസന്ന്യാസിമാർ മതനിയമങ്ങൾ തെറ്റിച്ച് ഭൗതികജീവിതത്തിന് പ്രാധാന്യം നൽകിത്തുടങ്ങി. മാത്രമല്ല, രാജാക്കന്മാരിൽനിന്നുണ്ടായ എതിർപ്പ് അതിജീവിക്കാനുമായില്ല.

ബ്രാഹ്മണർ

ശങ്കരാചാര്യരുടെ രംഗപ്രവേശവും ഹൈന്ദവനവോത്ഥാനത്തിന് അദ്ദേഹം നൽകിയ നേതൃത്വവും ജൈനബുദ്ധമതങ്ങളുടെ പിന്മാറ്റത്തിന് മറ്റൊരു കാരണമായി. പ്രച്ഛന്നബുദ്ധൻ എന്നാണല്ലോ

ശങ്കരാചാര്യർ അറിയപ്പെട്ടിരുന്നത്. അദ്വൈതവേദാന്തിയായ ശങ്കരാചാര്യരുടെ (AD 788-820) നേതൃത്വത്തിൽ ഹിന്ദുമതത്തിന്റെ വളർച്ചയ്ക്ക് ഗതിവേഗം വർദ്ധിച്ചു. അദ്ദേഹത്തിന്റെ ചിന്താപദ്ധതികൾ ഹിന്ദുമതത്തിന് ബുദ്ധിപരമായ അടിത്തറ നൽകി. ശങ്കരാചാര്യരും പ്രഭാകരനും ആശയവിനിമയത്തിനായി സംസ്കൃതഭാഷയാണ് ഉപയോഗിച്ചത്. അതുകൊണ്ടുതന്നെ അവരുടെ ബോധനങ്ങൾ സാധാരണജനങ്ങളുടെ ഇടയിലേക്ക് ശക്തമായി കടന്നുചെന്നില്ല. ഈ അവസരത്തിലാണ് പണ്ഡിതരായ ഹൈന്ദവസിദ്ധന്മാരുടെ രംഗപ്രവേശം. ഇവർ ഭക്തിപ്രസ്ഥാനം എന്ന പേരിൽ ഒരു ഗാനാരാധനാസമ്പ്രദായം രൂപപ്പെടുത്തി. ഭക്തകവികൾ തമിഴിൽ രചിച്ച ഗാനങ്ങൾ ഗ്രാമാന്തരങ്ങളിൽ പാടിനടന്നു. അങ്ങനെ അവർ സാധാരണജനങ്ങളുടെ മനസ്സിൽ ഇടം കണ്ടെത്തി.

ബ്രാഹ്മണർ മതപ്രചരണത്തിനായി ധാരാളം ദേവാലയങ്ങൾ നിർമ്മിച്ചതിനോടൊപ്പം ബുദ്ധവിഹാരങ്ങളും ബുദ്ധപ്രതിമകളും നശിപ്പിച്ചു. പക്ഷേ അവരുടെ ചില ദൈവങ്ങളെ സ്വന്തമാക്കി ബ്രഹ്മാവ്, വീണാപാണിയായ സരസ്വതി എന്നിവരെ ജൈനരും ആരാധിച്ചിരുന്നല്ലോ. ഗന്ധർവ്വൻ, കിന്നരൻ, ചാമുണ്ഡി, കാളി, മഹാകാളി, വരുണർ, കുബേരൻ, ഷൺമുഖൻ എന്നിവരെല്ലാം ജൈനരുടേയും ഹൈന്ദവരുടേയും പട്ടികയിൽപ്പെടുന്ന ദൈവങ്ങളാണ്. ഓങ്കാരവും സ്വസ്തിയും, ഹ്രീങ്കാരവുമെല്ലാം ജൈനരിൽനിന്ന് ഹിന്ദുക്കൾ കടംകൊണ്ടു. ജനശ്രദ്ധ ആകർഷിക്കാൻ വർണ്ണശബളമായ ഉത്സവങ്ങൾ സംഘടിപ്പിച്ചു. അതോടൊപ്പം നടന്ന ഭക്തിപ്രസ്ഥാനക്കാരുടെ പ്രവർത്തനങ്ങൾ വിഷ്ണു, ശിവൻ തുടങ്ങിയ ഹൈന്ദവദൈവങ്ങൾക്ക് കൂടുതൽ പ്രചാരം നേടിക്കൊടുത്തു. കൂട്ടത്തിൽ ആരേ്യതരായ ദേവതകളുടെ ആചാരങ്ങളും അവർ ഉൾക്കൊണ്ടു. കൊറ്റവൈ എന്ന ദ്രാവിഡദേവതയെ ദുർഗ്ഗാ, കാളി, ഭഗവതി എന്നീ പേരുകളിലും ശാസ്താവിനെ ഹരിഹരപുത്രൻ എന്ന പേരിലും ഹിന്ദുദൈവങ്ങളാക്കി.

"ഹിന്ദുക്കളിൽ ഭൂരിഭാഗവും ആദിമദൈവങ്ങളെ ആരാധിക്കുന്നവരായി തുടർന്നു... പരേതാത്മാക്കളെ പ്രതിനിധാനംചെയ്തിരുന്ന ദുർദേവതകളെയും ഗ്രാമദേവതകളെയും അവർക്ക് വിശ്വാസമായിരുന്നു. ബ്രാഹ്മണർ ദ്രാവിഡർ നടത്തിയിരുന്ന ഗ്രാമദൈവങ്ങളുടെ ഉത്സവങ്ങളിൽ പങ്കെടുത്തിരുന്നില്ലെങ്കിലും ആപത്തുകളിൽനിന്നും കഷ്ടപ്പാടുകളിൽനിന്നും രക്ഷനേടാൻ ഗ്രാമദൈവങ്ങളെ പ്രീതിപ്പെടുത്താൻ ധാന്യങ്ങളും പഴവർഗ്ഗങ്ങളും നിവേദ്യമായി എത്തിച്ചിരുന്നു (സെൻസസ് ഓഫ് ഇന്ത്യ 1891 I P. 59).

"ആര്യന്മാർ ദ്രാവിഡജനതയെ ഹിന്ദുമതത്തിൽ ലയിപ്പിച്ചത് ഒരു സായുധാക്രമണംകൊണ്ടായിരുന്നില്ല. സാമൂഹികയത്നത്തിന്റെയും

തിരുവട്ടാർ ആദികേശവക്ഷേത്രം

സാംസ്കാരിക ഉദ്ഗ്രഥനത്തിന്റെയും ക്രമാനുഗതമായ ഒരു പ്രക്രിയ യായിരുന്നു അത്. ആര്യന്മാരുടെ ഈ വിജയം ആത്യന്തികമായ അപഗ്രഥനത്തിൽ, ആശയസംഹിതയുടേതായ വിജയമായിരുന്നു" (കേരളചരിത്രം—ശ്രീധരമേനോൻ, പുറം 107).

ദ്രാവിഡജനതയെ ആര്യവൽക്കരിച്ചതിന് തെളിവാണ് കന്യാ കുമാരി ജില്ലയിൽ ഇന്നുകാണുന്ന പലഹൈന്ദവക്ഷേത്രങ്ങളും. ഇവ യിൽ സംഘകാലത്ത് ശൈവർക്കായിരുന്നിരിക്കണം പ്രാധാന്യ മുണ്ടായിരുന്നത്. ശുചീന്ദ്രവും ശിവാലയങ്ങളും ഈ നിഗമനത്തിന് അടിവരയിടുന്നു. ആയ്രാജാക്കന്മാർ വൈഷ്ണവമതത്തെ പരിപാലി ച്ചിരുന്നു. തിരുവട്ടാറിലെയും പാർത്ഥിവപുരത്തെയും ക്ഷേത്രങ്ങൾ അതിന്റെ തെളിവുകളാണ്. കൊ.വ. 782-ൽ വീരകേരളേശ്വരമഹാ ദേവക്ഷേത്രത്തിൽ ചേരമാൻ പെരുമാൾ നായനാരുടെയും സുന്ദര മൂർത്തിനായനാരുടെയും കുലശേഖരആഴ്വാരുടെയും പ്രതിമകൾ സ്ഥാപിച്ചു. ആയ്കൾക്കുശേഷം വേണാടരും വൈഷ്ണവഭക്തന്മാ രായിരുന്നുവെന്ന് നമുക്കറിയാം. ആദികേശവനായിരുന്നല്ലോ അവ രുടെ കുലദൈവം. 17-ാം ശതകത്തിൽ ശൈവവൈഷ്ണവവിഭാഗീ യത ഇല്ലായിരുന്നു എന്നതിന് തെളിവാണിത് (കേരളപുരം ശാസനം AD 1607).

പിന്നെ നാം കാണുന്നത് ആര്യാധിനിവേശം സമൂഹത്തിൽ വരു ത്തിയ പ്രകടമായ മാറ്റങ്ങളാണ്. ജനങ്ങളുടെ ജീവിതശൈലിതന്നെ അവർ മാറ്റിമറിച്ചു. പ്രാചീനകാലത്ത് ബ്രാഹ്മണർപോലും കഴിച്ചിരുന്ന

മാംസാഹാരം നിഷിദ്ധമാക്കി. ജാതിവ്യവസ്ഥയുടെ ഇടപെടലുകൾ വലിയ സമൂഹജീവിതത്തിൽ മാറ്റങ്ങളുണ്ടാക്കി. ചാതുർവർണ്ണ്യത്തിൽ നാലാംസ്ഥാനക്കാരനായ ശൂദ്രന് വിദ്യാഭ്യാസം നിഷേധിക്കപ്പെട്ടു. ഈശ്വരാരാധനയ്ക്ക് പുതിയ പലനിയന്ത്രണങ്ങളും അടിച്ചേൽപ്പിച്ചു. സമൂഹത്തിൽ ഒരാളുടെ പദവി നിർണ്ണയിക്കുന്നതിന് അയാളുടെ ജാതി അടിസ്ഥാനമാക്കി. അധ്വാനത്തിന്റെ മഹത്വം അംഗീകരിച്ചില്ല. ശാരീരികഅദ്ധ്വാനം വേണ്ടുന്നവരെ സമൂഹത്തിന്റെ ഏറ്റവും താണപടിയിൽനിർത്തി. അവരെ ഒട്ടേറെ സാമൂഹിക അവശതകളിലേക്ക് തള്ളിവിടുകയും ഹീനജാതി എന്ന് മുദ്രകുത്തി തീണ്ടാപ്പാട് അകലെ നിർത്തുകയും ചെയ്തു.

നൂറ്റാണ്ടുയുദ്ധമാണ് ജന്മിസമ്പ്രദായത്തിന് വളംവച്ചത്. ചേരരാജ്യം ശിഥിലമാവുകയും ബ്രാഹ്മണരുടെ പ്രാധാന്യം വർദ്ധിക്കുകയും ചെയ്തു. രാജാക്കന്മാരുടെ ശ്രദ്ധ യുദ്ധകാര്യങ്ങളിലേക്ക് തിരിഞ്ഞതോടെ രാജ്യത്തെ സാമ്പത്തികനില സ്വാഭാവികമായും അവതാളത്തിലായി. ക്ഷേത്രസംബന്ധമായ എല്ലാഅധികാരങ്ങളും കോയിലധികാരികൾക്കായി. ഇവർക്ക് രാജാവിനെക്കാളും ഉയർന്ന പദവിയായിരുന്നു. ക്ഷേത്രസംബന്ധിയായ സ്വത്തുക്കളെല്ലാം ഊരാളന്മാരുടെ കൈപ്പിടിയിലായി. ഊരാളന്മാർ പ്രധാനമായും ബ്രാഹ്മണരായിരുന്നുതാനും. 1680-ൽ തിരുവിതാംകൂറിലെ മാടമ്പിമാരുടെ നിസ്സഹകരണം കാരണം തോവാളമുതൽ തിരുവനന്തപുരംവരെ ആക്രമിച്ചുകയറിയ മുകിലന്റെ മുന്നിൽ ഉമയമ്മറാണി നിസ്സഹായയായി. ഈ പ്രഭുക്കന്മാരെ അമർച്ചചെയ്യാൻ 1697-ൽ നാഞ്ചിനാട് ആക്രമിച്ച മധുരപ്പടയോട് തിരുവിതാംകൂർ രാജാവിന് സന്ധി ചെയ്യുകയും പ്രത്യുപകാരമായി കപ്പംകൊടുക്കേണ്ടിയും വന്നു.

ഉദ്യോഗസ്ഥന്മാരുടേയും മഠക്കാരുടേയും മാടമ്പിമാരുടേയും ഉപദ്രവം കാരണം നാഞ്ചിനാട്ടെ കർഷകർക്ക് പലപ്പോഴും നാടുവിട്ടു പോകേണ്ടിവന്നിട്ടുണ്ട്. ശക്തനായ മാർത്താണ്ഡവർമ്മയ്ക്കു പോലും എട്ടുവീട്ടിൽപിള്ളമാരേയും പോറ്റിമാരേയും അമർച്ച ചെയ്യാൻ വിദേശസഹായം തേടേണ്ടിവന്നു. 18-ാംനൂറ്റാണ്ടിൽ ഭൂനികുതി നിലവിൽവന്നതോടെ ഭൂഉടമകൾ നികുതിയിൽനിന്ന് രക്ഷപ്പെടാൻ വസ്തുവകകൾ ക്ഷേത്രത്തിന് ദാനംചെയ്തുതുടങ്ങി. ക്ഷേത്രവസ്തുക്കൾക്ക് കരംചുമത്തിയിരുന്നില്ലല്ലോ. ഇങ്ങനെ സാധാരണക്കാരായ കർഷകരുടെ വസ്തുവകകൾ ഊരാളന്മാരുടെ കൈകളിലായി. ക്രമേണ കർഷകർക്ക് അവരുടെ വസ്തുക്കളിന്മേലുള്ള ഉടമസ്ഥാവകാശം നഷ്ടമായി.

ഇങ്ങനെയുള്ള വ്യവസ്ഥിതിയുടെ പിൻബലത്തിൽ നമ്പൂതിരിമാർ ആഘോഷമായികഴിഞ്ഞുപോന്നു. 1875-ലെ സെൻസസ്

റിപ്പോർട്ടിൽ അന്നത്തെ നമ്പൂതിരിമാരുടെ അവസ്ഥയെ വിവരിച്ചു കൊണ്ട് നാഗമയ്യ ഇങ്ങനെ എഴുതി. "അങ്ങുന്നിന്റെ കുടിയാന്മാർ... ഒരു വെറും ഭൂസ്വാമി എന്ന നിലയിലല്ല, മറിച്ച് അവരുടെ രക്ഷിതാവും രാജപ്രഭുവും ഭൂദേവനും എന്ന നിലയിലാണ് കീഴ്വഴങ്ങിയിരുന്നത്. അദ്ദേഹത്തിന്റെ രൂപം വിശുദ്ധമായിരുന്നു. അദ്ദേഹത്തിന്റെ നിർദ്ദേശങ്ങൾ അനുജ്ഞകളായിരുന്നു. അദ്ദേഹത്തിന്റെ ചലനങ്ങൾ ആഘോഷങ്ങളായിരുന്നു. അദ്ദേഹത്തിന്റെ ഭക്ഷണം അമൃതേത്തായിരുന്നു. അദ്ദേഹം മനുഷ്യജീവികളിൽവച്ചേറ്റവും വിശുദ്ധനായിരുന്നു. അദ്ദേഹം ഭൂമിയിലെ ദൈവത്തിന്റെ പ്രതിപുരുഷനായിരുന്നു."

നായന്മാരായിരുന്നു നാഞ്ചിനാട്ടെ പ്രഭുക്കന്മാർ. കൃഷി നിയന്ത്രിച്ചിരുന്നതും ആവശ്യം വരുമ്പോൾ രാജാക്കന്മാർക്കുവേണ്ടി പടക്കിറങ്ങുന്നതും ഇവരായിരുന്നു. ക്ഷത്രിയരുടെ സവിശേഷ അധികാരങ്ങളും അവർ കൈകാര്യംചെയ്തു. നമ്പൂതിരിമാർ അവരുടെ കഴിവിൽ ആകൃഷ്ടരാവുകയും അവരുമായി തന്ത്രപരമായ അടുപ്പം സ്ഥാപിക്കാൻ ശ്രദ്ധിക്കുകയും ചെയ്തു. നായന്മാരുടെ ഇടയിൽ ഒട്ടധികം അവാന്തരവിഭാഗങ്ങളുണ്ടായിരുന്നുവെന്നതും ശ്രദ്ധേയമാണ്. 1816-ലെ കനേഷുമായി കണക്കെടുപ്പനുസരിച്ച് തിരുവിതാംകൂർ ജനസംഖ്യയുടെ 30% നായന്മാരായിരുന്നു.

ഓരോ ജാതിക്കാരുടേയും വേഷവിധാനങ്ങൾ വ്യത്യസ്തമായിരുന്നു. വേഷംകൊണ്ട് ഒരാളുടെ ജാതി തിരിച്ചറിയുകയും ചെയ്യാം. നായന്മാർ തലയുടെ മുൻഭാഗത്താണ് കുടുമവച്ചിരുന്നത്. തമിഴരുടെ കുടുമ തലയ്ക്ക് പുറകുഭാഗത്ത് ആയിരുന്നല്ലോ. നായർസ്ത്രീകൾ തങ്ങളുടെ മുടി തലയ്ക്കുപുറകിൽ കെട്ടിവച്ചു. പുരുഷന്മാർ കുടയും വസ്ത്രങ്ങളും ധരിച്ചിരുന്നു. സ്ത്രീകൾ മാറുമറച്ചിരുന്നെങ്കിലും ദേവന്മാർക്കും മേൽജാതിക്കാർക്കുമുമ്പിലും മാറുമറയ്ക്കാൻ അവകാശമുണ്ടായിരുന്നില്ല. അവർ വെള്ളിയിലും സ്വർണ്ണത്തിലും പ്രത്യേക രീതിയിൽ പണിതീർത്ത ആഭരണങ്ങളും ധരിച്ചു. ഇക്കാലത്ത് (1847) സുറിയാനി ക്രിസ്ത്യാനികളും നായന്മാർക്കൊപ്പമുള്ള അവകാശങ്ങൾ നേടിയെടുത്തു. സംഖ്യയിൽ മാത്രമല്ല, പദവിയിലും അവർ നായന്മാർക്ക് തുല്യരായി. കടലോരപ്രദേശത്ത് താമസിച്ചിരുന്ന ലത്തീൻ ക്രിസ്ത്യാനികളുടെ സ്ഥാനം വളരെ താഴ്ന്നതായിരുന്നതിനാൽ സുറിയാനികൾ അവരെ അകലെനിർത്തി. സുറിയാനികൾ തലമുടി പറ്റെവെട്ടിയിരുന്നു. അവർ നായന്മാരെപോലെ ഉത്തരീയവും കുടയും ധരിച്ചു. അവരുടെ സ്ത്രീകൾ നീണ്ടകൈയുള്ള ബ്ലൗസുകളാണ് ധരിച്ചിരുന്നത്. ഉയർന്നജാതി ഹിന്ദുക്കളുടെ മുമ്പിൽ അവർക്ക് മാറുമറയ്ക്കാൻ അനുവാദമുണ്ട്. ഉടുമുണ്ട് പുറകിൽ വീശറി

പോലെ ഞൊറിഞ്ഞുകെട്ടി. ചെവിക്കു മുകളിൽ വലിയസ്വർണ്ണവളയങ്ങൾ ആഭരണമായി അണിഞ്ഞു. ഈഴവരുടെ തൊഴിൽ ചെത്തും തെങ്ങുകയറ്റവുമായിരുന്നല്ലോ. കുട പിടിക്കാനോ ഉത്തരീയം അണിയാനോ അവർക്ക് അവകാശം ഉണ്ടായിരുന്നില്ല. സ്ത്രീകൾ മാറുമറയ്ക്കുന്നതും ചില പ്രത്യേക ആഭരണങ്ങൾ ധരിക്കുന്നതും നിരോധിച്ചിരുന്നു. കറവപ്പശുക്കളെ വളർത്താനും ലോഹപാത്രങ്ങൾ ഉപയോഗിക്കാനും പൊതുഇടങ്ങളിൽ പ്രത്യക്ഷപ്പെടാനും അവരെ അനുവദിച്ചിരുന്നില്ല. തെങ്ങ് ചെത്തി എടുക്കുന്ന കള്ള് വാറ്റി അവർ ചാരായമുണ്ടാക്കിയിരുന്നു.

തെക്കൻ തിരുവിതാംകൂറിലെ തമിഴ്പ്രദേശങ്ങളിലെ ചാന്നാന്മാരുടെ പദവി ഈഴവർക്ക് തുല്യമായി കണക്കാക്കിപ്പോന്നു. പനചെത്താണ് പ്രധാനതൊഴിൽ. നാഞ്ചിനാട് ധാരാളം പനയുള്ള നാടായിരുന്നല്ലോ. ഈ ഭാഗത്ത് വളരെയധികം ചാന്നാന്മാർ മതപരിവർത്തനത്തിന് വിധേയരായിട്ടുണ്ട്. തമിഴ്ചാന്നാന്മാർ നായന്മാരുടേയും വെള്ളാളരുടേയും ആശ്രിതരായിരുന്നു. മലയാളി ജീവിതശൈലി സ്വീകരിച്ച, തമിഴ്ഭാഷ സംസാരിക്കുന്ന ശൂദ്രന്മാരായിരുന്നു വെള്ളാളർ. 1820-ലെ മാറുമറയ്ക്കൽ സമരത്തിലൂടെ ചാന്നാർ ക്രിസ്ത്യാനികൾ മാറുമറയ്ക്കാനുള്ള അവകാശം നേടി.

ക്രിസ്തുമതം

നാഞ്ചിനാട്ടെ ക്രിസ്ത്യൻ ആരാധനാലയമാണ് തിരുവിതാംകോട്ടെ അരപ്പള്ളി. AD ഒന്നാംനൂറ്റാണ്ടിൽ ക്രിസ്തുമതം കേരളത്തിൽ എത്തിച്ചേർന്നു എന്നാണ് നിഗമനം. തോമസ് പുണ്യാളനെക്കുറിച്ചുള്ള ഐതിഹ്യത്തിന്റെ കാലഘട്ടം AD 52 ആണല്ലോ. അദ്ദേഹം മുസിരിസിനടുത്തുള്ള മാലിയങ്കരയിൽ കപ്പലിറങ്ങിയെന്നും തോമസ് പുണ്യാളന്റെ അത്ഭുതസിദ്ധികളിൽ ഭ്രമിച്ച ബ്രാഹ്മണർ ഉൾപ്പെടെ ധാരാളംപേരെ മതംമാറ്റിയെന്നുമുള്ള കഥ പ്രസിദ്ധമാണ്. കൊടുങ്ങല്ലൂർ, കേട്ടക്കാവ്, കൊക്കമംഗലം, കൊല്ലം, നിരണം, നിലയ്ക്കൽ, പാലയൂർ എന്നിവിടങ്ങളിലായി ഏഴു പള്ളികളും കന്യാകുമാരിജില്ലയിലെ തിരുവിതാങ്കോട്ടെ അരപ്പള്ളിയും അദ്ദേഹം സ്ഥാപിച്ചു എന്നതും ഐതിഹ്യത്തിന്റെ ഭാഗംതന്നെ. AD 63-ൽ തുടങ്ങിയ തിരുവിതാങ്കോട്ടെ പള്ളിയുടെ പണി സെന്റ്തോമസിന് പൂർത്തിയാക്കാൻ കഴിയാത്തതിനാലാണത്രെ അതിന് അരപ്പള്ളി എന്ന പേരുവീണത്. ഈ പള്ളികളിൽ മതപരിവർത്തനം നടത്തി അംഗങ്ങളെ ചേർത്തുവെന്നും അവരിൽ കൂടുതലും ബ്രാഹ്മണരായിരുന്നുവെന്നും ഐതീഹ്യം തുടരുന്നു.

സെന്റ് തോമസുമായി ബന്ധപ്പെട്ട പ്രസിദ്ധമായ ഐതീഹ്യത്തോട് ഭൂരിപക്ഷം ചരിത്രകാരന്മാരും യോജിക്കുന്നില്ല എന്നതും

അരപ്പള്ളി - തിരുവിതാംകോട്

വസ്തുതയാണ്. AD 2-ാംനൂറ്റാണ്ടിൽ കേരളം സന്ദർശിച്ച പാന്ത യോനസ്, അന്ന് കേരളത്തിൽ അഭിവൃദ്ധമായ ഒരു ക്രിസ്ത്യൻ സമൂഹത്തെ കണ്ടതായി പറയുന്നുണ്ട്. കച്ചവടരംഗത്ത് തങ്ങളുടെ പ്രാമാണ്യം പ്രകടമാക്കിയതോടെ രാജാക്കന്മാരുടെ ശ്രദ്ധപിടിച്ചു പറ്റി എന്നുമാത്രമല്ല അവരിൽനിന്നും ആനുകൂല്യങ്ങളും അധികാ രങ്ങളും നേടിയെടുക്കാനും ക്രിസ്ത്യാനികൾക്ക് കഴിഞ്ഞു. വേണാ ട്ടിലെ സ്ഥാണുരവിയുടെ ഭരണകാലത്ത് (844-885) അയ്യനടിതിരു വടികളുടെ തരിസാപ്പള്ളി ചെപ്പേടും രാജസിംഹന്റെ (1028-1043) തഴക്കാട്ടുപള്ളി ശാസനവും AD 1225-ലെ വീരരാഘവപട്ടയവും ചില ഉദാഹരണങ്ങൾ മാത്രം. ഭരണാധികാരികൾ ഹിന്ദുക്കളോടും ക്രിസ്ത്യാനികളോടും തുല്യമായാണ് ഇടപെട്ടിരുന്നത്. കേരള ത്തിലെ സാമ്പത്തിക-സാമൂഹികരംഗത്ത് ക്രിസ്ത്യാനികൾക്ക് ഉന്നതമായ സ്ഥാനമുണ്ടായിരുന്നു.

ആദ്യകാല ക്രിസ്ത്യാനികളെ അവരുടെ ആരാധനക്രമമനു സരിച്ച് ലത്തീൻ കത്തോലിക്കർ, സുറിയാനി കത്തോലിക്കർ, മലങ്കര കത്തോലിക്കർ എന്നിങ്ങനെ മൂന്നായി തിരിച്ചിരുന്നു. ആരാധനാ സമ്പ്രദായങ്ങളിൽ ലത്തീൻഭാഷയും ചടങ്ങുകളും ഉപയോഗിക്കു ന്നവരാണ് ലത്തീൻ കത്തോലിക്കർ. കേരളത്തിലെ ആദ്യകാല ക്രിസ്ത്യാനികളെ സുറിയാനി ക്രിസ്ത്യാനികൾ എന്നാണ് വിളിച്ചി രുന്നത്. സെന്റ് തോമസ് മതംമാറ്റിയവരാണ് ഇവരെന്നാണ് വിശ്വാസം.

സുറിയാനിഭാഷയിലുള്ള കുർബാനയാണ് ഇവർ നടത്തിയിരുന്നത്. യേശുവിന്റെ ഭാഷയായ അർമായിക്കിന്റെ ഒരു ശാഖയാണ് സുറിയാനി. 1970-ൽ രണ്ടാംവത്തിക്കാൻ സുനഹദോസിനുശേഷം എല്ലാവിഭാഗക്കാർക്കും പ്രാദേശികഭാഷ ഉപയോഗിക്കാൻ അനുമതി നൽകി.

1498-ൽ പോർട്ടുഗീസുകാരുടെ വരവോടെ നാഞ്ചിനാട്ടെ തീരപ്രദേശങ്ങളിൽ ലത്തീൻകത്തോലിക്കരുടെ സമൂഹം രൂപപ്പെട്ടു. നാഞ്ചിനാട് ഭാഗങ്ങളിൽ ഫ്രാൻസിസ് സേവ്യർ എന്ന മിഷനറി വലിയതോതിൽ മതപരിവർത്തനം നടത്തി. ഇദ്ദേഹം കുമരിമുട്ടം, തിരുവാൻകോട്, കോട്ടാർ, കന്യാകുമാരി, മരുത്വാമല, കോവളം, മണക്കുടി, തൂത്തൂർ തുടങ്ങിയ സ്ഥലങ്ങളിലെല്ലാം മതപരിവർത്തനത്തിന്റെ ഭാഗമായി പള്ളികൾ സ്ഥാപിച്ചു. തിരുവിതാംകൂർ ആക്രമിക്കാനെത്തിയ മധുരപ്പടയെ കുരിശുകാണിച്ച് ഭയപ്പെടുത്തി തിരിച്ചയച്ചെന്ന് ഒരു കഥയുണ്ട്. ഇതിൽ സന്തുഷ്ടനായ തിരുവിതാംകൂർ രാജാവ് സേവ്യറിന് വലിയ പാതിരി എന്ന ബഹുമതി നൽകുകയും മതപ്രചരണത്തിനുള്ള സഹായങ്ങൾ നൽകുകയും ചെയ്തു. തീരപ്രദേശത്തെ പരവതരായിരുന്നു മതംമാറിയവരിൽ അധികം പേരും. 1542-ൽ സ്പെയിനിൽനിന്ന് ഗോവയിലെത്തിയ സേവ്യർ ആ വർഷം ഒക്ടോബർമാസം കപ്പൽയാത്രചെയ്ത് കന്യാകുമാരിയിലുമെത്തി.

മാർത്താണ്ഡവർമ്മയുടെ ഭരണകാലത്ത് (1729-1758) ഏറെ ഒച്ചപ്പാടുണ്ടാക്കിയ മതംമാറ്റമായിരുന്നു നായർസമുദായത്തിൽപ്പെട്ട നീലകണ്ഠപ്പിള്ളയുടേത്. കന്യാകുമാരിജില്ലയിലെ നട്ടാലത്തായിരുന്നു ഇദ്ദേഹത്തിന്റെ ജനനം. ചെറുപ്പത്തിൽതന്നെ രാമയ്യൻദളവയുടെ കീഴിൽ കൊട്ടാരത്തിലെ ജോലികൾചെയ്തുപോന്ന ഇദ്ദേഹം ക്രമേണ മാർത്താണ്ഡവർമ്മ മഹാരാജാവിന്റെ സർവ്വസൈന്യാധിപനായിരുന്ന ഡിലനോയിയുടെകീഴിൽ പ്രവർത്തിച്ചുവന്നു. ക്രമേണ ക്രിസ്തുമതത്തിൽ ആകൃഷ്ടനായി ദേവസഹായംപിള്ള എന്ന പേരിൽ ക്രിസ്തുമതത്തിലേക്ക് മതംമാറി.

ഈ മതപരിവർത്തനം നാട്ടിൽ ഏറെ കോളിളക്കമുണ്ടാക്കി. ദേവസഹായംപിള്ളയ്ക്ക് 1752-ൽ വധശിക്ഷ വിധിച്ചു. മതപരിവർത്തനത്തിന്റെ രക്തസാക്ഷിയായിരുന്നു പിള്ള എന്ന് പ്രചരിപ്പിക്കപ്പെട്ടു. ദേവസഹായംപിള്ളയുടെ മതംമാറ്റത്തെതുടർന്ന് കത്തോലിക്കക്കാരുടെ മതപരമായ പ്രവർത്തനങ്ങൾ നിർത്തലാക്കിക്കൊണ്ട് രാജാവിന്റെ ഉത്തരവായി. മതംമാറ്റത്തിനെതിരായ ഒരു മുന്നറിയിപ്പായി ദേവസഹായംപിള്ളയുടെ വധം കണക്കാക്കപ്പെട്ടു. പിള്ളയുടെ ഭൗതികശരീരം കോട്ടാർപള്ളിയിൽ അടക്കി.

21-2-2020-ൽ ദേവസഹായംപിള്ളയെ വാഴ്ത്തപ്പെട്ടവനാക്കി. 2022 ജൂൺ 15-ന് വത്തിക്കാനിൽ നടന്ന ചടങ്ങിൽവച്ച് ഫ്രാൻസിസ് മാർപാപ്പ പിള്ളയെ വിശുദ്ധനായും പ്രഖ്യാപിച്ചു. തുടർന്ന് മതം മാറിയതുകൊണ്ടല്ല രാജ്യദ്രോഹകുറ്റത്തിനാണ് ദേവസഹായംപിള്ള ശിക്ഷിക്കപ്പെട്ടതെന്നും ഡച്ചുകാർ ഉൾപ്പെടെയുള്ള തിരുവിതാംകൂറിന്റെ ശത്രുക്കളുമായി സഹകരിച്ചതുകൊണ്ടാണ് ദേവസഹായം പിള്ള ശിക്ഷിക്കപ്പെട്ടതെന്നും തങ്ങളുടെ പൂർവികനായ അനിഴം തിരുനാൾ മാർത്താണ്ഡവർമ്മയെ മതവിദ്വേഷിയായി ചിത്രീകരിച്ചതിൽ വേദനയുണ്ടെന്നും കവടിയാർ കൊട്ടാരത്തിലെ പൂയംതിരുനാൾ ഗൗരിപാർവതിബായിയും അശ്വതിതിരുനാൾ ഗൗരിലക്ഷ്മിബായിയും ഫ്രാൻസിസ് മാർപാപ്പക്ക് കത്തയച്ചു (മാതൃഭൂമിദിനപത്രം 3-7-2022). ദേവസഹായംപിള്ളയുടെ അത്ഭുതസിദ്ധികളെക്കുറിച്ച് ഉണ്ടായ കഥകളെപ്പറ്റി സാമുവൽ മെറ്റീർ ഇങ്ങനെ എഴുതുന്നു: “ക്രൈസ്തവ സത്യത്തിന് അപമാനകരമായി, അതിനെ വ്യക്തമായും ശുദ്ധമായും അവതരിപ്പിക്കേണ്ടതിനുപകരം ഈ സംഭവം ഇപ്പോൾ ഒരു അന്ധവിശ്വാസത്തിന് ഹേതുവായിതീർന്നിരിക്കുകയാണ്.”

കൊല്ലം ഡയോസിസിന്റെ കീഴിലായിരുന്ന കന്യാകുമാരി ജില്ലയിലെ കത്തോലിക്കാസഭ പ്രവർത്തനങ്ങൾ 1978-ൽ കോട്ടാർ ഡയോസിസ് സ്ഥാപിച്ച് അങ്ങോട്ടേക്ക് മാറ്റി. കായംകുളം സ്വദേശിയായിരുന്ന റെവ. ലോറൻസായിരുന്നു ആദ്യബിഷപ്പ്. നാഞ്ചിനാട്ടെ അധഃസ്ഥിതവർഗ്ഗക്കാർക്കിടയിൽ വ്യാപകമായ പരിവർത്തനം നടത്തിയത് എൽ.എം.എസ് മിഷനറിമാരും സാൽവേഷൻ ആർമിക്കാരുമാണ്. നാഗർകോവിൽ കേന്ദ്രീകരിച്ചായിരുന്നു പ്രവർത്തനങ്ങൾ. ഈസ്റ്റിന്ത്യാ കമ്പനിക്കാരുടെ അറിവോടും അനുഗ്രഹത്തോടുമാണ് 1808 മുതൽ പ്രൊട്ടസ്റ്റന്റുകാർ മതപരിവർത്തനം തുടങ്ങിയത്. അക്കാലത്ത് തിരുനൽവേലി ഈസ്റ്റിന്ത്യാകമ്പനിക്കാരുടെ നേരിട്ടുള്ള ഭരണത്തിലായിരുന്നല്ലോ. മതപരിവർത്തനം നടത്തിയ അധഃകൃതർക്ക് പ്രത്യേക ആനുകൂല്യങ്ങളും അവരുടെ സ്ത്രീകൾക്ക് മാറുമറയ്ക്കാനുള്ള അനുവാദവും കുട്ടികൾക്ക് വിദ്യാഭ്യാസത്തിനുള്ള സൗകര്യവും അവർ നേടിക്കൊടുത്തു.

പത്തൊമ്പതാംനൂറ്റാണ്ടിന്റെ മദ്ധ്യത്തിൽ രാജഭരണം കൂടുതൽ മതപരമായി. സമൂഹത്തിൽ പാരമ്പര്യമായി അനുഭവിച്ചുവരുന്ന അവകാശങ്ങൾ അങ്ങിനെതന്നെ നിലനിർത്തുകയാണ് തങ്ങളുടെ കർമ്മം എന്ന് അവർ വിശ്വസിച്ചു. അടിമകളും താണജാതിക്കാരും ജീവസന്ധാരണത്തിന് ആശ്രയിച്ചിരുന്നത് കൃഷിയെ മാത്രമായിരുന്നു. അതാകട്ടെ സവർണ്ണരുടെ ചൂഷണത്തിന് വിധേയവുമായിരുന്നു. ഒരുവന്റെ കഴിവുകളെക്കാളും വിലമതിച്ചിരുന്നത് മതപരമായ

സ്ഥാനങ്ങൾക്കാണ്. താഴ്ന്നജാതിക്കാർക്ക് സഞ്ചാരസ്വാതന്ത്ര്യം പോലും വിലക്കിയിരുന്ന കാലമാണെന്നോർക്കണം.

മതപരിവർത്തനം നടത്തിയവരുടെ ആനുകൂല്യങ്ങൾക്കുവേണ്ടി മിഷനറിമാർ നിരന്തരം സർക്കാരിനെ സമീപിച്ചുകൊണ്ടിരുന്നു. ആദ്യമൊന്നും അനുകൂലമായ നിലപാടുകൾ ഉണ്ടായില്ലെങ്കിലും പിന്നെപ്പിന്നെ അവർ അതിൽ വിജയം കണ്ടു. മതപരിവർത്തനം നടത്തിയ ചെറിയാൻ എന്ന ഈഴവനെ സവർണ്ണഹിന്ദുക്കൾ അധിക്ഷേപിച്ചപ്പോൾ വിവരം പരാതിയായി ദിവാന്റെ അടുത്തെത്തി. നിലവിലുള്ള ആചാരങ്ങളെ ലഘൂകരിക്കുന്നതിൽ സർക്കാരിനും മടിയുണ്ടായിരുന്നു. ഈ വിഷയത്തിൽ ദിവാൻ കൃഷ്ണറാവു 1853-ൽ മദ്രാസ് സർക്കാരിന് ഇങ്ങനെ എഴുതി. "മിഷനറിമാർ ഈയിടെയായി തങ്ങൾ മാർഗ്ഗംകൂട്ടിയവർക്കുവേണ്ടി പ്രത്യേക അവകാശങ്ങൾ ആവശ്യപ്പെടുന്നു. ....ഇത് ഹിന്ദുക്കളുടെ മതവികാരത്തിന് അനനുയോജ്യവും സർക്കാരിന് സ്വീകരിക്കാൻകഴിയാത്തതുമാണ്." തുടർന്ന് റസിഡന്റ് കല്ലൻ സംഭവത്തെക്കുറിച്ച് അന്വേഷിച്ച് മദ്രാസ് ഗവൺമെന്റിന് നൽകിയ മറുപടി ഇങ്ങനെ: "മിഷനറിമാർ, അവരുടെ മാർഗ്ഗംകൂടിയവരുടെ നിസ്സാരതർക്കങ്ങൾപോലും ഏറ്റെടുക്കുന്നതിൽ അതീവതൽപ്പരരാണ്." ഇത്തരത്തിലുള്ള അഭിപ്രായങ്ങളിൽനിന്ന് താഴ്ന്ന ജാതിക്കാർക്കുവേണ്ടിയുള്ള മിഷനറിമാരുടെ സമ്മർദം വ്യക്തമാണ്.

എന്നാൽ ഇംഗ്ലീഷ് മിഷനറിമാരുടെ പ്രവർത്തനം താണജാതിക്കാർക്ക് പുതിയ അവസരങ്ങൾ തുറന്നുവച്ചു. മിഷനറിമാരുടെ പ്രവർത്തനങ്ങൾക്ക് വൈദേശികഭരണം അനുകൂല അവസരങ്ങളൊരുക്കി. അതോടെ സംരക്ഷണത്തിനും വിശ്വാസം സ്വീകരിക്കുന്നതിനും താഴ്ന്നജാതിക്കാരുടെ ഒരു ഒഴുക്കുതന്നെ മിഷനറിമാരുടെ അടുത്തേക്കുണ്ടായി. നാഞ്ചിനാട്ടിൽ മാർഗ്ഗംകൂടിയവരിൽ ബഹുഭൂരിപക്ഷവും ചാന്നാന്മാരും പറയരുമായിരുന്നു. തിരുവിതാംകൂറിൽ സവർണ്ണരുടെ മതപരമായ ആചാരങ്ങളും മിഷനറിമാരും തമ്മിൽ നിരന്തരം സംഘർഷം ഉണ്ടായിക്കൊണ്ടിരുന്നു. അത് പലപ്പോഴും കലാപങ്ങൾക്കും വഴിവച്ചു.

1853-ലെ ഒരു സംഭവം പറയാം. നാഞ്ചിനാട് ശുചീന്ദ്രം ക്ഷേത്രത്തിനടുത്തുകൂടി ഹൈന്ദവരുടെ ഒരു വിഗ്രഹഘോഷയാത്ര കടന്നുപോവുകയായിരുന്നു. എഴുന്നള്ളത്ത് അശുദ്ധമാകുന്നത് ഒഴിവാക്കാൻ അതുവഴി കടന്നുവന്ന ചാൾസ്മാർട്ടിനോടും, എബനിസർ ലൂയിസിനോടും അവരുടെ പല്ലക്കുകൾ ദൂരെ വയൽവരമ്പുകളിലേക്ക് മാറ്റിക്കൊണ്ടുപോകാൻ എഴുന്നള്ളത്തിന്റെ ചുമതലക്കാർ ആവശ്യപ്പെട്ടു. ആ ആവശ്യം നിരാകരിച്ചതോടെ ജനക്കൂട്ടം ലൂയിസിനെ

നദിക്കരയിലേക്ക് തള്ളിയിടുകയും മാർട്ടിനെ ചെളികൊണ്ട് അഭിഷേകം ചെയ്യുകയുമുണ്ടായി. കോപിഷ്ഠരായ ജനങ്ങൾ അവരുടെ ഭാര്യമാരേയും അധിക്ഷേപിച്ചു. മിഷനറിമാർ ഈ സംഭവത്തെ ഇംഗ്ലീഷുകാർക്കെതിരായുള്ള അതിക്രമമായാണ് കണക്കാക്കിയത്. "ഒരു മനുഷ്യൻ എന്ന നിലയേക്കാൾ, ഒരിംഗ്ലീഷുകാരനെന്ന നിലയ്ക്കാണ് പരസ്യമായി അപമാനിച്ചത്... എന്റെ നേർക്കുള്ള തെറ്റുകൾക്ക് പ്രതികാരംചെയ്യുക എന്നതിനേക്കാൾ നമ്മുടെ പൊതുവായ ദേശീയ അഭിമാനത്തെ സംരക്ഷിക്കുക എന്നതാണ്..." ഇങ്ങനെയാണ് ലൂയിസ് റസിഡന്റ് കല്ലന് എഴുതിയത്.

ഇങ്ങനെയൊക്കെയാണെങ്കിലും ചില മിഷനറിമാരും മതം മാറിയ ചില പുത്തൻ ക്രിസ്ത്യാനികളും ജാതിപരമായ ഉച്ചനീചത്വങ്ങളിൽനിന്ന് മോചിതരായിരുന്നില്ല എന്നത് ദുഃഖകരംതന്നെ. റവ. ചാൾസ് മീഡ് എന്ന മിഷനറി ഒരു പറയസ്ത്രീയെ വിവാഹം കഴിച്ചു. ഈ വിവാഹത്തെ മറ്റ് ചില മിഷനറിമാർ എതിർക്കുകയും ഡയറക്ടേഴ്സിൽ പരാതിപ്പെടുകയും ചെയ്തു. ഇന്ത്യാക്കാരുടെ ഇടയിലെ മിശ്രവിവാഹം മിഷനറിപ്രവർത്തനങ്ങളുടെ വിജയമാണെന്ന് അവകാശപ്പെട്ടിരുന്ന സി. മാർട്ടും മീഡിന്റെ മിശ്രവിവാഹത്തെ ശക്തമായി എതിർത്തു എന്നതാണ് രസകരം. ഒരു പറയ യുവതി എത്ര വിദ്യാഭ്യാസം ലഭിച്ചാലും വിവാഹംവഴി ഉയർന്ന ബന്ധത്തിലായാലും ആദരം ലഭിക്കുകയില്ല എന്നതായിരുന്നു അദ്ദേഹത്തിന്റെ വാദം.

സി.എം.എസ് അനുകൂലികളായ സുറിയാനിക്രിസ്ത്യാനികൾ സമ്പന്നരും സമുദായത്തിൽ മാന്യസ്ഥാനം ഉള്ളവരുമായിരുന്നു. മതപരിവർത്തനംചെയ്ത താണജാതിക്കാരെ തങ്ങളോടൊപ്പം ഉയർത്തുന്നതിനുള്ള മിഷനറിമാരുടെ ശ്രമത്തെ അവർ എതിർത്തു. എന്തായാലും തെക്കൻ തിരുവിതാംകൂറിലും അതിലുൾപ്പെട്ട നാഞ്ചിനാട്ടും എൽ.എം.എസ് കാർ സി.എം.എസ്കാരേക്കാൾ കൂടുതലായി മതപരിവർത്തനം നടത്തിയവർക്കായി പ്രവർത്തിച്ചുവെന്നതാണ് യാഥാർത്ഥ്യം.

ജനസേവനത്തിന്റെ കാര്യത്തിൽ പ്രൊട്ടസ്റ്റന്റ് മിഷനറിമാർ സംഘകാലത്തെ ബുദ്ധ-ജൈനസന്ന്യാസിമാരെ അനുകരിക്കുകയാണ് ചെയ്തത്. നാഞ്ചിനാട് അവർ പാഠശാലകളും ആശുപത്രികളും സ്ഥാപിച്ചു. താഴ്ന്നജാതിക്കാരായ ഭൂരഹിതർക്ക് തരിശുനിലങ്ങൾ പതിച്ചുനൽകാൻ സർക്കാരിൽ സ്വാധീനം ചെലുത്തി. തേയിലത്തോട്ടങ്ങളിൽ പാവപ്പെട്ടവർക്ക് ജോലിനൽകുകയും തേയില, കാപ്പി, നെല്ല് എന്നിവ ശാസ്ത്രീയമായി കൃഷിചെയ്യാൻ അവരെ പരിശീലിപ്പിക്കുകയും ചെയ്തു. അന്ധവിശ്വാസങ്ങളെയും

അനാചാരങ്ങളേയും എതിർത്തു. മാന്യമായ വസ്ത്രധാരണം പ്രോത്സാഹിപ്പിച്ചു. മതപരിവർത്തനത്തിനിടയിലും നാഞ്ചിനാട്ടെ സാമാന്യജനത്തിന്റെ ജീവിതപുരോഗതിക്കുവേണ്ടി മിഷനറിമാർ നടത്തിയ സേവനങ്ങൾ വലുതാണ്.

19-ാം നൂറ്റാണ്ടായപ്പോഴേക്കും വൈദേശികസഭകളുടെ സ്വാധീനത്തിൽപ്പെട്ട് കേരളത്തിലെ ക്രൈസ്തവസഭകൾ അഞ്ചായി പിരിഞ്ഞു. മറ്റുചില വൈദേശികശക്തികളുടെ സ്വാധീനത്തിൽ പ്രവർത്തിച്ചിരുന്ന ദൗത്യസംഘങ്ങളെയും ചെറിയസഭകളെയും വിസ്മരിക്കുന്നില്ല. വിശ്വാസത്തിൽ ക്രിസ്ത്യാനികളെങ്കിലും തദ്ദേശീയ ഹൈന്ദവരുമായി ചേർന്ന് അവരുടെ വേഷങ്ങളും ശീലങ്ങളും സ്വീകരിച്ചു എന്നത് പ്രത്യേകം പറയേണ്ട സംഗതിയാണ്.

ഹിന്ദുക്കളുടെ പുണ്യസ്ഥലങ്ങളായ കന്യാകുമാരിയും ശുചീന്ദ്രവും ഉൾപ്പെട്ട ഡിവിഷനായിരുന്നു പത്മനാഭപുരം. ഇതുകൊണ്ടുതന്നെ യാഥാസ്ഥിതിക ഹിന്ദുക്കളുടെ കേന്ദ്രവുമായിരുന്നു. ഇവിടത്തെ നിരക്ഷരരായ ഉയർന്നജാതി ഹിന്ദുക്കൾ മിഷനറിമാരുടെ മതംമാറ്റപ്രഭാഷണങ്ങൾക്ക് ചെവികൊടുത്തിരുന്നുമില്ല. പത്മനാഭപുരത്തെ വിസ്തൃതമായ നെൽപ്പാടങ്ങളുടെ ഉടമകൾ നായന്മാരും നാഞ്ചിനാട് വെള്ളാളന്മാരുമായിരുന്നു. പക്ഷേ കർഷകതൊഴിലാളികളിൽ നല്ലൊരുവിഭാഗം എൽ.എം.എസ് കാരായി മാറിയിരുന്നു. 1875-ലെ സെൻസസ് കണക്കുപ്രകാരം പത്മനാഭപുരം ഡിവിഷനിൽ ഹിന്ദുക്കൾ ആറിൽ ഒന്ന് എന്ന അനുപാതത്തിൽ പ്രൊട്ടസ്റ്റന്റുകാരേക്കാൾ മുന്നിലായിരുന്നു.

ഇസ്ലാംമതം

വൈദേശികമതമായ ഇസ്ലാംമതത്തിന്റെ കേരളത്തിലേക്കുള്ള വരവും പ്രചാരണവും കച്ചവടക്കാരിലൂടെയാണ്. ഏഴോ എട്ടോ നൂറ്റാണ്ടിലായിരിക്കാം പ്രവാചകമതം ഇവിടെ പ്രചരിച്ചുതുടങ്ങിയത്. ഒൻപതാം നൂറ്റാണ്ടോടെ നാഞ്ചിനാട്ടിൽ ഈ മതത്തിന്റെ സാന്നിധ്യമുണ്ടായിരുന്നുവെന്നാണ് നിഗമനം. കേരളത്തിൽ മലബാറിലാണ് ഇസ്ലാംമതത്തിന്റെ വേരുകൾ തുടക്കത്തിൽ ശക്തിപ്രാപിച്ചത്. മാലിക് ബിൻദിനാറും കൂട്ടാളികളുമാണ് അവിടെ മതപരിവർത്തനത്തിന് തുടക്കം കുറിച്ചത്.

കച്ചവടം പ്രോത്സാഹിപ്പിക്കുക എന്നത് തന്നെയായിരുന്നു അന്നത്തെ ഭരണാധികാരികളുടെയും നയം. വൈദേശികമതങ്ങൾക്കും ജൈന-ബൗദ്ധ-ഹിന്ദുമതങ്ങൾക്കുള്ളതുപോലെയുള്ള പരിഗണനകൾ ലഭിച്ചിരുന്നു. അവർക്ക് താമസിക്കാനും കച്ചവടകേന്ദ്രങ്ങൾ തുടങ്ങാനും, പള്ളികൾ നിർമ്മിക്കാനും മതപരിവർത്തനം

നടത്താനും അന്നത്തെ രാജാക്കന്മാർ അനുവാദവും സഹായങ്ങളും സംരക്ഷണവും നൽകിപ്പോന്നു. മതപരമായ വിവേചനങ്ങൾ അക്കാലത്ത് പ്രസക്തമായിരുന്നില്ല എന്നതാണ് വസ്തുത. മതത്തിന്റെ ശക്തമായ വേരോട്ടം ഉണ്ടായില്ലെങ്കിലും എട്ടും ഒൻപതും നൂറ്റാണ്ടുകളിൽ നാഞ്ചിനാട്ടും സമീപപ്രദേശങ്ങളിലും ഈ മതത്തിന്റെ സാന്നിധ്യമുണ്ടായിരുന്നുവെന്ന് മനസ്സിലാക്കാം. സ്വദേശികളെ മതംമാറ്റിയുണ്ടാക്കിയ ഒരു മുസ്ലീംസമുദായമാണ് ഈ പ്രദേശങ്ങളിൽ ഉള്ളത്.

AD 1680-ൽ ആരുവാമൊഴി കടന്നെത്തിയ ഒരു മുഗൾസൈന്യാധിപൻ തെക്കൻതിരുവിതാംകൂർ കീഴ്പ്പെടുത്തി കൊള്ളയടിക്കുകയും മതപരമായ ചില ആചാരങ്ങൾ പാലിക്കാൻ ജനങ്ങളെ നിർബന്ധിക്കുകയും ചെയ്തു. അയാൾ ആക്രമിച്ച് തിരുവനന്തപുരംവരെയെത്തി തമ്പടിച്ചു. അക്കാലത്ത് റാണിയുടെ പട്ടാളത്തിലുണ്ടായിരുന്ന പഠാൻകാരുടെ അപേക്ഷപ്രകാരമാണെന്നുപറയുന്നു മുകിലൻ പത്മനാഭസ്വാമിക്ഷേത്രത്തിലെ സ്വത്തുക്കളിൽ കൈവച്ചില്ല. മാത്രമല്ല തോവാളമുതൽ തിരുവനന്തപുരംവരെ കീഴടക്കിയെങ്കിലും ഉമയമ്മറാണിയുടെ അപ്പോഴത്തെ ആസ്ഥാനമായ നെടുമങ്ങാട്ടേക്ക് കടക്കാൻ ധൈര്യം കാണിച്ചുമില്ല.

ഈ സൈന്യാധിപൻ വ്യാപകമായി മതംമാറ്റത്തിന് ശ്രമിച്ചില്ല എന്നതാണ് മറ്റൊരു പ്രത്യേകത. പക്ഷേ ചില മുസ്ലീം ആചാരങ്ങൾ പാലിക്കാൻ ജനങ്ങളെ നിർബന്ധിച്ചു. പുറത്തുപോകുമ്പോൾ പുരുഷന്മാരെപ്പോലെതന്നെ സ്ത്രീകളും തലയും മാറും മറയ്ക്കുക, പത്തുവയസ്സിനുമുൻപ് ആൺകുട്ടികൾ സുന്നത്ത് നടത്തുക, വിവാഹാദി ചടങ്ങുകളിൽ ബന്ധുമിത്രാദികൾ ഒരുമിച്ചിരുന്ന് ഒരു പാത്രത്തിൽനിന്ന് ആഹാരം കഴിക്കുക, ശൂദ്രസ്ത്രീകൾ പുരുഷന്മാരെപോലെ തുണികൊണ്ട് ശരീരംമറക്കുക, മുലകുടിമാറിയ കുട്ടികളുടെ തലയിൽ ഒരു കൈലേസ് കെട്ടുക, സ്ത്രീകൾ അവരുടെ നെറ്റിയിലും കവിളത്തും കൈകളിലും പച്ചകുത്തുക എന്നിവയായിരുന്നു പാലിക്കാൻ ആവശ്യപ്പെട്ട ചില ആചാരങ്ങൾ.

1870-ൽ തിരുവിതാംകൂർ ചരിത്രമെഴുത്തുതുടങ്ങിയ ശങ്കുണ്ണിമേനോൻ, കൽക്കുളം മുതൽ കൊല്ലംവരെയുള്ള ശൂദ്രന്മാരിൽ താഴ്ന്നതരക്കാർ ഈ ആചാരങ്ങളിൽ ചിലത് അനുഷ്ഠിക്കുന്നു എന്ന് രേഖപ്പെടുത്തിയിട്ടുണ്ട്. ഉയർന്ന ശൂദ്രജാതിക്കാർ തലമറയ്ക്കുന്നതും സ്ത്രീകൾ തോളത്ത് മുണ്ടിടുന്നതും ഒഴിച്ചുള്ള മറ്റെല്ലാസമ്പ്രദായങ്ങളും ഉപേക്ഷിച്ചുവെന്നും അദ്ദേഹം പറയുന്നു.

ഉമയമ്മറാണി കോട്ടയം കേരളവർമ്മയുടെ നേതൃത്വത്തിൽ ശക്തമായ ഒരു സൈന്യം രൂപീകരിക്കുകയും തിരുവട്ടാറ്റുവച്ചുണ്ടായ

യുദ്ധത്തിൽ മുകിലനെ തോൽപ്പിച്ച് വധിക്കുകയും ചെയ്തു. ഈ യുദ്ധത്തിൽ 300 കുതിരകളെയും 100 പടയാളികളെയും തടവിലാക്കി ഒട്ടേറെ ആയുധങ്ങളും കേരളവർമ്മ പിടിച്ചെടുത്തു.

ആർക്കാട് നവാബിന്റെ ബന്ധുക്കളായ ചന്ദ്രാസാഹിബിന്റെയും ബഡാസാഹിബിന്റേയും ആക്രമണമായിരുന്നു മുസ്ലീങ്ങളുടെ ഭാഗത്തുനിന്ന് നാഞ്ചിനാടിന് നേരെയുണ്ടായ മറ്റൊരു കടന്നുകയറ്റം. ആരുവാമൊഴികടന്ന് തിരുവിതാംകൂറിൽ പ്രവേശിച്ച ഇവർ നാഗർകോവിൽ, ശുചീന്ദ്രം, കോട്ടാർ എന്നീ പ്രദേശങ്ങൾ സ്വന്തമാക്കി. സമ്പത്ത് കൊള്ളയടിക്കുകയായിരുന്നു ഇവരുടെ പ്രധാനലക്ഷ്യം. ശുചീന്ദ്രം ക്ഷേത്രത്തിലെ നിരവധി വിഗ്രഹങ്ങൾ തകർത്തു, അവിടത്തെ രഥം കത്തിച്ചു. സമ്പത്ത് കൊള്ളയടിച്ചു. ഒട്ടേറെ നാശനഷ്ടങ്ങൾ വരുത്തി. രാമയ്യൻ ദളവയുടെ നേതൃത്വത്തിൽ ഒരു സൈന്യമെത്തിയെങ്കിലും ശത്രുവിന്റെ കുതിരപ്പടയുടെ മുമ്പിൽ പിടിച്ചുനിൽക്കാനായില്ല.

ഇസ്ലാമായി മതംമാറിയ ചേരമാൻ പെരുമാൾ ഇരണിയൽ കൊട്ടാരത്തിലെ രാജാവായിരുന്നു എന്ന് വിശ്വസിക്കുന്നു. എന്നാൽ ചേരമാൻ പെരുമാളിന്റെ കഥയെ ഏതെങ്കിലും സമകാലികരേഖകളോ സംഭവങ്ങളോ സ്ഥിരീകരിക്കാത്തതിനാൽ ചരിത്രകാരന്മാർ ഇത് ഒരു കെട്ടുകഥ മാത്രമാണെന്ന് അഭിപ്രായപ്പെടുന്നു.

മാലിക്ബിൻ ദിനാറിന്റെ അനുയായികൾ കേരളത്തിൽ പതിനെട്ട് പള്ളികൾ നിർമ്മിച്ചു എന്നാണ് വിശ്വാസം. ഇതിൽ കോവിൽപ്പട്ടണത്തെയും തേങ്ങാപ്പട്ടണത്തെയും പൂവാറിലെയും പള്ളികൾ ഉൾപ്പെടുന്നു. പതിനാലാംനൂറ്റാണ്ടിൽ നിർമ്മിച്ചതാണ് കോട്ടാറിലെ മൈതീൻപള്ളി എന്ന് കരുതപ്പെടുന്നു. കുളച്ചലിലെ ജുമാപള്ളിക്കും എഴുന്നൂറുവർഷത്തെ പഴക്കം കണക്കാക്കാം. തോവാളയിലെയും മണവാളക്കുറിച്ചിയിലേയും പള്ളികളുടെ പഴക്കം നാന്നൂറുവർഷമാണ്. കളിയിക്കാവിളയിലെ പള്ളി മുന്നൂറുവർഷം പഴക്കമുള്ളതും. നാഞ്ചിനാട്ടെ മുസ്ലീങ്ങളുടെ ആസ്ഥാനം തിരുവിതാംകോടാണല്ലോ. അവരുടെ മറ്റു പ്രധാന ആവാസകേന്ദ്രങ്ങൾ തക്കല, കുളച്ചൽ, തിട്ടുവിള ഇടയാലക്കുടി, തേങ്ങാപ്പട്ടണം, കളിയിക്കാവിള എന്നിവയും. തിരുവിതാംകൂർ ഭരണകൂടം എക്കാലവും ഉദാരവും സൗഹൃദപരവുമായ സമീപനമാണ് മുസ്ലീങ്ങളോട് കൈക്കൊണ്ടിട്ടുള്ളത്. ■

സാമൂഹികം

സവിശേഷമായ സാമൂഹികവ്യവസ്ഥ നിലനിന്നിരുന്ന ഇടമാണ് നാഞ്ചിനാട്. ആചാരങ്ങളിലും അനുഷ്ഠാനങ്ങളിലും ജീവിതരീതിയിലും ഈ സവിശേഷത പ്രകടമാണ്. ജനങ്ങൾ പാരമ്പര്യമായി അനുവർത്തിച്ചുപോന്ന അനുഷ്ഠാനങ്ങളും കീഴ്വഴക്കങ്ങളും ആചാരങ്ങളായി മാറി. ആചാരങ്ങൾ പിന്നെ നിയമങ്ങളായി. ഇങ്ങനെ ഉരുത്തിരിഞ്ഞ നിയമങ്ങളുടെ സംരക്ഷണത്തിനും നടത്തിപ്പിനും സ്ഥാപനങ്ങൾ ഉണ്ടായി. നാഞ്ചിനാട്ടിൽ നിലവിലിരുന്ന ആചാരങ്ങളും അനാചാരങ്ങളും ഭരണരീതിയും ജീവിതരീതിയുമൊക്കെയാണ് ഇവിടെ പ്രതിപാദിക്കുന്നത്.

ഭരണവും സമൂഹവും

ആതന്മാരും വള്ളുവന്മാരും കുറവന്മാരുമൊക്കെയുൾപ്പെട്ട നാട്ടുരാജാക്കന്മാരായിരുന്നല്ലോ നാഞ്ചിനാട് ഭരിച്ചിരുന്നത്. കാലാകാലങ്ങളിൽ ദക്ഷിണേന്ത്യയിൽ ശക്തിപ്രാപിച്ച പ്രസിദ്ധമായ സാമ്രാജ്യത്വശക്തികളെല്ലാംതന്നെ ഇടയ്ക്കിടെ നാഞ്ചിനാട്ടിൽ കടന്നുകയറി ആധിപത്യം സ്ഥാപിച്ചു. അവരുടെയൊക്കെ സാമന്തന്മാരുടെ ഭരണമായിരുന്നു ഏറെകാലം ഇവിടെയുണ്ടായിരുന്നത്. മാർത്താണ്ഡവർമ്മയുടെ കാലംവരെ ഈ സ്ഥിതി തുടർന്നു.

ക്രിസ്തുവർഷാരംഭത്തിൽ രാജ്യംഭരിച്ചിരുന്ന രാജാക്കന്മാർ സ്വേച്ഛാധിപതികളും ആഡംബരപ്രിയരുമായിരുന്നു. രാജാവിനെ 'കോൻ' എന്നും മഹാരാജാവിനെ കടുംകോൻ എന്നും വിളിച്ചു. തങ്ങളുടെ ചെറിയ ചെറിയ നേട്ടങ്ങളുടെ ഓർമ്മയ്ക്കായിപ്പോലും അവയെ അനുസ്മരിക്കുന്ന ബിരുദങ്ങൾ സ്വീകരിച്ചു. മന്ത്രിമാരുടെയും വിദ്വാന്മാരുടെയും ഉപദേശങ്ങളും അവർ ചെവിക്കൊണ്ടിരുന്നു. ജനങ്ങളുടെ പരാതികൾക്ക് അടിയന്തിരമായി പരിഹാരം കാണുന്നതിൽ രാജാക്കന്മാർ പ്രത്യേകം താൽപ്പര്യം കാണിച്ചുവെന്നുമാത്രമല്ല, എല്ലാവർക്കും തുല്യനീതി ഉറപ്പാക്കുകയും ഒരു

മാതൃകാപുരുഷനായി ജീവിക്കുന്നതിൽ പ്രത്യേകം ശ്രദ്ധിക്കുകയും ചെയ്തു. അതുകൊണ്ടുതന്നെ ഭരണാധികാരികൾ എല്ലാവിഭാഗം ജനങ്ങളുടെയും സ്നേഹത്തിനും ആദരവിനും വിശ്വാസത്തിനും പാത്രമായി. രാജാക്കന്മാരിൽ ഭൂരിപക്ഷവും പരാക്രമശാലികളും സ്വന്തമായി സുസജ്ജമായ സൈന്യം നിലനിർത്തിപോന്നവരുമാണ്.

ഗ്രാമീണർക്കിടയിലെ തർക്കങ്ങളും വഴക്കുകളും പറഞ്ഞു തീർക്കുന്നത് 'മൻറങ്ങൾ' ആണ്. ഓരോ ഗ്രാമത്തിനും ഓരോ 'മൻറം' ഉണ്ടായിരിക്കും. ജനകീയപ്രാതിനിധ്യമുള്ള മുതിർന്നവരുടെ ഒരു സഭയാണിത്. ഗ്രാമത്തിൽ പൊതുസ്ഥലത്തുള്ള ആൽമരച്ചുവട്ടി ലാണ് മൻറങ്ങൾ കൂടിയിരുന്നത്. ഈ സമ്പ്രദായമാണ് പിൽക്കാ ലത്ത് നാട്ടുക്കൂട്ടവും പ്ടാകക്കൂട്ടവുമൊക്കെയായി തുടർന്നു പോന്നത്.

ഒൻപതും പത്തും നൂറ്റാണ്ടുകളിൽ കുലശേഖരന്മാരുടെ കാലത്ത് ഭരണതലത്തിൽ ഏറ്റവും ഉയർന്ന സ്ഥാനമായിരുന്നു ചക്രവർത്തി യുടേത്. ചക്രവർത്തിക്ക് പെരുമാൾ എന്നായിരുന്നു വിളിപ്പേര്. നാട്ടിലെ ഭരണം ചക്രവർത്തി നിയോഗിക്കുന്ന സാമന്തന്മാരോ പാര മ്പര്യഅവകാശമുള്ള നാടുവാഴികളോ ആണ് നടത്തിയിരുന്നത്. നാടു വാഴികൾക്ക് സ്വതന്ത്രഭരണാവകാശം നൽകിയിരുന്നില്ല എന്നു മാത്ര മല്ല നാട്ടുഭരണത്തിന്റെ മേൽനോട്ടത്തിനായി രാജകീയപ്രതിനിധി യെയും നിയോഗിച്ചു. ഇയാൾ കോയിലധികാരി എന്ന പേരിൽ അറിയപ്പെട്ടു. ഭരണസൗകര്യത്തിനായി ദേശവാഴികളെയും ചുമത ലപ്പെടുത്തി. ദേശവാഴികളെ നിയന്ത്രിച്ചിരുന്നതാകട്ടെ, അതത് ദേശ ങ്ങളിൽ പ്രാതിനിധ്യമുള്ള കൂട്ടങ്ങളും.

ചോളചേരയുദ്ധത്തെത്തുടർന്ന് 11-ാംനൂറ്റാണ്ടിൽ രാജ്യത്ത് കേന്ദ്രാധികാരം ദുർബലമായ സാഹചര്യം മുതലെടുത്തുകൊണ്ട് നാടുവാഴികൾ സ്വന്തം സ്വാതന്ത്ര്യവും അധികാരവും ഉറപ്പിച്ച് ശക്ത രായി. അവർ സ്വന്തമായി സൈന്യം രൂപീകരിച്ചു. ഇങ്ങനെ ധാരാളം ചെറുകിടരാജ്യങ്ങൾ ഉടലെടുത്തു.

അക്കാലത്ത് നാടുവാഴികളും ഫ്യൂഡൽ പ്രഭുക്കന്മാരും തമ്മിൽ ദൃഢമായ ബന്ധമുണ്ടായിരുന്നു എന്നു കാണാം. രണ്ടുകൂട്ടർക്കും അവരുടെ അധികാരഅവകാശങ്ങളെക്കുറിച്ച് ബോദ്ധ്യമുണ്ടായി രുന്നു. തിരുവിതാംകൂറിൽ ദത്തെടുത്ത രാജാക്കന്മാരുടെ വരവോടെ ഈ സ്ഥിതിക്ക് മാറ്റംവന്നു. AD 1662-നുശേഷം തിരുവിതാംകൂറിൽ വാഴിക്കപ്പെട്ട പലരാജാക്കന്മാരും ദത്തെടുക്കപ്പെട്ടവരാണെന്ന് ഓർക്കണം. ആറ്റിങ്ങലും തിരുവിതാംകൂറും ഉൾപ്പെട്ട തൃപ്പാപ്പൂർ സ്വരൂപത്തോടു മാത്രമേ മാടമ്പിമാർ വിധേയത്വം കാണിച്ചിരുന്നുള്ളൂ വെന്ന് മാത്രമല്ല, അവർ തിരുവിതാംകൂർ രാജാക്കന്മാരെ കാര്യമായി

കരുതിയിരുന്നുമില്ല. കോട്ടയം കേരളവർമ്മയെ മാടമ്പിമാർ വക വരുത്തിയത് ഉമയമ്മറാണിയുടെയും അറിവോടെയായിരുന്നു. കേരള വർമ്മ കൂടുതൽ അധികാരം കയ്യാളാൻ ശ്രമിച്ചതാണ് കാരണം. പക്ഷേ 1721-ൽ അദ്ദേഹത്തിന്റെ പിൻഗാമി രാമവർമ്മ നാഞ്ചിനാട്ടെ കർഷകരുടെ പരാതികൾ പരിഹരിക്കാൻ മാടമ്പിമാരുടെ സഹായം തേടി. പിൽക്കാലത്ത് ഇരണിയൽകൊട്ടാരത്തിനുമുന്നിൽനിന്നും ആരംഭിച്ച ജനകീയമുന്നേറ്റത്തിനുമുമ്പിൽ മഹാരാജാവ് ബാലരാമ വർമ്മക്ക് വഴങ്ങേണ്ടിവന്നതും ചരിത്രം.

തിരുവിതാംകൂറിൽ ക്രമേണ മാടമ്പിമാരും രാജസ്ഥാനവും തമ്മി ലുള്ള അകൽച്ച വർദ്ധിക്കുന്നതാണ് പിന്നെ നാം കാണുന്നത്. "ജന്മി മാരിൽനിന്ന് ആദായത്തിന്റെ പകുതിയും യുദ്ധനികുതിയായി പിരി ച്ചെടുക്കാൻ തീരുമാനിച്ചതാണ് തിരുവിതാംകൂറിൽ മാടമ്പിമാരുടെ എതിർപ്പിന് പ്രധാന കാരണം. തിരുവിതാംകൂറിലെ എട്ടുമാടമ്പിമാർ ഇളമ്പയിൽ പണ്ടാലയുടെ നേതൃത്വത്തിൽ സംഘടിച്ച് ആറ്റിങ്ങൽ മാടമ്പിമാരുടെ വശംചേർന്നുവെന്നും തിരുവിതാംകൂറും ആറ്റി ങ്ങലും തമ്മിലുള്ള യുദ്ധം തന്മൂലം ഏറെനാൾ നീണ്ടുനിൽക്കു മെന്നും 18-11-1727ൽ അഞ്ചുതെങ്ങിലെത്തിയ ഇംഗ്ലീഷുകാർ രേഖ പ്പെടുത്തിയത് ഈ സാഹചര്യത്തിലാണ്. ആറ്റിങ്ങലെ മാടമ്പിമാരു ടേത് ഒരു സ്വാതന്ത്ര്യസമരവും തിരുവിതാംകൂറിലെ മാടമ്പിമാരു ടേത് ഒരു കർഷകസമരവുമായിരുന്നു" (കെ. ശിവശങ്കരൻനായർ. എട്ടുവീട്ടിൽ പിള്ളമാരുടെ കഥ. വിജ്ഞാനകൈരളി ജൂൺ 1993).

പത്മനാഭപുരം ആസ്ഥാനമാക്കി മാർത്താണ്ഡവർമ്മ രാജ്യഭാര മേറ്റതോടെ ദീർഘകാലം രാജ്യഭരണത്തിൽ ശക്തമായ ഇടപെട ലുകൾ നടത്തിയിരുന്ന മാടമ്പിമാരെ വിദേശശക്തികളുടെ സഹായ ത്തോടെ അമർച്ച ചെയ്തു. ഇതിന്റെ അവസാനരംഗങ്ങൾക്ക് സാക്ഷ്യംവഹിച്ചതും നാഞ്ചിനാട് തന്നെ. ഇതോടെ നാട്ടിൽ ശക്ത മായ ഒരു ഏകാധിപത്യഭരണം വീണ്ടും നിലവിൽവന്നു. ഭരണതല ത്തിൽ ജനപങ്കാളിത്തം നഷ്ടമായി. മന്ത്രിമാരെയും സേനാനായ കരെയും ഭരണതലത്തിലെ മറ്റ് ഉദ്യോഗസ്ഥന്മാരെയും രാജാവു തന്നെ നിയമിച്ച് രാജ്യഭരണം പൂർണ്ണമായും കൈയടക്കി. 1947 വരെ രാജ്യഭരണം തുടർന്നു. ശേഷം രാജ്യഭരണം പൂർണ്ണമായും ജന ങ്ങൾക്കുവേണ്ടി ഭരിക്കുന്ന ജനനേതാക്കൾക്കായി.

മതവും ജാതിയും

1881-ൽ പ്രസിദ്ധീകരിച്ച തിരുവിതാംകൂർ സെൻസസ് റിപ്പോർ ട്ടിന്റെ അടിസ്ഥാനത്തിൽ നാഞ്ചിനാട്ടിൽ നിലവിലുണ്ടായിരുന്ന മത ങ്ങളെയും ജാതികളെയും ചുരുക്കത്തിൽ പരിശോധിക്കാം. ഹിന്ദു,

ക്രിസ്ത്യൻ, ഇസ്ലാം മതങ്ങളിൽപ്പെട്ടവരായിരുന്നു സർവേ കാലയളവിൽ ഇവിടെ ജീവിച്ചിരുന്നത്. തെക്കൻതിരുവിതാംകൂറിലെ ഏറ്റവും കൂടുതൽ താഴ്ന്ന ജാതിക്കാർ മതംമാറി ക്രിസ്ത്യാനികളായതും ഈ പ്രദേശത്തായിരുന്നുവെന്നതും ഓർമ്മിക്കാം. അക്കാലത്തെ ഇരണിയൽ, അഗസ്തീശ്വരം, തോവാള, കൽക്കുളം താലൂക്കുകളിലുള്ള മതം-ജാതി കണക്കുകളാണ് ഇവിടെ പരാമർശിക്കപ്പെടുന്നത്.

ഹിന്ദുക്കളുടെ സാന്നിദ്ധ്യം ഏറ്റവും അധികം ഉണ്ടായിരുന്നത് ഇരണിയലാണ് 75587 പേർ. അഗസ്തീശ്വരത്ത് 58196-ഉം കൽക്കുളത്ത് 46340-ഉം തോവാളയിൽ 26342-ഉം പേർ. രണ്ടാംസ്ഥാനത്ത് ക്രിസ്ത്യാനികളാണ്. പ്രൊട്ടസ്റ്റന്റ്, റോമൻ കത്തോലിക്കാവിഭാഗത്തിൽപ്പെട്ടവരാണ് കൂടുതൽ. സിറിയൻ കത്തോലിക്കരും ചുരുങ്ങിയതോതിൽ ഉണ്ടായിരുന്നതായി കാണാം. ഇവർ ഇരണിയലിൽ 32257-ഉം അഗസ്തീശ്വരത്ത് 16037 പേരും തോവാളയിൽ 2615 പേരും കൽക്കുളത്ത് 12246 പേരും താമസിച്ചിരുന്നു.

മുഹമ്മദീയരുടെ കണക്കാകട്ടെ ഇരണിയൽ 4272 അഗസ്തീശ്വരം 4746 തോവാള 1303 കൽക്കുളം 2322 എന്നിങ്ങനെയാണ്. ഇനി പ്രധാന ജാതികളെ നോക്കാം.

ഹിന്ദുക്കളിൽ നമ്പൂതിരിമാർ, നായന്മാർ, വെള്ളാളർ എന്നിവരായിരുന്നു നാഞ്ചിനാട്ടെ ഉയർന്നജാതിക്കാർ. പിതൃദായക്കാരായിരുന്ന ബ്രാഹ്മണരായിരുന്നല്ലോ ജാതിവ്യവസ്ഥിതിയിൽ ഏറ്റവും മുകളിൽ നിന്നവർ. ഇവരിൽ മലയാളബ്രാഹ്മണർ, പരദേശബ്രാഹ്മണർ എന്നിങ്ങനെ പ്രധാനമായും രണ്ടുവിഭാഗക്കാരുണ്ടായിരുന്നു: ഇവർക്ക് ഭൂമിയിൽ നികുതിരഹിതമായ ഉടമസ്ഥാവകാശം ഉണ്ടായിരുന്നുവെന്നതാണ് പ്രത്യേകത. വേദപഠനവും പൗരോഹിത്യവുമായിരുന്നു ഇവരുടെ പ്രധാനകർമ്മങ്ങൾ. ബ്രാഹ്മണരുടെ വാസഗൃഹങ്ങൾ ഇല്ലം, മഠം എന്നീ പേരുകളിൽ അറിയപ്പെട്ടിരുന്നു. സെൻസസ് റിപ്പോർട്ടിൽ ബ്രാഹ്മണസാന്നിദ്ധ്യം രേഖപ്പെടുത്തിയിട്ടുള്ളത് ഇങ്ങനെ. അഗസ്തീശ്വരം മലയാളിബ്രാഹ്മണർ 32, വിദേശബ്രാഹ്മണർ 2927, കൽക്കുളം-മലയാളി 85, വിദേശി 1424, ഇരണിയൽ മലയാളി 120, വിദേശി 250, തോവാള-മലയാളി 13, വിദേശി 986.

ചാതുർവർണ്ണ്യവ്യവസ്ഥിതിയിൽ നാലാംസ്ഥാനമായിരുന്നു നായന്മാർക്കെങ്കിലും നാഞ്ചിനാട്ടിൽ ബ്രാഹ്മണർ കഴിഞ്ഞാൽ അടുത്ത സ്ഥാനം നായന്മാർക്കായിരുന്നു. ഭൂവുടമകളും പ്രഭുക്കന്മാരുമായിരുന്ന ഇവർ അഭ്യാസികളും കളരിക്ക് നാഥന്മാരുമായിരുന്നു. കൃഷിയും സൈനികസേവനവുമാണ് പ്രധാനതൊഴിൽ. മരുമക്കത്തായികളായ ഇവർ മുൻകുടുമ ധരിച്ചിരുന്നു. സ്ത്രീകൾ മുൻഭാഗത്ത്

മുടികെട്ടി വച്ചു. സംബന്ധം എന്നറിയപ്പെടുന്ന വിവാഹസമ്പ്രദായ മായിരുന്നു നായന്മാർ പിൻതുടർന്നിരുന്നത്. നായന്മാരിൽ ധാരാളം അവാന്തരവിഭാഗക്കാരുമുണ്ട്.

വെള്ളക്കാർക്ക് നായന്മാരുടേതിന് തുല്യമായ സ്ഥാനമാണ്. നാഞ്ചിനാട്ടിൽ കുറവന്മാരുടെ ഭരണം അവസാനിച്ചശേഷം കുറെ ക്കാലം രാജ്യകാര്യങ്ങൾ നോക്കിനടത്തിയിരുന്നത് ഇക്കൂട്ടരാണ്. ഇവർ മുതലിയാർ എന്ന സ്ഥാനപ്പേരിലും അറിയപ്പെട്ടു. നായന്മാ രെപ്പോലെതന്നെ വെള്ളാളരും മരുമക്കത്തായികളും സംബന്ധ വ്യവസ്ഥ പിൻതുടർന്നവരുമാണ്. അഗസ്തീശ്വരത്തും തോവാള യിലും ഇരണിയലുമായി 21327 വെള്ളാളർ താമസിച്ചിരുന്നു.

നാഞ്ചിനാട്ടെ അധഃസ്ഥിതരിൽ പ്രധാനപ്പെട്ടവർ ചാന്നാന്മാരാണ്. കള്ളുചെത്ത്, കൃഷി, കച്ചവടം എന്നിവയായിരുന്നു ഇവരുടെ ജീവിത മാർഗ്ഗങ്ങൾ. എങ്കിലും, കരിമ്പനകൾ ചെത്തി കള്ളെടുത്ത് അതിൽ നിന്നും അക്കാനിയും കരിപ്പട്ടിയും ഉണ്ടാക്കിവിൽക്കുകയായിരുന്നു പ്രധാനതൊഴിൽ. ഇവർ രാജാക്കന്മാരുടെ പടയാളികളും ആശ്രിത രുമായിരുന്നു. മാർത്താണ്ഡവർമ്മയും തമ്പിമാരും തമ്മിലുള്ള അധി കാരത്തർക്കത്തിൽ മാർത്താണ്ഡവർമ്മയോടൊപ്പം നിലകൊള്ളു കയും അദ്ദേഹത്തിനുവേണ്ടി ആയുധമെടുക്കുകയും ചെയ്തു. സി.വി. രാമൻപിള്ളയുടെ നോവലുകളിലും ചില തെക്കൻപാട്ടു കളിലും പലപ്പോഴും ശത്രുക്കളിൽനിന്ന് മാർത്താണ്ഡവർമ്മയുടെ ജീവൻ രക്ഷിക്കുന്ന ചാന്നാന്മാരെ കാണാം. തിരുവിതാംകൂറിൽ ഇരണിയലിലായിരുന്നു ഏറ്റവും കൂടുതൽ ചാന്നാന്മാർ താമസി ച്ചിരുന്നത്. 44214 പേർ അഗസ്തീശ്വരത്തും കൽക്കുളത്തും ഇക്കൂട്ടർ 17567-ഉം 17923-ാം പേർ ഉണ്ടായിരുന്നു. തെക്കൻ തിരുവിതാംകൂ റിൽ ഏറ്റവുമധികം മതംമാറ്റത്തിന് വിധേയരായതും ഈ ജാതി യിൽപ്പെട്ടവരാണല്ലോ.

ഈഴവർ ചാന്നാന്മാർക്ക് സമാനമായ തൊഴിലും ജീവിത രീതിയും പാലിച്ചുപോന്നു. തെങ്ങ് ചെത്തി കള്ളെടുത്ത് വാറ്റി മദ്യ മുണ്ടാക്കുകയായിരുന്നു ഇവരുടെ പ്രധാന തൊഴിൽ. തെങ്ങുകൃഷി ഉൾപ്പെടെയുള്ള കൃഷി, നെയ്ത്ത്, കച്ചവടം എന്നീ തൊഴിലുകളും ഇവർ ചെയ്തിരുന്നു. ഈഴവരും മക്കത്തായികൾതന്നെ. അംഗ സംഖ്യയിൽ ഇവർ ചാന്നാന്മാർക്ക് വളരെ പുറകിലായിരുന്നു. അഗ സ്തീശ്വരം, കൽക്കുളം, ഇരണിയൽ എന്നീ പ്രദേശങ്ങളിൽ ഓരോ സ്ഥലത്തും ആയിരത്തിൽ കുറവുള്ള അംഗസംഖ്യയെ ഇവർക്കു ണ്ടായിരുന്നുള്ളൂ എന്ന് കാണുന്നു. ഈഴവർ സിലോണിൽനിന്നും കുടിയേറിയവരാണ് എന്ന അഭിപ്രായം പല ചരിത്രകാരന്മാരും പ്രകടിപ്പിച്ചിട്ടുണ്ട്. നാഞ്ചിനാട്ടിൽ നാടാന്മാരും നാമമാത്രമായേ

ഉണ്ടായിരുന്നുള്ളൂ. ക്രിസ്തുമതത്തിൽ ചേർന്ന നാടാന്മാരുടെ കണക്ക് ഇതിൽപ്പെടാൻ ഇടയില്ല. എന്നാൽ വിളവങ്കോടും നെയ്യാറ്റിൻകരയിലും അംഗസംഖ്യയിൽ മെച്ചം കാണിക്കുന്നുണ്ട്. 1926-ൽ മദ്രാസ് ഗവൺമെന്റ് ഒരു ഉത്തരവിലൂടെ ഈഴവരെ നാടാർവിഭാഗത്തോട് ചേർത്തു.

പുലയുള്ളവരാണ് പുലയർ. തീണ്ടലുള്ള ഇവർ സമൂഹത്തിലെ ഏറ്റവും താഴ്ന്നജാതിക്കാരായി പരിഗണിക്കപ്പെടുന്നവരാണ്. ജന്മിമാരുടെ കൃഷിയിടങ്ങളിൽ പണിയെടുക്കുന്നവരാണ് ഇവർ. പാടത്തിന്റെ കരയിൽ ചെറിയ കുടിലുകൾകെട്ടി താമസിച്ചുപോന്നു: സ്ത്രീകൾ തൊപ്പിക്കുട, കുട്ട, വട്ടി എന്നിവ പനയോലകൊണ്ടും പനനാരുകൊണ്ടും നെയ്ത് വിറ്റിരുന്നു. പുലയരുടെ ഇടയിൽ ബഹുഭാര്യാത്വം സാധാരണയായിരുന്നുവെന്ന് കാണാം. സെൻസസ് റിപ്പോർട്ടനുസരിച്ച് നാഞ്ചിനാട് പ്രദേശങ്ങളിൽ പുലയരുടെ സാന്നിദ്ധ്യം കുറവായാണ് കാണുന്നത്.

തിരുവിതാംകൂറിൽ പറയരുടെ അംഗസംഖ്യ ഏറ്റവും കൂടുതൽ കാണുന്നത് അഗസ്തീശ്വരത്താണ്, 6871 പേർ. തോവാളയിൽ 6414-ൽ 5950 പേർ കൽക്കുളത്തും 5619 പേർ ഇരണിയലും ഉണ്ടായിരുന്നു എന്നാണ് 1881-ലെ കണക്കുകൾ കാണിക്കുന്നത്. സമൂഹത്തിൽ ഏറ്റവും താഴ്ന്ന ശ്രേണിയിൽപ്പെടുന്ന മരുമക്കത്തായികളായ ഇവരെ കൃഷിയിടങ്ങളിലെ പണിക്കായി ഉയർന്നജാതിക്കാർ ഉപയോഗിച്ചു. പറയർ കൂട്ടമായി താമസിച്ചിരുന്ന സ്ഥലമാണ് പാറശാലയായത് എന്ന് പറയപ്പെടുന്നു. ഇവരുടെ സ്ത്രീകൾ പായ്, കുട്ട ഇവ നിർമ്മിക്കുക, പുല്ലുവെട്ടുക തുടങ്ങിയ തൊഴിലുകൾ ചെയ്തിരുന്നു.

നാട്ടുക്കൂട്ടം

തമിഴ്നാട്ടുകൂട്ടത്തിന്റെ തലവനായിരുന്നു 'നാട്ടാമൈ'. കരയിലെ പ്രധാന ജന്മിയായിരിക്കും ഇദ്ദേഹം. സ്വന്തമായി കളരിയും സൈന്യവുമൊക്കെയുണ്ടാവും. ജനങ്ങൾ രാജാവിനേക്കാളും അധികം ആരാധിച്ചിരുന്നത് നാട്ടുകൂട്ടത്തിന്റെ തലവനെയാണ്. നിയമം നടപ്പാക്കുന്നതും ശിക്ഷ വിധിക്കുന്നതുമൊക്കെ ഇയാൾതന്നെ. തെക്കൻതിരുവിതാംകൂറിലും നാട്ടുകൂട്ടം തന്നെയായിരുന്നു നാട് നടത്തിയിരുന്നത്. നാഞ്ചിനാട്ടെ സർക്കാർ ഉദ്യോഗസ്ഥന്മാർക്കും ഫ്യൂഡൽ പ്രഭുക്കന്മാർക്കും എതിരായി സംഘടിച്ച ചരിത്രം നാട്ടുകൂട്ടത്തിനുണ്ട്.

വിദേശികളുടെ നിരന്തരമായ ആക്രമണങ്ങൾക്കും കൊള്ളകൾക്കുമിടയിൽപ്പെട്ട് നാഞ്ചിനാട്ടെ ജനങ്ങൾ നട്ടംതിരിഞ്ഞ കാലമായിരുന്നു അത്. ഈ ദുരിതങ്ങളിൽ നിന്ന് ദുരിതങ്ങളിലേക്ക്

വീണുകൊണ്ടിരുന്ന അവർക്ക് കരകയറാൻ സ്വന്തം സർക്കാരിൽ നിന്ന് സഹായമൊന്നും ലഭിച്ചില്ലെന്ന് മാത്രമല്ല, സർക്കാർ ഉദ്യോഗസ്ഥന്മാരുടെയും മഠക്കാരുടെയും മാടമ്പിമാരുടെയും പീഡനങ്ങൾ ഏറിവരുകയും ചെയ്തു. കൃഷികൾ നഷ്ടത്തിലായതിന് പുറമെ നികുതികുടിശ്ശികകൾക്ക് വൻപിഴ അടക്കേണ്ട സ്ഥിതിയുമായി. വിദേശികളുടെ ആക്രമണങ്ങളിലും കൊള്ളക്കാരുടെ കൊള്ളയടിക്കലുകളിലും ഭൂമിസംബന്ധമായ ആധാരങ്ങൾ നഷ്ടപ്പെട്ടതോടെ അതിരുകൾ സൂചിപ്പിക്കുന്ന അടയാളക്കല്ലുകൾ തോന്നിയപോലെയും ഏകപക്ഷീയമായും പുനഃസ്ഥാപിക്കപ്പെട്ടു. കൊ.വ 849 മുതൽ 869 വരെയുള്ള കരക്കുടിശ്ശികകൾ, കാർഷികനികുതികൾ, രാജാവിന്റെ തിരുനാളിന് നൽകേണ്ട നെല്ലിന്റെ കുടിശ്ശിക, ഇതിന്മേലൊക്കെയുള്ള പിഴപ്പലിശ, സർക്കാർ ഉദ്യോഗസ്ഥന്മാരുടെ ഉപദ്രവം ഇവയ്ക്കുപുറമെ ജന്മിമാർക്ക് നൽകേണ്ടിയിരുന്ന പാട്ടക്കുടിശ്ശിക വേറെയും. ജനങ്ങളെ അവരുടെ വീടുകളിൽ നിന്ന് ഇറക്കിവിട്ടു. വീട്ടുസാധനങ്ങൾ എടുത്തുകൊണ്ടുപോയി. അവരുടെ അടിമകളായ പറയന്മാരെ സർക്കാർജോലികൾക്കായി പിടിച്ചുകൊണ്ടുപോയി. ഇതേക്കുറിച്ചൊന്നും സർക്കാരിനോട് നേരിട്ട് പരാതിപറയാൻ ഉദ്യോഗസ്ഥന്മാർ അനുവദിച്ചുമില്ല.

നാട്ടാർക്കെതിരെയുള്ള അതിക്രമങ്ങൾ അനിയന്ത്രിതമാവുകയും അത് അവരുടെ നിലനിൽപ്പിന്റെ തന്നെ പ്രശ്നമാവുകയും ചെയ്തതോടെ കൊ.വ 878 അൽപ്പശി ഒന്നാംതീയതി നാട്ടാർ വടശ്ശേരിയിൽ കൂട്ടംകൂടി. അവർ തങ്ങൾ അനുഭവിക്കേണ്ടിവരുന്ന കഠിനമായ ദുരിതങ്ങൾക്കെതിരായി പ്രതിഷേധിച്ചു. അടുത്ത യോഗം 889 മാർകഴിമാസം 14-ാംതീയതി നാഗർകോവിലിനടുത്തുള്ള ആശ്രാമത്ത് വച്ചായിരുന്നു. ഈ യോഗത്തിൽ രാജഭരണത്തോടുള്ള കൂറ് ആവർത്തിച്ച് പ്രഖ്യാപിക്കുകയും മേലിൽ മേൽവാരംമാത്രമേ തുടർന്ന് നൽകുകയുള്ളൂവെന്നും കോട്ടപ്പണവും മറ്റ് അസാധാരണനികുതികളും നൽകുകയില്ലെന്നും പ്രഖ്യാപിച്ചു. മുൻകാലങ്ങളിൽ പൂർവികർ അഭിമാനത്തോടെ അനുഭവിച്ച് സംരക്ഷിച്ചുപോന്നിരുന്ന വിശേഷ അധികാരങ്ങളും അവകാശങ്ങളും സംരക്ഷിക്കുമെന്നും ഈ അവകാശസംരക്ഷണത്തിന്റെ പേരിൽ ഏതെങ്കിലും 'പ്ടാക'ക്കോ ഗ്രാമത്തിനോ വ്യക്തിക്കോ സർക്കാർ നടപടികൾ കൊണ്ട് ഏതെങ്കിലും തരത്തിൽ നഷ്ടമുണ്ടാവുകയാണെങ്കിൽ ആ നഷ്ടം തങ്ങളുടെ പൊതുഫണ്ടിൽ നിന്നും നികത്തുമെന്നും ഈ കാലയളവിൽ ആരെങ്കിലും രാജ്യത്തിന്റെ അധികാരത്തിനോ അവകാശത്തിനോ ഇടിവുവരുത്തുന്ന പ്രവർത്തികളിൽ ഏർപ്പെട്ടാൽ അയാൾ നാട്ടാരുടെ പരസ്യഅന്വേഷണത്തിന് വിധേയമാവും എന്നും യോഗം പ്രമേയം പാസാക്കി.

891 വൈകാശിമാസം രണ്ടാംതീയതി ശാന്തിമംഗലത്ത് വച്ച് വീണ്ടും നാട്ടുകൂട്ടം കൂടി. യോഗത്തിൽ അതുവരെയുള്ള പ്രശ്നങ്ങൾ അവലോകനം ചെയ്ത് അവർ, രാജ്യത്ത് ഇപ്പോൾ ധാരാളം ബുദ്ധിമുട്ടുകളുണ്ടെങ്കിലും സർക്കാരിന്റെ നിയന്ത്രണത്തിലില്ലാത്തതോ നിയന്ത്രണത്തിലുള്ളതോ ആയ കാര്യക്കാരന്മാരും സ്വരൂപക്കാരും തങ്ങളുടെ പരാതികൾ പരിഹരിച്ച് തങ്ങളെ സമാധാനമായി ജീവിക്കാൻ അനുവദിച്ചില്ലെങ്കിൽ മംഗലത്തിനും മണക്കുടിക്കും ഇടയ്ക്കുള്ള രാജ്യം മുഴുവൻ അടുത്ത കൃഷിക്കാലം തരിശിടാനും തീരുമാനിച്ചു. നാഞ്ചിനാട്ടെ സാധാരണ ജനങ്ങൾ അവരുടെ അധികാരങ്ങളും അവകാശങ്ങളും സംരക്ഷിക്കുന്നതിൽ ശക്തമായി നിലകൊള്ളുന്നവരായിരുന്നു. ഒത്തൊരുമയോടെ സംഘടിക്കുവാനും അനാവശ്യമായ അടിച്ചേൽപ്പിക്കലുകൾക്കെതിരായി ഏതറ്റംവരെ പോരാടാനും അവർ തയ്യാറായി.

തങ്ങൾക്ക് അർഹമായ അവകാശങ്ങൾ നിരസിക്കുന്നതോ ആത്മാഭിമാനത്തെ ഹനിക്കുന്നതോ ആയ സംഭവങ്ങളുണ്ടായാൽ അതിനെതിരെ ശക്തമായി പ്രതികരിക്കാൻ നാഞ്ചിനാടൻ ജനത ഒരിക്കലും മടികാണിച്ചില്ല. സ്വന്തം അവകാശങ്ങളിൽ കൈകടത്താൻ ശ്രമിച്ചപ്പോഴൊക്കെ ശക്തമായി പ്രതിഷേധിക്കുകയും അതുകൊണ്ടും പരിഹാരമുണ്ടായില്ലെങ്കിൽ കൃഷി ഉപേക്ഷിച്ച് കൂട്ടമായി സമീപത്തെ കുന്നുകളിൽ പോയി പാർക്കുകയും ചെയ്തു. പ്രതിഷേധത്തിന്റെ അവസാനപടി എന്ന നിലയിൽ തോവാള ഉപേക്ഷിച്ച് അന്യദേശങ്ങളിൽ പോയി പാർക്കുമെന്ന് മുന്നറിയിപ്പു നൽകുകയും ചിലപ്പോഴെങ്കിലും അങ്ങനെ ചെയ്യുകയുമുണ്ടായി. അങ്ങനെയുണ്ടായപ്പോഴൊക്കെ തിരുവിതാംകൂർ രാജാവ് പ്രശ്നത്തിൽ നേരിട്ട് ഇടപെട്ട് പ്രശ്നങ്ങൾ പരിഹരിക്കാമെന്ന് വാഗ്ദാനവും ചെയ്തു. (സ്റ്റേറ്റ് മാന്വൽ, നാഗമയ്യ, പുറം 324) ആ വാഗ്ദാനങ്ങൾ പലപ്പോഴും പൂർണമായി നിറവേറ്റപ്പെട്ടിട്ടില്ല എന്നതിന് തെളിവാണ് നാട്ടാർക്ക് പിന്നെയും പ്രതിഷേധത്തിന്റെ ശബ്ദമുയർത്തേണ്ടി വന്നത്. നാഞ്ചിനാട്ടെ ജനകീയ സമരങ്ങളെല്ലാം സമാധാനപരമായിരുന്നുവെന്നും അതൊരിക്കലും രാജ്യതാൽപര്യത്തെ ഹനിക്കുന്ന വിധത്തിലായിരുന്നില്ല എന്നും ഓർക്കാം. കൽക്കുളം കോട്ട നിർമ്മാണത്തിന് നാഞ്ചിനാട്ടെ ജനങ്ങൾ നൽകിയ സഹായസഹകരണങ്ങൾക്ക് ചരിത്രം സാക്ഷി.

നാഞ്ചിനാട്ടെ ജനജീവിതത്തിന് ഒരു അടുക്കും ചിട്ടയുമൊക്കെ ഉണ്ടായത് അനിഴം തിരുനാൾ മാർത്താണ്ഡവർമ്മയുടെ കാലത്താണ്. 1860ൽ ആയില്യം തിരുനാൾ കൃഷിക്കാർക്ക് അനുകൂലമായ ചില നടപടികൾ കൈക്കൊണ്ടു. കൃഷിക്കാരുടെ ചിരകാല

അഭിലാഷങ്ങളായ നികുതി ഇളവുകളിൽ ചിലത് അദ്ദേഹം അനുവദിച്ചുനൽകി. മാധവറാവുവായിരുന്നു അപ്പോൾ ദിവാൻ.

1799ൽ ബാലരാമവർമ്മയുടെ അഴിമതിക്കാരായ മന്ത്രിമാരുടെ ദുർഭരണത്തിനെതിരെയുള്ള പ്രക്ഷോഭണത്തിന്റെ തുടക്കമായി വേലുത്തമ്പിദളവ നാട്ടുകൂട്ടം വിളിച്ചു കൂട്ടിയത് ഇരണിയൽ കൊട്ടാരത്തിന്റെ മുൻപിലാണ്.

കൊ.വ. 993ൽ നാഞ്ചിനാട് നാട്ടുകൂട്ടത്തിന്റെ അവകാശാധികാരങ്ങൾ പിൻവലിച്ചുകൊണ്ട് നീട്ട് പുറപ്പെടുവിച്ചു.

മുതലിയാർ

കുറവരാജാവിനെ ചതിച്ച് കുറവകുലം മുടിച്ചത് മുതലിയാന്മാരായിരുന്നു. നാഞ്ചിനാടിന്റെ ഭരണകാര്യങ്ങൾ തുടർന്ന് നോക്കിനടത്തിയതും ഇവർ തന്നെ. പുകാറിലെ കാവേരിപുരം പട്ടണത്തിൽ നിന്ന് നാഞ്ചിനാട്ടേക്ക് കുടിയേറിയവരാണ് മുതലികൾ. ജാതി കൊണ്ട് വെള്ളാളരും ശൈവ-വൈഷ്ണവഭക്തരുമായിരുന്നു. ചോളരാജാവിനോടു പിണങ്ങിയ ഇവർക്ക് പാണ്ഡ്യരാജാവ് അഭയം നൽകി. വള്ളിയൂർ രാജാവിന്റെ മകളുടെ അസുഖം മാറ്റിയതിന് പകരമായി തങ്ങളുടെ അധീനതയിലായിരുന്ന നാഞ്ചിനാട് കുറവന്മാർക്ക് ദാനം നൽകി എന്നതാണല്ലോ കുറവന്മാരുടെ രാജ്യലബ്ധിയെക്കുറിച്ചുള്ള ഒരു ഐതീഹ്യം. അവിചാരിതമായി ദാനം കിട്ടിയ രാജ്യം ഭരിക്കാനുള്ള ഭരണപരിചയവും കഴിവും കുറവന്മാർക്ക് ഉണ്ടായിരുന്നില്ലതാനും. അവർ അഴകിയ പാണ്ഡ്യപുരത്തെ മുതലിയാരെ വിളിച്ചുവരുത്തി രാജ്യഭരണത്തിൽ വേണ്ട സഹായം ആവശ്യപ്പെടുന്നു. അങ്ങനെയാണ് മുതലികൾ നാഞ്ചിനാട് ഭരണത്തിൽ ഭാഗഭാക്കുകളാവുന്നത്. കുറവരാജവംശത്തിന്റെ മികച്ചഭരണത്തിന് പുറകിലെ ശക്തിയും ബുദ്ധിയും മുതലിയാന്മാർ തന്നെ.

സമൂഹത്തിലെ ഉന്നതസ്ഥാനീയരും ബുദ്ധിമാന്മാരുമായ മുതലികുടുംബത്തിലെ പുരുഷനെകൊണ്ട് കുറവരാജാവിന്റെ മകളെ വിവാഹം ചെയ്യിക്കണം എന്ന കുറവന്റെ ആഗ്രഹപ്രകടനമാണ് പ്രശ്നങ്ങളുടെ തുടക്കം. കുറവന്മാരിൽനിന്ന് രക്ഷപ്പെടാനായി മറ്റ് ഗത്യന്തരങ്ങളൊന്നുമില്ലാതെ കുറവന്മാരെ മുഴുവൻ മുതലിയാർമാർ ചതിച്ചുകൊല്ലുന്നു (ഈ കഥ നേരത്തെ വിവരിച്ചിട്ടുണ്ട്)

വെള്ളാളരും കുറവരും മറ്റു ജാതിക്കാരും ഐക്യത്തോടെ കഴിഞ്ഞനാട്ടിൽ അവർക്കിടയിൽ വർഗ്ഗീയവിഷം കടത്തിവിടാനായി വേണാട് രാജാക്കന്മാർ ചാരന്മാരെ നിയോഗിച്ചതായും പറയപ്പെടുന്നു (നാഞ്ചിനാടിന്റെ സാംസ്ക്കാരിക ചരിത്രം. ഡോ. കെ. ഷിജു).

കുറവന്മാരുടെ ദാരുണാന്ത്യത്തിനുശേഷം നാഞ്ചിനാട്ടെ ദേശക്കാർക്കായിരുന്നു രാജ്യഭരണം. പെരിയവീട്ട് മുതലിയായിരുന്നു അവരുടെ നേതാവ്.

ക്രമേണ നാഞ്ചിനാട് വേണാടിന്റെ ഭാഗമായി. 1117ൽ വേണാട് രാജാവ് നാഞ്ചിനാട് പിടിച്ചെടുത്തു എന്ന് ശങ്കുണ്ണിമേനോൻ തിരുവിതാംകൂർ ചരിത്രത്തിൽ പറയുന്നു. വേണാട്ടുരാജാവ് പാണ്ഡ്യരാജാവ് രാജസിംഹപാണ്ഡ്യനെ തോൽപ്പിച്ച് രാജ്യം പിടിച്ചെടുത്തു എന്ന് മറ്റൊരു പക്ഷവുമുണ്ട്. എന്നാൽ നാഞ്ചിനാട് ജനപ്രതിനിധി സഭ സ്വയമേവ ഭരണാവകാശം വേണാടിന് നൽകിയെന്നും പറയപ്പെടുന്നു. ഈ നിഗമനത്തിനാണ് കൂടുതൽ വിശ്വാസ്യത. പെരിയവീട്ടു മുതലിയുടെ നേതൃത്വത്തിലുള്ള നഞ്ചിനാട് ദേശീയർ തങ്ങളുടെ ചില പ്രത്യേക അവകാശങ്ങൾ സംരക്ഷിച്ചുകൊണ്ടുള്ള വ്യവസ്ഥകളുടെ അടിസ്ഥാനത്തിലാണ് ഭരണാവകാശം വിട്ടുനൽകിയത്. പല്ലക്കിൽ സഞ്ചരിക്കാനും മറ്റുമുള്ള അവകാശം പെരിയവീട്ടു മുതലിക്ക് നൽകിയിരുന്നു. മുതലിയാർക്കു കുറെ നിലവും നൽകി. ഇതിലെ ആദായം മേനാവ് സംരക്ഷണത്തിന് വേണ്ടിയായിരുന്നു. വിവാഹവേളയിൽ 500 പണവും പട്ടും മരിക്കുമ്പോൾ പട്ടും കച്ചയും കൊട്ടാരത്തിൽനിന്ന് നൽകാനും വ്യവസ്ഥയുണ്ടായിരുന്നു (655 ലെ നീട്ട്). തിരുവിതാംകൂർ രാജാക്കന്മാർ പ്രധാന രാജ്യകാര്യങ്ങൾ മുതലിയാർമാരുമായി കൂടിയാലോചിച്ചശേഷമേ നടപ്പാക്കിയിരുന്നുള്ളൂ. ഉദ്യോഗസ്ഥന്മാരുടെ സഹായത്തോടെ നാഞ്ചിനാട്ടെ നിയമവാഴ്ച നിയന്ത്രിച്ചിരുന്നതും കരംപിരിച്ച് ഖജനാവിൽ ഒടുക്കിയിരുന്നതും മുതലിയാരുടെ മേൽനോട്ടത്തിൽത്തന്നെ. നാഞ്ചിനാട്ടെ കൃഷിയുടെ നിയന്ത്രണവും ഇവർക്കായിരുന്നു.

പൊതുഭരണം നിയന്ത്രിച്ചിരുന്നതും നാഞ്ചിനാട്ടെ ജനകീയ പ്രശ്നങ്ങൾ പരിഹരിച്ചിരുന്നതും നാട്ടുകൂട്ടങ്ങളാണ്. പെരിയവീട്ടു മുതലിയായിരുന്നു യോഗാദ്ധ്യക്ഷൻ. ഒരു പ്ടാകയിലെ ജനങ്ങളുടെ കൂട്ടത്തെ പ്ടാകകൂട്ടമെന്നും നാഞ്ചിനാട്ടെ ജനങ്ങളെ മുഴുവൻ പ്രതിനിധീകരിക്കുന്ന യോഗങ്ങളെ നാട്ടുക്കൂട്ടമെന്നും വിളിച്ചുപോന്നു. ഇത്തരം യോഗങ്ങൾ സാധാരണയായി ക്ഷേത്രപരിസരത്താണ് നടത്താറ്.

അഴകിയപാണ്ഡ്യപുരം മുതലിയാരുടെ വീട്ടിൽ ഏകദേശം നാനൂറ് കൊല്ലത്തെ രേഖകൾ ഓലയിൽ എഴുതി സൂക്ഷിച്ചിരുന്നു. മുതലിയാർ രേഖകൾ എന്നായിരുന്നു ഇവ അറിയപ്പെട്ടിരുന്നത്. ഈ ഓലകൾ പിന്നീട് കേരളസർക്കാറിനു നൽകിയെങ്കിലും അവ ഫലപ്രദമായി ഉപയോഗിച്ചതായി കാണുന്നില്ല. തെക്കൻതിരുവിതാംകൂറിന്റെ സാംസ്ക്കാരിക പൈതൃകങ്ങളിൽ കേരളത്തിലെ ഗവേഷകർക്ക് താൽപ്പര്യം കുറഞ്ഞതാവാം കാരണം.

“മുതലിയാർ രേഖകൾ വായിച്ചപ്പോൾ വേറെയും ഒരു കാരണം ഉണ്ടാവും എന്ന് എനിക്ക് തോന്നി. ഇതിലുള്ള വിവരണങ്ങൾ ഇന്ന് മലയാളികൾ ചെയ്തുപോരുന്ന ‘ചരിത്രഗവേഷണത്തിന് പറ്റിയവ യല്ല.’ കേരളപ്പഴമയും കേരളപ്പെരുമയും ഉണ്ടാക്കിയെടുക്കാനുള്ള ശ്രമങ്ങളാണ് ഞാൻ വായിക്കാറുള്ള മിക്കവാറും പഠനങ്ങൾ. മുതലിയാർ രേഖകളിൽ മഹാരാജാവ് നാഞ്ചിനാട് വെള്ളാളകൃഷി ക്കാരോട് നിരന്തരം സന്ധിസംഭാഷണത്തിലാണ്. അവർ കെറുവിച്ച് തിരുനെൽവേലിയിലേക്ക് ഓടിപ്പോകുന്നു. മഹാരാജാവ് സ്വയം എഴുന്നള്ളിവന്ന് കോട്ടാർ കൊട്ടാരത്തിൽ താമസിച്ച് ആളയച്ച് അവരെ വിളിച്ച് മാപ്പുപറഞ്ഞ് കൃഷിയിറക്കുവാൻ അഭ്യർത്ഥിക്കുന്നു.

മുതലിയാർക്ക് മഹാരാജാവ് എഴുതിയ ദയനീയമായ ഒരു കത്തിൽ ‘അവിടുന്ന് കണ്ടറിഞ്ഞ് വല്ലതും തന്നാലെ കൊട്ടാരത്തിൽ ചെലവ് നടക്കുകയുള്ളൂ’ എന്ന് നെല്ലു ചോദിക്കുന്നു. ചരിത്രത്തിന്റെ ഉള്ളിൽ നാം കടക്കുമ്പോൾ കാണുന്നത് വലിയൊരു മനുഷ്യനാടക മാണ്. കേരളഗവേഷകർ അവർ മുൻപേ ഉണ്ടാക്കി പൊക്കിനിർത്തി യിട്ടുള്ള കേരളദേശീയത എന്ന നായർ-നമ്പൂതിരി തോറ്റങ്ങളെയാണ് പ്രതീക്ഷിക്കുന്നത്. (ജയമോഹൻ, ഉറവിടങ്ങൾ). ഏറെ ശ്രദ്ധേയ മായ മറ്റൊരു കാര്യം പല രേഖകളിലും നാട്ടുകൂട്ടത്തിനുവേണ്ടി ഒപ്പി ട്ടിരിക്കുന്നത് അറുമുഖപ്പെരുമാളാണ്. ഈ പേരുള്ള ഒരാൾ അക്കാ ലത്ത് ജീവിച്ചിരുന്നില്ല എന്നതാണ് സത്യം. നാഞ്ചിനാട്ടെ ജനങ്ങൾ തങ്ങളുടെ പ്രതിനിധിയായി അറുമുഖനായ സാക്ഷാൽ സുബ്രഹ്മ ണ്യനെ തന്നെ മുമ്പിൽ നിറുത്തി എന്ന് വിശ്വസിക്കാം.

കാലമേറെ കടന്നുപോയി. ദീർഘകാലം നാഞ്ചിനാടിന്റെ ഭരണം കയ്യാളിയ ജനനേതാക്കന്മാരായിരുന്ന അഴകിയ പാണ്ഡ്യപുരം മുത ലിയാന്മാരുടെ പിൻഗാമികളുടെ ഇന്നത്തെ അവസ്ഥ അറിയണ്ടേ?

“ഈയിടെ ഏ.കെ. പെരുമാളും ഞാനും പെരുമാളിന്റെ സ്കൂട്ട റിൽ അഴകിയപാണ്ഡ്യപുരം വഴിയേ പോവുകയായിരുന്നു. പൊട്ടി പ്പൊളിഞ്ഞ വലിയ കൽവീടിന്റെ ചുമരിന്റെ താഴെ ഒരു ചെറിയ കട. കട എന്നു പറയുന്നത് പരിഹസിക്കലാവും. ഒരു വീഞ്ഞപ്പെട്ടിയിൽ നാലഞ്ചു പ്ലാസ്റ്റിക് കുപ്പികൾ വച്ചിരിക്കുന്നു. മിഠായി, ബീഡി, മുറു ക്കാൻ, ഒരു വാഴക്കുല അത്രയേയുള്ളൂ. പിന്നിലിട്ട സ്റ്റൂളിൽ മെലിഞ്ഞുണങ്ങിയ വൃദ്ധൻ വളഞ്ഞിരിക്കുന്നു. വരിവരിയായി മട ങ്ങിയ വയറ്, നരച്ച തല, തൊട്ടടുത്ത് പിഞ്ഞിയ ഫ്രോക്കിട്ട പേര ക്കുട്ടി നിൽപ്പുണ്ട്. പെരുമാൾ പറഞ്ഞു: ഇതാണ് ഇപ്പോഴത്തെ അഴ കിയ പാണ്ഡ്യപുരം മുതലിയാർ” (ഉറവിടങ്ങൾ - ജയമോഹൻ പുറം.72).

യുദ്ധവും സമൂഹവും

ഇടയ്ക്കിടയ്ക്ക് ഉണ്ടായിക്കൊണ്ടിരുന്ന യുദ്ധങ്ങൾ രാജ്യത്തെ രാഷ്ട്രീയ, സാമൂഹിക, സാമ്പത്തികവ്യവസ്ഥിതിയെ സാരമായി ബാധിച്ചിരുന്നു. കാലികളുടെ സംരക്ഷണത്തിനായി ഇടയന്മാർ തിരഞ്ഞെടുത്ത നേതാക്കന്മാരാണ് രാജവാഴ്ച്ചയ്ക്ക് തുടക്കംകുറിച്ചത്. ആടുമോഷണം തടയുകയായിരുന്നു ഇവരുടെ നിയോഗം. തിരിഞ്ഞെടുക്കപ്പെട്ട ആളിനെ ഒരുകോൽ നൽകി വാഴിക്കും. ശത്രുദേശക്കാരുടെ ആടുകളെ അപഹരിക്കുന്നതും പതിവായിരുന്നു. പത്തും പതിനൊന്നും നൂറ്റാണ്ടുകളിലെ ശാസനങ്ങളിൽ ആടുകളെ അപഹരിക്കുന്നതിനിടയിൽ മരണമടഞ്ഞ ധീരയോദ്ധാക്കളെക്കുറിച്ച് പരാമർശമുണ്ട്. രണ്ടുദിക്കുകൾ തമ്മിലോ രാജ്യങ്ങൾ തമ്മിലോ ശത്രുതയിലായാൽ ആദ്യം ചെയ്യുന്നത് അവരുടെ കാലികളെ അപഹരിക്കുകയാണ്.

ചെറുതും വലുതുമായ ഒട്ടേറെ രാജാക്കന്മാരുണ്ടായിരുന്നതിനാൽ യുദ്ധമൊഴിഞ്ഞ കാലം അപൂർവമായിരുന്നു. യുദ്ധം രാജാക്കന്മാരുടെ തൊഴിലും ധർമ്മവുമായിരുന്നല്ലോ. 'മൻറ'ങ്ങളിൽ (പൊതുവിടങ്ങളിൽ) തൂങ്ങുന്ന മിഴാവിന്റെ കാറ്റേറ്റുണ്ടാകുന്ന ശബ്ദംകേട്ടാൽ അത് പോരിനുള്ള ആഹ്വാനത്തെ സൂചിപ്പിക്കുന്ന മുരശുനാദമാണെന്നുകരുതി ആഹ്ലാദിക്കുന്നവരായിരുന്നു അധികം പേരും (പുറം 59). (യുദ്ധം, ഭരണം തുടങ്ങിയ കാര്യങ്ങൾ പ്രതിപാദിക്കുന്ന നാനൂറ് കവിതകൾ പുറനാനൂറിൽ ഉണ്ട്) ഏഴ് രാജാക്കന്മാരെ തോൽപ്പിക്കുന്ന രാജാവിന് അധിരാജപ്പട്ടം ലഭിക്കും.

അമ്പും വില്ലുമായിരുന്നു പ്രധാന ആയുധം. വാൾ, പരിച, കുന്തം, കോടാലി, മുസലം എന്നിങ്ങനെയുള്ള ആയുധങ്ങളും ഉപയോഗിച്ചിരുന്നു. പടച്ചട്ടകൾ കടുവായുടെ തോൽകൊണ്ടും മെയ്മറകൾ ഇരുമ്പുകൊണ്ടുമാണ് നിർമ്മിച്ചിരുന്നത്. മുരുക്കിൻതടികൊണ്ടുള്ള ഉലക്കകളും അവർ ആയുധമാക്കി. യുദ്ധരംഗത്ത് പടനയിച്ചുകൊണ്ട് രാജാവ് മുമ്പിൽതന്നെയുണ്ടാവും. ശക്തരായ രാജാക്കന്മാർക്ക് ചതുരംഗസേനയുണ്ടായിരുന്നു. തേരിലോ രഥത്തിലോ ആണ് രാജാക്കന്മാർ യുദ്ധരംഗത്ത് പ്രത്യക്ഷപ്പെട്ടിരുന്നത്. യുദ്ധത്തിൽ മരിക്കുന്നവർ നേരേ സ്വർഗ്ഗത്തിലേക്കുപോകും എന്നാണ് വിശ്വാസം. അതുകൊണ്ട് യോദ്ധാക്കളുടെ മരണത്തിൽ അവരുടെ അമ്മമാർപോലും വ്യസനിച്ചിരുന്നില്ല. മകന് സ്വർഗ്ഗം ലഭിക്കുന്നത് അവർക്ക് സന്തോഷമുള്ള കാര്യംതന്നെ. മുതുകിൽ മുറിവേൽക്കുക അപമാനകരവും ഭീരുക്കളുടെ ലക്ഷണമായും കരുതിയിരുന്നു. യുദ്ധത്തിനിടയിൽ മുതുകിൽ മുറിവേറ്റ ചേരലാതൻ വടക്കിരുന്നു മരണംവരിച്ചതായി പുറന്നാനൂറിൽ പറയുന്നു (പുറം 65). രാജാവോ സേനാനായകനോ മരിച്ചാൽ

യുദ്ധം നിർത്തി ജഡത്തിനു ചുറ്റും കൂടി കുരവൈകൂത്ത് നടത്തും. രാജാവ് മരിച്ചാൽ തോൽവി സമ്മതിക്കുകയായി. തോറ്റരാജാവിന്റെ കിരീടംകൊണ്ട് ജയിച്ചരാജാവ് കാൽത്തളയുണ്ടാക്കി ധരിക്കും.

യുദ്ധത്തിനു പോകുമ്പോൾ സ്ത്രീകളെയും കൊണ്ടുപോയിരുന്നു. യുദ്ധത്തിൽ ഭർത്താവ് മരിച്ചാൽ ആ വീരന്റെ ശരീരം പിശാചുക്കൾ തൊടാതെ സൂക്ഷിക്കേണ്ട കടമ ഭാര്യയുടെതാണ്. ആസ്ഥാനകവികളെ യുദ്ധഭൂമിയിലേക്ക് കൊണ്ടുപോയിരുന്നത് രാജാവിനും സൈനികർക്കും യുദ്ധത്തിനുള്ള പ്രചോദനം നൽകാനും അവരുടെ യുദ്ധവീര്യത്തെ ഉത്തേജിപ്പിക്കാനുമായിരുന്നു.

ചോളരാജാവായ പെരുവിൽകിള്ളിയും നെടുംചേരലാതനും തമ്മിൽ തുല്യശക്തിയോടെ നടത്തിയ ഭയങ്കരയുദ്ധത്തിന് സാക്ഷിയായി കഴാത്തലൈയാരും പരണരും യുദ്ധഭൂമിയിൽ ചേരസൈന്യത്തോടൊപ്പം ഉണ്ടായിരുന്നു. രണ്ടുരാജാക്കന്മാരും വീരമൃത്യുവരിച്ചു എന്നതും ഈ യുദ്ധത്തിന്റെ പ്രത്യേകതയാണ്.

യുദ്ധത്തിൽ മുതുകിൽ മുറിവേറ്റ ചേരലാതന്റെ വടക്കിരിപ്പിനെപ്പറ്റി കഴാത്തലൈയാർ ഇങ്ങനെ വർണ്ണിക്കുന്നു: "മിഴാവിന്റെ ശബ്ദവും വീണാലാപനവും നിലച്ചു. തൈർകലക്കുന്നതും വയൽ ഉഴുന്നതുമായ ശബ്ദം കേൾക്കാതെയായി. തെരുവുകളിലെ ഉത്സവങ്ങളുടെയും ആഘോഷങ്ങളുടെയും ബഹളവും അസ്തമിച്ചു. വെളുത്തവാവിൻനാൾ രണ്ട് തേജോഗോളങ്ങൾ അന്യോന്യം അഭിമുഖമായിനിൽക്കെ സന്ധ്യാവേളയിൽ ഒന്ന് പടിഞ്ഞാറൻമലയിൽ മറയുംപോലെ തുല്യബലശാലിയായ ശത്രുവേന്തൻ മുമ്പുകുറിച്ചെറിഞ്ഞ വേലുചെന്ന് മുതുകിൽകൊണ്ട് മുറിവേറ്റതിൽ ലജ്ജിച്ച് പൗരുഷശാലിയായ മന്നൻ വാളുംപിടിച്ച് വടക്കിരിക്കുന്നതിനാൽ സൂര്യനോടുകൂടിയ പകൽ എനിക്കിനി മുമ്പുകഴിഞ്ഞപോലെ ഉണ്ടാകയില്ലല്ലോ."

ആഹാരംകഴിക്കാതെ വാളുംപിടിച്ച് വടക്കുനോക്കിയിരുന്ന് മരണംവരിക്കുന്ന രീതിയാണ് വടക്കിരിപ്പ്. ആര്യാവർത്തത്തിൽ പ്രായോപവേശം എന്നാണ് ഇതിനെ പറഞ്ഞിരുന്നത്. ചേരലാതനെപ്പോലെ വടക്കിരുന്നവരാണ് അഞ്ചാംശതകത്തിലെ കപിലരും ആറാം ശതകത്തിലെ കോപ്പരും.

രാജ്യത്തെ സമസ്തവിഭവങ്ങളും രാജ്യരക്ഷയ്ക്കുവേണ്ടി മാറ്റിവയ്ക്കേണ്ടിവന്ന യുദ്ധമായിരുന്നല്ലോ ചോളചേരയുദ്ധം. യുദ്ധത്തിനുവേണ്ട ആളും അർത്ഥവും സമാഹരിക്കാൻ ഭരണാധികാരികളോടൊപ്പം നിന്നത് നമ്പൂതിരിബ്രാഹ്മണരായിരുന്നു എന്നൊരു പ്രത്യേകതയുമുണ്ട്. വേദപാഠശാലകളെല്ലാം ആയുധപരിശീലനകേന്ദ്രങ്ങളായി. പൗരോഹിത്യമുപേക്ഷിച്ച് നമ്പൂതിരിയുവാക്കൾ ആയുധമെടുത്തു.

കളരികൾ

ഒരു നൂറ്റാണ്ട് നീണ്ടുനിന്ന യുദ്ധകാലത്ത് നിർബന്ധിത സൈനിക സേവനം നടപ്പിലാക്കി. ജനങ്ങൾക്ക് തങ്ങളുടെ പരമ്പരാഗതതൊഴിലുപേക്ഷിച്ച് യുദ്ധത്തിലേർപ്പെടേണ്ടിവന്നു. നാട്ടിലുടനീളം കളരികൾ സ്ഥാപിക്കപ്പെട്ടത് ഈ സാഹചര്യത്തിലാണ്. യുവാക്കൾക്ക് ആയുധപരിശീലനം നൽകിപ്പോന്നിരുന്ന കളരികളായിരുന്നു അക്കാലത്തെ പ്രധാന സൈനികപരിശീലനസ്ഥാപനങ്ങൾ. നായർമാടമ്പിമാരാണ് കളരികൾ അധികവും കൈകാര്യം ചെയ്തിരുന്നത്. ക്രമേണ നാടുവാഴികളിൽനിന്ന് അധികാരം നായർമാടമ്പിമാരുടെ കൈയിലായി. നാടുവാഴിക്ക് ആവശ്യമായിവരുമ്പോൾ നൽകാനായി അവർ സ്വകാര്യസൈന്യങ്ങൾ രൂപീകരിച്ച് നിലനിർത്തിപ്പോന്നു. കളരികളുടെ പരിപാലനത്തിനായി നാടുവാഴികൾ ഈ കൂട്ടർക്ക് പ്രത്യേക ആനുകൂല്യങ്ങളും നൽകിയിരുന്നു.

കളരികളിൽ കുട്ടികൾക്കും യുവാക്കൾക്കും സ്ത്രീപുരുഷവ്യത്യാസമെന്യേ ആയുധപരിശീലനം നൽകി. 1342-ൽ കേരളം സന്ദർശിച്ച പ്രസിദ്ധസഞ്ചാരിയും പണ്ഡിതനുമായ ഇബ്നുബതൂത്ത കേരളത്തിലെ ആയുധാഭ്യാസനത്തെക്കുറിച്ച് പറയുന്നത് നോക്കാം:

“വളർച്ചയെത്തിയ ശരീരത്തെ പരിശീലനംകൊണ്ട് നിയന്ത്രിക്കാൻ കേരളീയസൈനികർക്ക് കഴിയുന്നു. ഗ്രാമങ്ങൾതോറും സൈനികർക്ക് പയറ്റുവിദ്യ പഠിപ്പിക്കുന്ന ആളുകളുണ്ട്. ഭരണകർത്താക്കൾ കായികാഭ്യാസത്തെ ഒരു കലയായി പോഷിപ്പിക്കുന്നുണ്ട്. വാൾ, വടി തുടങ്ങിയ ഉപകരണങ്ങൾ അനായാസം ഉപയോഗിക്കാൻ അവർക്ക് കഴിയുന്നു. ഇവരുടെ അഭ്യാസം പരിശീലനംകൊണ്ട് വളർന്നുവരികയാണ്. അർദ്ധനഗ്നരായ ഭടന്മാർ രാവിലെ സൂര്യനു നേരേനിന്ന് മാംസപേശികൾ ചലിപ്പിച്ച് ശരീരനിയന്ത്രണം അഭ്യസിക്കുന്നു.”

കളരിയിൽ പരിശീലനം സിദ്ധിച്ച യോദ്ധാക്കളായിരുന്നു പട്ടാളത്തിന്റെ നായകന്മാർ. ഇവരെ മുന്നിലക്കാരൻ (മുന്നിൽനിൽക്കുന്ന ആൾ), ചെറുമണക്കാരൻ (ആദ്യത്തെ ആളിന് തൊട്ടുപിന്നിൽ നിൽക്കുന്ന ആൾ) എന്നിങ്ങനെ തരംതിരിച്ചിരുന്നു. കളരിയുടെ നടത്തിപ്പിന് ‘വിരുത്തി’ സ്ഥലങ്ങൾ അനുവദിച്ച് നൽകി. തിരുവിതാംകൂറിൽ ഇത്തരം ആളുകളുടെ എണ്ണം ഇരുപതിനായിരവും അവർക്ക് നൽകിയിട്ടുള്ള സ്ഥലങ്ങളുടെ വിസ്തീർണ്ണം പതിനാലായിരം ഏക്കറും അയ്യായിരം തെങ്ങിൻതോപ്പുകളുമാണെന്ന് ശങ്കുണ്ണിമേനോൻ രേഖപ്പെടുത്തുന്നു (തിരുവിതാംകൂർചരിത്രം, പുറം. 72).

ചാവേർപ്പട

കളരികളുടെ സ്ഥാപനത്തോടൊപ്പം ചാവേർപ്പട എന്നൊരു സൈനിക വിഭാഗവും രൂപീകരിക്കപ്പെട്ടു. സായുധസൈന്യത്തിലെ മികച്ച അഭ്യാസികളെ ചാവേർപടയാളികളാക്കി. കുലശേഖരന്മാരാണ് ചോളസൈന്യത്തിനെതിരെ പോരാടാൻ തങ്ങളുടെ സൈന്യത്തിലെ വലിയൊരു വിഭാഗത്തെ ചാവേറുകളാക്കിക്കൊണ്ട് ഒരു സേന രൂപീകരിച്ചത്. "കൊല്ലുക അല്ലെങ്കിൽ ചാവുക എന്നതായിരുന്നു അവരുടെ മുദ്രാവാക്യം. യുദ്ധത്തിന്റെ ഇരമ്പിക്കയറ്റത്തെ ചോളന്മാർക്കെതിരായിമാറ്റിയത് കേരളത്തിന്റെ ചാവേർപ്പടയായിരുന്നു" (ശ്രീധരമേനോൻ. കേരളചരിത്രം. പുറം 160). ഈ വീരദേശാഭിമാനികൾക്ക് സർക്കാരിൽനിന്ന് ധാരാളം ആനുകൂല്യങ്ങൾ നൽകിപ്പോന്നു. യുദ്ധരംഗത്ത് വീരസ്വർഗ്ഗം പ്രാപിക്കുന്ന ചാവേറിന് 'ചാവേറ്റു വിരുത്തി' എന്ന പേരിൽ ധാരാളം ഭൂമികരമൊഴിവായി നൽകി.

കുലോത്തുംഗചോളന്റെ (AD 1070-1120) 30-ാം വർഷത്തെ ചോളപുരം ശാസനത്തിൽ (T.A.S. Vol. VI, P. 15) കേരളത്തിലെ ചാവേറ്റുപട മുഴുവൻ സ്വർഗ്ഗലോകംപ്രാപിച്ചപ്പോൾ ചോളൻ ചേരപാണ്ഡ്യരാജ്യങ്ങളുടെ അതിർത്തി നിർണ്ണയിച്ചതായി പറയുന്നു. കൊല്ലം 273-ൽ രാമവർമ്മ കുലശേഖരൻ തന്റെ ചാവേർസൈന്യവുമായി കൊല്ലത്തെത്തി കുലേത്തുംഗചോളന്റെ സൈന്യത്തെ തുരത്തുകയും തുടർന്ന് രാമേശ്വരംക്ഷേത്രത്തിനുസമീപത്തുവച്ച് നടന്ന യുദ്ധത്തിൽ ക്ഷേത്രത്തിൽപോലും കടന്ന് യുദ്ധം ചെയ്യുകയും ചെയ്തു. ചാവേർസേന ചോളരെ നാഞ്ചിനാടുവരെ തുരത്തിയെന്ന് മാത്രമല്ല കോട്ടാറിന് വടക്കുഭാഗം മുഴുവൻ പിടിച്ചടക്കുകയും ചെയ്തു. കുറച്ചുകാലങ്ങൾക്കുശേഷം ചോളർക്ക് നാഞ്ചിനാടും ഉപേക്ഷിക്കേണ്ടിവന്നു. ചോളർക്കുശേഷം നാഞ്ചിനാട് പിടിച്ചടക്കാൻ ശ്രമിച്ച പാണ്ഡ്യരെ തുരത്തി കുലശേഖരചക്രവർത്തിയുടെ പുത്രൻ വീരകേരളൻ നാഞ്ചിനാട് പൂർണ്ണമായി പിടിച്ചെടുത്തു.

തിരുവിതാംകൂറിനെ ഒരു പ്രബല സൈനികശക്തിയാക്കിയത് മാർത്താണ്ഡവർമ്മയാണ്. പിള്ളമാരുടെയും മാടമ്പിമാരുടെയും കൈകളിലായിരുന്ന രാജ്യത്തെ സൈനികശക്തി തന്റെകീഴിൽ കൊണ്ടുവന്ന് സുസജ്ജവും ശക്തവുമായ ഒരു സൈന്യത്തെ വാർത്തെടുത്തു. ഇതിനായി അദ്ദേഹം ഫ്രഞ്ചുകാരുടെയും ഇംഗ്ലീഷുകാരുടെയും സഹായം സ്വീകരിച്ചു. തന്റെ സൈനികശക്തിയുടെ കരുത്തിൽ ശക്തമായ തിരുവിതാംകൂർ രാജ്യം കെട്ടിപ്പടുത്തു. മാർത്താണ്ഡ വർമ്മയും കായങ്കുളവും തമ്മിൽ നടന്ന യുദ്ധത്തിൽ കായങ്കുളം രാജാവിന്റെ പതനത്തിനുശേഷവും മാർത്താണ്ഡവർമ്മ

യ്ക്കെതിരായി മുന്നൂറോളം ചാവേർപോരാളികൾ തുടർന്നും പോരാടുകയും മാർത്താണ്ഡവർമ്മയുടെ സൈന്യത്തിന് വളരെയധികം നാശനഷ്ടങ്ങൾ വരുത്തുകയും ചെയ്തു.

പ്രേമവും വിവാഹവും

സംഘകാലത്ത് വിവാഹച്ചടങ്ങുകൾ വളരെ ലളിതമായിരുന്നു. ശൈശവവിവാഹം അനുവദിച്ചിരുന്നില്ലെങ്കിലും വിധവാവിവാഹം സാധാരണംതന്നെ. തങ്ങൾക്ക് അനുയോജ്യരായ വധൂവരന്മാരെ തിരഞ്ഞെടുക്കുന്നതിന് യുവതീയുവാക്കൾക്ക് പൂർണ്ണസ്വാതന്ത്ര്യം ഉണ്ടായിരുന്നു. മാതാപിതാക്കൾ നിശ്ചയിക്കുന്ന വിവാഹം തിരസ്കരിച്ച് കാമുകീകാമുകന്മാർ ഒളിച്ചോടിപ്പോയി നടത്തുന്ന വിവാഹങ്ങൾക്കും സമൂഹത്തിന്റെ അംഗീകാരം ലഭിച്ചു. ഗാന്ധർവവിധിപ്രകാരമുള്ള വിവാഹങ്ങളും സാധാരണമായിരുന്നുവെന്ന് കാണാം.

പതിമൂന്നു മുതൽ മുപ്പത്തിഒന്നുവരെ വരികളുള്ള നാനൂറ് പ്രേമഗാനങ്ങളുടെ സമാഹാരമാണ് 'അകനാനൂറ്.' കളവ്, കർപ്പ് എന്നിങ്ങനെ രണ്ട് അവസ്ഥകൾ പ്രേമവൃത്താന്തത്തിന് കൽപ്പിച്ചിരുന്നു. വിവാഹത്തിനുമുമ്പുള്ള കാമുകീകാമുകന്മാരുടെ ഗൂഢസംഗമങ്ങളും വേർപാടും 'കളവി'ൽ ഉൾപ്പെടുന്നു. അഭിലാഷവിപ്രലംഭവും സംഭോഗശൃംഗാരവും തുടർന്നുള്ള കാമാവസ്ഥയും ഈ വിഭാഗത്തിൽപ്പെടും. മനപ്രവാസാദി ഉത്തരവിപ്രലംഭമാണ് 'കർപ്പ്'. കളവ് വെളിപ്പെടുന്നത് മുതലുള്ള ഭാഗം 'കർപ്പി'ൽപ്പെടും. ഒളിച്ചോടിപ്പോയ നായികാനായകന്മാരെ വഴിക്കുവച്ച് കണ്ടുപിടിച്ചാലും കാമുകനെ ഉപേക്ഷിക്കാൻ തയ്യാറല്ല എന്ന് കാമുകി തീർത്തുപറഞ്ഞാൽ അച്ഛനമ്മമാർ മടങ്ങിപ്പോവുകയും വിധിപ്രകാരം വിവാഹച്ചടങ്ങ് നടത്തുന്നതിന് നായകനെ ക്ഷണിക്കുകയും വേണം.

കാമുകിയാൽ തിരസ്കരിക്കപ്പെട്ട കാമുകൻ ചിലപ്പോൾ പരസ്യമായി മരണംവരെ നിരാഹാരമനുഷ്ഠിച്ചിരുന്നു. 'മടലേറൽ' എന്നാണ് ഇത് അറിയപ്പെട്ടിരുന്നത്. തിരസ്കരിക്കപ്പെട്ട കാമുകൻ എരിക്കിൻ പൂവും എലുമ്പ്മാലയുമണിഞ്ഞ് പനയുടെ മടൽകൊണ്ട് കുതിരയുണ്ടാക്കി ആ മടൽക്കുതിരയുടെ പുറത്തിരുന്ന് മരണംവരെ നിരാഹാരം അനുഷ്ഠിക്കുന്നതാണ് 'മടലേറൽ.'

വിവാഹവുമായി ബന്ധപ്പെട്ട കൗതുകകരങ്ങളായ ചടങ്ങുകളെക്കുറിച്ച് സംഘകാലകൃതികൾ പറയുന്നുണ്ട്. വിവാഹദിവസം വധു ധരിച്ചിരുന്ന കാൽത്തള മാറ്റി വരൻ നൽകുന്ന കാൽത്തള ധരിക്കണം. 'ചിലമ്പുകഴി നോൻപ്' എന്നാണ് ഈ ചടങ്ങ് അറിയപ്പെട്ടിരുന്നത്. വിവാഹദിവസം വരൻ വധുവിന്റെ മാതാപിതാക്കൾക്ക്

പാരിതോഷികങ്ങൾ നൽകിയിരുന്നു. പെൺപണം കൊടുക്കുന്ന ഏർപ്പാടും അക്കാലത്ത് നിലവിലുണ്ടായിരുന്നു. താലികെട്ടുന്ന സമ്പ്രദായം ഉണ്ടായിരുന്നില്ല എന്നതും ശ്രദ്ധേയമാണ്. ബഹുഭാര്യാത്വം അനുവദിച്ചിരുന്നു. ഗണികകളും അക്കാലത്ത് സാധാരണമായിരുന്നു.

രാജപത്നിമാരെ അഥവാ പട്ടമഹിഷിമാരെ 'പെരുംതേവി' എന്നാണ് വിളിച്ചിരുന്നത്. മതപരമായ ചടങ്ങുകളിൽ രാജാക്കന്മാരോടൊപ്പം രാജ്ഞിമാരും പങ്കെടുക്കും. എല്ലാ സാമൂഹിക വിനോദങ്ങളിലും സ്ത്രീസാന്നിദ്ധ്യം ഉണ്ടായിരുന്നതായിക്കാണാം.

ഭർത്താവിന്റെ മരണത്തോടെ വിധവയാകുന്ന സ്ത്രീകൾ ഭർത്താവിന്റെ ചിതയിൽ ചാടി സതി അനുഷ്ഠിക്കും. ആണ്ടിരൻ മരിച്ചപ്പോൾ അദ്ദേഹത്തിന്റെ പത്നിമാർ സതി അനുഷ്ഠിച്ചതായി പറയുന്നു. ഇങ്ങനെ ഭർത്താക്കന്മാരുടെ ചിതയിൽ ചാടി സതി അനുഷ്ഠിച്ച സാധ്വിമാരുടെ പട്ടടകളിൽ സ്ഥാപിക്കുന്ന അടയാളകല്ലിന് 'പുലച്ചികൽ' എന്നാണ് പേര്.

ആര്യന്മാരുടെ വരവോടെ വിവാഹം നിശ്ചയിക്കാനുള്ള അവകാശം അച്ഛനമ്മമാർക്കായി. അച്ഛനമ്മമാരുടെ തീരുമാനത്തിന് വിധേയരാവുകയല്ലാതെ തങ്ങളുടെ അഭിപ്രായവും ആഗ്രഹവും പ്രകടിപ്പിക്കാൻ യുവതീയുവാക്കൾക്ക് അവസരം ലഭിച്ചിരുന്നില്ല. ശൈശവവിവാഹം എന്ന സമ്പ്രദായം ആരംഭിച്ചു. ആ ചടങ്ങ് ആഘോഷപൂർവ്വം നാലാളറിയിച്ച് കൊട്ടുംവാദ്യവുമായി നടത്താനും തുടങ്ങി. ചാതുർവർണ്ണ്യത്തിന്റെ നിലനിൽപ്പിനായി താഴ്ന്നജാതിക്കാരുമായുള്ള വിവാഹം വിധവാവിവാഹം എന്നിവയ്ക്ക് സമൂഹം വിലക്ക് കൽപ്പിച്ചു.

നമ്പൂതിരികുടുംബങ്ങളിലെ മൂത്തപുത്രനുമാത്രമേ സ്വജാതിയിൽനിന്ന് വിവാഹംചെയ്യാൻ അനുവാദമുണ്ടായിരുന്നുള്ളൂ. മൂത്തപുത്രൻ ഒഴികെ ബാക്കിയുള്ളവർ നായർകുടുംബങ്ങളിൽ സംബന്ധത്തിൽ ഏർപ്പെട്ടു. ഈ സംവിധാനത്തിൽ വൃദ്ധബ്രാഹ്മണർ ഇളം പ്രായത്തിലെ ബാലികമാരെ വേളികഴിക്കുന്നത് സാധാരണയായി. അതുകൊണ്ടുതന്നെ കുടുംബത്തിനുള്ളിൽ ബാലവിധവകളായ അന്തർജ്ജനങ്ങളുടെ എണ്ണവും അധികമായിരുന്നു. ഇല്ലത്തെ അകത്തളങ്ങളിൽ ഇവരുടെ ജീവിതം ദുരിതപൂർണ്ണവും സങ്കടകരവുമായിരുന്നുവെന്ന് പറയേണ്ടതില്ലല്ലോ. വിധവകൾ ഹൈന്ദവഗൃഹരക്ഷയ്ക്ക് ദൈവത്താൽ നിയോഗിക്കപ്പെട്ടവരാണെന്നും കുടുംബത്തെ കാത്തുസൂക്ഷിക്കുന്ന ദൈവദൂതികളാണെന്നുമായിരുന്നു വിശ്വാസം. അവർ സ്വന്തംജീവിതം വിധവകളായിത്തന്നെ ജീവിച്ച് അവസാനിപ്പിക്കണം.

19-ാംനൂറ്റാണ്ടിന്റെ അവസാനത്തിൽപ്പോലും വിധവയ്ക്ക് പുനർ വിവാഹത്തിന് അനുവാദം നൽകിയിരുന്നില്ല. ഈ വിഷയത്തിൽ റോബിൻ ജെഫ്രി ഇങ്ങനെ ഉദ്ധരിച്ചിരിക്കുന്നു: "അഭ്യസ്തവിദ്യനായ പരദേശബ്രാഹ്മണൻ തിരുവിതാംകൂറിൽ സാമൂഹികപരിഷ്കരണ ത്തിന് ശ്രമിച്ചാൽ അയാൾക്ക് പിന്തുണ പ്രതീക്ഷിക്കാൻ കഴിയുമാ യിരുന്നില്ല. ഏറ്റവും നാടകീയമായ ഒരു സംഭവം 1872-ലാണ് ഉണ്ടാ യത്. ഋതുമതിയാകുന്നതിനുമുമ്പ് വിധവയായിത്തീർന്ന തന്റെ മകളെ പുനർവിവാഹം ചെയ്യിക്കാൻ സർദാർകോർട്ട് വക്കീലും നാഗർകോ വിലുകാരനുമായ ഒരു വൈഷ്ണവബ്രാഹ്മണൻ ഉദ്ദേശിച്ചു. സ്ത്രീധനമായി ഒരു വലിയതുക കൊടുക്കുന്നതാണെന്ന് വാഗ്ദാ നവും ചെയ്തു. ഇത് ഒട്ടേറെപേരെ ആകർഷിച്ചു. യാഥാസ്ഥിതിക ബ്രാഹ്മണർ ശക്തിയായി എതിർത്തു. ഏതായാലും വിവാഹത്തിന്റെ മുൻരാത്രിയിൽ വക്കീലിന്റെ ഗൃഹപരിസരത്ത് ഒരു വൻ ലഹള നടന്നെങ്കിലും വിവാഹം നിശ്ചയിച്ചപോലെ നടന്നു. പക്ഷേ വക്കീ ലിനും കുടുംബത്തിനും സമുദായഭ്രഷ്ട് കൽപ്പിച്ചു. അവരുടെ പ്രാദേശിക ക്ഷേത്രത്തിൽ സർക്കാർ ചെലവിൽ പുണ്യാഹവും നടത്തി" (LMS, TDC റിപ്പോർട്ട് 1812). ഒരു രാജകീയവിളംബരം മുഖേന തിരുവിതാംകൂറിൽ ബ്രാഹ്മണസ്ത്രീകളുടെ പുനർവിവാ ഹത്തിന് നിയമസാധുത നേടിയെടുക്കാനുള്ള വക്കീലിന്റെ ശ്രമ ത്തിന് ദിവാനോ തിരുവിതാംകൂർ രാജാവോ മദ്രാസ് ഗവൺമെന്റോ വഴങ്ങിയില്ല.

നമ്പൂതിരിമാർക്കിടയിലെ ആദ്യവിധവാവിവാഹം 1933-ൽ നടന്നു. വി.ടി. ഭട്ടതിരിപ്പാടിന്റെ വിധവയായ ഭാര്യാസഹോദരി നങ്ങേ മ്മയെ വിവാഹംകഴിച്ചുകൊണ്ട് ചരിത്രംകുറിച്ചത് രാമൻഭട്ടതിരിപ്പാ ടാണ്.

താലികെട്ട് കല്യാണം - ഒരു പെൺകിടാവ് വിവാഹിതയാവുന്ന ചടങ്ങാണ് പുടമുറികല്ല്യാണം. നായർ പെൺകുട്ടികൾക്ക് അതിനു മുമ്പ് ആചാരമനുസരിച്ച് രണ്ട് കല്യാണങ്ങൾ നടന്നിരിക്കണം. ശിശു വായിരിക്കുമ്പോൾ നടക്കുന്ന താലികെട്ട് കല്യാണവും അവൾ ഋതു മതിയാവുമ്പോൾ അത് വിളംബരം ചെയ്യുന്ന തിരണ്ടുകല്യാണവും. ഇതൊക്കെ മാളോരെ വിളിച്ചുകൂട്ടി ആഘോഷമാക്കിയാലേ തറ വാടിന്റെ അന്തസ്സ് നിലനിൽക്കൂ എന്നായിരുന്നു വിശ്വാസം. ".....നായ രുടെ വീട്ടിൽ കല്ല്യാണമെന്നുകേട്ടാൽ പുരുഷന് ഒരു ഭാര്യയും സ്ത്രീക്ക് ഒരു ഭർത്താവും ഉണ്ടായില്ല എന്നാണ് ധരിക്കേണ്ടത്. കല്യാണംകഴിഞ്ഞ് ഭാവിജീവിതത്തിന് അവർ ഒരു കുടുംബമായി

ചേർന്ന് ഒന്നാകുന്നതിനുപകരം നായരുടെ വീട്ടിലെ കല്യാണം കഴിഞ്ഞാൽ യാതൊരു ബന്ധവുമുണ്ടായ ഛായപോലുമില്ലാതെ എന്നെന്നേക്കുമായി അവർ അവിടെവച്ച് പിരിയുകയുമാണ് ചെയ്യുന്നത്. ഈ അപമാനകരമായ പരസ്യപ്പെടുത്തലിനുവേണ്ടി ചെലവാക്കുന്ന സംഖ്യക്ക് കണക്കില്ല. നെടുമ്പുരയും വിതാനവും കൊട്ടുംപാട്ടും ഘോഷയാത്രയും നാലുദിവസത്തെ സദ്യയും തുള്ളലും ആട്ടവുമുൾപ്പെടെ ആ മഹാമേള കഴിയുമ്പോൾ തറവാടിന് താങ്ങാൻ വയ്യാത്ത ഒരു ഋണഭാരം കഴുത്തിൽ തൂങ്ങുന്നതായി കാണാം" (എന്റെ ജീവിതസ്മരണകൾ. പുറം 42). നായർസമുദായത്തിന്റെ ആചാര്യനായ മന്നത്തു പത്മനാഭന്റെ വ്യാകുലപരാമർശമാണിത്.

പഴയ നായർകുടുംബങ്ങളിലെ സാമ്പത്തിക അടിത്തറ തകർത്ത അനാചാരങ്ങളിൽ പ്രധാനപ്പെട്ടതാണ് 'താലികെട്ടുകല്ല്യാണം.' ഇത്തരം അനാവശ്യആർഭാടപ്രകടനങ്ങൾ നായർകുടുംബത്തിലെ കാരണവന്മാർ തങ്ങളുടെ അഭിമാനപ്രശ്നമായി കരുതിപ്പോന്നു. പതിനൊന്നു വയസ്സിനുമുമ്പ് നായർപെൺകുട്ടികളുടെ താലികെട്ട് നടത്തണമെന്നായിരുന്നു ആചാരം. താലികെട്ടിന് വിശാലമായ പന്തലിടും. വധുക്കളെ അണിയിച്ചൊരുക്കി പന്തലിലേക്കു ആനയിക്കും. കുടുംബത്തിലെ ഒന്നിലധികം പെൺകുട്ടികളുടെ താലികെട്ട് ഒരുമിച്ചായിരിക്കും നടത്തുന്നത്. വരനായി അഭിനയിക്കുന്നത് സാധാരണയായി ബന്ധുതന്നെയായിരിക്കും. വധുവിന്റെ സഹോദരൻ വരനെ കാലുകഴുകി സ്വീകരിക്കണം. കൊളുത്തിവച്ച വിളക്കിനു മുമ്പിൽ തുണിവിരിച്ച പലകയിൽ ബാലവധൂവരന്മാരെ ഇരുത്തി. ബന്ധുസ്ത്രീകളുടെ കുരവയുടെ ആരവത്തോടെ താലികെട്ട് നടക്കും. ഓരോ വധുവിനും ഓരോ വരൻ ഉണ്ടാവും. വരൻ ബ്രാഹ്മണനാണെങ്കിൽ എല്ലാ വധുക്കൾക്കുംകൂടി ഒരാൾമതി. താലികെട്ട് കല്ല്യാണത്തിന് നാലുദിവസത്തെ ആഘോഷങ്ങളാണ്. എല്ലാ ദിവസവും എന്തെങ്കിലും കലാപരിപാടികളും വേണം.

തിരണ്ടുകല്ല്യാണം – നാഞ്ചിനാട്ടെ മിക്കവാറും എല്ലാജാതിക്കാരും ഒരു ബാലിക ഋതുമതിയാകുന്നത് ആഘോഷപൂർവം കൊണ്ടാടിയിരുന്നു. ഋതുമതിയാകുന്നതോടെ, പെൺകുട്ടിയെ വീടിന് പുറത്തുള്ള ചായ്പ്പിലേക്കോ പ്രത്യേക മുറിയിലേക്കോ മാറ്റുന്നു. ശേഷം കുട്ടി ഋതുമതിയായ സന്തോഷവർത്തമാനം കുരവയിട്ട് നാട്ടാരെ അറിയിക്കും. പെൺകുട്ടിയെ കുളിപ്പിച്ച് പുതിയവസ്ത്രം ധരിപ്പിക്കുന്നു. ആട്ടുകല്ലിന്റെ കുഴവി, ഉലക്ക, ചൂൽ, വിടർത്തിയ തെങ്ങിൻ

തിരണ്ടു കല്യാണം

പൂക്കുല എന്നിവ കുട്ടിയുടെ അടുത്തായി ഒരുക്കിവച്ചിട്ടുണ്ടാവും. ബന്ധുക്കൾ വിവിധ പലഹാരങ്ങളുമായി പെൺകുട്ടിയെ കാണാനെത്തും. മൂന്നാമത്തെയോ ഏഴാമത്തെയോ ദിവസം മഞ്ഞളും ചന്ദനവും കലക്കിയ വെള്ളം തലയിലൊഴിച്ച് ഋതുമതിയെ ശുദ്ധമാക്കും.

സംബന്ധം-സംബന്ധം എന്ന പേരിൽ അറിയപ്പെട്ടിരുന്ന കെട്ടുറപ്പില്ലാത്ത ഒരുതരം അയഞ്ഞ സ്ത്രീപുരുഷബന്ധമായിരുന്നു നായർസ്ത്രീകളുടെ ഇടയിലുണ്ടായിരുന്നത്. നമ്പൂതിരിമാരിൽ ഇളയപുത്രന്മാർ തങ്ങളുടെ ഇല്ലത്തിന് സമീപമുള്ള നായർകുടുംബങ്ങളിൽ സംബന്ധം ആരംഭിച്ചു. നമ്പൂതിരിമാരെ സംബന്ധിച്ചിടത്തോളം ഈ സംബന്ധഇടപാടിൽ ബാദ്ധ്യതകളൊന്നും ഇല്ല എന്നതാണ് ആശ്വാസം. നായർസ്ത്രീകളിൽ അവർക്കുണ്ടാകുന്ന കുട്ടികൾക്ക് ചെലവിനുകൊടുക്കാനുള്ള ബാദ്ധ്യത തറവാട് കാരണവർക്കുതന്നെ. നായന്മാർ കുടുംബത്തിലെ നമ്പൂരിസംബന്ധം മാന്യമായി കരുതിയിരുന്നുവെന്നതും മറ്റൊരു വസ്തുതയാണ്.

വിവാഹത്തിന്റെ കാര്യത്തിൽ നായർയുവതികൾക്ക് സ്വതന്ത്രമായ തീരുമാനമെടുക്കാനുള്ള അവകാശമുണ്ടായിരുന്നില്ല. പുടവകൊടയുടെ തീരുമാനങ്ങൾ കൈക്കൊണ്ടിരുന്നത് കാരണവന്മാരായിരുന്നു. അത് അകത്തുള്ളവർ അനുസരിക്കുകയും ചെയ്തു

പോന്നു. ആലോചിച്ച് ഉറപ്പിച്ചശേഷം ഒരു പുടവകൊടുക്കുകമാത്രമാണ് സംബന്ധത്തിന്റെ ചടങ്ങ്. തേയ്ക്കാൻ എണ്ണ നൽകുകയും പ്രസവച്ചെലവ് വഹിക്കുക മാത്രമായിരുന്നു സംബന്ധക്കാരന്റെ ബാദ്ധ്യത. ഈ സംബന്ധം വലിയ ചെലവോ ചടങ്ങുകളോ കൂടാതെ ഏതുസമയവും അവസാനിപ്പിക്കുകയും ചെയ്യാം. വിവാഹബന്ധം തുടരണമോ വേണ്ടയോ എന്ന് തീരുമാനിക്കാനുള്ള അവകാശം സ്ത്രീകൾക്കുതന്നെ. ഒരു നായർസ്ത്രീക്ക് ജീവിതത്തിൽ ഒന്നിലധികം ഭർത്താക്കന്മാരുണ്ടാവുന്നത് സ്വാഭാവികമായിരുന്നെങ്കിലും ഒരേസമയം ഒന്നിലധികം ഭർത്താക്കന്മാരെ സമുദായം അനുവദിച്ചിരുന്നുമില്ല.

നമ്പൂതിരിമാർക്കും വിജാതീയഭാര്യമാരിൽ ജനിക്കുന്ന സ്വന്തം സന്താനങ്ങളെ തൊട്ടാൽ കുളിക്കണമായിരുന്നു. സംബന്ധംകൊണ്ട് ഒരു വിവാഹബന്ധത്തിൽനിന്ന് ലഭിക്കേണ്ട യാതൊരു ഗുണവും രക്ഷയും ലഭിക്കുന്നില്ലെങ്കിലും അത്തരം ബന്ധങ്ങൾ കാര്യമായി കരുതുന്ന ഒരു വിശ്വാസം നിലനിന്നിരുന്നുവെന്നതാണ് വിചിത്രം. തെക്കൻകേരളത്തിലെ നായർസ്ത്രീകൾക്കിടയിൽ ജ്യേഷ്ഠാനുജന്മാരെ ഭർത്താവാക്കുന്ന ആചാരം സാധാരണയായിരുന്നു. 'പാണ്ഡവാചാരം' എന്നാണ് ഇതിനെ വിശേഷിപ്പിച്ചിരുന്നത്. ഇരുപതാം നൂറ്റാണ്ടിന്റെ ആരംഭത്തിലും ഈ ആചാരം നിലനിന്നിരുന്നതായി ശ്രീധരമേനോൻ പറയുന്നു (കേരളചരിത്രം, പുറം 263).

19-ാംനൂറ്റാണ്ടുവരെ അതീവദാരിദ്ര്യത്തിൽ കഴിഞ്ഞവരാണ് ഈഴവർ. ഒരു പെൺകുട്ടി അവളുടെ അമ്മൂമ്മയുടെയോ അമ്മാവന്റെയോ കൂടെയാണ് വളർന്നിരുന്നത്. തൊഴിൽ അന്വേഷിച്ച് പുതിയശാഖകൾ മറ്റുസ്ഥലങ്ങളിലേക്ക് മാറിതാമസിക്കും. "ഒരു പെൺകുട്ടി തന്റെ ഭർത്താവിനെയോ ഭർത്താക്കന്മാരെയോ അനുകൂലസ്ഥലങ്ങളിൽ വച്ച് സ്വീകരിച്ചിരുന്നു. ഭാര്യ ഭർത്താവിനോടൊപ്പമാണ് ജീവിച്ചിരുന്നത്. ഭർത്താവ് മരിച്ചാൽ അയാളുടെ പകുതി ആർജ്ജിതസ്വത്തിന്റെ അവകാശി ഭാര്യയും മക്കളുമാണ്. മാതൃദായക്രമം വളരെ ക്ലേശകരമായപ്പോൾ അത് ഉപേക്ഷിക്കാൻ ഈഴവർക്ക് ഒട്ടും പ്രയാസമുണ്ടായില്ല" (റോബിൻ ജഫ്രി. നായർമേധാവിത്വത്തിന്റെ പതനം).

ദായക്രമം

ഒരു കുടുംബത്തിനുള്ളിൽ രണ്ട് ദായക്രമങ്ങൾ. അതും ഒരു രാജകുടുംബത്തിൽ. അനന്തരാവകാശത്തിനുവേണ്ടിയുള്ള ബലാബലപരീക്ഷണത്തിൽ നാട്ടിലെ പ്രഭുക്കന്മാരുടെയും വിദേശശക്തികളുടെയും ഇടപെടൽ, യുദ്ധങ്ങൾ, കഴുവേറ്റൽ, കൊലപാതകങ്ങൾ,

തുറകേറ്റൽ എന്നിങ്ങനെ നിരവധി ഉണങ്ങാത്ത മുറിപ്പാടുകൾ അവശേഷിപ്പിച്ചുകൊണ്ട് കാലം കടന്നുപോയി. ആ ദാരുണസംഭവങ്ങളുടെ നൽപ്പുതിൽപ്പുകളുടെ ചർച്ച ഇന്നും തുടരുന്നു.

വേണാട്ടുരാജാവായിരുന്ന രാമവർമ്മയുടെ കുടുംബത്തിലുണ്ടായ കലഹം നാട്ടിലുടനീളം കത്തിപ്പടർന്നത് നമുക്കറിയാം. വേണാട് രാജകുടുംബം മരുമക്കത്തായികളായിരുന്നു. രാജാവ് കല്ല്യാണം കഴിച്ച സ്ത്രീ മക്കത്തായിയും. രണ്ട് ദായക്രമങ്ങൾ തമ്മിലുള്ള സംഘർഷമാണ് പ്രശ്നങ്ങൾക്കാധാരം. സ്വത്തിനെ ച്ചൊല്ലിയുള്ള അവകാശതർക്കങ്ങൾ രാജകുടുംബത്തിൽ മാത്രമായിരുന്നില്ല. മറ്റ് മരുമക്കത്തായ സമുദായങ്ങളിലെ കുടുംബാന്തരീക്ഷവും ഈ വിഷയത്തിൽ കലുഷിതമായി.

ജാതിയനുസരിച്ചായിരുന്നു ദായക്രമം നിശ്ചയിച്ചിരുന്നത്. ബ്രാഹ്മണർ, നാടാന്മാർ, ചെട്ടികൾ, മുക്കുവർ എന്നീ ജാതിക്കാരും മുസ്ലീങ്ങളും മക്കത്തായികളായിരുന്നു. ക്ഷത്രിയർ, നായന്മാർ, അമ്പലവാസികൾ, ഈഴവർ, നാഞ്ചിനാട് വെള്ളാളർ, മലബാർ മാപ്പിളമാർ തുടങ്ങിയവരുടെ ഇടയിൽ നിലനിന്നിരുന്നതാകട്ടെ മരുമക്കത്തായവും. മരുമക്കത്തായം എന്ന് തുടങ്ങി എന്നതിനെക്കുറിച്ച് വ്യക്തതയില്ല. ഈ സമ്പ്രദായത്തെക്കുറിച്ച് സംഘകാലകൃതികളിൽ പരാമർശങ്ങളൊന്നും കാണുന്നുമില്ല. മനുഷ്യസമുദായത്തിൽ ആദികാലത്ത് മക്കൾവഴിയുള്ള ദായക്രമമായിരുന്നെന്നും മരുമക്കത്തായം ചില പ്രത്യേക പരിതഃസ്ഥിതികളിൽ പിൽക്കാലത്ത് ചില പ്രദേശങ്ങളിൽ ഉണ്ടായതാണെന്നുമാണ് ഹെൻട്രിമെയ്ൻ സ്ഥാപിച്ചിട്ടുള്ളത്. ഫ്രിയാർ ജോർഡാനസ്സാണ് കേരളത്തിലെ മരുമക്കത്തായത്തെക്കുറിച്ച് പറയുന്ന ആദ്യത്തെ വിദേശസന്ദർശകനെന്നും മരുമക്കത്തായത്തിന്റെ ആവിർഭാവമാണ് ചേര-ചോളയുദ്ധത്തിന്റെ പ്രധാനപ്പെട്ട ഒരു ഫലമെന്നും ശ്രീധരമേനോൻ പറയുന്നു (കേരളചരിത്രം-പുറം 161). ഒരു ജനസമൂഹത്തിന്റെ ദായക്രമത്തിൽ പാടേ മാറ്റം വരിക എന്നത് സാധാരണയല്ലെന്നും ഏതോ ചില പ്രത്യേക പരിതസ്ഥിതികൾ കൊണ്ടുണ്ടായ മാറ്റമായിരിക്കാം ഇതിന് കാരണം എന്നുമാണ് കെ.പി. പത്മനാഭമേനോന്റെ അഭിപ്രായം.

നൂറ്റാണ്ടുയുദ്ധകാലത്ത് ചാവേറുസംഘങ്ങൾ രൂപീകരിക്കപ്പെട്ടതോടെയാവാം മക്കത്തായത്തിൽനിന്ന് മരുമക്കത്തായത്തിലേക്കുള്ള മാറ്റം എന്നാണ് ഇളങ്കുളത്തിന്റെ നിഗമനം. ചാവേറുകൾക്ക് വിവാഹജീവിതം സാധ്യമായിരുന്നില്ലല്ലോ. ഇതോടെ കുടുംബവക വസ്തുക്കൾ സ്ത്രീകളുടെ കൈയിൽ സ്വാഭാവികമായും വന്നുചേർന്നിരിക്കാം. യുദ്ധം തുടങ്ങുന്നതിനുമുമ്പ് മരുമക്കത്തായം നിലവിലുണ്ടായിരുന്നുവെന്ന് കാണുന്നില്ലെങ്കിലും യുദ്ധംതീർന്നപ്പോൾ

മരുമക്കത്തായദായക്രമം നിലവിലുണ്ടായിരുന്നതിന് പുരാരേഖകൾ സാക്ഷ്യം നിൽക്കുന്നു.

ഇളങ്കുളത്തിന്റെ വാദംതള്ളിക്കൊണ്ട്, എ.ഡി. ഒൻപതാംനൂറ്റാണ്ടു മുതൽ ഇവിടെ മരുമക്കത്തായം നിലവിലുണ്ടായിരുന്നതായി എം.ജി.എസ് നാരായണൻ ചൂണ്ടിക്കാട്ടുന്നുണ്ട്. ചേരചോളയുദ്ധങ്ങൾക്കോ അതിലും വലിയയുദ്ധങ്ങൾക്കോ ദായക്രമത്തിൽ ഇത്രയും തീവ്രമായ മാറ്റംവരുത്താൻ കഴിയില്ല എന്നാണ് അദ്ദേഹത്തിന്റെ വാദം.

കൊല്ലവർഷം ആദിശതകങ്ങളിൽ ചേര, ചോള, പാണ്ഡ്യരാജവംശങ്ങൾ പരസ്പരം വിവാഹബന്ധങ്ങളിൽ ഏർപ്പെട്ടിരുന്നു. കൊല്ലവർഷം രണ്ടും മൂന്നും ശതകങ്ങളിൽ പാണ്ടിരാജ്യത്തുനിന്ന് കേരളത്തിൽവന്ന് താമസമുറപ്പിച്ച പന്തളം, പൂഞ്ഞാർ രാജവംശങ്ങൾ മക്കത്തായികളായിരുന്നല്ലോ. തെക്കൻ തിരുവിതാംകൂർ ഭരിച്ചിരുന്ന വരഗുണൻ കല്യാണംകഴിച്ചത് തേങ്കനാട് കിഴവന്റെ മകൾ മുരുകൻ ചേന്തിയെയാണ്. കൊല്ലം രണ്ടാം ശതകത്തിൽ വേണാട് വാണിരുന്ന ശ്രീവല്ലഭകോത വിവാഹം കഴിച്ചത് ഉമയമ്മയെയും. ഇവരൊക്കെ സ്വന്തം പേരിനോടൊപ്പം അച്ഛന്റെ പേരാണ് ചേർത്തിരിക്കുന്നതെന്ന് കാണാം. നാലാംശതകത്തിലെ കിളിമാനൂർ ശാസനത്തിലും കഠിനംകുളം ശാസനത്തിലും രാജകന്യകമാരുടെ പേരുകൾ അച്ഛന്റെ പേരിനൊപ്പമാണ് കാണുന്നത്. രാജാക്കന്മാരുടെ കാര്യത്തിൽ മാത്രമല്ല നാലാംനൂറ്റാണ്ടുവരെ ക്ഷേത്രവസ്തുക്കൾ കൃഷിക്കായി ഏറ്റെടുക്കുന്ന കരാറുകളിലും തന്റെ കാലശേഷം മക്കൾക്കാണ് അവകാശം എന്ന് കാണുന്നുണ്ട്.

"നൂറ്റാണ്ടുയുദ്ധത്തിനുമുമ്പ് കേരളത്തിൽ മരുമക്കത്തായമുണ്ടെന്ന് അനുമാനിക്കാൻ സഹായിക്കുന്ന ഒറ്റരേഖപോലും ഇന്നുവരെ വെളിയിൽ വന്നിട്ടില്ലെന്ന് എനിക്ക് തീർത്തുപറയാൻ കഴിയും" (കേരളത്തിൽ മരുമക്കത്തായത്തിന്റെ ഉദ്ഭവം-ഇളങ്കുളം കുഞ്ഞൻപിള്ള).

സംബന്ധമല്ലാത്ത മാതൃവഴിദായക്രമം ഗിരിജനങ്ങളുടെ ഇടയിലും മറ്റും ഉണ്ടായിരുന്നു. വിവാഹത്തിനുശേഷം സ്ത്രീകൾ ഭർത്താവിന്റെ വീട്ടിൽ താമസിക്കും. ഭർത്താവുതന്നെയാണ് കുടുംബനാഥനും. വിവാഹത്തിനുശേഷവും ഭാര്യ ജനിച്ചുവളർന്ന വീട്ടിൽ തന്നെ താമസിക്കുകയും ഭർത്താവ് ഭാര്യവീട്ടിൽ വിരുന്നുകാരനായി വന്നുപോവുകയും ചെയ്തിരുന്ന സംബന്ധവ്യവസ്ഥയായിരുന്നല്ലോ നായന്മാരുടെ ഇടയിൽ. ഇവിടെ അമ്മാവന്മാരാണ് കുടുംബഭരണം നടത്തിയിരുന്നത്.

മക്കത്തായവും മരുമക്കത്തായവും തമ്മിൽ സന്ധിയില്ലാത്ത സംഘർഷം തുടങ്ങിയത് രാമവർമ്മ മഹാരാജാവിന്റെ കാലത്താണ്

(AD 1721-1729). അദ്ദേഹം വിവാഹം കഴിച്ചത് വെള്ളാളവിഭാഗത്തിൽപ്പെട്ട സ്ത്രീയെയായിരുന്നെന്നും ഇവർ മക്കത്തായികളായിരുന്നെന്നും അതുകൊണ്ടുതന്നെ അവരുടെ മക്കൾക്ക് പിതൃസ്വത്തിൽ അവകാശമുണ്ടായിരുന്നെന്നും നേരത്തേ സൂചിപ്പിച്ചല്ലോ. രാമവർമ്മ മഹാരാജാവ് ഇത് അംഗീകരിച്ചുകൊണ്ടുതന്നെ തന്റെ മക്കളായ തമ്പിമാർക്ക് വമ്പിച്ച ഭൂസ്വത്തുക്കളും രാജ്യകാര്യങ്ങളിൽ ഇടപെടാനുള്ള അവസരവും നൽകിപ്പോന്നു. കുളച്ചലിൽ കോട്ടപണിയാനും കമ്മട്ടമടിക്കാനുള്ള കരാറുകൾ തയ്യാറാക്കിയതും കൊട്ടാരം സമ്പ്രാന്തിയായിരുന്ന മകൻ തമ്പിരാമനാണ്. രാമവർമ്മയുടെ ഭരണകാലത്ത് അനന്തിരവൻ മാർത്താണ്ഡവർമ്മയും മകൻ തമ്പിരാമനും രാജ്യഭരണത്തിൽ ഭാഗഭാക്കുകളായിരുന്നു എന്ന് വ്യക്തം. അങ്ങനെ തന്റെ ഭരണകാലത്ത് മക്കത്തായവും മരുമക്കത്തായവും സംയോജിച്ചുകൊണ്ടുള്ള തന്ത്രപരമായ സമീപനം കൈക്കൊണ്ടെങ്കിലും മരണസമയത്ത് രാജാവ് വേണാട് രാജാക്കന്മാരുടെ ദായക്രമമനുസരിച്ച് രാജ്യഭരണം അനന്തിരവനായ മാർത്താണ്ഡവർമ്മയ്ക്ക് തന്നെ നൽകി.

കൂട്ടുകുടുംബസമ്പ്രദായം പിന്തുടർന്നിരുന്ന നായർകുടുംബങ്ങളിൽ ആദ്യകാലങ്ങളിൽ കാര്യങ്ങളെല്ലാം ന്യായമായും പരസ്പര സഹവർത്തിത്വത്തോടെയും ചെയ്തുപോന്നു. പുരുഷന്മാരിൽ മൂത്ത ആളായിരുന്നു കാരണവർ. പയറ്റിത്തെളിഞ്ഞ പടയാളികൂടിയായിരുന്ന അയാൾ നിസ്വാർത്ഥനും ന്യായസ്ഥനുമായിത്തന്നെ പ്രവർത്തിക്കുകയും ചെയ്തു. അയാൾ തന്റെ കുടുംബത്തിന്റെ മാത്രമല്ല, ദേശത്തിന്റെ താല്പര്യങ്ങളേയും സംരക്ഷിക്കുന്നതിൽ പ്രതിജ്ഞാബദ്ധനായിരുന്നുതാനും. കാരണവർ സ്ത്രീകളുടെയും അടിമകളുടേയും കുടുംബസ്വത്തിന്റേയും സംരക്ഷണം ഉത്തരവാദിത്വത്തോടെ നോക്കിനടത്തിയിരുന്നതിനാൽ യുവാക്കൾക്ക് കളരിയിലെ കാര്യങ്ങൾ നോക്കാനും യുദ്ധം ചെയ്യാനും രാജ്യത്തേയും രാജാവിനേയും സേവിക്കാനും സമയവും സൗകര്യവുമുണ്ടായി.

കാലംമാറിയതോടെ കാര്യങ്ങളും മാറി. സ്വത്തുസംബന്ധമായ കലഹങ്ങളും ശത്രുതകളും വ്യവഹാരങ്ങളും പൊന്തിവന്നു. ദായക്രമത്തിൽ മാറ്റം വേണമെന്ന മുറുമുറുപ്പുകൾ അങ്ങിങ്ങായി ഉയർന്നുതുടങ്ങി. മക്കൾക്ക് അച്ഛന്റെ സ്വത്തിൽ അവകാശമില്ലാത്ത അവസ്ഥ സങ്കടകരമായി. എത്ര സമ്പന്നരായാലും സ്വന്തം മക്കളുടെ ആഹാരത്തിനും വിദ്യാഭ്യാസത്തിനും ചികിത്സയ്ക്കുമൊന്നും സമ്പത്തുപയോഗിക്കാൻ അച്ഛന് അവകാശമുണ്ടായിരുന്നില്ല. കാരണവരുടെ മക്കളും അനന്തിരവരും തമ്മിൽ സ്വരച്ചേർച്ചയില്ലാതായി. ചില തറവാടുകളിൽ അമ്മായിമാർ (കാരണവരുടെ ഭാര്യമാർ) ആധിപത്യം

സ്ഥാപിച്ചു. അവിടെ അനന്തിരവർ കഷ്ടത്തിലായി. ഈ സംവിധാനത്തിന്റെ തിക്തഫലങ്ങൾ അനുഭവിക്കേണ്ടിവന്നവർ സ്വാഭാവികമായും ഒരു മോചനം ആഗ്രഹിച്ചു.

ഈ അവസ്ഥതന്നെയാണ് മരുമക്കത്തായികളായ രാജകുടുംബത്തിലുമുണ്ടായതെന്ന് ഓർക്കാം. തിരുവിതാംകൂർ മഹാരാജാവ് നാടുനീങ്ങിയാൽ മാമൂലനുസരിച്ച് അടുത്ത അവകാശം അനന്തിരവനാണല്ലോ. അനന്തിരവനില്ലെങ്കിൽ ആ സ്ഥാനത്തേക്ക് ഒരാളെ ദത്തെടുക്കുകയാണ് പതിവ്. അപ്പോഴും മകൻ പുറത്തുതന്നെ. മാത്രമല്ല, രാജപുത്രന് ഒരു സാധാരണപൗരന്റെ അവകാശങ്ങൾക്കപ്പുറം ഒന്നും ലഭിക്കുകയുമില്ല. രാജാവിന് തന്റെ ഭരണകാലത്ത് തന്നെ അനന്തിരവനെ യുവരാജാവും പിന്നെ രാജാവുമായും വാഴിക്കേണ്ടിവരും.

"രാജീവനേത്രനെ ചിന്തിച്ചുചിന്തിച്ചു
രാജാ ദശരഥൻ പുക്കു സൂര്യാലയം."

സി.വി. രാമൻപിള്ളയുടെ മാർത്താണ്ഡവർമ്മ എന്ന ചരിത്രാഖ്യായികയിൽ, രാമവർമ്മ മഹാരാജാവിന്റെ അന്ത്യം വർണ്ണിക്കുന്ന ഇരുപത്തിഒന്നാം അധ്യായം തുടങ്ങുന്നത് രാമായണത്തിലെ അയോദ്ധ്യാകാണ്ഡത്തിലെ മേൽപ്പറഞ്ഞ വരികൾ ഉദ്ധരിച്ചുകൊണ്ടാണ്. മാർത്താണ്ഡവർമ്മ രാജാവാകുന്നതോടെ, തന്റെ പുത്രന്മാർക്കുണ്ടാകാനിടയുള്ള ദുര്യോഗം അദ്ദേഹത്തിനറിയാമായിരുന്നു. മരണസമയത്ത് അദ്ദേഹം രാമയ്യനോട് ഇങ്ങനെ പറയുന്നു: "സാധുക്കൾ എന്റെ കുട്ടികൾ അവർക്ക് ഒരാശ്രയവുമില്ല. രാമയ്യൻ കുറച്ചൊക്കെ ക്ഷമിക്കണം." പുത്രശോകാർത്തനായി മരിച്ച ദശരഥന്റെ അന്ത്യവുമായി രാമവർമ്മയുടെ മരണത്തെ സാമ്യപ്പെടുത്തുകയാണ് സി.വി. ചെയ്യുന്നത്.

ഇങ്ങനെയുള്ള സംവിധാനത്തിന് മാറ്റംവരുത്താനാണ് അക്കാലത്ത് രാജ്യസംരക്ഷണത്തിലും നീതിനിർവഹണത്തിലും ഭാഗഭാക്കുകളായ എട്ടുവീട്ടിൽ പിള്ളമാരും മറ്റ് മാടമ്പിമാരും രാമവർമ്മക്കുശേഷം ഒരു മക്കത്തായദായക്രമത്തിനുവേണ്ടി ശ്രമിച്ചത്. നായന്മാരെ സംബന്ധിച്ചിടത്തോളം അത് തങ്ങളുടെ കുടുംബത്തിലേക്കും പകർത്താമെന്ന മോഹവുമുണ്ടായിരുന്നു. മാറ്റം രാജകൊട്ടാരത്തിൽനിന്ന് തുടങ്ങട്ടെ എന്നവർ ആഗ്രഹിച്ചിരുന്നിരിക്കാം.

സ്വന്തം അച്ഛൻ തങ്ങളുടെ ദായക്രമത്തെ മാനിച്ച് അനുവദിച്ചു നൽകിയ സ്വത്തുക്കൾപോലും രാമവർമ്മയുടെ മക്കളിൽനിന്നും അത് രാജ്യത്തിന്റെ സ്വത്താണെന്ന് പറഞ്ഞ് മാർത്താണ്ഡവർമ്മ അപഹരിച്ചതോടെയാണ് കാര്യങ്ങൾ വഷളായത്. ഈ പ്രവൃത്തി

തമ്പിമാരുടേയും അവരെ അനുകൂലിച്ച പിള്ളമാരുടേയും ദാരുണ മായ കൊലയിലും വംശനാശത്തിലുമെത്തിച്ചേർന്നു. മാർത്താണ്ഡ വർമ്മയുടെ പ്രതികാരനടപടികൾക്കുശേഷം നായർതറവാടുകളുടെ സ്ഥിതി കൂടുതൽ വഷളാവുകയാണുണ്ടായത്.

ദായക്രമത്തിന്റേയും വിവാഹത്തിന്റേയും നിയമങ്ങൾ പരിഷ്ക്ക രിക്കാൻ പ്രക്ഷോഭണങ്ങൾ നടന്നു. മരുമക്കത്തായ തറവാടുകളിലെ കാരണവന്മാരുടെ അധികാരങ്ങളെ പുതിയതലമുറ എതിർത്തു. ഇതുമായി ബന്ധപ്പെട്ട് 1912-ൽ ഉണ്ടായ നിയമനിർമ്മാണം അപൂർണ്ണ മാണെന്ന് കണ്ടതിനെതുടർന്ന്, 1925-ൽ രണ്ടാംനായർ ആക്ട് നായ ന്മാരുടെ ഇടയിൽ ആളോഹരിസമ്പ്രദായം പ്രാബല്യത്തിൽ കൊണ്ടു വരികയും ബഹുഭാര്യാത്വം നിയമവിരുദ്ധമാക്കുകയും ചെയ്തു. ഇതിന്റെ ചുവടുപിടിച്ച്, ഈ വിഷയത്തിൽ 1925-ൽ ഈഴവആക്ടും 1926-ൽ നാഞ്ചിനാട് വെള്ളാള ആക്ടും നിലവിൽവന്നു. അങ്ങനെ മരുമക്കത്തായികൾ മക്കത്തായത്തിലേക്ക് തിരിച്ചുനടന്നു.

അടിമയും ഉടമയും

കേരളസൃഷ്ടിക്കുശേഷം പരശുരാമൻ വടക്കുനിന്ന് ബ്രാഹ്മ ണരെ വരുത്തി ഇവിടെ പാർപ്പിച്ചുവെന്നും ഇവിടെ ഉണ്ടായിരുന്ന ആദിമവാസികളെ ബ്രാഹ്മണരുടെ കൃഷിയിടങ്ങളിൽ അടിമകളാക്കി പണിയെടുപ്പിച്ചു എന്നുമാണ് കേരളോൽപ്പത്തി കഥ. ശ്രീവർദ്ധന പുരം എന്ന പത്മനാഭപുരമായിരുന്നല്ലോ ആദ്യ തലസ്ഥാനം. കഥ എന്തുതന്നെയായാലും വടക്കുനിന്നെത്തി നാട് കൈയേറിയവർ ആര്യന്മാരോ ദ്രാവിഡരോ ആകട്ടെ, അവർ ഇവിടത്തെ മണ്ണിന്റെ മക്കളുടെമേൽ ആധിപത്യം സ്ഥാപിക്കുകയും അവരെ തങ്ങളുടെ ആജ്ഞാനുവർത്തികളാക്കുകയും ചെയ്തു എന്നാണ് നിഗമനം.

ആഹാരത്തിനുവേണ്ടി സ്വന്തം ജീവനും ശരീരവും, കുടുംബവും സ്വത്തും പൂർണ്ണമായും മറ്റുള്ളവരുടെ നിയന്ത്രണത്തിന് വിധേയ മാക്കേണ്ടിവരുന്ന അവസ്ഥയാണ് അടിമത്തം. പുലയർ, പറയർ, കുറവർ എന്നിവരായിരുന്നു അടിമവർഗ്ഗക്കാരായി അറിയപ്പെട്ടി രുന്നത്. കൃഷിയുമായി ബന്ധപ്പെട്ട ജോലികൾക്കായാണ് ഇവരെ ഉപയോഗിച്ചത്. ഇവർ ബ്രാഹ്മണരിൽനിന്നും നായന്മാരിൽനിന്നും അൻപതോ നൂറോ അടി ശാരീരിക അകലം പാലിക്കണമായിരുന്നു. തിരസ്കൃതരായി കരുതിപ്പോന്നിരുന്ന ചാന്നാന്മാരിൽനിന്നും ഇവർ ആറടിയോളം അകലം പാലിച്ചിരുന്നു എന്ന് ഓർക്കണം. പൊതു വഴികൾ ഉപയോഗിക്കാൻ അടിമകൾക്ക് അവകാശമുണ്ടായിരുന്നില്ല. വഴിവക്കുകളിലൂടെ നടക്കുമ്പോൾ ഉറക്കെ ശബ്ദമുണ്ടാക്കി സവർ ണ്ണരെ തങ്ങളുടെ സാമീപ്യം അറിയിക്കുകയുംവേണം.

അടിമകളുടെ അവസ്ഥയെക്കുറിച്ച് 1884-ൽ സാമുവൽ മെറ്റീർ എന്താണ് പറഞ്ഞതെന്ന് നോക്കാം. "ആണുങ്ങൾ കീറിപ്പറിഞ്ഞ വസ്ത്രങ്ങൾ ധരിച്ചിരുന്നു. രോഗങ്ങളിൽനിന്ന് വളരെ കഷ്ടതകൾ സഹിച്ചിരുന്നു. വീട്ടിലെ പൊടിയും അഴുക്കും ചൊറിച്ചിലും കൃമികളുണ്ടാക്കുന്നു. അവ പകൽ വിശ്രമവും രാത്രിയിൽ ഉറക്കവും ഇല്ലാതാക്കുന്നു. അവരുടെ ഇടയിൽ ചെല്ലുമ്പോൾ അഴുക്കും നാറ്റവും കൊണ്ട് ഒരു നാട്ടുകാരൻ തന്റെ തുണികൊണ്ട് മൂക്ക് പൊത്തിപ്പിടിക്കണം. പ്രായമേറിയവർ വല്ലവരുമുണ്ടെങ്കിൽ ക്ഷീണംകൊണ്ട് കഷ്ടപ്പെടുന്നു. മരിക്കുംവരെ ദിനംപ്രതി നിസ്സഹായനായി കിടക്കുന്നു. കുട്ടികൾ ചൊറി, അതിസാരം, വിരശല്യം, ഭക്ഷണമില്ലായ്മ ഇവ കൊണ്ട് കഷ്ടപ്പെടുന്നു. മുതിർന്നവർ തലവേദന, വിശപ്പില്ലായ്മ, തുള്ളൽപ്പനി, അതിസാരം, ഇടവിട്ടുള്ള പനി ഇവകൊണ്ട് കഷ്ടപ്പെടുന്നു."

കാർഷിക ആവശ്യങ്ങൾക്കായിരുന്നു അടിമകളെ ഉപയോഗിച്ചിരുന്നതെന്ന് സൂചിപ്പിച്ചല്ലോ. ഗാർഹികാവശ്യങ്ങൾക്ക് അവരെ ഉപയോഗിച്ചില്ലെന്ന് മാത്രമല്ല തീണ്ടൽ ഉണ്ടായിരുന്നതുകൊണ്ട് വീടിന്റെ പരിസരത്തുപോലും പ്രവേശനം ഉണ്ടായിരുന്നില്ല. അടിമകൾക്ക് കഠിനമായി പണിയെടുക്കുന്നതിന് കൂലിയായി ആഹാരം നൽകുമായിരുന്നു. പരിമിതമായ സാഹചര്യങ്ങളിൽ ജീവിക്കാൻ അവർ ശീലിച്ചിരുന്നുതാനും. സർക്കാരും അടിമകളെ സൂക്ഷിച്ചിരുന്നു എന്നാണ് മറ്റൊരു വസ്തുത. സർക്കാർ അടിമകളെ സ്വകാര്യ മുതലാളിമാർക്ക് വാടകയ്ക്ക് കൊടുക്കുന്ന പതിവുമുണ്ടായിരുന്നു. മുതലാളിമാർ സർക്കാരിന് അടിമകളുടെ വാടകയും അടിമകൾക്ക് ആഹാരവും നൽകണം. അനുസരണയില്ലാത്ത അടിമകളെ ശിക്ഷിക്കുന്നതിനും വേണ്ടിവന്നാൽ നിയമഭയമില്ലാതെ കൊല്ലുന്നതിനുപോലും അടിമകളുടെ ഉടമയ്ക്ക് അധികാരമുണ്ടായിരുന്നുവെന്ന് മാത്രമല്ല അവരെ വിൽക്കാനുള്ള അവകാശവുമുണ്ട്. മിക്കവാറും എല്ലാ ചന്തദിവസങ്ങളിലും അടിമകളെ വിൽപ്പനയ്ക്ക് കൊണ്ടുവന്നിരുന്നു. 1847-ൽ ഒരു അടിമയുടെ വില 6 രൂപയ്ക്കും 18 രൂപയ്ക്കും ഇടയിലായിരുന്നുവെന്ന് ആ കാലഘട്ടത്തിൽ സി.എം.എസിന്റെ സെക്രട്ടറി ആയിരുന്ന റവ. ഹെൻറിബേക്കർ രേഖപ്പെടുത്തിയിട്ടുണ്ട്.

ഒരാൾ അടിമയാകുന്നത് മൂന്ന് സാഹചര്യങ്ങളിലാണ്. അതിൽ ആദ്യത്തേത് ജന്മംകൊണ്ടുള്ള അടിമത്തംതന്നെ. സമൂഹത്തിലെ ചില താഴ്ന്നജാതിക്കാരാണ് ഇങ്ങനെ അടിമകളായി ജനിക്കുന്നത്. നിലവിലുള്ള നിയമങ്ങൾക്കോ ആചാരങ്ങൾക്കോ വിരുദ്ധമായി പ്രവർത്തിക്കുകയോ കുറ്റകൃത്യങ്ങളിൽ ഏർപ്പെടുകയോ ചെയ്യുന്നവർ തങ്ങൾക്ക് ലഭിക്കുന്ന ശിക്ഷയുടെ ഭാഗമായി അടിമപ്പണി

ചെയ്യേണ്ടിവരുന്നു. ഇങ്ങനെയുള്ളവരാണ് രണ്ടാമത്തെ കൂട്ടർ. യുദ്ധത്തിൽ തടവുകാരായി പിടിക്കപ്പെട്ടവരും ജാതിവിലക്ക് എന്ന ശിക്ഷയ്ക്ക് അർഹരായ ഉയർന്ന ജാതിക്കാരുമൊക്കെ ഇക്കൂട്ടത്തിൽപ്പെടും. വ്യഭിചാരത്തിലേർപ്പെടുന്ന ബ്രാഹ്മണസ്ത്രീയും താഴ്ന്നജാതിക്കാരിയുമായി ബന്ധപ്പെടുന്ന ഉയർന്ന ജാതിയിലെ പുരുഷനും പുലയർ തീണ്ടിയ നായർയുവതിയെയുമെല്ലാം ജാതിഭ്രഷ്ട് കൽപ്പിച്ച് പുറം തള്ളുകയും അവരെ താണജാതിക്കാർ സ്വീകരിച്ച് അടിമകളാക്കി വിൽക്കുകയും ചെയ്തുപോന്നു.

മൂന്നാമത്തെ വിഭാഗം ദാരിദ്ര്യംകൊണ്ട് സ്വയം വിൽക്കപ്പെടാനും തങ്ങളുടെ കുട്ടികളെ നിസ്സാരവിലയ്ക്ക് വിൽക്കാനും അടിമക്കമ്പോളത്തിൽ എത്തുന്നവരാണ്. 1860-ൽ തെക്കൻതിരുവിതാംകൂറിൽ അതിഭീകരമായ ക്ഷാമമുണ്ടായി. താണജാതിയിൽപ്പെട്ട രക്ഷകർത്താക്കൾ ദാരിദ്ര്യം സഹിക്കവയ്യാതെയും തങ്ങളുടെ കുഞ്ഞുങ്ങൾ പട്ടിണികൊണ്ട് മരിച്ചുപോകാതെയുമിരിക്കാൻ കാൽരൂപവീതം പ്രതിഫലം പറ്റിക്കൊണ്ട് അവരെ മുഹമ്മദീയർക്ക് വിറ്റ സംഭവവുമുണ്ട്. ക്ഷാമകാലത്തും കാലക്കെടുതികൾകൊണ്ട് ബുദ്ധിമുട്ടുമ്പോഴും തീരപ്രദേശത്തെ തുറമുഖങ്ങളിൽ സ്വയംവിൽപ്പനയ്ക്കെത്തുന്നതിൽ അവർക്ക് വലിയ സങ്കടമൊന്നും ഉണ്ടായിരുന്നില്ലെന്ന് ഫോബ്സ് (Forbes) രേഖപ്പെടുത്തിയിട്ടുണ്ട്. അവരെ സംബന്ധിച്ചിടത്തോളം സ്വന്തം ജീവൻ നിലനിർത്തുക എന്നത് മാത്രമായിരുന്നു കരണീയം.

ഇംഗ്ലീഷുകാരും ഡച്ചുകാരും പോർച്ചുഗീസുകാരുമൊക്കെ അടിമക്കച്ചവടം നടത്തി ലാഭം കൊയ്തവരാണ്. ക്ഷാമകാലത്ത് ജനങ്ങൾക്ക് അരിയും തേങ്ങയുമൊക്കെ കൊണ്ടുവന്ന് നൽകി പകരം കപ്പലിൽ അടിമകളെയും കയറ്റി തിരിച്ചുപോയിരുന്നതായും രണ്ടോ നാലോ പണമായിരുന്നു ഒരു അടിമയുടെ വില എന്നും ബാർബോസ രേഖപ്പെടുത്തിയിട്ടുണ്ട്.

1854-ൽ തിരുവിതാംകൂറിൽ ചർച്ച്മിഷൻ ശേഖരിച്ച വിവരമനുസരിച്ച്, പ്രായപൂർത്തിയായ ഒരു അടിമയുടെ കൂലി ഒരു ഇടങ്ങഴിയുടെ മൂന്നിലൊന്ന് ഭാഗം നെല്ലായിരുന്നു. ഓണസമ്മാനമായി അരയിടങ്ങഴി നെല്ലും പുരുഷന്മാർക്ക് ഒരു മുണ്ടും സ്ത്രീകൾക്ക് ഒരു മുറിയും നൽകും. രാത്രികാലങ്ങളിൽ പാടങ്ങളിൽ കാവൽകിടക്കുന്നതിന് കൂലിയായി കൊയ്ത്തുസമയത്ത് നിസ്സാരമായ കൂലിയും നൽകിപ്പോന്നു.

ജന്മംകൊണ്ട് ഒരടിമയുടെ പൂർണ്ണാവകാശം ജന്മിക്കുണ്ടെങ്കിൽ ആ അടിമകളെ 'ജന്മം' എന്ന വിഭാഗത്തിൽപ്പെടുത്തും. ഇവരെ ജോലി ചെയ്യിക്കാനും വിൽക്കാനും ശിക്ഷിക്കാനും കൊല്ലാനുമുള്ള അവകാശം ജന്മിക്കുണ്ട്. ഒരു നിശ്ചിതതുകയ്ക്ക് പാട്ടവ്യവസ്ഥയിൽ

ഉടമസ്ഥനിൽനിന്ന് നിശ്ചിതകാലത്തേക്ക് അടിമയെ വാങ്ങുന്ന രീതിക്ക് 'പാട്ടം' എന്നാണ് പറഞ്ഞിരുന്നത്. ഒരു അടിമയുടെ ആകെ വിലയുടെ മൂന്നിൽരണ്ട് ഭാഗം കൊടുത്ത് അയാളെ സ്വന്തമാക്കിയ ശേഷം ജോലിചെയ്യിച്ച് കൊടുത്തകാശിന്റെ പലിശ ഈടാക്കുന്ന സമ്പ്രദായമാണ് 'കാണം.'

കൊ.വ. 1006-ാമാണ്ട് അഴകിയപാണ്ഡ്യപുരം ചുപ്പിറമണി വക വള്ളിപുരശുമാടനെ 104 പണത്തിന് ദൈവനായകം രാമകൃഷ്ണൻ അണ്ണാവിക്കും അതേവർഷം അഴകിയ പാണ്ഡ്യപുരത്തെ പറൈമു ചക്കി പരശുമാടനെ 75 പണത്തിന് കണക്കുനാരായണ ശ്രീപത്മ നാഭനും വിറ്റതായും രേഖപ്പെടുത്തിക്കാണുന്നു (കുസുമൻ കെ.കെ. സ്ലേവറി ഓഫ് ട്രാവൻകൂർ - P. 161). അക്കാലത്തെ പ്രധാന അടിമച്ചന്തകളിൽ ഒന്ന് നാഞ്ചിനാട്ടെ ഇരണിയലിലായിരുന്നു.

അടിമകളെ വിലയ്ക്കുവാങ്ങിയിരുന്നവരിൽ പലരും അവരെ താൽപ്പര്യത്തോടെ സംരക്ഷിക്കുകയും ചെയ്തിരുന്നു. അടിമകൾ ജോലിചെയ്യാനുള്ള ശേഷിയോടെ ജീവിച്ചിരിക്കണമെന്നത് ഉടമ സ്ഥരുടെകൂടി ആവശ്യമായിരുന്നല്ലോ. സ്വന്തംജീവിതം നില നിർത്താൻ അടിമകൾ തങ്ങളുടെ ജന്മിമാരെയും ജന്മിമാർ തങ്ങ ളുടെ കൃഷിപ്പണികളും മറ്റും ഭംഗിയായി നടത്തുന്നതിന് അടിമക ളെയും ആശ്രയിച്ചു. അടിമകളുടെ സംരക്ഷണം മേലാളന്മാർ തങ്ങ ളുടെ കടമയും ആവശ്യവുമായി കരുതിപ്പോന്നു.

ക്രിസ്ത്യൻ മിഷനറിമാർ മതപരിവർത്തനത്തിലൂടെയായിരുന്നു അടിമകളായിരുന്ന കീഴ്ജാതിക്കാരുടെ ഉന്നമനത്തിന് തുടക്കം കുറിച്ചത്. 1847 മാർച്ച് 19-ാം തീയതി നാല് സി.എം.എസുകാരും എട്ട് എൽ.എം.എസുകാരുമായ മിഷനറിമാർ ചേർന്ന്, എല്ലാത്തരം അടിമത്തവും അവസാനിപ്പിക്കണമെന്നും കുറഞ്ഞത് സർക്കാർ അടിമകളെയെങ്കിലും മോചിപ്പിക്കണമെന്നും ഉത്രംതിരുനാൾ മഹാ രാജാവിന് ഒരു അപേക്ഷ എഴുതി സമർപ്പിച്ചു. "അടിമകളുടെ അവസ്ഥ മെച്ചപ്പെടുത്താൻ രാജാവിന് സമ്മതമാണ്. എന്നാൽ അവ രുടെ വിമോചനകാര്യത്തിൽ പ്രവേശിക്കുക ഇപ്പോൾ അത്ര സാദ്ധ്യ മല്ല" (ദിവാൻ കൃഷ്ണറാവു റസിഡന്റ് കല്ലന് 1857 ജൂൺ 1-ന് എഴു തിയ കത്ത് TGR Cover No: 286) എന്നാണ് ദിവാൻ കൃഷ്ണറാവു റസിഡന്റിന് നൽകിയ മറുപടി.

ഇതിനിടയിൽ മിഷനറിമാർ അടിമകളുടെ സന്താനങ്ങൾക്കുവേണ്ടി സ്കൂളുകൾ തുറന്നു. ഇതിനെ ജന്മിമാർ ശക്തമായി എതിർത്തു. ഈ എതിർപ്പുകളും മർദ്ദനവും അടിമകളെ മിഷനറിമാരുമായി കൂടു തൽ അടുപ്പിക്കാനേ ഉതകിയുള്ളൂ. AD 1854-ൽ തിരുവിതാംകൂറിലും കൊച്ചിയിലും അടിമത്തം നിരോധിച്ച് ഉത്തരവ് ഉണ്ടായി. എങ്കിലും

താണജാതിക്കാർക്ക് പൊതുനിരത്തുകളിൽ പ്രവേശിക്കാൻ 1910 വരെ കാത്തിരിക്കേണ്ടിവന്നു. 1936-ലെ ക്ഷേത്രപ്രവേശനവിളംബരത്തോടെ ക്ഷേത്രങ്ങളിൽ പ്രവേശിക്കാനുള്ള അനുവാദവും ലഭിച്ചു.

ദേവദാസി

"സ്ത്രീകളെ പണ്ട് സർക്കാർ ഉദ്യോഗങ്ങളിൽ നിയമിക്കുക പതിവില്ലായിരുന്നു. എന്നാൽ ക്ഷേത്രസംബന്ധമായ ഉദ്യോഗങ്ങളിൽ വലിയൊരുഭാഗം അവർക്കാണ് നൽകിയിരുന്നത്. അക്കൂട്ടത്തിൽ വിദ്യാസമ്പന്നകളും കലാകുശലകളും കുലീനകളുമായ സ്ത്രീകൾക്ക് ലഭിച്ചിരുന്ന ഏറ്റവും മാന്യമായ ഒരു ഉദ്യോഗമായിരുന്നു 'തേവിടിച്ചി സ്ഥാനം.' കേരളത്തിൽ നൃത്തം, സംഗീതം എന്നീ കലകളുടെ അഭിവൃദ്ധിക്കും മണിപ്രവാളം എന്ന സാഹിത്യപ്രസ്ഥാനത്തിന്റെ ഉൽപ്പത്തിക്കും തേവിടിച്ചികൾ വഹിച്ച പങ്ക് ഇനിയും ചരിത്രകാരന്മാരുടെ ഗവേഷണത്തിന് വിഷയമായിത്തീർന്നിട്ടില്ല" (ഇരുളടഞ്ഞ ഏടുകൾ. ഇളങ്കുളം കുഞ്ഞൻപിള്ള. പുറം 75).

ദേവദാസി സമ്പ്രദായത്തിന്റെ തുടക്കത്തെക്കുറിച്ച് വ്യക്തമായ രേഖകളൊന്നും ലഭ്യമല്ല. ക്ഷേത്രങ്ങളായിരുന്നല്ലോ മുൻകാല സാംസ്കാരികകേന്ദ്രങ്ങൾ. അന്ന് പ്രധാനക്ഷേത്രങ്ങളിലെല്ലാം ആതുരാലയങ്ങൾ, പട്ടത്താനങ്ങൾ, വേദപാഠശാലകൾ, കലാഭ്യാസനത്തിന് വേണ്ട സംവിധാനങ്ങൾ, തേവിടിശ്ശിസ്ഥാനങ്ങൾ എന്നിവ ഏർപ്പെടുത്തിയിരുന്നതായി കാണുന്നു. ക്ഷേത്രാചാരവുമായി ബന്ധപ്പെട്ട പ്രവൃത്തികൾ ആയിരുന്നു ദേവദാസികൾ ക്ഷേത്രത്തിൽ ചെയ്തുവന്നിരുന്നത്. പ്രതിഷ്ഠയെ ചാമരംകൊണ്ട് വീശുക, കുംഭ ആരതിയുമായി ദേവനെ അകമ്പടിസേവിക്കുക ക്ഷേത്രവും പരിസരവും ശുചിയാക്കുക, ആടിയുംപാടിയും ദേവനെ പ്രീതിപ്പെടുത്തുക, യോഗ്യരായ പെൺകുട്ടികൾക്ക് നൃത്തവും സംഗീതവും പഠിപ്പിച്ചുകൊടുക്കുക എന്നിവയായിരുന്നു ഇവരുടെ പ്രധാന ജോലികൾ.

ദേവദാസികളായി ക്ഷേത്രത്തിലെത്തുന്നത് പലകാരണങ്ങളാലായിരുന്നു. ചിലർ ദേവന് സ്വയം അർപ്പിക്കപ്പെട്ടവരാണ്. ക്ഷേത്രത്തിലേക്ക് വിൽക്കപ്പെടുന്നവരുമുണ്ട്. ദേവനെ പരിചരിക്കാൻ ഭൃത്യഭാവത്തോടെ എത്തുന്നവരാണ് മറ്റൊരുകൂട്ടർ. ദേവനോടുള്ള ഭക്തികൊണ്ട് ക്ഷേത്രവുമായി ബന്ധപ്പെട്ട് ജീവിക്കാൻ താൽപ്പര്യമുള്ളവരും മറ്റുള്ളവരുടെ പ്രലോഭനങ്ങൾക്ക് വശംവദരായി എത്തുന്നവരുമുണ്ട്. നാടുവാഴികൾ പാണ്ഡിത്യവും കലാപാടവുമുള്ളവരെ ക്ഷേത്രത്തിനു സമർപ്പിക്കുന്ന രീതിയുണ്ടായിരുന്നു. ഇക്കൂട്ടരെ ക്ഷേത്രത്തിന് അലങ്കാരമായാണ് കണക്കാക്കിയിരുന്നത്. പ്രതിഫലം പറ്റി ക്ഷേത്രത്തിൽ ആടുകയും പാടുകയും ചെയ്യുന്നവരും ദേവ

ദാസികളുടെ കൂട്ടത്തിലുണ്ട്. നൃത്തകലയുടെ സ്വാധീനം ദേവദാസി സമ്പ്രദായത്തെ വളരെയധികം സ്വാധീനിച്ചിരുന്നു. ക്ഷേത്രങ്ങളിൽ നിലനിന്നിരുന്ന ദാസിയാട്ടമാണല്ലോ മോഹിനിയാട്ടത്തിന്റെ മൂല രൂപം. ഇവരുടെ നിശാനൃത്തത്തിൽ ആകൃഷ്ടരായ ദേവന്മാർ നൃത്തം സ്ഥിരമായി ആസ്വദിക്കാൻ ക്ഷേത്രചുവരുകളിൽ പ്രതിമയായി നില കൊണ്ടിരുന്നത്രേ.

731-795 കാലഘട്ടത്തിലുള്ള കാഞ്ചിയിലെ മുക്തേശ്വരക്ഷേത്ര രേഖയിൽ കൂത്തികളെക്കുറിച്ച് പറയുന്നു, കൂത്തികൾ, കൂത്തച്ചികൾ, ആടുംപാത്രങ്ങൾ, കുടിക്കാരികൾ, തളിനങ്ങകൾ, നങ്ങച്ചികൾ എന്നിങ്ങനെ പലപേരുകളിൽ ഇവർ പരാമർശിക്കപ്പെടുന്നുണ്ട്.

തഞ്ചാവൂരിലെ ബ്രഹദീശ്വരക്ഷേത്രത്തിൽ നാനൂറ് തേവടി യാർക്ക് സ്ഥാനം നൽകിയ രാജരാജൻ തെക്കൻതിരുവിതാംകൂർ കീഴടക്കിയപ്പോൾ അവിടെയുള്ള ക്ഷേത്രങ്ങളിലും ഈ സമ്പ്രദായം തുടങ്ങി എന്ന് വിശ്വസിക്കാം. വിക്രമാദിത്യവരഗുണൻ "തേങ്കനാടു കിഴവൻ മകൾ ആയ്കുലമാതേവിയായിന മുരുകഞ്ചേന്തിയെ തിരു വടിച്ചാർത്ത..." (ദേവദാസിയായി അഭിഷേകം ചെയ്ത) എന്ന തിരു നന്ദിക്കര ചേപ്പോടും ഓർമ്മിക്കണം.

രാജാക്കന്മാർ ദേവദാസികളെ വിവാഹംചെയ്യുന്നത് മാന്യമായി കരുതിയിരുന്നു. വേണാട് ഭരിച്ചിരുന്ന വീരകേരളവർമ്മ കണ്ടിയൂർ തേവിടിച്ചി 'ഉണ്ണിക്കളത്തിര'ത്തെയായിരുന്നു വിവാഹം കഴിച്ചത്. ഇദ്ദേഹത്തിന്റെ ഭരണം കൊല്ലം 400-ാമാണ്ടോടുകൂടിയായിരുന്നു വെന്നു കരുതാം. ഓണാട്ടുകരരാജാവായിരുന്ന ഇരവി കേരള വർമ്മന്റെ ഭാര്യമാരിൽ പ്രഥമസ്ഥാനീയ, നർത്തകിയായ ചെറുകര കുട്ടത്തിയായിരുന്നു. 1721 മുതൽ 1729 വരെ വേണാട് ഭരിച്ചിരുന്ന രാമവർമ്മ മഹാരാജാവ് വിവാഹംചെയ്തതും ദേവദാസിയെയാ യിരുന്നല്ലോ.

പട്ടത്താനംപോലെതന്നെ ദേവദാസികളും പ്രതിഫലം പറ്റിയാ യിരുന്നു ആ സ്ഥാനം സ്വീകരിച്ചിരുന്നതെങ്കിലും സമൂഹത്തിൽ ഉന്നതസ്ഥാനങ്ങളിലുള്ള ധനികരും ദേവദാസിയുടെ സ്ഥാനവും തൊഴിലും സ്വീകരിച്ചിരുന്നു. ദേവന് വിലപ്പെട്ട ദാനങ്ങൾ നൽകി ആ സ്ഥാനം സ്വീകരിക്കുന്നവരുമുണ്ടായിരുന്നു. കൊല്ലവർഷം 428-ൽ ചോളപുരം ക്ഷേത്രത്തിലുണ്ടായ രണ്ട് ദേവദാസി സ്ഥാനങ്ങളിൽ ഒന്ന് ലഭിച്ച ചെങ്കോടൻ പൂവാണ്ടി ഒരു ധനികയായിരുന്നു. അവർ മൂന്ന് സ്വർണ്ണശലാഗകളും ഇരുപത് അച്ചും ക്ഷേത്രത്തിലേക്ക് ദാനം ചെയ്തതായി രേഖയുണ്ട്. (ശലാഗ-തിരുവിതാംകൂറിൽ പ്രചാരത്തിലുണ്ടായിരുന്ന പാണ്ഡ്യൻ നാണയം. അച്ച്-തിരു വിതാംകൂറിൽ വ്യാപകമായി പ്രചാരത്തിലുണ്ടായിരുന്ന ഈ

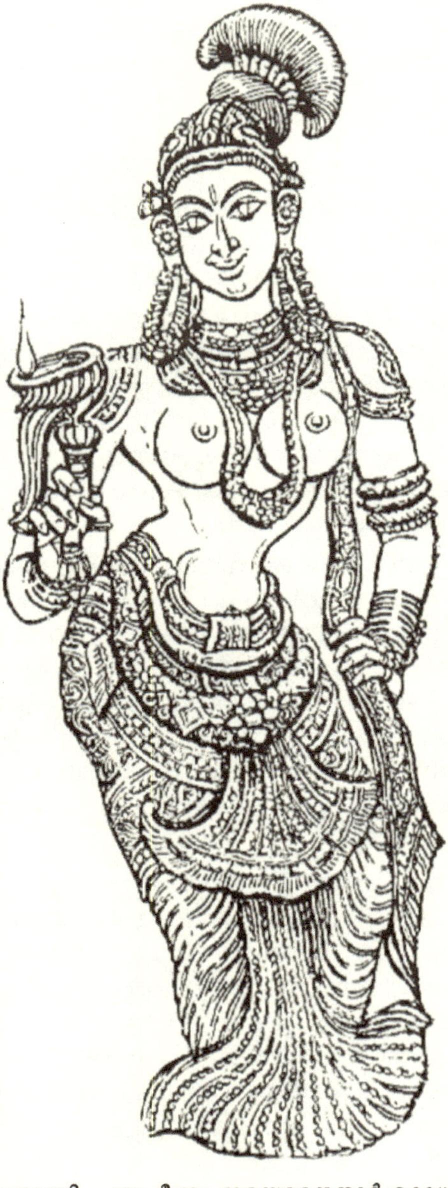

ദേവദാസി - ശുചീന്ദ്രം ഇളയനൈനാർ ക്ഷേത്രത്തിലെ
ദേവദാസി ശില്പത്തിന്റെ രേഖാചിത്രം

നാണയം അച്ച് പതിച്ചാണ് ഉണ്ടാക്കിയിരുന്നത്.) മറ്റൊരു രേഖയിൽ ചോഴവൈശ്രവണനായ കണവൻ വടുകൻ പുതിയതായി ദേവദാസി പദം ലഭിച്ച സഹോദരിക്കുവേണ്ടി 61 അച്ച് ക്ഷേത്രത്തിലെ ഭരണാധികാരികളെ ഏൽപ്പിച്ചതായും കാണുന്നു.

ശുചീന്ദ്രം ക്ഷേത്രത്തിലെ വസന്തമണ്ഡപം നയിനാർമണ്ഡപം, നാടകശാല തുടങ്ങിയവ ദേവദാസികളുടെ വഴിപാടുനിർമ്മിതികളാണെന്നു ക്ഷേത്രരേഖകൾ വെളിവാക്കുന്നു. ഇളയനൈനാർ മണ്ഡപം പണികഴിപ്പിച്ച സീതമ്മ കേരളപുരം ക്ഷേത്രത്തിലെ തേവിടിശ്ശിയായിരുന്നു. സീതമ്മാളിന്റെയും മാതാവായ മാലക്കുട്ടിയുടെയും നൃത്തംചെയ്യുന്ന രൂപത്തിലുള്ള പ്രതിമകൾ ക്ഷേത്രശ്രീകോവിലിനടുത്തുണ്ട്.

കണ്ടൻചോലൈ എന്ന തേവിടിശ്ശി, ക്ഷേത്രത്തിലേക്ക് ഒരു തിരുനന്താവിളക്ക് സമർപ്പിച്ചതായും അതിലേക്ക് ദിവസം ആഴക്കു നെയ്ക്ക്വേണ്ടി, ചാവുകയോ വയസ്സാവുകയോ ചെയ്യാത്ത ഇരുപത്തി അഞ്ച് ആടുകളെയും ദാനം നൽകിയതായും കന്യാകുമാരി ഗുഹാനാഥസ്വാമിക്ഷേത്രത്തിലെ ശിലാലിഖിതത്തിൽ കാണാം.

ദേവദാസികൾ തങ്ങൾ നേടുന്ന പണംമുഴുവൻ ക്ഷേത്രത്തിലേക്കുതന്നെ കൊടുക്കുമെന്ന് അബുസയ്ദു എന്ന മുസ്ലിം സഞ്ചാരി രേഖപ്പെടുത്തിയിട്ടുണ്ട്. ക്ഷേത്രങ്ങളിലേക്ക് സ്ത്രീകളെ വിറ്റിരുന്നതായും പറയപ്പെടുന്നു. വേണാട് രാജാക്കന്മാർ ശുചീന്ദ്രം സന്ദർശിക്കുമ്പോൾ തേവിടിച്ചികൾ സ്വീകരണത്തിൽ പങ്കുകൊള്ളണമെന്നും ശുചീന്ദ്രം വിടുന്നതുവരെ അവർ ഒപ്പമുണ്ടായിരിക്കണമെന്നും പതിവുണ്ടായിരുന്നു.

"രസികന്മാരായ നമ്പൂതിരിമാരുടെ ക്ഷേത്രഭരണം, 'മൂരിക്കുട്ടന്മാ'രായി അധഃപതിച്ച 'പിഴാരക്കയ്യ'ന്മാരുടെയും 'പട്ടകളുടെയും ഉപദേശം, സുഖലോലുപരായ നാടുവാഴികളുടെ മേൽക്കോയ്മ, ക്ഷേത്രപരിസരങ്ങളിലെ ജീവിതം ഇവയെല്ലാം ഒത്തുചേർന്നപ്പോൾ തേവിടിച്ചിപദം അതിവേഗം ദുഷിക്കാനിടയായി" (ഇളങ്കുളം, ഇരുളടഞ്ഞ ഏടുകൾ. പുറം 85).

മണ്ണാപ്പേടി, പുലപ്പേടി

സമൂഹം അടക്കിവാണിരുന്ന മേൽജാതിക്കാർ മണ്ണാനെയും പുലയനെയുമൊക്കെ പേടിച്ചിരുന്ന കാലമുണ്ടായിരുന്നു. കീഴാളർ, ജാതീയമായ അസമത്വവും പീഡനവും അനുഭവിച്ചിരുന്നകാലത്ത് തന്നെയായിരുന്നു ഇങ്ങനെ ഒരു ഭയം മേലാളന്മാർക്ക് ഉണ്ടായിരുന്നതെന്നും വിരോധാഭാസമായി തോന്നാം.

മണ്ണാപ്പേടി, പുലപ്പേടി എന്നൊക്കെയായിരുന്നു ഈ അനാചാരം അറിയപ്പെട്ടിരുന്നത്. മണ്ണാനെയും പുലയനെയുമൊക്കെ മേൽജാതിക്കാർ പേടിച്ചിരുന്നത് തങ്ങളുടെ സ്ത്രീകളുമായി ബന്ധപ്പെട്ടാണ്. ആചാരമനുസരിച്ച് പുലയൻ, മണ്ണാൻ തുടങ്ങിയ ജാതിക്കാർക്ക് ചില പ്രത്യേക മാസങ്ങളിൽ (ഇത് 15 ജൂലൈ മുതൽ ആഗസ്റ്റ് 15 വരെയാണെന്ന് കെ.പി. പത്മനാഭമേനോൻ ഹിസ്റ്ററി ഓഫ് കേരള എന്ന ഗ്രന്ഥത്തിൽ രേഖപ്പെടുത്തിയിട്ടുണ്ട്) ഉയർന്ന ജാതിക്കാരായ സ്ത്രീകളെ തീണ്ടി ജാതിഭ്രഷ്ട് വരുത്തി സ്വന്തമാക്കാനുള്ള അവകാശമുണ്ടായിരുന്നു. ഈ സമയങ്ങളിൽ ഇരുട്ടിന്റെ മറവിൽ ഒളിച്ചിരുന്ന് ഇവർ മേൽജാതിക്കാരിൽ പ്രത്യേകിച്ച് നായർസ്ത്രീകളെ അപഹരിച്ചുപോന്നു. ഇവർ സ്ത്രീകളെ സ്പർശിക്കുകയോ ചെറിയ കമ്പോ കല്ലോ എടുത്തെറിഞ്ഞ് കൊള്ളിക്കുകയോ, “കണ്ടേ കണ്ടേ” എന്ന് വിളിച്ചുപറയുകയോ ചെയ്താൽ മാമൂലനുസരിച്ച് ആ സ്ത്രീ ജാതിഭ്രഷ്ടാവും. ഇത്തരത്തിൽ ഭ്രഷ്ടുകല്പിക്കപ്പെട്ട സ്ത്രീകളെ സമുദായത്തിൽനിന്ന് പുറന്തള്ളും. ആചാരപ്രകാരം പുലപ്പെട്ട സ്ത്രീകളെ വിവാഹം കഴിക്കാനോ അടിമകളാക്കി വിൽക്കാനോ പുലപ്പെടുത്തിയ ആൾക്ക് അവകാശമുണ്ട്. ഇങ്ങനെ ധാരാളം സ്ത്രീകളെ അടിമക്കമ്പോളത്തിൽ വിൽപ്പനയ്ക്ക് എത്തിച്ചിരുന്നു. പുലപ്പെടുത്താൻ സാധ്യതയുള്ള നാളുകളിൽ സന്ധ്യകഴിഞ്ഞാൽ സ്ത്രീകൾ പുരുഷസഹായമില്ലാതെ വീടിനുപുറത്ത് ഇറങ്ങിയിരുന്നില്ല. സമുദായത്തിന്റെ അഭിമാനം സംരക്ഷിക്കാൻ ഭ്രഷ്ട് സംഭവിച്ച സ്ത്രീകളെ ബന്ധുക്കൾ കൊന്നുകളയുന്നതും പതിവായിരുന്നു. ശൈഖ് സൈനുദ്ദീനും ബർബോസയും ഈ അനാചാരത്തെക്കുറിച്ച് പരാമർശിച്ചിട്ടുണ്ട്.

ഇങ്ങനെയുള്ള ആചാരത്തെ കൊ.വ. 871 മകരമാസം 25-ാം തീയതി നിയമംമൂലം നിരോധിച്ചു. അന്ന് യുവരാജാവായിരുന്ന കേരളവർമ്മയായിരുന്നു ഈ നിയമം നടപ്പിലാക്കിയത്. കൽപ്പനയ്ക്ക് വിപരീതമായി ആരെങ്കിലും പ്രവർത്തിച്ചാൽ അവർക്ക് കഠിനശിക്ഷ ലഭിക്കും. അങ്ങനെ മണ്ണാപ്പേടിയോ പുലപ്പേടിയോ ഉണ്ടായ സ്ത്രീകൾ കുളിച്ച് കരകേറിയാൽ പിന്നെ ദോഷമില്ല എന്നായിരുന്നു കൽപ്പന. തോവാളയ്ക്കുമേൽ കണ്ണേറ്റിക്ക് കിഴക്ക് കടലിനും മലയ്ക്കും അകത്ത് ഉൾപ്പെട്ട നാട്ടിൽ മണ്ണാപ്പേടിയും പുലപ്പേടിയും ഇല്ലാ എന്ന തമ്പുരാന്റെ തിരുവുള്ളംപറ്റി കൽപ്പിച്ചതനുസരിച്ച് രണ്ടു വിഭാഗം മഹാജനങ്ങളുംകൂടി കൽപ്പിച്ച് കല്ലുവെട്ടി നാട്ടിയ കൽപ്പനയ്ക്ക് വിപരീതമായി പുലപ്പേടിയും മണ്ണാപ്പേടിയും ഉണ്ടാക്കുന്ന കാലത്ത് പുലയരുടേയും മണ്ണാരുടേയും ഗർഭസ്ഥശിശു ആദിയായവ തോണ്ടിവെട്ടുന്നതും ഈ കൽപ്പനയ്ക്ക് വിപരീതമായി പുലപ്പേടി,

മണ്ണാപ്പേടി എന്നിവ സ്ത്രീകൾക്കുണ്ടായാൽ സ്ത്രീ കുളിച്ചുകരക യറിയാൽ ദോഷമില്ല എന്നും കൽപ്പിച്ചു.

ഇങ്ങനെയൊക്കെ രാജകൽപ്പന ഉണ്ടായെങ്കിലും ചില സ്ഥല ങ്ങളിൽ ചില ആളുകൾ ഈ അനാചാരം രഹസ്യമായി തുടർന്നു. കാരണം മുകിലന്റെ ആക്രമണത്തെ തുടർന്ന് രാജ്യത്ത് അപ്പോൾ രാജാധികാരം ദുർബലമായിരുന്നു എന്നുമാത്രമല്ല, രാജ്യത്തെ പ്രഭു ക്കന്മാരും പ്രമാണിമാരും രാജാധികാരത്തിനെതിരായി പ്രവർത്തി ക്കുന്നുമുണ്ടായിരുന്നു. സവർണ്ണസ്ത്രീകൾക്ക് ദോഷകരമായ ആചാ രത്തെ നിരോധിക്കുന്ന കൽപ്പനയായിട്ടുപോലും രാജസ്ഥാനത്തോ ടുള്ള എതിർപ്പുകാരണം ഉത്തരവ് പ്രാവർത്തികമാക്കുന്നതിൽ പ്രഭു ക്കന്മാർ വലിയ താത്പര്യം കാണിച്ചില്ല. അക്കാരണത്താൽത്തന്നെ ഈ അനാചാരം കുറെയൊക്കെ തുടർന്നുവരികയും ചെയ്തു. ഇങ്ങനെയൊരു സാഹചര്യത്തിൽ രാജകൽപ്പന നടപ്പാക്കാനും അത് ലംഘിക്കുന്നവർക്കെതിരെ നടപടിയെടുക്കാനും ശേഷിയുള്ള പൗര ന്മാരെ ആശ്രയിക്കുകയാണ് സർക്കാർ ചെയ്തത്.

ഈ സംഭവം പശ്ചാത്തലമാക്കി രചിച്ച തെക്കൻപാട്ടാണ് 'വലിയ കേശി, കൊച്ചുകേശി' കഥ. വിളവംകോട് താലൂക്കിലായിരുന്നു വലിയ കേശിയുടേയും കൊച്ചുകേശിയുടേയും ജനനം. അവർ കായികാ ഭ്യാസികളായിരുന്നു. സ്ഥലത്തെ ജന്മിയായ കുറുപ്പ് വലിയകേശിയെ തന്റെ കാര്യക്കാരനായി നിയമിച്ചു. സർക്കാരിന്റെ ആവശ്യപ്രകാരം വലിയകേശിയും കൊച്ചുകേശിയും സർക്കാർ സേവനത്തിന് തയ്യാ റായി. ഇവരുടെ കഥയാണ് പാട്ടുകഥയിലെ പ്രതിപാദ്യം. യുവ രാജാവ് കേരളവർമ്മ ഇരുവരേയും ആയുധം നൽകി അനുഗ്രഹിച്ചു. വെങ്ങാനൂർ, കുഴിത്തുറ, അഴകിയമണ്ഡപം, നെയ്യാറ്റിൻകര തുടങ്ങിയ സ്ഥലങ്ങളിൽ രാജകൽപ്പന അനുസരിക്കാത്തവരെ കണ്ടുപിടിച്ച് അവരെ ശിക്ഷിച്ച് കേശീസഹോദരന്മാർ മുന്നേറി. തുടർന്ന് അവർ തിരുവിതാംകോട്, ആലങ്കോട്, നാലുമ്മൂട്, തലക്കുളം, മണലിവിള എന്നീ സ്ഥലങ്ങളിലൂടെ കടന്ന് പത്മനാഭൻ തോപ്പിലെത്തി. പത്മ നാഭൻതോപ്പിൽ രാജശാസന ലംഘിച്ച ചിലരെ കാളിപ്പോരാളി സംരക്ഷിക്കുന്നതായറിഞ്ഞ വലിയകേശി അവിടെയെത്തി. കാളി പ്പോരാളിയുടെ കോട്ടകൾപോലെയുള്ള മതിൽ ചാടിക്കടന്ന് കുറ്റ വാളികളെ പിടികൂടി ശിക്ഷിച്ചു. ഇതുകണ്ട് തന്റെ കുന്തവുമായെ ത്തിയ കാളിപ്പോരാളി വലിയകേശിയെ പുറകിൽനിന്ന് കുന്തം കൊണ്ട് കുത്തിക്കൊന്നു. അപ്പോഴേക്കും കൊച്ചുകേശി അവിടെ എത്തിയെങ്കിലും ജ്യേഷ്ഠന്റെ മരണംകണ്ട് അവിടെവച്ച് അയാളും ആത്മഹത്യ ചെയ്യുന്നു. ഇതാണ് രാജശാസനം നടപ്പിലാക്കാനും അനാചാരം ഇല്ലായ്മചെയ്യാനും സ്വജീവിതം ബലിയർപ്പിച്ച കേശീ സഹോദരങ്ങളുടെ കഥ.

മേൽമുണ്ടുകലാപം

തിരുവിതാംകൂറിലെ, വിശേഷിച്ച് തെക്കൻതിരുവിതാംകൂറിലെ സാമൂഹികരംഗത്ത് ശക്തമായ ചലനങ്ങളുണ്ടാക്കിയ സമരമായിരുന്നു മേൽമുണ്ട് സമരം. ആഢ്യത്വത്തിന്റെ അടയാളമായിരുന്നല്ലോ മേൽമുണ്ട്. സവർണ്ണമേധാവിത്വത്തിനും അടിച്ചമർത്തലുകൾക്കുമെതിരെ തൊട്ടുകൂടാത്തവർ നടത്തിയ സമരത്തിൽ അവർ ആയുധമാക്കിയതും ഈ മേൽമുണ്ട് തന്നെ. അവർക്ക് മേൽമുണ്ട് മേലുമറയ്ക്കാനുള്ള ഒരുതുണ്ടു തുണി എന്നതിനേക്കാൾ തുല്യതയുടെയും സാമൂഹികനീതിയുടെയും പ്രതീകംകൂടിയായിരുന്നു.

16-ാംനൂറ്റാണ്ടുവരെ വസ്ത്രധാരണം സാമൂഹികമോ വ്യക്തിപരമോ ആയ പ്രശ്നമായിരുന്നില്ല. രാജാക്കന്മാരോ റാണിമാരോ പോലും അരയ്ക്കുമുകളിൽ വസ്ത്രം ധരിക്കുന്ന പതിവുണ്ടായിരുന്നില്ല. "റാണിയുടെ വേഷമാകട്ടെ, അരയിൽചുറ്റിയ വസ്ത്രം മാത്രമായിരുന്നു. തോളത്ത് അലക്ഷ്യമായി ഇട്ടിരുന്ന ഒരു ചെറിയവസ്ത്രമൊഴിച്ചാൽ അരയ്ക്കുമേൽ മിക്കവാറും നഗ്നമായിരുന്നു. നായർ ഭടന്മാരുടേയും ഉദ്യോഗസ്ഥന്മാരുടേയും വസ്ത്രവും നാമമാത്രം തന്നെ. അവരുടെ അരയ്ക്കുമുകളിൽ പൂർണ്ണനഗ്നമാണ്." പതിനേഴാം നൂറ്റാണ്ടിലെ സ്ഥിതിയാണിതെന്ന് ഓർക്കണം. 1662-ൽ കൊല്ലം റാണിയെ സന്ദർശിച്ച നീഹോഫിന്റെ വിവരണമാണിത്. അക്കാലത്ത് നമ്പൂതിരിസ്ത്രീകളും നായർസ്ത്രീകളും മാറുമറച്ചിരുന്നില്ല. സാധാരണക്കാർ മുട്ടിന് മുകളിലെത്തുന്ന കുറിയമുണ്ട് മാത്രമാണ് ധരിച്ചിരുന്നത്. അടിമകൾക്ക് യജമാനന്മാർ വർഷത്തിലൊരിക്കൽ ഒരുമുഴം തുണി നൽകും. വേണാട്ടിലും പിന്നെ തിരുവിതാംകൂറിലും കാർത്തികതിരുനാളിനുമുമ്പുള്ള രാജാക്കന്മാരൊന്നും ഉടുപ്പ് ധരിച്ചിരുന്നില്ലെന്നുള്ളതും ശ്രദ്ധേയമാണ്. തിരുവിതാംകൂറിൽ മിഷനറിമാരുടെ വരവോടുകൂടിയാണ് സാധാരണക്കാരുടെ ഇടയിൽ വസ്ത്രവിചാരം തുടങ്ങിയതെന്ന് സാമാന്യമായി പറയാം. എന്നാൽ 1680-ൽ തിരുവിതാംകൂറിനെ ആക്രമിച്ച മുകിലൻ തെക്കൻതിരുവിതാംകൂറിൽ തന്റെ അധീനതയിലെ പ്രജകളെല്ലാം മാറുമറയ്ക്കണമെന്ന് കൽപ്പിച്ചിരുന്നതും ഓർക്കാം.

മേൽമുണ്ടുസമരത്തെ ശീലവഴക്ക്, ചാന്നാർലഹള എന്നിങ്ങനെ മറ്റ് പല പേരുകളിലും വിശേഷിപ്പിക്കുന്നുണ്ട്. കന്യാകുമാരി, കോട്ടാർ, നാഗർകോവിൽ, മണ്ടക്കാട്, കളിയിക്കാവിള, നെയ്യാറ്റിൻകര എന്നിവിടങ്ങളായിരുന്നു പ്രധാന സമരഭൂമികൾ. തെക്കൻതിരുവിതാംകൂറിലെ തമിഴ്പ്രദേശങ്ങളിൽ ചാന്നാർക്കും ഈഴവർക്കും തുല്യപദവിയാണുണ്ടായിരുന്നത്. അവർ അടിച്ചമർത്തപ്പെട്ടവരും ഗുരുതരമായ

സാമൂഹികഅസമത്വങ്ങൾക്ക് വിധേയരുമായിരുന്നു. പിതൃദായക്രമമായിരുന്നു ചാന്നാന്മാർ പിന്തുടർന്നുപോന്നത്. പ്രധാനജോലി പന ചെത്തും. ഇവിടത്തെ ചാന്നാന്മാർ നായന്മാരെയും വെള്ളാളരേയും ആശ്രയിച്ചാണ് കഴിഞ്ഞിരുന്നത്. നാഞ്ചിനാട്ടെ ഭൂമിയുടെ ഭൂരി ഭാഗവും നായന്മാരുടെ കൈവശമായിരുന്നല്ലോ. യജമാനന്മാർ മലയാളം സംസാരിക്കുന്നവരായിരുന്നെങ്കിലും ഇവർ തമിഴരായിത്തന്നെ തുടർന്നു.

തീണ്ടൽ ജാതിയിൽപ്പെട്ട ചാന്നാന്മാരുടെ സ്ത്രീകൾക്ക് മാറു മറയ്ക്കാൻ അവകാശം ഉണ്ടായിരുന്നില്ല. താഴ്ന്നജാതിയിൽപ്പെട്ട സ്ത്രീകൾ അക്കാലത്ത് മാറുമറയ്ക്കുന്നത് നിയമംമൂലം നിരോധിച്ചിരുന്നു. നായർ സ്ത്രീകൾക്കാകട്ടെ ഒരു കൂറിയമുണ്ടുകൊണ്ട് മാറു മറയ്ക്കാൻ അനുവാദമുണ്ടായിരുന്നെങ്കിലും ക്ഷേത്രത്തിലെ ദേവന്മാരുടേയും മേൽജാതിക്കാരുടേയും മുമ്പിൽ മാറുമറയ്ക്കാൻ അനുവദിച്ചിരുന്നില്ല.

സമൂഹത്തിൽ താഴ്ന്നജാതിക്കാരോടുണ്ടായിരുന്ന അനാചാരങ്ങൾക്കെതിരെ പോരാടാൻ നേതൃത്വം നൽകുന്നതിൽ മിഷനറിമാർ പ്രധാന പങ്ക്വഹിച്ചു. ഈ വിഷയത്തിൽ അയ്യാവൈകുണ്ഠസ്വാമികൾ നടത്തിയ പ്രവർത്തനങ്ങളും ശ്രദ്ധേയമാണ്. 1806 എൽ.എം. എസ്. മിഷനറിയായ റിങ്കിൾടാബും തുടർന്ന് 1816-ൽ ചാൾസ്മീഡും നാഗർകോവിലിലെ ചാന്നാന്മാരുടെ മതപരിവർത്തനത്തിന് നേതൃത്വം നൽകി. ഇതിന്റെ ഫലമായി 1806-നുശേഷം 7000-ൽ അധികം ചാന്നാന്മാർ ഈ പ്രദേശങ്ങളിൽ മതപരിവർത്തനം നടത്തിയതായി റോബിൻ ജെഫ്രി പറയുന്നു (നായർ മേധാവിത്വത്തിന്റെ പതനം പുറം-49). മിഷനറിമാരുടെ ശക്തമായ സമ്മർദ്ദത്തെത്തുടർന്ന് 1820-ൽ ചാന്നാർ ക്രിസ്ത്യാനികൾ ഒരു പ്രത്യേകതരം ബ്ലൗസുകൊണ്ട് മാറു മറയ്ക്കാനുള്ള അവകാശം നേടിയെടുത്തു.

1809 ഇംഗ്ലീഷുകാർക്കെതിരെ വേലുത്തമ്പി നടത്തിയ സൈനിക കലാപത്തിന്റെ പരാജയത്തെത്തുടർന്ന് സമ്മർദ്ദത്തിലായ രാജാവിനെ വരുതിയിൽ കൊണ്ടുവരാൻ മിഷനറിമാർക്ക് അധികം ബുദ്ധിമുട്ടേണ്ടിവന്നില്ല. ഇംഗ്ലീഷ് റസിഡന്റിനുവേണ്ടി മിഷനറിമാരെ തൃപ്തിപ്പെടുത്തുക രാജാക്കന്മാരുടെയും ആവശ്യമായിരുന്നു.

1829-ൽ മതംമാറിയ ചാന്നാർ ക്രിസ്ത്യാനികൾക്ക് കുപ്പായം ധരിക്കാൻ അവകാശം നൽകിക്കൊണ്ടുള്ള ഒരു വിളംബരം പുറപ്പെടുവിക്കുന്നതിൽ ചാൾസ്മീഡ് വിജയിച്ചു. ആദ്ധ്യാത്മികതയേക്കാൾ സാമൂഹിക ഉച്ചനീചത്വങ്ങൾക്കെതിരെയുള്ള പ്രവർത്തികളാണ് കീഴാളരെ ആകർഷിക്കാനുള്ള മാർഗ്ഗമെന്ന് മീഡ് മനസ്സിലാക്കിയിരുന്നു. ചാന്നാർ സ്ത്രീകൾക്ക് കുപ്പായം ധരിക്കാനുള്ള അവകാശം

നൽകിയെങ്കിലും നായർസ്ത്രീകളുടെതുപോലുള്ള മേൽമുണ്ടോ തമിഴ്ബ്രാഹ്മണരുടെ ബ്ലൗസോ ധരിക്കുന്നതിൽനിന്ന് അവരെ വിലക്കിയിരുന്നു എന്ന് മാത്രമല്ല ഹിന്ദു ചാന്നാർ സ്ത്രീകൾ പഴയ പടി മാറുമറയ്ക്കാതെ നടക്കുകയും വേണം.

ഇങ്ങനെയൊക്കെയാണെങ്കിലും ചാന്നാർസ്ത്രീകൾ കുപ്പായം ധരിക്കുന്നത് സാധാരണയായിരുന്നില്ല. 1950-തോടെ "കഴിവുള്ളവർ സ്ഥിരമായി കുപ്പായം ധരിക്കണമെന്നും പാങ്ങില്ലാത്തവർ ദേവാലയങ്ങളിൽ-പള്ളികളിൽമാത്രം അവ ധരിക്കണം" എന്നും റവ. എബനീസർ ആഹ്വാനം ചെയ്തു. കുപ്പായത്തിനുപയോഗിച്ച നാടൻതുണികൾ പരുക്കനായിരുന്നതിനാൽ കുപ്പായമാക്കി മാറ്റാവുന്ന പഴയവസ്ത്രങ്ങൾ ഇംഗ്ലണ്ടിൽനിന്നും കൊണ്ടുവരാൻ അദ്ദേഹം ശ്രമിച്ചു.

മതപരിവർത്തനം നടത്തിയ ഒരുകൂട്ടം ചാന്നാന്മാർ കുപ്പായം ധരിക്കാനുള്ള അവകാശംകൊണ്ടുമാത്രം തൃപ്തരായില്ല. തങ്ങളുടെ സ്ത്രീകൾക്ക് ഇഷ്ടാനുസരണം വസ്ത്രംധരിക്കാനുള്ള അവകാശത്തിനായി 1855-ൽ സർക്കാരിന് ഹർജി സമർപ്പിച്ചു. ഈ അപേക്ഷ നിരസിക്കപ്പെട്ടെങ്കിലും സർക്കാരിനെ ഒട്ടും കൂസാതെ ക്രിസ്ത്യൻ സ്ത്രീകൾ കുപ്പായത്തിനുമീതേ മേൽശീല ധരിച്ചുതുടങ്ങി. ഈ രീതി ക്രമേണ ഹിന്ദുചാന്നാന്മാരും പിന്തുടർന്നു. എന്നാൽ 1829-ലെ വിളംബരത്തിലെ വ്യവസ്ഥകൾക്ക് വിപരീതമായി മേൽശീല ധരിച്ച ഒരു ക്രിസ്ത്യൻസ്ത്രീക്കെതിരെയുള്ള കുറ്റാരോപണം 1858 ഡിസംബർ മാസത്തിൽ പരിഗണിച്ച ശങ്കുണ്ണിമേനോൻ സംസ്ഥാന നിയമങ്ങളെ തകിടംമറിക്കാൻ ഗൂഢാലോചന നടത്തി എന്ന കുറ്റം ചുമത്തുകയും കുറ്റക്കാരിക്ക് കൂട്ടംകൂടുന്നതിനും കുഴപ്പം സൃഷ്ടിക്കുന്നതിനും ഉദ്ദേശമുണ്ടായിരുന്നതായി റിപ്പോർട്ട് നൽകുകയും ചെയ്തു.

1859-ൽ വസ്ത്രധാരണത്തെ സംബന്ധിച്ച തർക്കത്തിൽ കോട്ടാറിലെ പുകയിലക്കടയും ഏതാനും കച്ചവടക്കാരെയും ചാന്നാന്മാർ ആക്രമിച്ചതായി ശങ്കുണ്ണിമേനോൻ റിപ്പോർട്ട് ചെയ്തു. എന്നാൽ നായന്മാരും വെള്ളാളരുമാണ് ജനുവരി നാലിന് കുഴപ്പമുണ്ടാക്കിയതെന്നും ചാന്നാന്മാരെ അടിക്കുകയും അവരുടെ സ്ത്രീകളുടെ മേൽമുണ്ട് വലിച്ചുകീറിക്കളയുകയും ചെയ്തു എന്നാണ് മിഷനറിമാർ റസിഡന്റ് കല്ലനോട് നേരിട്ട് പരാതിപ്പെട്ടത്. പക്ഷേ റസിഡന്റ് മിഷനറിമാരുടെ കഥ അവിശ്വസിക്കുകയും കുറ്റാരോപിതരായ തമ്പിമാർ മാന്യന്മാരാണെന്നും വ്യക്തമായ തെളിവില്ലാതെ അവരെ ഇതിൽ ബന്ധപ്പെടുത്തുന്നതിൽ ജാഗ്രതപാലിക്കണമെന്നും അഭിപ്രായപ്പെട്ടു (റസിഡന്റ് കല്ലൻ 1859 ജനു. 14-ന് മാധവറാവുവിന് എഴുതിയ കത്ത്. അവലംബം നായർമേധാവിത്വത്തിന്റെ പതനം).

തുടർന്ന് ഒറ്റപ്പെട്ട സംഘട്ടനങ്ങളും മിഷനറിവസ്തുക്കൾ കൊള്ളയടിക്കുന്ന സംഭവങ്ങളുമുണ്ടായി. ഒരു യൂറോപ്യൻ കമാൻഡറുടെ നേതൃത്വത്തിൽ നൂറുപേർ അടങ്ങുന്ന നായർപട്ടാളം ലഹള അമർച്ച ചെയ്യാനെത്തി. ബ്രിട്ടീഷ് ഇന്ത്യയിലെ തിരുനെൽവേലിയിൽനിന്ന് ചാന്നാന്മാർ തിരുവിതാംകൂറിനെ ആക്രമിക്കാൻ തയ്യാറെടുക്കുന്നുണ്ടെന്നും തിരുവിതാംകൂറിലെ ചാന്നാന്മാർ തിരുനെൽവേലിയിലേക്ക് പലായനം ചെയ്യുന്നുവെന്നും കല്ലൻ റിപ്പോർട്ട് ചെയ്തു. എന്നാൽ തെക്കൻ ജില്ലകളിൽ തീവ്രമായ ആക്രമണത്തിന്റെ ലക്ഷണങ്ങളൊന്നുമുണ്ടായിരുന്നില്ല. ഫെബ്രുവരിമാസം ആദ്യത്തോടെ രംഗം ശാന്തമായി. കലാപത്തിൽ ആൾനാശമൊന്നുമുണ്ടായതായി റിപ്പോർട്ട് ചെയ്യപ്പെട്ടില്ല. മിഷൻവസ്തുക്കളുടെ നാശനഷ്ടം സർക്കാർ കണക്കനുസരിച്ച് 128 രൂപ മാത്രമായിരുന്നുവെന്ന് റോബിൻജെഫ്രി രേഖപ്പെടുത്തുന്നു.

ഹിന്ദുക്കളും ക്രിസ്ത്യാനികളുമായ ചാന്നാന്മാർ നായന്മാരെയും വെള്ളാളരേയുംകാൾ എണ്ണത്തിൽകൂടുതലുണ്ടായിരുന്നെങ്കിലും രണ്ടാമത്തെകൂട്ടർ സംഘടിതരും സായുധരുമായിരുന്നു. മാത്രമല്ല അവരെ ആശ്രയിച്ചിരുന്ന മുൻകാല അടിമകളുടേയും പാട്ടക്കുടിയാന്മാരുടേയും പിൻതുണകൂടി നായർവെള്ളാളസമൂഹത്തിന് ലഭിച്ചു. തങ്ങൾക്കനുകൂലമായി മിഷനറിമാർ നിരന്തരം മദ്രാസ് ഗവൺമെന്റിന് കത്തുകളയച്ചുകൊണ്ടിരുന്നുവെന്നല്ലാതെ തുറന്ന സംഘട്ടനങ്ങളിൽ മറ്റ് സഹായങ്ങളൊന്നും അവരിൽനിന്ന് ചാന്നാന്മാർക്ക് കിട്ടിയുമില്ല. കലാപം ഒച്ചപ്പാടോടെ പരാജയപ്പെട്ടു എന്ന് മിഷനറിമാർ ഉറപ്പാക്കി.

മേൽമുണ്ടു സമരകാലത്തും അതിനോടടുത്തകാലത്തുമാണ് ചാന്നാന്മാർ ക്രിസ്തുമതത്തിലേക്ക് കൂടുതലായെത്തിയത്. മിഷനറിമാർ ചാന്നാന്മാരെ അന്വേഷിച്ച് ചെല്ലുകയല്ല, മറിച്ച് ചാന്നാന്മാർ മിഷനറിമാരെ അന്വേഷിച്ച് കൂട്ടംകൂട്ടമായി ചെല്ലുകയാണുണ്ടായത്. 1931-ലെ തിരുവിതാംകൂർ സെൻസസ് പ്രകാരം ചാന്നാന്മാരിൽ 41.9% പേർ ക്രിസ്തുമതത്തിൽ ചേർന്നുകഴിഞ്ഞിരുന്നു.

"മാറുമറയ്ക്കൽ സമരം ഇംഗ്ലണ്ടിലെ പത്രങ്ങൾപോലും താല്പര്യത്തോടെയാണ് ശ്രദ്ധിച്ചത്. ലങ്കാഷെയറിലെയും മാഞ്ചസ്റ്ററിലെയും തുണിമില്ലുകൾക്കായിരുന്നു കൂടുതൽ താല്പര്യം" (എം.ജി. ശശിഭൂഷൺ-അറിയപ്പെടാത്ത അനന്തപുരി).

കമ്പനിഭരണത്തിന്റെയും ക്രിസ്തുമതത്തിന്റെയും മാനവികതയുടേയും പേരിൽ നടത്തിയ അടിമത്തവിരുദ്ധപ്രചരണം അടിമത്തത്തിൽ കഴിഞ്ഞിരുന്ന പറയർ, പുലയർ, ചാന്നാൻ തുടങ്ങിയ വിഭാഗങ്ങളെ വലിയൊരു മാറ്റത്തിന് വിധേയരാക്കി. തെക്കൻ തിരുവിതാംകൂറിൽ ലണ്ടൻമിഷൻ സൊസൈറ്റിക്കാരാണ് ശക്തമായ

മതപ്രചരണം നടത്തിയത്. ചാന്നാന്മാരുടേയും പുലയന്മാരുടേയും ഇടയിൽ ഈ പ്രവർത്തനങ്ങൾക്ക് വലിയ ഫലം കണ്ടു. അടിമകളുടെ മോചനം പള്ളിക്ക് ആളെ ചേർക്കാനും ഇംഗ്ലീഷുകാരുടെ ഫാക്ടറികളിലും തോട്ടങ്ങളിലും ആവശ്യത്തിന് ഉടുപ്പിട്ട ദിവസക്കൂലി തൊഴിലാളികളെ കണ്ടെത്താനും സഹായിച്ചു. ഈ അനുകൂല സാഹചര്യത്തിൽ ചില മിഷനറിമാർ മിഷൻപ്രവർത്തനങ്ങളിൽനിന്ന് മാറി തോട്ടക്കൃഷിയിലേക്ക് തിരിഞ്ഞതും ഓർക്കാം. "ഫ്യൂഡൽ വ്യവസ്ഥിതിയുടെ അടിത്തറക്കല്ലുകൾ പുഴക്കിയെടുത്ത്, സാവധാനത്തിലാണെങ്കിലും പുതിയ ക്യാപ്പിറ്റലിസ്റ്റ് വ്യവസ്ഥിതിയുടെ ഓരോ ഭാഗം പണിയുവാനാണ് ഇംഗ്ലീഷ് ഭരണകൂടവും അതിന്റെ അകമ്പടിക്കാരും തുനിഞ്ഞത്" (ചരിത്രകാരന്റെ കേരളദർശനം-എം.ജി.എസ്. നാരായണൻ. പുറം 105).

മേൽമുണ്ടു കലാപത്തിന്റെ അലകൾ വിജയംകാണാതെ താൽക്കാലികമായി അടങ്ങിയെങ്കിലും അതുണ്ടാക്കിയ തുടർചലനങ്ങൾ സമൂഹത്തിൽ നിലനിന്നിരുന്ന വേർതിരിവിന്റെ വേലിക്കെട്ടുകളെ ഒന്നൊന്നായി തകർത്തെറിയാൻ തുടങ്ങി.

കുറ്റവും ശിക്ഷയും

കള്ളവും ചതിവുമില്ലാത്ത ഒരു കാലമുണ്ടായിരുന്നത്രേ. മാവേലി നാടുവാണകാലം. കുറ്റങ്ങളില്ലാത്തതുകൊണ്ട് അന്ന് ശിക്ഷയും ശിക്ഷാനിയമങ്ങളും ഉണ്ടായിരുന്നില്ല. കൊല്ലവർഷം അഞ്ചാംനൂറ്റാണ്ടിൽ പാണ്ടിരാജ്യം വാണിരുന്ന ഉലകുടയപെരുമാൾ തമ്പുരാന്റെ കാലത്തും സ്ഥിതിഗതികൾ, അങ്ങനെതന്നെയായിരുന്നത്രേ. അക്കാലത്തെക്കുറിച്ച് കുഞ്ചൻനമ്പ്യാർ പറയുന്നത് നോക്കാം.

കള്ളന്മാരും കശ്മലജാതികൾ
ഉള്ളൊരുദിക്കുകൾ കാണ്മാനില്ല;
എള്ളും നെല്ലും പൊന്നും പണവും
ഏങ്ങുമൊരേടത്തില്ലാതില്ല.

(കുഞ്ചൻനമ്പ്യാർ-കിരാതം തുള്ളൽകഥ)

16–17 നൂറ്റാണ്ടുകളിൽ കേരളത്തിൽ ക്രമമായ നീതിപാലനസമ്പ്രദായമോ രേഖപ്പെടുത്തിയ നിയമസംഹിതയോ ഉണ്ടായിരുന്നില്ല. വ്യക്തികൾ തമ്മിലുള്ള ബന്ധത്തെ നിയന്ത്രിച്ചിരുന്നത് നാട്ടുമര്യാദകളും കീഴ്വഴക്കങ്ങളുമാണ്. നാടുവാഴികൾ കീഴുദ്യോഗസ്ഥന്മാരുമായി ആലോചിച്ച് നീതിനിർവഹണം നടത്തിപ്പോന്നു. സങ്കീർണ്ണമായ പ്രശ്നങ്ങൾ പരിഹരിക്കാൻ ബ്രാഹ്മണരുടെ ഉപദേശവും തേടി. പ്രശ്നങ്ങൾ അധികവും പരിഹരിച്ചിരുന്നത് തറക്കൂട്ടങ്ങളിലാണ്.

കാലംമാറിയതോടെ കുറ്റവാസന കൂടി. നാട്ടിലെ ക്രമസമാധാനം നിലനിർത്തുന്നതിനും കുറ്റകൃത്യങ്ങൾ തടയുന്നതിനും പുതിയ സംവിധാനങ്ങൾ വേണ്ടിവന്നു.

നിയമം എല്ലാവർക്കും ഒരുപോലെയായിരുന്നില്ല. അത് ചിലരെ കടിക്കുകയും ചിലരെ നോക്കി കുരയ്ക്കുകമാത്രം ചെയ്യുന്ന അനുസരണയുള്ള പട്ടിയെപ്പോലെയായിരുന്നു. ബ്രാഹ്മണർക്കു നൽകാവുന്ന ഏറ്റവും വലിയ ശിക്ഷ ജാതിഭ്രഷ്ടാണ്. ആഴ്വാഞ്ചേരി തമ്പ്രാക്കൾക്കുമാത്രമേ അങ്ങനെ ഒരു ശിക്ഷവിധിക്കാൻ അധികാരമുണ്ടായിരുന്നുള്ളൂ. ഊരാളന്മാർക്ക് കുടിയാന്മാരുടെ മേൽ 'കൊല്ലും കൊലയും' നടത്താൻ അവകാശമുണ്ടായിരുന്നതായി കുമാരനല്ലൂർ ക്ഷേത്രരേഖയിൽ കാണാം.

പതിനെട്ടാംനൂറ്റാണ്ടോടെ അധികാരം രാജാക്കന്മാരിൽ കേന്ദ്രീകരിക്കപ്പെട്ടുവെങ്കിലും ബ്രാഹ്മണർ, ക്ഷത്രിയർ, നായന്മാർ തുടങ്ങിയ ഉയർന്ന ജാതിക്കാരുടെ അധികാര, അവകാശങ്ങൾക്ക് കോട്ടമുണ്ടായില്ല. ഗൗരവമുള്ള വ്യവഹാരങ്ങളിൽ വിധികൽപ്പിക്കുക ബ്രാഹ്മണവൈദികന്മാരുടെ അധികാരമായിരുന്നു. ആനയെക്കൊണ്ട് കൊല്ലിക്കുക, മൂന്നുദിവസംകൊണ്ട് മരിക്കത്തക്കവിധത്തിൽ ചിത്രവധംനടത്തുക തുടങ്ങിയ ശിക്ഷകൾ സാധാരണയായി. താഴ്ന്ന ജാതിക്കാർക്ക് മോഷണം, ഗോവധം തുടങ്ങിയ സാധാരണ കുറ്റങ്ങൾക്കുപോലും വധശിക്ഷ വിധിച്ചുപോന്നു. രാജ്യദ്രോഹക്കുറ്റത്തിന് കുറ്റവാളിയെ വധിക്കുന്നതിനോടൊപ്പം അടുത്ത ബന്ധുക്കളെയും വധിക്കുക പതിവായിരുന്നു. ഇത്തരം വധശിക്ഷകൾ നടപ്പാക്കിയശേഷം സ്വത്തുക്കൾ കണ്ടുകെട്ടുകയും വീട് ഇടിച്ച് കുളം കോരുകയും ചെയ്തു.

മാർത്താണ്ഡവർമ്മയുടെ ഭരണകാലത്ത് രാജ്യദ്രോഹക്കുറ്റംചുമത്തപ്പെട്ടവർക്കു നൽകിയിരുന്ന ശിക്ഷ പ്രസിദ്ധമാണ്. ബാലരാമവർമ്മയുടെ ഭരണകാലത്ത് വലിയ ദിവാൻജിയായിരുന്ന രാജാകേശവദാസന്റെ ദാരുണമായ അന്ത്യത്തിനുശേഷം അദ്ദേഹത്തിന്റെ അനുജനായ തമ്പിചെമ്പകരാമൻ കുമാരൻതമ്പിയെയും അനന്തിരവൻ ഇരയിമ്മൻതമ്പിയെയും പാറാവുകാർ രഹസ്യമായി കടപ്പുറത്തേക്ക് കൊണ്ടുപോയി ശിരച്ഛേദംചെയ്ത് വധിക്കുകയായിരുന്നല്ലോ. രാജസ്ഥാനത്തിനെതിരെ ഗൂഢാലോചനനടത്തി എന്നായിരുന്നു ആരോപണം.

കുറ്റവാളിയെ കണ്ടെത്താൻ സത്യപരീക്ഷ നടത്തുന്ന സമ്പ്രദായവും ഉണ്ടായിരുന്നു. ജലപരീക്ഷ, അഗ്നിപരീക്ഷ, വിഷപരീക്ഷ, തൂക്കുപരീക്ഷ എന്നിവയായിരുന്നു ഇവയിൽ പ്രധാനം. തിളച്ച

എണ്ണയിൽ ഇട്ടിട്ടുള്ള നാണയം കൈകൊണ്ടെടുക്കാൻ കുറ്റവാളിയോട് ആവശ്യപ്പെടുന്നതും സാധാരണംതന്നെ. ശുചീന്ദ്രം ക്ഷേത്രത്തിൽ നടപ്പാക്കിവന്നിരുന്ന ശുചീന്ദ്രം കൈമുക്കും ഓർക്കാം. പാമ്പുകളെ ഉപയോഗിച്ചുള്ള സത്യപരീക്ഷയെക്കുറിച്ച് ഇങ്ങനെ രേഖപ്പെടുത്തി കാണുന്നു: "ഒരാൾ കുറ്റം ഏറ്റില്ലെങ്കിൽ വിഷമുള്ളതും ദിവ്യമെന്ന് വിശ്വസിക്കുന്നതുമായ ഒരു പാമ്പിനെ പട്ടിൽപൊതിഞ്ഞ് കൊണ്ടുവരും. എന്നിട്ട് ദേവനാമോച്ചാരണങ്ങളോടെ കുറ്റവാളി പട്ടിൽകൈവച്ച് പാമ്പിനെ എടുത്ത് ഉയർത്തണം. പാമ്പ് കടിക്കുകയാണെങ്കിൽ അയാൾ കുറ്റവാളി എന്ന് തീരുമാനിക്കും" (വിഷർ). തൂക്കുപരീക്ഷ ബ്രാഹ്മണർക്കും ക്ഷത്രിയർക്ക് അഗ്നിപരീക്ഷയും വൈശ്യർക്ക് ജലപരീക്ഷയും വിഷപരീക്ഷ ശൂദ്രർക്കുമായിരുന്നു നടത്തിയിരുന്നത്.

ഒരു കൊലപാതകത്തെക്കുറിച്ച് പരാതിയുണ്ടായാൽ കൊന്നവനെ പിടിച്ചുകെട്ടിക്കൊണ്ടുവന്നു ബ്രാഹ്മണരെയും അല്ലാതെ പ്രമാണിമാരായ നാലെട്ട് പേരെയും വരുത്തി അന്യായക്കാരന്റെയും ഉത്തരവാദിയുടെയും മൊഴികേട്ട് കുറ്റംസ്ഥാപിച്ചാൽ കൊന്നവനെ കൊല്ലുകയാണ് പതിവ്. ഒരാൾ മറ്റൊരാളെ മുറിവേൽപ്പിച്ചു എന്നിരിക്കട്ടെ ആരോപണവിധേയൻ കുറ്റംചെയ്തു എന്നു ബോദ്ധ്യംവന്നാൽ മുറിവേറ്റത് ശൂദ്രനിൽ താഴെയുള്ള ആളാണെങ്കിൽ കുറ്റവാളി മുറിവ് ചികിത്സിക്കാനുള്ള ചെലവും മേലിൽ കുറ്റം ആവർത്തിക്കുകയില്ല എന്ന ഉറപ്പും നൽകി കുറ്റത്തിൽനിന്ന് ഒഴിവാകാം. പരിക്ക് അപകടകരമാണെങ്കിൽ മുറിവേൽപ്പിച്ച് ആളിനെ തടങ്കലിൽ പാർപ്പിക്കുകയും മുറിവേറ്റയാൾക്ക് ജീവനു അപകടം സംഭവിച്ചാൽ കോയ്മ ശിക്ഷവിധിക്കുന്നതുമാണ്.

ബ്രാഹ്മണസ്ത്രീകളിൽനിന്ന് അപരാധമുണ്ടായാൽ സ്മാർത്തനായിരിക്കുന്ന ബ്രാഹ്മണനും കോയ്മസ്ഥാനത്തുള്ള ആളും ബ്രാഹ്മണപ്രമാണികളും കൂടിയിരുന്ന് ക്രിയചെയ്ത് ബ്രാഹ്മണസ്ത്രീയെ ജാതിഭ്രഷ്ടയാക്കും. ബ്രാഹ്മണനെയോ പശുവിനെയോ ഒരാൾ മുറിവേൽപ്പിച്ചാൽ അയാൾക്ക് ഉചിതമായ ശിക്ഷവിധിക്കാൻ കോയ്മക്ക് അവകാശമുണ്ടായിരുന്നു. സ്ത്രീകളെ മരണശിക്ഷയിൽനിന്ന് ഒഴിവാക്കിയിരുന്നു. "ഒരു സ്ത്രീയുടെ ശരീരത്തിൽ അവളുടെ സമ്മതമില്ലാതെ സ്പർശിക്കാൻ ആർക്കും അവകാശമുണ്ടായിരുന്നില്ല. മന്ത്രിമാർക്കോ സർക്കാർ ഉദ്യോഗസ്ഥന്മാർക്കോ പോലും അങ്ങനെ ചെയ്യാൻ രാജാവിന്റെ അനുവാദം വേണം. ശിക്ഷാർഹമായ എന്തെങ്കിലും കുറ്റം ചെയ്താൽ സ്വതന്ത്രമായി ജീവിക്കാനുള്ള അവരുടെ അവകാശം നിഷേധിക്കുകയും അടിമയായി വിൽക്കുകയും ചെയ്യും. മരണശിക്ഷയോ ജയിൽവാസമോ നൽകിയിരുന്നില്ല" എന്ന്

ബർത്തലോമിയോയും സ്ത്രീകൾ എത്ര കഠിനമായ കുറ്റം ചെയ്താലും വധശിക്ഷ വിധിച്ചിരുന്നില്ലെന്നും പിഴ ഈടാക്കുകയേ ചെയ്തിരുന്നുള്ളുവെന്നും ബർബോസായും രേഖപ്പെടുത്തിയിട്ടുണ്ട് (ഹിസ്റ്ററി ഓഫ് കേരള, കെ.പി. പത്മനാഭമേനോൻ പുറം 284, വാല്യം II).

വേലുത്തമ്പിയുടെ കുറ്റവിചാരണയും ശിക്ഷനടപ്പാക്കലും കർശനവും നിർദ്ദയവുമായിരുന്നു. പണാപഹരണത്തിന് ദീർഘകാല തടങ്കലും ചിലപ്പോൾ വധശിക്ഷയും നൽകി. സർക്കാർ രേഖകളിൽ കൃത്രിമം കാണിക്കുന്ന ഉദ്യോഗസ്ഥരുടെ വിരലോ കൈയോ മുറിച്ചുമാറ്റാനും അദ്ദേഹം മടി കാണിച്ചില്ല. മൂക്കും ചെവിയും മുറിക്കുക, ചാട്ടകൊണ്ടടിക്കുക എന്നിങ്ങനെ വിവിധ ശിക്ഷകൾ നടപ്പാക്കി കുറ്റകൃത്യങ്ങൾ തടയാനുള്ള ശ്രമമായിരുന്നു അദ്ദേഹത്തിന്റേത്. സ്ത്രീപീഡനക്കാരെ കാത്തിരുന്നത് വധശിക്ഷയാണ്. എപ്പോഴും സർക്കീട്ടിലായിരുന്ന ദളവ ഒരു സഞ്ചരിക്കുന്ന കോടതികൂടിയായിരുന്നു. പൊതുനിരത്തുകളിലും മരച്ചുവടുകളിലും വച്ചായിരുന്നു കേസുകൾ വിചാരണ ചെയ്തിരുന്നത്. മണിക്കൂറുകൾകൊണ്ടു തന്നെ കേസിൽ തീരുമാനമെടുക്കുകയും വിധിനടപ്പാക്കുകയും ചെയ്യും. കുറ്റവിചാരണയ്ക്ക് ശാസ്ത്രിയോ മൗലവിയോ ആരുടെ സാന്നിദ്ധ്യമാണ് ആവശ്യമായത് അവരുടെ സാന്നിദ്ധ്യവും ഉറപ്പാക്കും. പ്രതിയെ തൂക്കിക്കൊല്ലാനാണ് വിധിക്കുന്നതെങ്കിൽ ഏത് മരത്തിന്റെ ചുവട്ടിൽവച്ചാണോ വിധി പ്രസ്താവിച്ചിരുന്നത് ആ മരത്തിൽത്തന്നെ വധശിക്ഷയ്ക്ക് വിധിക്കപ്പെട്ടവനെ തൂക്കിക്കൊല്ലും. ബാലരാമവർമ്മയുടെ കാലത്ത് കലാപം നടത്തിയ തിരുവിതാംകൂർ പട്ടാളത്തിന്റെ നേതാക്കളിലൊരാളായ കൊല്ലം കൃഷ്ണപിള്ളയെ തടവിലാക്കി കാലുകൾ രണ്ട് ആനകളുടെ പിൻകാലുകളിലായി ബന്ധിച്ച് ആനകളെ എതിർദിശകളിലേക്ക് ഓടിച്ച് നെടുകെ പിളർന്ന് കൊല്ലുകയായിരുന്നു. ദളവയായിരുന്ന വേലുത്തമ്പിയാണ് ശിക്ഷനടപ്പാക്കിയത്.

പരസ്യമായി നടപ്പിലാക്കിയിരുന്ന വധശിക്ഷകൾ പ്രാകൃതവും ക്രൂരവുമായിരുന്നു. ഭയപ്പെടുത്തി മറ്റുള്ളവരെ കുറ്റംചെയ്യുന്നതിൽ നിന്ന് അകറ്റുക എന്ന ഉദ്ദേശവും ഉണ്ടായിരുന്നിരിക്കണം. രാജ്യത്തിനും രാജാവിനുമെതിരായി ഗൂഢാലോചന നടത്തുക, ബ്രഹ്മഹത്യ, മാതാപിതാക്കളെയോ മറ്റ് ഏതെങ്കിലും മനുഷ്യരെയോ കൊല്ലുക, ഖജനാവിൽനിന്ന് മോഷ്ടിക്കുക, കള്ളക്കമ്മട്ടം ഉണ്ടാക്കുക, ബ്രാഹ്മണന്റെയോ ഗുരുവിന്റെയോ ഭാര്യയുമായി അവിഹിത ബന്ധത്തിലേർപ്പെടുക എന്നീ കുറ്റകൃത്യങ്ങൾ വധശിക്ഷക്ക് അർഹമാണ്.

വളയ്ക്കൽ- കടംവാങ്ങിയശേഷം മുതലോ പലിശയോ തിരിച്ചു കൊടുക്കാത്തവർക്ക് നൽകിയിരുന്ന ശിക്ഷയാണ് 'വളയ്ക്കൽ.' കുറ്റ ക്കാരനെ നിർത്തി അയാൾക്കു ചുറ്റും ഒരു വൃത്തം വരയ്ക്കും. കട ബാദ്ധ്യതകൾ തീർക്കാതെ അയാളെ ആ വട്ടത്തിന് പുറത്തിറങ്ങാൻ അനുവദിച്ചിരുന്നില്ല. വളയത്തിനകത്ത് നിൽക്കുന്ന ആളിന്റെ തല യിൽ ഉച്ചിഭാഗത്തായി ഒരു കൂർത്ത കല്ല് വച്ചശേഷം പണംമടക്കി ക്കൊടുക്കാൻ ആവശ്യപ്പെടും. ആവശ്യം നിരസിച്ചാൽ കൂർത്ത കല്ലിന് മുകളിലായി മറ്റൊരു കല്ല് ബലമായി കെട്ടിവയ്ക്കുകയാണ് അടുത്തപടി. കടം തിരിച്ചുകൊടുക്കാനുള്ള ആവശ്യം വീണ്ടും നിഷേ ധിച്ചാൽ ഒന്നിനുമുകളിൽ ഒന്നായി വീണ്ടും വീണ്ടും കല്ലുകൾവച്ചു കൊണ്ടിരിക്കും. ഇതോടെ ആദ്യംവച്ച കൂർത്ത കല്ല് തലയിൽ കൂടു തൽകൂടുതൽ തുളഞ്ഞുകയറും അങ്ങനെ കഠിനമായ വേദന അനു ഭവിച്ച് അയാൾ മരിക്കും. ജില്ലാഭരണാധികാരിയുടെ മേൽനോട്ട ത്തിലാണ് ശിക്ഷനടപ്പാക്കിയിരുന്നത്.

ശുചീന്ദ്രം കൈമുക്ക്- ദേവേന്ദ്രന്റെ കളങ്കംമാറ്റി അദ്ദേഹത്തെ ശുചീ കരിച്ച സ്ഥലമാണല്ലോ ശുചീന്ദ്രം. ഗൗതമപത്നിയായ അഹല്യ യോടുള്ള മോഹംകൊണ്ട് ദേവേന്ദ്രൻ കളങ്കിതനായി എന്നാണ് ഐതീഹ്യം. തിളച്ച നെയ്യിൽ കൈമുക്കി നിരപരാധിത്വം തെളിയി ക്കുന്ന സമ്പ്രദായത്തിന്റെ തുടക്കം അങ്ങനെയാണത്രേ.

വേണാട് തെക്കൻ തിരുവിതാംകൂറിൽ ആധിപത്യമുറപ്പിച്ചപ്പോൾ അവിടെ കുടിയേറിപ്പാർത്ത നമ്പൂതിരിബ്രാഹ്മണരാണ് ശുചീന്ദ്രം ക്ഷേത്രത്തിൽ തിളച്ചനെയ്യിൽ കൈമുക്കിയുള്ള സത്യപരീക്ഷ ഏർപ്പെടുത്തിയത്. 13-ാംശതകത്തിലോ അൽപ്പംകൂടി കഴിഞ്ഞോ ആണ് ശുചീന്ദ്രം ക്ഷേത്രത്തിൽ 'കൈമുക്ക്' ഏർപ്പെടുത്തിയതെന്ന്, ലക്ഷ്മീദാസന്റെ ശുകസന്ദേശത്തിലെ പരാമർശംകൊണ്ടും മറ്റു ചില തെളിവുകൾകൊണ്ടും മനസ്സിലാക്കാം എന്ന് ഡോ.കെ.കെ. പിള്ള രേഖപ്പെടുത്തിയിട്ടുണ്ട് (ശുചീന്ദ്രം ടെമ്പിൾ. പുറം 324). നമ്പൂരി സ്ത്രീകളുടെ സദാചാരലംഘനവുമായി ബന്ധപ്പെട്ടാണ് ഈ പരീക്ഷ കളിലധികവും. സ്മാർത്തവിചാരം ചെയ്യുമ്പോൾ 'സാധനം' ചൂണ്ടി ക്കാട്ടുന്ന ബ്രാഹ്മണരാണ് അധികമായും ഇവിടെ നിരപരാധിത്വം തെളിയിക്കാൻ എത്തിയിരുന്നത്. കൊലപാതകക്കുറ്റം ആരോപി ക്കപ്പെട്ടവരും കൈമുക്കി കുറ്റവിമുക്തനാവാനുള്ള ശ്രമത്തിന്റെ ഭാഗ മായി ഇവിടെ വന്നിരുന്നു. കൈമുക്ക് ബ്രാഹ്മണർക്കുവേണ്ടിമാത്ര മായിരുന്നെങ്കിലും ക്രിസ്ത്യാനികൾ, മുസ്ലീങ്ങൾ തുടങ്ങിയ അഹി ന്ദുക്കളും അബ്രാഹ്മണരായ ഹിന്ദുക്കളും ഈ പരീക്ഷക്ക് വിധേയ രാക്കപ്പെട്ടിട്ടുണ്ട്.

കുറ്റം ആരോപിക്കപ്പെടുന്ന ആൾ 'ശങ്കിതൻ' എന്നാണ് അറിയപ്പെടുന്നത്. സ്ഥലത്തെ ഭട്ടതിരിയിൽനിന്ന് സത്യക്കുറി (പമ്പു) കുറിച്ചുവാങ്ങിക്കുകയാണ് ആദ്യനടപടി. കുറ്റാരോപിതൻ ഈ കുറിമാനവുമായി തൃപ്പാപ്പൂർ രാജസന്നിധിയിലെത്തണം. വിചാരണ നടത്തിയവരുടെ സത്യക്കുറി വായിച്ചശേഷം രാജാവ് ഒരു തുക അടയ്ക്കാൻ ആവശ്യപ്പെടും. അവിടെനിന്നും രാജാവിന്റെ പ്രതിനിധിയോടൊപ്പമാണ് ക്ഷേത്രത്തിലെത്തേണ്ടത്. രാജപ്രതിനിധിയുടെ അറിയിപ്പ് ലഭിച്ചാലുടൻ കൈമുക്ക് നടത്താനുള്ള ദിവസം നിശ്ചയിക്കും. കൈമുക്ക് നടത്തുന്നത് മഹാഭാരതകഴകക്കാരാണ്. കൈമുക്കിന് ദിവസങ്ങൾക്കുമുൻപുതന്നെ കുറ്റാരോപിതൻ ക്ഷേത്രത്തിലെത്തി വ്രതംനോറ്റ് ഭജനമിരിക്കും.

കൈമുക്ക് ചടങ്ങിന്റെ അന്നുരാവിലെ ശങ്കിതൻ വിജനമായ കടവിലേക്ക് ഒറ്റയ്ക്ക് കുളിക്കാൻ പോകുന്നു. അയാൾക്ക് പുഴനീന്തിക്കടന്നു രക്ഷപ്പെടാനുള്ള ഒരു അവസരംകൂടിയാണത്രെ ഇങ്ങനെ ആളൊഴിഞ്ഞ കടവിൽ കുളിക്കാൻ അയയ്ക്കുന്നത്. കുളികഴിഞ്ഞ് ബലിക്കൽപുരയിലെത്തി താൻ നിരപരാധിയാണെന്ന സത്യം ചെയ്യലാണ് അടുത്ത നടപടി.

പൂജയ്ക്കുശേഷം കൈമുക്കിനുള്ള ഒരുക്കങ്ങൾ ആരംഭിക്കുകയായി. ചെമ്പുരുളിയിലാണ് നെയ്യ് തിളപ്പിക്കുന്നത്. മുക്കാൽനാഴി പശുവിൻനെയ്യും സമം നല്ലെണ്ണയുമാണ് ഉപയോഗിക്കുന്നത്. തിളച്ച നെയ്യിൽ പൂജിച്ച ഒരു വൃഷഭവിഗ്രഹം നിക്ഷേപിക്കും. സൂര്യൻ,

ഋഷഭ വിഗ്രഹം

ചന്ദ്രൻ, വായു, അഗ്നി, സ്വർഗ്ഗം, ഭൂമി, ജലം, ഹൃദയം, യമൻ, ദിവസം, രാത്രി, ഉദയസന്ധ്യകൾ, ധർമ്മം എന്നീ ലോകസാക്ഷികൾ ഈ സത്യമറിയണം എന്ന് അർത്ഥംവരുന്ന ഒരു ശ്ലോകമെഴുതി കൈമുക്കിന് തയ്യാറെടുത്ത വ്യക്തിയുടെ മടിയിൽ തിരുകിവയ്ക്കും.

ഉരുളിയിൽ തിളച്ചുമറിയുന്ന നെയ്യിൽനിന്ന് വലതുകൈകൊണ്ട് ശങ്കിതൻ വൃഷഭവിഗ്രഹത്തെ എടുക്കുക എന്നതാണ് പ്രധാന ചടങ്ങ്. അങ്ങനെയെടുത്ത വിഗ്രഹവുമായി അയാൾ ക്ഷേത്രത്തെ ഒരുപ്രാവശ്യം വലംവയ്ക്കണം. അപ്പോഴേക്ക് അലക്കിയ പട്ടുകൊണ്ട് കൈപൊതിഞ്ഞുകെട്ടും. പിന്നെ മൂന്നുദിവസം വട്ടപ്പള്ളിമഠത്തിൽ താമസിക്കണം. മൂന്നുദിവസത്തിനുശേഷം തെക്കേടത്ത് പെരുമാളിന്റെ മുമ്പിൽവച്ച് കൈയിലെ കെട്ടഴിക്കാം. കൈക്ക് പൊള്ളലേറ്റിട്ടില്ലെങ്കിൽ കുറ്റാരോപിതൻ കുറ്റവിമുക്തനാക്കപ്പെടും. പോൽപനഭട്ടതിരിയായിരുന്നു ശുചീന്ദ്രം കൈമുക്കിന്റെ വിധികർത്താവ്. ഈ സത്യപരീക്ഷയിൽ പരാജയപ്പെട്ടാൽ ജാതിഭ്രഷ്ട് കൽപ്പിച്ച് നാടുകടത്തും.

795-ാമാണ്ട് ഇടവം ഞായർ 23-ാംതീയതി ശുചീന്ദ്രത്ത് മുക്കാൽ വട്ടത്ത് മഹാഭാരതകഴകത്ത് കൈമുക്കിയ കക്കാട്ദേശത്ത് തേവൻ പരമേശ്വരൻ കൈമുക്കിയതിന്റെ മൂന്നാംദിവസം മേൽപ്പടി കഴകത്തിൽവന്ന് കൈകാണിച്ചപ്പോൾ കൈവെന്തിട്ടില്ല എന്നുകണ്ട് 795 ഇടവം 27-ാംതീയതി എഴുതിക്കൊടുത്ത ശുദ്ധിപത്രം രേഖപ്പെടുത്തിയിട്ടുണ്ട് (ക്ഷേത്രകാര്യചുരുണ 94 ഓല 109 (236-270). സ്വാതി തിരുനാളാണ് ക്രൂരമായ ഈ സത്യപരീക്ഷ നിരോധിച്ചത്.

കഴുവേറ്റം- മനുഷ്യാകൃതിയിൽ നിർമ്മിച്ച ഒരു ലോഹക്കൂടാണ് 'കഴു.' ഇരുമ്പുകൊണ്ടാണ് ഇത് ഉണ്ടാക്കുന്നത്. രാജ്യദ്രോഹം മുതലായ കഠിനകുറ്റകൃത്യങ്ങൾക്കാണ് കഴുവേറ്റൽ. പൊതുസ്ഥലങ്ങളിൽ വച്ചായിരുന്നു ഈ ശിക്ഷ. കുറ്റവാളിയെ നഗ്നനാക്കിയശേഷം കഴുവിനുള്ളിലടക്കും. ഈ കഴുവിനെ പൊക്കമുള്ള ഒരു മരത്തൂണിൽ തൂക്കിയിടും. പലസ്ഥലങ്ങളിലും സ്ഥിരമായ കഴുകുമരങ്ങൾ സ്ഥാപിച്ചിരുന്നു. വിളവംകോടിനടുത്തുള്ള കഴുവൻതിട്ടയിൽ ഏതാനും കഴുകുമരങ്ങൾ സ്ഥിരമായി ഉണ്ടായിരുന്നു. വധിക്കപ്പെട്ടവരുടെ ശരീരവും വെട്ടിമുറിച്ചോ അല്ലാതെയോ കഴുവേറ്റും. മണ്ണടിയിൽവച്ച് ആത്മഹത്യചെയ്ത വേലുത്തമ്പിയുടെ ശരീരം തിരുവനന്തപുരത്ത് ഉള്ളൂർ കുന്നിൽ കൊണ്ടുവന്ന് കഴുവേറ്റുകയായിരുന്നല്ലോ. മാർത്താണ്ഡവർമ്മ എട്ടുവീട്ടിൽപിള്ളമാരെയും രാജ്യദ്രോഹക്കുറ്റം ചുമത്തി കൽക്കുളത്തിനടുത്തുള്ള മേക്കാമണ്ഡപത്തിൽവച്ച് കഴുവേറ്റുകയായിരുന്നു. കുറ്റവാളിയെ കഴുവേറ്റിയശേഷം രാജഭടന്മാർ മാറി നിൽക്കും. കഴുകന്മാർ പ്രതിയുടെ ശരീരത്തിലെ മാംസം കൊത്തി

പ്പറിച്ച് ഭക്ഷണമാക്കും. ചിലർ ദിവസങ്ങളോളം ഇങ്ങനെ വേദന അനുഭവിച്ച് കഴുകിനുള്ളിൽ കിടക്കാറുണ്ട്. കഴുവേറ്റപ്പെട്ടയാൾ ഒരു മുസ്ലീമാണെങ്കിൽ അയാളുടെ ശരീരം മതാചാരപ്രകാരം സംസ്ക്കരിക്കാൻ വിട്ടു നൽകും. മറ്റുള്ളവരുടെ ശരീരങ്ങൾ കഴുകനും നായ്ക്കും നരിക്കും ഇരയാകാനാണ് വിധി (ശൈഖ് സൈനുദീൻ). ഇരുപതാംനൂറ്റാണ്ടുവരെ തിരുവിതാംകൂറിൽ ഈ ശിക്ഷ നിലവിലുണ്ടായിരുന്നു.

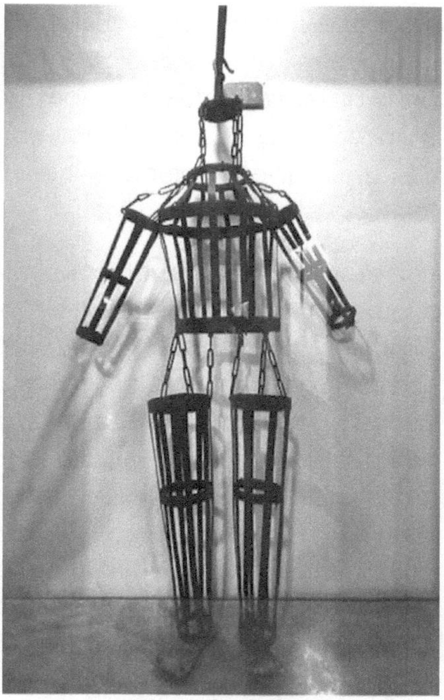

കഴുവേറ്റപ്പെടാൻ വിധിക്കപ്പെടുന്ന വ്യക്തിയെ പൂട്ടിയിടുന്ന ലോഹക്കൂട്

ചിത്രവധം - ഏറ്റവും ക്രൂരവും ബീഭത്സവുമായി ഒരാളെ കൊലപ്പെടുത്തുന്ന മറ്റൊരു രീതിയാണ് ചിത്രവധം. ചിത്രവധം എന്നൊരു പ്രയോഗംതന്നെ ഭാഷയിൽ സ്ഥാനം പിടിച്ചിട്ടുണ്ട്.

ചിത്രവധത്തിന് വിധിക്കപ്പെട്ടയാളിന്റെ മൂലാധാരത്തിനോടു ചേർന്ന് ഒരു മുറിവ് ഉണ്ടാക്കുകയാണ് ആദ്യം ചെയ്യുന്നത്. കൂർത്ത ഒരു കമ്പി ആ മുറിവിലൂടെ കടത്തി അയാളുടെ തോൾഭാഗംവരെ കൊണ്ടുവരും. പ്രധാന രക്തക്കുഴലുകൾക്കോ പ്രധാന അവയവങ്ങൾക്കോ കേട് സംഭവിക്കാതെയാവും കമ്പി കടത്തുന്നത്. ഇതിനായി പ്രത്യേകം പരിചയം സിദ്ധിച്ച ആളുകളെ നിയോഗിക്കും. കുറ്റവാളിയുടെ മരണം മെല്ലെയാക്കുക എന്ന ഒരു ഉദ്ദേശംകൂടി ഇതിലുണ്ട്. തറയിൽ നിർത്തിയിരിക്കുന്ന ഒരു മരത്തൂണിന്മേൽ കമ്പിയുടെ മുകൾഭാഗം ചേർത്തുകെട്ടും. തറയിൽനിന്ന് അൽപം ഉയരത്തിൽവച്ചിട്ടുള്ള ഒരു ബെഞ്ചിൽ അയാളുടെ കാല് കഷ്ടിച്ച് സ്പർശിക്കത്തക്കവിധത്തിലാണ് കമ്പി ഉറപ്പിക്കുന്നത്. ശരീരം ഭാഗികമായി തൊലിക്കുള്ളിലൂടെ കടത്തിയ കമ്പിയുടെയും നിലത്ത്വച്ചിട്ടുള്ള ബെഞ്ചിന്റെയും സഹായത്തോടെ നിൽക്കും. അയാൾ മൂന്നുദിവസം വരെ അങ്ങനെ കിടക്കാറുണ്ട്. ഈ സമയം കുടിക്കാൻ വെള്ളമോ

വെയിലിൽനിന്നും മഴയിൽനിന്നും കൃമികീടങ്ങളിൽനിന്നും സംരക്ഷണമോ ഒന്നും നൽകിയിരുന്നില്ല. ഇതിനിടയ്ക്ക് മഴപെയ്താൽ ശരീരത്തിലെ മുറിവുകളിൽ അണുബാധയുണ്ടായി മരണം അൽപ്പം വേഗത്തിലാവും. ചിത്രവധത്തെക്കുറിച്ച് Dr. Day-യുടെ വിവരണം കെ.പി. പത്മനാഭമേനോൻ കേരളചരിത്രത്തിൽ ചേർത്തിട്ടുണ്ട് (വാല്യം-1 പുറം 379).

തൂക്കിക്കൊല - തിരുവിതാംകൂറിന്റെ ആദ്യസെൻട്രൽ ജെയിൽ തിരുവനന്തപുരത്തെ കോട്ടയ്ക്കകത്തായിരുന്നു. നായർപട്ടാളപാളയത്തോടനുബന്ധിച്ചായിരുന്നു ജയിൽ. 1886-87-ൽ ഈ ജയിൽ പൂജപ്പുരയിലേക്കു മാറ്റി. ഇവിടെ ഒരു തൂക്കുമരം സ്ഥാപിച്ചിരുന്നു. തൂക്കുമരത്തിൽ കെട്ടിയിട്ടുള്ള കയറിൽ കുരുക്കിട്ട് തൂക്കുന്ന സമ്പ്രദായത്തിന് വിദേശികളാണ് തുടക്കംകുറിച്ചത്. കുറ്റവാളിയെ തൂക്കാൻ നിയോഗിക്കപ്പെടുന്ന ആളിനെ ആരാച്ചാർ എന്ന് വിളിച്ചു. ഇത് പാരമ്പര്യമായി നൽകിയിരുന്ന പദവിയാണ്. തിരുവിതാംകൂറിൽ നാഗർകോവിലിലെ ഒരു കുടുംബക്കാർക്കാണ് രാജാവ് ആരാച്ചാർ പദവി നൽകിയത്. പ്രത്യേകതരത്തിൽ നെയ്തെടുത്ത ബലമുള്ള കയറാണ് തൂക്കാൻ ഉപയോഗിക്കുന്നത്. വധശിക്ഷ നടപ്പിലാക്കേണ്ട ദിവസം നിശ്ചയിച്ചാൽ അത് ആരാച്ചാരെ അറിയിക്കും. ശിക്ഷ നടപ്പിലാക്കുന്നതിനുമുമ്പ് അയാൾക്ക് ചില വ്രതങ്ങൾ അനുഷ്ഠിക്കേണ്ടതുണ്ട്. ശിക്ഷ നടപ്പാക്കേണ്ടതിന് തലേദിവസം രാത്രി കറുത്ത വില്ലുവണ്ടിയിൽ തിരുവനന്തപുരത്തെത്തും. രാജഭടന്മാരുടെ അകമ്പടിയോടെയാണ് വരവ്. വടശ്ശേരി അമ്മൻകോവിലിൽ ആരാച്ചാരുടെ വക ഒരു പൂജയുണ്ടാവും. തൂക്കുകയർ പൂജയ്ക്കുവയ്ക്കുന്നത് തിരുവനന്തപുരത്തുള്ള മുറിപ്പാലത്തടി മാടൻക്ഷേത്രത്തിലാണ്. ആരാച്ചാർ കറുത്ത കുപ്പായമണിഞ്ഞാണ് തൂക്ക് നടത്താനെത്തുന്നത്. കുറ്റവാളിയെ തൂക്കി മരണം ഉറപ്പാക്കിയശേഷം പ്രതിയെ തൂക്കിക്കൊലയിൽനിന്നും ഒഴിവാക്കിയിരിക്കുന്നു എന്നൊരു രാജസന്ദേശം ദൂതൻവഴി കൊടുത്തയക്കും. ഒരാളുടെ ജീവനെടുത്തതിന്റെ പാപം ഉണ്ടാവാതിരിക്കാനാവാം ഇങ്ങനെ ചെയ്തിരുന്നത്. തൂക്കുകയർ ആരാച്ചാർ വീട്ടിലേക്ക് കൊണ്ടുപോയി കത്തിച്ചുകളയുകയാണ് പതിവ്.

തൂക്കുമരത്തിൽനിന്ന് ചാടിപ്പോയ ഒരു കുറ്റവാളിയുണ്ട്. പേര് മാണിക്യൻ. കായംകുളം കൊച്ചുണ്ണിയുടെ ജനുസ്സിൽപ്പെടും. പെരുംകള്ളൻ. വീട്ടുകാരെ മുൻകൂട്ടി അറിയിച്ചിട്ടേ മോഷണം നടത്തിയിരുന്നുള്ളൂ. മണ്ണിനടിയിൽക്കൂടി തുരങ്കമുണ്ടാക്കിയായിരുന്നു

മോഷണം. ഇയാളെ പിടിച്ചുകൊടുക്കുന്നവർക്ക് പ്രത്യേകം പാരിതോഷികങ്ങൾ പ്രഖ്യാപിച്ചിരുന്നു. തികഞ്ഞ അഭ്യാസികൂടിയായ ഇയാളെ തൂക്കിക്കൊല്ലാൻ വിധിച്ചു. ഒറ്റപ്പനമൂട്ടിലെ തൂക്കുമരത്തിൽനിന്ന് കഴുത്തിലിട്ട തൂക്കുകയറിൽ പിടിച്ച് മുകളിലേക്ക് കയറി കുരുക്കഴിച്ച് ഇയാൾ രക്ഷപ്പെട്ടു എന്നതാണ് വിചിത്രം. കെ. രമേശൻനായരുടെ 'പോലീസ് കഥപറയുന്നു' എന്ന പുസ്തകത്തിൽ ഈ വിവരം രേഖപ്പെടുത്തിയിട്ടുണ്ട്. ഇയാളെ പിന്നീട് തിരുവനന്തപുരത്ത്, ശാസ്തമംഗലത്ത് കുറുങ്ങോട്ട് മാവറത്തലവീട്ടിൽ മോഷണശ്രമത്തിനിടെ പിടികൂടുകയും തൂക്കിലേറ്റുകയും ചെയ്തു. ഇവിടെയും പതിവുപോലെ മുൻകൂട്ടി അറിയിച്ചശേഷമാണ് മോഷണത്തിനെത്തിയത്.

തിരുവിതാംകൂറിൽ കോടതികൾ സ്ഥാപിച്ച് കുറ്റവിചാരണയ്ക്ക് ഒരു അടുക്കുംചിട്ടയും വരുത്താൻ ശ്രമിച്ചത് കേണൽ മൺറോയാണ്. ആദ്യം ശാസ്ത്രിമാരുടെ സഹായത്തോടെയാണ് കേസുകളുടെ വിചാരണ നടത്തിപ്പോന്നത്. പിന്നീട് ശാസ്ത്രിമാരുമായി ആലോചിച്ച് കോടതികൾ സ്ഥാപിക്കുന്നതിന് ഒരു നിയമസംവിധാനമുണ്ടാക്കി. തെക്കൻ തിരുവിതാംകൂറിൽ തിരുവനന്തപുരത്തും പത്മനാഭപുരത്തും ഓരോ കോടതികൾ സ്ഥാപിച്ചു. ഓരോ കോടതിയിലും രണ്ട് ജഡ്ജിമാരും ഒരു ശാസ്ത്രിയുമുണ്ടായിരുന്നു. ധർമ്മശാസ്ത്രങ്ങളും മാമൂലുകളും ചട്ടവര്യോലകളുമായിരുന്നു അന്നത്തെ നിയമങ്ങൾ.

വീടുകൾ

ആദിമവാസസ്ഥാനമായ ഗുഹകളിൽനിന്നും മരത്തിനുമുകളിൽ കെട്ടിയുണ്ടാക്കിയ കുടിലുകളിൽനിന്നും മനുഷ്യൻ സമതലങ്ങളിലെത്തിയത് കൃഷി പ്രധാനജീവിതമാർഗ്ഗമായി സ്വീകരിച്ചതോടെയാണല്ലോ. ഗോത്രജീവിതം തുടങ്ങിയതോടെ അവന്റെ താമസം കൃഷിയിടങ്ങൾക്ക് ചുറ്റുമായി. അങ്ങനെ ഗ്രാമങ്ങളുണ്ടായി. ചാതുർവർണ്ണ്യത്തിന്റെ വരവോടെ, മനുഷ്യരുടെ വാസസ്ഥാനങ്ങൾക്കും ആരാധനാലയങ്ങൾക്കും പ്രത്യേകസ്ഥാനങ്ങളും രീതികളും നിശ്ചയിക്കപ്പെട്ടു. കൃഷിയിടവുമായി ബന്ധപ്പെട്ടാണ് നാട്ടിലെ പ്രധാനിയുടെ വീട്. കൃഷിയിടത്തിന് നടുവിലോ പാടശേഖരത്തിന്റെ കരയിലോ ഉയർത്തിക്കെട്ടിയ തറയിലായിരുന്നു ഇവർ തങ്ങളുടെ വീടുകൾ നിർമ്മിച്ചിരുന്നത്. സാധാരണയായി ഇയാൾ രാജാവോ ബ്രാഹ്മണനോ നായർപ്രഭുവോ ആയിരിക്കും. ഇവരുടെ താമസസ്ഥലത്തുനിന്ന് അകലംപാലിച്ച് കൃഷിഭൂമിയുടെ ചുറ്റിലുമായാണ്

തൊട്ടടുത്ത ജാതിക്കാരുടെ വാസം. ഗ്രാമത്തിന്റെ അതിരുകളിലോ വയലുകളോട് ചേർന്നോ മാത്രമേ തീണ്ടൽജാതിക്കാരെ താമസിക്കാൻ അനുവദിച്ചിരുന്നുള്ളൂ.

തെക്കൻ തിരുവിതാംകൂറിൽ രാജാക്കന്മാരുടെ വാസസ്ഥലങ്ങൾ കോയിക്കലുകൾ എന്നാണ് അറിയപ്പെട്ടിരുന്നത്. കൽക്കുളത്ത് കോയിക്കൽ, തെർപ്പക്കുളങ്ങര കോയിക്കൽ, കേരളപുരം കോയിക്കൽ എന്നിവയൊക്കെ വേണാട് രാജാക്കന്മാരുടെ വാസസ്ഥലങ്ങളായിരുന്നു. തിരുവനന്തപുരത്തെ കണ്ടുകൊണ്ടേടത്ത് കോയിക്കലും നെടുമങ്ങാട്ട് കോയിക്കലും രാജഭവനങ്ങൾതന്നെ. ഈ കോയിക്കലുകൾ പിൽക്കാലത്ത് കൊട്ടാരങ്ങൾ എന്ന പേരിൽ അറിയാൻ തുടങ്ങി. കൊട്ടാരത്തിന്റെയോ ക്ഷേത്രത്തിന്റെയോ സമീപത്തായിരുന്നു ബ്രാഹ്മണരുടെ വാസഗൃഹങ്ങൾ. ഇവ മന, ഇല്ലം, മഠം എന്നീ പേരുകളിലാണ് അറിയപ്പെട്ടിരുന്നത്. ഇവർ കൂട്ടംകൂടി താമസിച്ചിരുന്ന ഇടങ്ങളാണ് അഗ്രഹാരങ്ങൾ. കോട്ടാറിൽ വടിവേശ്വരം ക്ഷേത്രത്തിനെ ചുറ്റിയും ശുചീന്ദ്രം, അഗസ്തീശ്വരം, കന്യാകുമാരി, പൂതപ്പാണ്ടി ക്ഷേത്രങ്ങളുമായി ബന്ധപ്പെട്ടും ബ്രാഹ്മണരുടെ അഗ്രഹാരങ്ങൾ ഉണ്ടായിരുന്നു. ഭവനം, വീട് എന്നീ വിളിപ്പേരുകൾ ഉണ്ടായിരുന്ന നായർഗൃഹങ്ങൾ നമ്പൂതിരിമാരുടെ അഗ്രഹാരങ്ങളിൽ നിന്ന് നിശ്ചിത അകലം പാലിക്കണം. നായർഗൃഹങ്ങളിൽ നിന്ന് തീണ്ടാപ്പാട് അകലെയായിരിക്കണം ഈഴവരുടെയും ചാന്നാന്മാരുടെയും പുരകൾ. ജാതിവ്യവസ്ഥയുടെ അവസാനത്തെ തട്ടിൽപ്പെട്ട പുലയർ, പറയർ എന്നിവരുടെ കുടിലുകൾ പാടത്തിന്റെ ഓരത്തായിരിക്കും. ചാള, ചെറ്റ, കുടി എന്നീ പേരുകളിലാണ് ഈ കുടിലുകൾ അറിഞ്ഞിരുന്നത്. ഈ കുടിലുകൾക്ക് പലപ്പോഴും മേൽക്കൂര മാത്രമേ ഉണ്ടാകാറുള്ളൂ.

കോവിലകങ്ങളുടെയും ഇല്ലങ്ങളുടെയും ഭവനങ്ങളുടെയും തച്ചുശാസ്ത്രവിധികൾ സമാനമായിരുന്നു. ഇവയുടെ നിർമ്മാണശൈലിയനുസരിച്ച് നാലുകെട്ട്, എട്ടുകെട്ട് എന്നിങ്ങനെ വിളിച്ചു. ഇത്തരം ഗൃഹവാസ്തുശൈലിയാണ് കേരളത്തിന്റെ തനത് വാസ്തുശിൽപ്പശൈലിയായി അംഗീകരിക്കപ്പെട്ടത്. ഒരു നടുമുറ്റവും അതിന് അഭിമുഖമായി നാലുദിക്കിലും കിഴക്കിനി, വടക്കിനി, പടിഞ്ഞാറ്റിനി, തെക്കിനി എന്നിങ്ങനെ നാല് പുരകൾ കൂടുന്നതാണ് നാലുകെട്ട്. ഇതിന്റെ ആവർത്തനത്തെ എട്ടുകെട്ട് എന്നും പതിനാറുകെട്ടെന്നും പറഞ്ഞു. ഇത്തരം വിശാലമായ നിർമ്മിതിയിൽ കൊട്ടിയമ്പലവും തട്ടും നിരയും വ്യാളീവിഗ്രഹങ്ങൾ താങ്ങിയ പടികളും വാതിലിലെ ഇടങ്ങഴിപൂട്ടും നടുമുറ്റവും അഴിയടിച്ച ചുറ്റുവരാന്തയും

വിഗ്രഹങ്ങൾ കൊത്തിയ കൽതൂണുകളും തെക്കുവശത്ത് തെക്കത്, ഇലങ്കം എന്നിങ്ങനെ അറിയപ്പെടുന്ന പരദേവതാസ്ഥാനവും ഉണ്ടാവും.

അംഗങ്ങൾക്കുള്ള സ്വകാര്യശയനമുറി, പത്തായപ്പുര, പേറ്റുമുറി, ആയുധപ്പുര, അന്തപ്പുരം, അടുക്കള, പൂമുഖം എന്നിങ്ങനെ വിവിധ ആവശ്യങ്ങൾക്കുള്ള മുറികളും കാണാം. കിഴക്കെ ഇറയത്തുള്ള ഉട മ്പറയിലാണ് കാരണവരുടെ കിടപ്പ്. തായ്‌വീട്, പടിപ്പുര, തെക്കേ പുര, വലിയ പുര, ചാറ്റുപുര, തെക്കത് എന്നിവിടങ്ങൾ പുരുഷന്മാ രുടെ ഉപയോഗത്തിനുള്ളതാണ്. സി.വി. രാമൻപിള്ളയുടെ 'മാർത്താ ണ്ഡവർമ്മ' നോവലിലെ മൂന്നാം അദ്ധ്യായത്തിൽ മരിച്ചുപോയ 'ഉഗ്രൻ കഴക്കൂട്ടത്തു പിള്ളയുടെ ഭാര്യാഗൃഹമായ ചെമ്പകശ്ശേരി വീടിനെക്കുറിച്ചുള്ള' വിശദമായ വർണ്ണനയുണ്ട്. അരുമന, നാഗർ കോവിൽ, തിരുവട്ടാർ, വടശ്ശേരി അമ്മവീടുകളും അന്നത്തെ പ്രഭു ക്കന്മാരുടെ വീടുകൾക്ക് ഉദാഹരണങ്ങളാണ്. കൂട്ടത്തിൽ ഇരവി ക്കുട്ടിപ്പിള്ളയുടെ കേരളപുരത്തെ വലിയവീടും പുനച്ചൽ വലിയ യജമാനന്റെ പുനച്ചൽ വലിയവീടും വേലുത്തമ്പിയുടെ തലക്കുളത്ത് വലിയവീടും രാജാകേശവദാസന്റെ കുന്നത്ത് ക്രാവിളാകം വീടും നാണുപിള്ള ദിവാന്റെ നെയ്യൂർ ഇലങ്കംവീടും ഓർക്കാം.

താഴ്ന്നജാതിക്കാരുടെ കുടിലുകൾക്ക് ആദ്യകാലങ്ങളിൽ മേൽക്കൂര മാത്രമേ ഉണ്ടായിരുന്നുള്ളൂവെങ്കിലും ക്രമേണ ചുറ്റിനും കമ്പുകളോ മുളയോ കുഴിച്ചുനിർത്തി അതിൽ ഓലയോ പുല്ലോ വച്ചുകെട്ടി മറ യ്ക്കാൻ തുടങ്ങി.

നാലുകെട്ടുകളും എട്ടുകെട്ടുകളും പലതും ഇരുനിലമാളികകളായി രുന്നു. 18-ാംനൂറ്റാണ്ടിൽ തിരുവിതാംകൂറിൽ കണ്ട വീടുകളെക്കുറിച്ച് ബർത്തലോമിയോ ഇങ്ങനെ രേഖപ്പെടുത്തിയിട്ടുണ്ട്. "സമ്പന്നരുടെ ഗൃഹങ്ങൾ അധികവും തേക്കിൻതടികൊണ്ടാണ് നിർമ്മിച്ചിരുന്നത്. തേക്കിൻതടിക്ക് ഓക്ക് തടിയെക്കാളും ഈടും ഘനവുമുണ്ട് എന്നു മാത്രമല്ല വളരെക്കാലം കേടുകൂടാതെ നിലനിൽക്കുകയും ചെയ്യും. ഇങ്ങനെ നാനൂറുവർഷത്തിലധികം പഴക്കമുള്ള, തടികൊണ്ട് നിർമ്മിച്ച വീടുകൾ ഞാൻ കണ്ടിട്ടുണ്ട്. ഇത്രയുംകാലം അവയ്ക്ക് യാതൊരുതരത്തിലുള്ള ജീർണ്ണതയും സംഭവിച്ചിട്ടുമില്ല. ഓലമേഞ്ഞ ഈ വീടുകൾ ചൂടും തണുപ്പും വീടിനുള്ളിലേക്ക് യഥേഷ്ടം കടത്തി വിടുന്നു. അകത്തേക്ക് കയറുന്ന ഈർപ്പം കാറ്റേറ്റും സൂര്യപ്രകാശം കൊണ്ടും അതിവേഗം പുറത്തേക്ക് പോകും. അതുകൊണ്ടുതന്നെ ഇത്തരം വീടുകൾ കല്ലും കുമ്മായവുംകൊണ്ട് നിർമ്മിച്ച വീടുകളെ ക്കാൾ വാസയോഗ്യവും ആരോഗ്യപ്രദവുമാണ്.

ചുണ്ണാമ്പ് ഉപയോഗിച്ച് നിർമ്മിച്ച വീടുകൾ നിർമ്മാണത്തിനു ശേഷം അവ ശരിയായി ഉണങ്ങാൻ അനുവദിച്ചില്ലെങ്കിൽ ചുണ്ണാമ്പ് കട്ടപിടിച്ച് ആരോഗ്യത്തിന് ഹാനികരമായ പദാർത്ഥങ്ങൾ ഉണ്ടാകും." പാവപ്പെട്ടവർ താമസിച്ചിരുന്നയിടം കുടിലുകൾ എന്ന് അറിയപ്പെട്ടു. കുടിലിന്റെ നിർമ്മാണത്തിന് പ്രത്യേകരീതിയിൽ മെടഞ്ഞെടുത്ത തെങ്ങോലകളാണ് ഉപയോഗിച്ചിരുന്നത്. ഇത്തരം ഓലകൾകൊണ്ടു തന്നെ കുടിലിന്റെ വശങ്ങളും മറച്ചിരുന്നുവെന്നും കുടിലുകൾക്കുള്ളിലേക്ക് കടക്കുന്നതിനുള്ള വാതിലുകൾ പൊക്കംകുറഞ്ഞവയും അകം ഇരുണ്ടതുമാണെന്നും ബർത്തലോമിയോ നിരീക്ഷിക്കുന്നു.

മാളികകൾ ഉൾപ്പെടെയുള്ള വീടുകളുടെ മേൽക്കൂര അധികവും ഓലമേഞ്ഞവയായിരുന്നു. രണ്ടരനൂറ്റാണ്ട് മുൻപുവരെ പത്മനാഭപുരം തായ്കൊട്ടാരവും ഓലമേഞ്ഞതായിരുന്നുവല്ലോ. പുരപ്പുറം മേയുന്ന ചടങ്ങ് ആഘോഷമായാണ് നടത്തിയിരുന്നത്. ശനിയാഴ്ചയാണ് ഓലകെട്ടിന് നല്ല ദിവസം. തിങ്കൾ, ബുധൻ ദിവസങ്ങളിലും പുര ഓലമേയാം. പക്ഷേ വെള്ളിയാഴ്ച ദിവസം ഒഴിവാക്കിയിരുന്നു. ഓലകെട്ട് ഒരാഘോഷമായി നടത്തിയിരുന്നത് നായർ തറവാടുകളിലാണ്. അന്നേദിവസം കരയിലെ എല്ലാ നായന്മാരെയും ഓലകെട്ടിൽ പങ്കെടുക്കാൻ ക്ഷണിക്കും. ഇവരെല്ലാവരുടെയും ഉത്സാഹത്തിലാണ് ഓലമേഞ്ഞിരുന്നത്. ഒത്തുചേർന്നുള്ള ഒരു ശ്രമദാനം. ഇതിന് ആരും കൂലിപറ്റിയിരുന്നില്ല. പകരം എല്ലാവരുടെയും വീട്ടിലെ ഓലകെട്ട് ഇത്തരം ശ്രമദാനത്തിലൂടെയാണ് ചെയ്തിരുന്നത്.

ഓലകെട്ട് ദിവസം രാവിലെതന്നെ ശ്രമദാനക്കാരെത്തും. പ്രായമായവർ പൂമുഖത്ത് വന്നിരുന്ന് ഓലകെട്ടിന് മേൽനോട്ടം വഹിക്കും. ശ്രമദാനക്കാർക്ക് രാവിലത്തെ ആഹാരം കഞ്ഞിയും പുഴുക്കുമാണ്. ഉത്സാഹംകൂട്ടാൻ എല്ലാവർക്കും ആവോളം പുകയില നൽകിയിരുന്നു. ഉച്ചക്ക് ഓലകെട്ട് ജോലിതീർത്ത് എല്ലാവരും കുളിച്ച് വൃത്തിയായി എത്തുമ്പോഴേക്കും ഓലകെട്ട് സദ്യറെഡി. മൃഷ്ടാനഭോജനം കഴിഞ്ഞ് പുകയിലയുംകൂട്ടി നന്നായൊന്ന് മുറുക്കി എല്ലാവരും സന്തോഷത്തോടെ പിരിയും. പിന്നെ അകത്തുള്ള വൃത്തിയാക്കൽ സ്ത്രീകളുടെ വേലയാണ്.

നാട്ടിൽ ധാരാളമായി ഉള്ള വൃക്ഷം തെങ്ങാണല്ലോ. പുരകെട്ടാനും മേയാനും തെങ്ങ്തന്നെ സഹായിച്ചു. കാലാകാലങ്ങളിൽ വെട്ടിയും പൊഴിഞ്ഞും വീഴുന്ന ഓലകൾ തരത്തിന് കീറിയെടുത്ത് സൂക്ഷിച്ചു വയ്ക്കും. കുറെയാവുമ്പോൾ അവ നനച്ച് മെടഞ്ഞ് സൂക്ഷിക്കും. അങ്ങനെ ഓരോവർഷവും പഴയ ഓല മാറ്റി പുതിയവകെട്ടേണ്ട

സമയമാവുമ്പോൾ ആവശ്യത്തിനുള്ള ഓല ശേഖരിച്ച് മെടഞ്ഞ് വച്ചിട്ടുണ്ടാവും. ഓലകൾ കൂരയിൽ കെട്ടിയുറപ്പിക്കാൻ പച്ചഓല തീയിൽവാട്ടിയെടുത്ത് ഓലക്കാലുകൾ മുറിച്ചെടുത്ത് കെട്ടുകളാക്കി ആ ഓലക്കെട്ടുകൾ ഉടുമുണ്ടിന്റെ പുറകിൽ ഉടക്കിവയ്ക്കും.

വാർഡിന്റെയും കോണോറിന്റെയും 1820-ലെ സർവേയിൽ അഗസ്തീശ്വരത്ത് ആകെ 11815-ഉം തോവളയിൽ 6171-ഉം വീടുകൾ ഉണ്ട് എന്നാണ് രേഖപ്പെടുത്തിയിട്ടുള്ളത്. ശുചീന്ദ്രത്തും കോട്ടാറും ഉള്ള ചില ഓടുമേഞ്ഞ വീടുകളിൽ ധാന്യപ്പുരകളും സർക്കാർ ഓഫീസുകളും പ്രവർത്തിക്കുന്നതായി പറയുന്നുണ്ട്. തോവാളയിൽ ഉള്ള കല്ലുകൊണ്ടുള്ള നിർമ്മിതികൾ കൽമണ്ഡപങ്ങളാണ്.

1881-ലെ തിരുവിതാംകൂർ സെൻസസ് റിപ്പോർട്ട് അനുസരിച്ച് ഇരണിയലിൽ 21025-ഉം അഗസ്തീശ്വരത്ത് 19767-ഉം കൽക്കുളത്ത് 12927-ഉം തോവാളയിൽ 8233-ഉം ഓലമേഞ്ഞ വീടുകൾ ഉണ്ടായിരുന്നുവെന്നാണ് കണക്ക്. ഈ കാലയളവിൽ അവിടവിടെയായി ഏതാനും ഓടുമേഞ്ഞ വീടുകളും കൽവീടുകളും ടെറസ് വീടുകളും ഉണ്ടായിരുന്നതായി റിപ്പോർട്ടിൽ കാണുന്നു. 1817-ൽ റീജന്റായിരുന്ന റാണി ഗൗരിപാർവതിബായി പുറപ്പെടുവിച്ച വിളംബരത്തിലൂടെ വീടുകൾക്കും കടകൾക്കും ഓടുമേയാൻ അനുവാദം നൽകി.

തോവാള, അഗസ്തീശ്വരം, ഇരണിയൽ കൽക്കുളം എന്നീ താലൂക്കുകളിൽ യഥാക്രമം 262, 995, 20, 26 ഓടുമേഞ്ഞവീടുകൾ ഉണ്ടായിരുന്നു. ടെറസ്‌വീടുകൾ അഗസ്തീശ്വരത്ത് പത്തും തോവാള രണ്ടും കൽക്കുളത്തും ഇരണിയലും ഓരോന്നുമാണ് ഉണ്ടായിരുന്നത്. പുല്ലുമേഞ്ഞ വീടുകൾ അധികമുണ്ടായിരുന്നത് ഇരണിയലിലാണ് 496 എണ്ണം. ഇടയ്ക്കിടയ്ക്ക് തകരംകൊണ്ട് മേൽക്കൂര ഉണ്ടാക്കിയ വീടുകളുമുണ്ട്. ഇത്തരത്തിലുള്ള വീടുകളുടെ എണ്ണം തോവാളയിൽ 10-ഉം അഗസ്തീശ്വരത്ത് 19-ഉം ആയിരുന്നു. മേൽക്കൂരയുൾപ്പെടെ മുഴുവൻ കല്ലുകൊണ്ടുള്ള രണ്ട് നിർമ്മിതികൾ തോവാളയിൽ ഉണ്ടായിരുന്നതായും സെൻസസ് റിപ്പോർട്ട് പറയുന്നു.

ഇരണിയലിലാണ് പുല്ലുമേഞ്ഞ വീടുകൾ കൂടുതൽ ഉണ്ടായിരുന്നത്. 496 വീടുകൾ. തോവാളയിൽ 12 എണ്ണവും. താഴ്ന്നജാതിക്കാരുടെ വീടുകളായിരുന്നു ഇവ. പനയോലകൾകൊണ്ട് മേഞ്ഞിരുന്ന വീടുകളുടെ കണക്ക് രേഖപ്പെടുത്തി കാണുന്നില്ല; ഒരുപക്ഷേ ഓലമേഞ്ഞ വീടുകളുടെ കൂട്ടത്തിൽ ഇതും ഉൾപ്പെടാനാണ് സാദ്ധ്യത.

നിർമ്മാണച്ചെലവിന്റെ അടിസ്ഥാനത്തിൽ വീടുകളെ മൂന്നായി തരംതിരിച്ചിരുന്നു. ആയിരം രൂപയോ അതിലധികമോ നിർമ്മാണ

ച്ചെലവ് വരുന്ന വീടുകളാണ് ഒന്നാമത്തെ വിഭാഗത്തിൽപ്പെടുന്നത്. ഇരുനൂറുമുതൽ ആയിരംരൂപവരെ ചെലവുവരുന്ന വീടുകൾ രണ്ടാമത്തെ വിഭാഗത്തിലും ഇരുനൂറുരൂപയ്ക്ക് താഴെയുള്ളത് മൂന്നാം വിഭാഗത്തിലുംപെടും. ഒന്നാംവിഭാഗത്തിൽപ്പെട്ട വീടുകൾ അധികമുണ്ടായിരുന്നത് അഗസ്തീശ്വരത്താണ്. 198 എണ്ണം കൽക്കുളത്ത് 107-ഉം തോവാളയിൽ 77-ഉം ഇരണിയലിൽ 63-ഉം വീടുകൾ ഉണ്ടായിരുന്നു. രണ്ടാമത്തെ വിഭാഗത്തിൽപ്പെട്ട വീടുകൾ അഗസ്തീശ്വരം, തോവാള, ഇരണിയൽ, കൽക്കുളം എന്നിവിടങ്ങളിൽ, യഥാക്രമം 1062, 77, 325, 107 എന്നിങ്ങനെയായിരുന്നു. മൂന്നാംവിഭാഗത്തിൽപ്പെട്ട വീടുകൾ ഇരണിയലും അഗസ്തീശ്വരത്തും കൽക്കുളത്തുമായിരുന്നു കൂടുതൽ. 23661, 19533, 12916 എന്നിങ്ങനെയായിരുന്നു അവയുടെ എണ്ണം. തോവാളയിൽ 8226 വീടുകളാണ് ഉണ്ടായിരുന്നത്.

സവർണ്ണരുടെ വീടുകൾക്കുചുറ്റും കുറുന്തോട്ടി, ചീലാന്തി, ചെമ്പരത്തി തുടങ്ങിയ ചെടികൾകൊണ്ട് വേലികെട്ടുകയോ മണ്ണ് കുഴച്ചുവച്ച് കയ്യാലകൾ നിർമ്മിക്കുകയോ ചെയ്തിരുന്നു. ഇതിനുള്ളിൽ കിണറും കുളവുമൊക്കെയുണ്ടാവും. കോയിക്കലുകൾ ഉൾപ്പെടെയുള്ള മാളികകൾക്കുചുറ്റും മണ്ണുകുഴച്ചുവച്ച മതിലുകളായിരുന്നു ഉണ്ടായിരുന്നത്. മതിലുകളും മുകളിൽ ഓലകെട്ടി സംരക്ഷിച്ചുപോന്നു. കൽക്കുളത്തെയും ഇരണിയലിലെയും കോട്ടകളും ആദ്യം മണ്ണുകൊണ്ടാണല്ലോ നിർമ്മിച്ചിരുന്നത്.

ഇരുപതാം നൂറ്റാണ്ടിന്റെ അവസാനംവരെ ഒരു വ്യക്തിക്ക് അയാൾ ഇഷ്ടപ്പെടുന്ന രീതിയിലുള്ള വീട് നിർമ്മിക്കുന്നതിന് സ്വാതന്ത്ര്യമുണ്ടായിരുന്നില്ല. ഓരോ ജാതിക്കാർക്കും അവർ വീടുപണിയേണ്ട സ്ഥലവും ഉപയോഗിക്കേണ്ട നിർമ്മാണസാമഗ്രികളും പ്രത്യേകം നിശ്ചയിച്ചിരുന്നു. പത്തൊൻപതാംനൂറ്റാണ്ടിന്റെ മദ്ധ്യംവരെ നായർക്ക് താഴെയുള്ള ജാതിക്കാർക്ക് ഓടിട്ടവീടുകൾ നിർമ്മിക്കാൻ അനുവാദമുണ്ടായിരുന്നില്ല: ക്രമേണ നായർക്ക് തൊട്ടുതാഴെയുള്ള ജാതിക്കാർ മണ്ണുകുഴച്ചുവച്ച് ചുവരുകളുണ്ടാക്കാൻ തുടങ്ങി. പിന്നെ അത്തരം നിർമ്മിതികൾക്ക് മൺകട്ടകൾ ഉപയോഗിച്ചു.

വിദേശികളുടെ വരവോടെ ഇവിടത്തെ രാഷ്ട്രീയ-സാമൂഹിക രംഗങ്ങളിൽ വന്ന മാറ്റങ്ങൾ നമ്മുടെ ഗൃഹനിർമ്മാണശൈലിയെയും സ്വാധീനിച്ചു. കല്ലുകൊണ്ടുള്ള അസ്ഥിവാരത്തിനുമുകളിൽ ചതുരാകൃതിയിലോ ദീർഘചതുരാകൃതിയിലോ അറുത്തെടുത്ത കല്ലുകളും ചുടുകട്ടകളും ഗൃഹനിർമ്മാണത്തിന് ഉപയോഗിച്ചു. സ്വാതിതിരുനാളിന്റെ കാലത്ത് വിദേശീയ എഞ്ചിനീയറിങ്ങ് സാങ്കേതിക വിദ്യക്ക് കൂടുതൽ പ്രോത്സാഹനം നൽകി. ഇതിനായി അദ്ദേഹം

വില്ല്യം ഹോഴ്സ്‌ലി എന്ന എഞ്ചിനീയറുടെ സേവനം ഉപയോഗപ്പെടുത്തി. പിൽക്കാലത്തെ വീടുകൾക്കു മാത്രമല്ല കൊട്ടാരങ്ങളുടെയും നിർമ്മാണത്തിൽ വൈദേശിക വാസ്തുശിൽപ്പരീതികളുടെ സ്വാധീനം കണ്ടു തുടങ്ങി. ക്രമേണ ജാതിഭേദമന്യേ ആർക്കും സ്വന്ത ഇഷ്ടപ്രകാരമുള്ള വീടുകൾ നിർമ്മിക്കാമെന്നായി.

വിദ്യാഭ്യാസം

ജനങ്ങളെ സാക്ഷരരാക്കുന്നതിനും അവർക്ക് അറിവ് പകരുന്നതിനും ബുദ്ധമതം വഹിച്ച പങ്ക് മഹത്തരമാണ്. ബുദ്ധസന്ന്യാസികൾ വിദ്യാഭ്യാസപ്രവർത്തനങ്ങളിൽ നിപുണരായിരുന്നു. ബുദ്ധവിഹാരങ്ങളോട് ചേർന്ന് പാഠശാലകളോ കലാശാലകളോ പ്രവർത്തിച്ചുപോന്നു. പ്രാഥമികവിദ്യാലയങ്ങൾ എഴുത്തുപള്ളി എന്നാണ് അറിഞ്ഞിരുന്നത്. എഴുത്തുപള്ളി എന്ന പേരും ബുദ്ധമതവുമായി ബന്ധപ്പെട്ടതുതന്നെ. ബുദ്ധവിഹാരങ്ങൾ 'പള്ളി' എന്ന പേരിലാണല്ലോ അറിയപ്പെട്ടിരുന്നത്. പിൽക്കാലങ്ങളിൽ ബുദ്ധമതക്കാരെ അനുകരിച്ച് ഹൈന്ദവദേവാലയങ്ങളോട് ചേർന്നും വിദ്യാഭ്യാസ സ്ഥാപനങ്ങൾ നടത്തിപ്പോന്നു. നാഞ്ചിനാട് ബുദ്ധമതസ്ഥരെ അപേക്ഷിച്ച് ജൈനപാഠശാലകളാണ് ഉണ്ടായിരുന്നത്.

വിദ്യാഭ്യാസം പ്രോത്സാഹിപ്പിക്കുന്ന കാര്യത്തിൽ ആയ്‌രാജാക്കന്മാരും മുൻപന്തിയിൽതന്നെയായിരുന്നു. ക്ഷേത്രസങ്കേതങ്ങളിൽ സ്ഥാപിച്ചിരുന്ന പാഠശാലകൾ 'ചാലകൾ' അഥവാ 'ശാലകൾ' എന്നറിയപ്പെട്ടിരുന്നു. ഈ ശാലകൾ ജനങ്ങളുടെ സാംസ്ക്കാരിക ജീവിതം മെച്ചപ്പെടുത്തുന്നതിൽ നല്ലൊരു പങ്കുവഹിച്ചു എന്നതിൽ രണ്ടു പക്ഷമില്ല. ഭരണാധികാരികളും ജ്ഞാനതൽപ്പരരായ സ്വകാര്യ വ്യക്തികളും ശാലകൾക്ക് കൈയ്യയച്ച് സംഭാവനകൾ നൽകി. ആയ്ഭരണകാലത്തെ പുകൾപെറ്റ വിദ്യാകേന്ദ്രങ്ങളായിരുന്നു കാന്തളൂരെയും പാർത്ഥിവപുരത്തെയും ശാലകൾ. ഈ ശാലകളിൽ ബ്രാഹ്മണവിദ്യാർത്ഥികൾക്ക് താമസവും ഭക്ഷണവും സൗജന്യമായി നൽകി. പഠനത്തോടൊപ്പംതന്നെ വിദ്യാർത്ഥികളുടെ സ്വഭാവരൂപീകരണത്തിനും വേണ്ട ശ്രദ്ധപതിപ്പിച്ചു.

അസഭ്യഭാഷണം ശാലയിലും പരിസരങ്ങളിലും വിലക്കിയിരുന്നു. കലഹങ്ങൾക്കും കൈയ്യേറ്റങ്ങൾക്കും കഠിനശിക്ഷ നൽകി. അന്തേവാസികൾ ആയുധങ്ങൾ കൊണ്ടുനടക്കുന്നത് ശിക്ഷാർഹമായിരുന്നു. ചൂതാട്ടം അനുവദിച്ചിരുന്നില്ല. ചൂതുകളിയിൽ ഏർപ്പെട്ടിരുന്ന വിദ്യാർത്ഥികൾക്ക് ശിക്ഷയായി ഒരുദിവസം ആഹാരം നൽകിയിരുന്നില്ല. വിദ്യാർത്ഥികൾ അവനവന്റെ ജോലികൾ സ്വയം ചെയ്യണം;

ഇതിനായി വേലക്കാരികളെ നിയമിക്കാൻ വിലക്കുണ്ടായിരുന്നു. ഇത്തരം ചട്ടങ്ങൾ കൃത്യമായി പാലിച്ചിരുന്നതിനാലാണ് കാന്തളൂർ ശാലയെപ്പോലെ പാർത്ഥിവപുരം ശാലയും പ്രസിദ്ധമായത്. കരുനന്തടക്കനാണ് പാർത്ഥിവപുരത്ത് വിഷ്ണുക്ഷേത്രവും അതിനോടൊപ്പം പാർത്ഥിവപുരംശാലയും നിർമ്മിച്ചത്. "തൊണ്ണൂറു ഐവർ ചട്ടർക്കു ചാലെയും ചെയ്താൻ ശ്രീകോക്കരുനന്തടക്കൻ" എന്നാണ് രേഖ. പാർത്ഥിവപുരംശാല ഉപരിവിദ്യാഭ്യാസത്തിനുവേണ്ടിമാത്രം ഉദ്ദേശിക്കപ്പെട്ട വൈദികശാലയായിരുന്നതുകൊണ്ടായിരിക്കാം കുറച്ചു വിദ്യാർത്ഥികൾക്കുമാത്രം പ്രവേശനം നിശ്ചയിച്ചത്. കൂടുതൽ വിദ്യാർത്ഥികളെ പിന്നീട് ചേർക്കുന്നതാണെന്ന് ശാലസ്ഥാപിച്ചതിനെ കുറിക്കുന്ന കരുനന്തടക്കന്റെ ശാസനത്തിൽ പറയുന്നുണ്ട്.

തിരുച്ചരണത്ത്, പത്മിനപടാരരുടെ ശിഷ്യൻ വിക്രമാദിത്യവരഗുണരാജാവിന്റെ കാലത്ത് പണികഴിപ്പിച്ച ക്ഷേത്രത്തിനോട് ചേർന്നുണ്ടായിരുന്ന ശാലയും നാഞ്ചിനാടിന്റെ അഭിമാനമായിരുന്നു. വിദേശീയരും സ്വദേശീയരുമായ ധാരാളംപേർ ഇവിടെ അദ്ധ്യയനത്തിനെത്തിയിരുന്നതായി രേഖപ്പെടുത്തിയിട്ടുണ്ട്.

പ്രസിദ്ധമായ ഒരു വിദ്യാപീഠമായിരുന്നു 'ശ്രീവല്ലഭപെരുംചാല.' കന്യാകുമാരിദേവീക്ഷേത്രത്തിനടുത്തുള്ള 'കഴിക്കുടി'യിലായിരുന്നു ഈ സ്ഥാപനം. പാണ്ഡ്യരാജ്യം വാണിരുന്ന 'ശ്രീവല്ലഭൻ' (AD 815-862) ആയിരുന്നു ശ്രീവല്ലഭപെരുംചാലയുടെ സ്ഥാപകൻ. രാജാധിരാജന്റെ 38-ാം ഭരണവർഷത്തിലെ കന്യാകുമാരിശാസനത്തിൽ ഈ ശാലയെക്കുറിച്ച് പരാമർശമുണ്ട്. മൂന്നാംനൂറ്റാണ്ടിൽ രാജാധിരാജനും

തിരുച്ചരണത്ത്മലയിലെ ക്ഷേത്രം

രാജേന്ദ്രൻ രണ്ടാമനും ഈ ശാലയുടെ നടത്തിപ്പിൽ പ്രത്യേകം ശ്രദ്ധ ചെലുത്തിയിരുന്നതായി കാണുന്നു. രാജാധിരാജൻ ഈ ശാലയുടെ പേര് 'രാജരാജ പെരുംചാല' എന്ന് മാറ്റിയെങ്കിലും 'ശ്രീവല്ലഭ പെരുംചാലയാന രാജരാജപെരുമാൾചാല' എന്നാണ് എഴുത്തുകുത്തുകളിൽ കാണുന്നത് (TAS. Vol. I, No. VIII).

ഈ ശാലയിൽ അനേകശതം വിദ്യാർത്ഥികൾ അദ്ധ്യയനം നടത്തിയിരുന്നത്രേ. വേദപഠനം കൂടാതെ മറ്റുവിഷയങ്ങളും പഠിപ്പിച്ചിരുന്നു. വേദപഠനശാലകളിലെ പ്രവേശനത്തിന് പ്രത്യേകം യോഗ്യതകൾ വേണം.

ശാലയിൽ താമസിച്ചുപഠിച്ചിരുന്ന ചട്ടരുടെ ആവശ്യത്തിന് മണക്കുടി ഉപ്പളത്തിൽനിന്ന് 'കലത്തിനു നാഴി കൈ ഉറ' കൊടുക്കണമെന്ന് ചട്ടംകെട്ടിയിരുന്നു. ഓരോ കലം ഉപ്പും അളക്കുമ്പോൾ കുറച്ച് ഉപ്പുവീതം മാറ്റിവയ്ക്കുന്നതാണ് 'കൈയുറ' എന്ന് പറയുന്നത്. എത്ര കലം അളന്നു എന്നറിയുന്നതിനുവേണ്ടിയാണ് ഈ സംവിധാനം. കയ്യുറ കുറച്ച് എന്നത് നാഴിയായി ക്ലിപ്തപ്പെടുത്തി. ഇത് ശാലയ്ക്ക് കൊടുക്കാൻ ഏർപ്പാടുചെയ്തു.

പ്രശസ്തമായി നടന്നിരുന്ന ഈ വിദ്യാപീഠങ്ങൾക്ക് കാലാന്തരത്തിൽ നാശമുണ്ടായി. ക്ഷേത്രഭരണം നടത്തിയിരുന്ന സഭയെത്തന്നെയായിരുന്നു ശാലാഭോഗവസ്തുക്കളും ഏൽപ്പിച്ചിരുന്നത്. പ്രമാണിമാരായിരുന്ന ബ്രാഹ്മണരും മാടമ്പിമാരുമായിരുന്നു ഈ ഊരാളന്മാർ. ഒൻപതും പത്തുംനൂറ്റാണ്ടുകളിൽ ഊരാളന്മാരെ കോയിലധികാരികളും നാട്ടുകൂട്ടങ്ങളും നിയന്ത്രിച്ചിരുന്നെങ്കിലും AD 999 മുതൽ 1100 വരെ നടന്ന നൂറ്റാണ്ടുയുദ്ധത്തിൽ ക്ഷേത്രസംബന്ധിയായ എല്ലാ അവകാശങ്ങളും ഊരാളന്മാർക്കാണെന്നും ഇത് മറ്റുള്ളവർക്ക് ചോദ്യംചെയ്യാൻ അവകാശമില്ലെന്നുമുള്ള അവസ്ഥയിലായി. ക്രമേണ ക്ഷേത്രസങ്കേതങ്ങളിലുണ്ടായിരുന്ന ശാലകളുടെ പ്രവർത്തനം നിലച്ചു.

സമൂഹം ചാതുർവർണ്യത്തിന്റെ നീരാളിപ്പിടുത്തത്തിൽ അമർന്നിരുന്ന കാലത്ത് വിദ്യാഭ്യാസം ബ്രാഹ്മണർക്കുമാത്രമേ പ്രാപ്യമായിരുന്നുള്ളൂവല്ലോ. ബുദ്ധസന്യാസിമാർ തുടങ്ങിവച്ച 'കുടിപ്പള്ളിക്കൂടങ്ങൾ' എന്ന സംവിധാനം തന്നെയായിരുന്നു തുടർന്നുപോന്നത്. ധനിക തറവാട്ടുകാരുടെ പുരയിടങ്ങളിലായിരുന്നു പള്ളിക്കൂടങ്ങൾ. അദ്ധ്യാപകരെ ആശാന്മാർ എന്ന് വിളിച്ചു. ഇവർക്ക് നെല്ലും മറ്റു ഭക്ഷണസാധനങ്ങളുമായിരുന്നു കൂലിയായി നൽകിയത്. ഈ പള്ളിക്കൂടങ്ങൾ ആശാൻപള്ളിക്കൂടങ്ങൾ എന്നും അറിയപ്പെട്ടു.

നാഞ്ചിനാട്ടിൽ വിദ്യാഭ്യാസരംഗത്ത് വിപ്ലവകരമായ മാറ്റങ്ങൾ വന്നത് മിഷനറിമാരുടെ വരവോടെയാണ്. ഈ രംഗത്ത് മിഷനറിമാരുടെ സംഭാവന കനപ്പെട്ടതുതന്നെ. അധഃസ്ഥിതരുടെ ഉന്നമനത്തോടൊപ്പം, ജനമനസ്സുകളിൽ കടന്നെത്തി മതപരിവർത്തനത്തിനുള്ള മാർഗ്ഗമായും ഇവർ വിദ്യാഭ്യാസത്തെ ഉപയോഗിച്ചു. ജർമ്മൻകാരനായ റിങ്കിൾടാബ് എന്ന എൽ.എം.എസ് മിഷനറി 1806-ൽ നാഗർകോവിലിലെ മൈലാടിയിൽ സ്ഥാപിച്ച തമിഴ്സ്കൂളാണ് ഈ രംഗത്തെ ആദ്യസമാരംഭം. തുടർന്ന് ചാൾസ്മീഡ് ഇംഗ്ലീഷ്, തമിഴ്, മലയാളം, സംസ്കൃതം എന്നീ ഭാഷകൾ പഠിപ്പിക്കുന്നതിനായി നാഗർകോവിലിൽ മറ്റൊരു സ്കൂൾകൂടി സ്ഥാപിച്ചു. ഈ സ്കൂൾ വളർന്നുവലുതായതാണ് ഇന്നത്തെ പ്രസിദ്ധമായ സ്കോട്ട് ക്രിസ്ത്യൻ കോളേജ്. താണജാതിക്കാർക്കുവേണ്ടിയുള്ളതായിരുന്നു ഈ വിദ്യാഭ്യാസസ്ഥാപനങ്ങൾ. അടിമക്കുട്ടികളുടെ വിദ്യാഭ്യാസത്തിലും മിഷനറിമാർ പ്രത്യേകം താൽപ്പര്യം കാണിച്ചു. 1820-ൽ നാഗർകോവിലിൽ അടിമക്കുട്ടികളെ സ്കൂളിൽ ചേർക്കുന്ന അദ്ധ്യാപകന് ആൺകുട്ടിക്കു ഒരു പണവും പെൺകുട്ടിക്ക് ഒന്നരപ്പണവും നിരക്കിൽ പ്രതിഫലം നൽകിപ്പോന്നു.

മിഷനറിമാർ തുടങ്ങിവച്ച വിദ്യാഭ്യാസസ്ഥാപനങ്ങളുടെ ശൈലി പിന്തുടരുകയാണ് സ്വാതിതിരുനാൾ ചെയ്തത്. നാഗർകോവിലിലെ വിദ്യാഭ്യാസപ്രവർത്തനങ്ങളിൽ സന്തുഷ്ടനായ അദ്ദേഹം തിരുവനന്തപുരത്തും സ്കൂൾ സ്ഥാപിക്കാൻ മിഷനറിമാർക്ക് പ്രോത്സാഹനം നൽകി. അങ്ങനെ തിരുവനന്തപുരത്തും റവ. ജോൺ റോബർട്ടിന്റെ നേതൃത്വത്തിൽ ആദ്യവിദ്യാലയം നിലവിൽവന്നു. 1848-ൽ നാഗർകോവിലിലും നെയ്യൂരുമായി അക്കാലത്ത് 180 സ്കൂളുകളുണ്ടായിരുന്നതിൽ 6433 ആൺകുട്ടികളും 998 പെൺകുട്ടികളും അദ്ധ്യയനം നടത്തിയിരുന്നു. എന്നാൽ തിരുവനന്തപുരത്താകട്ടെ പത്ത് സ്കൂളുകളിലായി 358 ആൺകുട്ടികൾ മാത്രമേ പഠിച്ചിരുന്നുള്ളൂ. ഒരു പെൺകുട്ടിപോലും പഠിക്കാനായി സ്കൂളിൽപോയിരുന്നില്ലെന്നതും ഓർക്കാം.

സാഹിത്യം

സംഘകാലത്തെ മഹാകവികളായിരുന്ന പാണന്മാർ സിദ്ധികൊണ്ടും ബുദ്ധികൊണ്ടും ബ്രാഹ്മണരെപോലും അതിശയിപ്പിച്ചു. പരണർ, കപിലർ തുടങ്ങിയ സംഘകാലകവികൾ പാണന്മാരായിരുന്നല്ലോ (പ്രൊഫ. ഇളങ്കുളം കുഞ്ഞൻപിള്ള, കേരളം അഞ്ചും ആറും നൂറ്റാണ്ടുകളിൽ, പുറം 204). ഇവരെ രാജാക്കന്മാരും പ്രഭുക്കന്മാരും ബഹുമാനത്തോടെ ആദരിച്ച് സൽക്കരിച്ചിരുന്നു.

രാജാക്കന്മാർ അവർക്ക് ആനകളെപ്പോലും സമ്മാനിച്ചിരുന്നത്രേ. തീണ്ടൽ-തൊടീൽ തുടങ്ങിയ അനാചാരങ്ങളെക്കുറിച്ചുള്ള കേട്ടറിവുപോലും അന്നത്തെ സമൂഹത്തിനുണ്ടായിരുന്നില്ല എന്നും മനസ്സിലാക്കാം. സ്ത്രീകൾ ഉന്നതമായ പദവികൾ വഹിച്ചിരുന്നു എന്നതാണ് മറ്റൊരു സവിശേഷത. സംഘകാലത്തെ ഏറ്റവും മികച്ച കവയത്രിയായിരുന്നു 'അവ്വൈയ്യാർ.' ഇവർ A.D. 500-നടുത്തകാലഘട്ടത്തിലാണ് ജീവിച്ചിരുന്നത്. ചേരന്മാരുടെ ബന്ധുക്കളായ തകടൂർ രാജാക്കന്മാരുടെ ആസ്ഥാനകവയത്രികൂടിയായിരുന്നു ഇവർ. തകടൂർ രാജാവ് കാഞ്ചീപുരത്തേക്ക് രാജപ്രതിനിധിയായി അയച്ചത് അവ്വൈയ്യാറിനെയാണ് എന്നതും ശ്രദ്ധേയമാണ്. വിശേഷപ്പെട്ട മദ്യം കുറച്ചേ ഉള്ളൂവെങ്കിൽപ്പോലും അത് താൻ കഴിക്കാതെ രാജാവ് അവ്വൈയ്യാറിന് നൽകിയിരുന്നു.

അവ്വൈയ്യാറിനെപോലെതന്നെ പരണരുടെയും കപിലരുടെയും കവിതകളും കേരളത്തിലെ സംസ്ക്കാരത്തെയും ജീവിതത്തെയും അധികരിച്ചുള്ളവയാണ്. 'കുറുംതൊക', 'നാറ്റിണ' എന്നീ പ്രേമകവിതാസമാഹാരങ്ങളിലും പൂർവകേരളത്തിന്റെ ചരിത്രാംശങ്ങൾ കാണാം. A.D. ഒൻപതാം ശതകത്തിന്റെ അവസാനത്തിൽ ജീവിച്ചിരുന്ന നാമ്മാൾവാർ അക്കാലത്തെ വൈഷ്ണവക്ഷേത്രങ്ങളെ സ്തുതിച്ചു പാടിയിട്ടുണ്ട് അദ്ദേഹത്തിന്റെ 'തിരുവായ്മൊഴി' പ്രസിദ്ധമാണ്. ചേരമാൻപെരുമാളിന്റെ ജീവിതകഥ പറയുന്നതാണ് 'പെരിയപുരാണം.'

ആയ്രാജാവായ അണ്ടിരൻ തന്റെ കൊട്ടാരത്തിലെ വിലപിടിച്ച സാധനങ്ങളെല്ലാം പാണന്മാർക്ക് ദാനംചെയ്തു. കവികൾക്കുംമറ്റും ആനയെ സമ്മാനിക്കുക അണ്ടിരന്റെ പ്രത്യേകതയായിരുന്നു. “പലരും സ്വർഗ്ഗംകിട്ടണമെന്ന ആശയോടെ ദാനം നടത്തുന്നു എന്നാൽ അണ്ടിരന് ആ കച്ചവടമനഃസ്ഥിതിയില്ല. ഈ കാടും അണ്ടിരനെ കീർത്തിച്ച് പാടിയിരിക്കുമോ അല്ലാതെ എങ്ങനെയാണ് ഈ കാടിന് ഇത്രയധികം ആനകളെ കിട്ടിയത്” എന്നാണ് മുടമോശിയാരുടെ സംശയം (പുറം 131). നക്ഷത്രങ്ങളുടെ സംഖ്യയെക്കാൾ അധികം ആനകളെ അണ്ടിരൻ ദാനംചെയ്തു (പുറം 129). മരിച്ച ഉടൻതന്നെ അദ്ദേഹത്തിന്റെ ആത്മാവ് ഇന്ദ്രന്റെ കൊട്ടാരത്തിലെത്തി. കൊട്ടാരത്തിലെ സ്വീകരണമുറിയിൽനിന്ന് പുറപ്പെട്ട മുരശിന്റെ നാദം മുടമോശിയാർക്ക് കേൾക്കാൻ കഴിഞ്ഞത്രേ (പുറം 141).

ക്രിസ്തുവർഷാരംഭത്തിലെ ആദ്യത്തെ അഞ്ചു നൂറ്റാണ്ടുകളിലെ സംഘകാലകൃതികൾക്കാണ് പ്രാധാന്യം. അവയിൽ പലതും കേരളത്തിൽ എഴുതപ്പെട്ടവയാണ്. ഇക്കാലത്തെ തമിഴ് സാഹിത്യകൃതികൾ

രാജാക്കന്മാരെക്കുറിച്ചും ജനങ്ങളെയും അവരുടെ ജീവിതചര്യകളെക്കുറിച്ചുമുള്ള പരാമർശങ്ങൾ നിറഞ്ഞതാണ്. പതിറ്റുപ്പത്ത്, പുറനാനൂറ്, അകനാനൂറ്, ചിലപ്പതികാരം എന്നീ കൃതികൾക്കാണ് ചരിത്രപരമായി ഏറെ പ്രാധാന്യമുള്ളത്. തമിഴ്സാഹിത്യത്തിലും സംസ്കാരത്തിലും ചെറിയ ഭൂപ്രദേശമെങ്കിലും നാഞ്ചിനാടിന്റെ സ്ഥാനംവലുതാണ്.

കുലശേഖരന്മാരുടെ കാലത്താണ് മലയാളഭാഷയും സാഹിത്യവും രൂപംകൊണ്ടുതുടങ്ങിയത്. തിരുവിതാംകോട് ക്ഷേത്രത്തിലെ വിഷ്ണു പ്രതിഷ്ഠയുൾപ്പടെയുള്ള പ്രസിദ്ധ വിഷ്ണുക്ഷേത്രങ്ങളെ പ്രകീർത്തിച്ച് കീർത്തനം രചിച്ച കുലശേഖര ആൾവാർ, പെരുമാൾ കൂടി ആയിരുന്നുവെന്നതും ഓർക്കാം. ഒൻപതാംനൂറ്റാണ്ടോടെ മലയാളം ഒരു സ്വതന്ത്രഭാഷയായി ഉരുത്തിരിയാൻ തുടങ്ങുകയും ക്രമേണ തമിഴിൽനിന്ന് വേർപെടുകയും ചെയ്തു. പന്ത്രണ്ടാംനൂറ്റാണ്ടോടെ ആയ്രാജവംശം വേണാടിൽ ലയിച്ചു. തുടർന്ന് രാജാക്കന്മാർ കൽക്കുളം ആസ്ഥാനമാക്കി വേണാട് ഭരിക്കുകയും ചെയ്തു. അതുവരെ നാഞ്ചിനാടിന് തമിഴ്നാടിനോടുണ്ടായിരുന്ന അടുപ്പം അൽപ്പാൽപ്പമായി ലോപിച്ച് വേണാട്ടിലെ മലയാളികളുമായി കൂടുതൽ സമ്പർക്കം തുടങ്ങി. കൽക്കുളം കേന്ദ്രമായി ഭരണംതുടങ്ങിയതോടെ തിരുവിതാംകൂറിൽ മലയാളം സംസാരിച്ചിരുന്നവർ ഉദ്യോഗത്തിനും കൃഷിക്കും, രാജ്യഭരണവുമായി ബന്ധപ്പെട്ട മറ്റാവശ്യങ്ങൾക്കും കൽക്കുളത്തെത്തി താമസം ആരംഭിച്ചു. ഇവരാണ് തമിഴ് ഭാഷാമേഖലകളിൽ മലയാളം ഉപയോഗിച്ചുതുടങ്ങിയത്. ഇത് കൽക്കുളത്തുനിന്ന് തുടങ്ങി എന്നുവേണം അനുമാനിക്കാൻ. ഒപ്പംതന്നെ, നികുതിപ്പിരിവ് തുടങ്ങി ജനസമ്പർക്കം ആവശ്യമുള്ള മേഖലകളിൽ ജോലി ചെയ്തിരുന്ന മലയാളികളായ സർക്കാർ ഉദ്യോഗസ്ഥർക്ക് തമിഴ് മനസ്സിലാക്കേണ്ടിയും വന്നു.

1815-ൽ തിരുവിതാംകൂറിലെ സർക്കാർ പള്ളിക്കൂടങ്ങളിലും മിഷനറിമാരുടെ പള്ളിക്കൂടങ്ങളിലും മലയാളഭാഷ പഠിപ്പിച്ച് തുടങ്ങിയതോടെ നാഞ്ചിനാട്ടെ കുട്ടികളും സ്കൂളുകളിൽ മലയാളഭാഷ പഠിച്ചുതുടങ്ങി. ഇത് സ്വാഭാവികമായും ഭാഷാസങ്കലനം വേഗത്തിലാക്കി. അങ്ങനെയുണ്ടായ സങ്കരഭാഷയെ 'മലയാംതമിഴ്' എന്ന് വിളിച്ചു. ഈ ഭാഷയിൽ എഴുതപ്പെട്ട സാഹിത്യകൃതികൾ 'നാഞ്ചിൽ വട്ടാര ഇലക്കിയം' എന്ന് അറിയാൻ തുടങ്ങി.

ഉഭയഭാഷ

പണ്ട് ബസ്സുയാത്രക്കാരുടെ ഒരു സാധാരണ കാഴ്ചാനുഭവമായിരുന്നു ഓരോ ബസ്സ്റ്റോപ്പിലും ബസ്സിനു ചുറ്റും കൂടുന്ന കൊച്ചു

കൊച്ചു കച്ചവടക്കാർ. സോപ്പ്, ചീപ്പ്, ഇഞ്ചിമുട്ടായി എന്നിങ്ങനെ. തിരുവനന്തപുരത്തുനിന്ന് കന്യാകുമാരിയിലേക്ക് പോകുന്ന വഴിക്ക് നെയ്യാറ്റിൻകര കഴിഞ്ഞാൽ ബസ്സ് നിർത്തുന്ന ഇടങ്ങളിൽ കേട്ടിരുന്ന ശബ്ദമാണ് "അക്കാനി വേണുമാ അക്കാനി", "അണ്ടി വേണുമാ അണ്ടി", "കരുപ്പോട്ടി കരുപ്പോട്ടി" എന്നിങ്ങനെ. ഈ വിളിക്ക് ഒരു പ്രത്യേക താളവും ഈണവുമുണ്ട്; ഇതാണ് തെക്കൻ വാമൊഴി ഭാഷയുടെ സൗന്ദര്യം. മലയാളത്തിന്റെ ഗാംഭീര്യമോ തമിഴിന്റെ ചടുലതയോ ഇല്ല.

തിരുവനന്തപുരം മുതൽ കന്യാകുമാരി വരെയുള്ള തിരുവിതാംകൂറിന്റെ ഭാഗത്തെയാണല്ലോ 'തെക്കൻ' എന്ന വിശേഷണം ചേർത്ത് വിളിച്ചിരുന്നത്. തമിഴ് സംസാരിക്കുന്ന പ്രദേശവും മലയാളം സംസാരിക്കുന്ന പ്രദേശവും തമ്മിൽ കൂടിച്ചേരുന്നിടത്താണ് സ്വാഭാവികമായും ഉഭയഭാഷയുടെ ആവിർഭാവം. നാഞ്ചിനാട്ടിലെ പ്രബലരായ രണ്ട് വിഭാഗക്കാരായിരുന്നു ശൈവവെള്ളാളരും നായന്മാരും. ശൈവവെള്ളാളർ തങ്ങളുടെ വീട്ടിൽ ആശയവിനിമയം നടത്തിയിരുന്നത് തമിഴിലാണ്. നായന്മാർ തമ്മിൽ തമ്മിൽ സംസാരിക്കുന്നത് ശുദ്ധമലയാളത്തിലും. പക്ഷേ, ഇക്കൂട്ടർ പൊതുസ്ഥലങ്ങളിൽ തമ്മിൽ ആശയവിനിമയം നടത്തിയിരുന്നത് തമിഴും മലയാളവും കലർന്ന മിശ്രഭാഷയിലാണ്. സ്വന്തഭാഷ സ്വകാര്യമായും മിശ്രഭാഷ പൊതുവായും ഉപയോഗിച്ചു എന്നാണ് ചുരുക്കം. തമിഴ് സംസാരിക്കുന്ന ദേശത്തോട് ചേർന്നു കിടക്കുന്ന അഗസ്തീശ്വരം, തോവാള ജില്ലകളിൽ തമിഴിനു പ്രാമുഖ്യമുള്ള ഭാഷയും മലയാളത്തോട് ചേർന്നുള്ള വിളവംകോട്, കൽക്കുളം താലൂക്കുകളിൽ മലയാളം മുന്നിട്ടുനിൽക്കുന്ന ഭാഷയുമാണ് ഉപയോഗത്തിലുള്ളത്. ആ വ്യത്യാസം ഇങ്ങനെ.

പിള്ളെ ചാക്കാലക്ക് പോയുമ്മച്ച് വെക്കം വന്നൂട്ടാ (നെയ്യാറ്റിൻകര)

പിള്ള എഴവ് അന്നയിച്ചു പെയ്യിട്ട് നീ ശീക്രം വന്താച്ചാ (വിളവങ്കോട്, കൽക്കുളം)

മക്കാ ചത്തവീട്ടുക്കു പോനപിറക് നീ നേരമേ വന്തിയാ (തോവാള, അഗസ്തീശ്വരം)

സാഹിത്യത്തിൽ ഉഭയഭാഷയുടെ സാന്നിദ്ധ്യം പ്രകടമായി കാണുന്നത് തെക്കൻ പാട്ടുകളിലാണ്. പല പാട്ടുകളും വായ്മൊഴിയിലാണ് പ്രചരിച്ചിരുന്നത്. ഓലയിൽ എഴുതി സൂക്ഷിച്ചിരുന്ന പാട്ടുകളുമുണ്ട്. രേഖപ്പെടുത്തിയ പാട്ടുകളിൽ മലയാളലിപിയിൽ എഴുതി സൂക്ഷിച്ചിരുന്നവയിൽ മലയാള പദങ്ങളും തമിഴ് ലിപിയിൽ എഴുതി സൂക്ഷിച്ചിരുന്ന പാട്ടുകളിൽ തമിഴ്പദങ്ങളും മുന്നിട്ടു നിൽക്കുന്നു.

ഇരവിക്കുട്ടിപ്പിള്ളപോര്, ദിവാൻവെറ്റി എന്നീ പാട്ടുകൾ മലയാളത്തോട് അടുത്തുനിൽക്കുന്നവയാണ്. കൂടാതെ ഇതിലെ നായകന്മാർ നായർ വിഭാഗത്തിൽ പെട്ടവരുമാണല്ലോ. അധകൃത വർഗ്ഗത്തിന്റെ കഥ പറയുന്ന പാട്ടുകളിൽ തമിഴിനാണ് മുൻതൂക്കം. അവർ ആ ഭാഷയാണല്ലോ ഉപയോഗിച്ചിരുന്നത്. ദൈവീകകഥകളിൽ മലയാളവും തമിഴും സമാസമം ഉപയോഗിച്ചിട്ടുള്ളതായി കാണാം. ഊഴിയവേല ചെയ്തിരുന്നവരാണ് നാടാന്മാർ. അവരുടെ സംഭാഷണം ഇങ്ങനെ.

ചരുവടിക്കപ്പോറിയാ? (കരിയില തൂത്തുവാരാൻപോയോ)

പോകലൈ. കാച്ചലുപോലിറുക്ക് (പോയില്ല. പനിപോലെ തോന്നുന്നു)

കൊഞ്ചം പതനി ചാപ്പിടു പാത്തുക്കോ (പതനി ശകലം കുടിച്ചു നോക്ക്)

ഉഭയഭാഷാ വായ്മൊഴിയും വട്ടാര ഇലക്കിയവും ഇന്നും നാഞ്ചിനാട്ടിൽ നിലനിൽക്കുന്നുവെന്നത് ആശ്വാസകരം തന്നെ.

സി.വി. രാമൻപിള്ളയുടെ കൃതികളിൽ നാഞ്ചിനാട് ഭാഷ സമൃദ്ധമായി കാണാം. മാർത്താണ്ഡവർമ്മയിലും രാമരാജാബഹദൂറിലും ധർമ്മരാജായിലുമൊക്കെ സമൂഹത്തിലെ താഴെക്കിടയിലുള്ളവർ ഉപയോഗിക്കുന്നത് നാഞ്ചിനാട് ഭാഷയാണ്. തമിഴും മലയാളവും കലർന്ന ഭാഷ. തമിഴെന്ന് തമിഴരും മലയാളമെന്ന് മലയാളികളും സമ്മതിക്കാത്ത ഒരു സങ്കരഭാഷയാണിത്. നാഞ്ചിനാടിന്റെ മണ്ണിന്റെ മണമുള്ള ഭാഷ. തമിഴ്സംസ്കാരത്തിന്റെ ശക്തമായ നിറങ്ങൾ കലർന്ന കൃതികളാണല്ലോ സി.വി.യുടേത്. നോവലുകളിൽ ദീർഘമായി വർണ്ണിക്കുന്ന മനോഹരമായ ഭൂപ്രകൃതികളും മിക്കവാറും നമുക്ക് നാഞ്ചിനാട്ടിൽ കാണാം. ഭ്രാന്തൻചാന്നാൻ, സുന്ദരം, അരത്തമ്മപ്പിള്ള തങ്കച്ചി, കളപ്രക്കോട്ടെതമ്പി, ചന്ത്രക്കാരൻ, അഴകൻപിള്ള, പെരിഞ്ചക്കോടൻ, സുന്ദരയ്യൻ തുടങ്ങിയ പല കഥാപാത്രങ്ങളും നാഞ്ചിനാട്ടെ തനതുഭാഷ ഉപയോഗിക്കുന്നവരാണ്. മാർത്താണ്ഡവർമ്മ നോവലിലെ സുന്ദരയ്യന്റെ സംഭാഷണം ശ്രദ്ധിക്കാം. സുന്ദരയ്യൻ "അങ്കത്തേക്കു രാജ്യവും വേണ്ടാം, ഒന്നും വേണ്ടാം. കുടമൺഅങ്കത്തയെ പട്ടം കെട്ടുങ്കോ. അദുവും അങ്കത്തേക്കു സമ്മതംതാൻ. കഴക്കൂട്ടങ്കത്തെ ആനാൽ അതുക്കും അങ്കത്തെ മറുത്ത് ശോല്ലാത്."

ആധുനികസാഹിത്യകാരന്മാരിലേക്കുവരുമ്പോൾ ആദ്യതലമുറക്കാരായി മനോന്മണീയം സുന്ദരംപിള്ള, കവിമണിദേശിവിനായകംപിള്ള, എസ്. വൈയാപുരിപ്പിള്ള, കെ.എൻ. ശിവരാജപിള്ള,

വിദ്വാൻ ലക്ഷ്മണപിള്ള തുടങ്ങിയ ധാരാളം പേരെ കാണാനാവും. സുന്ദരസ്വാമി, നകുലൻ, നീലാപത്മനാഭൻ, ശരവണസുബയ്യ, കശ്യപൻ എന്നിവരുടെ നിരയുമുണ്ട്. ജയമോഹൻ, നാഞ്ചിൽ നാടാൻ, പൊന്നീലൻ, കുമാരസെൽവൻ എന്നിവർ ഈ രംഗത്ത് ആധിപത്യമുറപ്പിച്ച പുതുതലമുറക്കാരാണ്.

"ജോസഫ് ബ്രോഡ്സ്കിയുടെ പ്രസിദ്ധമായ കവിതയിൽ പൊളിച്ചുമാറ്റിയ പള്ളിയുടെ ഇല്ലാത്ത ചുവരിൽ കാലുപൊക്കി മൂത്രമൊഴിക്കുന്ന നായയെപ്പോലെയാണ് നാഞ്ചിനാട്ടെ എഴുത്തുകാരൻ. അവൻ എഴുതിക്കൊണ്ടിരിക്കുന്ന ജീവിതം ഇപ്പോഴുള്ളത് അവന്റെ ഭാവനയിൽമാത്രമാണ്. ഭാവനയെ ഭാവനകൊണ്ട് നേരിടുന്നതിന്റെ ശക്തിയാണ് അവന്റെ എഴുത്തിൽകാണുന്നത്" (ജയമോഹൻ, ഉറവിടങ്ങൾ. പുറം 74).

തെക്കൻപാട്ടുകൾ

തെക്കൻതിരുവിതാംകൂറിന്റെ ഇരുളടഞ്ഞ പൂർവകാലത്തിലേക്കുള്ള യാത്രയിൽ അവിടവിടെ കത്തിച്ചുവച്ച വഴിവിളക്കുകളാണ് തെക്കൻപാട്ടുകൾ. തെക്കൻതിരുവിതാംകൂറിൽ പ്രചാരത്തിലുള്ള പാട്ടുകഥകളാണ് തെക്കൻപാട്ടുകൾ എന്ന പേരിൽ അറിയപ്പെടുന്നത്. ഒരു കാലത്ത് തിരുവിതാംകൂറിന്റെ തെക്കൻ പ്രദേശങ്ങളിൽ നിലനിന്നിരുന്ന ദേശസംസ്കാരവും ആരാധനക്രമങ്ങളും സാമൂഹിക ആചാരങ്ങളും അനാചാരങ്ങളും അനുഷ്ഠാനങ്ങളും ദേശത്തിനുവേണ്ടി ജീവത്യാഗം ചെയ്ത ധീരനായകന്മാരുടെ വീരഗാഥകളും ചതിയുടെയും പകവീട്ടലിന്റെയും കഥകളുമൊക്കെ വർത്തമാനകാലത്തിന് പരിചയപ്പെടുത്തിയത് ഇത്തരം പാട്ടുകളാണ്.

"...അവിടത്തെ തമിഴരുടെ സംഭാഷണശൈലിയിലുള്ള പ്രാകൃത തമിഴിലാണ് ആ സമ്പ്രദായത്തിൽപെടുന്ന പാട്ടുകൾ പ്രായേണ രചിക്കപ്പെട്ടിട്ടുള്ളത്. മലയാളമല്ലെന്ന് മലയാളികളും നല്ല തമിഴല്ലെന്ന് തമിഴരും ആ പാട്ടുകളെ പുച്ഛിച്ച് ത്രിശങ്കുസ്വർഗ്ഗത്തിൽ തള്ളിനിർത്താറുണ്ടെങ്കിലും അവയ്ക്കും വടക്കൻപാട്ടുകളെപ്പോലെ തന്നെ അക്ലിഷ്ടമനോഹരമായ ഒരാകൃതിയും അനന്യസുലഭമായ ഒരാവർജ്ജകതയും ഉണ്ട്. "വാഗ്ദേവീമുഖാംഭോജനിസ്സൃതം മുഗ്ദ്ധഭാഷിതം" എന്ന് ഈ രണ്ടിനത്തിൽപെട്ട കൃതികളെപ്പറ്റിയും പറയാം." (ഉള്ളൂർ. കേരളസാഹിത്യചരിത്രം)

പാട്ടുകളെ ബാധാപ്രീതികരണങ്ങളെന്നും ദേശചരിത്രപരങ്ങളെന്നും തരംതിരിക്കാം. മരണാനന്തരം മാടൻ, യക്ഷി, അറുകൊല, വാത, മല്ലൻ തുടങ്ങിയ പേരുകളിൽ ദുർദേവതകളായി

മാറിയവരെ അവരുടെ പൂർവാപദാനങ്ങൾ വാഴ്ത്തിപ്പാടി പ്രീണിപ്പിക്കുകയാണ് ഉദ്ദേശ്യം. അപമൃത്യുവിനിരയായ വീരന്മാരായ രാജാക്കന്മാർ, ദേശഭക്തരായ സേനാനികൾ, ചതിയിൽപ്പെടുന്ന പതിവ്രതാരത്നങ്ങൾ തുടങ്ങിയവർ പ്രതികാരദാഹികളായ ദുർദേവതകളായി മാറുമെന്നും അവരെ സ്തുതിച്ചുപാടുന്നത് അവരുടെ ആത്മാക്കളെ പ്രീതിപ്പെടുത്തുമെന്നുമാണ് വിശ്വാസം.

ഇരവിക്കുട്ടിപ്പിള്ളപ്പോര്, ഉലകുടയപ്പെരുമാൾ പാട്ട്, നീലികഥ, മൂവോട്ടുമല്ലൻ കഥ, മാടൻകഥ, പൊന്നിറത്താൾകഥ, അഞ്ചുതമ്പുരാൻ പാട്ട്, പുരുഷാദേവികഥ, കന്നാടിയാൻപോര്, വലിയകേശികഥ, മടമ്പുകഥ, കേരളവർമ്മകഥ എന്നിങ്ങനെ ഒട്ടേറെ പാട്ടുകൾ 'വാതപ്പാട്ട്' എന്ന് അറിയപ്പെടുന്നു. കൊല്ലത്തിന് തെക്ക്, ഇന്നത്തെ കന്യാകുമാരി ജില്ല ഉൾപ്പെടെയുള്ള പ്രദേശങ്ങളിലാണ് പാട്ടുകൾക്ക് പ്രചാരമുള്ളത്.

തമ്പുരാൻപാട്ടുപോലെയുള്ള ചില പാട്ടുകൾക്ക് നന്തുണിയാണ് വാദ്യോപകരണം. തെക്കൻപാട്ടുകൾ കൂടുതലും അനുഷ്ഠാനപരമാണെങ്കിലും അർദ്ധാനുഷ്ഠാനപരമായ പാട്ടുകളുമുണ്ട്. ദേവതാസ്തുതിപരമായ ഗാനങ്ങളും തെക്കൻപാട്ടുകളിൽകാണാം. ശാസ്താവ്, ചാമുണ്ഡി, അമ്മൻ, നാഗർ എന്നിങ്ങനെയുള്ള ആരാദ്ധ്യദേവതകളെക്കുറിച്ച് സ്തുതിച്ചുപാടുന്ന ആരാധനാപ്പാട്ടുകളാണിവ. ആദ്യകാലത്ത് ശാസ്താംപാട്ട് മാത്രമേ വില്ലുകൊട്ടിപ്പാടാറുണ്ടായിരുന്നുള്ളൂ. അപമൃത്യുവിനിരയായവരെയും മറ്റും വാഴ്ത്തിപ്പാടുന്ന സമ്പ്രദായം പിൽക്കാലങ്ങളിൽ ഉടലെടുത്തതാണ്.

പങ്കുനിനാളുത്തരത്തിൽ
ഒരു പാരച്ചനിയാഴ്ചയുമാം
പഞ്ചമിയും പക്കമാകെ
പുറന്താരെ അയ്യനാരും *(ശാസ്താംകഥ)*

വണ്ടാർകുഴലാളേ മലനാട്ടുക്കു
വാഴും കുലദൈവമാകയെന്നും (ചാമുണ്ഡികഥ)

ബാധാപ്രീതികരങ്ങളായ പാട്ടുകൾ ഗണപതിവന്ദനം, സഭാവന്ദനം, സരസ്വതിവന്ദനം, ഇഷ്ടദേവതാവന്ദനം, ഗുരുവന്ദനം എന്നീ ചടങ്ങുകളോടെയാണ് തുടങ്ങുന്നത്. അവസാനം പാട്ടിലെ നായകനെ പ്രസാദിപ്പിക്കാൻ പന്തൽവരം, പൂപ്പടകുടിയിരുത്ത് എന്നീ പാട്ടുകളും പാടി അവസാനിപ്പിക്കും.

തെക്കൻപാട്ടുകൾ അതിപ്രാചീനത അവകാശപ്പെടാനാവില്ലെന്നാണ് ഗവേഷകമതം. 14-ാം നൂറ്റാണ്ടിനും 18-ാം നൂറ്റാണ്ടിനുമിടയ്ക്കാണ് പാട്ടുകൾ രൂപപ്പെട്ടിട്ടുള്ളതെന്ന് കാണാം. പാട്ടുകൾ

പ്രാകൃതതമിഴ് ഭാഷയിൽ രചിക്കപ്പെട്ടതിനാലാണ് കൂടുതൽ പഴക്കം തോന്നിക്കുന്നത്. അഞ്ചുതമ്പുരാൻ പാട്ട് 16-ാം നൂറ്റാണ്ടിലും കന്നാടിയാൻപോര് 17-ാം നൂറ്റാണ്ടിലും ധർമ്മരാജാവിന്റെ രാമേശ്വരംയാത്രയും ദിവാൻവെറ്റിയും 18-ാം നൂറ്റാണ്ടിലും നടന്ന സംഭവങ്ങളെ ആസ്പദമാക്കിയുള്ളവയാവുമ്പോൾ പാട്ടുകളുടെ പഴക്കത്തെക്കുറിച്ച് ഊഹിക്കാവുന്നതേയുള്ളൂ. കൂട്ടത്തിൽ വിൽപ്പാട്ട് പാടുന്ന ആശാന്മാർ പഴയ പാട്ടുകളുടെ ചുവടുപിടിച്ച് പുതിയ പാട്ടുകൾ എഴുതിയിട്ടുമുണ്ട്. അങ്ങിനെയുള്ള പാട്ടുകളാണ് പുത്തൻപാട്ടുകൾ എന്ന് അറിയപ്പെടുന്നത്.

മരിച്ച ആളിന്റെ ബന്ധുക്കൾ നടത്തുന്ന വിലാപം 'ഒപ്പാര്' എന്ന പേരിലാണല്ലോ അറിയപ്പെടുന്നത്. മരിച്ചയാളിന്റെ ഗുണഗണങ്ങളെ എണ്ണിപ്പറഞ്ഞുള്ള വിലാപമാണിത്. ചതിച്ചുകൊല്ലപ്പെടുന്നവരെക്കുറിച്ചുള്ള ഒപ്പാരിൽ, ആ സംഭവം എടുത്ത് പറഞ്ഞ് വിലപിക്കും. ഭർത്താവിന്റെ മരണത്തിൽ വിലപിക്കുന്ന ഭാര്യ തങ്ങളുടെ ജീവിതകാലത്തെ സന്തോഷകരമായ മുഹൂർത്തങ്ങളായിരിക്കും വിവരിക്കുന്നത്.

കാൽനടയിൽപോനതുക്കൂ
കട്ടണത്താൽ വരുവാനേൻ?
കാട്ടാനൈ പായ്ന്തതുണ്ടേ?
കള്ളർകുത്തിക്കൊന്റതുണ്ടോ?
(ഇരവിക്കുട്ടിപ്പിള്ളയുടെ അമ്മയുടെ ഒപ്പാര്)

ഇലങ്കമതിൽ ഉൾപ്പുകുന്തു
പച്ചൈപ്പരിചയുമായി
പാങ്കിനുടൻ കാൽതൂക്കി
പരപരേന നടന്തുചെന്റു
പാങ്കിനുടൻ തടുത്തുവെട്ടും
വാർത്താരം കേളേനേ?
(ഇരവിക്കുട്ടിപ്പിള്ളയുടെ ഭാര്യയുടെ ഒപ്പാര്)

ദേശചരിത്രപരമായ പാട്ടുകളിൽ പെട്ടതാണ് വലിയതമ്പി കുഞ്ചുതമ്പികഥ, ധർമ്മരാജാവിന്റെ രാമേശ്വരം യാത്രകഥ, ദിവാൻവെറ്റി എന്നിവ. രാമവർമ്മമഹാരാജാവിന്റെ മക്കളാണല്ലോ വലിയതമ്പിയും കൊച്ചുതമ്പിയും. അവർക്കും മാർത്താണ്ഡവർമ്മയ്ക്കും തമ്മിലുണ്ടായിരുന്ന ശത്രുതയാണ് വലിയതമ്പി കുഞ്ചുതമ്പിക്കഥ. ധർമ്മരാജാവിന്റെ രാമേശ്വരംയാത്രയും പാട്ടു

രൂപത്തിലുണ്ട്. ദിവാൻവെറ്റി വലിയദിവാൻജി രാജാകേശവദാസ ന്റെയും രാമവർമ്മ മഹാരാജാവിന്റെയും മഹിമകൾ വാഴ്ത്തുന്ന താണ്.

ഒരു ഗാനത്തിന്റെ മാധുര്യമോ കാവ്യസൗന്ദര്യമോ തെക്കൻപാട്ടു കൾക്ക് അവകാശപ്പെടാനായില്ല. പക്ഷേ അവ ഒരു കാലത്തെ ജന ജീവിതത്തിന്റെ സാക്ഷ്യപത്രങ്ങളും സംസ്കാരത്തിന്റെ വെളിപാടു കളുമാണ്. ചിലടത്ത് ചരിത്രവും ചിലടത്ത് ഐതിഹ്യങ്ങളും ഇവയെ പിൻതുണക്കുന്നു.

"എല്ലാ കഥാഗാനങ്ങളും യഥാർത്ഥസംഭവങ്ങളിൽ നിന്നുതന്നെ യാണ് രൂപം പ്രാപിച്ചിട്ടുള്ളത്. അവയുടെ വ്യത്യാസം കാണപ്പെടു ന്നത് പശ്ചാത്തലത്തിന്റെ കാര്യത്തിൽമാത്രമാണ്. ചില കഥകൾ ഐതീഹ്യങ്ങളുടെ പിൻബലത്തിൽ നിൽക്കുമ്പോൾ മറ്റുചിലത് ചരിത്രരേഖകൾ അടിസ്ഥാനമാക്കി നിലകൊള്ളുന്നു. ...ഐതീഹ്യ ങ്ങളിലും ചരിത്രരേഖകളിലും ഒളിമങ്ങിക്കിടക്കുന്ന വേണാടിന്റെ കഴിഞ്ഞകാലചിത്രങ്ങൾ തെക്കൻകഥാഗാനങ്ങളിൽ സജീവ മായിത്തന്നെ നിലനിൽക്കുന്നുവെന്നതാണ് യാഥാർഥ്യം." (തെക്കൻ കഥാഗാനങ്ങൾ-ഡോ. തിക്കുറിശ്ശി ഗംഗാധരൻ. മുഖവുര)

വില്ലടിച്ചാൻപാട്ട്

തെക്കൻതിരുവിതാംകൂറിലെ സാധാരണജനങ്ങളുടെ ആസ്വാദ നാഭിരുചിക്കിണങ്ങുംവിധം രൂപപ്പെടുത്തിയ ഒരു അനുഷ്ഠാനകല യാണ് വില്ലടിച്ചാൻപാട്ട്. വിൽപാട്ട്, വില്ലുകൊട്ടിപ്പാട്ട്, വില്ലടിപ്പാട്ട്, വില്ലടി എന്നിങ്ങനെയും ഈ കലാരൂപം അറിയപ്പെടുന്നു.

ഒരു കഥ, അത് പുരാണകഥയോ നാടോടിക്കഥയോ ആകാം. കലാരൂപത്തിന്റെ കഥയ്ക്കും സന്ദർഭത്തിനും അനുസരണമായ പലതും കൂട്ടിച്ചേർത്തും സംഗീതത്തിനും നാടകീയതയ്ക്കും അവസരമുണ്ടാക്കിയുമാണ് പാട്ടുകൾ രചിക്കുന്നത്. സാധാരണ ക്കാർക്കു പ്രയാസംകൂടാതെ ചൊല്ലാനും മനസ്സിലാക്കാനും കഴി യുന്ന താരാട്ട്, ഒപ്പാര് മുതലായവയുടെ രീതിപിടിച്ചാണ് ആദ്യ കാലത്ത് പാട്ടുകൾ രചിച്ചിരുന്നത്. സാധാരണയായി ഗായകന്മാരാ യിരിക്കും പാട്ടുകഥകൾ രചിക്കാറുള്ളത്. ഇയാൾ സംഘത്തലവനും സംഘാംഗങ്ങളുടെ ഗുരുനാഥനുമായിരിക്കും. തെക്കൻതിരുവിതാം കൂറിൽ വിൽപാട്ടു രചയിതാക്കളും ഗായകരുമായി ഒട്ടേറെ പുലവ ന്മാരുണ്ടായിരുന്നു. ഇവർ ചില പാട്ടുകൾ പനയോലയിൽ എഴുതി സൂക്ഷിച്ചു. ഈ ജനകീയകലാരൂപം കൈകര്യംചെയ്തിരുന്ന പുല വന്മാർ ധാരാളമുണ്ടായിരുന്നെങ്കിലും ശൂരനാട്ട് കുഞ്ഞൻപിള്ള പ്രസിദ്ധ പുലവന്മാരും പാട്ടെഴുത്തുകാരുമായി പതിനഞ്ചുപേരുടെ

ചുരുക്കപ്പട്ടിക രേഖപ്പെടുത്തിയിട്ടുണ്ട്. (കൈരളീസമക്ഷം - 1979 പുറം 220)

കന്യാകുമാരി ജില്ലയിലെ പ്രസിദ്ധരായ മൂന്നു പുലവന്മാരെ സൂചിപ്പിക്കുന്ന, നാട്ടിൽ പ്രചാരമുള്ള ചൊല്ല് ഇങ്ങനെ.

"വില്ലുക്കു വേന്തൻ കോലപ്പാപിള്ളൈ
ചൊല്ലുക്കു വേന്തൻ ചുന്തരംപിള്ളൈ
മല്ലുക്കു വേന്തൻ നാരായണപിള്ളൈ"

പാട്ടും ഗദ്യവും ഇടകലർത്തിയാണല്ലോ വിൽപാട്ടവതരിപ്പിക്കുന്നത്. സാധാരണ പാട്ടുകാർ പാട്ട് ഹൃദിസ്ഥമാക്കി വയ്ക്കാറാണു പതിവ്. പനയോലയിലെഴുതി സൂക്ഷിക്കുന്നവരുമുണ്ട്. കഥാഗാനമായ തെക്കൻപാട്ടും, വില്ലടിച്ചാൻപാട്ടുകഥയും തമ്മിൽ ഒറ്റനോട്ടത്തിൽ തിരിച്ചറിയാനെളുപ്പമല്ല. പല വില്ലുപാട്ടുകളിലും അത് വില്ലുപാട്ടാണ് എന്ന് അറിയിക്കുന്ന പ്രസ്താവം കഥാവതരണത്തിനുമുൻപു നടത്താറുണ്ട്. ചാമുണ്ഡിക്കഥ വിൽപ്പാട്ടിൽ "വേതിയർ പോൽ അടിയോർകൾ വില്ലിലുങ്കൾ കതൈ പാടുറതും" എന്നും, നീലിക്കഥയിൽ "ചാലയിലെ വിളക്കെരിയ തക്കകവിരാശി വിൽപാടാ" എന്നുമുള്ള പ്രസ്താവം ഉദാഹരണം.

കന്യാകുമാരി, തിരുനെൽവേലി തുടങ്ങിയ പ്രദേശങ്ങളിൽ കുടുംബക്ഷേത്രങ്ങളിലും ഗ്രാമക്ഷേത്രങ്ങളിലും ഉത്സവത്തിന് ഒരു അനുഷ്ഠാനമായി വില്ലടിച്ചാൻപാട്ടവതരിപ്പിച്ചിരുന്നു.

വില്ലടിച്ചാംപാട്ടിലെ പ്രധാന സംഗീതോപകരണം 'വില്ല്' തന്നെയാണ്. ഇത്രയും നീളത്തിലുള്ള മറ്റൊരു സംഗീതോപകരണം കാണാൻ സാദ്ധ്യതയില്ല. പിന്നെയുള്ളത് വീശുകോൽ, ഉടുക്ക്, മൺകുടം, ചപ്ലാക്കട്ട, താളം എന്നിവയാണ്. വില്ലിന്റെ ഞാണിന്മേൽ വീശുകോൽ കൊണ്ടു തട്ടിയാണ് ശബ്ദമുണ്ടാക്കുന്നത്. ഞാണിന്മേൽ ചിലങ്കമണികൾ കെട്ടിയിടുന്നതും സാധാരണമാണ്. ഇവയെല്ലാം തന്നെ നാടൻ ഉപകരണങ്ങളാണെന്നതും ശ്രദ്ധേയം. ഹർമോണിയം, തബല തുടങ്ങിയ സംഗീതോപകരണങ്ങൾ പിൽക്കാലത്ത് കൂട്ടിച്ചേർത്തതാണ്.

പലകകൊണ്ടു തട്ടടിച്ച്, ഓലകൊണ്ടു വശം കുത്തിമറച്ച വേദികളിൽ ഏഴുപേരടങ്ങുന്ന ഒരു സംഘമാണ് വില്ലടിച്ചാൻപാട്ടവതരിപ്പിച്ചിരുന്നത്. കുളിച്ച്, കുറിതൊട്ട് വെള്ളമുണ്ടുടുത്ത് നേര്യത് പുതച്ച് പാട്ടുകാർ നിരന്നിരിക്കുന്നതാണ് പതിവ്. പ്രധാനികളിൽ ഒന്നോ രണ്ടോ പേർക്ക് തലക്കെട്ടുണ്ടാവും. പുലവരാണു സംഘത്തെ നയിക്കുന്നത്. ഇയാൾ വീശുകോൽകൊണ്ട് സന്ദർഭോചിതമായി വില്ലിൽ

തട്ടി ശബ്ദമുണ്ടാക്കും. ഇടയ്ക്ക് നാടകശൈലിയിലുള്ള സംഭാഷണങ്ങളും ചോദ്യോത്തരങ്ങളും ഉണ്ടാവാറുണ്ട്. സാധാരണ പുരുഷന്മാരായിരുന്നു വില്ലടിച്ചാൻപാട്ട് സംഘത്തിലുണ്ടായിരുന്നത്. ക്രമേണ ഒന്നോ രണ്ടോ സ്ത്രീകളെയും സംഘത്തിൽ ചേർത്തു. പിന്നെ സ്ത്രീകളുടേതുമാത്രമായ വില്ലടിച്ചാൻപാട്ടുസംഘങ്ങളുമുണ്ടായി.

വിൽപ്പാട്ടവതരണത്തിൽ പാരമ്പര്യമായി ചില ചട്ടവട്ടങ്ങളുണ്ട്. പറയാൻപോകുന്ന കഥ വിഘ്നംകൂടാതെ അവതരിപ്പിക്കാൻ കാത്തുരക്ഷിക്കേണമേ എന്ന പ്രാർത്ഥനയോടെയാണ് തുടക്കം. ഇതിനെ 'കാപ്പ്' എന്നു പറയും.

സ്തുതി കഴിഞ്ഞാൽ പറയാൻപോകുന്ന കഥയെക്കുറിച്ച് ഒരു പ്രസ്താവനയുണ്ടാവും. അടുത്തതായി ഗുരുവിനെ സ്തുതിക്കുന്ന ചടങ്ങാണ്. ഗുരുവിന്റെ മാഹാത്മ്യങ്ങൾ പറഞ്ഞുകൊണ്ടാണ് അനുഗ്രഹത്തിനായി പ്രാർത്ഥിക്കുന്നത്. അതു കഴിഞ്ഞാൽ, പുലവന്റെ വിനയപ്രസ്താവനയാണ്. കഥ കേൾക്കാനിരിക്കുന്ന സദസ്യരോടു തന്റെ എളിമ പ്രകടിപ്പിക്കുന്ന ചടങ്ങാണിത്. തുടർന്ന് കഥ നടക്കുന്ന ദേശത്തിന്റെ പെരുമയും സൗന്ദര്യവും വർണ്ണിക്കും. കഥാവതരണം കഴിഞ്ഞുള്ളതാണ് മംഗളപ്രസ്താവം. കഥ കേട്ടിരുന്നവർക്കും മറ്റുള്ളവർക്കും മംഗളം ഭവിക്കാൻ പുലവന്റെ പ്രാർത്ഥനയാണിത്.

ഒരനുഷ്ഠാനകലയായി തെക്കൻതിരുവിതാംകൂറിലെ യക്ഷിയമ്പലങ്ങളിലും മാടൻകോവിലുകളിലും ഒതുങ്ങിനിന്നിരുന്ന വില്ലടിച്ചാൻപാട്ട് ഒരു ജനകീയകലയായി മാറുകയും കൂടുതൽ കൂടുതൽ പ്രചാരം ലഭിക്കുകയും ചെയ്തു. അതോടെ പാട്ടിലെ വിഷയങ്ങളിലും അവതരണത്തിലും അവതാരകരുടെ വേഷവിതാനത്തിലും ഉപയോഗിക്കുന്ന വാദ്യോപകരണങ്ങളിലും കാലാനുസൃതമായ പരിഷ്ക്കാരങ്ങളുണ്ടായി. അങ്ങിനെ തെക്കൻപാട്ടുകൾ എന്ന കഥാഗാനങ്ങളിൽനിന്ന് പുതിയ മേഖലകളിലേയ്ക്ക് വില്ലടിച്ചാൻപാട്ടു വ്യാപിച്ചു.

ജനജീവിതം സാഹിത്യകൃതികളിലൂടെ

നാഞ്ചിനാട്ടു ജീവിച്ചിരുന്ന കുറെയാളുകളുടെ ജീവിതശൈലിയും മത-സാമൂഹിക-സാമ്പത്തികപശ്ചാത്തലവും സത്യസന്ധമായും യാഥാർത്ഥ്യബോധത്തോടെയും ചരിത്രസാക്ഷ്യത്തോടെയും വരച്ചുകാട്ടുന്ന നാല് നോവലുകൾ നമുക്കൊന്നു മറിച്ചുനോക്കാം.

സഹ്യന്റെ താഴ്വാരം. അവിടെ തടിക്കരക്കോണം എന്ന കൊച്ചുദരിദ്രഗ്രാമം. അടിയാളന്മാരുടെ പങ്കപ്പാടുകളും വ്യക്തിദുഃഖങ്ങളും

മേലാളന്മാരുടെ മനുഷ്യത്വരഹിതമായ സമീപനങ്ങളും പറയുന്ന നോവലാണ് 'അക്കാനി'. രചിച്ചത് ഡോ. എ.എം. വാസുദേവൻപിള്ള യാണ്. ചൂഷണത്തിന്റെയും പീഡനത്തിന്റെയും അവഗണനയുടെയും വേലിക്കെട്ടുകൾ തകർത്തു രക്ഷപ്പെടാൻ വെമ്പുന്ന കുറച്ചാളുകളുടെ കഥ.

അനുഭവങ്ങളെയും നേരറിവുകളെയും മുൻനിർത്തി തന്റെ നാടിന്റെ ഭൂതകാലത്തെ നോക്കിക്കാണുന്നതാണ് ശ്രീ ജയമോഹന്റെ 'ഉറവിടങ്ങൾ' എന്ന പുസ്തകത്തിന്റെ ഉള്ളടക്കം. ആത്മകഥാപര മായ ഈ പുസ്തകത്തിൽ നാഞ്ചിനാട്ടിൽ സ്വന്തം പൂർവികർ ജീവി ച്ചിരുന്ന സാമൂഹിക ചുറ്റുപാടുകളെയും പുലർത്തിപ്പോന്ന കുടും ബബന്ധങ്ങളെയും കുറിച്ചുള്ള നേർസാക്ഷ്യങ്ങളുണ്ട്.

'ഒരു കടലോരഗ്രാമത്തിന്റെ കഥ', 'തുറമുഖം' എന്നീ നോവലു കളിലൂടെ തേങ്ങാപ്പട്ടണം എന്ന കടലോരഗ്രാമത്തിന്റെയും അവി ടത്തെ സാധുക്കളായ ജനങ്ങളുടെയും കഥ പറയുകയാണ് തോ പ്പിൽ മുഹമ്മദ് മീരാൻ. അദ്ദേഹം ജനിച്ചുവളർന്ന പ്രദേശമാണ് തേ ങ്ങാപ്പട്ടണം. നോവലിസ്റ്റിന്റെ ബാപ്പയുടെയും ബന്ധുക്കളുടെയും അനുഭവങ്ങൾ ഒരു കലർപ്പുംകൂടാതെ നോവലിലേക്ക് പകർത്തി യിട്ടുണ്ട്.

സഹ്യന്റെ അടിവാരത്തിലെ തടിക്കരക്കോണമായാലും അറബി ക്കടലിന്റെ തീരത്തെ തേങ്ങാപ്പട്ടണം എന്ന ഗ്രാമമായാലും സാധാ രണ മനുഷ്യരുടെ ഗതി ഒന്നുതന്നെയെന്നു കാണാം. അജ്ഞതയു ടെയും മതത്തിന്റെയും അന്ധവിശ്വാസത്തിന്റെയും പാരമ്പര്യമായ ആജ്ഞാശക്തിയുടെയും പേരിൽ പാവപ്പെട്ടവന്റെ ചോരയൂറ്റി ക്കുടിച്ചു ചീർക്കുന്ന ജന്മിത്തത്തിന്റെ ക്രൂരതയും അതിന്റെ പതന വുമുണ്ട് ഈ കൃതികളിൽ. ഇതിനിടയിലും അടിച്ചമർത്തലുകളുടെ കൂടാരങ്ങൾ തല്ലിത്തകർത്തു പുറത്തുവരാൻ വെമ്പുന്ന അപൂർവ വ്യക്തിത്വങ്ങളെയും കാണാം. പരാജിതരെങ്കിലും അവർ ബാക്കി വച്ചുപോയ ഊർജ്ജമാണ് പിൽക്കാലത്തു വലിയ സാമൂഹികമാറ്റ ങ്ങൾക്കു ശക്തിപകർന്നത്.

അക്കാനി - സഹ്യനു തെക്കുകിഴക്കായുള്ള വേളിമലയുടെ താഴ്വാരം. മാനംമുട്ടെ വളർന്ന് കുടനിവർത്തി പടർന്നുനിൽക്കുന്ന കൂറ്റൻ പനമരങ്ങൾ വിരിച്ച തണലിൽ മയങ്ങിക്കിടക്കുന്ന ചെറു ഗ്രാമമാണ് തടിക്കരക്കോണം. ആ മങ്ങിയ വെളിച്ചത്തിൽ ദുഃഖ ത്തിന്റെ നിഴൽവീണ കുറെ മനുഷ്യരെക്കാണാം. അവരുടെ കഥ പറയുന്ന നോവലാണ് 'അക്കാനി'. 1800-കളുടെ തുടക്കത്തിൽ ജീവി ച്ചിരുന്ന കുറെ അടിയാളന്മാരുടെയും അവരെ അടക്കിവാണിരുന്ന

നായർമാടമ്പിമാരുടെയും കഥ. അവർക്കിടയിലേക്കു കടന്നുവരുന്ന മിഷനറിമാരുടെ കഥ. ഒരു കാലഘട്ടത്തിൽ നാഞ്ചിനാട്ടുണ്ടായിരുന്ന ജനജീവിതത്തിന്റെ നേർക്കാഴ്ച കൂടിയാണ് ഈ നോവൽ.

തടിക്കരക്കോണത്തെ മാടമ്പിമാരിൽ പ്രമുഖനും പാരമ്പര്യ വൈദ്യനുമാണ് മേടയിൽ പത്മനാഭപിള്ള വൈദ്യൻ. സ്ഥലവാസികളുടെ ജീവിതം ചിട്ടപ്പെടുത്തുന്നതും നടപ്പാക്കുന്നതും തല്ലിക്കെടുത്തുന്നതും വൈദ്യർതന്നെ. അങ്ങനെയൊരു സാഹചര്യത്തിലാണ് ക്രിസ്ത്യൻ മിഷനറിമാരുടെ വരവ്. ആദ്യമൊക്കെ ഇവരുടെ വരവ് സമൂഹത്തിൽ കാര്യമായ മാറ്റങ്ങളുണ്ടാക്കിയില്ലെങ്കിലും ക്രമേണ ജന്മിമാരുടെ അതിക്രമങ്ങൾക്കും അതുമൂലം കഷ്ടതയനുഭവിച്ചിരുന്ന തീണ്ടൽജാതിയിൽപ്പെട്ട തൊഴിലാളികൾക്കുമിടയിൽ ഫലപ്രദമായി കടന്നുകൂടാനവർക്കു കഴിഞ്ഞു. നായന്മാരെക്കൂടാതെ, നാടാന്മാരും ചാന്നാന്മാരുമാണ് തടിക്കരക്കോണത്തെ ജനങ്ങൾ. നാടാന്മാർക്കും ചാന്നാന്മാർക്കും പാരമ്പര്യമായുള്ള അടിമത്തം ഒരു ശീലമായി മാറിയിരുന്നു. പുരുഷന്മാരുടെ പ്രധാന തൊഴിൽ പനകയറ്റംതന്നെ. ഏഴരവെളുപ്പിനെഴുന്നേറ്റ് അക്കാനിപ്പാനയും അരുവാക്കത്തിയും ചുണ്ണാമ്പ്കുടുക്കയും അരപ്പട്ടയും മുരുക്കിൻതടിയുമായി അന്നത്തെ പണിക്കിറങ്ങുകയായി. വെളിച്ചത്തിനായി ഒരു ചൂട്ടുകറ്റയും കരുതും. മുരുക്കിൻതടി പനയിൽ ചാരിക്കയറാനാണ്. ചെമ്മൺപാതയിലേയ്ക്കിറങ്ങുമ്പോൾ മാടമ്പിമാരുടെ വില്ലുവണ്ടി വരുന്നുണ്ടോ എന്നു ശ്രദ്ധിക്കുകയും വേണം. തീണ്ടാൻ പാടില്ലല്ലോ. ചാന്നാൻ നായരിൽനിന്നും പന്ത്രണ്ടടി അകലം പാലിക്കണമായിരുന്നു.

ചുള്ളിമലയുടെ പടിഞ്ഞാറേയറ്റത്ത് ഒരു വലിയ പനമരമുണ്ട്. രാവിലെ തോട്ടിലിറങ്ങി കുളിച്ച് ഒരു കുടം വെള്ളവുമായി പനയ്ക്കു മൂന്നുവലംവച്ച് മൂട്ടിൽ വെള്ളമൊഴിക്കണം. അരുവാക്കത്തിയും മുരുക്കിൻതടിയും ആ വെള്ളം കുടഞ്ഞു ശുദ്ധമാക്കണം. മുരുക്കിൻതടി പനയിൽ ചാരി മൂന്നുവട്ടം തൊഴണം. എന്നിട്ടുവേണം പനകയറ്റം തുടങ്ങാൻ. ചെത്തുകാരന് അവൻ കയറുന്ന ഓരോ പനയുമായും ആത്മബന്ധമുണ്ട്. ഓരോന്നിനും ഓരോ പേരുമുണ്ട്. അയാൾ അടുത്തുചെന്നു തടിയിൽ തടവി പേരുവിളിച്ചാൽ പനയോലകളിളക്കി അവർ വിളികേൾക്കും. ഒരാൾ ഒരു ദിവസം മുപ്പതു നാല്പതു പനയിൽ കയറിക്കൊള്ളണം. പനത്തോട്ടങ്ങളിലെ ചാരു (കരിയില) വലിയാണ് സ്ത്രീകളുടെ പ്രധാന ജോലി. കൂട്ടത്തിൽ അക്കാനി കാച്ചലും. വലതുകയ്യിൽ കത്തിയും ഇടതുകയ്യിൽ തൊട്ടിയുമായി രാവിലെതന്നെ തോട്ടത്തിലേക്കു പോകുന്നവരുണ്ട്. ഇവരുടെ തൊഴിൽ റബ്ബർവെട്ടാണ്. അപ്പോൾ മലഞ്ചെരിവുകളിൽ വ്യാപകമായി റബ്ബർ കൃഷിചെയ്തു തുടങ്ങിയിരുന്നു. മകരം-കുംഭം

മാസങ്ങളിൽ പനയ്ക്കു ചുനവറ്റും. അതോടെ വടക്കുകിഴക്കായി വിരിഞ്ഞുകിടക്കുന്ന നാഞ്ചിനാടൻ മരുതനിലങ്ങളിലാണ് ഈ കറുത്ത മനുഷ്യർക്കു വേല. പകലന്തിയോളം പണിയെടുക്കുന്ന ഇവരുടെ ഒട്ടിയ വയറുകളിലെ വിശപ്പ് ഊതിക്കെടുത്താനെന്നോണം മലയിറങ്ങിവരുന്ന കാറ്റ് ഇവർക്കൊരാശ്വാസമാണ്.

തടിക്കരക്കോണത്തെ പനമരങ്ങളും പുളിമരങ്ങളും പാടങ്ങളും റബ്ബർതോട്ടങ്ങളുമെല്ലാം മേടയിൽ ജന്മിമാരുടേതുതന്നെ. ഓടിട്ട പൂമുഖത്തെ ചാവടിയിൽ ചൂരൽവരിഞ്ഞ ചാരുകസേരയിൽ കിടന്നു പത്മനാഭപിള്ള എല്ലാം കാണും, അറിയും.

മേടയിൽ വീട്ടിലെ പടിപ്പുര കടന്നുചെല്ലാൻ കീഴാളരിൽ ഒരാൾക്കേ സ്വാതന്ത്ര്യമുണ്ടായിരുന്നുള്ളൂ. എശക്കി. വടക്കേപ്പുറമ്പിലെ പുറമ്പോക്കിൽ പനയോലകൾ അടുക്കി മേഞ്ഞ് ഒടിച്ചുകുത്തിയ മാടം തങ്കച്ചന്റേതാണ്. തങ്കച്ചന്റെ ഭാര്യയാണ് എശക്കി. “കൊഴുത്തുരുണ്ട നാടാത്തി.” എശക്കി മേടയിൽ പടിപ്പുര കടന്നെത്തുന്നത് ആരും കണ്ടതായി ഭാവിക്കാറില്ല. അങ്ങനെ എശക്കി പ്രസവിച്ചു. കറുത്തവർക്കിടയിലെ വെളുത്ത അതിഥിയായിരുന്നു കുഞ്ഞ്. ആരും അതിശയിച്ചില്ല ഒന്നും മിണ്ടിയുമില്ല. പ്രസവാനന്തരം എശക്കിക്ക് അടിയന്തര വൈദ്യസഹായം വേണ്ടിവന്നു. വിവരമറിയിക്കാൻ മേടയിലെ വൈദ്യന്റെ പടിപ്പുര കടന്നുചെന്ന തങ്കച്ചനെ ആനചവിട്ടിക്കൊന്നതായാണ് തടിക്കരക്കോണത്തുകാർ പിന്നെയറിഞ്ഞത്. പതിവുപോലെ അവർക്കതും ഒരു വിശേഷാൽ സംഭവമായിരുന്നില്ല. രാത്രിയിലുയർന്ന ‘കൊല്ലാതുങ്കെ... കൊല്ലാതുങ്കെ’ എന്ന തങ്കച്ചന്റെ ദീനരോദനം ആരും കേട്ടതായി ഭാവിച്ചില്ല.

പൊന്നുമുത്തു മികച്ച പനകയറ്റക്കാരനാണ്, ചെറുപ്പവും. അപ്പനെപ്പോലെ അയാളും മേടയിൽ വീട്ടുകാരുടെ പനകയറ്റക്കാരനായി. പനയ്ക്കു വെള്ളം നൽകി മൂന്നു വലതുവച്ച് തൊഴുതു കയറിയിട്ടും ഒരു ദിവസം അപ്പൻ പനമുകളിൽനിന്നു വീണു നടുവൊടിഞ്ഞു. മേടയിൽക്കാരുടെ പനകയറ്റക്കാരനായിരുന്നിട്ടും അയാൾക്കു മേടയിൽവൈദ്യന്റെ ചികിത്സ കിട്ടിയില്ല. ആറ്റൂരു കൊണ്ടുപോകേണ്ടിവന്നു. അവിടത്തെ വൈദ്യൻ ചോദിച്ചു:

“അങ്കെ മേടയിൽ വൈദ്യരിരുക്കെ. കൊണ്ടുപോകത്താനെ വേണം.” അത് ഉത്തരമില്ലാത്ത ചോദ്യമായി നിർത്തിക്കൊണ്ട് കുറച്ചു ദിവസങ്ങൾക്കുള്ളിൽ പൊന്നുമുത്തുവിന്റെ അപ്പൻ ആ കിടക്കയിൽ തന്നെ ചത്തു.

തൊടിവാരത്തെ താഴെപ്പണയിലെ താശമ്മ. ചാന്നാർക്കിടയിലെ വെളുത്തു തുടുത്ത പെണ്ണ്. ഇപ്പോൾ മേടയിലെ ആശ്രിതയാണ്. ഒരു ദിവസം അവൾ പൊന്നുമുത്തുവിനോടു ചോദിച്ചു:

“അന്ത എശക്കിയെ പൊന്നു കൊഞ്ചം പാക്കണമെ. എന്തു വേണമെന്നാ മേടയിലിരുന്നു തരുവാങ്കെ.”

താശമ്മയിൽ പൊന്നുവിനുണ്ടായിരുന്ന മോഹം അതോടെ തകർന്നുപോയി. അയാൾ മറുപടിയൊന്നും പറഞ്ഞില്ല. പക്ഷേ, വഴങ്ങിയതുമില്ല.

ഇതിനിടയ്ക്കാണ് തടിക്കരക്കോണത്ത് ക്രിസ്ത്യാനിയായ അച്ചന്റെ വരവ്. തവിട്ടുനിറത്തുള്ള ളോഹയാണു വേഷം. വലത്തു കയ്യിൽ ജപമാലയും ഇടത്തുകയ്യിൽ കറുത്ത ബയന്റിട്ട ഒരു പുസ്തകവും. ഒപ്പം ഒരു ‘സായ്‌വു’മുണ്ട്. “കോക് സായ്‌വ്”. തുടയ്ക്കു മുകളിൽ പറ്റിപ്പിടിച്ചുകിടക്കുന്ന അരനിക്കർ, നിറമുള്ള ബനിയൻ, കഷണ്ടിത്തലയിൽ കറുത്ത നിറമുള്ള തൊപ്പി, ആഴമുള്ള ചെമ്പിച്ച കണ്ണുകൾ, കഴുത്തിൽ തൂങ്ങുന്ന ബെൽറ്റിന്റെ അറ്റത്ത് പടംപിടിക്കുന്ന യന്ത്രം. അതാണു സായ്‌വ്. അച്ചന്റെ കയ്യിലെ പുസ്തകം തുറന്ന് അയാൾ വായിച്ചു “...നിങ്ങളുടെ സങ്കടങ്ങൾ കർത്താവ് യേശുവിനോടു പറയണം. കർത്താവ് എല്ലാറ്റിനും സമാധാനം തരും.” അച്ചൻ ‘സായ്‌വി’ന്റെ കയ്യിലുണ്ടായിരുന്ന കുരിശ് മലയിൽ കരിമ്പാറകൾ വിണ്ടു കീറിയ വിടവിൽ കുത്തിനിറുത്തി. “ഇനി ഈ മലയുടെ പേര് കുരിശുമല. കുരിശുമലയിൽ നോക്കിനിന്നു പ്രാർത്ഥിച്ചാൽ എല്ലാ വൈഷമ്യങ്ങളും തീരും.” അച്ചൻ പറഞ്ഞു. അയാൾ പൊന്നുവിന്റെ കയ്യിൽപ്പിടിച്ചു ചുംബിച്ചു.

മേടയിൽ പത്മനാഭൻവൈദ്യൻ തന്റെ പൂർവാർജ്ജിതസ്വത്തുക്കൾ ഒന്നൊന്നായി തീറെഴുതിക്കൊണ്ടിരുന്നു. പ്രഭുത്വത്തിന്റെ നിലനിൽപ്പായിരുന്നു അദ്ദേഹത്തിനു പ്രധാനം. ജീർണ്ണിച്ചുകൊണ്ടിരുന്ന തറവാടിനെക്കുറിച്ചയാൾ ചിന്തിച്ചില്ല. ആരുടേയും ഉപദേശങ്ങൾ കേട്ടുമില്ല. പ്രഭുവായി ജനിച്ച അദ്ദേഹത്തിനു പ്രഭുവായിത്തന്നെ മരിക്കണം. ഒരു ദിവസം സായ്‌വ് പൊന്നുവിനോടു പറഞ്ഞു: “മേടയിലെ ഈ തോപ്പ് ഇനി എന്റെ വകയാണ്. ഇതു ഞാൻ വാങ്ങിച്ചു.”

ചിതറാൽ മലയിൽ രണ്ടു ചുനകളുണ്ട്. ആ ചുനകൾ താഴ്ന്ന ജാതിക്കാർ തീണ്ടിയിട്ടില്ല. ഗത്യന്തരമില്ലാതെ ആ ചുനയിൽനിന്നു വെള്ളം കുടിച്ച നാടാന്മാരൊന്നും അധികകാലം ജീവിച്ചിരുന്നില്ല. ഒരിക്കൽ പൊട്ടിച്ചെടുത്ത കൂറ്റൻ കല്ലുകൾ പെറുക്കിവച്ച് പള്ളി കെട്ടിക്കൊണ്ടിരുന്ന നാടാന്മാർ ചുനയിൽനിന്നു വെള്ളം കുടിച്ചു. “കടവുൾ കാത്ത തണ്ണിതാനെ ചുനൈ തന്തത്” നാടാന്മാരാശ്വസിച്ചു. പള്ളികെട്ടുന്നവർ പിന്നെ എവിടുന്നു വെള്ളംകുടിക്കും എന്നു പറഞ്ഞ് സായ്‌വ് അവരെ പ്രോത്സാഹിപ്പിച്ചു. ഓരോ പാറയും മുകളിലേക്കു കയറിയപ്പോൾ നാടാന്മാർ സ്തോത്രം ചൊല്ലി.

ഒരു ദിവസം ചിതറാൽ പള്ളിക്കു തീ പിടിച്ചു. തീ അണയ്ക്കാൻ ഓടിക്കൂടിയ പലരും തീയിലൊടുങ്ങി. പള്ളിയുടെ അസ്ഥികൂടങ്ങൾ വെന്തെരിഞ്ഞു. ഒന്നും സംഭവിക്കാത്തതുപോലെ ദൂരെ വയൽവരമ്പിലൂടെ അധികാരിയും നായന്മാരും നടന്നു മറഞ്ഞു. എശക്കിയുടെ പകരക്കാരനാകാൻ അനുസരണകാണിക്കാത്ത, മേടയിലെ സ്വന്തം പനകയറ്റക്കാരനായ പൊന്നുമുത്തുവിന്റെ മാടവും ഒരു ദിവസം കത്തിപ്പോയി. പൊന്നുമുത്തു മേടയിലെ കാര്യസ്ഥനോടു പറഞ്ഞു: "എനക്ക് മാടം തീവച്ചാച്ച്.. അടിയൻ പോറേൻ.. ഇനിയിങ്ക വരമാട്ടേൻ. പനയേറതുക്കു വേറെ ആളെ പാത്തിടുങ്കെ."

ഒരിക്കൽ എശക്കി അച്ചനും കോക്സായ്‌വിനുമൊപ്പം പള്ളിയിൽ പോയി. അവർ അവൾക്കു 'എലിസബത്തെ'ന്നു പേരിട്ടു. പള്ളിയിലിലുണ്ടായിരുന്ന മിസിസ് മെസ്റ്റ് എന്ന മദാമ്മ എലിസബത്തിന്റെ കൈ പിടിച്ചു പൊന്നുവിന്റെ കയ്യിൽക്കൊടുത്തു. അവർ പറഞ്ഞു: "എലിസബത്ത് ഇനി പൊന്നുവിനു തുണ."

പള്ളിക്കാരും മാടമ്പിമാരും തമ്മിൽ തുറന്ന സംഘട്ടനങ്ങളായി. ഇരുഭാഗത്തും പലരും ചത്തുവീണു. കുടിലുകൾ മിക്കതും കത്തി നശിച്ചു. തടിക്കരക്കോണം കലങ്ങിമറിഞ്ഞു. പൂർവികസ്വത്തുക്കൾ വിറ്റുകിട്ടിയ പണംകൊണ്ടു മേടയിലെ കാരണവർ പ്രമാണിമാരെ ലഹരിപിടിപ്പിച്ചു. ക്രിസ്ത്യാനികൾക്കു പറമ്പുകൾ വിറ്റ് വൈദ്യൻ തുടർന്നും തന്റെ ആഢ്യത്വം സംരക്ഷിച്ചുപോന്നു.

ഇപ്പോൾ പൊന്നുമുത്തുവിന് സായ്‌വിന്റെ തോപ്പിലാണ് പണി. അവനിപ്പോൾ കാക്കിയുടുപ്പിട്ടിട്ടുണ്ട്. ഒരു ദിവസം തോപ്പിലൂടെ ചുറ്റി നടക്കുമ്പോൾ ഒരു വെടിശബ്ദം. അനുവാദമില്ലാതെ സായ്പ്പിന്റെ തോപ്പിൽ കയറി തേനീച്ചക്കൂടു വച്ചവനാണ് വെടിയേറ്റു മരിച്ചത്. തൊട്ടടുത്ത് തോക്കുമായി നിൽക്കുന്ന സായ്പ്പിനെക്കണ്ടു പൊന്നുമുത്തു നടുങ്ങി.

മേടയിൽ പത്മനാഭവൈദ്യനു കടംകൊണ്ട് നിൽക്കപ്പൊറുതിയില്ലാതെയായി. പന്ത്രണ്ടടി മാറിനിന്നിരുന്ന കങ്കാണിമാരൊക്കെ മേടയിൽ കയറി ഭീഷണിപ്പെടുത്തിത്തുടങ്ങി. അഭിമാനിയായ വൈദ്യൻ ആരോടും ഒന്നും പറയാതെ പുലർച്ചെ വീട്ടുകാരും നാട്ടുകാരും ഉണരുന്നതിനു മുൻപേ തടിക്കരക്കോണം ഉപേക്ഷിച്ചുപോയി. ആത്മഹത്യ ചെയ്തെന്നു ചിലർ, നാടുവിട്ടു പോയെന്നു ചിലർ.

ളോഹയിട്ട അച്ചന്റെ പുറകെ പള്ളിപണിയാനും കഷ്ടപ്പെടുന്നവർക്കു സാന്ത്വനവചനങ്ങളുമായി നടന്ന കോക്സായ്പ്പ് ഇപ്പോൾ ജന്മിയാണ്. നാട്ടിൽ മേടയിൽ വൈദ്യന്റെ സ്ഥാനത്ത് പുതിയൊരു മാടമ്പി. സായ്‌വിന്റെ തോട്ടത്തിൽ കാവലാണ് പൊന്നുവിന്റെ ഇപ്പോഴത്തെ വേല. രാത്രികാലങ്ങളിൽ വേലകഴിഞ്ഞ് മാടത്തിലേക്കെത്തുന്ന

പൊന്നു തന്റെ ഭാര്യയുടെ കിടക്കപ്പായയിൽനിന്നു കൂസലില്ലാതെ എഴുന്നേറ്റു പോകുന്ന വെളുത്തു തടിച്ച കഷണ്ടിക്കാരനെ കണ്ടു. എശക്കി തങ്കച്ചന്റെ കുടിലിൽനിന്ന് മേടയിലെ യജമാനനെയും തന്നെയും കടന്ന് കോക് സായ്പിലേക്കെത്തിയിരിക്കുന്നു. തങ്കച്ചന്റെ മരണത്തെക്കുറിച്ചുള്ള ഓർമ്മ പൊന്നുമുത്തുവിനെ ഭയപ്പെടുത്തി. ഇനി തന്റെ ഊഴമാണോ. അച്ചന് എല്ലാമറിയാം. അതു പൊന്നുവിനുമറിയാം. എന്നിട്ടും...

ഒരു ദിവസം കോക് സായ്പ് എലിസബത്തിന്റെ താമസം തന്റെ മാളികയിലേക്കു മാറ്റി. അവിടത്തെ ജോലിക്കാർ അവരെ മിസ്സി എന്നു വിളിച്ചു. കുടിലിലെ എശക്കി എലിസബത്തായി കോക് സായ്പിന്റെ മാളികയിലെത്തി.

അന്നു രാത്രി വൈകി സായിപ്പ് പൊന്നുമുത്തുവിനെ വിളിച്ചു. അവന് ഇനി തോട്ടം കാവലിനു പകരം വീട്ടുകാവലാണ് ജോലി. രാത്രി എട്ടു മണി മുതൽ രാവിലെ എട്ടു മണിവരെ. അന്നുവരെ സായ്വിന്റെ വീട്ടുകാവൽക്കാർ വിശ്വസ്തരായ മൂന്നു നായ്ക്കളായിരുന്നു. നായ്ക്കളുടെ കൂട് തുറന്ന് ഓരോന്നിനെയായി സായ്പ് വിളിച്ചു. അനുസരണയോടെ ഓടിയെത്തിയ അവരെ ഓരോന്നായി അയാൾ വെടിവച്ചുകൊന്നു. എന്നിട്ട് പൊന്നുമുത്തുവിനോടു പറഞ്ഞു: "....മനുഷ്യരെക്കാളും വിശ്വസ്തരാണ് ഈ നായ്ക്കൾ.. ഇന്നു വിശ്വാസമുള്ള ഒരു കാവൽക്കാരനെ എനിക്കു കിട്ടിയതായി തോന്നുന്നു. അതു പൊന്നുമുത്തുവാണ്. ഇനി ഇവയുടെ ആവശ്യമില്ല."

അന്നു രാത്രിതന്നെ പൊന്നുമുത്തു തന്റെ ഭാര്യയുടെയും മക്കളുടെയും സായ്വിന്റെയും കാവൽവേല ഉപേക്ഷിച്ച് ഗേറ്റിനു പുറത്തേക്കിറങ്ങി. തോട്ടത്തിന്റെ മൺപാതയിലൂടെ നടന്നു. അത് തടിക്കാരക്കോണം ഗ്രാമത്തിനു പുറത്തേക്കുള്ള നീണ്ട പാതയായിരുന്നു.

(നാഞ്ചിനാട്ടിൽ അധഃസ്ഥിതവർഗ്ഗത്തിന്റെ ഉന്നമനത്തിനായി പ്രവർത്തിച്ചിരുന്ന മിഷനറിമാരുടെ കൂട്ടത്തിൽ ജോൺ കോക്സ് എന്നൊരാളുമുണ്ടായിരുന്നു. മേൽമുണ്ടുകലാപത്തിലും മറ്റും ഇദ്ദേഹം സജീവമായി പങ്കെടുത്തിട്ടുണ്ട്. ഇദ്ദേഹം 1861-ൽ മിഷനിൽനിന്നും വിട്ട് ആഷാമ്പുമലകളിൽ താമസമാക്കി. മിഷൻ പ്രവർത്തനങ്ങൾ അവസാനിപ്പിച്ച അദ്ദേഹം ഒരു ചാന്നാർ സ്ത്രീയെ വിവാഹം കഴിക്കുകയും തോട്ടക്കൃഷി തുടങ്ങുകയും ചെയ്തു. ജോൺകോക്സ് 1800 ഏക്കറോളം തോട്ടത്തിന്റെ ഉടമയായി.)

ഉറവിടങ്ങൾ – പ്രസിദ്ധനായ തമിഴ്-മലയാളം സാഹിത്യകാരനാണ് ജയമോഹൻ. നാഞ്ചിനാടിന്റെ ഉള്ളറിഞ്ഞ സാഹിത്യകാരൻ. നായർ

തറവാട്ടിലെ അംഗമായിരുന്നു. താനും തന്റെ പൂർവ്വികരും ജീവിച്ച ചുറ്റുപാടുകളെയും രീതികളെയും കുറിച്ചുള്ള സത്യസന്ധമായ വിവരണമാണ് അദ്ദേഹത്തിന്റെ ആത്മകഥാപരമായ ഓർമ്മക്കുറിപ്പുകളടങ്ങുന്ന 'ഉറവുകൾ' എന്ന പുസ്തകം.

മരുമക്കത്തായികളായിരുന്നല്ലോ നായന്മാർ. തികഞ്ഞ രാജഭക്തരുമായിരുന്നു. മിക്കവാറും എല്ലാ തറവാടുകളിലെയും പൂമുഖത്ത് നാടുവാഴുന്ന തമ്പുരാന്റെ ഒരു ചില്ലിട്ട പടമുണ്ടാവും. പണ്ട് നാഞ്ചിനാട്ടുകാർക്ക് രാജാവിനെ നേരിട്ടു കാണാനുള്ള ഭാഗ്യമുണ്ടായിരുന്നു. ഇപ്പോൾ കാണണമെങ്കിൽ ആറാട്ടിനോ പൂജയെടുപ്പിനോ തിരുവനന്തപുരത്തുപോയി വഴിയരികിൽ കാത്തുനിൽക്കണം. രാജാവിന്റെ ഫോട്ടോയോടൊപ്പം പൂമുഖത്തു സ്ഥാനമുള്ളത് അമ്മച്ചിമാരുടേയും കൊച്ചമ്മമാരുടേയുമൊക്കെ ഫോട്ടോകളാണ്.

നായർകുടുംബങ്ങളിൽ സ്ത്രീകൾക്കുണ്ടായിരുന്ന സ്ഥാനം ആ പടങ്ങളിലെ അമ്മച്ചിമാരുടെ മുഖഭാവും നോട്ടവും കണ്ടാലറിയാം. ശാന്തമായ സ്ത്രൈണഭാവത്തിനു പകരം നിശ്ചയദാർഢ്യം വിളിച്ചറിയിക്കുന്ന മുഖഭാവവും ഇരുത്തംവന്ന നോട്ടവുമായിരിക്കുന്ന അമ്മച്ചിമാർ അന്നത്തെ സ്ത്രീപ്രാമാണ്യത്തിന്റെ അടയാളങ്ങളാണ്. മൂന്നു തലമുറയ്ക്കു മുൻപുള്ള അമ്മച്ചിമാർ മുലക്കച്ചയ്ക്കു മുകളിൽ കസവു മുണ്ടു മുറുക്കിക്കെട്ടി, കാതിൽ കനമുള്ള തക്കയുമിട്ട് മുറുക്കിച്ചുവപ്പിച്ചാണിരുപ്പ്. അടുത്ത തലമുറയിലെ സ്ത്രീകൾക്ക് ജംബറും അതിനുമേലെ കുറുകെ അലക്ഷ്യമായിട്ടിരിക്കുന്ന നേര്യതുമാണ് വേഷം. അധികമാഭരണങ്ങൾ ധരിക്കാറില്ല. അതൊക്കെ പാണ്ടികളുടെ രീതിയാണെന്നു പുച്ഛത്തോടെ പറയും. കൂട്ടത്തിൽ 'പുരുഷന്മാരുടെ ചിത്രങ്ങളൊന്നുമില്ലേ'യെന്ന ചോദ്യത്തിന് 'ഇത് എന്റെ വീട്, അവരുടെ പടമെന്തിന് ഇവിടെ വക്കിണത്' എന്നായിരിക്കും മറുപടി. ഇതു കേട്ട് പുറംവേലയ്ക്കുനിന്നവൻ ഒരിക്കൽ സ്വരം താഴ്ത്തി പറഞ്ഞത്രെ 'ഇനിയിപ്പോ വെക്കണമെന്നു വച്ചാത്തന്നെ പപ്പനാവരം കൊട്ടാരം മാതിരി ഗ്യാലറി വേണമല്ലേ' എന്ന്. അമ്മച്ചിമാർ മാറിമാറി നടത്തിയിരുന്ന സംബന്ധത്തിനു നേർക്കുള്ള ഒളിയമ്പായിരുന്നു അത്.

അമ്മച്ചിമാർക്ക് ഒരേസമയം ഒന്നിൽ കൂടുതൽ സംബന്ധമുണ്ടായിരുന്നു. ഒരാൾക്ക് കൃഷിയുടെ ചുമതലയെങ്കിൽ, അടുത്തയാൾക്ക് കോടതിവ്യവഹാരങ്ങളുടെ നടത്തിപ്പായിരിക്കും. വൻപിച്ച ഭൂസ്വത്തുക്കളുള്ള വീടുകളിൽ വസ്തുസംബന്ധമായ കോടതിവ്യവഹാരങ്ങളും ധാരാളമുണ്ടായിരുന്നു. ഒരു ദിവസം മുറുക്കാൻചെല്ലമെടുത്തു പുറത്തുവച്ചാൽ അറ്റുപോകാനുള്ള ബലമേ സംബന്ധങ്ങൾക്കുണ്ടായിരുന്നുള്ളൂ. കൈവശവസ്തുക്കളധികവും നമ്പൂതിരിമാർക്ക് ജന്മാവകാശമുള്ളവയായിരുന്നു. കൊല്ലത്തിലൊരിക്കൽ കുറേ നെല്ലും

കരുപ്പട്ടിയും പച്ചക്കറിയുമൊക്കെ കൊടുത്തു വണങ്ങുകയേ വേണ്ടൂ നമ്പൂതിരി പ്രസാദിക്കാൻ.

പ്രസിദ്ധമായ ശിവാലയങ്ങളിൽപ്പെട്ട തിരുനട്ടാലത്തിനടുത്തായിരുന്നു ഗ്രന്ഥകാരന്റെ അമ്മവീട്. അമ്മയുടെ അമ്മ പത്മാക്ഷിയമ്മ. പത്മാക്ഷിയമ്മയെ സംബന്ധംചെയ്തത് ഒരു വെള്ളാളനാണ്. അക്കാലത്ത് മരുമക്കത്തായവെള്ളാളർ നായർകുടുംബങ്ങളിൽ സംബന്ധം ചെയ്തുകൂടുന്ന പതിവുണ്ടായിരുന്നു. പത്മാക്ഷിയമ്മ എട്ടു പ്രസവിച്ചു. അപ്പോഴേക്കും അവർ ദീനംവന്നു ചത്തു. മരണശേഷം എട്ടു കുട്ടികളെയും വളർത്തിയത് അവരുടെ വലിയമ്മയുടെ മകളാണ്. അവർക്കാകട്ടെ, പന്ത്രണ്ടു മക്കളും. ഇരുപതു കുട്ടികൾ ഒരുമിച്ചു വളർന്നുവെന്നോർക്കണം. സന്താനനിയന്ത്രണസംവിധാനങ്ങളൊന്നുമില്ലാതിരുന്ന പഴയകാലത്ത് തറവാടുകൾ സന്താനസൗഭാഗ്യത്താൽ അനുഗൃഹീതമായിരുന്നല്ലോ.

മരുമക്കത്തായത്തിൽനിന്നു മക്കത്തായത്തിലേയ്ക്ക് ദായക്രമം മാറിയപ്പോഴും കുടുംബത്തിലെ സ്ത്രീകൾക്കായിരുന്നു നേട്ടം. സ്ത്രീയംഗത്തിനും അവരുടെ പെൺമക്കൾക്കും ആ പെൺമക്കളുടെ പെൺമക്കൾക്കും സ്വത്തിന്റെ തുല്യ ഓഹരി ലഭിച്ചു. പുരുഷന്മാരാകട്ടെ, ഭാഗത്തിലൂടെ ഒരാൾക്കു കിട്ടിയ കാശുമായി കച്ചവടത്തിനായി തമിഴ്നാട്ടിലേക്കു കുടിയേറി. അങ്ങിനെ അവിടെ ധാരാളം നായർചായക്കടകളുണ്ടായി.

തിരുവട്ടാറമ്മച്ചിയുടെ അവസാനസംബന്ധക്കാരൻ മരിച്ചശേഷം മുപ്പതുവർഷത്തോളം അവർ ആൺതുണയില്ലാതെ കുടുംബകാര്യങ്ങൾ നോക്കിനടത്തി. കേസ് നടത്താൻ കച്ചേരിയിൽ പോക്കും കൃഷിയുടെ മേൽനോട്ടവുമൊക്കെ അവർ നേരിട്ടു നടത്തി. ഭൂമിസംബന്ധമായുണ്ടായ ക്രിമിനൽ കേസുകളിൽ നിന്നു രക്ഷപ്പെടാനുള്ള ശ്രമത്തിനിടയിൽ സമ്പാദ്യമധികവും വക്കീലന്മാരും പൊലീസുകാരും കൊണ്ടുപോയി. വസ്തുക്കൾ പലതും കടംവാങ്ങിയ പണത്തിന്റെയും പലിശയുടെയും വകയിൽ ബന്ധപ്പെട്ടവർക്കെഴുതിക്കൊടുക്കേണ്ടിവന്നു.

കൂനിന്മേൽ കുരുവെന്നപോലെ തിരുവിതാംകൂറിൽനിന്നു ഭൂസ്വത്തുക്കൾ തമിഴ്നാട്ടിലേക്കു ചേർത്തതോടെ കുടികിടപ്പുകാരും കൃഷിക്കാരുമായ നാടാന്മാർ ശക്തരായി. ‘ഉഴുന്നവന് നിലം സ്വന്തം’ എന്ന നിയമം അവരെ ഭൂവുടമകളാക്കി. ‘ശങ്കരാചാര്യരുടെയും പപ്പനാവന്റെയും നിയമം മാറ്റാൻ ഇവരൊക്കെ ആര്’ എന്നായിരുന്നു അമ്മച്ചിയുടെ ചോദ്യം.

പത്മാവതിയമ്മയുടെ മകളെ സർക്കാരുദ്യോഗമുള്ള ഒരാൾ കെട്ടിക്കൊണ്ടുപോയി. അപ്പോഴേക്കും സംബന്ധം എന്ന സംവിധാനം

മാറിക്കഴിഞ്ഞിരുന്നുവെന്നുവേണം മനസ്സിലാക്കാൻ. പക്ഷേ, സ്വന്തം തറവാടുകളിൽ സർവ്വ അധികാരത്തോടും അവകാശത്തോടും കഴിഞ്ഞിരുന്ന സ്ത്രീകൾക്ക് ഭർത്താവ് എന്ന സ്ഥിരം സംവിധാനമുണ്ടായി എങ്കിലും ഭർതൃഗൃഹങ്ങളിലെ പീഡനങ്ങളേറ്റുവാങ്ങേണ്ടിവന്നു. രാമായണം വായിച്ചും നാമം ചൊല്ലിയും അമർഷമടക്കിയും കുട്ടികളെ പ്രസവിച്ചു വളർത്തിയും അവർ ഒതുങ്ങിക്കൂടി.

രാജഭരണം അവസാനിക്കുന്നതുവരെ നാഞ്ചിനാട്ടുകാർ പൊന്നുതമ്പുരാനെക്കുറിച്ചു ഭയഭക്തിബഹുമാനങ്ങളോടെയേ ചിന്തിച്ചിട്ടുള്ളൂ. രാജധാനി തിരുവനന്തപുരത്തേക്ക് മാറ്റിയശേഷം പൊന്നുതമ്പുരാനെ കാണണമെങ്കിൽ ആറാട്ടിനും പൂജെടുപ്പിനും തിരുവനന്തപുരത്തുവന്ന് എഴുന്നള്ളുന്ന വഴിയിൽ കാത്തുനിൽക്കണം. അങ്ങനെ ഒരു യാത്ര പലർക്കും ഒരാഘോഷമായിരുന്നു. സംഘം ചേർന്നാണു യാത്ര. തലേദിവസം കാലത്തേതന്നെ സംഘക്കാർ ഒരു സ്ഥലത്ത് ഒത്തുചേരും. നായന്മാരും വെള്ളാളരുമാണ് കൂടുതലായും ഈ യാത്രയ്ക്കിറങ്ങുന്നത്. ഉച്ചയൂണിന് വിപുലമായ ഏർപ്പാടുകളുണ്ടായിരിക്കും. പ്രഥമൻ കൂട്ടിയുള്ള സദ്യകഴിഞ്ഞ് വിശ്രമിച്ച ശേഷം കുളിച്ചു തയ്യാറാവും. ആറാട്ട്ദിവസം തമ്പുരാനെ കാണുമ്പോൾ ഉടുക്കാനുള്ള മുണ്ടും കസവ് നേര്യതും നേരത്തെതന്നെ തയ്യാറാക്കിവച്ചിരിക്കും. എല്ലാവരും ചേർന്നു ബസ്സിലാണു യാത്ര. യാത്രയിലുടനീളവും തുടർന്ന് ഉറങ്ങാതിരിക്കുന്ന രാത്രിയും മഹാരാജാവിന്റെ വീരകഥകൾ പറഞ്ഞിരിക്കാൻ രസം. അതിലധികവും വെറും കെട്ടുകഥകളും കേട്ടുകേൾവികളും തന്നെ. പുലർകാലേ തന്നെ കുളിച്ചു കുറിയിട്ട് കച്ചമുണ്ടുടുത്ത് കസവുമുണ്ട് ഇടുപ്പിൽ കെട്ടി മഹാരാജാവ് ഉടവാളും പിടിച്ച് എഴുന്നള്ളുന്ന വഴിയിൽ കാത്തുനിൽപ്പായി. അച്ചിമാരെയുംകൂട്ടി തിരുവനന്തപുരത്തെത്തുന്ന നായന്മാരും അവരെക്കുറിച്ചുള്ള രസകരങ്ങളായ ധാരാളം കഥകളുമുണ്ട്.

ഒരിക്കൽ രാജാവ് നാഞ്ചിനാട്ടേക്കു വന്ന സംഭവം ജയമോഹൻ ഇങ്ങനെ ഓർമ്മിക്കുന്നു: 'അപ്പോഴാണ് നാഗർകോവിൽ പാതയിൽ ചെണ്ടയും മറ്റും കേൾക്കുന്നത്. ഓടിച്ചെന്നു നോക്കി. ഒരു പത്തിരുപതാളുകൾ പോകുന്നു. രണ്ടു ചെണ്ടക്കാർ, ഏഴെട്ടു കുന്തക്കാർ, പിന്നെ ഒന്നു രണ്ടു നാട്ടുപ്രമാണിമാർ. നടുക്ക് ഒരു നല്ല വെള്ളക്കുതിരപ്പുറത്ത് ഒരു പെൺകുട്ടി തൊപ്പിയൊക്കെവച്ച് ഇരിപ്പുണ്ട്. പെൺകുട്ടി കുതിരപ്പുറത്തു പോകുന്നതു കാണാൻ എല്ലാവരും ഓടിക്കൂടി. പെൺകുട്ടിയല്ല, ഒരു മെലിഞ്ഞു വെളുത്ത ചെറുപ്പക്കാരനാണ്. പട്ടിൽ അംഗവസ്ത്രവും ചട്ടയുമിട്ടിട്ടുണ്ട്. കാതിൽ നല്ല ചുവന്ന കല്ലുള്ള കടുക്കനും, കഴുത്തിലൊരു മുത്തുമാലയുമുണ്ട്. ഒരാൾ പറഞ്ഞു അത് മഹാരാജാവാണെന്ന്."

'ഞങ്ങൾ അതിനു മുമ്പ് മഹാരാജാവിനെ കണ്ടിട്ടില്ല. എന്തൊരു തേജസ്സാണ്! കണ്ണു മിന്നിപ്പോവും.' പെട്ടെന്നാണ് എനിക്കു മനസ്സി ലായത് 'പറക്കപിടാകക്കാരാണ് കൊണ്ടുപോകുന്നത്. നമ്മുടെ മണ്ണിൽ തമ്പുരാന്റെ കാല് പെടണ്ടേ? പക്ഷേ, ഊരുപ്രമാണിമാരെ നോക്കിയാൽ എല്ലാവരും നിന്നു കരയുന്നതാണ് കണ്ടത്.'

നാഞ്ചിനാടിന്റെ ജനജീവിതത്തിന്റെ ഭാഗംതന്നെയായിരുന്നു അവരുടെ 'യക്കി'കളും. അമ്മച്ചി ചിലപ്പോൾ ഭയപ്പെടുത്തുന്ന യക്കി (യക്ഷി)ക്കഥകൾ പറഞ്ഞിരുന്നു. ഇരുട്ടുവീണ പൊറ്റകൾ. തല പൊക്കി കാറ്റിലാടുന്ന യക്ഷികളുടെ ആവാസകേന്ദ്രങ്ങളായ കരിമ്പനകൾ. അവരുടെ വിടർന്ന തേറ്റകളും അട്ടഹാസങ്ങളും. ഒടുങ്ങാത്ത രക്തദാഹം. 'കാമം മുറ്റിയ പക. പക മുറ്റിയ അഴക്. അഴകു മുറ്റിയ തണുപ്പ്.' ഇരുട്ടിന്റെ മറവിൽനിന്ന് പ്രതീക്ഷിതമായി പ്രത്യക്ഷപ്പെടുന്ന രക്തദാഹികൾ.

പേച്ചിപ്പാറ മലയിൽ പോയി ചുളുവിലയ്ക്ക് മരച്ചീനിക്കിഴങ്ങു വാങ്ങി സൈക്കിളിൽ കൊണ്ടുവന്നു വിൽക്കുകയായിരുന്നു മലങ്കിഴങ്ങു മാധവന്റെ ജോലി. മലങ്കിഴങ്ങിന് മലദൈവങ്ങളുടെ രുചിയുണ്ടത്രേ. അർദ്ധരാത്രിയിൽ സൈക്കിളിൽ പുറപ്പെട്ടാലേ രാവിലെ തിരിച്ചെത്താൻ പറ്റൂ. ഒരു ദിവസം യാത്രയ്ക്കിടയിൽ കാട്ടുപാതയിലൊരു സുന്ദരിയെക്കണ്ടു. കുളിച്ച് ഈറനായി ഇരിക്കുന്നു. പനങ്കുലപോലുള്ള തലമുടിയിൽനിന്നും വെള്ളം ഇറ്റിറ്റു വീഴുന്നു. അഴകാർന്ന ഉടൽ. അരയിലെ മാന്ത്രികച്ചരടിൽതൊട്ട് മണ്ടക്കാട്ടമ്മയെ വണങ്ങി കയ്യിലിരുന്ന ചുരികകൊണ്ടവളെ തൊട്ടു. അവൾ പ്രതികരിച്ചില്ല. മാധവണ്ണൻ പിന്നെ പോയത് അവളുമൊത്ത് അവളുടെ വീട്ടിലേക്കാണ്. അവർ ആനക്കുന്നുകേറി മറുവശ ത്തെത്തി. അവിടെയെത്തിയപ്പോൾ അവളുടെ കണ്ണുകളിലെ ഭാവം മാറി. അവളുടെ കാലുകളിലെ എരുമയുടെ കുളമ്പുകളയാൾ കണ്ടു. പുലർച്ചയ്ക്ക് എസ്റ്റേറ്റ് പണിക്കുപോയ തൊഴിലാളികളാണ് വഴി യരുകിൽ ബോധംകെട്ടു കിടക്കുന്ന അണ്ണനെ കണ്ടത്. ചത്തു എന്നു കരുതിയതാണ്. ഇരുപത്തഞ്ചാംദിവസമാണ് അണ്ണൻ എണീറ്റത്. അയൽക്കാരനായ കേശുനായർ പറഞ്ഞു: 'വാടാ മക്കാ, നീ യോഗ മുള്ളവനാണെടെ. എന്റെ ജീവിതത്തിലെ മാട്ടുയച്ചിയുടെ പിടിതെറ്റി വന്ന ഒരുത്തനെ കണ്ടിട്ടില്ല കേട്ടോ. പണ്ട് അന്ത കാട്ടില് കൊല്ല ത്തിൽ മൂന്നു ശവം വീഴും. എടുത്തുകൊണ്ടു വരാറില്ല. ആരു പോവും അവിടെക്കിടന്നു ദഹിക്കും...'

സംഭവബഹുലമായിരുന്നു അമ്മച്ചിയുടെ ജീവിതം. ഒരിടത്തും ഒന്നിനും വിട്ടുകൊടുത്തില്ല. എതിർക്കണമെന്നു തോന്നിയ തിനെയെല്ലാം എതിർത്തു. ചിലടത്തു തോറ്റു. പലപ്പോഴും ജയിച്ചു.

കുടുംബകോവിലിന്റെ അവകാശത്തർക്കത്തെ സംബന്ധിച്ച വ്യവഹാരത്തിൽ വിധി അവർക്കനുകൂലമായിരുന്നു. പക്ഷേ, അത് അറിയാതെ വഴിയിൽ കുഴഞ്ഞുവീണവർ മരിച്ചു.

തുറമുഖം - അറബിക്കടൽ പലപ്പോഴും ശാന്തമായിരിക്കും. തിരമാലകളെ അടക്കി, വിശാലമായ ഒരു കായൽപോലെ. അകലെ ആകാശവും കടലും തമ്മിൽ തൊടുന്നിടത്ത് മെല്ലെ സഞ്ചരിച്ചു കൊണ്ടിരിക്കുന്ന കപ്പലുകളും തോണികളും കാണാം. ചിലപ്പോൾ കടൽ കോപം കൊള്ളും. ആർത്തലച്ച് ഇളകിവരുന്ന തിരമാലകൾ കരയിലേയ്ക്കടിച്ചുകയറും. മടങ്ങുമ്പോൾ കുറെ തെങ്ങുകളെയും മുക്കുവക്കുടിലുകളെയും തകർത്തെറിയും. ഡച്ചുകാരുടെ പീരങ്കിയുണ്ടകൾ കൊണ്ട ഉണ്ടവിട്ടാൽ പാറയിലിടിച്ച് തിരമാലകൾ ഉയർന്നുപൊങ്ങും. പൊഴിമുറിച്ചെത്തുന്ന കലങ്ങിയ ആറ്റുവെള്ളത്തെ തിരികെ കരയിലേക്കുതന്നെ തള്ളിവിടും. ദരിദ്രമുക്കുവഗ്രാമത്തിലെ ജനങ്ങളുടെ കണ്ണീരും നിലവിളിയുമുയരുമ്പോൾ അവർക്കായി കുറെ നൊമ്പരങ്ങൾ ബാക്കിവച്ച് ഒന്നുമറിയാത്തപോലെ കടൽ പിൻവാങ്ങും.

ചേരമാൻ പെരുമാളിന്റെ അനുഗ്രഹത്തോടെ നാല്പതു വെള്ളാനകളും ജിന്നുകളുമായി തുറയിലെത്തിയ മാലിക് ഇബ്നുദീനാർ ഒറ്റരാത്രികൊണ്ട് പണിതീർത്തതാണ് ഈ കടൽത്തീരഗ്രാമത്തിലെ പള്ളി. ഗ്രാമവാസികൾ രാത്രി ഉറങ്ങാൻ കിടന്നപ്പോൾ പള്ളിനിൽക്കുന്നിടം ശൂന്യമായിരുന്നു. നേരം വെളുത്ത് ഉണർന്നപ്പോൾ കടലിന് വടക്കു വലിയാറിനു കിഴക്കായി കരിങ്കല്ലിൽ പണിതീർത്ത അഴകുള്ള ഒരു പള്ളി. അങ്ങിനെയാണ് ഇവിടെ ഒരു ജൂമാത്ത് പള്ളിയുണ്ടായത്. നാല് തലമുറകളായി ഇവിടത്തെ മുസ്ലീങ്ങൾ തങ്ങളുടെ അഭിമാനമായി ഈ പള്ളി കാത്തുസംരക്ഷിക്കുന്നു. കുളത്തു ക്രിസ്ത്യൻപള്ളിയും മുത്താരമ്മൻ കോവിലുമാണ് ഇവിടെയുള്ള മറ്റു രണ്ട് ആരാധനാലയങ്ങൾ.

ഗ്രാമത്തിലെ പൊതുസ്ഥാപനങ്ങൾ തപാലാപ്പീസും പള്ളിയുമാണ്. അംബ്രോസാണ് തപാൽശിപായി. കമ്പിയും കത്തുമൊക്കെ കൊണ്ടുകൊടുക്കുക മാത്രമല്ല, വായിച്ചുകൊടുക്കുകയും വേണം. പള്ളിയിലെ പഠിത്തമല്ലാതെ സ്കൂളിലെ പഠിത്തം പിള്ളേർക്ക് ഹറാമാണ്. നാട്ടിൽനിന്ന് ഭാഗ്യമന്വേഷിച്ച് കൊളമ്പിലേക്കു പോയവർ ധാരാളമുണ്ട്. പലരുമവിടെ ഒടുങ്ങിയെങ്കിലും ചിലർ അതിജീവിച്ചു. അവരുടെ എഴുത്തുകളാണ് ഇടയ്ക്കും മുറയ്ക്കുമെത്തുന്നത്.

അറബിക്കടലിന്റെ ഭാവമാറ്റവും ഊരുകാരണവരായ പരീതുപിള്ളയുടെയും ശിങ്കിടികളുടെയും ഇഷ്ടാനിഷ്ടങ്ങളുമാണ് ഇവിടത്തെ

സാധാരണക്കാരന്റെ ജീവിതം നിയന്ത്രിക്കുന്നത്. പള്ളിപണിയുമ്പോൾ മാലിക് ഇബ്നുദീനാർ ഇരുന്നു വിശ്രമിച്ച കറുത്ത കല്ല് ഇപ്പോഴും അവിടെയുണ്ട്. അതിന്മേലിരുന്നാണ് പരീതുപിള്ള പള്ളിക്കാര്യവും മതപരമായ കാര്യങ്ങളും തീരുമാനിക്കുന്നത്. പക്ഷേ, നാട്ടിൽ കോളറ പൊട്ടിപ്പുറപ്പെട്ടപ്പോൾ പിള്ള നാടുവിട്ടുപോയെങ്കിലും എല്ലാം അടങ്ങിയപ്പോൾ തിരികെയെത്തി.

ചിത്തിരമാസമാണ് തുറയിലെ മീൻപിടുത്തക്കാരുടെ പ്രതീക്ഷ. ശാന്തമായ കടലും കടലിൽ അകലെ വട്ടമിട്ടു പറക്കുന്ന പരുന്തുകളും ശുഭലക്ഷണങ്ങളാണ്. മീൻകൂട്ടം കരയോടടുക്കുന്നു എന്നാണു വിശ്വാസം. തുറ അപ്പോൾ സജീവമാവും. തീരത്തെ തെങ്ങിൻതോപ്പുകളിൽ മുക്കുവർ കടലിലേക്കിറക്കേണ്ട വലകളുടെ കേടുപാടുകൾ തീർക്കുന്ന തിരക്കിലായിരിക്കും. കടപ്പുറത്തെ മണൽപ്പരപ്പിൽ വലിയ വലകൾ വിരിച്ചിട്ട് അതിന്റെ അറ്റുപോയ കണ്ണികൾ തുന്നിച്ചേർക്കും. വള്ളങ്ങൾ വിടവുകളടച്ച് പങ്കായം കെട്ടുന്ന ഭാഗങ്ങൾ വീണ്ടും വീണ്ടും പരിശോധിച്ച് ഉളിപ്പണികൾ കൊണ്ടു കുറവു തീർത്ത് ചിത്തിരയിലെ നെത്തോലിപ്പാടിനെ വരവേൽക്കാനൊരുങ്ങും. കടലിലെ ശാന്തതയും കടൽക്കാറ്റിലൂടെ വരുന്ന മീൻമണവും കാറ്റിന്റെ കുളിർമ്മയും പലപ്പോഴും കൊതിപ്പിച്ചശേഷം പിന്മാറും. പിന്നെ പട്ടിണി ഒരു തുടർക്കഥയാവും. കഴിഞ്ഞ വർഷവും അതിനു മുൻപുള്ള വർഷവും കടല് ചതിച്ചു. ഒട്ടിയ വയറുമായി കുട്ടികൾ കടലിൽ നിന്നു മീൻപിടിച്ചു മടങ്ങുന്നവരുടെ വലയിൽനിന്നു ചാടുന്ന നെത്തോലി പെറുക്കാൻ ഉച്ചവെയിലിൽ കാത്തുനിൽക്കും. കടലിൽ പോയി വന്നവരുടെ പെണ്ണുങ്ങൾ അവരെ തല്ലിയോടിക്കും. തീപുകയാത്ത അടുപ്പുകൾ, കെട്ടിമേയാത്ത കൂരകൾ, ഒട്ടിയവയറുകൾ. മുഴുവൻ വലിച്ചുതീർത്ത് ആരെങ്കിലും വലിച്ചെറിഞ്ഞ മുറുക്കാൻകറ പുരണ്ട ബീഡിക്കുറ്റികൾ തപ്പിയെടുത്ത് ആഞ്ഞുവലിച്ച് പുക കയറ്റുന്ന മുതിർന്നവർ.

പോസ്റ്റ്മാൻ അംബ്രോസ്, വക്കുപോയ ജർമ്മൻകത്തിയുമായി തലവടിക്കാൻ നടക്കുന്ന ആനവിഴുങ്ങി, പള്ളിപ്പറമ്പിൽ കൊഴിഞ്ഞു വീഴുന്ന ഓലകൾക്കായി രാത്രികാലങ്ങളിൽ ഉറക്കമിളച്ചിരിക്കുന്ന മമ്മാത്തിൽ, തുറയിൽ പനങ്കായ് വിറ്റു ജീവിക്കുന്ന നാടാത്തി, വലിയ മീനുകൾ വെട്ടിമുറിച്ചുകൊടുക്കുന്ന മീരാസ, നൂഹുക്കണ്ണ്, ബോംബേമിഠായി വിൽക്കുന്ന ഒറ്റക്കണ്ണൻ പരീത് ഇവരൊക്കെയാണ് തുറയിലെ ദാരിദ്ര്യത്തിന്റെ പ്രതിനിധികൾ.

കഴുത്തിൽ തങ്കച്ചെയ്നും വിരൽ നിറയെ മോതിരവും പി.ജി. സിൽക്കുജൂബ്ബായും ഗ്ലാസ്കോ മുണ്ടുമുടുത്ത് കടൽപ്പുറത്തിന്റെ രോമാഞ്ചമായി നടന്നിരുന്ന ശൗരിയേൽ. പിന്നെ മീരാൻപിള്ള.

കൊട്ടാരത്തിൽനിന്നു മഹാരാജാവ് പതിച്ചുകൊടുത്ത നോക്കെത്താ ദൂരത്തെ ഭൂമിയുടെ ഉടമയായിരുന്നു മീരാൻ പിള്ളയുടെ വാപ്പ. രണ്ടു പേരും ദൈവഭയമുള്ളവർ, സഹജീവിസ്നേഹമുള്ളവർ. സ്വത്തിന്റെ നല്ലൊരു ഭാഗം വാപ്പ പലർക്കായി നൽകി. എന്നിട്ടും മീരാൻപിള്ള തുടക്കത്തിൽ സമ്പന്നൻതന്നെയായിരുന്നു. ഹൈദ്രോസായിരുന്നു അടുത്ത സമ്പന്നൻ. കച്ചവടത്തിൽ കിട്ടുന്ന ലാഭത്തിൽ നല്ലൊരു ഭാഗം റമദാനു സക്കാത്തായി പാവങ്ങൾക്കു നൽകുന്നവൻ. മുകളിൽപ്പറഞ്ഞ മൂന്നുപേരും തുറയിലെ ചമ്പ മൊത്തക്കച്ചവടക്കാരായിരുന്നു. മനസ്സിന്റെ നേരും നെറിയുംകൊണ്ട് ചതിയിൽപെട്ടുപോയവർ.

കൊളമ്പിലിരുന്ന് ഈ ഗ്രാമത്തിലെ മുക്കുവന്മാരുടെ ജീവിതം നിയന്ത്രിക്കുന്ന കമ്മിഷനേജന്റാണ് ഈനാപീനാകൂനാ മുതലാളി. ഇയാളും ഇവിടത്തുകാരൻതന്നെ. നാടുവിട്ട് കൊളമ്പിലെത്തി. മീനിന്റെ സീസണാവുമ്പോൾ അയാൾ കൊളമ്പിൽനിന്ന് ഇവിടത്തെ മീൻമൊത്തവ്യാപാരക്കാർക്കു കത്തെഴുതും. മോഹിപ്പിക്കുന്ന വിലയായിരിക്കും അയാളറിയിക്കുന്നത്. കടം വാങ്ങിയും പണയംവച്ചും വസ്തുക്കൾ വിറ്റും മൊത്തക്കച്ചവടക്കാർ മീൻ കയറ്റിയയയ്ക്കും. പിന്നെ പ്രതീക്ഷയോടെ മുടക്കുമുതലിനും ലാഭത്തിനുംവേണ്ടിയുള്ള കാത്തിരിപ്പാണ്. കാത്തിരിപ്പിനൊടുവിൽ വരുന്നത് ഈനാപീനാകൂനാ മുതലാളിയുടെ നഷ്ടക്കണക്കാണ്. ചിലപ്പോൾ വിലയിടിഞ്ഞതാകാം, ചിലപ്പോൾ മീൻ കേടായിപ്പോയതാകാം. കണക്കിന്റെ അവസാനം മീൻ കയറ്റിയയച്ചവർ കമ്മിഷനേജന്റിന് ഒടുക്കേണ്ട ഒരു വലിയ തുകയുണ്ടാവും. ഭൂമിയിലെ കടങ്ങൾ മരണത്തിനു മുമ്പ് കൊടുത്തുതീർക്കണമെന്ന് നിർബന്ധമുണ്ടായിരുന്നവർ തങ്ങളുടെ വസ്തുവകകൾ ഓരോന്നായി കൊളമ്പിലെ മുതലാളിക്ക് എഴുതിക്കൊടുക്കേണ്ടിയിരുന്നു. ശൗരിയേൽ അവസാനം ഒരു ഭിക്ഷക്കാരനായി അലഞ്ഞുനടന്ന് ആത്മഹത്യചെയ്തു. മീരാൻപിള്ള തന്റെ വീടുൾപ്പെടെ തീറെഴുതിക്കൊടുത്ത് കടപ്പുറത്തെ പുറമ്പോക്കിലേക്കിറങ്ങുന്നു. ഹൈദ്രോസ് മുതലാളിയുടെ കഥയും ദയനീയമായിരുന്നു.

മീരാൻപിള്ളയുടെ മകനാണ് കാസിം. ജമാത്തിന്റെ പിൻതിരിപ്പൻ ചിന്തകൾക്കെതിരായി ശക്തമായി പ്രതികരിക്കുന്നു. അയാൾ പള്ളിക്കൂടത്തിൽ പോയി ഇംഗ്ലീഷ് പഠിക്കുന്നു. ഹറാമായ തലമുടി വളർത്തി ക്രോപ്പ് ചെയ്തു നടക്കുന്നു. പത്രംവായിക്കുന്നു, പള്ളിക്കാരുടെ അന്യായങ്ങളെ ചോദ്യംചെയ്യുന്നു, സമുദായം അയാളെ ഇസ്ലാംവിരുദ്ധകാഫറായി മുദ്രകുത്തി. ഊരുവിലക്കുനടപടികളാരംഭിക്കുന്നു. വിവരം ആനവിഴുങ്ങി ചെണ്ടകൊട്ടി നാട്ടാരെ അറിയിച്ചു. "അസ്സലാമു അലൈക്കും. നമ്മുടെ നാട്ടിലെ ആളുകളെ അറിയിക്കുന്നതെന്തെന്നാൽ കേട്ടുകൊള്ളുക. നാട്ടുനടപ്പു തെറ്റിച്ച് പണ്ടാര

വിളവീട്ടിൽ ചമ്പയാപാരം ചെയ്തുവരുന്ന മീരാൻപിള്ളയുടെ മകനായ മൊഹമ്മതുകാസിമിനെ വെള്ളിയാഴ്ച ജുംആ പള്ളിയിൽ ഊരുകൂടി മൊട്ടയടിച്ച് കരുമ്പുള്ളി ചെമ്പുള്ളി കുത്തി ചെരട്ടമാല കഴുത്തിലിട്ട് കഴുതപ്പുറത്തു കയറ്റി ഊരുചുറ്റാൻ പോകുന്നു..." പക്ഷേ, പരീതുപിള്ളയുടെ ആ പരിപാടി നടന്നില്ല. പൊടുന്നനെ നാട്ടിൽ കോളറ പൊട്ടിപ്പുറപ്പെട്ടു.

വളരെക്കാലത്തിനുശേഷം ഈനാപീനാകൂനാ മുതലാളി കൊളമ്പിൽ നിന്നു നാട്ടിലേക്കു വരുന്നു. അയാൾക്കു സ്വീകരണമൊരുക്കാനുള്ള മഹല്ല്കമ്മറ്റിയുടെ തീരുമാനം കാസിം ചോദ്യംചെയ്തു. അനീതിക്കെതിരെ പ്രതികരിക്കാൻ കാസിമിനോടൊപ്പം ഇപ്പോൾ മീരാസയും മമ്മത്തിലും പീരുവുമുണ്ട്. പരീതുപിള്ളയുടെയും ഈനാപീനാകൂനാ മൊതലാളിയുടെയും ശ്രമഫലമായി കാസിമിനെ പൊലീസ് പിടിച്ചുകൊണ്ടുപോയി. ശൗരിയേലിന്റെ കൊലപാതകവും പുന്നപ്ര വയലാർ സമരത്തിൽ പൊലീസുകാരനെ കുത്തിക്കൊന്നു എന്നതുമാണ് അറസ്റ്റിനു കാരണം. കെട്ടിച്ചമച്ച ഈ അറസ്റ്റിലൂടെ ആ മുക്കുവഗ്രാമത്തിലെ പ്രതിഷേധം അവസാനിച്ചില്ല. ഇനിയൊരിക്കലും തിരിച്ചുവരാനാവില്ലെന്നു കാസിമിനറിയാമായിരുന്നു. അവൻ വിലങ്ങുവയ്ക്കപ്പെട്ട കൈകൾ തന്റെ സുഹൃത്തുക്കളുടെ നേർക്ക് ഉയർത്തിക്കാണിച്ചു. അതു കണ്ട പീരുവും കയ്യുയർത്തി "ആ കൈ ഒരു വെട്ടുകത്തിപോലെ തിളങ്ങി." പീരു ഉയർത്തിയ കൈയുടെ ഭാഷ കാസിമിനറിയാമായിരുന്നു. "എനിക്കു ശേഷം പീരു ഉയർന്നുവരും. മലകളെ കുത്തിപ്പിളർന്നുകൊണ്ട് ഉയർന്നുവരും. അറബിക്കടൽത്തിരപോലെ അലറിയടിച്ചുയർന്നുവരും."

ഒരു കടലോരഗ്രാമത്തിന്റെ കഥ – "കടലോരം അങ്ങനെ കിടന്നു. അവിടത്തെ മനുഷ്യർ ഉറക്കത്തിലാണ്. പക്ഷേ, കടൽ ഉറങ്ങിയില്ല. ഒരിക്കലും ഉറങ്ങാത്ത കടൽ. ആ കടലിന്റെ തീരത്ത് ഒരു ഗ്രാമത്തിൽ കുറെ മനുഷ്യർ."

ഷാഹുൽ ഹമീദ് പിള്ളക്കണ്ണു മുതലാളിയുടെ മകൻ. വടക്കേ വീട്ടിൽ കുഞ്ഞഹമ്മദ്പിള്ളക്കണ്ണ് നാട്ടിലെ കിരീടംവയ്ക്കാത്ത രാജാവാണ്. കുടുംബത്തിലെ കല്യാണാവശ്യത്തിന് തിരുവിതാംകൂർ മഹാരാജാവ് അറബിക്കുതിര അയച്ചുകൊടുത്തിട്ടുണ്ടത്രേ. ആ കുരിതമേൽക്കേറിയാണ് കുഞ്ഞഹമ്മദ് പിള്ളക്കണ്ണിന്റെ പൂർവികൻ കുഞ്ഞുമൂസാപിള്ള പണ്ടു കല്യാണത്തിനു പോയത്. അങ്ങനെയുള്ള കുടുംബത്തിന്റെ നിലവിലുള്ള കാരണവരാണ് കുഞ്ഞഹമ്മദ് പിള്ളക്കണ്ണ് മുതലാളി. മുതലാളിയുടെ അഞ്ചുവയസ്സുള്ള ശേഷകാരനെ

പേരുപറഞ്ഞുവിളിച്ചതിന് അൻപതുവയസ്സുള്ള തൊഴിലാളിയായ വാപ്പൂനു വിധിച്ചത് പള്ളിമുറ്റത്തെ വിളക്കുകാലിൽ കെട്ടിയിട്ടു കനമുള്ള ചൂരൽകൊണ്ട് ഇരുപത്തിയഞ്ചടിയാണ്.

മുതലാളിയുടെ ഇത്തരത്തിലുള്ള ധാരാളം ശിക്ഷാനടപടികൾക്ക് പള്ളിമുറ്റത്തെ വിളക്കുകാല് സാക്ഷ്യംവഹിച്ചിട്ടുണ്ട്. കൊച്ചുപറമ്പിൽ മൈമുന വിധവയാണ്. അവർ തന്റെ മകന് അഹമ്മദ്കണ്ണ് എന്നു പേരിട്ടു. മാത്രമല്ല, ആ പേര് മൊതലാളി കേൾക്കെ ഉറക്കെ വിളിക്കുകയും ചെയ്തു. ആ അപരാധത്തിനു പിഴ അവരുടെ പേരിലുള്ള ഒരേക്കർ പത്തുസെന്റ് തൈപ്പനവിളാകം തോപ്പ് മുതലാളിയുടെ പേർക്ക് എഴുതുക എന്നതായിരുന്നു. പള്ളിയിലെ എല്ലാ ചടങ്ങുകളും മുതലാളി വന്നശേഷമേ തുടങ്ങാവൂ എന്നാണു കല്പന. അദ്ദേഹം പള്ളി ട്രസ്റ്റി കൂടിയാണല്ലോ. മുതലാളിക്ക് നേരിട്ടെത്താൻ കഴിഞ്ഞില്ലെങ്കിൽ അദ്ദേഹം സ്വന്തം തലപ്പാവു കൊടുത്തയയ്ക്കും. അതും ആ ട്രസ്റ്റിയുടെ സാന്നിദ്ധ്യത്തിനു തുല്യം തന്നെ. ഇതൊക്കെയാണ് ചുരുക്കത്തിൽ പിള്ളക്കണ്ണ് മുതലാളി.

അഹമ്മദ്കണ്ണ് മുതലാളിയുടെ യാത്ര പല്ലക്കിലാണ്. പല്ലക്കു ചുമക്കുമ്പോൾ ചുമട്ടുകാർ ഉച്ചത്തിൽ ശബ്ദമുണ്ടാക്കും. വഴിയിലുള്ളവരെല്ലാം മുണ്ട് മടക്കഴിച്ചിടും. തലയിൽകെട്ടഴിച്ച് കക്ഷത്തുവച്ചും വഴിയിൽനിന്ന് മാറിനിന്നും അദ്ദേഹത്തെ ആദരിക്കണം. മുതലാളിയുടെ പല്ലക്ക്ഘോഷയാത്ര കാണാൻ വഴിയിൽ ഭവ്യതയോടെ ആളുകൾ കൂടിനിൽക്കാറുണ്ട്. ഉടുപ്പിടാത്ത മുക്കുവപ്പെണ്ണുങ്ങൾ കുടിലുകൾക്കുള്ളിൽനിന്ന് ഒളിഞ്ഞുനോക്കും. ഒരിക്കൽ പല്ലക്ക് പോകുന്നവഴി ഒരുത്തൻ വഴിയിൽനിന്നു മൂത്രമൊഴിക്കുന്നു. ആ ധിക്കാരം മുലാളിക്കത്ര പിടിച്ചില്ല. നാലുമുഴം വേഷ്ടിയും തോളിൽ ഒരു തോർത്തുമുണ്ടു മാത്രമുള്ള കുറുകി മെലിഞ്ഞ ഒരു മനുഷ്യൻ. കണ്ടാൽ വെറും ഏഴ. അരയിൽ കെട്ടിയ വെളുത്ത ബെൽറ്റ് അവിടെയുമിവിടെയും വെളുത്തു വിളറിയിരിക്കുന്നു. താൻ വരുന്നതുകണ്ടിട്ടും നീയെന്താ വഴിയിൽനിന്നു മുള്ളിയതെന്നു മുതലാളി രോഷത്തോടെ ചോദിച്ചു. “എനിക്കു മൂത്രം മുട്ടി, ഞാൻ മുള്ളി, എന്താ മുള്ളിക്കൂടായോ” എന്നായിരുന്നു അയാളുടെ മറുചോദ്യം. “നിങ്ങടെ പല്ലക്കിലല്ലല്ലോ ഞാൻ മുള്ളിയത്” അയാൾ തുടർന്നു. മഹമൂദ്പിള്ളയായിരുന്നു അത്. അഹമ്മദ്പിള്ളക്കണ്ണിന്റെ ഏകാധിപത്യവും ധിക്കാരവുമൊന്നും അയാൾ വകവച്ചിരുന്നില്ല. മനഃപൂർവ്വം പള്ളിയിൽ വൈകിയെത്തി ജുമാനിസ്ക്കാരം വൈകിപ്പിക്കുന്നതിനെയും അയാൾ ചോദ്യം ചെയ്തിരുന്നു. മഹമൂദിന്റെ ധിക്കാരത്തിന് പള്ളിയിലെ വിളക്കുകാലിൽ കെട്ടിയിട്ടടിക്കാനുള്ള ശിക്ഷാവിധി ഉടൻ വന്നു. തല്ലുകൊള്ളാൻ നിന്നുകൊടുക്കാനയാൾ തയ്യാറായില്ല.

ഇങ്ങനെ ഒരു സാഹചര്യത്തിലാണ് മുഹല്ലാദ്വീപിൽനിന്നും സെയ്യദീനാ മുഹമ്മദ് മുസ്തഫാ ഇമ്പിച്ചികോയ തങ്ങളുടെ വരവ്. അലഞ്ഞുനടക്കുന്ന അപകടകാരിയായ ഒരു കാഫിർ ജിന്നിനെ 'കൂശി'ലടച്ച് കൊണ്ടുപോകാനാണ് പുള്ളിക്കാരന്റെ വരവ്. പള്ളിയിൽ താമസിച്ച് ജിന്നിനെ പിടിക്കാൻ വന്ന തങ്ങളെ മുതലാളി ക്ഷണിച്ച് തന്റെ വീട്ടിലേക്കു കൊണ്ടുപോയി. തന്റെ പ്രാമാണിത്തത്തിന്റെ തലപ്പാവിൽ ഒരു തൂവൽകൂടിയിരിക്കട്ടെ എന്നദ്ദേഹം വിചാരിച്ചുകാണും. തങ്ങൾ തന്റെ വീട്ടിൽ താമസിക്കുന്നിടത്തോളം കാലം കോഴി പൊരിച്ചതും കിടായെ വീട്ടിൽത്തന്നെ അറുത്ത് കറി വച്ചതും റൊട്ടി, നെയ്റൊട്ടി, ഓട്ടപ്പം എന്നീ വിഭവങ്ങളും നൽകി ഒന്നിനും ഒരു കുറവ് വരാതെ നോക്കണമെന്ന് കാര്യസ്ഥനെ ചട്ടം കെട്ടി. ഇതിനുവേണ്ടി രണ്ടു തുണ്ട് പുരയിടം എഴുതിക്കൊടുത്താലും വേണ്ടില്ല എന്നായിരുന്നു അദ്ദേഹത്തിന്റെ തീരുമാനം.

തങ്ങളുടെ ദിവ്യത്വം ദൂതന്മാർവഴി നാടെങ്ങും പരന്നു. അമ്മയോടൊപ്പം തങ്ങളെ കാണാനെത്തിയ ഫാത്തിമയുടെ പ്രശ്നം വിവാഹംകഴിഞ്ഞ് പന്ത്രണ്ടുവർഷമായിട്ടും കുഞ്ഞുങ്ങളുണ്ടായില്ലെന്നതാണ്. പ്രശ്നം ജിന്നാണെന്ന് തങ്ങൾക്കു മനസ്സിലായി. അടച്ചിട്ട മുറിയിൽ തങ്ങൾ ഫാത്തിമയിൽനിന്ന് ജിന്നിനെ ഒഴിപ്പിച്ചു. താമസിയാതെ ഫാത്തിമ ഗർഭിണിയായി. അങ്ങനെ തങ്ങളുടെ ദിവ്യത്വത്തിന് അടിവരയുമിട്ടു.

തേങ്ങാപ്പട്ടണത്തെ ഈ ഗ്രാമത്തിൽ ഒരു ഇംഗ്ലീഷ് പള്ളിക്കൂടം വേണമെന്നത് ദിവാന്റെ തീരുമാനമായിരുന്നു. സ്ഥലംവില്ലേജാഫീസർ നേരിട്ടെത്തി നാട്ടുപ്രമാണിയെ വിവരമറിയിച്ചു. കൂട്ടത്തിൽ സ്കൂളുകെട്ടാനുള്ള സ്ഥലത്തിന്റെ ആവശ്യവും. ഇംഗ്ലീഷും പള്ളിക്കൂടവുമൊക്കെ ഇസ്ലാമിനെതിരാണെന്നായിരുന്നു മുതലാളിയുടെ തീരുമാനം. പള്ളിക്കൂടം വന്നാൽ 'കയാമത്ത്' വരുമെന്നും അത് എല്ലാവരേയും 'കാഫിർ' ആക്കുമെന്നു മുതലാളി പറഞ്ഞു. അതുകൊണ്ട് പള്ളിക്കൂടം വേണ്ട. തീരുമാനത്തിന് മാറ്റമില്ല. എന്നാൽ പള്ളിക്കൂടം വന്ന് പിള്ളേർ നാലക്ഷരം പഠിച്ച് അവരുടെ കണ്ണു തെളിയട്ടെ എന്നായിരുന്നു മഹമദിന്റെ അഭിപ്രായം. അതിനായി തന്റെ പേരിലാകെയുള്ള മുപ്പത് സെന്റ് സ്ഥലം 'മണ്ണടങ്ങി മരമടങ്ങി സൂര്യനും ചന്ദ്രനുമുള്ളകാലം' സർക്കാർ സ്കൂളിനായി എഴുതിക്കൊടുത്തു. പള്ളിക്കൂടത്തിനനുകൂലമായി സംസാരിക്കുന്ന മഹമൂദിൽനിന്നു പിഴയായി തന്റെ പേരിൽ എഴുതിക്കാൻ മുതലാളി കണ്ടുവച്ചതായിരുന്നു ഈ സ്ഥലം. ഈ ധിക്കാരം മുതലാളിയുടെ ഹാലിളക്കി.

സ്കൂൾ യാഥാർത്ഥ്യമായി. പഠിപ്പിക്കാൻ അദ്ധ്യാപകർ വന്നു. മെഹബൂബ് ഖാൻ, ഭാര്യ നൂർജഹാൻ. കാൽസ്രായിയിട്ട്, മുടി ക്രോപ്പ്

ചെയ്ത മുസൽമാൻ. അയാൾ മുസൽമാൻ തന്നെയാണോ എന്നു നാട്ടുകാർക്കു സംശയം. കാൽസ്രായിയിട്ടവൻ എങ്ങനെ ഇരുന്നു മൂത്രമൊഴിക്കും എന്നതായി അടുത്ത സംശയം. മൂന്നാം വേദക്കാരന്റെ കാഫിർഇംഗ്ലീഷ് പള്ളിക്കൂടത്തിനെ ഏതുവിധവും ഒഴിവാക്കാനായിരുന്നു മുതലാളിയുടെയും ശിങ്കിടികളുടെയും അടുത്ത ശ്രമം.

തോൽവികൾ ഓരോന്നായി കുഞ്ഞമ്മദ് പിള്ളക്കണ്ണ് മുതലാളിയെ അന്വേഷിച്ച് വരാൻ തുടങ്ങി. മഹമ്മൂദിനെ ജിന്നിനെ വിട്ട് ഭ്രാന്തനാക്കാനും സ്കൂൾ കൂടോത്രം ചെയ്ത് നശിപ്പിക്കാനും അദ്ദേഹം തങ്ങളെ അഭയംപ്രാപിച്ചു. ചെയ്യാമെന്നു തങ്ങൾ. പകരം അയാൾ മുതലാളിയുടെ വിധവയായ തങ്കച്ചി നൂഹൂ പാത്തുമ്മയെ വിവാഹംചെയ്തുകൊടുക്കണമെന്നാവശ്യപ്പെട്ടു. അഞ്ചാം കെട്ടുകാരനും തന്റെ ഒപ്പം കുടുംബയോഗ്യതയുമില്ലാത്ത തങ്ങൾക്ക് സ്വന്തം സഹോദരിയെ കെട്ടിക്കൊടുക്കാൻ മുതലാളി വിസമ്മതിച്ചു.

ഇതിനിടയിൽ മുതലാളിയുടെ മകൾ ഐഷയുടെ കല്യാണം നിശ്ചയിക്കപ്പെട്ടു. വേണാട്ടരചൻ കിരീടം വച്ചുകൊടുത്ത കുടുംബത്തിൽനിന്നാണ്. സ്വത്തുണ്ട്, അറബിക്കുതിരയുണ്ട്. പല്ലക്കുണ്ട്. എന്തുകൊണ്ടും വടക്കേവീട്ടുകാർക്കു യോജിച്ച ബന്ധം. വടക്കേവീട്ടുകാർ മകളുടെ കല്യാണത്തിന് ആർഭാടം ഒട്ടും കുറച്ചില്ല. ഏഴു ദിവസത്തെ വിരുന്ന്. അറുപത് ആടുകളെ അറുത്തു. പൊന്നുകൊണ്ട് പെണ്ണിന്റെ ഉച്ചിമുതൽ ഉള്ളംകാൽവരെ പൊതിഞ്ഞു. കാലിലെ കൊലുസും തങ്കത്തിൽത്തന്നെയുണ്ടാക്കി. പൊന്നരഞ്ഞാണത്തിനു സ്വർണ്ണക്കൂമ്പു പിടിപ്പിച്ചു. പട്ടുമറയിട്ട കുതിരവണ്ടിയിൽ പെണ്ണിനെയും പുതുമണവാളനെയും യാത്രയാക്കി. തലയിൽ പൂചൂടിയ കുതിരകൾ കുടമണി കിലുക്കി മുന്നോട്ടുപോയി.

അയ്ഷ ഒരു മാസം തികച്ച് പുതുമണവാളന്റെ വീട്ടിൽ താമസിച്ചില്ല. പുതിയാപ്ല വയസൻ മാത്രമല്ല അയാൾക്ക് ഭ്രാന്തും ഉണ്ടത്രേ. കല്യാണം മോടിയാക്കാൻ മഹമ്മൂദുപിള്ള വസ്തുക്കളെല്ലാം വിറ്റുതുലച്ചിരുന്നു. മാലിക്ദീനാർ പള്ളിയിലെ വിശ്വസ്തനായ ഏലബ്ബ അയാളുടെ വിടിനോടു ചേർന്ന് നാടുവിട്ട തങ്ങളുടെ പേരിൽ പുതിയ പള്ളി സ്ഥാപിച്ചു. തങ്ങളുടെ ദിവ്യത്വം അറിഞ്ഞവരെല്ലാം ലബ്ബായുടെ പള്ളിയിൽ തടിച്ചുകൂടി. അയാൾ പുതിയ ജൂബ്ബ തയ്പിച്ചു. പുതിയ തൊപ്പി വാങ്ങി. തോളിൽ പച്ചത്തുണിയിട്ടു. പള്ളിക്കു മുമ്പിൽ ബോർഡു വച്ചു. 'മസ്ജിദുൽ സൈദീന മുഹമ്മദു മുസ്തഫാ ഇമ്പിച്ചിതങ്ങൾ'.

പള്ളിക്കാരുടെ എതിർപ്പോടെ, പള്ളിപ്പുസ്തകത്തിൽ ഒപ്പുവയ്ക്കാതെ, ഖതീബും മുക്രികളും പങ്കെടുക്കാതെ, വടക്കേവീട്ടിലെ

മുതലാളിയുടെ ആശിർവാദമില്ലാതെ, പള്ളിപ്പണം കൊടുക്കാതെ മഹ്മൂദിന്റെ മകളുടെ കല്യാണം നടന്നു.

അസനാരുലബ്ബ, കൊല്ലിനും കൊലയ്ക്കും കൂട്ടുനിന്ന കറുപ്പൻ, അനന്തിരവൻ പരീത്. ഇതുവരെ നിലനിർത്തിയിരുന്ന പ്രതാപം, അധികാരം എല്ലാം ഓരോന്നായി മുതലാളിയെ വിട്ടുപിരിഞ്ഞു. പിന്നെ ഒന്നുകൂടി സംഭവിച്ചു. ഒരുദിവസം മുതലാളി ഇല്ലാതെ, പള്ളിയിലെ ജുംആ നമസ്കാരം നടന്നു.

അഹമ്മദ് കണ്ണ് മുതലാളി അസ്വസ്ഥതകൾ പ്രകടിപ്പിക്കാൻ തുടങ്ങി. പരസ്പരബന്ധമില്ലാതെ സംസാരിക്കുന്നു. അവുക്കാദർ രാമൻവൈദ്യരെ വിളിച്ചുകൊണ്ടുവന്നു. വൈദ്യരുടെ പരിശോധന കഴിഞ്ഞപ്പോൾ അവുക്കാദർ വൈദ്യരോടു ചോദിച്ചു: "എന്താ സോക്കേട്." വൈദ്യർ: "മനസ്സിലായില്ലേ, ഭ്രാന്ത്."

രാത്രി എല്ലാവരും ഉറങ്ങി. അയ്ഷ വാതിലിന്റെ സാക്ഷ മാറ്റി മെല്ലെ പുറത്തിറങ്ങി. വലിയപള്ളിയുടെ ഇടതുവശത്തെ വഴിയിലൂടെ നടന്നു. അവിടെ വണ്ണാൻകുളം പാറ. പാറയുടെ അടിവാരത്ത് ആറ്റിലെ കുളിക്കടവ്. അവസാനമായി വലിയപള്ളിയെ തിരിഞ്ഞു നോക്കി. ആനക്കാലൻ ചാരുകസേരയിൽ കിടന്നിരുന്ന പ്രതാപിയായ അച്ഛനെക്കുറിച്ചോർത്തു. ഉമ്മയെക്കുറിച്ചോർത്തു. പരീതുമച്ചാനെക്കുറിച്ചും മാമിയെക്കുറിച്ചുമോർത്തു. അവൾ അലറിയൊഴുകുന്ന പുഴയിലേക്കു ചാടി. നാലഞ്ചു തലമുറകളിലെ പ്രതാപത്തിന്റെ അവസാന കണ്ണി.

■

ആരാധനാലയങ്ങൾ

ക്ഷേത്രസംസ്ക്കാരം

വിവിധമതങ്ങൾ തമ്മിലുള്ള സൗഹാർദവും വിശേഷിച്ച് ശൈവ-വൈഷ്ണവമതവിശ്വാസങ്ങളുടെ സഹവർത്തിത്വവും നില നിന്നിരുന്നുവെന്നതാണ് നാഞ്ചിനാട്ടെ ക്ഷേത്രസംസ്ക്കാരത്തിന്റെ ഒരു പ്രത്യേകത. പാണ്ഡ്യരാജാക്കന്മാർ ശൈവമതാനുയായികളായിരുന്നു. സുന്ദരമൂർത്തിയും മധുരമീനാക്ഷിയുമായിരുന്നു അവരുടെ ഇഷ്ടദേവതകൾ. പാണ്ഡ്യരാജാക്കന്മാരുടെ സ്വാധീനത്തിൽ നാഞ്ചിനാട്ട് ശൈവാരാധന പ്രോത്സാഹിപ്പിച്ചു. അതിന്റെ ഫലമാണ് ഇവിടെ ധാരാളമായിക്കാണുന്ന ശിവക്ഷേത്രങ്ങൾ. ഇവിടത്തെ പന്ത്രണ്ടു ശിവാലയങ്ങളെ ഒരുമിപ്പിച്ച് നടത്തിയിരുന്ന പ്രാചീനമായ ശിവാലയ ഓട്ടം പ്രസിദ്ധമാണല്ലോ. പിൽക്കാലത്ത് പല ശിവക്ഷേത്രങ്ങളിലും വിഷ്ണുവിന്റെ പ്രതിഷ്ഠയും കൂട്ടിച്ചേർത്തു എന്നതും ശ്രദ്ധേയമാണ്. വേണാട് രാജവംശത്തിന്റെ കുലദേവത മഹാവിഷ്ണുവായിരുന്നു എന്നതായിരിക്കാം ഇതിനു കാരണം. വേണാട് രാജാക്കന്മാരുടെ തലസ്ഥാനമായിരുന്ന കൽക്കുളത്തിന് പത്മനാഭപുരമെന്നു പേരിട്ടതും മാർത്താണ്ഡവർമ്മ മഹാരാജാവ് രാജ്യം ശ്രീപത്മനാഭന് അടിയറവച്ചതും ഓർക്കാം.

തിരുമല, തിരുവിതാംകോട്, തിരുനട്ടാലം, നെല്ലുവേലി എന്നീ ക്ഷേത്രങ്ങളിൽ മഹാവിഷ്ണുവിനും മഹാദേവനും ആരാധനയുണ്ട്. ശുചീന്ദ്രം, കുഴിത്തുറ മഹാദേവക്ഷേത്രം എന്നീ ക്ഷേത്രങ്ങൾ ത്രിമൂർത്തികളെയുമാരാധിക്കുന്നു.

തിരുച്ചാരണത്തെയും തിരുനന്തിക്കരയിലെയും ജൈനക്ഷേത്രങ്ങൾ മാറ്റിനിറുത്തിയാൽ തമിഴ്ദ്രാവിഡശൈലിയിലും കേരളീയ ശൈലിയിലും നിർമ്മിക്കപ്പെട്ട ക്ഷേത്രങ്ങളാണിവിടെയുള്ളത്.

മലയാളം, പരദേശം എന്നിങ്ങനെ രണ്ടു രീതിയിലുള്ള തന്ത്രങ്ങൾക്കു വിധേയമായിട്ടാണ് നാഞ്ചിനാട്ടിലെ ക്ഷേത്രങ്ങളിലെ പൂജയും ക്ഷേത്രാചാരങ്ങളും നടന്നുപോരുന്നത്. തമിഴ്നാടിന്റെയും

കേരളത്തിന്റെയും സ്വാധീനം ക്ഷേത്രനിർമ്മാണശൈലിയിലെന്ന പോലെ താന്ത്രികവിദ്യയിലും കാണാം. ക്ഷേത്രങ്ങളിലെ പ്രധാന പുരോഹിതന്മാരാണ് തന്ത്രിമാർ. ഓരോ ക്ഷേത്രത്തിലേയും തന്ത്രത്തിനുള്ള അവകാശം പാരമ്പര്യമായി അനുവദിച്ചുനൽകിയിട്ടുള്ളതാണല്ലോ. മലയാളബ്രാഹ്മണർ ആചരിച്ചുവരുന്ന താന്ത്രികരീതിയാണ് മലയാളതന്ത്രം. പാരമ്പര്യമായി തന്ത്രം കൈകാര്യം ചെയ്യുന്ന മലയാളിയായ പോറ്റിമാരും നമ്പൂതിരിമാരുമാണിവർ. തമിഴ് ബ്രാഹ്മണരും അയ്യങ്കാർമാരും നാഞ്ചിനാട്ടെ ക്ഷേത്രങ്ങളിൽ തന്ത്രിമാരായുണ്ട്. തമിഴ്നാടിന്റെയും കേരളത്തിന്റെയും സംസ്ക്കാരമുൾക്കൊണ്ടു ജീവിക്കുന്ന നാഞ്ചിനാട്ടിലെ ആചാരാനുഷ്ഠാനങ്ങളും ആചാരക്രമങ്ങളും പങ്കുവച്ചുപോയതിൽ അതിശയിക്കാനില്ല. നാഞ്ചിനാട്ടെ പ്രസിദ്ധ ക്ഷേത്രങ്ങളായ കന്യാകുമാരിദേവീക്ഷേത്രം, ശുചീന്ദ്രം, തിരുവട്ടാർ ആദികേശവക്ഷേത്രം, തിരുവിതാംകോട് ക്ഷേത്രം എന്നിവിടങ്ങളിൽ മലയാളശൈലിയിലുള്ള താന്ത്രിക സമ്പ്രദായങ്ങളും ചട്ടങ്ങളുമാണു നടന്നുപോരുന്നത്. കന്യാകുമാരി ക്ഷേത്രത്തിലെ താന്ത്രികവേല മണലിക്കരപോറ്റിക്കാണ്. തിരുവട്ടാർ ആദികേശവക്ഷേത്രത്തിൽ തന്ത്രത്തിന്റെ അവകാശം മണലിക്കരപോറ്റിക്കും വഞ്ചിയൂർ അത്തിയറപ്പോറ്റിക്കും. ശുചീന്ദ്രത്തെ തന്ത്രം തരണനല്ലൂരിനാണ്. തിരുവിതാംകോട് നെല്ലുവേലി അത്തിയറയും മണലിക്കരപ്പോറ്റിക്കുമാണ് താന്ത്രികാവകാശം. കന്യാകുമാരിയിലെയും ശുചീന്ദ്രത്തെയും ക്ഷേത്രങ്ങൾ നിർമ്മിച്ചിരിക്കുന്നത് ദ്രാവിഡശിൽപ്പരീതിയിലാണല്ലോ. തിരുവട്ടാർ ക്ഷേത്രത്തിലെ ശ്രീകോവിലും ഉപദേവാലയങ്ങളും ദ്രാവിഡ-കേരള-ശില്പ്പശൈലിയിലാണു നിർമ്മിച്ചിട്ടുള്ളത്. അവിടെ കിഴക്കും പടിഞ്ഞാറുമുള്ള ഗോപുരനിർമ്മാണത്തിനുപയോഗിച്ചിരിക്കുന്നത് തനി കേരള വാസ്തുശില്പ്പശൈലിയും.

ഇനി കന്യാകുമാരിജില്ലയിലെ പ്രധാന ക്ഷേത്രങ്ങൾ ഏതെല്ലാം എന്ന് നോക്കാം.

കന്യാകുമാരിദേവി

ബലവാനായ ബാണാസുരൻ തന്റെ മെയ്ക്കരുത്തിൽ തൃലോകങ്ങളും അടക്കിവാണിരുന്നകാലം. ബാണാസുരന്റെ നിരന്തരപീഡനത്താൽ ദേവന്മാർ ഹതാശരായി. ഒരു കന്യകയ്ക്കല്ലാതെ മറ്റാർക്കും തന്നെ വധിക്കാൻകഴിയില്ല എന്ന് ബ്രഹ്മാവിൽനിന്ന് വരംവാങ്ങിയ ഹുങ്ക് ബാണനുണ്ട്. രക്ഷക്കായി ദേവന്മാർ മഹാവിഷ്ണുവിനെ അഭയംപ്രാപിച്ചു. അസുരനെ വധിക്കാൻ പരാശക്തിതന്നെ കന്യകയായി അവതരിച്ചേ മതിയാവൂ എന്ന വിവരം വിഷ്ണു ദേവന്മാരെ

അറിയിക്കുന്നു. ദേവകൾ അപേക്ഷയുമായി പരാശക്തിയുടെ അടുക്കൽ എത്തുകയും ദേവി സങ്കടനിവൃത്തിയുണ്ടാക്കാമെന്ന വാക്കു നൽകുകയും ചെയ്തു.

ഭാരതത്തിന്റെ തെക്കെഅറ്റത്തെ മുനമ്പ്. ബംഗാൾ ഉൾക്കടലും അറബിക്കടലും ഇന്ത്യൻമഹാസമുദ്രവും ഒത്തുചേരുന്ന പുണ്യഭൂമി. ഉദയാസ്തമയങ്ങൾ ഒരേസ്ഥാനത്തുനിന്ന് കാണാമെന്ന അപൂർവ സൗഭാഗ്യമുള്ള ഇടം. തനിക്ക് ഭൂമിയിൽ അവതരിക്കാൻ ഇതിലും യോഗ്യമായ സ്ഥലം മറ്റൊന്നില്ലെന്ന് കണ്ടറിഞ്ഞ ദേവി അവിടെ അവതരിച്ചു. അങ്ങനെ കന്യകയായ ദേവിയുടെ സാന്നിദ്ധ്യമുണ്ടായ ഇടം കന്യാകുമാരിയായി.

കന്യാകുമാരിക്ക് അടുത്തുതന്നെയാണ് ശ്രീപരമേശ്വരൻ കുടികൊള്ളുന്ന ശുചീന്ദ്രവും. ശിവൻ കന്യകയായ ദേവിയിൽ അനുരക്തനാവുന്നു. വിവാഹത്തിന് ദേവിക്കും സമ്മതം. വിധിപ്രകാരം വിവാഹം നിശ്ചയിക്കപ്പെട്ടു. ദേവിയുടെ കന്യകാത്വമാണ് ബാണാസുരനെ വധിക്കാനുള്ള ദിവ്യായുധമെന്ന് അറിയാമായിരുന്ന ദേവകൾ ധർമ്മസങ്കടത്തിലുമായി എന്ന് പറയേണ്ടതില്ലല്ലോ. വിവാഹത്തിനുള്ള ഒരുക്കങ്ങൾ എല്ലാം ആരംഭിച്ചുകഴിഞ്ഞു. ദേവന്മാർക്ക് എങ്ങിനെയും ഈ വിവാഹം മുടക്കിയേ മതിയാവൂ. പതിവുപോലെ പദ്ധതികൾ ആസൂത്രണം ചെയ്തത് നാരദമഹർഷിയാണ്. പൂർവനിശ്ചയമനുസരിച്ച് ആഡംബര, ആഘോഷങ്ങളോടെ, പരിവാരസമേതം അർദ്ധരാത്രിയിലെ മുഹൂർത്തത്തിന് കന്യാകുമാരിയിലെത്താൻ വരന്റെ ഘോഷയാത്ര ശുചീന്ദ്രത്തുനിന്നും പുറപ്പെട്ടു. ഒരു പൂവൻകോഴിയുടെ രൂപത്തിൽ വഴിയിൽ കാത്തുനിന്നിരുന്ന ദേവേന്ദ്രൻ നീട്ടികൂവി. നേരംവെളുത്തെന്നും മുഹൂർത്തം കഴിഞ്ഞെന്നും തെറ്റിദ്ധരിച്ച് ശിവൻ നിരാശനായി ശുചീന്ദ്രത്തേക്ക് മടങ്ങി.

മുഹൂർത്തം കഴിഞ്ഞിട്ടും പ്രതിശ്രുതവരൻ എത്താത്തതിൽ ക്രുദ്ധയായ ദേവി വിവാഹത്തിനായി ചെയ്ത ഒരുക്കങ്ങളെല്ലാം അലങ്കോലപ്പെടുത്തി. വിവാഹസദ്യക്ക് ഒരുക്കിവച്ചിരുന്ന വിഭവങ്ങളെല്ലാം കടൽക്കരയിലേക്ക് വലിച്ചെറിഞ്ഞു. ശിഷ്ടകാലം കന്യകയായി കഴിയുമെന്ന് ശപഥവും ചെയ്തു. അന്ന് വലിച്ചെറിഞ്ഞ അരിമണികളാണ് വിവിധ വലിപ്പത്തിലും നിറത്തിലും കന്യാകുമാരി കടപ്പുറത്ത് ഇന്ന് കാണുന്ന മണൽത്തരികൾ എന്നാണ് കഥ.

അങ്ങനെ കടൽക്കരയിൽ ദേവി തന്റെ തപസ്സ് തുടരുമ്പോഴാണ് തപസ്സുചെയ്യുന്ന മോഹിനിയെക്കാണാൻ ബാണാസുരനെത്തുന്നത്. അയാൾ ദേവിയോട് വിവാഹാഭ്യർത്ഥന നടത്തുന്നു. കുമാരി അഭ്യർത്ഥന നിരസിക്കുന്നതോടെ ബാണാസുരൻ ബലംപ്രയോഗിക്കാൻ

ശ്രമിക്കുന്നു. തുടർന്ന് തന്റെ അവതാരോദ്ദേശ്യമായ അസുരനിഗ്രഹം നടത്തിയശേഷം ദേവി തന്റെ തപസ്സ് അഭംഗുരം ഇന്നും തുടരുന്നു. ബാണാസുരനും ദേവിയും തമ്മിലുള്ള യുദ്ധം നടന്നത് കന്യാകുമാരിയിൽനിന്ന് പതിനൊന്ന് കി.മീ. ദൂരത്തുള്ള മഹാദാനപുരത്തു വച്ചാണെന്നാണ് വിശ്വാസം. കന്നിയിലെ വിജയദശമി ദിവസം ദേവി വെള്ളിക്കുതിരയിലേറി ബാണാസുരവധത്തിനു പോകുന്നതും ബാണാസുരനുമായുള്ള യുദ്ധാഭിനയവും ഇന്നും പുനരാവിഷ്ക്കരിക്കപ്പെടുന്നുണ്ട്.

കന്യാകുമാരിദേവിയെക്കുറിച്ച് ഐതിഹ്യങ്ങൾ പലതുണ്ടെങ്കിലും മേൽവിവരിച്ചതാണു പരക്കെ പ്രചാരത്തിലുള്ള ഐതിഹ്യം.

കാരാഗൃഹത്തിൽ ജന്മമെടുത്ത ഉണ്ണികൃഷ്ണനെ പുറത്തുകടത്തിയശേഷം ദേവകി പ്രസവിച്ച കുഞ്ഞ് എന്നുപറഞ്ഞ് കംസന് നൽകിയ പെൺകുഞ്ഞാണ് കന്യാകുമാരിയിലെ കന്യക എന്ന് അമേരിക്കക്കാരനായ ടാൽബോയ്സ് വീലർ തന്റെ ഹിസ്റ്ററി ഓഫ് ഇന്ത്യയിൽ രേഖപ്പെടുത്തിയിട്ടുള്ളത് കെ.പി. പത്മനാഭമേനോൻ ഉദ്ധരിച്ചിട്ടുണ്ട്. ഒരു ആട്ടിടയന്റെയും ദേവകി എന്ന സ്ത്രീയുടെയും കന്യകയായ മകൾക്കാണ് ക്ഷേത്രം സമർപ്പിച്ചിരിക്കുന്നതെന്ന് പോർച്ചുഗീസ് ചരിത്രകാരനായ ഫറിയാസൂസയുടെ പരാമർശമാണ് വീലറുടെ നിഗമനത്തിന് ആധാരം (ഹിസ്റ്ററി ഓഫ് കേരള. കെ.പി. പത്മനാഭമേനോൻ. വാല്യം 1. പുറം-8).

ദ്രാവിഡശൈലിയിലാണ് ക്ഷേത്രത്തിന്റെ നിർമ്മിതി. കിഴക്ക് ദർശനം. നിത്യകന്യകയായി തപസ്സനുഷ്ഠിക്കുന്ന പാർവ്വതീസങ്കൽപ്പമാണ് പ്രതിഷ്ഠയ്ക്ക്. ക്ഷേത്രത്തിന്റെ വലിപ്പമേറിയ മുഖകവാടത്തിന്റെ രൂപകൽപ്പന ആകർഷകമാണ്. വടക്കേനടയാണ് മുഖ്യപ്രവേശനകവാടമായി ഉപയോഗിക്കുന്നത്. വലിപ്പമേറിയ വിഗ്രഹം രുദ്രാക്ഷശിലകൊണ്ടാണ് നിർമ്മിച്ചിരിക്കുന്നത്. അനുപമമായ രൂപസൗന്ദര്യം. വലതുകയ്യിൽ അഭയമുദ്രയോടുകൂടിയ സ്വർണ്ണരുദ്രാക്ഷമാല. ഇടതുകൈ തുടയോടുചേർത്തുവച്ചിരിക്കുന്നു. തപസ്വിനിയെങ്കിലും സർവാഭരണഭൂഷിത. വൈരക്കല്ലുപതിച്ച മൂക്കുത്തി ദിവ്യപ്രഭചൊരിയുന്നു. കിഴക്കേനട തുറന്നുവച്ചിരുന്നകാലത്ത് മൂക്കുത്തിയിൽനിന്ന് പ്രസരിക്കുന്ന വെളിച്ചം ദീപസ്തംഭത്തിൽനിന്നാണെന്നു തെറ്റിദ്ധരിച്ച് രാത്രികാലങ്ങളിൽ നാവികർ തങ്ങളുടെ നൗകകൾ കരക്കടുപ്പിച്ച് അപകടമുണ്ടാക്കിയിട്ടുണ്ടത്രെ. അതുകൊണ്ടാണ് കിഴക്കേ പ്രവേശനകവാടം ഇപ്പോൾ സാധാരണയായി തുറന്നുവയ്ക്കാത്തത്.

അഗസ്ത്യമുനി വിഗ്രഹപ്രതിഷ്ഠ നടത്തിയെന്നാണ് വിശ്വാസം. പരശുരാമനാൽ പ്രതിഷ്ഠിതമായ നൂറ്റിയെട്ട് ദുർഗ്ഗാക്ഷേത്രങ്ങളിൽ

ഈ ക്ഷേത്രവുംപെടും എന്ന അഭിപ്രായവുമുണ്ട്. കണ്ണകീസങ്കൽപ്പത്തിൽ ചേരൻ ചെങ്കുട്ടുവൻ പ്രതിഷ്ഠിച്ചതാണ് ഈ ക്ഷേത്രമെന്നും പറയപ്പെടുന്നു. അദ്ദേഹം വിഗ്രഹത്തിനുള്ള ശില ഹിമാലയത്തിൽ നിന്ന് കൊണ്ടുവന്നത്രേ.

ക്ഷേത്രത്തിനകത്തേക്കുകടന്നാൽ വലതുവശത്തായി വിശാലമായ ഹാൾ. ഇവിടെ പടിഞ്ഞാറേക്കുനോക്കിനിൽക്കുന്ന കാലഭൈരവന്റെ വലിയ പ്രതിമയുണ്ട്. ദേവിയുടെ അംഗരക്ഷകനാണല്ലോ കാലഭൈരവൻ. മുന്നോട്ടു നടന്നാൽ ശിലാനിർമ്മിതമായ മേൽക്കൂരയോടുകൂടിയ ശീവേലിപ്പുര. ഇവിടെ തൂണുകൾ ശിൽപ്പങ്ങളും അലങ്കാരപ്പണികളും കൊണ്ട് സമൃദ്ധമാണ്. ദീപലക്ഷ്മികളും രതിപ്രധാനമായ ശിൽപ്പങ്ങളും കൂട്ടത്തിലുണ്ട്.

മണ്ഡപം, ഗർഭഗൃഹത്തോടുകൂടിയ ശ്രീകോവിൽ, ചുറ്റുമതിൽ എന്നീ ഘടകങ്ങൾ ചേർന്നതാണ് പ്രധാനക്ഷേത്രം. ശ്രീകോവിലിന്റെ പുറംചുവര് കൊത്തുപണികൾകൊണ്ട് അലങ്കരിച്ചിട്ടുണ്ട്. കന്നിമൂലയിലാണ് ഇന്ദ്രവിനായകസങ്കൽപ്പത്തിലുള്ള ഗണപതി പ്രതിഷ്ഠ. പ്രത്യേക ദേവാലയത്തിൽ നാഗങ്ങളെയും ആരാധിക്കുന്നു.

മലയാളശൈലിയിലുള്ള ക്ഷേത്രാചാരങ്ങളാണ് ഇവിടെ പിൻതുടരുന്നത്. മണലിക്കരപോറ്റിമാർക്കാണ് തന്ത്രത്തിനും ശാന്തികർമ്മങ്ങൾക്കും അവകാശം. ഉത്സവങ്ങളിൽ പ്രധാനം ഇടവമാസത്തെ വൈകാശി ഉത്സവമാണ്. ഉത്സവത്തിന് ദേവിയെ പ്രധാനതെരുവുകളിലൂടെ പുറത്തെഴുന്നെള്ളിക്കും. നവരാത്രിആഘോഷവും മുഖ്യം തന്നെ.

ക്ഷേത്രഭിത്തികളിൽ ധാരാളം ശിലാലിഖിതങ്ങളുണ്ട്. അവയിലൊന്ന് പരാന്തകപാണ്ഡ്യന്റെ വീരശൂരപരാക്രമങ്ങളാണ്. അദ്ദേഹത്തിന്റെ 9-ാംഭരണവർഷത്തിലെ ലിഖിതമാണ് ഇത് എന്ന് കണക്കാക്കുന്നു. കൂപകരാജാവിനെ കീഴടക്കിയതും അദ്ദേഹത്തിന്റെ മകളെ വിവാഹം കഴിച്ചതും കൊല്ലവും ദക്ഷിണകലിഗവും കീഴടക്കിയതുമെല്ലാം ഇവിടെ രേഖപ്പെടുത്തിയിരിക്കുന്നു. കൂടാതെ അളവുതൂക്കങ്ങൾ ക്രമപ്പെടുത്തിയതായും തിരുവനന്തപുരത്തെ ശ്രീപത്മനാഭസ്വാമിക്ക് സ്വർണ്ണനിർമ്മിതമായ പത്ത് അലങ്കാരവിളക്കുകൾ അവയുടെ സംരക്ഷണച്ചെലവിനുള്ള ഭൂസ്വത്തുക്കൾ ഉൾപ്പെടെ നൽകിയതായും പറയുന്നു.

ഒരുകാലത്ത് രാജരാജചോഴപുരം എന്ന പേരിലും ക്ഷേത്രം സ്ഥിതിചെയ്യുന്ന ദേശം അറിയപ്പെട്ടിരുന്നു. രാജരാജചോഴൻ ഒന്നാമന്റെ ഭരണകാലത്ത് കന്യാകുമാരി അദ്ദേഹത്തിന്റെ അധികാരപരിധിയിൽപ്പെട്ട ചോഴമണ്ഡലത്തിൽ ഉൾപ്പെട്ടതായിരുന്നു. പാണ്ഡ്യരാജാക്കന്മാരുടെ ഭരദേവതയാണ് കുമാരി എന്ന് പരാന്തകപാണ്ഡ്യ

ശാസനം പറയുന്നുണ്ട്. മഹാഭാരതയുദ്ധകാലത്ത് ബലരാമൻ ദേവീ ദർശനത്തിന് എത്തിയതായും ഐതിഹ്യമുണ്ട്. ഈ ദേവീക്ഷേത്രം കാലത്തിന്റെ ഗതിവിഗതികളെ അതിജീവിച്ച് ഇന്നും ചൈതന്യ വത്തായി തുടരുന്നു. ദേവിയുടെ പാദസേവയ്ക്കെന്നോണം ഞാൻ മുമ്പേ ഞാൻ മുമ്പേ എന്ന് തിരമാലകൾ ക്ഷേത്രതീരത്തേക്ക് മത്സരിച്ചെത്തുന്നു.

തിരുച്ചാരണത്തുമല

പോക്കുവെയിലിന്റെ സുവർണ്ണശോഭയിൽ കുളിച്ചുനിൽക്കുന്ന തിരുച്ചാരണത്തുമല. മലമുകളിൽ കാലം ഒരു പാറമേൽ മറ്റൊരു പാറ ചാരിവച്ച് ഗുഹയൊരുക്കി ജൈനസന്ന്യാസിമാരുടെ വരവും കാത്തിരിക്കുകയായിരുന്നുവെന്ന് തോന്നും. താഴ്വാരത്തുനിന്ന് ചൂള മടിച്ചെത്തുന്ന കാറ്റ്, മലമുകളിലെ തീർത്ഥങ്ങളിലെ കുളിരിനെയും കൂട്ടി ക്ഷേത്രത്തിലെ ദേവീദേവന്മാരുടെ ശിലാരൂപങ്ങളെ തഴുകി ക്കടന്നുപോകുന്നു.

സമയം സന്ധ്യയായി. ഗുഹാക്ഷേത്രത്തിനുള്ളിൽ നിന്നും നേരിയ ശരണമന്ത്രങ്ങൾ കേൾക്കാം. കുറച്ച് അകലെ ധ്യാനനിരത രായിരിക്കുന്ന ജൈനസന്ന്യാസിമാർ. വേറൊരുവശത്ത് ശിഷ്യർക്ക് അറിവുപകർന്നുകൊടുക്കുന്ന ഗുരുക്കന്മാർ. ഇവരുടെ കൂട്ടത്തിൽ സ്ത്രീകളും പുരുഷന്മാരുമുണ്ട്. സ്വദേശികളും വിദേശികളുമുണ്ട്. മലമുകളിലെ ശാന്തതയ്ക്കും സ്വച്ഛതയ്ക്കും ഭംഗംവരുത്താതെ ഒഴു കിയെത്തുന്ന കാറ്റിന് തണുപ്പ് കൂടിവരുന്നു. അകലെനിന്ന് കേൾക്കുന്ന കാലടിശബ്ദങ്ങൾ ആരുടേതാണ്? വിക്രമാദിത്യ വര ഗുണനും പരിവാരങ്ങളുമാണോ?

തിരുച്ചാരണത്തുമല ഭഗവതിക്ഷേത്രത്തിന്റെ ഉൽപ്പത്തിയെ ക്കുറിച്ച് അന്വേഷിക്കുന്ന ചരിത്രാന്വേഷികൾ എത്തിച്ചേരുന്നത് ആയ്രാജാവായ വിക്രമാദിത്യവരഗുണന്റെ കാലത്താണ് (9-ാം നൂറ്റാണ്ട്). ഇവരുടെ അന്വേഷണങ്ങളെ സഹായിക്കാനെന്നപോലെ അവശ്യംവേണ്ട വിവരങ്ങൾ ക്ഷേത്രപരിസരത്തുതന്നെ ഒരുക്കിവച്ചി ട്ടുണ്ട്. വരഗുണൻ തന്റെ 21-ാം ഭരണവർഷം ക്ഷേത്രം നിർമ്മിച്ചു എന്നാണ് വിശ്വാസം. ഈ വർഷം പൈങ്കുനി (മീന) മാസം നാരാ യണശിഷ്യകളിൽ മൂത്തവളായ ജൈന മതാധ്യാപിക നാരായണ ക്കുട്ടിയാർ തിരുച്ചാരണത്ത് സമർപ്പിച്ച ശ്രീകോവിലിന് ഒരു നന്താ വിളക്ക് മുടങ്ങാതെ കൊളുത്താൻ പത്തൊൻപത് കഴഞ്ച് മാറ്റേറിയ സ്വർണ്ണവും ഒരു നിലവിളക്കും രാജഭണ്ഡാരത്തിൽനിന്ന് രണ്ടുകഴഞ്ച് സ്വർണ്ണവും മാറ്റേറിയ പൊൻപൂവും ഭടാരിയാർക്ക് ദാനംചെയ്തു എന്നാണ് ഒരു ശിലാരേഖ (ചിത്രറാൽ-തിരുച്ചരണം ജൈനരേഖ-1).

വരഗുണരാജാവിന്റെ 28-ാം വർഷം പേരായക്കുടിയിലെ അരട്ട നേമിപട്ടാരരുടെ ശിഷ്യ കുണന്താങ്കിക്കുറത്തികൾ തിരുച്ചരണജൈന ക്ഷേത്രത്തിലേക്ക് പൊന്നും പട്ടും കാഴ്ചവച്ചു എന്ന് മറ്റൊരു രേഖ (ചിതറാൽ തിരുച്ചാരണം ജൈനരേഖ-2). അക്കാലത്ത് പേരായ ക്കുടിയിലെ കഴുകുമലയും തിരുച്ചാരണത്ത് മലയും ജൈനകേന്ദ്ര ങ്ങളായിരുന്നു എന്ന് ടി.എ. ഗോപിനാഥറാവു പറയുന്നു (TAS Vol. 1. No XII).

മലമുകളിലെ ഗുഹയ്ക്കുള്ളിലാണ് പ്രധാനക്ഷേത്രം. ശ്രീകോവിൽ, മണ്ഡപം, മടപ്പള്ളി എന്നിവ ഉൾപ്പെട്ടതാണ് ക്ഷേത്രസമുച്ചയം. ഗർഭഗൃഹം പൂർണ്ണമായും ഗുഹക്കുള്ളിൽതന്നെ. ഇവിടം മൂന്നുഭാഗ ങ്ങളായി തിരിച്ചിട്ടുണ്ട്. മദ്ധ്യഭാഗത്തെ അറയിലാണ് മഹാവീരന്റെ സ്ഥാനം. പത്മാസനത്തിൽ ഇരിക്കുന്നു. വലതുഭാഗത്ത് പത്മാ വതീദേവിയുടേയും ഇടതുവശത്ത് പാർശ്വനാഥതീർത്ഥങ്കരന്റേയും രൂപമുണ്ട്. വടക്കുപടിഞ്ഞാറ് ദർശനമായാണ് ക്ഷേത്രം നിലകൊള്ളു ന്നത്.

തീർത്ഥങ്കരന്മാരുടേയും അവരുടെ പരിവാരദേവതകളായ യക്ഷി കളുടേയും സുന്ദരശിൽപ്പങ്ങൾ ക്ഷേത്രം അനശ്വരമാക്കുന്നു. പാർശ്വ നാഥന്റെ യക്ഷിയായ പത്മാവതിക്കാണ് ഇവിടെ പ്രാധാന്യം. ക്ഷേത്ര ത്തിന്റെ വടക്കുവശത്ത് തള്ളിനിൽക്കുന്ന പാറയിൽ കൊത്തിവച്ചി ട്ടുള്ള മനോഹരശിൽപ്പങ്ങൾ ഭക്തരുടെ വഴിപാടാണ്. ഇത്തരത്തിൽ

ചിതറാൽക്ഷേത്രത്തിന്റെ വടക്കുവശത്തുള്ള പാറയിലെ ജൈനശില്പങ്ങൾ. മഹാവീരൻ - പത്മാവതി

വഴിപാടുനടത്തിയ ചിലർ രൂപങ്ങൾക്കിടയിൽ തങ്ങളുടെ പേരും കുറിച്ചിടാൻ മറന്നിരുന്നില്ല. വട്ടെഴുത്തുലിപിയിൽ രേഖപ്പെടുത്തിയിട്ടുള്ള രേഖകളിൽ രൂപങ്ങളെ 'ശ്രീമേനി' എന്നും 'തിരുമേനി' എന്നുമാണ് വിശേഷിപ്പിച്ചിട്ടുള്ളത്. ഇങ്ങനെ ശ്രീമേനി ചെയ്യിച്ചവരുടെ കൂട്ടത്തിൽ വിക്രമാദിത്യവരഗുണന്റെ പേരാണ് പ്രധാനം. ഇദ്ദേഹത്തെ തിരുച്ചാരണത്തെ പട്ടിനിപടാരരുടെ ശിഷ്യൻ എന്നാണ് വിശേഷിപ്പിച്ചിരിക്കുന്നത്. ഉച്ചണന്തി അടികൾ, വീരനന്തിഅടികൾ എന്നീ പേരുകളും ഇക്കൂട്ടത്തിലുണ്ട് (ചിതറാൽ തിരുച്ചാരണം ജൈന രേഖ).

ക്ഷേത്രത്തിലുള്ള വിഗ്രഹങ്ങളെല്ലാം 'മാനസാര'ത്തിലെ ജൈന ലക്ഷണങ്ങൾ അനുസരിച്ച് ഉള്ളവയാണ്. മുണ്ഡനംചെയ്ത ശിരസ്സ്, ദ്വാരമിട്ട് നീട്ടിയ കർണ്ണങ്ങൾ, നഗ്നത, പത്മാസനത്തിലിരുന്നുള്ള ധ്യാനം എന്നിവയാണ് പ്രധാനലക്ഷണങ്ങൾ. സാധാരണയായി ജൈനവിഗ്രഹങ്ങൾക്കുമുകളിൽ ഒന്നിനുമീതെ ഒന്നായി മൂന്നുകുടകൾ കാണാം. ഇവിടെ പാർശ്വനാഥൻ നിൽക്കുന്ന അവസ്ഥയിലാണ്. ശരീരം പൂർണ്ണനഗ്നം. ശിരസ്സിനുമുകളിൽ മൂന്നുതലയുള്ള നാഗം ഫണമുയർത്തിനിൽക്കുന്നു. പത്മാവതീദേവി ശിരസ്സിൽ മകുടവും കർണ്ണങ്ങളിൽ കുണ്ഡലവും ധരിച്ചിട്ടുണ്ട്. സമീപത്തായി സിംഹവും വാമനരൂപവും കാണാം. ധ്യാനാവസ്ഥയിൽ നിൽക്കുന്ന രണ്ട് ഭക്തന്മാരും അടുത്തുണ്ട്.

തിരുച്ചാരണത്തുമല എന്നുതന്നെയാണ് ശിലാലിഖിതങ്ങളിലുമുള്ളത്. ചരണരുടെ പുണ്യമല എന്നാണ് അർത്ഥം. സമാനസന്മാരിൽ എട്ടാംവിഭാഗത്തിൽപ്പെട്ടവരാണ് ചരണന്മാർ എന്ന് ചൂഡാമണി എന്ന അതിപ്രാചീനനിഘണ്ടു അർത്ഥം പറയുന്നു. ഇവർ വെള്ളത്തിലും പുഷ്പത്തിലും ആകാശത്തുമൊക്കെ മറഞ്ഞിരിക്കാൻ കഴിവുള്ള ദിവ്യന്മാരാണ്. സ്ഥലചരണർ, ജലചരണർ, ഫലചരണർ, പുഷ്പചരണർ, തന്തുചരണർ, ചതുര-അംഗുലചരണർ, സംഘചരണർ, ആകാശചരണർ എന്നിങ്ങനെയാണ് എട്ടുവിഭാഗം. ഇക്കൂട്ടർ എപ്പോഴും ധർമ്മപ്രചരണത്തിനായി സഞ്ചരിച്ചുകൊണ്ടിരിക്കും. ദിവാകരനിഘണ്ടുവിൽ ഭൗതികജീവിതം വെടിഞ്ഞ എല്ലാജൈനന്മാരേയും ചരണന്മാർ എന്ന് വിശേഷിപ്പിക്കുന്നുണ്ട്.

ഭൗതികജീവിതംവെടിഞ്ഞ് ആധ്യാത്മികജീവിതം നയിക്കുന്ന ജൈനന്മാർ കൂട്ടമായി വസിച്ചിരുന്ന പുണ്യഭൂമിയാണ് തിരുച്ചാരണത്തുമല എന്ന് കരുതാം. ആർക്കാട്, തഞ്ചാവൂർ, കന്യാകുമാരി, തിരുകോയിലൂർ, കുടവാസൽ എന്നിവിടങ്ങളിൽനിന്നുള്ള ജൈനരും ഇവിടെ താമസിച്ചിരുന്നു. കഴുകുമലയിലേയും തിരുച്ചാരണത്തുമലയിലേയും ശിലാലിഖിതങ്ങൾ പരിശോധിച്ചാൽ ഇവ രണ്ടും ഒരേ

കാലഘട്ടത്തിൽ സമാനരീതിയിൽ രേഖപ്പെടുത്തിയിരുന്നതാണെന്ന് അനുമാനിക്കാം. കഴുകുമലയിലെ ശിലാലിഖിതത്തിൽ പരാമർശിക്കുന്ന സ്ഥലനാമങ്ങളെല്ലാം കന്യാകുമാരി ജില്ലയിലുള്ളതാണ്. അങ്ങനെയെങ്കിൽ അവിടെ താമസിച്ചിരുന്ന സന്ന്യാസിമാരൊക്കെ കന്യാകുമാരി പ്രദേശങ്ങളിൽനിന്ന് വന്നവരാണെന്ന് അനുമാനിക്കാം.

ഗുഹയ്ക്കകത്തുള്ള പത്മാവതീദേവിയുടെ രൂപത്തിന് പൊട്ടൽ വീണതായി ഗോപിനാഥറാവു രേഖപ്പെടുത്തിയിട്ടുണ്ട്. ഭാഗ്യവശാൽ പാർശ്വനാഥന്റേയും മഹാവീരന്റേയും പ്രതിമകൾ കേടുപാടുകളൊന്നും കൂടാതെ കാലാതീതമായി നിലകൊള്ളുന്നു. പ്രധാനക്ഷേത്രത്തിനുമുകളിലുള്ള പാറയിൽ ചുടുകട്ടകൊണ്ട് നിർമ്മിച്ച മൂന്നു നിലകളുള്ള ഒരു ഗോപുരം കാണാം. ഈ ഗോപുരത്തിലും അവിടവിടെയായി ജൈനശിൽപ്പങ്ങളുണ്ട്. ഗോപുരത്തിന്റെ ഒരുഭാഗം 1956-ൽ ഉണ്ടായ ഒരു ഇടിമിന്നലിൽ തകർന്നുപോയെങ്കിലും പിൽക്കാലത്ത് പുനർനിർമ്മിച്ചു.

13-ാംനൂറ്റാണ്ടിന്റെ ആദ്യകാലംവരെ ഇവിടം ജൈനക്ഷേത്രമായി തുടർന്നു. AD 1250-കാലത്ത് തിരുച്ചാരണത്തുക്ഷേത്രം ഒരു ഹിന്ദു ദേവാലയമായി പരിവർത്തനം ചെയ്യപ്പെട്ടിരിക്കാം എന്ന് ഗോപിനാഥറാവു അഭിപ്രായപ്പെടുന്നു. ക്ഷേത്രത്തിന്റെ തെക്കുവശത്തുള്ള തമിഴ്ലിപിയിലുള്ള ശിലാലിഖിതത്തിൽ രാജവല്ലപുരത്തെ നാരായണൻ, തിരുച്ചാരണത്ത് മലയിലെ ഭഗവതീക്ഷേത്രത്തിന്റെ ചെലവിലേക്കായി പണം സംഭാവനചെയ്തു എന്ന് കാണുന്നു. മാത്രമല്ല, ക്ഷേത്രത്തിന്റെ മുൻവശത്തെ മണ്ഡപത്തിലെ ചില തൂണുകളിൽ ബ്രാഹ്മണസങ്കൽപ്പങ്ങളുമായി ബന്ധപ്പെട്ട രൂപങ്ങളും കാണാം. ഈ മണ്ഡപത്തിന്റെ നിർമ്മാണകാലത്ത് ക്ഷേത്രം ഹൈന്ദവരുടെ അധീനതയിലായിരുന്നു എന്നതിന് തെളിവാണ് ഈ ശിൽപ്പങ്ങൾ. ജൈനാരാധനയുണ്ടായിരുന്ന കാലത്തുതന്നെ ഇത് ഒരു ദേവീക്ഷേത്രമായാണ് അറിഞ്ഞിരുന്നത്. ദാനങ്ങളൊക്കെ നൽകിയിരുന്നത് തിരുച്ചരണത്ത് പടാര്യർക്ക് ആയിരുന്നല്ലോ. തിരുച്ചരണത്ത് പടാര്യർക്ക്, ചിതറാൽ ഭഗവതി, വരസുന്ദരി എന്നും പേരുകൾ ഉണ്ടായിരുന്നതായി ഗോപിനാഥറാവു രേഖപ്പെടുത്തിയിട്ടുണ്ട്.

1913-ൽ ശ്രീമൂലംതിരുനാൾ മഹാരാജാവ് ക്ഷേത്രം പുനരുദ്ധരിച്ച് ഭഗവതിപ്രതിഷ്ഠ നടത്തി. അടുത്തുള്ള പാറമേൽ ഈ വിവരം കൊത്തിവച്ചിട്ടുണ്ട്. പാർശ്വനാഥന്റെ യക്ഷിയായ പത്മാവതിയെ ഇപ്പോൾ ചിതറാൽ അമ്മ എന്ന ഹൈന്ദവസങ്കൽപ്പത്തിലാണ് നാട്ടുകാർ ആരാധിക്കുന്നത്.

ചരിത്രത്തിന്റേയോ പുരാണത്തിന്റേയോ പിൻതുണയില്ലെങ്കിലും ക്ഷേത്രത്തെക്കുറിച്ചുള്ള ഒരു ഐതിഹ്യംകൂടി പറയാം.

തിരുവനന്തപുരത്ത് ശ്രീവരാഹംക്ഷേത്രത്തിന് സമീപം 'കിളിക്കോട്ട്' എന്ന പേരിൽ ഒരു മഠം ഉണ്ടായിരുന്നു. നമ്പൂതിരിയുടെ മകളുടെ പേര് പത്മാവതി. ഒരിക്കൽ ഇല്ലത്ത് ബലികർമ്മങ്ങൾക്കുള്ള ഒരുക്കങ്ങളെല്ലാം ചെയ്തശേഷം നമ്പൂതിരി സ്നാനത്തിനായി പോയി. ഈ അവസരത്തിൽ പരമശിവൻ ഭിക്ഷുവേഷത്തിൽ അവിടെയെത്തി ഭിക്ഷ യാചിക്കുന്നു. തർപ്പണത്തിനുശേഷമേ ഭിക്ഷ തരാൻ നിർവ്വാഹമുള്ളൂ എന്ന് ആ തരുണി അറിയിച്ചുവെങ്കിലും ഭിക്ഷുവിന്റെ നിർബന്ധത്തിനുവഴങ്ങി അദ്ദേഹം നൽകിയ മുള്ളിൽ പെൺകുട്ടി ഒരു ചോറ് കുത്തിയെടുത്ത് നൽകി. 'അച്ഛൻ ആട്ടിപുറത്താക്കിയാൽ ഞാൻ പോയവഴിയെ വരിക' എന്ന് പറഞ്ഞ് ഭിക്ഷു അപ്രത്യക്ഷനായി. സ്നാനം കഴിഞ്ഞ് തിരിച്ചെത്തിയ നമ്പൂതിരി ബലിച്ചോറ് അശുദ്ധമായതറിഞ്ഞ് മകളെ ആട്ടി പുറത്താക്കി. ഭിക്ഷു പറഞ്ഞതനുസരിച്ച് അയാളെ പിന്തുടർന്ന പത്മാവതി എത്തിയത് ചിതറാൽ മലയിലാണ്. ശിവന്റെ നിർദ്ദേശമനുസരിച്ച് അവിടെ കുടികൊണ്ട പത്മാവതിയാണ് ചിതറാൽ മലയിലെ ഭഗവതിയത്രെ. കിളിക്കോട്ട് മഠം നെടുമങ്ങാടിനടുത്താണ് എന്ന് തിക്കുറിശ്ശി ഗംഗാധരൻ പറയുന്നു.

കന്യാകുമാരി ജില്ലയിലെ വിളവങ്കോട് താലൂക്കിലെ കുഴിത്തുറയിൽനിന്ന് നാലുമൈൽ വടക്കുകിഴക്കുദിശയിൽ സഞ്ചരിച്ചാൽ പ്രകൃതിരമണീയമായ ചിതറാൽ ഗ്രാമത്തിലെത്താം. പഴയതിരുവിതാംകൂറിന്റെ തെക്കേയറ്റത്തെ ഡിവിഷനായിരുന്നു വിളവൻകോട്. വിളവൻകോടിന്റെ തലസ്ഥാനം കുഴിത്തുറയും. ചിതറാൽ ഗ്രാമത്തിലെ തിരുച്ചാരണത്തുമലയെ ചിതറാൽക്ഷേത്രമെന്നും, മലയിൽകോവിൽ എന്നുമൊക്കെയാണ് ഇപ്പോൾ നാട്ടുകാർ വിളിക്കുന്നത്.

സന്ധ്യ രാത്രിക്ക് വഴിയൊരുക്കി കടന്നുപോയി. താഴ്വാരത്തിൽ മിന്നിത്തിളങ്ങുന്ന വൈദ്യുതദീപങ്ങൾ. മലമുകളിലെ പാറയിലെ ഉറവ വറ്റാത്ത പുണ്യതീർത്ഥത്തിൽ ചന്ദ്രന്റെ പ്രതിബിംബം കാണാം. വരഗുണനും ജൈനസന്ന്യാസിമാരും ഗുരുക്കന്മാരുമൊക്കെ മൺമറഞ്ഞിട്ട് കാലമേറെയായി. എങ്കിലും ഗതകാലസ്മരണകളുണർത്തി പാറമേൽ മിഴിവുറ്റുനിൽക്കുന്ന രൂപങ്ങളുടെ ചാരുത വരുംതലമുറയ്ക്കായി കാലം കാത്തുവയ്ക്കുന്നു.

തിരുനന്ദിക്കര ഗുഹാക്ഷേത്രം

തിരുനന്ദിക്കര മഹാദേവക്ഷേത്രത്തിന് വടക്ക് വശത്തെ മലയിലാണ് പ്രസിദ്ധവും പുരാതനവുമായ തിരുനന്ദിക്കര ഗുഹാക്ഷേത്രം. വലിയ ഒരു പാറയുടെ തെക്കോട്ടുള്ള ചരിവ് തുരന്നാണ് ഗുഹ നിർമ്മിച്ചിരിക്കുന്നത്. പാറയ്ക്ക് 83 മീറ്റർ പൊക്കമുണ്ട്. കിഴക്കു

പടിഞ്ഞാറായാണ് ഗുഹ. ദർശനം തെക്കോട്ട്. ഗുഹാമുഖം മലയുടെ ചരിവുമായി ചേർന്നുപോകത്തക്ക വിധത്തിൽ പ്രധാന പാറമുക ളിൽനിന്ന് താഴേക്ക് ചരിച്ച് കൊത്തി രൂപപ്പെടുത്തിയിട്ടുണ്ട്. മുഴുത്ത് കറുത്ത പാറയും മലയുമായി ഗുഹ ലയിച്ചുനിൽക്കുന്നു. വൃക്ഷ ങ്ങൾ നിറഞ്ഞ് ശാന്തമായ അന്തരീക്ഷമുള്ള താഴ്‌വാരത്തിൽ അകലെനിന്നുതന്നെ മനോഹരമായ ക്ഷേത്രം കാണാം.

തറനിരപ്പിൽ നിന്ന് പതിമൂന്നടിയോളം പൊക്കത്തിലാണ് ക്ഷേത്രനിർമ്മിതി. പാറയിൽതന്നെ കൊത്തിയുണ്ടാക്കിയ പത്ത് പടികൾ കയറിവേണം ക്ഷേത്രത്തിലെത്താൻ. മുകളിലെത്തിയാൽ രണ്ട് മണ്ഡപങ്ങളുണ്ട്. ഇതിൽ ആദ്യത്തെ മുഖമണ്ഡപം രണ്ട് വലിയ കൽതൂണുകൾ താങ്ങിനിർത്തിയിരിക്കുന്നു. മണ്ഡപമെന്നോ വരാന്ത യെന്നോ പറയാവുന്ന ഈ ഭാഗത്തിന് ഏകദേശം 5.85 മീറ്റർ നീളവും 1 മീറ്റർ വീതിയും കണക്കാക്കാം. അതിനുള്ളിലുള്ള മണ്ഡപത്തിലാണ് ശ്രീകോവിൽ. ശിവലിംഗമാണ് പ്രതിഷ്ഠ. ലിംഗപ്രതിഷ്ഠ നടത്തി യിരിക്കുന്ന ചതുരാകൃതിയിലുള്ള ചെറിയ ശ്രീകോവിൽ ഗുഹയുടെ തറനിർപ്പിൽ നിന്ന് അൽപ്പം ഉയർന്നതാണ്. അകത്തെ മണ്ഡപ ത്തിന് ഏകദേശം അഞ്ചരമീറ്റർ നീളവും രണ്ടരമീറ്റർ വീതിയുമുണ്ട്.

ഒരു ജൈനക്ഷേത്രത്തിന്റെ ബാഹ്യലക്ഷണങ്ങളാണ് ഈ ആരാ ധനാലയത്തിന്. പക്ഷേ, മറ്റ് ജൈനമത ചിഹ്നങ്ങളൊന്നും ഇവിടെ

തിരുനന്തിക്കര ഗുഹാക്ഷേത്രം - ഗുഹയ്ക്കുള്ളിലെ
ശിവലിംഗപ്രതിഷ്ഠയും മണ്ഡപവും

കാണാനില്ല. എ.ഡി. 9-ാം നൂറ്റാണ്ടിൽ വിക്രമാദിത്യ വരഗുണന്റെ കാലത്ത് ഈ ക്ഷേത്രം നിർമ്മിക്കപ്പെട്ടു എന്നാണ് പുരാവസ്തു ഗവേഷകരുടെ നിഗമനം. തിരുച്ചാരണത്തെ പ്രസിദ്ധമായ ജൈന ക്ഷേത്രവും ഈ കാലയളവിലാണല്ലോ നിർമ്മിച്ചത്. ജൈനസന്ന്യാസിയും മതപ്രചാരകനുമായിരുന്ന വീരനന്ദിയാണ് ഈ ക്ഷേത്രം നിർമ്മിച്ചതെന്ന് പറയപ്പെടുന്നു.

നന്ദിയാറിന്റെ കരയ്ക്ക് നന്ദിക്കര എന്ന പേര് ലഭിച്ചു. 'രാജദത്ത ദേവൻ പെരുമ്പടൈ നായകർ മലൈനാടു നന്തിക്കരൈപ്പൂത്തൂർ വേളങ്കുമാരൻ', രാജരാജന്റെ സേനാനായകനായിരുന്നു എന്ന് 1905ലെ ആർക്കിയോളജി വാർഷിക റിപ്പോർട്ടിൽ വെങ്കയ്യ രേഖപ്പെടുത്തിക്കാണുന്നു. (TAS.Vol I No. XVI) പൂത്തൂർദേശം നന്ദിയാറിന്റെ കരയിലായിരുന്നുവെന്നും സേനാനായകനായ വേളങ്കുമാരൻ പൂത്തൂർ ദേശക്കാരനാണെന്നുമാണ് വെങ്കയ്യ സമർത്ഥിക്കുന്നത്.

പഴമയോടൊപ്പം ശിലാലിഖിതങ്ങളും പുരാതന കേരള ശൈലിയിലുള്ള ചുവർചിത്രങ്ങളും ഈ ഗുഹാക്ഷേത്രത്തെ ശ്രദ്ധേയമാക്കുന്നു. രാജരാജൻ തന്റെ 18-ാം ഭരണവർഷത്തിൽ ക്ഷേത്രത്തിലേക്ക് നടത്തിയ ദാനമാണ് ശിലാലിഖിതങ്ങളിൽ പ്രധാനം. ഇതേക്കുറിച്ചുള്ള വിവരങ്ങൾ മുഖമണ്ഡപത്തിലെ പടിഞ്ഞാറെ ചുവരിൽ കൊത്തിവച്ചിട്ടുണ്ട്. തമിഴ് വട്ടെഴുത്ത് ലിപിയിലാണ് ലിഖിതങ്ങൾ. രാജരാജൻ മുട്ടം ആക്രമിച്ച് കീഴ്പ്പെടുത്തിയതിനുശേഷം വിജയത്തിന്റെ ഓർമ്മയ്ക്കായി മുട്ടത്തിന്റെ പേര് മമ്മുടി ചോളനെല്ലൂർ എന്നാക്കി മാറ്റി. തിരുനന്ദിക്കര മഹാദേവർക്ക് ദാനം നൽകി. അൽപ്പശി മാസത്തിലെ ചതയനക്ഷത്രത്തിലാണ് രാജാവിന്റെ ജന്മദിനം. ആ ദിവസം അവസാനിക്കുന്ന ക്ഷേത്രത്തിലെ ഉത്സവച്ചെലവുകളിലേക്കാണ് ദാനം. ഉത്സവത്തിന്റെ അവസാനദിവസം തേവരെ നന്ദിയാറിൽ ആറാടിക്കും. കൂടാതെ മഹാദേവന്റെ മുൻപിൽ ദിവസവും ഒരു നന്താവിളക്ക് നാഴി നെയ്യൊഴിച്ച് കത്തിക്കാനും നിർദ്ദേശമുണ്ടായി. രാജരാജൻ തിരുനന്താവിളക്ക് എന്ന പേരിൽ ഈ വിളക്ക് അറിയപ്പെട്ടു. വള്ളുവനാട് മുട്ടം എന്നായിരുന്നു രാജരാജൻ ദാനം ചെയ്ത ദേശത്തിന്റെ പേര്. തിരുനന്ദിക്കര ഉൾപ്പെട്ട നാടായിരുന്നു വള്ളുവനാടെന്നും മുട്ടം ഇരണിയലിനടുത്തുള്ള നാടായിരിക്കണം എന്നും ടി.എ. ഗോപിനാഥറാവു തിരുവിതാംകൂർ ആർക്കിയോളജിക്കൽ സീരിസിൽ പറയുന്നു.

എ.ഡി 8-ാം നൂറ്റാണ്ടിൽ തലക്കുളത്ത് കലമറ്റ വർഷം തിരുനന്ദിക്കര പെരുമാളും തളിയാവാനും കൂടി ശ്രീ നന്ദിവെങ്കലം എന്ന് പേരിട്ട ക്ഷേത്രത്തിലേക്ക് വ്യവസ്ഥ ചെയ്യുന്ന വിവരങ്ങളാണ് മുഖമണ്ഡപത്തിലെ ഒരു തൂണിൽ രേഖപ്പെടുത്തിയിട്ടുള്ളത്. ഈ

രേഖയിൽ മുതുകൊനൂർ, പാക്കമംഗലം, നന്ദിയാറ് എന്നീ സ്ഥല ങ്ങൾ തിരുനന്ദിവെങ്കലത്തിന്റെ അതിരുകളായി സൂചിപ്പിക്കുന്നു.

"തിരുനന്ദിക്കരയിലും തിരുവല്ല വാഴ്ഭട്ടാര ക്ഷേത്രമുണ്ട്. തിരുവല്ലാ ക്ഷേത്രത്തിലേക്ക് മംഗലശ്ശേരിനാരായണൻ നൽകുന്ന സംഭാവന. വ്യവസ്ഥാലംഘനത്തിന് മൂഴിക്കുളം കച്ചം. ദാനവസ്തുക്കളുടെ ചെലവിനങ്ങൾ: ശാന്തിപ്പുറം നാലുകലം, ഉവച്ചകൾക്ക് അഞ്ചുകലം, കോവിലിലെ ബലിക്കും, തുടയ്ക്കുന്നവർക്കും അഞ്ചുകലം. ഇന്നിലത്താൽ നിത്യം ആറുനാഴിയരിയും നന്താവിളക്കിനു ചെലവിടണം. ഈ ചെലവ് മുടക്കുന്നവർക്ക് മൂഴിക്കുളം വ്യവസ്ഥ ബാധകം". (തിരുനന്ദിക്കരക്ഷേത്ര രേഖ. കേരളചരിത്രത്തിലെ അടിസ്ഥാനരേഖകൾ ഡോ. പുതുശ്ശേരിരാമചന്ദ്രൻ. പുറം.327)

വിക്രമാദിത്യ വരഗുണന്റെ 8-ാം ഭരണവർഷം മീനമാസത്തിൽ അദ്ദേഹം തേങ്കനാട് പ്രഭുവിന്റെ (നാടുവാഴി) മകൾ ആയ്കുലമഹാദേവിയായ മുരുകൻ ചേന്തിയെ തിരുനന്ദിക്കര ക്ഷേത്രത്തിൽ ദേവദാസിയായി അഭിഷേകം ചെയ്തു. (തിരുനന്ദിക്കര ചേപ്പേട് ഒന്നാം ചെമ്പോല - എ.ഡി 892)

തിരുനന്ദിക്കര ക്ഷേത്രത്തെ ശ്രദ്ധേയമാക്കുന്ന മറ്റൊരു ഘടകം ഇവിടത്തെ ചുവർചിത്രങ്ങളാണ്. ചുവരുകൾ പൂശി നിരപ്പുവരുത്തിയാണ് ചിത്രങ്ങൾ വരച്ചിട്ടുള്ളത്. അകത്തെ മണ്ഡപത്തിലാണ് ചിത്രരചന. പഴയ ആയ്-വേണാട്-തിരുവിതാംകൂർ പ്രദേശങ്ങളിലെ ഏറ്റവും പുരാതനമായ പെയിന്റിങ്ങുകളാണ് ഇവിടെ കാണുന്നതെന്ന് അഭിപ്രായമുണ്ട്. പുരാതന ഹൈന്ദവ ചുവർചിത്ര ശൈലിയിലുള്ളതാണ് ചിത്രങ്ങൾ. കാലപ്പഴക്കവും മനുഷ്യരുടെ അതിക്രമവും അധികാരികളുടെ അവഗണനയും ഈ അമൂല്യ ചിത്രങ്ങളുടെ വ്യക്തത നഷ്ടപ്പെടുത്തിയിട്ടുണ്ട്. ഈ ചിത്രങ്ങൾ സമഗ്രമായി വിലയിരുത്തപ്പെട്ടിട്ടില്ലെങ്കിലും കലാഗവേഷകയായ സ്റ്റെല്ല ക്രാംറിഷ് എന്ന അമേരിക്കൻ വനിതയും ശിവരാമമൂർത്തി തുടങ്ങിയവരും ഇവ പഠന വിധേയമാക്കിയിട്ടുണ്ട്. ഗണപതി, നരസിംഹം രാജാവിനെ ഓർമ്മിപ്പിക്കുന്ന ഒരു പുരുഷൻ ഇവയ്ക്ക് ഒരുക്കിയിരിക്കുന്ന പശ്ചാത്തലങ്ങൾ എന്നിവയാണ് ശ്രദ്ധേയമായിട്ടുള്ള ചിത്രങ്ങൾ. നശിച്ചുപോയ ഈ ചിത്രങ്ങളെ ഓർമ്മിക്കാൻ സ്റ്റെല്ലാ ക്രാംറിഷിന്റെ പഠനം ഒരു പരിധിവരെ സഹായിക്കുന്നുണ്ട്.

അകത്തെ മണ്ഡപത്തിൽ തെക്ക്പിടിഞ്ഞാറായാണ് ഗണേശരൂപം. വെളുത്ത പശ്ചാത്തലത്തിൽ ചുവന്നനിറംകൊണ്ട് ഔട്ട്ലൈൻ വരച്ചിരിക്കുന്നു. മുഖം അൽപം ഇടത്തേക്ക് തിരിച്ചാണ് ഗണേശന്റെ ഇരുപ്പ്. തലയിൽ കിരീടം കഴുത്തിൽ മാല. ഇടത് കണ്ണിന് കേട് സംഭവിച്ചിട്ടുണ്ട്. വലത്തെ കണ്ണു വ്യക്തവും മനോഹരവുമാണ്.

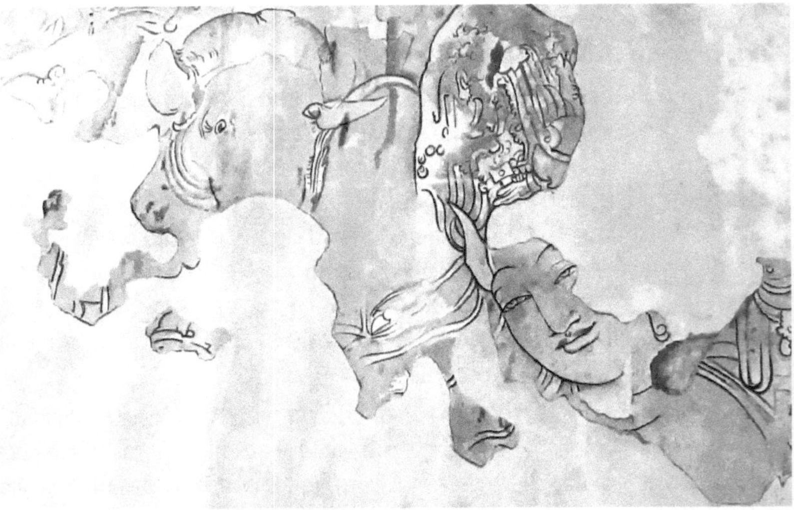

രാജകുമാരിയും ആനയും

ഇടത്തേക്ക് തിരിഞ്ഞിരിക്കുന്ന കൊമ്പ്. ചതുർബാഹുവാണ് ഗണേശൻ. താഴേക്ക് പിടിച്ചിരിക്കുന്ന രണ്ട് കയ്യുകളിൽ ധരിച്ചിരിക്കുന്ന വസ്തുക്കൾ വ്യക്തമല്ല. ഉയർത്തിപ്പിടിച്ചിരിക്കുന്ന കൈയ്യുകളിൽ വലത്തേതിൽ മുറിഞ്ഞ കൊമ്പും ഇടത്തേതിൽ കരിമ്പിൻ തണ്ടും.

പുറകിലത്തെ ചുവരിലെചിത്രം വിഷ്ണുവിന്റെ നരസിംഹാവതാരമാണ്. സിംഹമുഖത്തോടു കൂടിയ രൂപം നിൽക്കുന്ന അവസ്ഥയിലാണ്. നരസിംഹത്തിന് മുകളിൽ മേഘങ്ങളും പുഷ്പങ്ങളും വരച്ചിരിക്കുന്നു. മച്ചിന് മുകളിൽ സീലിംഗിൽ വിടർന്ന താമരപ്പൂവിന്റെ ചിത്രമുണ്ട്. പശ്ചാത്തലത്തിലുള്ള പല രൂപങ്ങളും വ്യക്തമല്ല.

ശ്രദ്ധേയമായ മറ്റൊരു ചിത്രം ഒരു പുരുഷന്റെ മുഖമാണ്. അൽപ്പം കുനിഞ്ഞ ശിരസ്സിൽ ധരിച്ചിരിക്കുന്ന കിരീടം ഭാഗികമായി കാണാം.

രാജലക്ഷണങ്ങളോടുകൂടിയ പുരുഷൻ

കിടക്കയിലിരിക്കുന്ന സുന്ദരി

കിരീടം കുറെ മാഞ്ഞു പോയിട്ടുണ്ടെങ്കിലും കുറച്ച് ഭാഗത്തിനു വ്യക്തതയുണ്ട്. തുടുത്തമുഖം, കൂർത്ത മൂക്ക്, നീണ്ടകണ്ണുകൾ, ഇരട്ടത്താടി. ഈ മനുഷ്യരൂപത്തിനും കട്ടിയുള്ള ഔട്ട്ലൈൻ വരച്ചിട്ടുണ്ട്. ഒരു രാജാവിന് വേണ്ട ലക്ഷണങ്ങളോടെയാണ് ഈ ചിത്രവും വരച്ചിട്ടുള്ളതെന്ന് സ്റ്റെല്ലാ ക്രാംറിഷ് പറയുന്നു. ഒരു നിര ചിത്രങ്ങളുടെ ഒരു ഭാഗമാകാം ഇത്. പശ്ചാത്തലത്തിൽ പൂക്കളും മേഘവും പാറകളുമൊക്കെ കാണാം. ഒരു സിംഹത്തിന്റെയും ആനയുടെ മുഖമുള്ള രൂപത്തിന്റെ കുറച്ച് ഭാഗങ്ങളും ഉണ്ട്. ദേവത എന്നാണ് ഈ പുരുഷരൂപത്തിന് കലാനിരൂപകയായ വിദേശവനിത പേരിട്ടത്.

ആകർഷണീയമായ മറ്റൊരു ചിത്രം കിടക്കയിൽ ഇരിക്കുന്ന സ്ത്രീയുടേതാണ്. ചുവന്ന നിറംകൊണ്ട് വ്യക്തമായി വരച്ച ശരീര വടിവുകൾ ചിത്രത്തെ മനോഹരമാക്കുന്നു. തലമുടി ഇടത്തേക്ക് ചരിച്ച് കുടുമകെട്ടി മുഖം അല്പം ഇടത്തേക്ക് ചരിച്ചാണ് ഇരുപ്പ്. ആകർഷകമായ ചുണ്ടുകൾ, ഭംഗിയുള്ള മൂക്ക്, ഒതുങ്ങിയ അരക്കെട്ട്, പെൻഡന്റോടുകൂടിയ നീണ്ട മാല, നെക്ലസ് ഇവ ചിത്രത്തിന്റെ സൗന്ദര്യം വർദ്ധിപ്പിക്കുന്നു. വലത് കാല് മടക്കി കിടക്കയിലേക്ക് കയറ്റിവച്ചാണ് ഇരിക്കുന്നത്.

നരസിംഹത്തിന്റെയും ഗണേശന്റെയും ചിത്രങ്ങൾ ഉണ്ടെങ്കിലും രാമായണത്തിലെയോ മഹാഭാരതത്തിലെയോ രംഗങ്ങൾ സൂചിപ്പിക്കുന്ന ചിത്രങ്ങൾ ഒന്നും ഇല്ല എന്നത് ശ്രദ്ധിക്കണം. പാണ്ഡ്യഭരണകാലത്ത് അത്തരം പുരാണേതിഹാസങ്ങൾക്ക് വേണ്ടത്ര പ്രചാരണം ലഭിച്ചിരുന്നില്ല എന്നു വേണം കരുതാൻ. ശിൽപസമൃദ്ധമല്ലെങ്കിലും ചുവർചിത്രങ്ങൾകൊണ്ട് സമ്പന്നമായിരുന്ന ഈ ഗുഹാക്ഷേത്രത്തിലെ കാലം മായ്ച്ചുകളഞ്ഞ ചിത്രങ്ങൾ ചിത്രകലയ്ക്കും നമ്മുടെ സംസ്കാരത്തിനും ഒരു നഷ്ടം തന്നെയാണ്.

രാജരാജന്റെ കാലത്ത് ഈ ജൈനക്ഷേത്രത്തിൽ ശിവലിംഗം പ്രതിഷ്ഠിച്ച് ഒരു ഹൈന്ദവക്ഷേത്രമാക്കി മാറ്റി എന്ന് വിശ്വസിക്കാം. ഗുഹാക്ഷേത്രത്തിനടുത്തായി മഹാദേവന് പ്രത്യേകം ക്ഷേത്രമുണ്ട്. ശിവാലയ ഓട്ടത്തിൽ തൃപ്പരപ്പ് കഴിഞ്ഞാൽ അടുത്ത ശിവാലയ മാണ് തിരുനന്ദക്കര മഹാദേവന്റേത്. പ്രകൃതിമനോഹരമായ ഒരു താഴ്‌വാരം. സ്വച്ഛവും ശാന്തവുമായ ചുറ്റുപാട്. നന്ദീശ്വരനായ ശിവ നാണ് ഇവിടത്തെ പ്രധാനപ്രതിഷ്ഠ. കേരളീയ വാസ്തുശൈലി യിലുള്ള ക്ഷേത്രം. ശിവനുമുൻപിലുള്ള നമസ്ക്കാര മണ്ഡപത്തി ലാണ് നന്ദിയുടെ സ്ഥാനം. മനോഹരമാണ് നന്ദിവിഗ്രഹം. ക്ഷേത്ര ത്തിൽ വിഷ്ണുവിന്റെ പത്ത് അവതാരങ്ങളും കൊത്തിവച്ചിട്ടുണ്ട്. ക്ഷേത്രത്തിന് തെക്ക് മാറിയാണ് നന്ദിയാർ ഒഴുകുന്നത്.

ശിവാലയ ഓട്ടത്തിലെ നാലാം സ്ഥാനക്കാരനായ ഈ ക്ഷേത്ര ത്തിലെ ഉത്സവത്തിന് ആദ്യശിവാലയ ഓട്ടക്കാരൻ ക്ഷേത്രത്തിൽ ഓടിയെത്തിയാലെ കൊടിയേറുകയുള്ളൂ. തലേദിവസംതന്നെ കൊടി യേറ്റത്തിനുള്ള തയ്യാറെടുപ്പുകളൊക്കെ പൂർത്തിയാവും.

കുറത്തിയറൈ

തോവാളതാലൂക്കിലാണ് കുറത്തിയറൈ ഗ്രാമം. നാഗർകോവിൽ കാട്ടുക്കരൈ റോഡിൽ അഴകിയ പാണ്ഡ്യപുരത്ത് എത്തുന്നതിന് മുൻപായി ഒരു ചെമ്മൺപാത കാണാം. ആ പാതയിലൂടെ ഒരു കി.മീ സഞ്ചരിച്ചാൽ കുറത്തിയറൈയിൽ എത്താം. ചെറുതെങ്കിലും മനോ ഹരമായ ഒരു ഗുഹാക്ഷേത്രമുണ്ടിവിടെ. കുറവൻതട്ട് പാറയിലാണ് ക്ഷേത്രം. ചേന്തിപ്പാറ എന്നും പറയും. ഔദ്യോഗിക രേഖയനുസരിച്ച് ഇവിടം അഞ്ജഗിരിയാണ്. ക്ഷേത്രത്തിന്റെ നിർമ്മാണശൈലിയും നിർമ്മിച്ച കാലഘട്ടവും കണക്കിലെടുത്താൽ ഇത് ഒരു ജൈന ക്ഷേത്രമായിരുന്നു എന്നു മനസ്സിലാക്കാം. ചിതറാൽ തിരുച്ചാരണം രേഖയിൽ 'അരട്ടനേമി പട്ടാരരുടെ ശിഷ്യനായ കുണന്താങ്കിങ്കുറത്തി കൾ' എന്നും കഴുകുമല ശാസനത്തിൽ 'തിരുച്ചാരണത്ത് കുറത്തികൾ' എന്നും രേഖപ്പെടുത്തിയിട്ടുണ്ട്. തിരുനെൽവേലി കോവിൽപ്പട്ടി താലൂക്കിലാണ് കഴുകുമല. ജൈന പാഠശാലകളിലെ അദ്ധ്യാപിക മാരെയാണ് കുറത്തികൾ എന്ന് വിളിച്ചിരുന്നത്. ഈ ഗുഹാക്ഷേത്ര ത്തിന്റെ കുറത്തിറൈ എന്ന പേരും ഇത് ഒരു ജൈനക്ഷേത്രമായിരുന്നു എന്ന നിഗമനത്തിന് അടിവരയിടുന്നു. കൂടാതെ ക്ഷേത്രത്തിലെ ലിഖിതങ്ങളിൽ ധാരാളം കുറത്തികളുടെ (ജൈനസന്ന്യാസിനികൾ) പേരുകൾ രേഖപ്പെടുത്തിയിട്ടുണ്ട് എന്നതും ഓർമ്മിക്കാം.

ഒറ്റമുറിയുള്ള ഈ ഗുഹാക്ഷേത്രത്തിൽ ഇപ്പോൾ പ്രധാനദേവൻ മഹാവിഷ്ണുവാണ്. പക്ഷേ, ദേശവാസികൾക്ക് ഇത് അവൈയ്യാർ

അമ്മൻ കോവിലും. തോവാള അരുവാമൊഴിക്കടുത്ത് മുപ്പന്തലിലും ഒരു അവൈയ്യാർ അമ്മൻ കോവിൽ ഉണ്ടല്ലോ. മഹാവിഷ്ണു പ്രതിഷ്ഠയ്ക്ക് ഇടത് വശത്തായി പുറത്ത് കാണുന്നരൂപം പ്രസിദ്ധ സംഘകാല കവയിത്രി അവൈയ്യാറിന്റെതാണെന്നാണ് വിശ്വാസം. ആടിമാസത്തിലെ ചൊവ്വാഴ്ച തോവാളക്കാർക്ക്, വിശേഷിച്ചും സ്ത്രീകൾക്ക് വിശേഷദിവസമാണ്. അന്ന് അവർ കൂട്ടത്തോടെ അവൈയ്യാറിന്റെ ദർശനത്തിനായി എത്തും. കൊഴുക്കട്ടയാണ് പ്രധാന നിവേദ്യം. അരിമാവിനകത്ത് മധുരം നിറച്ച് വെള്ളം തിളപ്പിച്ച് അതിലിട്ട് വേവിച്ചാണ് കൊഴുക്കട്ട ഉണ്ടാക്കുന്നത്.

ഗ്രാമാതിർത്തിയിലുള്ള കുന്നിൻചരിവിലാണ് ക്ഷേത്രം. തെക്ക് ഭാഗത്തേക്ക് ചരിഞ്ഞാണ് പാറയുടെ കിടപ്പ്. ഏകദേശം ഒരു മീറ്റർ വീതിയിലും ഒന്നേമുക്കാൽ മീറ്റർ ഉയരത്തിലും പാറ തുരന്ന് ഗുഹ നിർമ്മിച്ചിരിക്കുന്നു. പ്രവേശനകവാടത്തിന് എൺപത് സെ.മീ വീതിയും ഒന്നേകാൽ മീറ്റർ ഉയരവുമുണ്ട്. കിഴക്ക് പടിഞ്ഞാറായി നീളത്തിലാണ് ഗുഹ. ക്ഷേത്രനിർമ്മാണം അപൂർണ്ണമാണെന്ന് ഒറ്റനോട്ടത്തിൽ മനസ്സിലാക്കാം. അകവശത്തെ ഭിത്തികൾ ചെത്തിമിനുക്കാതെ പരുക്കനായിതന്നെ നിൽക്കുന്നു. പ്രധാന ദേവനായ വിഷ്ണു കൃതമകുടവും കമ്മലും കുണ്ഡലവും പൂണൂലും ധരിച്ചിട്ടുണ്ട്. അലങ്കാരപ്രിയനാണല്ലോ മഹാവിഷ്ണു. ചതുർബാഹുവാണ് ഭഗവാൻ. പിൻവശത്തുള്ള വലത്കൈയ്യിൽ ശങ്കും ഇടതുകൈയിൽ ചക്രവും കാണാം. മുൻവശത്ത് വലത് കൈ ഇടുപ്പിൽ വിശ്രമിക്കുന്നു. ഇടത് കൈ അനുഗ്രഹഭാവത്തിൽ പകുതി മടക്കി പിടിച്ചിട്ടുണ്ട്.

കുറത്തിയറൈ, മഹാവിഷ്ണു വിഗ്രഹം

ഇത് എ.ഡി 8-ാം നൂറ്റാണ്ടിലെ പ്രതിഷ്ഠ എന്നാണ് കണക്കാക്കപ്പെടുന്നത്. പ്രതിഷ്ഠയുടെ പുറകുവശത്തെ മതിലിൽ ഒരു രൂപമുള്ളത് എണ്ണപുരണ്ടും കാലപ്പഴക്കം കൊണ്ടും മങ്ങിയിരിക്കുന്നു.

പ്രധാനകവാടത്തിന്റെ ഇരുവശത്തും ഓരോ ചെറിയ അറകൾ പാറ തുരന്ന് നിർമ്മിച്ചിട്ടുണ്ട്. പടിഞ്ഞാറെ അറയിൽ വിനായക പ്രതിഷ്ഠയാണ്. വിനായകൻ ലളിതാസനത്തിലാണ് ഇരിപ്പ്. വലത് കാൽ മുകളിലേക്ക് കയറ്റി മടക്കിവച്ചിട്ടുണ്ട്. ഇടത്കാൽ തറയിൽ ചവിട്ടിയിരിക്കുന്നു. ഈ അറയ്ക്ക് എൺപത്തി ഒൻപത് സെ.മി പൊക്കവും അറുപത്തിമൂന്ന് സെ.മി വീതിയുമുണ്ട്. വിനായകൻ തുമ്പിക്കൈ വലത്തോട്ട് ചരിച്ചാണ് വച്ചിട്ടുള്ളത്. കിരീടം, ശരപ്പൊളി മാല, കൈപ്പട്ട, വള അരയ്ക്ക് ചുറ്റുമായി അലങ്കാരവസ്ത്രം എന്നിവ ധരിച്ചും ഇടത്കൊമ്പോടെയും ശാന്തഭാവത്തിൽ കുടികൊള്ളുന്നു. നാല് കൈകളോടുകൂടിയ പ്രതിഷ്ഠയുടെ പുറകിലത്തെ ഇടത് കൈക്ക് കേട് സംഭവിച്ചിട്ടുണ്ട്. മുമ്പിലെ വലത്ത് കയ്യിലുള്ള വസ്തു തിരിച്ചറിയാനാവുന്നില്ല. ഇടത് മുൻകൈ മടിയിൽ വിശ്രമിക്കുന്നു. കിഴക്ക് വശത്തെ അറയിലുള്ള ശിൽപ്പം അപൂർണ്ണവും തിരിച്ചറിയാനാവാത്ത വിധത്തിലാണ് എങ്കിലും തദ്ദേശവാസികൾ ഇതിനെ അവൈയ്യാർ സങ്കൽപ്പത്തിൽ ആരാധിക്കുന്നു.

ഗുഹയ്ക്ക് അറുനൂറ് അടിയോളം മുൻവശത്തായി കുറവൻതട്ട് പാറയിൽ വട്ടെഴുത്ത് ലിപിയിലുള്ള ഒരു ശിലാലിഖിതം കാണാം. ഇത് പത്താം നൂറ്റാണ്ടിൽ ചോളകാലഘട്ടത്തിലെ പരാന്തകൻ ഒന്നാമന്റെ കാലത്ത് ഉള്ളതാണ്. രാജാവിന്റെ പേരോ വർഷമോ രേഖപ്പെടുത്തിയിട്ടില്ല. രാജാവിന്റെ പേരും ഭരണവർഷവും രേഖപ്പെടുത്തിയ രണ്ട് ലിഖിതങ്ങൾ കൂടിയുണ്ട്. ഇരിക്കുന്ന വിഷ്ണുവിന് പൊന്നു സമ്മാനിച്ചതും ഗ്രാമത്തിലെ വൈശ്രവണന് സാത്താൻ ശ്രവണൻ എന്നയാൾ നികുതി വർദ്ധനവിന്റെ ഇനത്തിൽ പൊന്നു നൽകിയതും രേഖപ്പെടുത്തികാണുന്നു. അടർന്നുവീണ മൂന്നടിയോളമുള്ള കൽത്തൂണ് പാറയിലെ കല്ലെഴുത്തിന്റെ അടുത്തായി സ്ഥാപിച്ചിട്ടുണ്ട്. ഈ കൽത്തൂണിന്റെ നാല് പുറവും ലിഖിതങ്ങൾ കാണാം.

ഇപ്പോൾ ഈ ക്ഷേത്രത്തിന്റെ പ്രസിദ്ധി ഭഗവതിയുടെ പേരിലാണ്. എ.ഡി 1250ന് മുമ്പ് തന്നെ ഇത് ഒരു ഹൈന്ദവക്ഷേത്രമായി പരിവർത്തനം ചെയ്യപ്പെട്ടിരിക്കണം.

ശുചീന്ദ്രം

ശുചീന്ദ്രം സ്ഥാണുമാലയപ്പെരുമാൾ ക്ഷേത്രത്തിന്റെ കിഴക്കേ ഗോപുരനടയിൽ തൊഴുകൈയോടെ നിന്നു. ഏഴുനിലകളിലായി നൂറ്റിമുപ്പത്തിനാലടി ഉയരത്തിൽ തലയെടുത്തു നിൽക്കുന്ന ഗംഭീര

നിർമ്മിതി. മിഴിവും മികവുമാർന്ന ധാരാളം കലാരൂപങ്ങൾ. ദ്രാവിഡ ശിൽപ്പകലയുടെ മഹത്തായ മാതൃകയാണിത്. ഈ ശിൽപ്പവിസ്മയം നമുക്കായി ഒരുക്കിവച്ച മഹാനുഭാവന്മാരായ പൂർവികരോട് നന്ദി പറയാൻ ഏതുവാക്കുകളാണ് ഉപയോഗിക്കേണ്ടത്? ഗോപുരനിർമ്മാണത്തിന്റെ ഓരോ ഘട്ടത്തിലും തന്റെ സഹോദരനോടും പരിവാരങ്ങളോടുമൊപ്പം എത്തി വേണ്ട പ്രചോദനവും സഹായവും നിർദ്ദേശവും നൽകിയ വിജയനഗരരാജവംശത്തിലെ വിഠലേശനേയും അവശ്യസമയങ്ങളിൽ പുനർനിർമ്മാണത്തിനും കേടുപാടുകൾ തീർക്കാനും ശ്രദ്ധ കാണിച്ച സ്വാതിതിരുനാൾ, ആയില്ല്യംതിരുനാൾ, വിശാഖംതിരുനാൾ, ശ്രീമൂലംതിരുനാൾ എന്നീ തിരുവിതാംകൂർ രാജാക്കന്മാരേയും തങ്ങളുടെ കരവിരുതുകൊണ്ട് കല്ലിൽ കവിത വിരിയിച്ച മഹാപ്രതിഭകളായ അജ്ഞാതശിൽപ്പികളേയും മനസാ വണങ്ങാതെ ഈ ഗോപുരം കടന്നുപോകാനാവില്ല.

ജീവൻ തുടിക്കുന്ന മനോഹരമായ ശിൽപ്പങ്ങൾ വിന്യസിച്ച 93900 ചതുരശ്രഅടി വിസ്തീർണ്ണമുള്ള ക്ഷേത്രസമുച്ചയത്തിൽ ചെറുതും വലുതുമായ മുപ്പത് ക്ഷേത്രങ്ങളുണ്ട്. മഹത്തായ ഈ ക്ഷേത്രത്തിന്റെ പൂർവകഥ എന്തെന്ന് നോക്കാം.

ശാന്തമായി ഒഴുകുന്ന പാഴയാർ. പൂത്തുലഞ്ഞുനിൽക്കുന്ന വൃക്ഷങ്ങൾ, പക്ഷിമൃഗാദികൾ, ചെറുകാടുകൾ, പാറക്കെട്ടുകൾ ഇവയ്ക്കിടയിൽ വനമദ്ധ്യത്തിലായി സൃഷ്ടി, സ്ഥിതി, സംഹാരമൂർത്തികൾ ഒരുമിച്ച് കുടികൊള്ളുന്ന അപൂർവ്വകാഴ്ച. സ്ഥാണുമാലയക്ഷേത്രം. ‘സ്ഥാണു’ ശിവനും, ‘മാൻ’ വിഷ്ണുവും, ‘അയൻ’ ബ്രഹ്മാവുമാണ്.

ജനിമൃതികളിൽനിന്നുള്ള മോചനത്തിനായി അത്രിമഹർഷിയേയും പത്നി അനസൂയയേയും ജ്ഞാനാരണ്യത്തിൽ ഗൃഹസ്താശ്രമികളായി ജീവിക്കാൻ ഉപദേശിച്ചത് മഹാവിഷ്ണുവാണ്. ഉപദേശം സ്വീകരിച്ച മഹർഷിയും പത്നിയും ജ്ഞാനാരണ്യത്തിലെ ദർപ്പക്കുളത്തിനരികിൽ വാസംതുടങ്ങി. ഒരു യാഗത്തിൽ പങ്കെടുക്കാനായി ദൂരേക്കു പോകേണ്ടിവന്ന മുനി, ഒറ്റയ്ക്കായ ഭാര്യയുടെ രക്ഷയ്ക്കായി തന്റെ കാൽകഴുകിയ വെള്ളംനൽകിയിട്ടാണ് പോയത്. അവസരംനോക്കി ത്രിമൂർത്തികൾ മുനിപത്നിയെ ഒന്ന് പരീക്ഷിക്കാം എന്ന് നിശ്ചയിച്ചു. വൃദ്ധഭിക്ഷുക്കളുടെ രൂപത്തിൽ മഹർഷിയുടെ വീട്ടിലെത്തിയ അവർ അനസൂയയോട് ഭക്ഷണം ആവശ്യപ്പെട്ടു. സന്തോഷത്തോടെ ഭിക്ഷുക്കൾക്ക് ഭക്ഷണം വിളമ്പാൻ തുടങ്ങിയ മുനിപത്നിയോട്, നഗ്നയായിവേണം ഭക്ഷണം വിളമ്പാൻ എന്ന് അവർ ഒരു നിബന്ധനകൂടി വച്ചു. പതിവ്രതയായ ആ മുനിപത്നി ഒട്ടുംകൂസാതെ, തന്റെ ഭർത്താവ് സ്വരക്ഷയ്ക്കായി ഏൽപ്പിച്ചുപോയ ജലമെടുത്ത് ഭിക്ഷുക്കളുടെ പുറത്ത് തളിച്ചു. അതോടെ അവർ

മൂന്നുപേരും ശിശുക്കളായിമാറുകയും അനസൂയ നിസ്സങ്കോചം അവർക്ക് മുന്നിൽ നഗ്നയായിനിന്ന് ഭക്ഷണം വിളമ്പുകയും ചെയ്തു. ശിശുക്കളായിമാറിയ ത്രിമൂർത്തികളുടെ ദുരവസ്ഥയറിഞ്ഞ്, അവരുടെ പത്നിമാരായ സരസ്വതി, ലക്ഷ്മി, പാർവതി ദേവിമാർ ദർപ്പക്കുളത്തിനരികിൽ തങ്ങളുടെ ഭർത്താക്കന്മാരുടെ പൂർവരൂപത്തിനായി തപസ്സ് ആരംഭിച്ചു. ഈ തപസ്സിന്റെ ഓർമ്മയാണ് ശുചീന്ദ്രം ക്ഷേത്രത്തിൽ ഇന്നും നടന്നുവരുന്ന മാർകഴി ഉത്സവം.

മടങ്ങിയെത്തിയ അത്രിമഹർഷി കാര്യങ്ങൾ ഗ്രഹിക്കുകയും മൂർത്തികൾ എന്നും തന്റെ കൺമുൻപിൽ ഉണ്ടാവും എന്ന ഉറപ്പിന്മേൽ അവരെ പൂർവ്വസ്ഥിതിയിലാക്കുകയും ചെയ്തു. മഹർഷിയുടെ ആഗ്രഹമനുസരിച്ച് ചിരംജീവിയായി അശ്വത്ഥവൃക്ഷത്തിന്റെ ചുവട്ടിലെ ഒറ്റക്കല്ലിന്റെ കീഴ്ഭാഗത്ത് ബ്രഹ്മാവും, മദ്ധ്യത്തിൽ വിഷ്ണുവും മുകൾഭാഗത്ത് ശിവനുമായി കുടികൊണ്ടു. അങ്ങിനെ ഒറ്റവിഗ്രഹത്തിൽ മൂവരും കുടികൊള്ളുന്ന അപൂർവപ്രതിഷ്ഠയായി, സ്ഥാണുമാലയപ്പെരുമാൾ.

ജ്ഞാനാരണ്യം ശുചീന്ദ്രമായതിന് പുറകിലും ഒരു കഥയുണ്ട്. ദേവേന്ദ്രന്റെ ചാപല്യങ്ങൾ പ്രസിദ്ധമാണല്ലോ. ഗൗതമമഹർഷിയുടെ അതിസുന്ദരിയായ പത്നിയിൽ ദേവേന്ദ്രന് മോഹമുദിച്ചു. ഒരിക്കൽ അർദ്ധരാത്രിസമയം പൂവൻകോഴിയുടെ രൂപംസ്വീകരിച്ച ഇന്ദ്രൻ മഹർഷിയുടെ ആശ്രമത്തിനരികിലെത്തി ഉച്ചത്തിൽകൂവി. കോഴിയുടെ കൂവൽകേട്ട് പ്രഭാതത്തിലെ പ്രാർത്ഥനയ്ക്ക് സമയമായി എന്ന് തെറ്റിദ്ധരിച്ച മഹർഷി നദിക്കരയിലേക്ക് നടന്നു. ഈ തക്കംനോക്കി ഗൗതമമഹർഷിയുടെ രൂപംധരിച്ചെത്തിയ ഇന്ദ്രൻ അഹല്ല്യയെ പ്രാപിക്കുന്നു. നദിക്കരയിലെത്തിയപ്പോൾ താൻ വഞ്ചിക്കപ്പെട്ട വിവരം മനസ്സിലാക്കിയ മഹർഷി അഹല്ല്യ കല്ലായിപ്പോകട്ടെയെന്നും ദേവേന്ദ്രൻ വിരൂപനാകട്ടെയെന്നും ശപിച്ചു. ശിലയായ അഹല്ല്യയ്ക്ക് ശ്രീരാമനും വിരൂപനായ ഇന്ദ്രന് ശ്രീമഹാദേവനും പിൽക്കാലത്ത് ശാപമോക്ഷം നൽകി എന്നാണ് കഥ. ജ്ഞാനാരണ്യത്തിൽവച്ചാണ് ഇന്ദ്രന് ശാപമോക്ഷം ലഭിച്ചത്. അങ്ങനെ ഇന്ദ്രന് ശുചിത്വംലഭിച്ച സ്ഥലമത്രേ ശുചീന്ദ്രം.

ശാപമോക്ഷത്തിനായി ഭൂമിയിലെത്തിയ ദേവേന്ദ്രന്റെ രഥത്തെ അഗസ്ത്യകൂടത്തിന്റെ പടിഞ്ഞാറുഭാഗത്തുവച്ച് നന്ദികേശൻ തടഞ്ഞതിനാൽ ഇന്ദ്രന് രഥം അവിടെ ഉപേക്ഷിക്കേണ്ടിവന്നു. ആ സ്ഥലമാണ് 'തേരൂർ.' ഇന്ദ്രന് കുളിക്കാൻ ഐരാവതം കൊമ്പുകൊണ്ട് കുത്തിയുണ്ടാക്കിയ നദിയത്രേ ദന്തിനദി അഥവാ കോട്ടാർ.

ക്ഷേത്രത്തിന്റെ ഗോപുരത്തിനുമുന്നിൽ ധാരാളം ആളുകൾ എത്തിയിരിക്കുന്നു. അവരിൽ ഭക്തരും ടൂറിസ്റ്റുകളുമുണ്ട്. ഗോപുരത്തിന്റെ

വടക്കുഭാഗത്തായി വിശാലമായ തെർപ്പക്കുളം കാണാം. കുളത്തിന് നടുവിൽ ലക്ഷണമൊത്ത ഒരു മണ്ഡപമുണ്ട്. മുകളിലേക്ക് പോകുന്തോറും സ്വാഭാവികമായി വീതികുറഞ്ഞുവരുന്ന ഗോപുരത്തിൽ പുരാണേതിഹാസങ്ങളിലെ രംഗങ്ങളും ദേവീദേവന്മാരുടെ ശിൽപ്പങ്ങളും കൊത്തിവച്ചിട്ടുണ്ട്. പ്രധാനഗോപുരവാതിൽ കടന്നാൽ കുത്തനെയുള്ള കോണിപ്പടികളിലൂടെ ഗോപുരമുകളിലേക്ക് കയറാം. കാളി, ശാസ്താവ്, നടരാജൻ, നന്ദികേശ്വരൻ എന്നിവരുടെ മനോഹരമായ നാലുവിഗ്രഹങ്ങൾ ഇവിടെയുണ്ട്. ഇതിൽ പ്രധാനം നടരാജനാണ്. ഗോപുരത്തിന്റെ അകത്തെ ചുവര് ചുവർചിത്രങ്ങളാൽ അലങ്കരിച്ചിരിക്കുന്നു. രാമായണവും സ്ഥലപുരാണവുമാണ് ചിത്രങ്ങളുടെ മുഖ്യവിഷയം. വിശാഖംതിരുനാളിന്റെ കൊട്ടാരം ഭിഷഗ്വരനായിരുന്ന പാച്ചുമൂത്തതാണ് ഇവിടത്തെ ചിത്രരചനയ്ക്ക് നേതൃത്വം നൽകിയത്. അനിഴംതിരുനാൾ മാർത്താണ്ഡവർമ്മ മുതൽക്കുള്ള തിരുവിതാംകൂർ മഹാരാജാക്കന്മാരുടെ ചിത്രങ്ങളും ഇവിടെ ഉണ്ട്. ഗോപുരത്തിന്റെ ചുവട്ടിൽ വലതുഭാഗത്തായുള്ള ശിൽപ്പം 'ജ്വരഹര'ന്റേതാണ്. അസുഖങ്ങൾ മാറാൻ ഈ മൂർത്തിയെ പ്രീതിപ്പെടുത്തിയാൽമതി എന്നാണ് വിശ്വാസം. 1545-ൽ വിറലേശ്വരൻ പണികഴിപ്പിച്ച ക്ഷേത്രഗോപുരം ആയില്യംതിരുനാൾ കേടുപാടുകൾ തീർപ്പിച്ചു. വിശാഖംതിരുനാൾ രാമവർമ്മ അത് പുതുക്കിപ്പണിയിച്ചു.

ക്ഷേത്രഗോപുരം കടന്നാൽ ഊഞ്ഞാൽമണ്ഡപം കാണാം. ക്ഷേത്രസമുച്ചയത്തിലെ മണ്ഡപങ്ങളിൽ വലുതും പ്രധാനവുമാണ് ഉയർന്ന പീഠത്തോടുകൂടിയ ഊഞ്ഞാൽമണ്ഡപം. രതി, മന്മഥൻ, അർജ്ജുനൻ, കർണ്ണൻ എന്നിവരുടെ രൂപങ്ങൾ മണ്ഡപത്തിന്റെ നാലുമൂലയിലുമുള്ള തൂണുകളിൽ കൊത്തിവച്ചിട്ടുണ്ട്. മണ്ഡപത്തിന്റെ മധ്യത്തിലുള്ള ഊഞ്ഞാലിൽ 'തൃക്കല്ല്യാണ'ചടങ്ങിനോടനുബന്ധിച്ച് സ്ഥാണുമാലയന്റേയും പാർവ്വതീദേവിയുടേയും വിഗ്രഹങ്ങൾ ആഘോഷപൂർവ്വം എഴുന്നള്ളിച്ചിരുത്തി ഊഞ്ഞാൽ ആട്ടുന്ന ചടങ്ങുണ്ട്. വസന്തകാലത്ത് ശിവരാത്രി മുതലുള്ള കുറച്ചുദിവസങ്ങളിൽ ശുചീന്ദ്രപ്പെരുമാളിനേയും ഉമയമ്മയേയും വസന്തമണ്ഡപത്തിൽ എഴുന്നള്ളിച്ചിരുത്തും. ഈ കാലയളവിൽ ഇവർക്കുള്ള എല്ലാ പൂജകളും ഈ മണ്ഡപത്തിൽവച്ചുതന്നെയാണ് നൽകുന്നത്. മണ്ഡപത്തിന്റെ മേൽക്കൂര പിച്ചളത്തകിടുകൊണ്ട് മേഞ്ഞിരിക്കുന്നതിനാൽ ചൂടുകാലത്ത് തണുപ്പിനായി, ചുറ്റുമുള്ള താഴ്ന്നപ്രതലത്തിൽ വെള്ളംനിറയ്ക്കും.

ശീവേലിപ്പുരയുടെ കിഴക്കേനടയിൽ ദക്ഷിണാമൂർത്തിയുടെ വിഗ്രഹം കാണാം. വിഗ്രഹം ചെറുതെങ്കിലും പഴക്കമേറും. ശീവേലിപ്പുരയുടെ വടക്ക്, തെക്ക്, പടിഞ്ഞാറേതൂണുകൾ സുന്ദരശിൽപ്പങ്ങൾകൊണ്ട് അലങ്കരിച്ചിരിക്കുന്നു. തെക്കേ ശീവേലിപ്പുരയുടെ

പടിഞ്ഞാറുഭാഗത്താണ് ശാസ്താവിനും ഗണപതിക്കും സ്ഥാനം നൽകിയിട്ടുള്ളത്. പ്രാധാന്യം ശാസ്താവിനുതന്നെ. ചേരവാതിൽ ശാസ്താവ് എന്നറിയപ്പെടുന്ന പ്രതിഷ്ഠ ചേരരാജാവ് പ്രതിഷ്ഠിച്ച താണത്രേ. വാഹനപ്പുരയ്ക്കടുത്തായി സീതാദേവിസമേതനായ ശ്രീരാമനേയും പ്രതിഷ്ഠിച്ചു പൂജിക്കുന്നു. ഇവർക്ക് കാവലായി ലക്ഷ്മണനേയും ഹനുമാനേയും കാണാം. വടക്കേനടയിലൂടെ കട ന്നാൽ വള്ളിക്കും ദേവയാനിക്കുമൊപ്പമുള്ള മുരുകക്ഷേത്രത്തിൽ കാവൽനിൽക്കുന്നത് നാഞ്ചിൽകുറവന്മാരെന്നാണ് വിശ്വാസം. ശീവേലിപുരയോട് ചേർന്ന് ദുർഗ്ഗ, ശ്രീകൃഷ്ണൻ, ശ്രീചക്രം, മൂന്ന് ശിവലിംഗങ്ങൾ എന്നിവയുമുണ്ട്. ഇവ പതിനേഴാംനൂറ്റാണ്ടിന്റെ തുടക്കത്തിൽ സ്ഥാപിച്ചു എന്നാണ് കരുതുന്നത്.

മുഖ്യശ്രീകോവിലിനുള്ളിൽ സ്ഥാണുമാലയപ്പെരുമാളിന്റെ പ്രതി ഷ്ഠയാണ്. രണ്ടരയടിയോളമുള്ള ശിവശിലാപ്രതിഷ്ഠ തറനിരപ്പിൽ നിന്നും അല്പംമാത്രം ഉയര ത്തിലാണുള്ളത്. അഭിഷേക മൊഴിച്ചുള്ള സമയങ്ങളിൽ വിഗ്രഹം സ്വർണ്ണത്തിലോ തങ്ക ത്തിലോ നിർമ്മിച്ച അങ്കി കൊണ്ട് അലങ്കരിച്ചിരിക്കും. അഭിഷേകജലം ശ്രീകോവി ലിൽ നിന്നുള്ള രഹസ്യമാർഗ്ഗം വഴി കന്യാകുമാരി കടലിൽ ചേരുന്നുവെന്നാണ് വിശ്വാസം.

സംഗീതസ്തംഭങ്ങൾ - ശുചീന്ദ്രം

ശുചീന്ദ്രംക്ഷേത്രത്തിലെ സംഗീതമുതിർക്കുന്ന സ്തംഭ ങ്ങൾ വിഖ്യാതവും മനോഹര വുമാണ്. വടക്കും തെക്കുമായി നാലുകൂട്ടങ്ങളായാണ് ഇവ സ്ഥാപിച്ചിട്ടുള്ളത്. ഓരോ കൂട്ടം തൂണുകളും പ്രത്യേകം തിര ഞ്ഞെടുത്ത ഒറ്റക്കല്ലിൽ കൊത്തി യെടുത്തവയാണെന്നത് മറ്റൊ രത്ഭുതം. വടക്കുഭാഗത്തുള്ള രണ്ടു കൂട്ടത്തിൽ ഇരുപത്തി നാലും തെക്കുഭാഗത്തുള്ള രണ്ടു കൂട്ടത്തിൽ മുപ്പത്തിമൂന്നും തൂണുകളാണുള്ളത്. നീണ്ടു രുണ്ട തൂണുകളോരോന്നും

ശിൽപ്പവേലകളാൽ സമാലംകൃതമാണ്. ഈ സംഗീതസ്തംഭങ്ങളിൽനിന്നും ജലതരംഗം, തംബുരു, മൃദംഗം, സിതാർ എന്നീ വാദ്യോപകരണങ്ങൾ പുറപ്പെടുവിക്കുന്ന ശബ്ദങ്ങൾ കേൾക്കാം എന്നതാണ് മറ്റൊരാകർഷണം. കല്ലുകൾ തിരഞ്ഞെടുക്കുന്നതും അതിൽ വിശിഷ്ടമായ ഇത്തരം തൂണുകൾ കൊത്തിയുണ്ടാക്കുന്നതും ശിൽപ്പികളുടെ അസാധാരണമായ കഴിവുതന്നെ. കാർത്തികതിരുനാൾ (1758-1798) മഹാരാജാവിന്റെ ഭരണകാലത്താണ് ഈ തൂണുകൾ നിർമ്മിച്ചത്. ശ്രീപത്മനാഭസ്വാമിക്ഷേത്രത്തിലെ സംഗീതസ്തംഭങ്ങളും കാർത്തിക തിരുനാൾതന്നെയാണല്ലോ പണിയിച്ചത്.

ചരിത്രപ്രസിദ്ധമായ ശുചീന്ദ്രം ഉടമ്പടി ഈ ക്ഷേത്രത്തിൽ വച്ചാണ് നടന്നത്. ഇതിന്റെ ഓർമ്മയ്ക്കായി തിരുവിതാംകൂർ മഹാരാജാവായിരുന്ന കാർത്തികതിരുനാളിന്റേയും കൊച്ചിമഹാരാജാവായ കേരളവർമ്മയുടേയും ശിലാപ്രതിമകൾ തെക്കുഭാഗത്തെ തൂണുകളോടുചേർന്ന് നിർമ്മിച്ചിട്ടുണ്ട്.

ഹനുമാൻ

ശുചീന്ദ്രത്തെ ഹനുമാൻ പ്രസിദ്ധനാണ്. അശോകവനത്തിൽ സീതാദേവിക്ക് നൽകിയ വിശ്വരൂപദർശനത്തിന് സമാനമായുള്ള ഹനുമാൻ വിഗ്രഹമാണ് ഇവിടെയുള്ളത്. ശിൽപ്പവേലയിലെ കരവിരുതും പൂർണ്ണതയും പതിനാറടിയുള്ള ഈ വിഗ്രഹത്തെ ശ്രദ്ധേയമാക്കുന്നു. ഹനുമാനെക്കണ്ടുവണങ്ങി അനുഗ്രഹം വാങ്ങാൻ ധാരാളം ഭക്തജനങ്ങൾ ഇവിടെ എത്താറുണ്ട്. ഒരു നൂറ്റാണ്ടുകാലം ഗോപുരത്തിന് പടിഞ്ഞാറുഭാഗത്തായി മണ്ണിനടിയിൽ കിടക്കാനുള്ള ദൗർഭാഗ്യം ഈ വിഗ്രഹത്തിനുണ്ടായി. ക്ഷേത്രം കൊള്ളയടിച്ച കുപ്രസിദ്ധനായ ചന്ദ്രാസാഹിബിന്റെ ആക്രമണകാലത്ത് വിഗ്രഹം നശിപ്പിക്കാതിരിക്കാൻ

കുഴിച്ചിട്ടതാണെന്ന് വിശ്വസിക്കുന്നു. A D 1872-ൽ ക്ഷേത്രത്തിലെ അറ്റകുറ്റപണികൾക്കിടയിലാണ് വിഗ്രഹം വീണ്ടും കണ്ടെടുത്തത്. ഈ കൂറ്റൻവിഗ്രഹത്തിന് കേടുപാടുകളുണ്ടാക്കാതെ പുറത്തെടുത്ത് ഇന്ന് കാണുന്ന സ്ഥലത്ത് പ്രതിഷ്ഠിച്ചു. ഹനുമാൻ സ്വാമിക്കടുത്തായി ചിത്രസഭ. ഇവിടെ ശിവൻ, കൃഷ്ണൻ, ഭീമൻ തുടങ്ങിയവരുടെ ശിൽപ്പങ്ങളുണ്ട്.

ചേര ഉദയമാർത്താണ്ഡവർമ്മ - ശുചീന്ദ്രം ക്ഷേത്രത്തിലെ ശില്പം. നീണ്ട കാലം വേണാട് ഭരിച്ച രാജാവ്. ശുചീന്ദ്രം ക്ഷേത്രത്തിൽ സഭാമണ്ഡപം പണി കഴിപ്പിച്ചു. ക്ഷേത്രസംരക്ഷകനായിരുന്നു.

ശുചീന്ദ്രത്തെ നന്ദികേശന്റെ പ്രതിമയും ശ്രദ്ധേയമാണ്. വലിപ്പത്തിൽ ഇന്ത്യയിലെ രണ്ടാംസ്ഥാനക്കാരനാണത്രേ ഇവിടത്തെ നന്ദികേശൻ. കന്യാകുമാരി കടൽപ്പുറത്തുനിന്നു ശേഖരിച്ച ശംഖുകൾ പൊടിച്ച് അരച്ചെടുത്ത് എന്തോ മിശ്രിതം ചേർത്ത് കുഴച്ചാണത്രേ ഇത് നിർമ്മിച്ചിരിക്കുന്നത്. ഈ പ്രതിമ വളർന്നുകൊണ്ടിരിക്കുന്നുവെന്നാണ് വിശ്വാസം. മഹാവിഷ്ണുവിന്റെ ഗർഭഗൃഹത്തിനഭിമുഖമായി ഗരുഡാൾവാർ പ്രതിമയുണ്ട്. ഇതിന് ആറടിയോളം ഉയരം വരും. തിരുമലനായ്ക്കരുടേയും സേവകരുടേയും പ്രതിമകൾ ഇതിനടുത്ത് കാണാം.

ശിവക്ഷേത്രത്തിന് മുന്നിലാണ് കൈലാസതുല്യമായ ചെമ്പകരാമൻമണ്ഡപം. വീരരാമവർമ്മയുടെ സംഭാവനയാണിത്. (ശുചീന്ദ്രം ക്ഷേത്രരേഖ എ.ഡി. 1478) ഇവിടെ നാലുനിരകളിലായി കാണുന്ന 32 കൂറ്റൻ തൂണുകൾ ശിൽപ്പകലയുടെ ഉദാത്തമാതൃകകളാണ്. പാവാടധാരിയായ വിനായകിശിൽപ്പവും കാണാം. സഭാപതി ക്ഷേത്രത്തിലുള്ള വിഗ്രഹം രാജരാജചോഴന്റെ സംഭാവനയാണ്.

ഗരുഡാഴ്വാർ പ്രതിഷ്ഠയ്ക്ക് വടക്കായാണ് കൊന്റയടിനാഥ ക്ഷേത്രം. ദാരുനിർമ്മിതമാണ് ഈ ക്ഷേത്രം. ഇതിനുള്ളിലെ ഉണങ്ങിയ വൃക്ഷത്തിന്റെ ചുവട്ടിലായി മൂന്നു ലിംഗങ്ങൾ കാണാം. ഇവ ബ്രഹ്മാവിനെയും വിഷ്ണുവിനെയും ശിവനെയും പ്രതിനിധാനം ചെയ്യുന്നു. വൃക്ഷത്തിന് 2500-ൽപ്പരം വർഷങ്ങളുടെ പഴക്കമുണ്ടെന്നാണ് വിശ്വാസം. അത്രിമഹർഷിയുടെ ആവശ്യപ്രകാരമാണ് ത്രിമൂർത്തികൾ ഇവിടെ കുടികൊള്ളുന്നത്. ക്ഷേത്രത്തിന്റെ മൂലസ്ഥാനവും ഇതുതന്നെ. ദേവേന്ദ്രൻ എന്നും രാത്രി ഇവിടെയെത്തി ത്രിമൂർത്തികളെ പൂജിക്കാറുണ്ടെന്ന് വിശ്വസിക്കുന്നു.

ക്ഷേത്രത്തിന്റെ പൊതുവായ മേൽനോട്ടത്തിന്റെ ചുമതല ശുചീന്ദ്രം മഹാസഭക്കാർക്കായിരുന്നുവെന്ന് 9-ാംനൂറ്റാണ്ടിലെ രേഖ പറയുന്നു. ദൈനംദിനപ്രവർത്തനങ്ങൾക്ക് ഇവരെ സഹായിക്കാൻ മറ്റൊരു ചെറിയ സഭയും ഉണ്ടായിരുന്നു. പിൽക്കാലത്ത് ക്ഷേത്രഭരണത്തിനായി എട്ട് ബ്രാഹ്മണർ അംഗങ്ങളായ ഒരു യോഗം രൂപംകൊണ്ടു. മലയാളശൈവബ്രാഹ്മണരായ വട്ടപ്പള്ളികുടുംബത്തെ ക്ഷേത്രത്തിന്റെ പരമ്പരാഗതസംരക്ഷണത്തിനുള്ള സ്ഥാനികളായി നിയമിച്ചതായി കൊവ: 305(A D 1130)ലെ ശാസനം പറയുന്നു. തരണനല്ലൂർ നമ്പൂതിരിമാർക്കാണ് തന്ത്രം. ഈ വിവരം AD 1238-ലെ ശാസനത്തിൽ രേഖപ്പെടുത്തിയിട്ടുണ്ട്. മലയാളരീതിയിലുള്ള ആരാധനക്രമം 13-ാം നൂറ്റാണ്ടു മുതൽ നടപ്പിൽ വന്നിരിക്കാം എന്നാണ് നിഗമനം.

ധനുമാസത്തിൽ പത്തുദിവസം നീണ്ടുനിൽക്കുന്ന പ്രധാന ഉത്സവം രാജരാജചോഴന്റെ ജന്മദിനദിവസം ആരംഭിക്കും. ഒൻപതാം ഉത്സവത്തിനാണ് പ്രസിദ്ധമായ ശുചീന്ദ്രം തേരോട്ടം. രഥോത്സവം

നടക്കുന്ന ദിവസം തിരുവിതാംകൂർ രാജാക്കന്മാർ, വ്രതമിരിക്കും. തേരോട്ടം കഴിഞ്ഞ് പുറപ്പെട്ട തേരുകളെല്ലാം സുരക്ഷിതമായി തിരിച്ചെത്തിയെന്ന് ഉറപ്പുവരുത്തിയിട്ടേ അവർ വ്രതം അവസാനിപ്പിക്കുകയുള്ളൂ.

സാക്ഷിവിനായകപ്രതിഷ്ഠയെയും വിഘ്നേശ്വരിവിനായകപ്രതിഷ്ഠയേയും സാക്ഷിനിർത്തിയാണ് പ്രസിദ്ധമായ 'ശുചീന്ദ്ര പ്രത്യയം' എന്ന സത്യപരീക്ഷണം നടത്തിയിരുന്നത്. കുറ്റാരോപിതൻ തന്റെ നിരപരാധിത്വം തെളിയിക്കാൻ തിളച്ചനെയ്യിൽ കൈമുക്കണം. നിരപരാധിയാണെങ്കിൽ കൈപൊള്ളുകയില്ല. ത്രിമൂർത്തികളുടെ നിർദ്ദേശപ്രകാരം ഇവിടെവച്ചാണ് ദേവേന്ദ്രൻ തിളച്ച എണ്ണയിൽ കൈമുക്കി ഭഗവാന്റെ അനുഗ്രഹത്തിനായി പ്രാർത്ഥിച്ചത്.

എത്രയെത്ര രാജാക്കന്മാരാണ് ഈ നാടുഭരിച്ചത്! അവരുടെയൊക്കെ സംഭവബഹുലവും സംഘർഷഭരിതവുമായ കാലത്തിന്റെ ഓർമ്മപ്പെടുത്തലുകളായി മുന്നൂറിൽപ്പരം ചെമ്പുപട്ടയങ്ങളും ശിലാലിഖിതങ്ങളും താളിയോലകളും ഇന്നുമുണ്ട്. തമിഴ് സംസ്കൃത ഗ്രന്ഥലിപികളിലുള്ള നൂറോളം രേഖകൾ മാത്രമേ പഠനവിധേയമാക്കിയിട്ടുള്ളൂ. ചേര, ചോള, പാണ്ഡ്യ, വിജയനഗര, വേണാട് രാജവംശങ്ങളുമായി ബന്ധപ്പെട്ട ഈ രേഖകളുടെ പൂർണ്ണമായ പഠനം ഭക്തിയുടേയും രാഷ്ട്രീയത്തിന്റേയും സംസ്കാരത്തിന്റേയും ഗതകാലങ്ങൾ കൂടുതൽ വെളിപ്പെടുത്താൻ സഹായിക്കും. രാജകുടുംബങ്ങളും പ്രമാണിമാരും ക്ഷേത്രങ്ങൾക്കു നൽകിയിട്ടുള്ള സംഭാവനകൾ, ക്ഷേത്രനിർമ്മിതികൾ, വഴിപാടുകൾ ഇവയിലേക്കെല്ലാം വെളിച്ചം വീഴ്ത്തുന്നവയാണ് ഈ രേഖകൾ. ഈ ക്ഷേത്രത്തിലെ വളരെ പഴയ പുരാരേഖ കൊ:വ 65 (A D 890) ലേതാണ്. മാറൻചടയൻ എന്ന രാജാവ് ശുചീന്ദ്രംക്ഷേത്രത്തിന് നൽകിയ സംഭാവനകളായിരുന്നു ഇതിൽ. നാടുവാണിരുന്ന രാജാക്കന്മാർക്ക് ക്ഷേത്രങ്ങളിലുണ്ടായിരുന്ന വിശ്വാസവും ഭക്തിയും ഉദാഹരിക്കുന്നതാണ് ഈ രേഖകൾ.

ശുചീന്ദ്രത്തെയും സമീപപ്രദേശങ്ങളിലേയും ക്ഷേത്രങ്ങളിലെ ആചാരാനുഷ്ഠാനങ്ങളും ഉത്സവങ്ങളും ചിട്ടപ്പെടുത്തിയത് രാജേന്ദ്ര ചോഴൻ ഒന്നാമന്റെ (കൊ.വ. 160-189. A D 985-1014) ഉത്തരവിലൂടെയാണ്. പരാന്തകപാണ്ഡ്യൻ കന്യാകുമാരിയിൽനിന്ന് തിരുവനന്തപുരത്തേക്ക് പടയോട്ടം നടത്തിയപ്പോഴും ശുചീന്ദ്രം ക്ഷേത്രത്തെ സംരക്ഷിക്കാൻ മറന്നില്ല. അദ്ദേഹത്തെ പരാമർശിക്കുന്ന രേഖയും ഇവിടെയുണ്ട്. ശ്രീവല്ലഭരാജാവ് ക്ഷേത്രത്തിന് ഭൂമി സംഭാവന ചെയ്തതാണ് മറ്റൊരു രേഖ. AD 1145-ൽ കേരള കോതവർമ്മ എന്ന വേണാട്ടുരാജാവും ക്ഷേത്രത്തിന് ധാരാളം ഭൂമി ദേവദാനമായി നൽകിയതായി രേഖയുണ്ട്.

ക്ഷേത്രപ്രദക്ഷിണം അവസാനിപ്പിച്ച് ക്ഷേത്രമതിൽക്കെട്ടിനുള്ളിലെ മിഴിവുറ്റ ശില്പക്കാഴ്ചകളിൽനിന്ന് മിഴിയടർത്തി പ്രധാന ഗോപുരത്തിലൂടെതന്നെ പുറത്തുകടന്നു. നേരംസന്ധ്യയോട് അടുക്കുന്നു. അലങ്കാരഗോപുരത്തിൽ കൊത്തിവച്ചിരിക്കുന്ന ദേവീദേവന്മാരുടെ ശിൽപ്പങ്ങൾ അസ്തമയസൂര്യന്റെ പൊൻകിരണങ്ങളേറ്റുവാങ്ങി തിളങ്ങിനിൽക്കുന്നു.

ശുചീന്ദ്രം ഉടമ്പടി- ശുചീന്ദ്രം സ്ഥാണുമലയപെരുമാൾ ക്ഷേത്രത്തിലെ കുലശേഖരമണ്ഡപത്തിന് തെക്കുവശത്തുള്ള രണ്ട് തൂണുകളോടുചേർന്ന് രണ്ട് ശിലാപ്രതിമകൾകാണാം. ഒന്ന് തിരുവിതാംകൂർ രാജാവായിരുന്ന കുലശേഖരപെരുമാൾ കാർത്തികതിരുനാളിന്റേതും രണ്ടാമത്തേത് കൊച്ചിരാജാവായിരുന്ന കേരളവർമ്മയുടെതുമാണ്. ശുചീന്ദ്രം ക്ഷേത്രത്തിൽ വച്ചുനടത്തിയ ശുചീന്ദ്രം സഖ്യത്തിന്റെ ഓർമ്മക്കായാണ് ഈ പ്രതിമകൾ ഇവിടെ സ്ഥാപിച്ചത്. ചരിത്രപ്രസിദ്ധമായ ഈ ഉടമ്പടി ശിവഭഗവാന്റെ സാന്നിദ്ധ്യത്തിൽ തന്നെവേണം എന്ന് ഇരുരാജാക്കന്മാരും നിശ്ചയിച്ചിരിക്കാം: തിരുവിതാംകൂർ രാജവംശത്തിന്റെ കുലദൈവം ശ്രീപത്മനാഭനാണെങ്കിലും രാജകിരീടത്തിൽ ശിവന്റെ രൂപമാണുള്ളതെന്ന് ഓർക്കുമല്ലോ.

കൊച്ചീരാജ്യത്തിന്റെ ഭാഗമായിരുന്ന തൃശ്ശൂർ മുതൽ തെക്കോട്ട് പറവൂർ, ആലങ്ങാട് വരെയുള്ള പ്രദേശങ്ങൾ കോഴിക്കോട്ടെ സാമൂതിരി കൈക്കലാക്കിയിരുന്നു. അതുകൊണ്ടും തൃപ്തിവരാതെ സാമൂതിരി കൊച്ചിയുടെ മറ്റ് ഭാഗങ്ങൾകൂടി പിടിച്ചെടുക്കാൻ തയ്യാറെടുപ്പ് തുടങ്ങിയതോടെ കൊച്ചീരാജാവ് കേരളവർമ്മ അങ്കലാപ്പിലായി. അദ്ദേഹം തന്റെ മന്ത്രിയായ പാലിയത്തച്ചനെ സഹായാഭ്യർത്ഥനയുമായി തിരുവിതാംകൂറിലേക്കയച്ചു. തുടർന്ന് 937 (എ.ഡി 1761) ധനുമാസം കൊച്ചീരാജാവ് നേരിട്ട് തിരുവനന്തപുരത്തെത്തി. ധനുമാസം പന്ത്രണ്ടാംതീയതി (എ.ഡി 1761 ഡിസംബർ 26) തിരുവിതാംകൂറുമായി സഖ്യഉടമ്പടി ഒപ്പുവച്ചു. തിരിച്ച് കൊച്ചിയിലെത്തിയ തമ്പുരാൻ കരാർ ഒന്നുകൂടി ഉറപ്പാക്കാൻ തന്റെ അനന്തിരവനായ രോഹിണിതിരുനാൾ തമ്പുരാനെ വീണ്ടും തിരുവനന്തപുരത്തേക്കയച്ചു. തിരുവനന്തപുരത്ത് മഹാരാജാവിനെ കണ്ടശേഷം അദ്ദേഹം ശുചീന്ദ്രം ക്ഷേത്രത്തിലെത്തി എക്കാലവും തിരുവിതാംകൂറുമായി സൗഹൃദത്തിൽ കഴിയുന്നതാണെന്ന് പ്രതിജ്ഞയെടുത്തു. (കൊ.വ. 937 കർക്കിടം 25)

“പെരുമ്പടപ്പ് സ്വരൂപത്തിൽ രോഹിണി നക്ഷത്രത്തിൽ ജനിച്ച വീരകേരളവർമ്മയായ നാം ശുചീന്ദ്രം ക്ഷേത്രത്തിലെ ആരാധനമൂർത്തിയായ സ്ഥാണുമൂർത്തിയെ സാക്ഷിനിർത്തി എടുക്കുന്ന

പ്രതിജ്ഞയെന്തെന്നാൽ, നാമോ നമ്മുടെ പിൻഗാമികളോ തൃപ്പാപ്പൂർ സ്വരൂപത്തിൽ കാർത്തിക നക്ഷത്രത്തിൽ ഭൂജാതനായ ശ്രീപത്മനാഭദാസവഞ്ചിപാല രാമവർമ്മകുലശേഖരപെരുമാൾ രാജാ അവർകളോടോ അദ്ദേഹത്തിന്റെ പിൻഗാമികളോടൊ യാതൊരു തരത്തിലുള്ള എതിർപ്രവർത്തികളും ഒരിക്കലും ചെയ്യുന്നതല്ല എന്നാകുന്നു. അദ്ദേഹത്തിന്റെ ശത്രുക്കളുമായി കൂട്ടുകൂടുകയോ അവരുമായി ഏതെങ്കിലും നിലയ്ക്ക് സമ്പർക്കത്തിലേർപ്പെടുകയോ ചെയ്യുന്നതല്ല. സ്ഥാണുമൂർത്തിയുടെ തൃപ്പാദംതൊട്ട് ഭയഭക്തിബഹുമാനത്തോടെ തീരുമാനിക്കുന്നതാണിത്."

ഉടമ്പടിപ്രകാരം കാർത്തികതിരുനാൾ, ദളവ അയ്യപ്പൻപിള്ള മാർത്താണ്ഡപ്പിള്ളയുടെയും ഡിലനോയിയുടെയും നേതൃത്വത്തിൽ ഒരു സൈന്യത്തെ കൊച്ചിയിലേക്കയച്ച് കൊച്ചിയുടെ സ്ഥലങ്ങൾ തിരിച്ചുപിടിച്ച് സാമൂതിരിയെ തുരത്തി. യുദ്ധം അവസാനിച്ചപ്പോൾ ആലങ്ങാടും പറവൂരും തിരുവിതാംകൂറിന്റെ വകയായി. ദളവ അയ്യപ്പൻ മാർത്താണ്ഡപ്പിള്ളയുടെ സേവനത്തിൽ സന്തുഷ്ടനായ കൊച്ചിരാജാവ് പുത്തൻചിറ ഗ്രാമം ദളവയ്ക്ക് സമ്മാനിച്ചെങ്കിലും അദ്ദേഹം അത് തിരുവിതാംകൂറിനോട് ലയിപ്പിക്കുകയാണ് ചെയ്തത്.

പാർത്ഥിവശേഖരപുരം

ആയ്‌രാജാവായിരുന്ന കരുനന്തടക്കനാണ് പാർത്ഥിവപുരം ക്ഷേത്രത്തിന്റെ സ്ഥാപകൻ. മൂടാലനാട് പൈങ്കുളത്ത് മുഞ്ചിറസഭക്കാരുടെ സ്ഥലം ക്ഷേത്രനിർമ്മാണത്തിന് യോഗ്യമെന്നുകണ്ട് ഏറ്റെടുക്കുകയായിരുന്നു. ക്ഷേത്രനിർമ്മിതിപോലുള്ള പൊതുആവശ്യങ്ങൾക്കു വേണ്ടസ്ഥലം ഏറ്റെടുക്കുകയും അതിനുപകരം തുല്യമായ സ്ഥലംനൽകുകയുമായിരുന്നു അക്കാലത്തെ പതിവ്. അങ്ങനെ മുഞ്ചിറസഭക്കാർക്കും പകരം സ്ഥലംനൽകി.

"മുൻചിറൈച്ചവൈയാരുടൈയ ഉഴക്കുടി-
(വി)ളൈ എന്നൂ നിലം ഇവകളുക്കു അടിക്കടി
നിലങ്കുടുത്തു മാറിക്കൊണ്ടു ഇന്നിലം പിടിചു-
ഴ്ന്തൂ ശ്രീകോയിൽ എടുത്തു വിഷ്ണുഭട്ടാരകരൈ
പ്രതിഷ്ഠൈചെയ്തു പാർത്ഥിവശേഖര-
പുരമ് എൻറു എപേർ ഇട്ടു...." എന്നാണ് രേഖ. (പാർത്ഥിവപുരം ചേപ്പേട് - ഒന്നാം ചെമ്പോല - ഒന്നാംവശം).

കേരളത്തിൽ ധാരാളമായി ക്ഷേത്രങ്ങൾ ഉണ്ടായിക്കൊണ്ടിരുന്ന കാലഘട്ടമായിരുന്നു ഒൻപതാം ശതകം. പാർത്ഥിവപുരം ക്ഷേത്രവും തിരുവിതാംകോട് ക്ഷേത്രവും കണ്ടിയൂർ ക്ഷേത്രവും മുഞ്ചിറ

പാർത്ഥിവപുരം ക്ഷേത്രം. മഹാവിഷ്ണുവിന്റെ ശ്രീകോവിൽ

ക്ഷേത്രവും തിരുവാറ്റുവായ് ക്ഷേത്രവും മറ്റും അതിന് ഉദാഹരണമാണ്. ക്ഷേത്രത്തോടനുബന്ധിച്ച് പാഠശാലകളും കലാശാലകളും സ്ഥാപിച്ച് നടത്തിവന്നു. പാർത്ഥിവപുരം ക്ഷേത്രത്തോട് ചേർന്നും ഒരു കലാശാലയുണ്ടായിരുന്നു. നമ്പൂതിരിവിദ്യാർത്ഥികൾക്കു മാത്രമേ അതിൽ പ്രവേശനം ഉണ്ടായിരുന്നുള്ളു (ഇളംകുളം കുഞ്ഞൻപിള്ള, ചരിത്രത്തിന്റെ പശ്ചാത്തലത്തിൽ).

തിരുവനന്തപുരം ദേശീയപാതയിൽ കുഴിത്തുറക്കടുത്ത് വെട്ടുവന്നിയിൽനിന്ന് വലത്തേക്കുതിരിഞ്ഞ്, എട്ട് കി.മീ. സഞ്ചരിച്ചാൽ പാർത്ഥിവപുരം ക്ഷേത്രമായി. കന്യാകുമാരിജില്ലയിൽ വിളവൻകോട് താലൂക്കിൽപ്പെട്ടതാണ് ഈ സ്ഥലം. പന്ത്രണ്ട് ശിവാലയങ്ങളിൽ ആദ്യക്ഷേത്രമായ തിരുമലക്ഷേത്രം അടുത്തുതന്നെയുണ്ട്.

തിരുവനന്തപുരത്തെ ശ്രീപത്മനാഭനും തിരുവട്ടാർ ആദികേശവപെരുമാളും പാർത്ഥിവശേഖരപുരംപെരുമാളും സഹോദരന്മാരാണെന്നാണ് ഐതിഹ്യം. മൂവരും തിരുപ്പതിയിൽനിന്ന് തെൻനാട്ടിലേക്ക് യാത്രപുറപ്പെട്ടവരാണ്. ശ്രീപത്മനാഭനും ആദികേശവനും മുഖാമുഖം ശയിച്ചതറിയാതെ ഇവരുടെ വരവും പ്രതീക്ഷിച്ച് പെരുമാൾ പാർത്ഥിവപുരത്ത് നിൽക്കുകയാണത്രേ.

ആയ്കളുടെ ക്ഷേത്രനിർമ്മാണവൈഭവത്തിന്റെ ഉദാഹരണമാണ് ഈ ക്ഷേത്രം. പടിഞ്ഞാറേനടയിലൂടെ ഉള്ളിലേക്ക് കടന്നാൽ നാലമ്പലത്തിനുള്ളിൽനിന്ന് ശ്രീകോവിലിനുമുകളിലെ രാജഗോപുരം കാണാം. ചതുരാകൃതിയിലും മുഖമണ്ഡപത്തോടുകൂടിയതുമാണ്

ശ്രീകോവിൽ. ഗർഭഗൃഹവുമുണ്ട്. മുൻപ് ബലിക്കൽപ്പുര ഉണ്ടായിരുന്നതിന്റെ അടയാളം കാണാം. കൊടിമരവുമുണ്ടായിരുന്നത്രേ. ക്ഷേത്രത്തിന്റെ മേൽക്കൂര ദ്രാവിഡശൈലിയിൽ പണികഴിപ്പിച്ചതാണ്. വിശാലമായ തിരുമുറ്റവും ക്ഷേത്രത്തെ സുരക്ഷിതമാക്കുന്ന കോട്ടമതിലുമുണ്ട്. ഒൻപതാംനൂറ്റാണ്ടിൽ രൂപംകൊണ്ട ക്ഷേത്രം പതിനാറാംനൂറ്റാണ്ടിൽ പുനരുദ്ധരിക്കപ്പെട്ടു,

പടിഞ്ഞാറുദർശനമായാണ് പ്രധാനക്ഷേത്രം നിലകൊള്ളുന്നത്. ഗർഭഗൃഹത്തിനുള്ളിൽ പാർത്ഥസാരഥീസങ്കൽപ്പത്തിലാണ് വിഷ്ണുവിനെ പ്രതിഷ്ഠിച്ചിരിക്കുന്നത്. ചതുർബാഹുവാണ് ഭഗവാൻ. തൃക്കൈകളിൽ ശംഖും ചക്രവും കവഞ്ചിയും ധരിച്ചിട്ടുണ്ട്.

ആന, കുതിര, സിംഹം എന്നീ രൂപങ്ങൾകൊണ്ട് ക്ഷേത്രം അലങ്കൃതമാണ്. പടിഞ്ഞാറായിക്കാണുന്ന അമ്പലത്തിൽ പല പ്രതിഷ്ഠകളുമുണ്ടെങ്കിലും പ്രാധാനം ശാസ്താവ് തന്നെ. ശാസ്താവിന്റെ പ്രതിമയ്ക്കു ഭൂതത്താന്റെ രൂപമാണ്. ഇരുവശത്തായുള്ള നരസിംഹമൂർത്തി, ശിവൻ, പാർവതി എന്നീ ബിംബങ്ങൾക്ക് കേടുപാടുകൾ സംഭവിച്ചിട്ടുണ്ട്. പടിഞ്ഞാറെമുറ്റത്ത് നാഗർക്കും സ്ഥാനം നൽകിയിരിക്കുന്നു. അരശുവൃക്ഷത്തിന്റെചുവട്ടിലാണ് പ്രതിഷ്ഠ.

വടക്കേ തിരുമുറ്റത്ത് വരാഹമൂർത്തിയുടെയും വടക്കൻപെരുമാളിന്റെയും പ്രതിഷ്ഠ കാണാം. തെക്കുകിഴക്കായി ശിവലിംഗപ്രതിഷ്ഠയുണ്ട്. ശിവൻ, ഭഗവതി, ശാസ്താവ് എന്നിവരാണ് പാർത്ഥിവപുരം ക്ഷേത്രത്തിലെ ഉപദേവതകൾ.

പാർത്ഥിവപുരം ചെപ്പേട് ഒന്നാം ചെമ്പോലയിൽ ക്ഷേത്രത്തിലെ പൂജാരീതികളെയും ഉത്സവങ്ങളെക്കുറിച്ചും രേഖപ്പെടുത്തിയിട്ടുണ്ട്. ക്ഷേത്രത്തിനകത്തെ പണി (അകനാഴികപ്പണി) ചെയ്യുന്നവർ, ദേവനെ നീരാടിക്കുമ്പോൾ പന്ത്രണ്ട് കുടം നീർവീതം മുപ്പത്തിആറ് കുടം നീർ കൊടുക്കണം. പൂവ് ഇടുന്നവർ കൊണ്ടുവരുന്ന പൂവ് ഉണ്ടയും (തലയിൽ അണിയാനുള്ള ചെറിയ കട്ടിമാല) ബിംബത്തിൽ അണിയാനുള്ള മാലയും കുറവില്ലാതെ കെട്ടി നൽകണം. മീനമാസം വിശാഖം നാൾമുതൽ ആറാട്ടുവരെ ഏഴുദിവസത്തെ

ക്ഷേത്രമണ്ഡപത്തിന്റെ അടിസ്ഥാനശിലയിലെ ലിഖിതം

ഉത്സവം നടത്തണം. ഉത്സവദിവസങ്ങളിൽ ബ്രാഹ്മണവിദ്യാർത്ഥികൾക്കും മറ്റ് ജോലിക്കാർക്കും ഇരട്ടി ദിവസപ്പടി നൽകേണ്ടതാണ്.

പാർത്ഥിവശേഖരപുരത്തിന്റെ പ്രശസ്തി പാർത്ഥിവശേഖരപുരം ചാലയുമായി ബന്ധപ്പെട്ടതാണ്. കാന്തളൂർശാലയുടെ മര്യാദയിൽ സ്ഥാപിച്ച് നടത്തിപ്പോന്ന ഈ പാഠശാല അക്കാലത്തെ പ്രധാന വേദപാഠശാലയായിരുന്നു.

തിരുവട്ടാർ

മഹേന്ദ്രഗിരിയിൽനിന്ന് ഉത്ഭവിച്ച് ചെറുതും വലുതുമായ പാറക്കൂട്ടങ്ങളും വൻവൃക്ഷങ്ങളും നിറഞ്ഞ വനസ്ഥലികൾ പിന്നിട്ട് മലയിറങ്ങിവരുന്ന പറളിയാർ വിളവംകോട് ഗ്രാമത്തിൽ സമതലത്തിലെത്തുന്നു. സുന്ദരവും സമ്പന്നവുമായ ഒരു ഗ്രാമം. ഇവിടെ പറളിയാർ വടക്കോട്ട് ഒന്നു വട്ടംതിരിഞ്ഞു. പൂർവികർ അതിന് വട്ടാർ എന്നും പേരു നൽകി. പറളിയാർ ആദികേശവനെ വട്ടംചുറ്റിയ ഇടം തിരുവട്ടാർ.

വട്ടാറിൻകരയിൽ കുടികൊണ്ട ആദികേശവപെരുമാളെ കവിയും വൈഷ്ണവഭക്തനുമായ നമ്മാഴ്‌വാർ 'വട്ടാറ്റൻ' എന്നും 'കേശവൻ' എന്നുമാണ് സംബോധന ചെയ്തത്. വാട്ടമില്ലാത്ത ജലസമൃദ്ധമായ ആർ വട്ടാറായി എന്നത് മറ്റൊരുകഥ.

തിരുവട്ടാർ ക്ഷേത്രത്തിന്റെ പൂർവകഥ ത്രേതായുഗത്തിലേക്ക് നീളുന്നു. ചന്ദ്രനും പരശുരാമനും ആദികേശവഭക്തന്മാരായിരുന്നത്രേ. ആയ്കളും ചോളന്മാരും, ചേരരും അവരുടെ പിൻഗാമികളായ തിരുവിതാംകൂർ രാജാക്കന്മാരുമൊക്കെ തിരുവട്ടാറ്റുദേവനോട് കാണിച്ചിരുന്ന ഭക്തിക്കും ആദരവിനും ചരിത്രം സാക്ഷി.

പറളിയാറിന്റെ ഉത്ഭവം മഹേന്ദ്രഗിരിയിൽനിന്നാണെന്ന് പറഞ്ഞുവല്ലോ. മറ്റൊരു പ്രധാനനദിയായ കോതയാർ തുടങ്ങുന്നത് അഗസ്ത്യമുടിയിൽനിന്നാണ്. രണ്ടു കൈവഴികളായെത്തുന്ന കോതയാർ ക്ഷേത്രത്തെ ചുറ്റിയൊഴുകുന്ന പറളിയാറുമായി ചേർന്നിടമാണ് 'മൂന്നാറ്റുമുഖം.' പറളിയാറും കോതയാറും ചേർന്നുണ്ടാകുന്ന ജലപ്രവാഹത്തിന് താമ്രപർണ്ണിയെന്നാണ് പേര്.

വേൾപ്രഭുവായിരുന്ന ഏഴിനിആതന്റെ തലസ്ഥാനവും തിരുവട്ടാറായിരുന്നു (പുറനാനൂറ് - 496). സംഘകാലത്തെ വേൾ ആയിരുന്നല്ലോ ഉദാരമതിയും ഹൃദയാലുവുമെന്ന് പ്രസിദ്ധനായ ഏഴിനിആതൻ. ഏഴാംനൂറ്റാണ്ടിൽ തിരുവട്ടാറും ചുറ്റുവട്ടവും ആയ്‌രാജാക്കന്മാരുടെ കീഴിലായിരുന്നെങ്കിലും പാണ്ഡ്യരാജാവായ അരികേസരി പാണ്ഡ്യവർമ്മൻ (AD 670-710) പറളിയിൽവച്ചുണ്ടായ

യുദ്ധത്തിൽ ആയ്കളുടെ തിരുവട്ടാർ പിടിച്ചെടുത്തു. പാണ്ഡ്യരെ യുദ്ധത്തിൽ തോൽപ്പിച്ച ചോളരാജാവ് രാജേന്ദ്രചോളൻ ആ പ്രദേശം കീഴടക്കിയതോടെ അവിടം ചോളഭരണത്തിൻകീഴിലുമായി. വീണ്ടും ഒരു നൂറ്റാണ്ടു കഴിഞ്ഞപ്പോൾ തിരുവട്ടാറിന്റെ അവകാശികൾ വേണാട് രാജാക്കന്മാരായി. ഇതാണ് ആദികേശവൻ കുടികൊള്ളുന്ന തിരുവട്ടാറിന്റെ രാഷ്ട്രീയചിത്രം.

മഹാവിഷ്ണുവിന്റെ ഇരുപത്തിനാലുരൂപങ്ങളിൽ ഒന്നാണ് കേശവൻ. പത്മപുരാണമാണ് ഇതിന് ആധാരം. മഹാവിഷ്ണുവിന്റെ ശയനരൂപം ശിലാനിർമ്മിതമാകരുതെന്ന് ആഗമങ്ങൾ അനുശാസിക്കുന്നുണ്ട്. കടുംശർക്കരയോഗമാണ് വിഗ്രഹനിർമ്മിതിക്ക് ഉപയോഗിച്ചിരിക്കുന്നത്. വിഗ്രഹത്തിനുള്ളിലെ പൊള്ളയായ ഭാഗം പതിനാറായിരത്തെട്ടു സാളഗ്രാമങ്ങൾകൊണ്ട് നിറച്ചിട്ടുണ്ട്. കഴുത്തുമുതൽ കാൽമുട്ടുവരെ നീളുന്ന സ്വർണ്ണഅങ്കി വിഗ്രഹത്തെ അലങ്കരിക്കുന്നു.

ആദികേശവപ്രതിഷ്ഠയുള്ള ശ്രീകോവിൽ ദീർഘചതുരാകൃതിയിലുള്ളതാണ്. ശ്രീകോവിലിന് മൂന്നുവശത്തും വാതിലുകളുണ്ട്. 18 അടിനീളമുള്ള ശേഷശായി വിഗ്രഹം ഇടതുകരംനീട്ടി വലതുകയ്യിൽ ചിന്മുദ്രയുമായി യോഗനിദ്രയിൽ ശയിക്കുന്നു. ബ്രഹ്മദേവന് ഇവിടെ പ്രതിഷ്ഠയില്ല എന്നത് ഒരു പ്രത്യേകതയാണ്. സമീപത്ത് ഭൂദേവിയേയും ശ്രീദേവിയേയും കാണാം. ശിവലിംഗപ്രതിഷ്ഠയുടെ സ്ഥാനം പാദത്തിന് സമീപമാണുള്ളത്. ശ്രീകോവിലിനുള്ളിൽ കാദലേയമുനിയുടെ വിഗ്രഹവുമുണ്ട്. വിഷ്ണുഭക്തനായിരുന്നു ഈ മുനി. ശ്രീകോവിലിന് മുന്നിലെ ഒറ്റക്കൽ മണ്ഡപത്തിന് 18 അടിനീളവും അത്രയുംതന്നെ വീതിയും മൂന്നടിപൊക്കവുമുണ്ട്.

മണ്ഡപത്തിന് ഇരുവശങ്ങളിലുമായുള്ള മുറികളിൽ ദശാവതാരം, വിഷ്വക്സേനൻ, ധ്രുവൻ, ഭൃഗുമഹർഷി എന്നിവരുടെ രൂപങ്ങളും കാണാം. മേൽക്കൂര ചെമ്പുതകിടു മേഞ്ഞതും, ശ്രീകോവിലിന് മുകളിലുള്ള അഞ്ചു താഴികക്കുടങ്ങൾ തങ്കംപൂശിയതുമാണ്. ഇവിടത്തെ മുഖമണ്ഡപം ഉദയമാർത്താണ്ഡമണ്ഡപം എന്നാണ് അറിയപ്പെടുന്നത്. കൂടാതെ, ദാരുനിർമ്മിതമായ നാലു തൂണുകളും ഉത്തരക്കെട്ടിൽ പാലാഴിമഥനം, യോഗികൾ, ദേവന്മാർ, അഷ്ടദിക്പാലകർ, ബ്രഹ്മാവ് തുടങ്ങിയ ശില്പങ്ങളും കാണാം.

ശ്രീകോവിലും ഉപദേവാലയങ്ങളും ദ്രാവിഡ–കേരളവാസ്തുശില്പശൈലിയിലാണ് നിർമ്മിച്ചിട്ടുള്ളത്. കിഴക്കും പടിഞ്ഞാറുമുള്ള ഗോപുരങ്ങൾ തനികേരളീയശൈലിയിലും.

തിരുവട്ടാർക്ഷേത്രം വേണാടിന്റെ നിയന്ത്രണത്തിലായതോടെ ക്ഷേത്രഭരണം കോതനല്ലൂർ സഭയുടെ ആഭിമുഖ്യത്തിലായി. AD

1183-ൽ കോതമാർത്താണ്ഡർ എന്ന രാജാവ് കോതനല്ലൂർ സഭ സ്ഥാപിച്ചു. കോതമാർത്താണ്ഡവർമ്മൻ തിരുവനന്തപുരത്തെ ശോമായിക്കുടി കോയിക്കലിൽ താമസിച്ചിരുന്നു. തിരുവട്ടാർ ക്ഷേത്ര ഭരണത്തിനായി ഉണ്ടാക്കിയ സമിതിയിൽ അഞ്ചു മലയാളബ്രാഹ്മ ണരും നാലു പിള്ളമാരുമുൾപ്പെടെ ഒൻപതുപേരാണുണ്ടായിരുന്നത്. പത്മനാഭസ്വാമിക്ഷേത്രത്തിലെ ഭരണസമിതിയിലും ഒൻപതുപേരാ യിരുന്നല്ലോ. തിരുവനന്തപുരത്തേത് പോലെതന്നെ കോതനല്ലൂർ ഭരണസമിതിയുടെ അധ്യക്ഷനും പുഷ്പാഞ്ജലിസ്വാമിയാരായി രുന്നു. ആദ്യം മാത്തൂർ ഇല്ലത്തിനായിരുന്നു തന്ത്രമെങ്കിലും പിന്നെ അത് നെല്ലുവേലിക്കും മണലിക്കരക്കുമായി. ക്ഷേത്രപൂജകളൊക്കെ മലയാള ആചാരപ്രകാരമാണ്.

വേണാട് രാജവംശത്തിന്റെ കുലദേവതാസ്ഥാനങ്ങളായ തിരു വനന്തപുരത്തെയും തിരുവട്ടാറ്റെയും ക്ഷേത്രങ്ങൾ തമ്മിൽ സാമ്യ ങ്ങൾ ഏറെയാണ്. ശ്രീപത്മനാഭസ്വാമിക്ഷേത്രത്തിൽ അനന്ത പത്മനാഭൻ തെക്കോട്ടും തിരുവട്ടാറ്റ് ആദികേശവൻ വടക്കോട്ടും തലവച്ച് അഭിമുഖമായിക്കിടക്കുന്നു എന്നത് ശ്രദ്ധേയമാണ്. ആദി കേശവന്റെ പാദത്തോടുചേർന്നാണ് ശിവന്റെ സ്ഥാനം. എന്നാൽ പത്മനാഭന്റെ വലതുകൈയുടെ താഴെയാണ് ശിവന്റെ ഇടം. തിരുവനന്തപുരത്തെ ക്ഷേത്രത്തിന് തിരുവട്ടാറിനേക്കാൾ വലിപ്പം കൂടും. രണ്ടുക്ഷേത്രങ്ങൾ തമ്മിൽ ചെറിയ ചില വ്യത്യാസങ്ങളു ണ്ടെങ്കിലും ക്ഷേത്രസങ്കൽപ്പത്തിലും ആരാധനാക്രമത്തിലും ശിൽപ്പ മാതൃകകളുടെ സാമ്യതയിലും സാംസ്കാരികപ്പഴമയിലും സമാന തകൾ ഏറെയാണ്.

തിരുവിതാംകൂർ രാജകുടുംബത്തിലെ ഔദ്യോഗികചടങ്ങുകളോ ടനുബന്ധിച്ച കർമ്മങ്ങൾ തിരുവട്ടാറ്റും നടത്താറുണ്ടായിരുന്നു. രാജ കുടുംബംവക 'പടിയും പടിയേറ്റവും' തിരുവട്ടാറിലാണ് ആദ്യം നടന്നിരുന്നത്. തിരുവിതാംകൂർ രാജാവിന്റെ പ്രതിനിധി കൈയിൽ വാളുമായി തിരുവട്ടാറ്റെ ഉത്സവത്തിൽ പങ്കെടുക്കണം.

തിരുവട്ടാറിലെ ശീവേലിപ്പുരയാണ് പിൽക്കാലത്ത് പത്മനാഭ സ്വാമിക്ഷേത്രത്തിൽ നിർമ്മിച്ച ശീവേലിപ്പുരയ്ക്ക് പ്രചോദനം. ശീവേലിപ്പുരയുടെ കൽത്തൂണുകളിലുള്ള 222 ദീപലക്ഷ്മികൾ ലക്ഷണമൊത്തവയാണ്. ബലിക്കൽപ്പുരയിൽ ആൾവലിപ്പമുള്ള മനോഹരമായ കരിങ്കൽശിൽപ്പങ്ങൾ കാണാം. വേണുഗോപാലൻ, നൃത്തംചെയ്യുന്ന ഭദ്രകാളി, കിരാതശിവൻ, ഇന്ദ്രജിത്ത്, മന്മഥൻ, കങ്കാളമൂർത്തി, ലക്ഷ്മണൻ എന്നിവരുടെ കരിങ്കൽശിൽപ്പങ്ങളാണ് എടുത്തുപറയത്തക്കത്. പത്മനാഭസ്വാമിക്ഷേത്രംപോലെതന്നെ ചുവർചിത്രങ്ങൾകൊണ്ട് സമ്പന്നമാണ് ഈ ക്ഷേത്രവും. ഇവയിൽ

ഏറ്റവും മികച്ച ചിത്രങ്ങളിലൊന്നാണ് ശ്രീഭൂതബലി. ഈ ചുവർചിത്രത്തിൽ അനിഴംതിരുനാൾ മാർത്താണ്ഡവർമ്മയുമുണ്ട്.

ക്ഷേത്രസമുച്ചയത്തിനകത്ത് ചെറുതും വലുതുമായ അഞ്ചു മണ്ഡപങ്ങൾ കാണാം. ഈ മണ്ഡപങ്ങളിൽ ഒന്നിലാണ് ക്ഷേത്ര ഭരണസമിതിയായ കോതനല്ലൂർസഭ യോഗം ചേർന്നിരുന്നത്. ഒരു മണ്ഡപം ക്ഷേത്രകലകൾ അരങ്ങേറാനുള്ളതായിരുന്നു. മറ്റൊന്ന് തിരുഅള്ളാ പൂജയ്ക്കുള്ള തിരുഅള്ളാമണ്ഡപം. മനോഹരമായ കൊത്തുപണികൾകൊണ്ട് അലംകൃതമാണ് ഈ മണ്ഡപങ്ങൾ.

AD 1740-ൽ നാഞ്ചിനാട് കൊള്ളയടിക്കാൻ ആർക്കാട്ട് നവാബിന്റെ അനുചരരെത്തി. ക്ഷേത്രം കൊള്ളയടിച്ച അവർ ഭഗവാന്റെ അർച്ചനാബിംബവും കൊണ്ടുപോയി. ഇതേതുടർന്ന് നവാബിന് പല അസുഖങ്ങളുമുണ്ടായി. ഭയചകിതനായ നവാബ് വിഗ്രഹം സുരക്ഷിതമായി തിരിച്ചേൽപ്പിച്ചതോടെ അസുഖത്തിന് ശാന്തിയുമായി. തുടർന്ന് പ്രായശ്ചിത്തമായി നവാബ്, ക്ഷേത്രത്തിലെ ഉത്സവത്തിന് പത്തുദിവസവും പ്രത്യേകപൂജയ്ക്കുള്ള ഏർപ്പാടുണ്ടാക്കി. ഉത്സവബിംബം ശ്രീകോവിലിൽ പുനഃസ്ഥാപിക്കുന്നതിനു മുൻപ് പൂജ നടത്തുന്ന മണ്ഡപമാണ് തിരുഅള്ളാ മണ്ഡപം. ഈ ചടങ്ങ് ഇന്നും മുടങ്ങാതെ നടക്കുന്നുണ്ട്.

തിരുഅള്ളാമണ്ഡപം

1679-ൽ ഉമയമ്മറാണിയുടെ കാലത്ത് മുകിലനെന്നുപേരായ ഒരു മുസ്ലീം ആക്രമണകാരി ക്ഷേത്രം ആക്രമിക്കാൻ ശ്രമിച്ചു. കോട്ടയം കേരളവർമ്മ മുകിലനെ യുദ്ധത്തിൽ വധിക്കുകയാണ് ഉണ്ടായത്.

തിരുവനന്തപുരത്ത് ശ്രീപത്മനാഭസ്വാമിക്ഷേത്രത്തിലുള്ളതുപോലെ ഒരു ശ്രീകൃഷ്ണക്ഷേത്രം തിരുവട്ടാറ്റുമുണ്ട്. ചുറ്റമ്പലത്തിനു

പുറത്ത് വടക്കുപടിഞ്ഞാറേമൂലയിൽ കിഴക്കുദർശനമായാണ് ക്ഷേത്രം. AD 1235-ൽ ക്ഷേത്രനിർമ്മാണം പൂർത്തിയായതായി പറയപ്പെടുന്നു. കരിങ്കല്ലിൽ തീർത്തതാണ് വിഗ്രഹം. ശ്രീകൃഷ്ണന്റെ ക്ഷേത്രനിർമ്മിതിക്ക് ചോഴശൈലിയാണ് അവലംബിച്ചിട്ടുള്ളത്. ഗോശാലകൃഷ്ണന്റെ സങ്കൽപ്പത്തിലാണ് പ്രതിഷ്ഠ. തൃക്കൈകളിൽ കാലിക്കോലും ശംഖുമുണ്ട്.

ക്ഷേത്രമതിൽക്കെട്ടിനകത്ത് തെക്കേമുറ്റത്തുള്ള ശ്രീകോവിലിൽ കിഴക്കുദർശനമായി ശാസ്താവിനെ പ്രതിഷ്ഠിച്ചിട്ടുണ്ട്. ഉപക്ഷേത്രങ്ങളിൽ സാധാരണമല്ലാത്ത ഒരു നമസ്കാരമണ്ഡപം ശാസ്താക്ഷേത്രത്തിനുണ്ടെന്നുള്ളതാണ് പ്രത്യേകത. തെക്കുഭാഗത്ത് ചുവരോടുചേർന്നുള്ള മുറിയിൽ ഏതാനും ശിവലിംഗങ്ങളും സാളഗ്രാമവും സൂക്ഷിച്ചിട്ടുണ്ട്.

ക്ഷേത്രത്തിൽ ചുറ്റമ്പലത്തിനെ പ്രത്യേകമായി തിരിച്ചുണ്ടാക്കിയ 'ചെറുചുറ്റിലും' തിരുവമ്പാടിക്ഷേത്രത്തിലുമുള്ള ചുവരുകൾ മനോഹരമായ ചുവർചിത്രങ്ങൾകൊണ്ട് അലങ്കരിച്ചിരിക്കുന്നു. മലയാളചരിത്രരചനാശൈലിയുടെ മികച്ച ഉദാഹരണങ്ങളാണിവ. ചെറുചുറ്റിലെ ചിത്രങ്ങൾ ഏറെയും പുരാണേതിഹാസങ്ങളുടെ ചിത്രീകരണമാണ്. ഗജേന്ദ്രമോക്ഷം, ദേവേന്ദ്രൻ, ഗരുഡവാഹനമായ വിഷ്ണു, അനന്തശയനമൂർത്തി മുതലായവരുടെ കൂട്ടത്തിൽ കദളീവനത്തിലെ ഹനുമാന്റെയും ശ്രീരാമന്റേയും ചിത്രങ്ങൾ പ്രത്യേകശ്രദ്ധ ആകർഷിക്കുന്നതാണ്. 17-ാംനൂറ്റാണ്ടിലേതാണ് ഈ ചുവർചിത്രങ്ങളെന്ന് കണക്കാക്കുന്നു. ശ്രീകൃഷ്ണക്ഷേത്രത്തിലെ ചുവരുകളിലെ ചിത്രങ്ങൾക്കാണ് കൂടുതൽ പഴക്കം, വേണുഗോപാലൻ, ദക്ഷിണാമൂർത്തി, പരശുരാമൻ, ശങ്കരനാരായണൻ, ഭദ്രകാളി, ഗണപതി, ശിവതാണ്ഡവം മുതലായവയാണ് ചുവർചിത്രങ്ങളിലെ വിഷയങ്ങൾ. പാലാഴി കടഞ്ഞപ്പോൾ പൊന്തിവന്ന കൊടിയവിഷം ലോകരക്ഷയ്ക്കായി സ്വീകരിക്കാൻ തയ്യാറാകുന്ന നീലകണ്ഠനെയും അതു തടയാൻശ്രമിക്കുന്ന പാർവതിയേയും ചിത്രീകരിക്കുന്ന അപൂർവചിത്രവും ഇക്കൂട്ടത്തിലുണ്ട്.

ആദികേശവക്ഷേത്രവുമായി ബന്ധപ്പെട്ടും ഒരു സ്ഥലപുരാണമുണ്ട്. പത്മപുരാണത്തിലാണ് ഇതേക്കുറിച്ച് പരാമർശമുള്ളത്. മഹാവിഷ്ണുവിനെ പ്രീതിപ്പെടുത്താൻ ബ്രഹ്മദേവൻ അർപ്പിച്ച ബലിയിൽ ഒരു പിഴവുപറ്റി. (അതുകൊണ്ടാവാം ശ്രീപത്മനാഭസ്വാമി ക്ഷേത്രത്തിലുള്ളതുപോലെയുള്ള ബ്രഹ്മാവിന്റെ പ്രതിഷ്ഠ ഇവിടെ ഇല്ലാത്തത്) പിഴവുമൂലം ഹോമകുണ്ഠത്തിൽനിന്ന് അസുരനായ കേശനും സഹോദരിയായ കേശിയും ആവിർഭവിച്ചു. ഒരിക്കലും മരിക്കയില്ലെന്ന് വരംനേടിയ ഇവരുടെ അതിക്രമങ്ങൾ ലോകർക്ക്

ചുമർചിത്രം - ഗണപതി

സഹിക്കാവുന്നതിലും അപ്പുറമായി. ഇവരിൽനിന്ന് മുക്തിക്കായി ജനങ്ങൾ മഹാവിഷ്ണുവിൽ അഭയംതേടി. ദുഷ്ടനിഗ്രഹത്തിനായി ഭഗവാൻ ആദിശേഷനോടൊപ്പം ഭൂമിയിൽ അവതരിച്ചു. അവിടെ വച്ച് അനന്തൻ കേശനെ പിടികൂടി വരിഞ്ഞുമുറുക്കി വിഷ്ണുവിന് ശയിക്കാനുള്ള തല്പമാക്കി. അങ്ങിനെ കേശനെ ജയിച്ചവൻ കേശവ നായി. ദ്വാപരയുഗത്തിനുമുൻപുള്ള ഭഗവാന്റെ ആദ്യത്തെ കേശവാ വതാരമായിരുന്നു ഇത്. അങ്ങനെയാണ് ആദികേശവപെരുമാളിന്റെ ഉത്ഭവം. കേശിയേയും ഭഗവാൻ ശിക്ഷിച്ചു. അവളെ വിനാശകാരി യായ ഒരു നദിയാക്കിമാറ്റിയശേഷം ആദികേശവക്ഷേത്രത്തെ വലം വച്ചൊഴുകാൻ നിയോഗിച്ചു. ആ നദിയാണ് പറളീനദി. കോതയും ഒരിക്കൽ കേശിയുടെ സ്നേഹിതയായിരുന്നു. അവളെ കോതയാ റാക്കിമാറ്റി. ഭഗവാൻ തുലാമാസത്തിൽ പറളീനദിയിലും മീനമാസ ത്തിൽ കോതയാറിലും ആറാടുന്നു. ഇത് ഈ രണ്ടുനദികൾക്കും നൽകിയ വരമത്രേ. ക്ഷേത്രത്തെ വലംവച്ചൊഴുകുന്ന പറളീനദി കോതയാറുമായി ചേരുന്നു.

ചൈതന്യമഹാപ്രഭു ശിഷ്യന്മാരോടൊപ്പം തിരുവട്ടാർക്ഷേത്ര ത്തിലെത്തിയത് AD 1510-ലാണ്. ഇവിടെനിന്ന് അദ്ദേഹത്തിന് ബ്രഹ്മസംഹിത തുടങ്ങിയ അമൂല്യഗ്രന്ഥങ്ങൾ ലഭിച്ചുവെന്നാണ് പറയപ്പെടുന്നത്. ചൈതന്യനുശേഷം ഗുരുനാനാക്കും ദർശനത്തി നായെത്തി. നമ്മാഴ്വാരുടെയും, തിരുമങ്കൈത്താൾവാരുടെയും പാടി പ്പുകഴ്ത്തലുകളും 12-ാംനൂറ്റാണ്ടിൽ ജീവിച്ചിരുന്ന പിള്ളൈപെരു മാൾ അയ്യങ്കാർ, ദേവന് ചാർത്തിയ കവിതാപുഷ്പമാല്യവും വസു ദേവകവിയുടെ തിരുവട്ടാർ മാഹാത്മ്യവും കോട്ടയം കേരളവർമ്മ യുടെ ആദികേശവസ്തുതിയും പ്രസിദ്ധമാണ്. പുറന്നാന്നൂറിലും തിരുവട്ടാറിനെകുറിച്ചുള്ള വിവരണം കാണാം.

തമിഴ്വട്ടെഴുത്തിലും സംസ്കൃതലിപിയിലും രേഖപ്പെടുത്തിയി ട്ടുള്ള 22 ശിലാശാസനങ്ങൾ ക്ഷേത്രത്തിലുണ്ട്. ചോഴ, ചേരരാജാ ക്കന്മാരുടെ കാലത്തുള്ളതാണ് ഈ ശാസനങ്ങൾ. ഇവയിൽ ഏറ്റവും പഴക്കമുള്ളത് ചോഴകാലഘട്ടത്തിലെ ശാസനങ്ങളാണ്. AD 9-ാംനൂറ്റാണ്ടിനും 16-ാംനൂറ്റാണ്ടിനും ഇടക്കുള്ളതാണ് ഈ ശാസന ങ്ങൾ. ക്ഷേത്രത്തിലേക്കുള്ള ധനസഹായം, മറ്റുസംഭാവനകൾ, പല പ്പോഴായി ക്ഷേത്രത്തിൽ നടത്തിയിട്ടുള്ള നിർമ്മാണപ്രവർത്തനങ്ങൾ, ക്ഷേത്രപുനരുദ്ധാരണം എന്നിവയാണ് ഈ ശാസനങ്ങളിലെ വിഷയം.

1179-ൽ രാജാവായ വീരഉദയമാർത്താണ്ഡവർമ്മ യുവരാജാവാ യിരിക്കുമ്പോൾ തിരുവട്ടാർ വിഷ്ണുക്ഷേത്രത്തിലെ നിത്യനിദാന ങ്ങൾക്ക് മുടക്കംവരാതിരിക്കാൻ അരിക്കുദാനംനടത്തിയതായി

കാണുന്നു (തിരുവട്ടാർ രേഖ AD 1173). 1178-ലെ കിള്ളിയൂർ ക്ഷേത്ര രേഖയിൽ ഉദയമാർത്താണ്ഡവർമ്മയെ വേണാട്രാജാവ് എന്ന് രേഖപ്പെടുത്തിയിട്ടുണ്ട്.

രവിവർമ്മ കുലശേഖരൻ കൊ.വ. 779 ആനിമാസം 26-ാം തീയതി ശനിയാഴ്ച ക്ഷേത്രത്തിന്റെ അറ്റകുറ്റപ്പണികൾ തുടങ്ങി. ക്ഷേത്രത്തിന്റെ പുനർനിർമ്മാണത്തിലും പുനരുദ്ധാരണത്തിലും അദ്ദേഹത്തിന്റെ ബന്ധുക്കളും പങ്കുചേർന്നു. സഹോദരൻ രാമവർമ്മ ലോഹ നിർമ്മിതമായ രണ്ട് ദ്വാരപാലകരെ സ്ഥാപിക്കുകയും മറ്റൊരു സഹോദരൻ ആദിത്യവർമ്മ അകത്തെ അങ്കണം കല്ലുപാകുകയും ചെയ്തു. ക്ഷേത്രത്തിൽ കാണുന്ന ഈ രേഖ കൊ.വ. 778 നും 782നും ഇടയ്ക്ക് രേഖപ്പെടുത്തിയതായിരിക്കാം എന്ന് ടി.എ. ഗോപിനാഥറാവു അഭിപ്രായപ്പെടുന്നു. (TAS. Vol I No X)

1741-ൽ അനിഴംതിരുനാൾ മാർത്താണ്ഡവർമ്മ ഡച്ചുകാർക്കെതിരെയുള്ള യുദ്ധത്തിനുമുൻപ് ആദികേശവന് തൊള്ളായിരത്തി എട്ടു പണം കാണിക്കയായി സമർപ്പിച്ച് തന്റെ ഉടവാൾ നടക്കുവച്ച് തിരിച്ചെടുത്ത് പ്രാർത്ഥിച്ചശേഷമാണ് യുദ്ധത്തിന് പുറപ്പെട്ടത്. യുദ്ധവിജയത്തിനുശേഷവും അദ്ദേഹം ക്ഷേത്രത്തിലെത്തി പൂജകൾ നടത്തി.

പറളിയാറിന്റെ സമീപത്തെ ഉയർന്ന കരയിൽ പൂത്തുലഞ്ഞു നിന്നിരുന്ന ചെമ്പകക്കാടിനിടയിൽ തലയെടുത്തുനിന്ന ക്ഷേത്രം. അതിനുള്ളിൽ അനന്തതൽപ്പത്തിൽ ശയിക്കുന്ന ആദികേശവപെരുമാളെ തിരുമങ്കൈ ആഴ്വാർ ഇങ്ങനെ സ്തുതിക്കുന്നു. "പുനർജന്മമെന്ന പാപത്തിന്റെ വേരുകളറക്കാൻ വട്ടാറ്റ് കുടികൊള്ളുന്ന കേശവന്റെ തൃപ്പാദങ്ങൾ വണങ്ങുകയും ഭഗവാനെ സ്തുതിച്ച് ഗാനങ്ങൾ ആലപിക്കുകയും ചെയ്യുകവഴി, പാപക്കറ കഴുകി ലൗകികതയിൽ നിന്ന് മോചനം നേടുന്നു. ഭഗവാനിൽ ലയിക്കുന്നു. നെഞ്ചകമേ, നമുക്കു ലഭിച്ച ഈ ഭാഗ്യത്തെ നീ അറിയുന്നുവോ?"

കുമാരകോവിൽ

മുരുകന്റെ പ്രധാന വാസസ്ഥലങ്ങളിൽ ഒന്നാണ് തിരുവേരകം അഥവാ കുമാരകോവിൽ. വേളിമലയുടെ താഴ്വാരത്തിലാണ് മനോഹരവും പുരാതനവുമായ ഈ കോവിൽ. പൂർണ്ണമായും ശിലാനിർമ്മിതമായ ക്ഷേത്രത്തിൽ ധാരാളം സുന്ദരശിലാശിൽപ്പങ്ങളുമുണ്ട്. ഈ മല വേളിമലയായതിനുപിന്നിൽ ഒരു പ്രണയത്തിന്റേയും പ്രണയസാക്ഷാത്കാരത്തിന്റേയും കഥയുണ്ട്. ക്ഷേത്രാന്തരീക്ഷത്തിൽ, ഭക്തിയുടെ ആഴങ്ങളിലേക്ക് മനസ്സ് മുങ്ങിത്താഴുമ്പോഴും കഥയുമായി ബന്ധപ്പെട്ട പ്രതിഷ്ഠാസങ്കൽപ്പങ്ങളും ആരാധന

ക്രമങ്ങളും ഐതീഹ്യങ്ങളും ആ കഥ നമ്മെ വീണ്ടും വീണ്ടും ഓർമ്മിപ്പിച്ചുകൊണ്ടിരിക്കും.

നാഞ്ചിനാട് ഭരിച്ചിരുന്ന നാഞ്ചിൽകുറവന്മാരുടെ പ്രതാപകാലം. കുറവരാജാവായിരുന്ന നമ്പിരാജൻ പുരുഷസന്താനങ്ങളാൽ അനുഗ്രഹീതനായിരുന്നുവെങ്കിലും ഒരു മകളുടെ കുറവ് അദ്ദേഹത്തെ വല്ലാതെ ദുഃഖിതനാക്കി. ശിവഭക്തനായ കുറവരാജാവ് പരമശിവനെത്തന്നെ അഭയംപ്രാപിച്ചു. കഠിനമായി തപസ്സുചെയ്ത് ശിവനെ പ്രത്യക്ഷപ്പെടുത്തി. ഭക്തനിൽ സംപ്രീതനായ ഭഗവാൻ സ്ത്രീസന്താനലബ്ധിക്ക് അനുഗ്രഹം നൽകി. അങ്ങിനെ നമ്പിരാജന് ലഭിച്ച മകളാണ് വള്ളിനായകി. കാലംകടന്നുപോയി. വള്ളിനായകി വളർന്ന് ലക്ഷണയുക്തയായ യുവതിയായി. നാഞ്ചിനാട്ടെ കുറിഞ്ചിനിലങ്ങളിൽ ആടിയും പാടിയും പാറിനടന്നിരുന്ന, നാരിലക്ഷണങ്ങളെല്ലാം തികഞ്ഞ വള്ളിയെ കണ്ടെത്തിയത് നാരദനാണ്. നാഞ്ചിനാട് ഭാഗത്ത് രൂപവതിയായ ഒരു യുവതിയെകണ്ട വിവരം നാരദൻ മുരുകനെ അറിയിച്ചു. വള്ളിയെ നേരിൽക്കണ്ട മുരുകൻ അവളിൽ അനുരക്തനാവുന്നു. പ്രണയസാക്ഷാത്കാരത്തിനിടയിലുണ്ടായ തടസ്സങ്ങളൊക്കെ മറികടന്ന് അവർ തമ്മിലുള്ള വേളിസമംഗളം നടന്നു. അങ്ങനെ വേളിനടന്ന മലയാണ് വേളിമല. രാധയുടേയും കൃഷ്ണന്റേയും പ്രണയംപോലെ പ്രസിദ്ധമല്ലെങ്കിലും ഈ സംഘകാലദൈവത്തിന്റെയും വള്ളിയുടേയും പ്രണയകഥകൾ ഇന്നും മുരുകഭക്തന്മാർ പാടിനടക്കുന്നുണ്ട്. കുമാരൻ, സ്കന്ദൻ, കാർത്തികേയൻ, സുബ്രഹ്മണ്യൻ എന്നിങ്ങനെ പലനാമങ്ങളിൽ ഈ ദേവൻ വാഴ്ത്തപ്പെടുന്നു.

വേളിമലയുടെ പശ്ചാത്തലശോഭയിൽ തിളങ്ങുന്നക്ഷേത്രത്തിന്റെ സ്ഥാനം തറനിരപ്പിൽനിന്നുയർന്ന് മലയുടെ ചരിവിലാണ്. കിഴക്കുദർശനമായ ക്ഷേത്രത്തിന്റെ കിഴക്കേനടയാണ് പ്രധാനം. പടികൾ കയറിവേണം മുകളിലെത്താൻ. മുകളിൽനിന്ന് കുമാരകോവിൽ ഗ്രാമത്തിന്റെ മനോഹരമായ ദൃശ്യം കാണാം. തെക്കുഭാഗത്ത് നോക്കെത്താദൂരത്ത് പച്ചപുതച്ച് പരന്നുകിടന്നിരുന്ന നാഞ്ചിനാടിന്റെ മുഖമുദ്രകളായ നെൽപ്പാടങ്ങളും കുളങ്ങളും. പലതും നികന്നുപോയിരിക്കുന്നു. വടക്കുപടിഞ്ഞാറ് കണ്ടാലും കണ്ടാലും മതിവരാത്ത വേളിമലയുടെ വന്യസൗന്ദര്യം. വൻവൃക്ഷങ്ങളും അവയ്ക്ക് ഇടയ്ക്കുള്ള പാറക്കെട്ടുകളും ആകർഷകംതന്നെ.

ക്ഷേത്രത്തിന്റെ പടിഞ്ഞാറുഭാഗത്തും മുകളിലേക്കുകയറാൻ പടവുകളുണ്ട്. കിഴക്കുഭാഗത്തെ ഗോപുരവാതിലും പ്രദക്ഷിണവഴിയും കടന്നാൽ ശീവേലിപ്പുരയിലേക്ക് കയറാം. ഗോപുരം കടന്നാൽ പുറത്തെ ചുറ്റിന്റെ മച്ചിൽ പാണ്ഡ്യരുടെ അടയാളമായ മത്സ്യ

രൂപം കൊത്തിവച്ചിട്ടുണ്ട്. നാലമ്പലത്തിൽ ധാരാളം കൊത്തുപണികളുമുണ്ട്.

വളരെ വലുതാണ് മുരുകന്റെ പ്രതിഷ്ഠ. എട്ടടിയോളംവരും ഈ ശിലാവിഗ്രഹത്തിന്. രണ്ടു കൈകളിൽ ഒന്നിൽ വരദമുദ്ര. മറ്റേകൈ താഴ്ത്തിയിട്ടിരിക്കുന്നു. ഒരു കയ്യിൽ താമരയുമായി വള്ളിയും വാമഭാഗത്തുണ്ട്. പ്രതിഷ്ഠയുടെ വലിപ്പത്തിന് യോജിക്കുന്ന വലിയ ശ്രീകോവിലും മനോഹരമാണ്. ശിലാനിർമ്മിതമായ ക്ഷേത്രവും വലിപ്പമേറിയ ശിലാവിഗ്രഹവും പൂർവകാലജൈനസാന്നിധ്യം ആരോപിക്കുന്നുവെങ്കിൽ അതിൽ അതിശയത്തിന് വകയില്ല.

ശീവേലിമാർഗ്ഗത്തിലെ നാലമ്പലത്തോടുചേർന്നുള്ള ശ്രീകോവിലിൽ കല്ല്യാണഗണപതി പ്രതിഷ്ഠയുണ്ട്. ഈ ഗണപതിവിഗ്രഹവും വലിപ്പമേറിയതുതന്നെ. മാത്രമല്ല മുരുക – വള്ളി പ്രണയകഥയിലെ കഥാപാത്രവുമാണ് ഗണപതി. ഒരാനയായിവന്ന് വള്ളിയെ മുരുകന്റെയടുത്തേക്ക് ആട്ടിയോടിച്ച് അവരുടെ സംഗമത്തിന് കാരണഭൂതനായ ഗണപതിയുടെ സങ്കൽപ്പത്തിലുള്ള വിഗ്രഹമാണ് കല്ല്യാണഗണപതി.

തോക്ക് ഏന്തിയ സേനാനി. കിഴക്കേനടയിലെ ശില്പം

നാലമ്പലത്തിലേക്കുള്ള പ്രധാന വാതിലിന്റെ പടിയിലുള്ള ശിലാലിഖിതത്തിൽ ദേവനെ സംസാരിക്കുന്ന മുരുകൻ എന്ന് വിശേഷിപ്പിച്ചിട്ടുണ്ട്. നാലമ്പലത്തിൽ അമൃതലിംഗം, കാശിലിംഗം, മണവാളകുമാരൻ എന്നീ പ്രതിഷ്ഠകൾ ഒരേനിരയിൽ കാണാം. നവരാത്രിആഘോഷത്തിന് പത്മനാഭപുരത്തുനിന്ന് സരസ്വതീദേവിയേയും ശുചീന്ദ്രത്തുനിന്ന് കുണ്ടണിനങ്കയേയും എഴുന്നള്ളിക്കുമ്പോൾ അവരെ അനുഗമിക്കുന്ന സുബ്രഹ്മണ്യസ്വാമിയുടെ പഞ്ചലോഹവിഗ്രഹവും ഇവിടെയാണ്.

ക്ഷിപ്രപ്രസാദിയായ ശ്രീചണ്ഡികേശ്വരൻ എപ്പോഴും ധ്യാനത്തിലായിരിക്കും. ഇദ്ദേഹത്തെ കൈകൊട്ടി ഉണർത്തിവേണം ഭക്തർ അഭീഷ്ട

സിദ്ധിക്കായി പ്രാർത്ഥിക്കേണ്ടത്. അറുപത്തിമൂന്ന് ശൈവസിദ്ധാന്തിമാരിൽ ഒരാളാണ് ചണ്ഡികേശ്വരൻ. കല്ലിൽതീർത്ത ആലയത്തിനുള്ളിൽ വടക്കുദർശനമായി പ്രതിഷ്ഠിച്ചിരിക്കുന്നു. കിണറ്റിനരികത്തായി തറനിരപ്പിൽനിന്ന് ഉയർന്നതും ദീർഘചതുരത്തിലുമുള്ള അമ്പലമാണ് വടക്കേടം. ഇവിടെ മുരുകന് അറുമുഖനൈനാർ എന്ന സങ്കല്പമാണ്. മുരുകപത്നിമാരായ വള്ളി, ദേവയാനി എന്നിവരെക്കൂടാതെ നടരാജൻ, ഗണപതി വിഗ്രഹങ്ങളും ഇവിടെയുണ്ട്.

നാലമ്പലത്തിനു പുറത്താണ് ശിവന്റേയും ശിവകാമിയുടേയും ക്ഷേത്രങ്ങൾ. ശിവൻ നന്ദീസമേതനാണ്. ശിവക്ഷേത്രത്തിനും ശിവകാമിക്ഷേത്രത്തിനുംകൂടി പൊതുവായി ഒരു മണ്ഡപമാണുള്ളത്. ഈ സ്ഥലത്താണത്രെ കുറവരാജാവ് സ്ത്രീസന്താനലബ്ധിക്കായി തപസ്സുചെയ്തത്.

ശിവന്റേയും ദേവിയുടേയും ക്ഷേത്രങ്ങൾക്കിടയിൽ വളരെ പഴക്കമുള്ള വേങ്ങമരത്തിന്റെ ഭാഗമുണ്ട്. മുരുകന്റേയും വള്ളിയുടേയും പ്രണയകഥയിലെ ഒരു കഥാപാത്രമാണ് ഈ മരവും. കാമുകീകാമുകന്മാരുടെ രഹസ്യസംഗമത്തിനിടയിൽ അവിചാരിതമായി അവരുടെ ഇടയിലേക്ക് വള്ളിയുടെ സഹോദരന്മാർ കടന്നുവന്നു. അവരിൽ നിന്ന് ഒളിക്കാനായി കുമാരൻ വേങ്ങമരത്തിന്റെ രൂപംപൂണ്ടെങ്കിലും കള്ളിവെളിച്ചത്തായി. അവസാനം മുരുകൻ സഹോദരന്മാരുടെ മുമ്പിൽ പ്രത്യക്ഷപ്പെട്ട് അവർക്ക് വിശ്വരൂപദർശനം നൽകിയതോടെ എല്ലാം ശുഭപര്യവസായിയായി എന്നാണ് കഥ. ആ വേങ്ങമരത്തിന്റെ അവശിഷ്ടമാണത്രെ ഇപ്പോഴും അവിടെയുള്ളത്. ഈ മരത്തേയും മുരുകസങ്കൽപ്പത്തിൽതന്നെ പൂജിക്കുന്നു.

പ്രദക്ഷിണവഴിയിൽ, നാലമ്പലത്തിനുപുറത്ത് കന്നിമൂലയിൽ കിഴക്കുദർശനമായി ശാസ്താവ്, നാഗത്താന്മാർ, ദേവി എന്നിവരുണ്ട്. മാളികപ്പുറത്തമ്മയുടെ സങ്കൽപ്പമാണ് ദേവിക്ക്.

വടക്കുകിഴക്കുഭാഗത്തായാണ് ക്ഷേത്രക്കിണർ. കിണറ്റിലേക്കിറങ്ങാൻ പടികൾ കെട്ടിയിട്ടുണ്ട്. പടികളിറങ്ങി ഒരു തുരങ്കം കടന്നുവേണം കിണറ്റിലെത്താൻ. ക്ഷേത്രത്തിലെ പൂജാരിമാർക്കുമാത്രമേ ഇവിടെ പ്രവേശനമുള്ളൂ. പൂജയ്ക്കും ബന്ധപ്പെട്ട ക്ഷേത്രാവശ്യങ്ങൾക്കും മാത്രമേ കിണറ്റിലെ വെള്ളമെടുക്കാവൂ.

തമിഴ്-മലയാള ആരാധനാസമ്പ്രദായങ്ങൾ ഒരുപോലെ പാലിക്കപ്പെടുന്ന ക്ഷേത്രംകൂടിയാണിത്. പ്രധാന ശ്രീകോവിലിൽ കേരള താന്ത്രികവിധിപ്രകാരമുള്ള രീതികളാണ് പിന്തുടരുന്നത്. തിരുവനന്തപുരത്ത് വഞ്ചിയൂരെ അത്തിയറപോറ്റിക്കാണ് തന്ത്രം. വടക്കേടത്തെ, ആരാധനയൊക്കെ തമിഴ്ശൈലിയിലാണ് ചെയ്യുന്നത്. മൂന്നു തമിഴ് ബ്രാഹ്മണകുടുംബങ്ങൾക്കാണ് ഇവിടത്തെ പൂജകൾ നടത്തുന്നതിനുള്ള ചുമതല.

ഇടവമാസം പത്തുദിവസങ്ങളിലായാണ് കുമാരകോവിലിലെ ഉത്സവങ്ങൾ കൊണ്ടാടുന്നത്. ഉത്സവത്തിന് മുരുകൻ വെള്ളിമയിലിന്റെ പുറത്തും വള്ളി കിളിരൂപത്തിലുമാണ് എഴുന്നള്ളുന്നത്. ഒൻപതും പത്തും ദിവസങ്ങളിലെ മുരുകന്റെ എഴുന്നള്ളത്ത് ആറടിയോളം പൊക്കമുള്ള വെള്ളിക്കുതിരമേലാണ്. കുതിരയെ പുരുഷന്മാർ ചുമലിലേറ്റും.

ഏഴുദിവസം നീണ്ടുനിൽക്കുന്ന മുരുകൻ-വള്ളി വിവാഹവാർഷികാഘോഷങ്ങൾക്ക് തൃക്കല്യാണം എന്നാണ് പറയുന്നത്. കുമാരസ്വാമിയുടേയും വള്ളിയുടേയും ഉത്സവവിഗ്രഹങ്ങൾ നാലമ്പലത്തിനുപുറത്തുള്ള കല്ല്യാണമണ്ഡപത്തിൽവച്ച് ഏഴുദിവസവും ആരാധിക്കും.

പ്രസിദ്ധമായ ശിവരാത്രിഉത്സവം തിരുവനന്തപുരത്തേക്ക് മാറ്റിയതോടെ സരസ്വതിദേവിയോടും കുണ്ടണിനങ്കയോടുമൊപ്പം കുമാരസ്വാമിയും തിരുവനന്തപുരത്തേക്ക് എഴുന്നള്ളും; ചരിത്രപ്രസിദ്ധമായ തന്റെ വെള്ളിക്കുതിരമേലാണ് കുമാരസ്വാമി തിരുവനന്തപുരത്തേക്ക് എഴുന്നള്ളുന്നത്.

ക്ഷേത്രത്തിലേക്കുള്ള പടിഞ്ഞാറേ കവാടത്തിനെതിരായി ഒരു ചെറിയ അറയുണ്ട്. അതിനകത്ത് ശിലാലിഖിതങ്ങളും. ഭഗവാനായ വേലായുധപ്പെരുമാളിന്റെ പൂജയ്ക്കായി മണവാളക്കുറിച്ചിയിലെ പെരുമാൾ ചെമ്പകരാമൻ ഭൂമി ദാനംചെയ്ത വിവരമാണ് രേഖപ്പെടുത്തിയിരിക്കുന്നത്. കൊ.വ. 909-ൽ അയ്യപ്പൻ എന്നൊരാൾ ക്ഷേത്രത്തിലെ പൂജയ്ക്കും പൂമാലയ്ക്കുംവേണ്ടി ഭൂമി ദാനംചെയ്തത് മറ്റൊരു രേഖ. കൊ.വ. 904-ൽ ഭൂതപ്പാണ്ടിക്കാരനായ പെരുമാൾ ക്ഷേത്രഖജനാവിലേക്ക് 40 പണം ദാനംചെയ്തതായും കാണുന്നു. പൂജയ്ക്കും ഉത്സവത്തിനും നൽകിയ സംഭാവനകളുടെ കുറിപ്പുകളുമുണ്ട്.

വള്ളീസമേതനായ മുരുകനെ വണങ്ങി മനംനിറഞ്ഞ് ക്ഷേത്രാന്തരീക്ഷത്തിലെ കുളിർമ്മയിൽനിന്ന് പടിയിറങ്ങി താഴെയെത്തുമ്പോൾ അന്തരീക്ഷമാകെ ചൂടുപിടിച്ചിരിക്കുന്നു. മലയിറങ്ങാൻ മടിച്ചു നിൽക്കുന്ന കാറ്റ്. നികന്നുപോയ വയലുകളും കുളങ്ങളും. നവനാഗരികതയുടെ അടയാളങ്ങളായ പുത്തൻനിർമ്മിതികൾ ഇവയെല്ലാം നാഞ്ചിനാട്ടെ പരിസ്ഥിതിയെ വല്ലാതെ ബാധിച്ചിരിക്കുന്നു.

വള്ളിച്ചുനൈ

മലയിലെ നീരുറവയാണു 'ചുന'. വേളിമലയിൽ വള്ളി നീരാടിയ നീരുറവയാണ് വള്ളിച്ചുന. തക്കല-കന്യാകുമാരി റോഡിൽനിന്ന് കുമാരകോവിലിലേയ്ക്കുള്ള വഴിയിൽ ഇടത്തേക്കു തിരിഞ്ഞു

വേണം വള്ളിച്ചുനയിലേക്കു പോകാൻ. മുരുകന്റെ പ്രണയിനിയും നാഞ്ചിനാടു ഭരിച്ചിരുന്ന നാഞ്ചിക്കുറവന്റെ മകളുമാണല്ലോ വള്ളി. വള്ളി-മുരുകൻ പ്രേമകഥയുടെ ഭൂമികയാണു വേളിമല. ഇവിടെ വൃക്ഷനിബിഡമായ വേളിമല ഗാംഭീര്യത്തോടെ തലയുയർത്തിനിൽക്കുന്നു. മലയുടെ താഴ്വാരത്തുനിന്ന് അല്പം മുന്നോട്ടു പോയാൽ ചരിച്ചുവച്ച ചിപ്പിപോലെ വിശാലമായ ഗുഹാമുഖത്തോടുകൂടിയ വലിയപാറ കാണാം. വള്ളിച്ചുനയുടെ കാവൽക്കാരനെന്നപോലെ ഗുഹാമുഖത്തിനു മുന്നിലായി അല്പം മുമ്പിലോട്ടു തള്ളി ഒരു ഗണപതികോവിൽ. കോവിലിലേക്കെത്താൻ മുപ്പത്തിയഞ്ചു പടികളോളമുണ്ട്.

വിനായകനെ വണങ്ങിവേണം മലമുകളിലേയ്ക്കു കയറാൻ. വിനയെ തീർപ്പവനാണല്ലോ വിനായകൻ. വഴിയിലെ വിഘ്നങ്ങളും ഒഴിവാക്കാം. ഇവിടെനിന്നു ഒരുകിലോമീറ്ററോളം മലകയറിവേണം ചുനയിലെത്താൻ. ദുർഘടമാണു മുകളിലേക്കുള്ള വഴി. വള്ളിപ്പടർപ്പുകൾക്കും വന്മരങ്ങൾക്കുമിടയിലുള്ള പാറകളിൽ ചവിട്ടിവേണം മുന്നോട്ടു പോകാൻ. ഒരാൾക്ക് കഷ്ടിച്ചു കയറാവുന്ന വീതികുറഞ്ഞ വഴിയാണ്. കയറ്റവും ഇറക്കവും ദുർഘടംതന്നെ. വഴിയിൽ മല കയറുന്നതോ ഇറങ്ങുന്നതോ ആയ ആരെയെങ്കിലും കാണാനായാൽ ആശ്വാസം. പാറപ്പുറത്ത് അവിടവിടെയായി വരച്ചിട്ടിരിക്കുന്ന വഴിയടയാളങ്ങളും പിന്നെ പിന്നെ കാണാനായി എന്നുവരില്ല. അപൂർവ്വമായി പാറ ഒഴിഞ്ഞ ഇടങ്ങളിൽ പുല്ലുകളിലൂടെയും വള്ളിച്ചെടികൾക്കിടയിലൂടെയും കാണുന്ന നടപ്പാതയുടെ അടയാളങ്ങളാണ് ഏക ആശ്രയം. ചുറ്റിലുമുള്ള വൻവൃക്ഷങ്ങൾ, പുൽച്ചെടികൾ, കാട്ടുവള്ളികൾ ഇവയെല്ലാം മുകളിലേയ്ക്കുള്ള കാഴ്ചകൾ മറയ്ക്കും. ഭ്രമിപ്പിക്കുന്ന വനഭംഗി. ഇടയ്ക്കിടെ മലയിടുക്കുകളിലെ പാറകളിൽതട്ടി ചിന്നിച്ചിതറി ഒഴുകുന്ന നീർച്ചാലുകളുടെ ശബ്ദം മാത്രം കേൾക്കാം.

മലമുകളിൽ പാറകൾ ചേർന്ന് ഒരുക്കിയ ഒരു ചെറിയകുളത്തിലേക്ക് മുകളിൽന്നൊഴുകിവരുന്ന തെളിനീർ. കഷ്ടിച്ച് മുങ്ങിക്കുളിക്കാവുന്ന ഒരു കൊച്ചു ചിറ. രണ്ട് കൂറ്റൻ പാറകൾക്കിടയിലുള്ള ചെറിയ വിടവിലൂടെയാണ് വെള്ളം ഒഴുകിയെത്തുന്നത്. ജലനിരപ്പിന് അല്പം മുകളിലായി പാറയിൽ മുരുകന്റെ രൂപം കൊത്തിവച്ചിട്ടുണ്ട്. ഇരുവശങ്ങളിലുമായി വള്ളിയെയും ഗണപതിയെയും കാണാം. വള്ളി-മുരുകൻ പ്രണയകഥയിൽ ഗണപതിയും ഒരു പ്രധാന സഹായകകഥാപാത്രമാണ്. ഇവരുടെ കല്യാണസ്മാരകമായ താഴ്വാരത്തെ കുമാരകോവിലിലെ ഗണപതിപ്രതിഷ്ഠക്ക് കല്യാണ ഗണപതിയെന്നാണു പേര്. കല്ലിൽ കൊത്തിവച്ചിരിക്കുന്ന ദേവവിഗ്രഹങ്ങൾക്കു മുമ്പിൽ ലോഹത്തിലുള്ള ഒരു വേൽ വച്ചിട്ടുണ്ട്. വേൽ,

വള്ളിച്ചുനൈ

മുരുകന്റെ ആയുധമാണല്ലോ. സമീപത്ത് വച്ചിട്ടുള്ള ഇടിഞ്ഞിലിലെ തിരി പകുതി കത്തി അണഞ്ഞുപോയിരിക്കുന്നു. ദിവസവും ആരോ ദീപം തെളിയിക്കുന്നുണ്ട്.

വെള്ളം ഒഴുകിവരുന്ന പാറയിടുക്കിലൂടെ കഷ്ടിച്ചൊരാൾക്കു നടന്നു പോകാം. അതിലൂടെ അല്പം നടന്നാൽ മറുതലയ്ക്കലെത്തും. അവിടെ ഇരുപതടിയോളം മുകളിൽനിന്നു കുതിക്കുന്ന മനോഹരമായ ഒരു വെള്ളച്ചാട്ടവുമുണ്ട്. ഒരു രാജകുമാരിയുടെ നീരാട്ടിന് പ്രകൃതി ഒരുക്കിവച്ച മനോഹരമായ ഒരു ചുനൈ. ചുറ്റുമുള്ള ഉയർന്ന പാറകളും ഇടതൂർന്ന വനവും വെള്ളച്ചാട്ടവും നീരൊഴുക്കുമെല്ലാം ചേർത്തുവച്ച് മലദൈവങ്ങൾ തങ്ങളുടെ രാജകുമാരിക്കു നീരാടാൻ സമ്മാനിച്ചതാകാം ഈ വള്ളിച്ചുനൈ. മരച്ചില്ലകൾക്കിടയിലൂടെ അങ്ങു ദൂരെ പച്ചപ്പുകൾ അതിരിട്ട ചക്രവാളം ചുവന്നുതുടങ്ങി. ഒരു സംഘകാലപ്രണയകഥയുടെ ഓർമ്മകളുമായി മലയിറങ്ങാം.

വെള്ളിമല

മലകൾ, പുഴകൾ, പാടങ്ങൾ, കാട്, സമുദ്രം ഇവയൊക്കെ ചേർന്നൊരുക്കുന്ന ദൃശ്യഭംഗിയാണ് നാഞ്ചിനാടിന്റെ പ്രത്യേകത.

ഈ സൗന്ദര്യമെല്ലാം ഒരു ആകാശക്കാഴ്ചയിലൂടെ ആസ്വദിക്കാൻ വെള്ളിമലയുടെ മുകളിലേക്കുതന്നെ പോണം. ഉദയാസ്തമയങ്ങൾ കാണാം. കുറിഞ്ചി, മരുതം, നെയ്തൽ തിണകളുടെ ഭംഗി കാണാം. കന്യാകുമാരി ജില്ലയിലെ കൽക്കുളം താലൂക്കിൽ, തക്കല വെള്ളിച്ചന്തയ്ക്ക് സമീപമാണ് വെള്ളിമല. വെള്ളിമലയിലെ ദേവൻ ബാലസുബ്രഹ്മണ്യനാണ്. കുറിഞ്ചിമലയുടെ നാഥനാണല്ലോ മുരുകൻ. "കുന്റിരിക്കുമിടമെല്ലാം കുമരൻ കുടിയിരിപ്പാൻ" എന്നാണ് ചൊല്ല്. അധികം ദൂരത്തല്ലാതെ തക്കല വേളിമലയ്ക്കുമുകളിലും മുരുകന്റെ കോവിലുണ്ടെന്നതും ഓർക്കാം. അവിടെ മുരുകൻ വള്ളീസമേതനാണ്. കുമാരകോവിലിലെ മുരുകനെക്കണ്ടു തൊഴുതശേഷം വെള്ളിമലയിലെ ബാലസുബ്രഹ്മണ്യന്റെ ദർശനം കൂടി കിട്ടിയാലെ യാത്ര പൂർണ്ണമാവൂ. വീണ്ടും വീണ്ടും വരാൻ തോന്നുന്ന ഒരു മലയും കോവിലും.

വിജനമായ വനപ്രദേശമായിരുന്നു വെള്ളിമലയും താഴ്‌വാരവും. താഴ്‌വാരം നിറയെ കുറുന്തോട്ടിയും പനമരങ്ങളും കുളങ്ങളും അതു കഴിഞ്ഞാൽ നോക്കെത്താദൂരത്ത് നെൽപ്പാടങ്ങൾ. പിന്നെ കുന്നുകളും മലകളും. ഈ മലയടിവാരത്തെ ഗുഹയിൽ സിദ്ധനായ ഒരു യോഗി താമസിച്ചിരുന്നു. ഇദ്ദേഹം ഭക്ഷണമൊന്നും കഴിച്ചിരുന്നില്ലത്രേ. മാറാരോഗങ്ങൾ ചികിത്സിച്ചുമാറ്റിയിരുന്നു. ഒരു ദിവസം സമീപപ്രദേശത്തെ ഒരു കൂട്ടം ആളുകൾ ഇദ്ദേഹത്തെ ദർശിക്കാൻ എത്തി. ഇവർക്ക് മുന്നിലൂടെ മലമുകളിലേക്ക് നടന്നുകയറിയ അദ്ദേഹം എല്ലാവരെയും സാക്ഷിനിർത്തി അതിശയകരമാംവണ്ണം അപ്രത്യക്ഷനായി. ഈ യോഗി സാക്ഷാൽ മുരുകൻ തന്നെയാണെന്ന് കണ്ടുനിന്നവർ ഉറപ്പിച്ചു. എല്ലാ വെള്ളിയാഴ്ചയും അവർ മലമുകളിലെത്തി വിളക്കുവെയ്ക്കാനും പ്രാർത്ഥിക്കാനും തുടങ്ങി. അവരുടെ മാറാരോഗങ്ങൾ ഭേദമായി. ജീവിതത്തിൽ നല്ല നല്ല അനുഭവങ്ങളുണ്ടായി. ക്രമേണ അകലെ ഗ്രാമങ്ങളിൽ നിന്നുള്ളവർ പോലും ബാലമുരുകന്റെ അനുഗ്രഹത്തിനായി എത്തിത്തുടങ്ങി. അങ്ങനെ അവിടെ ഒരു തീർത്ഥാടനകേന്ദ്രമായി വളർന്നു. ക്ഷേത്രമുണ്ടായി. മുകളിലേക്ക് കയറാൻ പടികളുണ്ടായി.

ഇരുനൂറ് അടിയോളം പൊക്കമുണ്ട് വെള്ളിമലയ്ക്ക്, മുപ്പതിൽ പരം ഏക്കർ ചുറ്റളവുമുണ്ട്. മലയുടെ തെക്ക് ഭാഗത്ത് നിന്ന് നോക്കിയാൽ കടലോളം നീളുന്ന അനന്തമായ കാഴ്ച. വടക്ക് വെള്ളിമലയുടെ താഴ്‌വാരവും താണ്ടി പശ്ചിമഘട്ടത്തിൽ അവസാനിക്കുന്ന പച്ചപ്പ്. വെള്ളിമലയിൽ മുരുകനെ കാണാൻ താഴ്‌വാരത്ത് നിന്ന് 106 പടികൾ കയറണം. പടികയറി മുകളിലെത്തിയാൽ വീശിയെത്തുന്ന കുളിർകാറ്റും ഇമ്പമുള്ള ചുറ്റുവട്ട കാഴ്ചകളും. ക്ഷീണമെല്ലാം

വെള്ളിമല

നിമിഷങ്ങൾ കൊണ്ട് മാറും. കിഴക്ക് ദർശനമായാണ് ക്ഷേത്രം. ഗംഭീരങ്ങളല്ലെങ്കിലും മുരുകന്റെ പടവീടുകളിൽ സാധാരണ കാണുന്ന ശിൽപ്പങ്ങൾ ഇവിടെയും കാണാം. ഗർഭഗൃഹത്തിന് മുകളിലുള്ള ഗോപുരത്തിൽ ധാരാളം ശിൽപ്പങ്ങൾ ഉണ്ട്. 30 അടി പൊക്കമുണ്ട് ഗോപുരത്തിന്. ക്ഷേത്രസമുച്ചയത്തിൽ മുരുകന്റെയും ശിവന്റെയും അയ്യപ്പന്റെയും വിനായകന്റെയുമൊക്കെ പ്രതിഷ്ഠകളുണ്ട്. വടക്കുകിഴക്കായാണ് ശിവന്റെ കോവിൽ. മുമ്പിൽ നന്ദിയുമുണ്ട്. കന്നിഭാഗത്ത് സിദ്ധിവിനായകന്റെ കോവിൽ. പ്രധാനക്ഷേത്രത്തിന്റെ ഗർഭഗൃഹത്തിന് മുൻപിൽ അർദ്ധമണ്ഡപവും മഹാമണ്ഡപവും. മലമുകളിൽ ജലസമൃദ്ധമായ ഒരു തീർത്ഥകിണറും കാണാം. താഴ്വാരത്തുള്ള ആലയത്തിന് ശ്രീരാമകൃഷ്ണന്റെ പേരാണ്.

മുരുകന്റെ വേളി നടന്ന സ്ഥലം വേളിമല ആയി എന്ന് നമുക്കറിയാം. എന്നാൽ വെള്ളിമലയോ? ആദ്യകാലങ്ങളിൽ വെള്ളിയാഴ്ച മാത്രമേ ക്ഷേത്രത്തിൽ ആരാധനയുണ്ടായിരുന്നുള്ളൂ. മലക്ക് താഴെ ഒരു ചന്തയുള്ളതിന്റെ പേര് വെള്ളിച്ചന്ത എന്നാണ്. വെള്ളി എന്ന ആഴ്ചയാണോ ചന്തയ്ക്കും മലയ്ക്കും ഈ പേര് നൽകിയത്? ആയിരിക്കാം അല്ലായിരിക്കാം. വെള്ളിമലയിലെ പാറകളിൽ അഭ്രത്തിന്റെ അടരുകളുണ്ട്. വെയിൽ കൊള്ളുമ്പോൾ അത് വെള്ളിപോലെ

തിളങ്ങും. അങ്ങനെയുള്ള വെള്ളിത്തിളക്കമാണ് പേരിന് നിദാന മെങ്കിൽ അവിശ്വസിക്കാൻ കാരണമില്ല.

നാഞ്ചിനാടിന്റെ ഹരിതഭംഗി ഒറ്റനോട്ടത്തിൽ കണ്ടറിയണ മെങ്കിൽ വെള്ളിമലയിൽ എത്തിയാൽമതി. നാഞ്ചിനാടിന് മാത്രം അവകാശപ്പെട്ട ഭംഗി. ഇവിടത്തെ പാടങ്ങളിൽ ആദ്യം വിളയുന്ന നെൽക്കതിരുകൾ മുരുകന് സമർപ്പിക്കാനുള്ളതാണ്. രോഗങ്ങൾ ഭേദമാകാനും മുരുകന്റെ അനുഗ്രഹത്തിനുമായി ധാരാളം പേർ എത്തുന്നു. മലമുകളിൽ നിന്നുള്ള മനോഹരക്കാഴ്ച കണ്ട് മനം കുളിർപ്പിക്കാൻ ധാരാളം വിനോദസഞ്ചാരികളും ഇവിടെ വരാറുണ്ട്. ഇവിടെ പ്രകൃതിസൗന്ദര്യവും ഭക്തിയുടെ ലഹരിയും ഒരുമിക്കുന്നു. വൈകുന്നേരത്ത് മലമുകളിൽ നിന്ന് ചുറ്റും കണ്ണോടിച്ചാൽ അറി യാതെ മനസ്സു പറയും "പ്രകൃതിയും ഈശ്വരനും ഒന്ന്". പടിയിറ ങ്ങുമ്പോൾ ശരീരത്തിനും മനസ്സിനും ഒരു പുത്തൻ ഉണർവ്.

തിരുവിതാംകോട് മഹാദേവൻ

തെക്കൻതിരുവിതാംകൂറിൽ പ്രസിദ്ധമായ പന്ത്രണ്ട് ശിവക്ഷേത്ര ങ്ങളുണ്ട്. അക്കൂട്ടത്തിൽ പുരാതനമായ ക്ഷേത്രങ്ങളിലൊന്നാണ് തിരുവിതാംകോട് ശ്രീമഹാദേവക്ഷേത്രം. തിരുവിതാംകൂറിന്റെ ആദ്യ കാലതലസ്ഥാനങ്ങളിലൊന്നായ തിരുവിതാംകോട്ടാണ് ഈ ക്ഷേത്രം സ്ഥിതിചെയ്യുന്നതെന്ന പ്രത്യേകതയുണ്ട്.

ക്ഷേത്രസമുച്ചയത്തിനുള്ളിൽ മഹാദേവനോടൊപ്പം വിഷ്ണുവി ന്റേയും ക്ഷേത്രമുണ്ടെങ്കിലും മഹാദേവന്റെ പേരിലാണ് ക്ഷേത്രം അറിയപ്പെടുന്നത്. ഇരു ക്ഷേത്രങ്ങളും അടുത്തടുത്തുതന്നെ. ഇടതു ഭാഗത്ത് വിഷ്ണുവിനും വലതുഭാഗത്ത് ശിവനും പ്രത്യേക ശ്രീകോ വിലുകളുണ്ട്. വിഷ്ണുവിന്റെ ക്ഷേത്രം താരതമ്യേന ചെറുതെങ്കിലും പ്രത്യേകം ബലിക്കല്ലും കൊടിമരവുമൊക്കെയായി സ്വതന്ത്രമായ ക്ഷേത്രമാണ്. സാത്വികഭാവത്തിലാണ് മഹാവിഷ്ണു കുടികൊള്ളു ന്നത്. വിഷ്ണുവിന്റെ ക്ഷേത്രം പിൽക്കാലത്ത് നിർമ്മിച്ചതാവാം എന്നാണ് വിശ്വാസം. കൃഷ്ണശിലയിൽ ഉള്ള വിഗ്രഹം അതിമനോ ഹരംതന്നെ. ചതുർബാഹുവാണ്. ശംഖ്, ചക്രം, ഗദ, പത്മം എന്നിവ കൈകളിൽ ധരിച്ചിരിക്കുന്നു.

ക്ഷേത്രമന്ദിരത്തിന് ചുറ്റുമുള്ള അറുപതു കരിങ്കൽതൂണുകൾ ക്ഷേത്രത്തിന്റെ പ്രൗഢി വർദ്ധിപ്പിക്കുന്നു. ഓരോ തൂണിലും ഓരോ ദീപലക്ഷ്മീശിൽപ്പമുണ്ട്. ഇവ ഓരോന്നിനും വ്യത്യസ്തഭാവ ങ്ങളാണ് എന്നതാണ് പ്രത്യേകത. ശിൽപ്പങ്ങളുടെ നിൽപ്പിലും വ്യത്യാസമുണ്ട്. കൂട്ടത്തിൽ കാമോദ്ദീപങ്ങളായ പ്രതിമകളും കാണാം. മുൻവശത്തുനിന്നുനോക്കുമ്പോൾ രണ്ട് വ്യത്യസ്ത

ക്ഷേത്രങ്ങളായി കാണാമെങ്കിലും മറ്റ് മൂന്നുവശങ്ങളിലും അലങ്കാര തൂണുകൾ നിരയായി നിൽക്കുന്നതിനാൽ ക്ഷേത്രം ഒറ്റനിർമ്മിതി യാണെന്നേ തോന്നൂ.

സാധാരണയിൽകവിഞ്ഞ വലിപ്പമുണ്ട് ബലിക്കൽപ്പുരയ്ക്ക്. ദേവ രൂപങ്ങൾ കൊത്തിയ അനേകം തൂണുകൾ ഈ പുരയെ താങ്ങി നിർത്തുന്നു. ബലിക്കല്ലും സാധാരണയിൽക്കവിഞ്ഞ വലിപ്പമുള്ളതു തന്നെ. ബലിക്കൽപ്പുര കടന്നുവേണം മഹാദേവസന്നിധിയിലെത്താൻ. ബലിക്കൽപ്പുരയുടെ വാതിൽക്കലുള്ള ദ്വാരപാലകരും പുറത്തു സ്ഥാപിച്ചിട്ടുള്ള ഭീഷ്മരുടെയും കർണ്ണന്റെയും പ്രതിമകളും ഭംഗി കൊണ്ടും വലിപ്പംകൊണ്ടും ശ്രദ്ധേയമാണ്.

നാലമ്പലത്തിൽ കരിങ്കല്ലിൽതീർത്ത ഒരു വലിയ വ്യാളീരൂപ മുണ്ട്. വ്യാളിയുടെ വായ്ക്കുള്ളിലുള്ള, യഥേഷ്ടം തിരിയുന്ന കരി ങ്കൽഗോളം കൗതുകകരംതന്നെ. വായ്ക്കുള്ളിൽ ഈ ഗോളം തിരിയു മെങ്കിലും ഇത് പുറത്തേക്കെടുക്കാനാവില്ല. ക്ഷേത്രം നിർമ്മിച്ച ശിൽപ്പികളുടെ ശിൽപ്പചാതുര്യത്തിന് ഉദാഹരണമാണ് ഈ വ്യാളി. ശിൽപ്പവേലകൾകൊണ്ട് സമാലംകൃതമാണ് നാലമ്പലം.

ശ്രീകോവിലും പൂർണ്ണമായും ശിലാനിർമ്മിതംതന്നെ. മൂന്ന് അറകളുള്ള ശ്രീകോവിൽ ചതുരാകൃതിയിലാണ്. ശ്രീകോവിലിന്റെ മേൽക്കൂരയും വലിപ്പമേറിയ ശിലകൾകൊണ്ട് നിർമ്മിച്ചിരിക്കുന്നു. ഗർഭഗൃഹത്തിലുള്ള ഭഗവാന് അഭിമുഖമായി പുറത്ത് നന്ദിയെ പ്രതിഷ്ഠിച്ചിട്ടുണ്ട്. തെക്കുമാറി കിഴക്ക് ദർശനമായാണ് ഗണപതി യുടെ സ്ഥാനം.

ശിവഭക്തനായ വ്യാഘ്രപാദമുനിയുടെ കോപത്തിൽനിന്ന് രക്ഷ പ്പെടാൻ ഓടിയ ഭീമസേനനെക്കുറിച്ചുള്ള ഐതിഹ്യംതന്നെയാണ് ഈ ക്ഷേത്രത്തെ സംബന്ധിച്ചുമുള്ളത്. ശിവാലയഓട്ടത്തിൽപ്പെട്ട താണല്ലോ ഈ ശിവക്ഷേത്രവും. മുനി തന്റെ സമീപത്തെത്തിയ പ്പോഴെല്ലാം ദേവതകൾ സമ്മാനിച്ച രുദ്രാക്ഷം നിലത്തിടുകയാണ് ഭീമൻ ചെയ്തത്. അങ്ങനെ ശിവലിംഗങ്ങളായിമാറിയ ഓരോ രുദ്രാ ക്ഷത്തെയും മുനിക്ക് പൂജിക്കേണ്ടിവന്നു. ഇങ്ങനെയുണ്ടായ ശിവ ലിംഗങ്ങൾ സ്വയംഭൂലിംഗങ്ങളായാണ് കണക്കാക്കുന്നത്.

ശ്രീകോവിലിന്റെ ചുവരുകളിൽ നരസിംഹം, ഗോപസ്ത്രീകൾ, ശ്രീകൃഷ്ണൻ, ഗോവർദ്ധനം കുടയാക്കിയ ഉണ്ണിക്കണ്ണൻ, നടരാജൻ, ദേവി, മൃദംഗം വായിക്കുന്ന നർത്തകൻ, വ്യാഘ്രപാദമുനി, ബാലി സുഗ്രീവയുദ്ധം തുടങ്ങിയ ശിൽപ്പങ്ങളുണ്ട്.

ശ്രീകോവിലിന് പുറത്ത് തെക്കുവശത്തായുള്ള പാറയിൽ തിക്ക ണാംകോട് ദേശക്കാരനായ ഒരാൾ ക്ഷേത്രത്തിൽ വിളക്കുവയ്ക്കു ന്നതിന് സ്വർണ്ണക്കാശ് സംഭാവന ചെയ്തതായ ലിഖിതമുണ്ട്.

വേമ്പന്നൂരിലെ അരങ്കൻ തിരുവായ്പതി എന്നയാൾ ക്ഷേത്രത്തിൽ സ്ഥിരമായി വിളക്കുവയ്ക്കാൻ ചെലവിലേക്ക് അഞ്ചു പോത്തുകളെ സംഭാവന ചെയ്തതായും ക്ഷേത്രത്തിൽ രേഖയുണ്ട്.

ഉയരമുള്ള മതിലുകൾ ക്ഷേത്രത്തെ ചുറ്റിനിൽക്കുന്നു. ശിവന്റെയും വിഷ്ണുവിന്റെയും മുന്നിലുള്ള കൊടിമരങ്ങൾ ചെമ്പു പൊതിഞ്ഞിട്ടുണ്ട്. രണ്ടുദേവന്മാരുടേയും ഉത്സവം ഒരുമിച്ചുതന്നെ നടത്തുന്നു. മൂന്നേക്കറോളം വിസ്തൃതിയുള്ള സ്ഥലത്താണ് ക്ഷേത്രം.

വീരകേരളപുരം

തക്കല-കന്യാകുമാരി റോഡിൽ തക്കല ബസ്റ്റാന്റിൽനിന്ന് ഒരു കി.മീ. സഞ്ചരിച്ചാൽ കേരളപുരം ശിവക്ഷേത്രമായി. ഒരു കാലത്ത് ശ്രീവാഴുംകോട്, വീരകേരളപുരം എന്നീ പേരുകളിൽ അറിഞ്ഞിരുന്ന ഈ സ്ഥലം കുലശേഖരന്മാരുടെ തലസ്ഥാനമായിരുന്നല്ലോ. മഹാരാജാക്കന്മാരുടെയും മന്ത്രിമാരുടെയും പടത്തലവന്മാരുടെയുമൊക്കെ വാസസ്ഥാനമായിരുന്ന കേരളപുരം വേണാടിന്റെ ചരിത്രാന്വേഷകരുടെ പ്രത്യേക ശ്രദ്ധയാകർഷിക്കുന്നു.

കേരളീയശൈലിയിലാണ് ക്ഷേത്രത്തിന്റെ നിർമ്മാണം. ചുറ്റും ഉയർന്ന മതിൽക്കെട്ട്. കിളിവാതിലുകളോടുകൂടിയ കൂറ്റൻ പ്രവേശന കവാടം. ഇടതുവശത്തായി അനന്തനിൽ ശയിക്കുന്ന പത്മനാഭന്റെ വലിയ ഒരു ചുമർചിത്രമുണ്ട്. പഴക്കംകൊണ്ടും അശ്രദ്ധകൊണ്ടും ചിത്രത്തിനു കാര്യമായ കേടുപാടുകൾ സംഭവിച്ചിരിക്കുന്നു. പന്ത്രണ്ടിലധികം ശിലാലിഖിതങ്ങൾ ഈ ക്ഷേത്രത്തിലുണ്ട്. വിശാലമായ ഭൂപ്രദേശത്താണു ക്ഷേത്രം സ്ഥിതിചെയ്യുന്നത്. മഹാദേവനു പുറമെ ഗണപതിയുടെയും നാഗരുടെയും പ്രതിഷ്ഠകൾ കാണാം. ശിവക്ഷേത്രമാണെങ്കിലും വൈഷ്ണവഭക്തരായ വേണാടരുടെ സാന്നിദ്ധ്യം ഓർമ്മപ്പെടുത്തുന്ന ധാരാളം വൈഷ്ണവമുദ്രകളുണ്ട് ഇവിടെ. ക്ഷേത്രച്ചുവരുകളിലുള്ള പുരാതനമായ ചുവർചിത്രങ്ങൾ ശ്രദ്ധേയമാണ്.

A.D. 1196-ലെ മാമ്പള്ളി ചേപ്പേടിൽ രണ്ട്, മൂന്ന്, നാല്, ആറ് ചെമ്പോലകളിൽ വീരകേരളപുരത്ത് തേവർക്കു വിവിധയാവശ്യങ്ങൾക്കായി ഭക്തർ നടത്തിയ ദാനത്തെക്കുറിച്ചു പരാമർശിക്കുന്നുണ്ട്. 12-ാം നൂറ്റാണ്ടിലെ ഈ രേഖയിൽ വീരകേരളപുരം എന്ന സ്ഥലനാമം ശ്രദ്ധേയമാണ്. വീരകേരളവർമ്മയുടെ കോയിക്കൽ കർമ്മികൾ ഉൾപ്പെടെയുള്ളവരാണ് ഈ ദാനങ്ങൾ നടത്തിയിരിക്കുന്നത്. കൂട്ടത്തിൽ കേശവൻ നാരായണൻ, ഗോവിന്ദമംഗലത്ത് കണ്ടൻ നാരായണൻ, കണ്ടൻ കോവൻ, കേശവൻ ദാമോദരൻ,

മണിയൻ മണിയൻ തുടങ്ങി പല പേരുകളും ക്ഷേത്രത്തിലേക്കു ദാനം ചെയ്തവരുടെ കൂട്ടത്തിൽ കാണുന്നു.

കൊല്ലവർഷം 461 കുംഭമാസം 21-ാം തീയതി ഞായർ - "കരിയ തുറൈ കണ്ണൻചങ്കനും മലമങ്ങലതു ചെങ്കഴുനീർവളനാട്ടിൽ നയി നാർ മുത്തളക്കുറിച്ചിയാന ശ്രീവീരകേരളപുരത്ത് കൊവിലിൽ ഊരാമ ഉൾപ്പെട്ട തൊറ തീർച്ചകളും..." മറ്റും നടത്തിയതായും ആറ്റൂർ ചെപ്പേടിൽ (ക്രി.വ.1646)-ൽ കാണുന്നു. A.D. 1172 മുതൽ 1196 വരെ ഉദയമാർത്താണ്ഡവർമ്മയാണ് രാജ്യം ഭരിച്ചിരുന്നത്. കൊ.വ. 782-ൽ വീരരവിവർമ്മ എന്ന കുലശേഖരൻ ക്ഷേത്രത്തിന്റെ ജീർണോദ്ധാരണം നടത്തിയതിനും രേഖയുണ്ട്. ക്ഷേത്രത്തിന്റെ നാലമ്പലം, മടപ്പള്ളി ഋഷഭമണ്ഡപം എന്നിവ കരിങ്കല്ലുകൊണ്ടും ഗർഭഗൃഹവിമാനം ഇഷ്ടികകൊണ്ടുമാണു നിർമ്മിച്ചിട്ടുള്ളത്. 782 തുലാമാസം തുടങ്ങിയ ക്ഷേത്രപുനരുദ്ധാരണം പൂർത്തിയാക്കി കലശംനടത്തിയത് മേട മാസം 6-ാം തീയതിയാണ്. ക്ഷേത്രത്തിലെ പല കൽത്തൂണുകളും അക്കാലത്തു പണിയിച്ചതാണെന്നുള്ള സാക്ഷ്യങ്ങൾ തൂണുകളിൽ ത്തന്നെയുണ്ട്. ഋഷഭമണ്ഡപത്തിൽ പണിയിച്ചിട്ടുള്ള തൂണുകൾ പതി നേഴാം നൂറ്റാണ്ടിലെ ശില്പശൈലിയെ ഓർമ്മിപ്പിക്കുന്നു. ഈ തൂണു കളിൽ കുലശേഖര ആഴ്വാർ, ചേരമാൻപെരുമാൾ, സുന്ദരമൂർത്തി ലക്ഷ്മണൻ എന്നിവരുടെ മനോഹരങ്ങളായ പ്രതിമകൾ കാണാം.

കൊ.വ. 782-ലാണ് നയിനാർ മുത്തളക്കുറിച്ചി എന്ന വീരകേരളേ ശ്വരത്ത് മഹാദേവക്ഷേത്രത്തിൽ ചേരമാൻ പെരുമാൾ നായനാരു ടെയും സുന്ദരമൂർത്തി നായനാരുടെയും പ്രതിമാസ്തംഭങ്ങൾ പണി കഴിപ്പിച്ചതെന്ന് കേരളപുരം ശിവക്ഷേത്രരേഖ(ക്രി.വ.1607)യിൽ കാണാം. ക്ഷേത്രമണ്ഡപത്തിന്റെ വടക്കുപടിഞ്ഞാറേ മൂലയിലാണ് ഈ ശില്പങ്ങളുടെ സ്ഥാനം. ക്ഷേത്രത്തിലെ കണക്കെഴുത്തു കാരനായ പറക്കോട്ടുദേശത്ത് കണക്ക് അയ്യപ്പൻ സദാശിവനാണ് ശില്പങ്ങൾ പണികഴിപ്പിച്ചത്. അന്നേ ദിവസംതന്നെ ക്ഷേത്രത്തിന്റെ തെക്കുപടിഞ്ഞാറേ മൂലയിൽ കുലശേഖര ആൾവാരുടെയും പ്രതിമ സ്ഥാപിച്ചുവെന്ന് കേരളപുരം രേഖ പറയുന്നു. ഈ പ്രതിമ പണി കഴിപ്പിച്ചത് മൂത്തകുടിയിലെ മാതമ്മ മകൾ നീലമ്മക്കുട്ടിയും ഈച്ച ക്കുട്ടി മകൾ മാതമ്മയും ചേർന്നാണത്രേ. 17-ാം നൂറ്റാണ്ടിൽ ശൈവരും വൈഷ്ണവരും തമ്മിൽ ഐക്യത്തോടും സമഭാവനയോടും കഴിഞ്ഞിരുന്നു എന്നതിനു തെളിവാണ് ശിവക്ഷേത്രത്തിൽ വൈ ഷ്ണവനായ കുലശേഖര ആഴ്വാരുടെ ശില്പത്തിന്റെ നിർമ്മിതി. കാലാകാലങ്ങളിൽ ക്ഷേത്രത്തിൽ നടത്തിയ പുനരുദ്ധാരണ ങ്ങളെക്കുറിച്ചുള്ള വിവരങ്ങൾ ക്ഷേത്രശിലകളിൽ രേഖപ്പെടുത്തി യിട്ടുണ്ട്.

വീരകേരളപുരം - നിറം മാറുന്ന ഗണപതി

പ്രധാനക്ഷേത്രത്തിന്റെ മതിൽക്കെട്ടിനു പുറത്ത് - ക്ഷേത്ര സമുച്ചയത്തിനുള്ളിൽ ആൽമരച്ചുവട്ടിലെ ഗണപതി വിഗ്രഹം പ്രസിദ്ധമാണ്. അതിശയവിനായകൻ എന്ന പേരിലാണ് ഈ ദേവൻ അറിയപ്പെടുന്നത്. ആറുമാസത്തിലൊരിക്കൽ ഈ ഗണപതിവിഗ്രഹത്തിന്റെ നിറം മാറും എന്നതാണ് അതിശയം. മാർച്ച് മാസം മുതൽ ജൂൺവരെയുള്ള ഉത്തരായന കാലത്ത് വിഗ്രഹത്തിന്റെ നിറം കറുപ്പായിരിക്കും. എന്നാൽ ജൂലൈ മുതൽ ഫെബ്രുവരി വരെ നീളുന്ന ദക്ഷിണായനകാലത്ത് വെളുത്തനിറമാകും. ക്ഷേത്രസമുച്ചയത്തിലുള്ള കിണറ്റിലെ വെള്ളത്തിന് ആറുമാസത്തിലൊരിക്കൽ നിറം മാറുമെന്നത് മറ്റൊരതിശയം. ഗണപതിവിഗ്രഹം വെളുത്തിരിക്കുമ്പോൾ കിണറ്റിലെ വെള്ളം കറുക്കുകയും വിഗ്രഹം കറുക്കുമ്പോൾ വെള്ളത്തിന്റെ കറുപ്പുനിറം മാറുകയും ചെയ്യും.

വീരകേരളപുരം മഹാദേവക്ഷേത്രം 12-ാം നൂറ്റാണ്ടിൽ നിർമ്മിച്ചു എന്നാണു വിശ്വാസം. ക്ഷേത്രത്തിനെക്കാളും പഴക്കം ഗണപതി വിഗ്രഹത്തിനുണ്ടത്രെ. വിഗ്രഹത്തിന് 2300 വർഷത്തോളം പഴക്കമുണ്ടെന്നു പറയപ്പെടുന്നു. രാമേശ്വരം സന്ദർശിച്ച കേരളപുരം രാജാവിന് രാമേശ്വരം കടപ്പുറത്തുനിന്നു കിട്ടിയതാണ് ഈ വിഗ്രഹം എന്നാണ് വിശ്വാസം. സേതുമന്നൻ എന്നറിയപ്പെട്ടിരുന്ന രാമേശ്വരം

രാജാവ് വിഗ്രഹം കേരളരാജാവിനു സമ്മാനിച്ചു. ആ വിഗ്രഹമാണത്രേ വീരകേരളപുരത്തെ അതിശയവിനായകൻ.

രാജ്യതലസ്ഥാനത്ത് രാജകീയപ്രൗഢിയോടെ ശോഭിച്ചിരുന്ന ഈ ക്ഷേത്രത്തിന്റെ ശിലാശില്പങ്ങൾ അവയുടെ വ്യക്തിത്വം തിരിച്ചറിയാനാവാത്ത രീതിയിൽ കേടുപറ്റിയിരിക്കുന്നു. ചുവർചിത്രങ്ങൾ ശോഭയറ്റുനിൽക്കുന്നു. വിസ്മൃതിയിലാണ്ട രാജഭരണത്തിന്റെ സ്മാരകംപോലെ.

കൊല്ലങ്കോട്

കലിംഗരാജപുരത്തുകാരുടെ കുലദേവതയായിരുന്നു ഭദ്രകാളി. കലിംഗരാജ്യത്ത് നിന്ന് കുടിയേറിയവരായിരുന്നു കലിംഗരാജപുരത്തെ താമസക്കാർ. ഇവർ തങ്ങളുടെ ദേവതയായ ഭദ്രകാളിയെയും ഇവിടെ പ്രതിഷ്ഠിച്ച് പൂജിച്ചുപോന്നു. തീരത്തുണ്ടായ കടലാക്രമണത്തിൽ മറ്റുപലതിനോടും ഒപ്പം ഈ ക്ഷേത്രവും നശിച്ചുപോയി. പിൽക്കാലത്ത് സ്ഥാപിച്ചതാണ് ഇന്ന് വട്ടവിളയിലുള്ള മുടിപ്പുര. തെക്കൻതിരുവിതാംകൂറിലെ മുടിപ്പുരകളിൽ ദേവീസങ്കൽപ്പത്തിൽ ആരാധിച്ചുപോരുന്നത് ദേവിയുടെ 'മുടി'യെയാണ്. മുടി എന്നാൽ ദേവിയുടെ കിരീടം എന്നാണ് അർത്ഥം. വരിക്കപ്ലാവിൻ തടിയിൽ മുഖവും മുടിയും കൊത്തിവയ്ക്കുന്നതാണ് സാധാരണ രീതി. ഇവ സ്ഥിരപ്രതിഷ്ഠയല്ല. ചലവിഗ്രഹങ്ങളാണ്. എന്നാൽ ചില ക്ഷേത്രങ്ങളിൽ സ്ഥിരപ്രതിഷ്ഠയും ഒപ്പം തിരുമുടിയും കാണാം. മുടിയെ ആരാധിക്കുന്നിടമാണ് മുടിപ്പുരകൾ എന്ന് അറിയാൻ തുടങ്ങിയത്.

കലിംഗയുദ്ധം B C 261 -ൽ ആയിരുന്നല്ലോ. കലിംഗരാജപുരത്തെ ക്ഷത്രിയരുടെ കടലെടുത്തുപോയ ക്ഷേത്രത്തിന് രണ്ടായിരം വർഷത്തെ പഴക്കം കണക്കാക്കുന്നുണ്ട്. പിന്നീട് നിർമ്മിക്കപ്പെട്ട കൊല്ലംകോട് മുടിപ്പുരയിൽ ദേവിയുടെ രൗദ്രവും ശാന്തവുമായ രണ്ട് പ്രതിഷ്ഠകളാണുള്ളത്. ഭദ്രയും രുദ്രയും എന്നാണ് സങ്കൽപ്പം. അമ്മ രണ്ട് മുടികളിലായി കുടികൊള്ളുന്നു. ഇതുമായി ബന്ധപ്പെട്ട ഐതിഹ്യം ഇങ്ങനെ. ഒരിക്കൽ ഒരു വൃദ്ധ കിണറ്റിൽനിന്ന് വെള്ളം കോരുകയായിരുന്നു. വെള്ളം കോരുന്നതിനിടയിൽ അവർക്ക് ഒരു പാക്ക് കിട്ടി. സാധാരണ ചെയ്യുന്നതുപോലെ ആ പാക്ക് രണ്ടായി മുറിച്ചപ്പോൾ അതിൽനിന്നു ചോരവരുന്നത് കണ്ട് അവർ അന്ധാളിച്ചു. അപ്പോൾ അവിടെവന്ന ഒരു സിദ്ധനാണ് അത് ഒരു ഭദ്രകാളി വിഗ്രഹമാണെന്ന് തിരിച്ചറിഞ്ഞത്. രണ്ട് പാക്കിൻകഷ്ണവും ഓരോ സാളഗ്രാമത്തിനൊപ്പം രണ്ടുഭാഗത്ത് പ്രതിഷ്ഠിച്ചു. അങ്ങനെ ഇവിടെ രണ്ടുഭഗവതിമാർ ഉണ്ടായി എന്നാണ് വിശ്വാസം.

വട്ടവിളയിലെ മുടിപ്പുരയാണ് മൂലക്ഷേത്രം. ഇവിടെയാണത്രേ ദേവിയുടെ സ്ഥിരസാന്നിദ്ധ്യമുള്ളത്. നിത്യപൂജയും ഇവിടെതന്നെ. ഒന്നര കി.മീ. കിഴക്കുമാറി വെങ്കഞ്ഞിമുടിപ്പുര സ്ഥിതിചെയ്യുന്നു. പ്രസിദ്ധമായ കൊല്ലംകോട് തൂക്കം നടത്തുന്നത് ഇവിടെവച്ചാണ്. മീനഭരണികാലത്തെ ഉത്സവത്തിന് ദേവിമാർ ഇവിടേക്ക് എഴുന്നള്ളും. തൂക്കംനടത്താൻ ആവശ്യത്തിന് സ്ഥലവിസ്തൃതിയുള്ളതുകൊണ്ടായിരിക്കാം ഈ അനുഷ്ഠാനം ഇവിടെവച്ച് നടത്തിവരുന്നത്. വാത്തികൾക്കാണ് പൂജക്ക് അവകാശം. മണ്ടക്കാട്ട് ഭഗവതിയുടെ സഹോദരിമാരാണ് ഇവിടെയുള്ള ദേവിമാർ എന്നാണ് വിശ്വസിക്കുന്നത്. മണ്ടക്കാട്ട് ക്ഷേത്രത്തിൽ ഉത്സവം കൊടിയിറങ്ങുന്നതിന്റെ അടുത്ത ദിവസം കൊല്ലങ്കോട് ക്ഷേത്രത്തിൽ കൊടിയേറും. ഉത്സവത്തിൽ പങ്കെടുക്കാൻ മണ്ടക്കാട്ട് ഭഗവതി ബാലികാരൂപത്തിൽ ഇവിടെ എത്തും എന്നാണ് പഴമ. മുടിപ്പുരയിലെ രണ്ടുപ്രധാന ഉത്സവങ്ങളാണ് തൂക്കവും കാളിയൂട്ടും.

12 വർഷത്തിലൊരിക്കൽ നടത്തുന്ന കൊല്ലങ്കോട്ട് ക്ഷേത്രത്തിലെ കാളിയൂട്ട് ഉത്സവം പ്രസിദ്ധമാണ്. വട്ടവിള മുടിപ്പുരക്കുസമീപത്തുള്ള കരിയവട്ടം വയലിൽ താത്ക്കാലിക മുടിപ്പുര കെട്ടിയാണ് കാളിയൂട്ട് ഉത്സവം നടത്തുന്നത്.

മണ്ടയ്ക്കാട്

പഴയ തെക്കൻതിരുവിതാംകൂറിൽ കൽക്കുളം താലൂക്കിന്റെ തെക്കേ അറ്റത്താണ് മണ്ടയ്ക്കാട്. ഒരു സമുദ്രതീരപ്രദേശംകൂടിയാണിവിടം. സ്ത്രീകളുടെ ശബരിമല എന്നപേരിലും ഈ ക്ഷേത്രം പ്രസിദ്ധമാണ്. വ്രതംനോക്കി ഇരുമുടിക്കെട്ടുമായി 'അമ്മേശരണം' എന്ന ശരണംവിളിയോടെയാണ് സ്ത്രീകൾ അമ്മയെ കാണാൻ എത്തിയിരുന്നത്. അത്ഭുതാനുഗ്രഹസിദ്ധികളുള്ള അമ്മയെ കാണാൻ വിദൂരദേശങ്ങളിൽനിന്നുപോലും ഭക്തജനങ്ങൾ എത്തുന്നു. അടുത്ത കാലത്ത് ക്ഷേത്രത്തിൽ അഗ്നിബാധയുണ്ടായെങ്കിലും വിഗ്രഹത്തിന് കേടുപാടുകളൊന്നും സംഭവിച്ചില്ല. ഒരു മൺപുറ്റിനെയാണ് ദേവിയായി സങ്കൽപ്പിച്ച് ആരാധിക്കുന്നത്. ഈ പുറ്റാകട്ടെ നിരന്തരം വളർന്നുകൊണ്ടുമിരിക്കുന്നു.

ക്ഷേത്രത്തെക്കുറിച്ച് ഐതിഹ്യങ്ങൾ പലതുണ്ടെങ്കിലും ഐതിഹ്യമാലയിൽ (മണ്ടയ്ക്കാട്ടമ്മയും കൊടയും എന്ന അദ്ധ്യായം) കൊട്ടാരത്തിൽ ശങ്കുണ്ണി പറയുന്നതാണ് കൂടുതൽ വിശ്വാസയോഗ്യം. അദ്ദേഹം ഇങ്ങനെ പറയുന്നു.

"ഇരണിയൽ മുതലായ പ്രദേശങ്ങളിൽ കന്നുകാലിമേയ്ക്കുന്ന പുലയർ മുതലായവർക്ക് 'കട്ടയടി' എന്നൊരു കളിയുണ്ട്. അത്

ലേശം പന്തുകളിപോലെതന്നെയാണ്. പന്തിനുപകരം ഉപയോഗിക്കുന്ന പനന്തേങ്ങ ഒരു ചിതൽപ്പുറ്റിൽ കൊള്ളുകയും പുറ്റ് സ്വല്പം പൊട്ടുകയും ആ പൊട്ടിയ സ്ഥലത്തുനിന്ന് രക്തംപ്രവഹിച്ച് തുടങ്ങുകയും ചെയ്തു. കളിച്ചുകൊണ്ടിരുന്ന പുലയർ രക്തപ്രവാഹം കണ്ട് ഭയവിഹ്വലരായി ഉറക്കെ നിലവിളിച്ചു. വിവരം നാട്ടുകാരെല്ലാമറിഞ്ഞു. തഹസീൽദാർ മുതലായവരും സ്ഥലത്തെത്തി. അപ്പോൾ അമ്മന്റെ ഒരു ഭൂതം ഒരു മനുഷ്യന്റെ ശരീരത്തിൽ ആവേശിച്ച് തുള്ളി. പുറ്റ് സാക്ഷാൽ അമ്മന്റെ വിഗ്രഹമാണെന്നും അമ്മൻ വാല്മീകരൂപത്തിൽ ഇവിടെ ആവിർഭവിച്ചിരിക്കയാണെന്നും ഈ പുറ്റ് ദേവി (ഭദ്രകാളി) തന്നെ എന്ന് വിശ്വസിച്ച് പൂജിക്കുകയും വന്ദിക്കുകയും പ്രാർത്ഥിക്കുകയും ചെയ്താൽ മനുഷ്യർക്ക് സകല അഭീഷ്ടങ്ങളും സിദ്ധിക്കുമെന്നും ചിതൽപ്പുറ്റ് പൊട്ടിയിരിക്കുന്ന സ്ഥലത്ത് ചന്ദനംതേച്ചു വിടവടച്ചാൽ രക്തപ്രവാഹം നിൽക്കുമെന്നും താൻ അമ്മന്റെ ഒരു ഭൂതമാണെന്നും പറഞ്ഞു."

തുടർന്ന് തഹസീൽദാർ ഉൾപ്പെടെയുള്ള നാട്ടുകാർ പ്രശ്നം വയ്പ്പിച്ച് നോക്കിയപ്പോൾ ആ മനുഷ്യൻ തുള്ളിപ്പറഞ്ഞതെല്ലാം ശരിയാണെന്ന് ബോദ്ധ്യപ്പെട്ടു. ബ്രാഹ്മണരെത്തി പുറ്റിൽ ചന്ദനമരച്ച് തേച്ചപ്പോൾ രക്തപ്രവാഹം നിലച്ചു. ദേവിക്ക് ക്രമമായ പൂജയും തുടങ്ങി. നിരന്തരം വളർന്നുകൊണ്ടിരിക്കുന്ന പുറ്റിന് ഇപ്പോൾ പതിനഞ്ചടിയോളം പൊക്കമുണ്ട്.

ക്രമേണ ക്ഷേത്രംനടത്തിപ്പിൽ സ്ഥലത്തിന്റെ ഉടമസ്ഥർ വീഴ്ച വരുത്തിതുടങ്ങിയപ്പോൾ നാട്ടുകാരുടെ പരാതിപ്രകാരം തിരുവിതാംകൂർ സർക്കാർ ക്ഷേത്രവും അതിനോടനുബന്ധിച്ച സ്ഥലവും പ്രതിഫലം നൽകി ഏറ്റെടുത്തു. ചിട്ടപ്പടി പൂജകൾ നടന്നതോടെ അമ്മന്റെ ശക്തി അസാധാരണമായി വർദ്ധിച്ചു. ഇത് ജനങ്ങളിൽ ഭയം ഉളവാക്കി. ദേവിയുടെ ശക്തികുറയ്ക്കാൻ ബ്രാഹ്മണപൂജ വിശേഷദിവസങ്ങളിൽ മാത്രമായി. നിത്യപൂജക്ക് അബ്രാഹ്മണനായ കുരുക്കളെ നിയോഗിച്ചു. ചൊവ്വാഴ്ചയുള്ള ദേവീദർശനമാണ് പ്രധാനം. എല്ലാ ചൊവ്വാഴ്ചയും ധാരാളം ഭക്തജനങ്ങൾ ആരാധനയ്ക്ക് എത്തുന്നുണ്ട്.

മണ്ടയ്ക്കാട്ടെ പ്രധാന അനുഷ്ഠാനമാണ് 'കൊട.' കൊട എന്നാൽ കൊടുക്കുക. മണ്ടയ്ക്കാട്ട്കൊട പ്രസിദ്ധമാണല്ലോ. കുംഭമാസത്തിലെ ഒടുവിലത്തെ ചൊവ്വാഴ്ചയാണ് കൊടനടത്തുന്നത്. കൊടക്ക് പത്തുദിവസംമുൻപ് വരുന്ന ഞായറാഴ്ച കൊടിയേറും. കൊടിയേറ്റത്തോടെ പത്തുദിവസം നീളുന്ന ഉത്സവത്തിന് തുടക്കമായി.

ഇതിനിടയിൽവരുന്ന വെള്ളിയാഴ്ചയാണ് 'വലിയ പടുക്ക' അടിയന്തരം. പഴം, മലർ, അപ്പം, അട, വട, തെരളി എന്നിവയാണ് അന്നത്തെ നിവേദ്യം. ഇവയൊക്കെ ദേവിയുടെ ഭൂതഗണങ്ങൾക്കു വേണ്ടിയുള്ളതാണ്. ദൂരെയുള്ള ദിക്കുകളിൽനിന്നും ധാരാളം ഭക്തജനങ്ങൾ ഈ ഉത്സവത്തിൽ പങ്കെടുക്കാനെത്തും. കുളച്ചൽചെട്ടികളും കീഴ്ക്കര കൃഷ്ണൻവകക്കാരുമായിരുന്നത്രേ അധികമായും എത്തിയിരുന്നത്. ഇവരൊക്കെ ആടുകളെയും കോഴികളെയുമൊക്കെ ഒപ്പം കൊണ്ടുവന്നിരുന്നു. ക്ഷേത്രത്തിൽ കുരുതികഴിക്കാനായിരുന്നു ഇവയെ കൊണ്ടുവന്നിരുന്നത്. തിരുവിതാംകൂറിൽ ജന്തുബലി നിരോധിച്ചതോടെ ഈ ചടങ്ങിന് അറുതിവന്നു. ഇതുപോലെതന്നെ മണ്ടയ്ക്കാട്ട് തൂക്കവും നിരോധിച്ചു.

ക്ഷേത്രപരിസരത്ത് മാംസാഹാരം പാകംചെയ്യുന്നതിനും കഴിക്കുന്നതിനും അനുവാദമുണ്ട്. പൊങ്കാല അടുപ്പുകളോട് ചേർന്നുള്ള അടുപ്പുകളിൽതന്നെ മാംസാഹാരവും പാകംചെയ്യും. പൊങ്കാല ഇടുന്ന ഭക്തർതന്നെയാണ് പൊങ്കാല നിവേദിക്കുന്നതും. പാചകം ചെയ്യുന്ന പൊങ്കാലയിൽ കുറച്ച് ഒരു ഇലക്കീറിൽഎടുത്ത് അതിനെ ആരതി ഉഴിഞ്ഞ് നിവേദ്യമായി സമർപ്പിക്കും.

പൊങ്കാല നിവേദിച്ച് കഴിഞ്ഞാൽ കടൽകാണുക എന്നൊരു ചടങ്ങുണ്ട്. ക്ഷേത്രത്തിന്റെ പിൻഭാഗത്തുകൂടി നടന്നാണ് കടൽത്തീരത്ത് എത്തുന്നത്. അവിടെ കടൽവെള്ളത്തിൽ കാലുകൾ നനക്കണം എന്നതാണ് ചടങ്ങ്. കടൽത്തീരത്തുനിന്ന് മീൻവാങ്ങി അവിടെവച്ചുതന്നെ കറിയുണ്ടാക്കി കഴിക്കുന്ന പതിവുമുണ്ട്.

തൃപ്പരപ്പ്

കൽക്കുളം താലൂക്കിൽ മഹേന്ദ്രഗിരിയുടെ അടിവാരത്തായി കോതയാറിന്റെ തീരത്തുള്ള മനോഹരമായ ഗ്രാമമാണ് തൃപ്പരപ്പ്. തക്കലനിന്നും കുലശേഖരംവഴി പതിനഞ്ചുമൈൽ സഞ്ചരിച്ച് തൃപ്പരപ്പിലെത്താം. നെടുമങ്ങാടുനിന്നുള്ള മലമ്പാതവഴിയും ഇവിടേക്കുവരാം. ഗ്രാമഭൂമി ഫലസമൃദ്ധവും സമ്പന്നവുമാണ്. ഇവിടെ ബ്രാഹ്മണർ തിങ്ങിപ്പാർത്തിരുന്നു. അടുത്തകാലംവരെ നിലനിന്നിരുന്ന മല്ലികേശ്വരി ഗ്രാമത്തിൽ പരദേശബ്രാഹ്മണരായിരുന്നു താമസിച്ചിരുന്നത്. ഇക്കൂട്ടത്തിലെ തെങ്ങമ്പഴിഞ്ഞിമഠം ഇപ്പോഴുമുണ്ട്. ഈ മഠക്കാർ അനിഴംതിരുനാൾ മാർത്താണ്ഡവർമ്മ മഹാരാജാവിന് പഴങ്കഞ്ഞി നൽകി സൽക്കരിച്ചത്രെ. കൊല്ലവർഷാരംഭത്തിന് മുൻപുതന്നെ ദക്ഷിണകേരളപ്രദേശങ്ങളിൽ കേരളബ്രാഹ്മണർക്ക് പ്രമാണിത്തവും ജന്മവസ്തുക്കളും ഉണ്ടായിരുന്നുവെന്നതിന് തെളിവ്

നൽകുന്ന തൃപ്പരപ്പ് ശാസനത്തെക്കുറിച്ച് ചരിത്രകാരനായ എസ്. ശങ്കു അയ്യർ പരാമർശിച്ചിട്ടുണ്ട്.

ക്ഷേത്രസമീപമാണ് തൃപ്പരപ്പ് വെള്ളച്ചാട്ടം. കോതയാർ ഇരുപതടി പൊക്കത്തിൽനിന്ന് താഴേക്ക് കുതിക്കുന്നു. ഈ വെള്ളച്ചാട്ടത്തിന് പിന്നിലെ പാറക്കുള്ളിൽ പ്രാചീനമായ ഒരു ഗുഹാക്ഷേത്രം കാണാം. വെള്ളച്ചാട്ടത്തിന്റെ തീവ്രത കുറയുമ്പോൾ മാത്രമേ ക്ഷേത്രത്തിലേക്ക് കടക്കാൻ സാധിക്കുകയുള്ളൂ. ഭദ്രകാളീപ്രതിഷ്ഠയുണ്ടായിരുന്ന ഇവിടെ പണ്ട് ജന്തുബലി ഉണ്ടായിരുന്നതായി പറയുന്നു. ആയ്‌രാജാക്കന്മാർ തൃപ്പരപ്പ് ക്ഷേത്രത്തോട് പ്രത്യേക താല്പര്യം കാണിച്ചിരുന്നു.

പശ്ചിമാഭിമുഖമായാണ് ക്ഷേത്രം സ്ഥിതിചെയ്യുന്നത്. കിഴക്കും വടക്കുമുള്ള കവാടങ്ങൾ പ്രധാനങ്ങളാണ്. അകത്തേക്ക് വടക്കേ നടവഴിയിലൂടെ പ്രവേശിക്കാം. കിഴക്കേനട സാധാരണ തുറക്കാറില്ല. വിശാലമാണ് ക്ഷേത്രപരിസരം. ക്ഷേത്രമതിൽക്കെട്ടിനുള്ളിൽ വടക്കുപടിഞ്ഞാറായി ശ്രീകൃഷ്ണനും അതിനടുത്തായി സുബ്രഹ്മണ്യനും ക്ഷേത്രമുണ്ട്. ചുറ്റുമണ്ഡപം ഉണ്ടായിരുന്നതിന്റെ അവശിഷ്ടങ്ങളും കാണാം.

പ്രദക്ഷിണമായി വരുമ്പോൾ കല്ലുകൊണ്ട് അഴിയിട്ട ശ്രീകോവിലുണ്ട്. ഉള്ളിലെ പ്രതിഷ്ഠയ്ക്ക് ഹനുമാന്റെ സങ്കൽപമാണ്. പ്രദക്ഷിണവഴിയുടെ പുറത്ത് പടിഞ്ഞാറേകോണിലാണ് ഊട്ടുപുര. ഉത്സവകാലങ്ങളിൽ കമുകിന്റെ താൽക്കാലിക കൊടിമരം നാട്ടാറാണ് പതിവ്. കൊടിമരസ്ഥാനത്തിന്റെ വടക്കുഭാഗത്തായാണ് ശാസ്താവിന്റെ സാങ്കല്പിക പ്രതിഷ്ഠ. പ്രവേശനകവാടത്തിൽ ദ്വാരപാലകരായി വീരബാഹുവിന്റേയും സുബാഹുവിന്റേയും ശിലാശിൽപ്പങ്ങൾ കാണാം. ബലിക്കൽപുരയുടെ ഇരുപാർശ്വങ്ങളിലായി രണ്ട് ചെറിയ ഗോപുരങ്ങളുള്ളതിൽ പനിയപ്പൻ അഥവാ ശിവജ്വരന്റേയും വിഘ്നേശ്വരന്റേയും പ്രതിഷ്ഠയുമുണ്ട്. പനിയപ്പന്റെ പൂർവഭാഗത്തായി ദേവിയെ പ്രതിഷ്ഠിച്ചിരിക്കുന്നു. ശിലകൾകൊണ്ട് പണിതീർത്ത ചുറ്റമ്പലം. ദാരുശിൽപ്പങ്ങൾകൊണ്ട് അലംകൃതമായ ഋഷഭമണ്ഡപത്തിന്റെ മുകൾതട്ടിൽ അഷ്ടദിക്പാലകരുടേയും ബ്രഹ്മാവിന്റേയും ദാരുശിൽപ്പങ്ങൾ നിർമ്മിച്ചിട്ടുണ്ട്.

വട്ടത്തിലുള്ള ശ്രീകോവിലിൽ ചെമ്പ് മേഞ്ഞിരിക്കുന്നു. ഉള്ളിൽ ശിവലിംഗപ്രതിഷ്ഠയാണ്. അടുത്തുതന്നെ കെട്ടിയടച്ച ഒരുമുറിയിൽ ഋഷഭപ്രതിഷ്ഠയുണ്ട്. അരൂപിയായ ഋഷഭസങ്കല്പം എന്നതാണ് പ്രത്യേകത. ശ്രീകോവിലിന്റെ വടക്കുവശത്തെ ഭിത്തിയിൽ വട്ടെഴുത്ത് ലിപിയിലുള്ള ശിലാലിഖിതം കാണാം. കൊല്ലവർഷം 407-ൽ

ജടാധരൻ എന്ന ഉദയദേവൻ തൃപ്പരപ്പ് നായനാർക്ക് മൂന്നുനില വിളക്കുകൾ നടക്ക്വച്ചതിന്റെ രേഖയാണിത്.

കൊല്ലവർഷം 664-ൽ തെങ്ങമൻകോണത്ത് നാരായണൻ തൃപ്പരപ്പ് മഹാദേവരുടെ സന്നിധിയിലെ ഇടനാഴിയിൽ കല്ല് പാകിയതും ആചന്ദ്രതാരം വിളക്കുവയ്ക്കുന്നതിന് വ്യവസ്ഥചെയ്തതും കുറിക്കുന്ന രേഖ നമസ്കാരമണ്ഡപത്തിന്റെ വടക്കേ തൂണിൽ കൊത്തിവച്ചിട്ടുണ്ട്. 1059-ൽ വഞ്ചീശനായ രാമവർമ്മ ഉമാപതിക്ഷേത്രത്തിൽ തെക്കുഭാഗത്ത് മണ്ഡപം പണിയിച്ചതിനും, ക്ഷേത്രത്തിന്റെ അധീനതയിലുള്ള നിലങ്ങളെക്കുറിച്ചും രേഖയുണ്ട്.

സംസ്കൃതരേഖകളിൽ 'വിശാലപുരം', 'വിശാലനിലയം' എന്നീ പേരുകളിലാണ് ഈ ക്ഷേത്രം രേഖപ്പെടുത്തിയിട്ടുള്ളത്. ദക്ഷന്റെ യാഗം മുടക്കിയശേഷം ശിവൻ, കോതയാറിന്റെ തീരത്തെ പ്രകൃതി മനോഹരമായ ഈ പ്രദേശത്ത് എത്തി എന്നാണ് ഐതിഹ്യം. ശിവാലയഓട്ടത്തിൽപ്പെടുന്ന ക്ഷേത്രങ്ങളിൽപെട്ടതാണ് തൃപ്പരപ്പ് ക്ഷേത്രവും.

മുപ്പന്തൽ

കന്യാകുമാരി-തിരുനെൽവേലി ദേശീയപാതയിൽ ആരുവാമൊഴിക്കടുത്തുള്ള ഗ്രാമമാണ് മുപ്പന്തൽ. ഇവിടെ പാതയോരത്തായി ഒരു കോവിലുണ്ട്. മുപ്പന്തൽ അവ്വൈയ്യാർ കോവിൽ എന്ന പേരിലും മുപ്പന്തൽ ഇശക്കിയമ്മൻ കോവിൽ എന്ന പേരിലും ഈ ആരാധനാലയം പ്രസിദ്ധമാണ്.

മുപ്പന്തൽ കോവിൽ

സംഘകാലത്തെ പ്രസിദ്ധ കവയിത്രിയായിരുന്നല്ലോ അവ്വൈയ്യാർ. ചേര, ചോള, പാണ്ഡ്യരാജാക്കന്മാരും പ്രജകളുമൊക്കെ അവരെ ആദരിക്കുകയും ബഹുമാനിക്കുകയും ചെയ്തിരുന്നു. മൂവരശന്മാർ തമ്മിലുള്ള പ്രശ്നങ്ങൾ പരിഹരിക്കാനാണ് അവരെ അവ്വൈയ്യാർ ക്ഷണിച്ചുവരുത്തിയത്. രാജാക്കന്മാർ കവയിത്രിയുടെ ക്ഷണം സ്വീകരിച്ച് ആരുവാമൊഴിയിലെത്തുകയും അവിടെ മൂവരും പന്തൽ കെട്ടി താമസിക്കുകയും ചെയ്തു. ഇങ്ങനെ പന്തൽകെട്ടിയ ഇടമാണ് മുപ്പന്തൽ എന്ന പേരിൽ പിൽക്കാലത്തറിയപ്പെട്ടത്. അവ്വൈയ്യാർ താമസിച്ച സ്ഥലത്ത് ക്ഷേത്രം നിർമ്മിച്ചു അവരെ കുടിയിരുത്തി ആരാധിച്ചു. അവ്വൈയ്യാർ മരിച്ചതും ഇവിടെവച്ചാണത്രേ.

ഈ കോവിലിലെ മറ്റൊരു ആരാധനാമൂർത്തിയാണ് ഇശക്കിയമ്മൻ. അവരെപ്പറ്റിയുള്ള കഥ ഇങ്ങനെ: 'പഴകനല്ലൂർ ഗ്രാമത്തിലെ ദേവദാസിയുവതിയെ അവിടത്തെ ശാന്തിക്കാരൻ പ്രേമിച്ചു വശത്താക്കുകയും അവസരം കിട്ടിയപ്പോൾ അവളെ വധിച്ച് ആഭരണങ്ങൾ കൈക്കലാക്കി കടന്നുകളയുകയും ചെയ്തു. തന്നെ ചതിച്ചുകൊന്ന നമ്പൂതിരിയോടു പകരംവീട്ടാൻ സഹോദരനോടൊപ്പം ലക്ഷ്മി എന്ന പേരിൽ ചോളരാജാവിന്റെ മകളായി അവർ പുനർജനിച്ചു. അപ്പോഴേക്കും ശാന്തിക്കാരൻ കാവേരിപൂംപട്ടണത്തിൽ വീണ്ടും ജനിച്ചിരുന്നു. ലക്ഷ്മി അയാളെ പിൻതുടർന്നു വധിച്ചു പകരംവീട്ടുന്നു. (ഈ കഥ 'നീലകഥ' എന്ന പേരിൽ പുസ്തകത്തിൽ വിശദമായി വിവരിച്ചിട്ടുണ്ട്).

പ്രതികാരത്തിനുശേഷവും കലിയടങ്ങാതെ അലഞ്ഞ ലക്ഷ്മിയെ അവ്വൈയ്യാർ കണ്ടുമുട്ടുന്നു. തന്റെ ആഗ്രഹപ്രകാരം പ്രതികാരം ചെയ്തു കഴിഞ്ഞതിനാൽ ശാന്തയായി തന്നോടൊപ്പം മുപ്പന്തലിൽ വസിക്കാൻ അവ്വൈയ്യാർ ഉപദേശിക്കുന്നു. അങ്ങനെ ലക്ഷ്മി അവിടെയുണ്ടായിരുന്ന ഒരു കള്ളിയുടെ ചുവട്ടിൽ കുടികൊണ്ടു. ലക്ഷ്മിയിൽ പ്രീതനായ പരമശിവന്റെ നിർദ്ദേശമനുസരിച്ച് പാർവ്വതീദേവി അവൾക്കു ദൈവികത്വം കല്പിച്ചുനൽകി. അതാണു മുപ്പന്തൽ ഇശക്കിയമ്മൻ.

ഈ കോവിലിൽ ഇശക്കിയമ്മനെയും അവ്വൈയ്യാറിനെയും ആരാധിക്കുന്നു. ക്ഷേത്രത്തിനു പുറത്തെ ഇടനാഴിയിൽ ദുർഗ്ഗ, വൈഷ്ണവി എന്നിവർക്കും അവ്വൈയ്യാറിനും പ്രത്യേക ശ്രീകോവിലുകളിൽ പ്രതിഷ്ഠയുണ്ട്. ക്ഷേത്രത്തിനു മുൻപിലായി ഇശക്കിയമ്മന്റെ ആകർഷകമായ ഒരു പടുകൂറ്റൻ ശില്പം കാണാം. ഇതൊരു നവനിർമ്മിതിയാണ് (2007).

അവൈയ്യാർകോവിൽ

വെളുത്തവാവിൻ നാളുകളിൽ ക്ഷേത്രത്തിൽ ധാരാളം ഭക്തജനങ്ങളെത്തും. ഇവിടെ പൂജിച്ച ചരടു കെട്ടിയാൽ ദുഷ്ടശക്തികളിൽനിന്നും സംരക്ഷണം ലഭിക്കുമെന്നാണ് വിശ്വാസം. മംഗല്യഭാഗ്യത്തിനായി ധാരാളം യുവതികൾ ഇവിടെയെത്തി പ്രാർത്ഥിക്കാറുണ്ട്. ഇതിനായി ഒരു മഞ്ഞച്ചരട് പൂജിച്ചു കെട്ടും. വെളുത്ത പൊങ്കാലയാണ് പ്രധാന നിവേദ്യവും പ്രസാദവും. സമീപപ്രദേശങ്ങളിലെ കൃഷിക്കാരെല്ലാം തങ്ങളുടെ വിളവിന്റെ ഒരു പങ്ക് ക്ഷേത്രത്തിനായി നൽകുന്നു.

ആടിമാസത്തിലെ രണ്ടാം ചൊവ്വാഴ്ച അമ്മനെ മഞ്ഞൾ കലക്കിയ വെള്ളംകൊണ്ടഭിഷേകം ചെയ്യും. അവസാന ചൊവ്വാഴ്ചയാണ് പ്രധാന ഉത്സവം. 41 ദിവസം വ്രതമെടുത്ത പുരുഷന്മാരുടെ തീയിൽക്കൂടെയുള്ള നടത്തവും പ്രധാന അനുഷ്ഠാനങ്ങളിലൊന്നാണ്. ഉത്സവത്തിന്റെയും ആരാധനയുടെയും ചടങ്ങുകളെല്ലാം സമീപത്തു തന്നെയുള്ള ആദിമൂലക്ഷേത്രത്തിൽനിന്നാണാരംഭിക്കുന്നത്.

വലിയ ഗോപുരത്തോടുകൂടിയ ക്ഷേത്രത്തിനടുത്തുതന്നെയാണ് ആദിമൂലക്ഷേത്രം. അവ്വൈയാർ ലക്ഷ്മിയെ സമാശ്വസിപ്പിച്ചു കുടിയിരുത്തിയതിവിടെയാണ്. കളിമണ്ണുകൊണ്ടുണ്ടാക്കിയ

കറുത്ത വലിയ വിഗ്രഹമാണിവിടെയുള്ളത്. ശ്രീകോവിലിനു മുൻവശത്തെ മണ്ഡപത്തിൽ നിറയെ തൊട്ടിലുകൾ തൂക്കിയിട്ടിരിക്കുന്നതു കാണാം. സന്താനസൗഭാഗ്യത്തിനുള്ള വഴിപാടാണിത്. ഇശക്കിയമ്മനു കാവലായി ചുടലമാടനുമുണ്ട്.

വാൾവച്ചഗോഷ്ഠം

നാഞ്ചിനാട്ടെ നാലു പ്രധാന ദേവീക്ഷേത്രങ്ങളിലൊന്നാണ് വാൾവച്ചഗോഷ്ഠം. കന്യാകുമാരിയിലും ചിതറാലും അരുവിക്കരയിലുമുള്ള ദേവീക്ഷേത്രങ്ങളാണ് മറ്റു മൂന്നെണ്ണം. ഗോഷ്ടം എന്നാൽ കോവിൽ എന്നർത്ഥം.

തിരുവനന്തപുരം നാഗർകോവിൽ ഹൈവേയിൽ ഇരവിപുത്തൂർക്കടയ്ക്കും സ്വാമിയാർമഠത്തിനും മദ്ധ്യേയുള്ള പുലിപ്പുനത്തെത്തി പ്രധാന റോഡിൽനിന്നു തിരിഞ്ഞുവേണം വാൾവച്ചഗോഷ്ടത്തിലെത്താൻ. പ്രശാന്തസുന്ദരമായ ഗ്രാമാന്തരീക്ഷം. പനകൾക്കും തെങ്ങുകൾക്കും നടുവിൽ സമതലത്തിൽനിന്നുയർന്ന്, ഗാംഭീര്യത്തോടെ നിലകൊള്ളുന്ന ക്ഷേത്രം. കുറേ പടികൾ കയറിവേണം ക്ഷേത്രത്തിലേക്കു കടക്കാൻ. മുൻപിൽ വിശാലമായ ക്ഷേത്രക്കുളം. വനവാസിയായ കൊറ്റവൈ ആണ് ഇവിടത്തെ പ്രതിഷ്ഠ. പണ്ടുകാലത്ത് ഇവിടം ഒരു വനപ്രദേശമായിരിക്കാം.

യുദ്ധദേവതയാണ് കൊറ്റവൈ. കാട്ടിലാണ് ഈ ദേവിയുടെ ക്ഷേത്രങ്ങളധികവും കാണപ്പെടുന്നത്. മഹിഷാസുരനെ വധിച്ച ദേവിക്ക് മഹിഷാസുരമർദ്ദിനി എന്ന പേരുമുണ്ട്. സംഘകാലത്ത് പാലൈ നിലത്തിലെ മറവരുടെ പ്രധാന ദേവതയും ഈ ദേവിതന്നെയെങ്കിലും, യുദ്ധം അക്കാലത്ത് ഒരു സാധാരണസംഭവമായിരുന്നതിനാൽ യുദ്ധവിജയത്തിനായി എല്ലാവിഭാഗക്കാരും കൊറ്റവൈയെ ആരാധിച്ചുപോന്നിരുന്നു. മൃഗബലിയായിരുന്നു ഈ ദേവിക്കു നൽകിയിരുന്ന പ്രധാന വഴിപാട്. സംഘകാലത്ത് കൊറ്റവൈയെ പ്രസാദിപ്പിക്കാൻ രാജാക്കന്മാർ വലിയ യാഗങ്ങൾ നടത്തിയിരുന്നു. ആയിരമലയായിരുന്നു കൊറ്റവൈയുടെ പ്രധാനക്ഷേത്രം. ചേരരാജാക്കന്മാരുടെ കുലദേവതയാണ് ഈ ദേവി. ദേവിയെ പ്രസാദിപ്പിക്കാൻ നടത്തിയിരുന്ന യാഗങ്ങളിൽ യാഗശാലയിൽനിന്നുയരുന്ന പുകയും മാംസത്തിന്റെ ഗന്ധവും നാടാകെ പരന്നിരുന്നത്രേ.

കിഴക്കുദർശനമാണ് വാൾവച്ചഗോഷ്ടം ക്ഷേത്രം. പൂർണ്ണമായും ശിലാനിർമ്മിതം. പുരാതന ശില്പവേലകൾ ധാരാളമുണ്ട്. ദീർഘചതുരമായ മണ്ഡപം കടന്നുവേണം ശ്രീകോവിലിലെത്താൻ. ഏഴടിയോളം പൊക്കമുണ്ട് ദേവീവിഗ്രഹത്തിന്. നാലു കൈകളിൽ ശംഖ്,

ചക്രം, അഭയമുദ്രകൾ ധരിച്ചിട്ടുണ്ട്. താഴെ വലതുകൈ തുടയിൽ വിശ്രമിക്കുന്നു. ഉപദേവതകളായി ഗണപതിയും നാഗങ്ങളുമുണ്ട്. ഇവ ചെറിയ പ്രതിഷ്ഠകളാണ്. ക്ഷേത്രത്തിലെ ശില്പമണ്ഡപം പ്രതിമകളും കൊത്തുപണികളും കൊണ്ട് സമ്പന്നമാണ്. ഈ മണ്ഡപത്തിന്റെ ഓരോ വശത്തും മൂന്നുവീതം ആറു സുന്ദര കൽത്തൂണുകളും കാണാം. പ്രവേശനകവാടത്തിലുള്ള കൽത്തൂണുകളിൽ മനോഹരമായ രതിമന്മഥപ്രതിമയുണ്ട്. നടരാജൻ, കാളി, അർജ്ജുനൻ, കർണ്ണൻ, ഇന്ദ്രജിത്ത്, ലക്ഷ്മണൻ എന്നിവരുടെ പ്രതിമകൾ ഗംഭീരംതന്നെ. ശ്രീകോവിലിന്റെ തെക്കുവശത്തുള്ള ശിലാലിഖിതത്തിൽ അറംഗനായകർ A.D. 1234-ൽ ഈ ക്ഷേത്രം നിർമ്മിച്ചതായി രേഖപ്പെടുത്തിയിട്ടുണ്ട്. അപ്പോൾ വീരരവികേരളവർമ്മനായിരുന്നു രാജാവ്. അദ്ദേഹത്തിന്റെ സഹായസഹകരണങ്ങളുമുണ്ടായിരുന്നുവെന്നു രേഖയിൽ പറയുന്നു.

കൊല്ലവർഷം 795-ൽ ഇരവിവർമ്മയുടെ കാലത്ത് മുല്ലമംഗലത്ത് വിക്രമൻ ഒറ്റക്കല്ലുകൊണ്ട് മുഖമണ്ഡപം നിർമ്മിച്ചു എന്നറിയിക്കുന്ന വട്ടെഴുത്തു ലിപിയിലുള്ള ഒരു ശിലാലിഖിതം മുഖമണ്ഡപത്തിലുണ്ട്.

വാൾവച്ചഗോഷ്ഠം ക്ഷേത്രം

വേണാട്ടുരാജാക്കന്മാരുടെ പ്രത്യേക ആദരവിനും ശ്രദ്ധയ്ക്കും പാത്രമായിരുന്ന ക്ഷേത്രമായിരുന്നു ഇത്. അനിഴംതിരുനാൾ മഹാരാജാവ് യുദ്ധത്തിനു പുറപ്പെടുന്നതിനു മുൻപ് വാൾവച്ചഗോഷ്ടം ക്ഷേത്രത്തിലെത്തി ഉടവാൾ നടയ്ക്കുവച്ച് പ്രാർത്ഥിച്ചിരുന്നത്രേ. പരശുരാമൻ ഹിമാലയത്തിലേയ്ക്കു പോകുന്നതിനു മുൻപ്, സ്വന്തം വാൾ ഇവിടെ ഉപേക്ഷിച്ചുവെന്നും ഒരൈതിഹ്യമുണ്ട്. വേണാട്ടു രാജാക്കന്മാർ രാജാവായി കിരീടധാരണം നടത്തുന്നതിനു മുൻപ് ഇവിടെയെത്തി അനുഗ്രഹത്തിനായി പ്രാർത്ഥിച്ചിരുന്നു.

പത്മനാഭപുരത്തുനിന്നു തിരുവിതാംകൂറിന്റെ തലസ്ഥാനം തിരുവനന്തപുരത്തേയ്ക്കു മാറ്റുകയും പിൽക്കാലത്ത് തെക്കൻതിരുവിതാംകൂർ വിഭജിക്കപ്പെടുകയും ചെയ്തതോടെ വാൾവച്ചഗോഷ്ടം ക്ഷേത്രത്തിന്റെയും സമാനമായ മറ്റു പല നാഞ്ചിനാടൻ ക്ഷേത്രങ്ങളുടെയും പ്രൗഢി നഷ്ടപ്പെടാൻ തുടങ്ങി.

മേടമാസത്തിലെ പത്തു ദിവസങ്ങളിലാണ് ഇവിടത്തെ വാർഷികോത്സവം. വൈകാശി വിശാഖവും ക്ഷേത്രത്തിൽ ആഘോഷമായി കൊണ്ടാടാറുണ്ട്. വൈകാശി വിശാഖ ആഘോഷങ്ങളുടെ 9-ാം ദിവസം ദേവി സർവ്വാഭരണവിഭൂഷിതയായി പള്ളിവേട്ടയ്ക്കിറങ്ങുന്നു. ദേവീവിഗ്രഹം ക്ഷേത്രത്തെ ഏഴുപ്രാവശ്യം വലംവയ്ക്കും. തിരുവോണം, നവരാത്രി, തൃക്കാർത്തിക എന്നീ ദിവസങ്ങളും ആഘോഷിക്കപ്പെടുന്നു.

ക്ഷേത്രനിർമ്മാണശൈലിയും ഉള്ളിലെ ശാന്തതയും ഗാംഭീര്യവും ചുറ്റിലുമുള്ള ഗ്രാമാന്തരീക്ഷവും നമ്മെ നൂറ്റാണ്ടുകൾക്കു പിന്നിലേക്കു കൂട്ടിക്കൊണ്ടുപോകും.

അളപ്പൻകോട്

കാലികളുടെ ആയുരാരോഗ്യത്തിനുവേണ്ടി നേർച്ചകളും വഴിപാടുകളുമൊക്കെ നടത്തുന്ന ഒരു ക്ഷേത്രമുണ്ട് - അളപ്പൻകോട്ടെ ഈശ്വരകാലഭൂതത്താൻക്ഷേത്രം. ഇത്തരത്തിലൊരു ക്ഷേത്രം നാട്ടിൽ വേറെയുണ്ടെന്നു തോന്നുന്നില്ല. ഈ ക്ഷേത്രത്തിന്റെ പ്രാധാന്യവും പ്രത്യേകതയും അതുതന്നെയാണ്.

മനുഷ്യൻ വേട്ടയാടിയും കാലിമേച്ചും നടന്ന ഒരു കാലമുണ്ടായിരുന്നു. അന്നു തുടങ്ങിയതാണ് കാലികളുമായുള്ള സൗഹൃദം. കാർഷികവൃത്തിയിലേക്കു മാറിയപ്പോഴും ആ സൗഹൃദം തുടർന്നു. അങ്ങനെ കാലികൾ മനുഷ്യരുടെ കാർഷികജീവിതത്തിന്റെ മാത്രമല്ല ഗാർഹികജീവിതത്തിന്റെയും അവിഭാജ്യഘടകമായി. കിഴക്കുദർശനമായി വീടുകൾ വയ്ക്കുമ്പോൾ വീടിനു മുൻവശത്തുതന്നെ കാലി

അളപ്പൻകോട് ക്ഷേത്രം

ത്തൊഴുത്തും വേണമെന്നത് നിർബന്ധമായി. അങ്ങിനെ ഒരു സാമൂഹികചുറ്റുപാടിലായിരിക്കാം അളപ്പൻകോട് ക്ഷേത്രത്തിനു പ്രസക്തിയേറിയത്.

കുഴിത്തുറയ്ക്കും അണ്ടുകോടിനും മദ്ധ്യേയാണ് അളപ്പൻകോട്. കുഴിത്തുറ മേൽപ്പുറം റോഡിൽനിന്നു വലത്തേക്കു തിരിയുന്ന നാട്ടുവഴിയിലൂടെ എത്താവുന്ന ഒരു ഗ്രാമപ്രദേശത്താണു ക്ഷേത്രം. കിഴക്കു ദിക്കിലേയ്ക്കു തട്ടുതട്ടുകളായി ചരിഞ്ഞുകിടക്കുന്ന ഭൂമി. ക്ഷേത്രം കിഴക്കുദർശനമായാണ്. ക്ഷേത്രത്തിന്റെ വിജനമായ ചുറ്റുവട്ടം നിറയെ റബ്ബർമരങ്ങളാണ്.

കാഴ്ചയിൽ പഴയൊരു കാവിനെ ഓർമ്മിപ്പിക്കും. യോഗദണ്ഡ്, ശാസ്താവ്, കലമാൻകൊമ്പ് (ഭദ്രകാളി) ഇവയാണ് അരശിൻചുവട്ടിലെ പ്രതിഷ്ഠകൾ. അരശിൻതറ പ്ലാറ്റ്ഫോംപോലെ നാലുവശവും കെട്ടിയുയർത്തിയിരിക്കുന്നു. ചുറ്റും അഴിയടിച്ച നാലമ്പലത്തിന്റെ സങ്കല്പത്തിലുള്ള 'ചുറ്റ്'നും മുൻവശത്തെ നമസ്കാരമണ്ഡപത്തിനും മേൽക്കൂരയുണ്ട്.

ചെമ്പകശ്ശേരിയുദ്ധവിജയത്തിനുശേഷം മാർത്താണ്ഡവർമ്മ തിരുവിതാംകൂറിലേക്കു കൂട്ടിക്കൊണ്ടുവന്നവരിൽപ്പെട്ട മറ്റപ്പള്ളി, കൊക്കുവിളാകം, കിഴക്കുവിളാകം, സർവംതിട്ടവീട് എന്നിങ്ങനെ നാല് നായർ കുടുംബങ്ങളാണ് ഈ ക്ഷേത്രത്തിന്റെ ഉടമസ്ഥർ. പത്മനാഭപുരത്തേക്കുള്ള യാത്രയിൽ ഇവരുടെ കൂട്ടത്തിൽ ഒരു ബ്രാഹ്മണവേഷക്കാരനുമുണ്ടായിരുന്നു. കുഴിത്തുറ എന്ന സ്ഥലത്തു വച്ച് "തന്റെ ദർശനമാഗ്രഹിക്കുന്നവർ അളപ്പൻകോട്ടെ അളപ്പൻപാറയിലേക്കു വരിക" എന്നു പറഞ്ഞ് അദ്ദേഹം അപ്രത്യക്ഷനായി. അളപ്പൻകോട്ടെത്തിയ മറ്റപ്പള്ളി കാരണവരോട് അടുത്തുതന്നെ ഒരു

അരശ്ചെടിയുണ്ടെന്നും അവിടെ താനുണ്ടാവുമെന്നും പറഞ്ഞ് അദ്ദേഹം വീണ്ടും മറഞ്ഞു.

ആ അരശിന്റെ മൂട്ടിലാണ് യോഗദണ്ഡ് പ്രതിഷ്ഠിച്ചത്. ഈശ്വര കാലഭൂതത്താൻ ശൈവാംശമാണ്. മഹാദേവന്റെ മടിയിൽ ഇരിക്കുന്ന ശാസ്താവ് എന്നാണു സങ്കല്പം. അങ്ങിനെ 'അമ്മയായവൻ' ആണ് അമ്മാവൻ ആയതത്രേ. നാലമ്പലത്തിന്റെ കന്നിമൂലയിൽ ഗണപതി പ്രതിഷ്ഠയുണ്ട്. നാലമ്പലത്തിനു പുറത്ത് ചുറ്റമ്പലത്തിനു കിഴക്കുതെക്കായി ശക്തിഭൈരവനെ കാണാം. ക്ഷേത്രമതിൽക്കെട്ടിനു പുറത്ത് തെക്കുകിഴക്കായി യക്ഷിയമ്മയ്ക്കും തെക്കുപടിഞ്ഞാറായി അഷ്ടനാഗങ്ങൾക്കും സ്ഥാനമുണ്ട്. പൂജ ആഴ്ചയിൽ രണ്ടു ദിവസം മാത്രമുണ്ടായിരുന്ന ക്ഷേത്രത്തിലിപ്പോൾ നിത്യപൂജയാണ്.

അരശിൻചുവട്ടിലെ യോഗദണ്ഡ് പ്രതിനിധീകരിക്കുന്നത് അളപ്പൻകോട് അമ്മാവനെയാണ്. യോഗീശ്വരൻ, മുനീശ്വരൻ, മന്ത്രമൂർത്തി, മുത്തപ്പൻ തുടങ്ങിയ പേരുകളിൽ പരേതാരാധന നടത്തുന്നത് സാധാരണയായിരുന്നല്ലോ. ദേശത്തിന്റെ നാഥൻ എന്ന സങ്കല്പമാണ് ശാസ്താവിന്. ശാസ്താംകോട്ടെ ശാസ്താവും പരപ്പനാട്ട് കൈതക്കോട്ടെ ശാസ്താവും കുരങ്ങന്മാരുടെ സംരക്ഷകൻ എന്ന പേരിൽക്കൂടിയാണറിയപ്പെടുന്നത്. തകഴിയിലെ ശാസ്താവ് സാക്ഷാൽ വൈദ്യനാഥനും.

ദേശത്തെ പശുക്കൾ പ്രസവിച്ചാൽ ഉപയോഗത്തിനെടുക്കുന്ന ആദ്യത്തെ പാല് ക്ഷേത്രത്തിൽ അഭിഷേകത്തിനായി കൊണ്ടുവരും. വെള്ളിയിലോ കളിമണ്ണിൽ നിർമ്മിച്ച് ചായംപൂശിയതോ ആയ കന്നുകാലിരൂപങ്ങളാണ് ഇവിടത്തെ നേർച്ച. ക്ഷേത്രത്തിന്റെ ചുറ്റുമതിലിനു മുകളിൽ വച്ചിരിക്കുന്ന കാലിരൂപങ്ങളുടെ കാഴ്ച കൗതുകകരം

കന്നുകാലികളുടെ രൂപം - വഴിപാട്

തന്നെ. എല്ലാത്തരം മൃഗങ്ങളുടെയും രക്ഷകനാണത്രെ അളപ്പൻകോട്ട് അമ്മാവൻ.

അഭിഷേകത്തിനുള്ള പാലിനുപുറമെ പന്തിരുനാഴി നിവേദ്യമാണ് ഇവിടത്തെ വഴിപാട്. പൊതിക്കാത്ത തേങ്ങയും നേർച്ചയായി കൊണ്ടുവരാറുണ്ട്. നാല് തറവാടുകളിലെ മൂത്ത കാരണവരാണ് ക്ഷേത്രത്തിന്റെ ട്രസ്റ്റി. അളപ്പൻകോടു ക്ഷേത്രത്തിൽ എല്ലാ വർഷവും നടത്തിവരുന്ന ഗജവീരന്മാരുടെ അകമ്പടിയോടെയുള്ള ആറാട്ട് പ്രസിദ്ധമാണ്.

മനോഹരമായ ഒരാൽവൃക്ഷം കേന്ദ്രമാക്കി തേജസ്സോടെ നിൽക്കുന്ന ക്ഷേത്രം. ശാന്തവും ഭക്തിനിർഭരവുമായ അന്തരീക്ഷം. ഒരു ചെറുവനത്തിനു സമാനമായ ചുറ്റുപാട്. ഈ ആരാധനാലയം പഴയ കാവുകളുടെ സങ്കല്പത്തിൽനിന്നു പൂർണ്ണക്ഷേത്രത്തിലേക്കു മാറാനുള്ള വ്യഗ്രത പ്രകടിപ്പിക്കുന്നുണ്ടെങ്കിലും പ്രകൃതി അതിന്റെ ശാന്തവും ഗ്രാമ്യവും പൗരാണികവുമായ ഭാവം വിട്ടുകൊടുക്കാൻ മടിച്ചുനിൽക്കുന്നു.

അരപ്പള്ളി

ക്രിസ്തുവർഷം 52-ൽ കൊടുങ്ങല്ലൂര് കപ്പലിറങ്ങിയ സെന്റ് തോമസ് ഏഴരപ്പള്ളികൾ സ്ഥാപിച്ചു. അക്കൂട്ടത്തിൽ അവസാനത്തെ പള്ളിയാണ് തോമയാർകോവിൽ എന്നും അരപ്പള്ളിയെന്നുമൊക്കെ വിളിപ്പേരുള്ള തിരുവിതാംകോട് പള്ളി. തമിഴ്നാട്ടിൽ നാഗർകോവിലിലെ തക്കലയ്ക്കടുത്താണ് തിരുവിതാംകോട്. തിരുവനന്തപുരം-നാഗർകോവിൽ ഹൈവേയിൽ അഴകിയമണ്ഡപത്തുനിന്നു തിരിഞ്ഞുപോകണം.

വ്യക്തമായ ചരിത്രത്തിന്റെ അതിരുകൾക്കപ്പുറമാണ് ഈ പള്ളിയുടെ ഭൂതകാലം. ഇവിടെ ചരിത്രം, ഐതിഹ്യങ്ങളും പുരാവൃത്തങ്ങളും നാട്ടറിവുകളും ചേർന്നുള്ള നിഗമനങ്ങളെ ആശ്രയിക്കുന്നു. അതുകൊണ്ടുതന്നെ ഏറെ കൗതുകത്തോടെയാണ് ഈ ആരാധനാലയത്തിലേക്കു പോയത്.

ഒരു ക്രിസ്തീയദേവാലയത്തിൽ ഇന്നു കാണുന്ന നിർമ്മാണരീതിയൊന്നും തിരുവിതാംകോട് പള്ളിയുടെ കാര്യത്തിൽ പാലിക്കപ്പെട്ടിട്ടില്ല. മദ്ബഹക്ക് താഴെ തെക്കുകിഴക്കെ ഭിത്തിയിൽ കൊത്തിവച്ചിട്ടുള്ള ഒരു കുരിശുരൂപമല്ലാതെ മറ്റ് സ്വരൂപസാന്നിദ്ധ്യങ്ങളൊന്നും പഴയപള്ളിയിലില്ല. അരയടിയോളം വലിപ്പമുള്ള ഈ കുരിശുരൂപം പള്ളിയുടെ ആദ്യകാലനിർമ്മിതിയിൽപെടുന്നതാണെന്ന് അതിന്റെ നിർമ്മാണരീതി വ്യക്തമാക്കുന്നു. യേശുവിന്റെയോ മാതാവിന്റെയോ

അരപ്പള്ളി

മറ്റ് ശിഷ്യന്മാരുടെയോ രൂപങ്ങളൊന്നും ഇവിടെ കാണാനുമില്ല. ക്രിസ്തീയാരാധനകളും ബന്ധപ്പെട്ട ആചാരാനുഷ്ഠാനങ്ങളും രൂപപ്പെടുത്തുന്നതിനു മുമ്പാണ് ഈ ദേവാലയം നിർമ്മിക്കപ്പെട്ടതെന്ന് അനുമാനിക്കാം.

പൗരാണികത ഒട്ടും ചോർന്നുപോകാതെ നിലനിൽക്കുന്നു എന്നതാണ് ഈ പള്ളിയെ വ്യത്യസ്തമാക്കുന്നത്. ചെറുതെങ്കിലും മനോഹരം. പൂർണ്ണമായും ശിലാനിർമ്മിതമായിരുന്നു. ആർഭാടങ്ങളും അലങ്കാരങ്ങളുമില്ലാതെ, തനതായ ശില്പചാരുതയോടെ നിലകൊള്ളുന്ന ഈ ആരാധനാലയത്തെ മലങ്കര നസ്രാണികളുടെ ചരിത്രത്തിലെ ഒരു അപൂർവ്വ തിരുശേഷിപ്പായി കണക്കാക്കാം. ചില്ലറ അറ്റകുറ്റപ്പണികളൊഴിവാക്കിയാൽ ഇന്ത്യയിലെ പൊളിച്ചുപണിയാത്ത ഏറ്റവും പഴയ ക്രൈസ്തവദേവാലയം, കൊളോണിയൽ പൂർവ്വനസ്രാണിദേവാലയങ്ങളുടെ അവശേഷിക്കുന്ന ഏക മാതൃക എന്നീ വിശേഷണങ്ങളും അരപ്പള്ളിക്കുണ്ട്.

തമിഴ്ശൈലിയിലുള്ള ഒരു അടഞ്ഞ മണ്ഡപവും അതിനോടു ചേർന്നു തുറസ്സായ മറ്റൊരു മണ്ഡപവുമായിരുന്നു ആദ്യകാല നിർമ്മിതി. കൽത്തൂണുകളിൽ കരിങ്കല്ലുത്തരം വച്ച് അതിനു മുകളിൽ കൽപ്പാളികൾ നിരത്തിയായിരുന്നു മേൽക്കൂരയുടെ നിർമ്മാണം. മുൻവശത്തെ തുറന്ന മണ്ഡപത്തിന്റെ വശങ്ങൾ പിൽക്കാലത്തു കെട്ടിയടച്ചു. "ഭാഗ്യവശാൽ നസ്രാണിദേവാലയവാസ്തുവിദ്യയുടെ ഗതിവിഗതികൾ പഠിക്കാൻ ഒരു മാതൃക ഇനിയും അവശേഷിക്കുന്നുണ്ട്. അത് തിരുവിതാംകൂർ തോമയാർ കോവിലാണ്. ചെത്തിയെടുത്ത കരിങ്കല്ലിലുള്ള നിർമ്മിതിയും ചെത്തിത്തേയ്ക്കാത്ത ഭിത്തികളും മാത്രമല്ല, ഏതാനും നൂറ്റാണ്ടിലെ അവഗണനയും ഇതിനു

സഹായിച്ചിട്ടുണ്ട്. (ഡോ. എം. കുര്യൻ തോമസ്, തോമയാർകോവിൽ, പുറം-70).

ഈ പള്ളിക്ക് 'അരപ്പള്ളി' എന്ന കൗതുകകരമായ വിളിപ്പേര് ഉണ്ടായതിനെക്കുറിച്ച് പറയുന്ന കാരണങ്ങൾ പലതാണ്. മണക്കുടിക്കടുത്തുള്ള ചിന്നമുട്ടം തുറമുഖംവഴിയാണത്രേ തോമാശ്ലീഹാ കന്യാകുമാരിയിലെത്തിയത്. ഇവിടെ പതിനഞ്ചടി പൊക്കമുള്ള ഒരു കൽക്കുരിശ് സ്ഥാപിച്ചിട്ടുണ്ട്. ഇതാണ് തോമയാർകുരിശ്. തിരുവിതാംകോട് അദ്ദേഹം എട്ടാമത്തെ പള്ളി നിർമ്മിച്ചു. പള്ളിയുടെ പണി പൂർത്തീകരിക്കാൻ അദ്ദേഹത്തിനു കഴിഞ്ഞില്ല. അങ്ങനെ അപൂർണ്ണമായ പള്ളി മറ്റു പള്ളികളെക്കാൾ ചെറുതായി. ആകൃതിയിൽ ചെറിയ പള്ളിയെ അരപ്പള്ളി എന്നു വിളിച്ചു. ജറുസലേമിലെ ശലോമേൻ രാജാവ് പണികഴിപ്പിച്ച പള്ളിയുടെ നേർപകുതി അളവാണത്രേ തിരുവിതാംകോടു പള്ളിക്ക്. അതാണ് അരപ്പള്ളി എന്ന പേരിനു നിദാനമെന്നു വിശ്വസിക്കുന്നവരുണ്ട്. ഇനി അരചൻപള്ളിയാണ് അരപ്പള്ളിയായതെന്ന് മറ്റൊരു കൂട്ടർ. അരചൻ എന്നാൽ രാജാവ്. അന്നു നാടു ഭരിച്ചിരുന്ന രാജാവ് പള്ളിനിർമ്മാണത്തിനു കാണിച്ച താൽപര്യവും നൽകിയ സഹായവും അരചൻപള്ളി അഥവാ അരപ്പള്ളി എന്ന പേരിനു കാരണമായി.

A.D. 7 മുതൽ 65 വരെ ചേരരാജാവായ നെടുംചേരലാതനായിരുന്നു ഇവിടം ഭരിച്ചിരുന്നത്. തിരുവിതാംകോടായിരുന്നു തലസ്ഥാനം. സെന്റ് തോമസ് വന്നുവെന്നു പറയുന്നതും ഈ കാലഘട്ടത്തിലാണല്ലോ. നെടുംചേരലാതന്റെ കാലത്ത് തിരുവിതാംകോട് ദേവാലയത്തെ അമലഗിരി ദേവിയുടെ ആലയം എന്നു പറഞ്ഞിരുന്നതായി അന്തോനിമുത്തു രേഖപ്പെടുത്തിയിട്ടുണ്ട്. ഇതിനൊക്കെ ഉപരി ഈ ആരാധനാലയത്തെ തോമയാർകോവിൽ എന്നു വിളിക്കുന്നവരുമുണ്ട്. തരീസാപ്പള്ളി എന്നൊരു പേരും ചില രേഖകളിൽ കാണുന്നു. സ്തുതി ചൊവ്വാക്കപ്പെട്ട, വിശ്വാസം നിലനിർത്തുന്നവരാണ് തരീസാക്കൾ. അവരുടെ പള്ളി തരീസാപ്പള്ളി.

തോമാശ്ലീഹാ മൈലാപ്പൂരിൽ ചില വെള്ളാളച്ചെട്ടികളെ മതം മാറ്റിയതോടെ അവിടത്തെ ഭരണാധികാരി മതം മാറിയവരുടെ വസ്തുവകകൾ കണ്ടുകെട്ടുകയും അവരെ പീഡിപ്പിക്കുകയും ചെയ്തു. ഈ അവസരത്തിൽ വേണാടിലെ ഇളയരാജാവ് അവരെ തന്റെ രാജ്യത്തിലേക്കു ക്ഷണിച്ചു. അങ്ങിനെ അവർ ആരുവാമൊഴി വഴി തക്കലയെത്തി. വേണാടുരാജാവ് അവരെ സന്തോഷപൂർവ്വം സ്വീകരിച്ചു. ഇങ്ങനെ വന്ന 64 കുടുംബങ്ങൾക്ക് കരമൊഴിവായി വസ്തുക്കളും, ആരാധനാലയം നിർമ്മിക്കാൻ സ്ഥലവും നൽകി എന്നത് മറ്റൊരൈതിഹ്യം. ഈ 64 കുടുംബങ്ങൾ താമസം തുടങ്ങിയ

തെരുവാണത്രേ തരീസാതെരുവ്. പള്ളിയുമായി ബന്ധപ്പെട്ട് ഇനിയും ധാരാളം കഥകളുണ്ട്.

25 അടി നീളം, 16 അടി വീതി, 10 അടി ഉയരം എന്നിങ്ങനെയായിരുന്നു പഴയ പള്ളിയുടെ അളവുകൾ. പിൽക്കാലത്ത് അതിന്റെ പഴമ നിലനിർത്തിക്കൊണ്ടുതന്നെ ഹൈക്കലാഭാഗത്തും മുൻഭാഗത്തും ചില ചെറിയ മാറ്റങ്ങൾ വരുത്തി. പ്രധാന വാതിൽ 20 അടിയോളം മുന്നിലേക്കു മാറ്റി ദേവാലയത്തിന്റെ നീളം വർദ്ധിപ്പിച്ചതായിക്കാണാം. അങ്ങിനെ ഇപ്പോഴത്തെ നീളം 45 അടിയാണ്.

കരിങ്കല്ലിൽ നിർമ്മിച്ചിരിക്കുന്ന ഭിത്തികൾക്ക് 2.5 അടി കനവും 10 അടി ഉയരവുമുണ്ട്. പ്രധാനവാതിലിന്റെ ഉയരം 5.5 അടിയും 2.75 അടി വീതിയുമാണ്. മേൽക്കൂരയ്ക്ക് പഴയ ജറുസലേംദേവാലയത്തിന്റെ മേൽക്കൂരയോടു സാമ്യം കല്പിക്കാം. പ്രധാനവാതിലിന്റെ മുൻവശത്ത് വിശുദ്ധബലിക്കുപയോഗിക്കുന്ന അപ്പത്തിന്റെയും വീഞ്ഞുപകരുന്ന കാസയുടെയും അതിനിരുവശത്തായി മാലാഖമാരുടെ രൂപങ്ങളും കൊത്തിവച്ചിട്ടുണ്ട്.

ഹൈക്കലയുടെ മദ്ധ്യഭാഗത്ത് മേശയുടെ രൂപത്തിലുള്ള പീഠം പോർട്ടുഗീസുകാരുടെ സംഭാവനയാണെന്നു കരുതുന്നു. ഇതിന്റെ മുൻഭാഗത്ത് താക്കോൽപിടിച്ചുനിൽക്കുന്ന പത്രോസ് ശ്ലീഹായുടെയും വാളേന്തിനിൽക്കുന്ന പൗലോസ് ശ്ലീഹായുടെയും ചിത്രങ്ങളുണ്ട്. ഒരു വശത്ത് യേശുക്രിസ്തുവിന്റെ കാൽവരിയിലെ ത്യാഗത്തിന്റെ പ്രതീകമായി ആദിമസഭ കരുതിയിരുന്ന പെലിക്കൺ പക്ഷിയുടെ ചിത്രവും പീഠത്തിന്റെ ഒരുവശത്ത് വലിയ ഒരു കുരിശും മാലാഖമാരുടെയും പക്ഷികളുടെയും സസ്യങ്ങളുടെയും ചിത്രങ്ങളും കാണാം. പോർട്ടുഗീസുകാരുടെ മറ്റൊരു സമ്മാനമായി കരുതുന്ന പഞ്ചലോഹനിർമ്മിതമായ ധൂപക്കുറ്റിയും ഇവിടെയുണ്ട്. ഹൈക്കലായുടെ വലതുഭാഗത്തായിക്കാണുന്ന ചിത്രപ്പണികളോടുകൂടിയുള്ള മാമോദീസാതൊട്ടി പഴമയുടെ സാക്ഷ്യപത്രമായി നിലകൊള്ളുന്നു. ഇതും ശിലാനിർമ്മിതമാണ്. ദേവാലയത്തിന്റെ ഭിത്തിയുടെ മുകളിൽ പാമ്പ് പത്തിവിടർത്തിനിൽക്കുന്നതുപോലെ കൊത്തിവച്ചിരിക്കുന്ന രൂപങ്ങളും ആകർഷകം തന്നെ.

1892-ൽ തിരുവിതാംകോട് പള്ളിയിൽ നവീകരണപ്രവർത്തനങ്ങൾ നടത്തി. പുരാതനമായ കരിങ്കൽമേൽക്കൂര പൊളിച്ചുമാറ്റി ഉയരംകൂട്ടി തടിയും ഓടുംകൊണ്ട് മേൽക്കൂരയുണ്ടാക്കി. പടിഞ്ഞാറ് ഭാഗത്തെ തുറന്ന മണ്ഡപം കെട്ടിയടച്ചു മേൽക്കൂരയിലുണ്ടായിരുന്ന കല്ലുകൾ മണ്ഡപം കെട്ടിയടയ്ക്കാനുപയോഗിച്ചു. പതിനേഴാം നൂറ്റാണ്ടിൽ കെട്ടിയടച്ചഭാഗത്ത് തെക്കും വടക്കുമുള്ള ഭിത്തികളിൽ ഇന്നു കാണുന്ന അഴിയിട്ട ജനാലകൾ സ്ഥാപിച്ചു. കെട്ടിയടച്ച ഭാഗത്ത്

തടികൊണ്ടുള്ള ബാൽക്കണി നിർമ്മിച്ചു. പടിഞ്ഞാറു ഭാഗത്ത് പുതിയ നാടകശാല പണിയിച്ചു. മദ്ബഹായുടെ പടിഞ്ഞാറും തെക്കും വടക്കുമായി കാണുന്ന കോൺക്രീറ്റ് തൂണുകൾ പിൽക്കാല നിർമ്മിതിയാണ്.

"നോഹയുടെ പെട്ടകം ഉറച്ച അറാറത്ത് പർവതം തങ്ങളുടെ നാട്ടിലാണെന്ന് ഓർത്തഡോക്സ് സഭ അഭിമാനിച്ചിരുന്നു. സാക്ഷി പേടകത്തിന്റെ സംരക്ഷകരായതിൽ എത്യോപ്യൻ ഓർത്തോഡോക്സ് സഭയ്ക്കും അഭിമാനമുണ്ട്. ലോകത്തിൽ സ്ഥാനചലനം വരാതെയും പൊളിച്ചുപണിയാതെയും ഇന്നും നിത്യോപയോഗത്തിലിരിക്കുന്ന ഏറ്റവും പുരാതന ക്രൈസ്തവദേവാലയമാണ് തോമയാർകോവിലെന്ന് ഏതാണ്ടു സ്ഥിരീകരിക്കപ്പെട്ടിട്ടുണ്ട്. അതിന്റെ സംരക്ഷകർ എന്ന നിലയിൽ മലങ്കര ഓർത്തോഡോക്സ് സഭയ്ക്കും അഭിമാനിക്കാം." (ഡോ. എം. കുര്യൻതോമസ്, പള്ളിയിൽ നിന്നു പള്ളിയിലേക്ക് പുറം 86 തോമയാർകോവിൽ).

രേഖപ്പെടുത്തിയ ചരിത്രത്തിന്റെ അഭാവത്തിൽ ഐതീഹ്യങ്ങളും പുരാവൃത്തങ്ങളും കേട്ടുകേഴ്വികളും നാട്ടറിവുകളും ചരിത്രനിർമ്മിതിയുടെ ഉപകരണങ്ങളാവുന്നത് സ്വാഭാവികം. തോമയാർകോവിലിന്റെ ചരിത്രാവലോകനത്തിനും ഈ ആനുകൂല്യങ്ങൾ അവകാശപ്പെടാം. തിരുവിതാംകോട് ദേശത്തെ തോമയാർപുരയിടം, തരീസാതെരുവ്, തോമയാർകിണർ, ചിന്നമുട്ടത്തെ തോമയാർകുരിശ് എന്നിങ്ങനെയുള്ള പ്രാദേശിക അടയാളങ്ങൾ സെന്റ് തോമസ് പള്ളിയുടെ ചരിത്രത്തിനു ശക്തിപകരുന്നു.

പൗരാണികവാസ്തുശില്പപ്പെരുമ വിളിച്ചറിയിക്കുന്ന കരിങ്കല്ലിൽ രചിച്ച ഒരു ചെറുശിൽപ്പം. ലാളിത്യമാണ് അതിന്റെ ചാരുത. പൗരാണികതയാണതിന്റെ പ്രൗഢി. രണ്ടു തട്ടുകളായി, നടുഭാഗം ഉയർന്ന് ഇരുവശങ്ങളിലേയ്ക്കു ചരിഞ്ഞിറങ്ങുന്ന പാരമ്പര്യശൈലിയിലുള്ള മേൽക്കൂര, കല്ലുകൊണ്ടുള്ള പ്രധാനകവാടം, പൊക്കമുള്ള കൽക്കുരിശ്, മുറ്റത്ത് കൽവിളക്ക് - ഈ സമുച്ചയത്തിലെ ശില്പങ്ങളെല്ലാം പ്രകൃതിയോടിണങ്ങിയും പരസ്പരം ലയിച്ചും നിലകൊള്ളുന്നു.

ദൈവമാതാവിന്റെ നാമത്തിലുള്ള തിരുവിതാംകോട് പള്ളിപ്പരിസരത്തുനിന്നു പുറത്തിറങ്ങുമ്പോൾ വീണ്ടും ഒരിക്കൽക്കൂടി തിരിഞ്ഞുനോക്കാതിരിക്കാൻ കഴിയില്ല.

പള്ളിയപ്പൻ

ശംഖനാദവും പള്ളിമണിയും ബാങ്കുവിളിയും ഒരു സ്ഥലത്തുനിന്ന് ഒരേസമയം ഉയരുന്നു. അത്ഭുതപ്പെടേണ്ട അത് ഇരവിപുത്തൂർക്കടയുടെ സമീപമുള്ള പള്ളിയാടിയിൽനിന്നാണ്. ഇവിടെയാണ്

പള്ളിയപ്പൻ - ആരാധനാകേന്ദ്രം

പള്ളിയപ്പനെ ആരാധിക്കുന്നത്. മതസൗഹാർദ്ദത്തിന്റെ പ്രകടമായ ഉദാഹരണം. ശിവാലയഓട്ടത്തിൽപെട്ട തൃപ്പന്നിയോട് ശിവക്ഷേത്രം അടുത്തുണ്ട്. പള്ളിയാടിയിൽ പടർന്ന് പന്തലിച്ച് നിൽക്കുന്ന ഒരു പുളിയുടെ ചുവടിനടുത്താണ് വേദി. മരത്തിനടുത്ത് ഉയർത്തിക്കെട്ടിയ തറയുണ്ട്. ഇവിടെ കെടാവിളക്കായി സംരക്ഷിക്കുന്ന ഒരു നിലവിളക്കും ഇരുവശത്തായി രണ്ട് കൽവിളക്കുകളുമല്ലാതെ മറ്റ് ആരാധനാബിംബങ്ങളൊ ബാഹ്യാഡംബരങ്ങളോ ഇല്ല. പള്ളിയാടിയിൽ ഒരു മഹാസിദ്ധൻ താമസിച്ചിരുന്നുവെന്നും അദ്ദേഹത്തോടുള്ള ആദരസൂചകമായാണ് ഈ വിളക്കുവെപ്പെന്നും പറയപ്പെടുന്നു. വിളക്കിലേക്കുള്ള എണ്ണ എല്ലാ ജാതിക്കാരുടെയും വകയാണ്. വിശ്വാസികൾ ഇവിടെ പ്രാർത്ഥന നടത്തി വിളക്കിൽ നിന്ന് അൽപം എണ്ണ പ്രസാദമായി കൊണ്ടുപോകും. ഈ എണ്ണയ്ക്ക് രോഗശമനത്തിനുള്ള കഴിവുണ്ടത്രെ. മാർച്ച് മാസത്തിലെ മൂന്നാം തിങ്കളാഴ്ചയാണ് ഇവിടത്തെ ഉത്സവം. അന്ന് ഹിന്ദു, ക്രിസ്ത്യൻ, ഇസ്ലാം വിഭാഗത്തിലുള്ള ഭക്തജനങ്ങൾ ഒരുമിച്ച് കൂടും. ഓരോരുത്തർക്കും അവരവരുടെ വിശ്വാസമനുസരിച്ചുള്ള ആരാധന നടത്താം. ഭക്തജനങ്ങൾ ആഹാരം പാകം ചെയ്യാനുള്ള സാധനസാമഗ്രികൾ കൊണ്ടുവരുകയും എല്ലാവരും ഒത്തുചേർന്ന് അവ പാചകംചെയ്ത് പങ്കിട്ടു കഴിക്കുകയും ചെയ്യും. പള്ളിയപ്പനിലും പള്ളിയപ്പന്റെ അനുഗ്രഹത്തിലും വിശ്വസിക്കുന്നവർ ഏറെയുണ്ട്. മുതലിയാർ സമുദായത്തിൽപെട്ട പള്ളിയാടി കുടുംബത്തിന്റെ വകയായിരുന്നു ഈ

ആരാധനാലയം ഉൾപ്പെട്ട ഭൂമി. പള്ളിയപ്പൻ ഈ കുടുംബത്തിലെ അംഗമായിരുന്നത്രേ. ഭക്തനും പള്ളിയപ്പനുമിടയ്ക്ക് പുരോഹിതൻ എന്ന ഇടനിലക്കാരൻ ഇല്ല എന്നതും ശ്രദ്ധിക്കണം. വിശ്വാസം ജാതിമതചിന്തകൾക്കപ്പുറമാണെന്ന് ഇവിടത്തെ കെടാവിളക്കുകൾ നമ്മെ ഓർമ്മിപ്പിക്കുന്നു.

തേങ്ങാപട്ടണം മാലിക് ബിൻ ദിനാർ പള്ളി

അറേബ്യയിൽ നിന്നും കൊടുങ്ങല്ലൂരെത്തിയ മാലിക് ബിൻ ദിനാറും അദ്ദേഹത്തിന്റെ അനുയായികളും ചേർന്ന് കേരളത്തിൽ പതിനെട്ട് പള്ളികൾ നിർമ്മിച്ചു എന്നാണ് ഐതിഹ്യം. അതിൽ മാലിക് ബിൻ ദിനാറിന്റെ മേൽനോട്ടത്തിൽ തെക്കൻ തിരുവിതാം കൂറിൽ നിർമ്മിച്ചപള്ളികളിൽ പ്രധാനപ്പെട്ടതത്രെ. തേങ്ങാപട്ട ണത്തെ വലിയപള്ളി. സൂഫി സന്ന്യാസിയായ മാലിക് ദിനാറിന്റെ 44 അനുചരന്മാരോടൊപ്പം മാലിക് മുഹമ്മദും ഉണ്ടായിരുന്നു. അന്നത്തെ ഭരണാധികാരികളിൽ നിന്ന് മതപരിവർത്തനത്തിനും ആരാധനാലയ നിർമ്മാണത്തിനും ലഭിച്ച പ്രോത്സാഹനങ്ങൾ അവ രുടെ ശ്രമം ആയാസരഹിതമാക്കി.

മാലിക് ദിനാർ ഒറ്റരാത്രികൊണ്ട് മനോഹരമായ ഒരു പള്ളി നിർമ്മിച്ചു എന്നാണ് കഥ. തലേ ദിവസം രാത്രി ഗ്രാമവാസികൾ ഉറങ്ങാൻ പോയപ്പോൾ ശൂന്യമായി കിടന്നിരുന്ന കടൽതീരത്ത്

വലിയ സാഹിബ് മാലിക് മുഹമ്മദിന്റെ കബർ

രാവിലെ മനോഹരമായ ഒരു പള്ളി നിൽക്കുന്നത് കണ്ട് കടലോര വാസികൾ അതിശയിച്ചു. നാൽപ്പത് വെള്ളാനകളും ജിന്നുകളുമായി രാത്രി തുറയിലെത്തിയ മാലിക് ദിനാറാണ് ഒറ്റ രാത്രികൊണ്ട് പള്ളി യുടെ പണി പൂർത്തിയാക്കിയത്. ചേരമൻ പെരുമാളിന്റെ അനുഗ്ര ഹവും ഉണ്ടായിരുന്നു. ഇവിടെനിന്ന് അദ്ദേഹം പിന്നെ പോയത് തിരുവിതാംകോട്ടേക്കാണ്.

വിളവംകോട് താലൂക്കിലെ പൈങ്കുളം ഗ്രാമത്തിലാണ് തേങ്ങാ പ്പട്ടണം. ഇവിടവും ചരിത്രപ്രാധാന്യത്തോടൊപ്പം പ്രകൃതിസൗന്ദര്യം കൊണ്ടും അനുഗൃഹീതമാണ്. സമുദ്രവും നദിയും കനാലും കുറ്റി ക്കാടുകളും തെങ്ങിൻതോപ്പുകളും ഈ ദേശത്തെ മനോഹരമാ ക്കുന്നു. ധാരാളം തേങ്ങ വിളയുന്ന നാടായതുകൊണ്ടായിരിക്കാം തേങ്ങാപ്പട്ടണം എന്ന പേര് കിട്ടിയത്. ആയ് രാജ്യമായിരുന്ന തെങ്ങ നാടിന്റെ സിരാകേന്ദ്രമായിരുന്നതിൽ തേങ്ങാപ്പട്ടണം എന്ന പേരു ണ്ടായി എന്ന് വിശ്വസിക്കുന്നവരുമുണ്ട്. ഇവിടെ മതപരിവർത്തന പ്രവർത്തനങ്ങൾക്കായി പല മുസ്ലീം മതനേതാക്കളും വന്നിട്ടുണ്ട്. തേങ്ങാപട്ടണത്തെ ഈ വലിയപള്ളി മാലിക്ദിനാർ ജുമാപള്ളി എന്നാണ് അറിയപ്പെടുന്നത്. വലിയപള്ളിയെ കൂടാതെ അഞ്ച് പള്ളി കൾ കൂടെ തേങ്ങാപട്ടണത്തിൽ ഉണ്ട്.

തിരുവിതാംകോട് വലിയ പള്ളി

ചേര, ചോള, പാണ്ഡ്യരാജാക്കന്മാരും നാഞ്ചിൽ കുറവന്മാരും വേണാട് രാജാക്കന്മാരുമൊക്കെ ഭരിച്ചിരുന്ന തിരുവിതാംകോട് രാജ്യം തലസ്ഥാനം കൂടിയായിരുന്നു. ചേരമാൻ പെരുമാളിന്റെ പിൻഗാമികളാണ് 8-ാം നൂറ്റാണ്ടിൽ ഇവിടെ ഭരണം നടത്തിയിരുന്നത്. ഈ കാലത്താണ് മാലിക് ബിൻ ദിനാർ എന്ന സൂഫി സന്ന്യാസി അനുയായികളുമൊത്ത് മതപ്രചരണത്തിനായി എത്തിയത്.

ഒരു ദിവസം രാജാവ് നായാട്ടിന് ഇറങ്ങിയതിനിടയിൽ അകലെ വനപ്രദേശത്ത് നിന്നും ബാങ്ക് വിളിയുടെ ശബ്ദം കേട്ടു. ആ ശബ്ദ ത്തിന്റെ ഉറവിടം അറിയാനായി രാജാവ് ശബ്ദം കേട്ട സ്ഥലത്തേക്ക് പുറപ്പെട്ടു. അവിടെ അദ്ദേഹം കണ്ടത് മാലിക് ഇഫ്നു ഹബീബിന്റെ പുത്രനായ മാലിക് മുഹമ്മദിനെയാണ്. ഇതര മതസ്ഥരോട് ആദ രവും സമഭാവവും പ്രകടിപ്പിച്ചിരുന്ന രാജാവിനോട് തങ്ങൾക്ക് ആരാ ധിക്കാനായി ഒരു പള്ളി പണിയാൻ ആഗ്രഹം പ്രകടിപ്പിച്ചു. രാജാവ് സന്തോഷത്തോടെ പള്ളി പണിയാൻ അനുവാദം നൽകുകയും തന്റെ കൈയിലുണ്ടായിരുന്ന അമ്പുകൊണ്ട് പള്ളി പണിയാനുള്ള സ്ഥലം അടയാളപ്പെടുത്തി നൽകുകയും ചെയ്തു. ബാങ്ക് വിളി യുടെ ഉറവിടം തേടി എത്തിയ രാജാവിന് അവിടെ ആരെയും

കാണാനായില്ലെന്നും അവരിടെ ഒരു പള്ളി പണിയണമെന്ന് അദ്ദേഹത്തിന് സ്വപ്ന ദർശനം ഉണ്ടായി എന്നും അതനുസരിച്ച് പള്ളി പണിഞ്ഞു നൽകി എന്നും മറ്റൊരു കഥയും പ്രചാരത്തിലുണ്ട്.

തിരുവിതാംകോട് നാല് മുസ്ലീം പള്ളികൾ ഉണ്ടായിരുന്നതിൽ വലിയ പള്ളി എന്നും കല്ല്പള്ളി എന്നുമാണ് ഈ ആരാധനാലയം അറിയപ്പെട്ടിരുന്നത്. ഇവിടത്തെ ഏറ്റവും പഴക്കമുള്ള പള്ളിയാണിത്. പൂർണ്ണമായും പാറകൊണ്ട് നിർമ്മിച്ചതിനാലാണ് കല്ലുപള്ളി എന്ന വിളിപേര് ഉണ്ടായത്. ഇവിടത്തെ മുസ്ലീംസമൂഹം ആയിരത്തി ഇരുനൂറ് വർഷത്തെ പഴക്കം അവകാശപ്പെടുന്നു. ദീർഘകാലം സമുദായ സേവനം നടത്തിയ മാലിക് മുഹമ്മദ് തന്നെയാണ് ഈ പള്ളി നിർമ്മിച്ചത്. അദ്ദേഹത്തിന്റെ കബറിടവും ഈ പള്ളിയിൽ തന്നെയുണ്ട്. ഈ കബർ സിൽക്ക് തുണികൊണ്ട് അലങ്കരിച്ച് സൂക്ഷിക്കുന്നു. ദിവസവും നിലവിളക്ക് കത്തിച്ച് വയ്ക്കാറുണ്ട്. എല്ലാ വർഷവും ഇസ്ലാം കലണ്ടറിലെ മൂന്നാം മാസം 22-ാം തീയതിയുള്ള അദ്ദേഹത്തിന്റെ മരണവാർഷിക ആഘോഷത്തിൽ കന്യാകുമാരി ജില്ലയിലെ ധാരാളം വിശ്വാസികൾ പങ്കെടുക്കും. മാലിക് മുഹമ്മദിന്റെ കബറിടത്തിനടുത്തായി സെയ്യിദ് മുഹമ്മദ്, സെയ്യിദ് ഹുസൈൻ, സെയിദ് ഉമറ് എന്നീ തങ്ങൾമാരുടെ കബറുമുണ്ട്. ഇവ മൂന്നും ഒരു കൂരയ്ക്കുള്ളിൽ അടുത്തടുത്തായി കാണാം. പുരാതനമായ ഈ കല്ലുപള്ളിയിൽ പല പല നവീകരണങ്ങൾ ഉണ്ടായെങ്കിലും ഖബറുകളുടെ രൂപത്തിനും രീതിക്കും മാറ്റമൊന്നും വരുത്തിയിട്ടില്ല.

സെയ്യിദ് മുഹമ്മദ്, സെയ്യിദ് ഹുസൈൻ, സെയ്യിദ് ഉമറ് എന്നിവരുടെ കബർ

പള്ളിയോട് ചേർന്ന് പുരാതനവും വൃത്തിയുള്ളതുമായ ഒരു കുളമുണ്ട്. മാലിക് മുഹമ്മദിനെ കബറടക്കിയ പള്ളി മാലിക് മുഹമ്മദ് വലിയുള്ള ജമാത് മസ്ജിദ് എന്ന് അറിയാൻ തുടങ്ങി. ബുഹാരി മസ്ജിദ്, മൊയ്ദീൻ മസ്ജിദ്, ജിലാനി മസ്ജിദ് എന്നിവയാണ് തിരുവിതാംകോട്ട് ഉള്ള മറ്റ് മുസ്ലീം പള്ളികൾ.

കോട്ടാർ ബാവാകാസിം പള്ളി

8-ാം നൂറ്റാണ്ടിന്റെ തുടക്കത്തിലാണ് ബാവാകാസിം എന്ന മുസ്ലീം മതപ്രവാചകൻ തെക്കെ ഇന്ത്യയിലെത്തിയത്. കോട്ടാറിലെ ഇലങ്കടൈ ആയിരുന്നു ഇദ്ദേഹത്തിന്റെ പ്രവർത്തനമേഖല. ഏകനായി മതപ്രചരണവും സാമൂഹ്യസേവനവും നടത്തിയ ഇദ്ദേഹത്തെ പുറംലോകം അധികം അറിഞ്ഞിരുന്നില്ല. നല്ല ഒരു യൂനാനി വൈദ്യൻകൂടിയായിരുന്ന ബാവ നാട്ടുഭാഷ പഠിക്കുകയും നാട്ടുകാരെ ഇസ്ലാമിക മത സിദ്ധാന്തങ്ങൾ പഠിപ്പിക്കുകയും ചെയ്തു. വളരെയേറെ ആളുകളുടെ രോഗങ്ങൾ ചികിത്സിച്ച് ഭേദമാക്കിയ ഇദ്ദേഹം വളരെവേഗം നാട്ടുകാർക്ക് പ്രിയപ്പെട്ടവനായി.

നാഗർകോവിൽ പ്രശസ്തിയിലേക്ക് ഉയരും മുൻപ് തെക്കൻ തിരുവിതാംകൂറിലെ തെക്ക്ഭാഗത്തെ പ്രധാന പട്ടണങ്ങളിൽ ഒന്നായിരുന്നു കോട്ടാർ. കോട്ടാറിലെ ഒരു കച്ചവടതെരുവാണ് ഇലങ്കടൈ. കട എന്ന വാക്കാണ് ഇലങ്കടൈ എന്ന പേരിന് നിദാനം. കടൈ തെരുവ് എന്നായിരുന്നു ആദ്യപേര്. ഇരുപത്തി അഞ്ചോളം കുടുംബങ്ങളാണ് ആദ്യം ഇവിടെ ഉണ്ടായിരുന്നത്. കലമുണ്ടാക്കുന്ന കുശവന്മാരും കൊല്ലന്മാരും നെയ്ത്തുകാരുമായിരുന്നു ഇവർ. കുറച്ച് വെള്ളാളർ ഉണ്ടായിരുന്നത് കൃഷിക്കാരായിരുന്നു.

മതപ്രചരണത്തിനും യൂനാനി ചികിത്സക്കുമൊപ്പം നാട്ടുകാരുടെ സാമൂഹികവും സാംസ്കാരിവുമായ ഉന്നമനത്തിന് വേണ്ടി പ്രവർത്തിച്ച ബാവ നാട്ടുകാർക്ക് വേണ്ടപ്പെട്ടവനായി. അവരുടെ സമ്മർദത്തിന് വഴങ്ങി അദ്ദേഹം ഇലങ്കടൈയിൽ സ്ഥിരതാമസമായി. ക്രമേണ ഇലങ്കടൈ എന്ന ചെറുഗ്രാമം വിദ്യാഭ്യാസ സാംസ്കാരിക പ്രവർത്തനങ്ങളുടെ കേന്ദ്രമായി. ക്രമേണ വടശേരി, ചെട്ടിക്കുളം, നാഗർകോവിൽ എന്നിവിടങ്ങളിൽ നിന്ന് ജനങ്ങൾ ഇലങ്കടൈയിലേക്ക് കുടിയേറി പാർത്തു. അവിടത്തെ കച്ചവട സ്ഥാപനങ്ങൾ വലുതായി ഓലകെട്ടിമേഞ്ഞ വീടുകൾ ഉണ്ടായി. ഇന്ന് കുത്ബാ എന്നറിയപ്പെടുന്ന പള്ളി ബാവാ കാസിം നിർമ്മിച്ചതാണ്.

15-ാം നൂറ്റാണ്ടിൽ ശ്രീ വീര ഉദയമാർത്താണ്ഡവർമ്മ ഇലങ്കടൈ മുസ്ലീങ്ങൾക്ക് കുറെ സ്ഥലവും പണവും ദാനമായി നൽകി. ഈ പണം കൊണ്ട് അവിടത്തെ ജനങ്ങൾ ബാവാകാസിമിനെ കബറടക്കിയ

ബാവാകാസിം

സ്ഥലത്ത് ഒരു പള്ളി പണിയിച്ചു. ഈ പള്ളി ബാവാകാസിം പള്ളി എന്ന പേരിൽ അറിയപ്പെട്ടു. ബാവയുടെ നിസ്വാർത്ഥ പരിശ്രമമാണ് ഇലങ്കടൈ ജമാഅത്തിനെ കന്യാകുമാരിയിലെ മികച്ച ജമാ അത്ത്കളിലൊന്നാക്കിയത്.

തിട്ടുവിള ജുമാ മസ്ജിദ്

പ്രവാചകനായ മുഹമ്മദ് നബിയുടെ 27-ാമത് തലമുറയിൽപെട്ട ആളാണ് ഷെയ്ഖ് ഉദ്മൻ ലെപ്പയ്. ഇദ്ദേഹം ഹിജ്റ 12-ാം നൂറ്റാണ്ടിൽ അറേബ്യയിൽനിന്ന് കൊച്ചിയിലെത്തി. തെക്കോട്ട് സഞ്ചരിച്ച് കോട്ടാറിലുമെത്തി അവിടെ കുറച്ച് കാലം താമസിച്ചു. അൽപ കാലത്തിനുശേഷം കോട്ടാറിൽ നിന്ന് ഷെയ്ഖ് തിട്ടുവിളയിലെത്തി അവിടെ സ്ഥിരതാമസമാക്കി. ഒരു തുണിക്കച്ചവടക്കാരനായ ഇദ്ദേഹം തിട്ടുവിളയിടെ ജനങ്ങൾക്കിടയിൽ അത്ഭുതങ്ങൾ പ്രവർത്തിച്ചു. മലകളാലും നദികളാലും ചുറ്റപ്പെട്ട മനോഹരമായ ദേശമായിരുന്നു തിട്ടുവിള. തന്റെ ഭാര്യയും മൂന്ന് മക്കൾക്കും ഒപ്പം ലളിതജീവിതം നയിച്ചിരുന്ന ഷെയ്ഖ് വളരെ വേഗം തന്നെ നാട്ടുകാരുടെ സ്നേഹാദരങ്ങൾക്ക് പാത്രമായി.

ഉദ്മൻ ലെപ്പയുടെ കഠിനപ്രയത്നത്താൽ മാലിക് ദിനാർ കോട്ടാറിൽ നിർമ്മിച്ചതുപോലെ ഒരു ജുമാമസ്ജിദ് തിട്ടുവിളയിലും

ഉണ്ടായി. വളരെ അകലെ നിന്ന് തന്നെ കാണാവുന്ന വിധത്തിലുള്ള മനോഹരമായ പള്ളിയായിരുന്ന ഇത്. 1955 ൽ പള്ളി വിപുലീകരിക്കുകയും പിന്നീട് കാലാകാലങ്ങളിൽ പുനരുദ്ധരിക്കുകയും ചെയ്തു. നാട്ടുകർ അപ്പച്ചി അപ്പ എന്ന് സ്നേഹത്തോടെ വിളിച്ചിരുന്ന ഉദ്മൻ ലെപ്പയുടെ മൃതദേഹം തിട്ടുവിളയിൽ സംസ്കരിക്കുകയും അദ്ദേഹത്തിന്റെ ശവകുടീരത്തിൽ ഒരു ദർഖ പണിയിക്കുകയും ചെയ്തു. ഫക്കീർ ബാവ വലിയുള്ള എന്ന പേരിൽ അറിയപ്പെടുന്നു ദർഖ തിട്ടുവിളയുടെ പ്രവേശന കവാടത്തിലാണുള്ളത്. അപ്പച്ചി അപ്പയുടെ ഓർമ്മ ദിവസം എല്ലാ വർഷവും വിശ്വാസികൾ ആഘോഷിക്കുന്നു. അന്നേദിവസം എല്ലാവർക്കും സൗജന്യ ഭക്ഷണവും നൽകിവരുന്നു.

നാനൂറ് വർഷത്തോളം പഴക്കം കൽപ്പിക്കുന്ന പള്ളി പൂർണ്ണമായും കല്ല് കൊണ്ട് നിർമ്മിച്ചതാണ്. അക്കാരണത്താൽ ഇതിന് കല്ലപള്ളി എന്ന പേരുമുണ്ട്. ഈ നിർമ്മിതിയോട് ചേർന്ന 50 വർഷം മുൻപ് ചുടുകല്ലു കൊണ്ടുള്ള ഭിത്തിയും കോൺക്രീറ്റ് മേൽക്കൂരയുമായി ഒരു അനുബന്ധ നിർമ്മാണം കൂടിയുണ്ട്. കല്ല് പള്ളി അക്കാലത്ത് നിലവിലിരുന്നു ഹിന്ദുവാസ്തുശാസ്ത്രമനുസരിച്ചാണ് നിർമ്മിച്ചിട്ടുള്ളത്. ചുടുകട്ട കൊണ്ട് നിർമ്മിച്ച നിലവറയുടെ വടക്ക് വശത്ത് ദർഗ്ഗക്ക് അഭിമുഖമായി ഒരു പ്രവേശനവഴിയുണ്ട്. ദർഗ്ഗയ്ക്ക് അഭിമുഖമായി തുറക്കുന്ന വാതിലിലൂടെയാണ് സ്ത്രീകൾ പ്രാർത്ഥനയ്ക്കായി പ്രവേശിക്കുന്നത്. പഴയ കൽതൂണുകളും ബീമുകളും പ്ലാസ്റ്റർ ചെയ്തു ചെറിയ ഡിസൈനുകളും അനുയോജ്യമായ ചായങ്ങളും നൽകി മുസ്ലീം ആരാധനാലയത്തിന്റെ അന്തരീക്ഷം ഒരുക്കിയിരിക്കുന്നു.

ശിവാലയഓട്ടം

കൽക്കുളം, വിളവൻകോട് താലൂക്കുകളിലായുള്ള പന്ത്രണ്ട് പുരാതനമായ ശിവക്ഷേത്രങ്ങളിലെ പ്രതിഷ്ഠകൾ വ്യാഘ്രപാദ മുനി നടത്തിയതാണത്രെ. ഈ ക്ഷേത്രങ്ങളിലെല്ലാം ഒരു പകലും രണ്ട് രാത്രിയുംകൊണ്ട് കുളിച്ചുതൊഴണം. ഇതിനായുള്ള ഓട്ടമാണ് പ്രസിദ്ധമായ ശിവാലയഓട്ടം. നൂറ്റാണ്ടുകളായി ആയിരക്കണക്കിന് ഹിന്ദുമതവിശ്വാസികൾ നടത്തിവരുന്ന അനുഷ്ഠാനമാണിത്. എപ്പോൾ എങ്ങിനെ തുടങ്ങി എന്ന് വ്യക്തമല്ല.

മുഞ്ചിറയിലെ തിരുമലക്ഷേത്രത്തിൽ നിന്നും ഓട്ടം ആരംഭിക്കുന്നു. കുഴിത്തുറയാറ്റിന്റെ തീരത്താണ് ഈ ക്ഷേത്രം. ഓട്ടക്കാർക്ക് ഉടുക്കാൻ ചുവന്നപട്ടും കഴുത്തിൽ രുദ്രാക്ഷമാലയും കൈയിൽ ഭസ്മസഞ്ചിയും വിശറിയും വേണം. ഉഷ്ണകാലത്ത് ചുട്ടു

പൊള്ളുന്ന വെയിലത്താണ് ഓട്ടം. ഗോവിന്ദാ ഗോപാലാ എന്ന് വിളിച്ചുകൊണ്ടുള്ള ഓട്ടത്തിനിടയിൽ വഴിയിൽ കാണുന്ന കുളങ്ങളിലും കനാലുകളിലുമൊക്കെ ഓട്ടക്കാർ ഇറങ്ങി ഒന്ന് മുങ്ങും. കുളങ്ങളുടെയും കനാലുകളുടെയും കരയിലൂടെയും പാടങ്ങൾക്ക് കുറുകേയുമൊക്കെയാണല്ലോ ഓട്ടം. ഓട്ടക്കാർക്ക് മൂന്നു ദിവസത്തെ വ്രതം വേണം. ആ ദിവസങ്ങളിൽ ഒരിക്കലേ അരി ആഹാരം പാടുള്ളൂ. രാത്രി കരിക്കും പഴവും കഴിക്കാം. മത്സ്യമാംസാദികൾ പാടില്ല. ബ്രഹ്മചര്യനിഷ്ഠയും വേണം.

ശിവക്ഷേത്രങ്ങളുമായി ബന്ധപ്പെട്ട ആചാരമാണെങ്കിലും ഗോവിന്ദാ ഗോപാലാ എന്ന് വിളിച്ചുകൊണ്ടാണ് ഓട്ടം. ശൈവ, വൈഷ്ണവ സങ്കല്പങ്ങളുടെ സമന്വയവും പരസ്പരമുള്ള ആദരവും ഈ അനുഷ്ഠാനത്തെ ശ്രദ്ധേയമാക്കുന്നു.

തിരുമല ക്ഷേത്രത്തിൽനിന്ന് തുടങ്ങുന്ന ഓട്ടം തിക്കുറിശ്ശി, തൃപ്പരപ്പ്, തിരുനന്തിക്കര, പൊന്മന, തൃപ്പന്നിപ്പാകം, തിരുനീലകണ്ഠം, തിരുമേലാങ്കോട്, തിരുവിടൈക്കോട്, തിരുവിതാംകോട്,

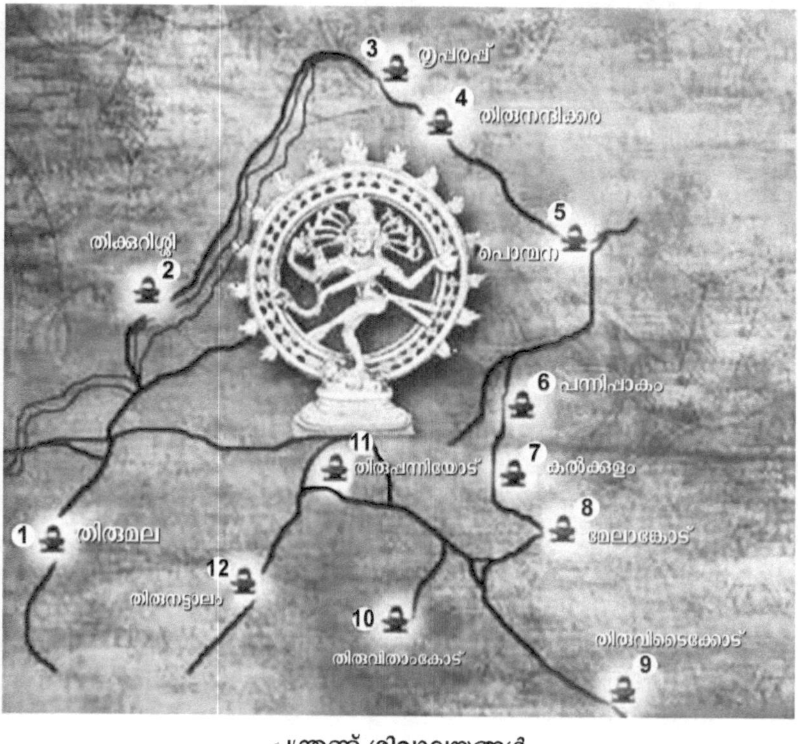

പന്ത്രണ്ട് ശിവാലയങ്ങൾ

ശിവാലയ ഓട്ടം

തൃപ്പന്നിയോട് എന്നീ ക്ഷേത്രങ്ങളിൽ തൊഴുത് പ്രസാദം വാങ്ങി തിരുനട്ടാലം ക്ഷേത്രത്തിൽ ഓട്ടം അവസാനിക്കുന്നു.

വ്യാഘ്രപാദമഹർഷിയും ഭീമസേനനുമുൾപ്പെട്ടതാണ് ശിവാലയ ഓട്ടത്തെക്കുറിച്ചുള്ള ഐതീഹ്യം. കുരുക്ഷേത്രയുദ്ധത്തിനുശേഷം പാണ്ഡവർ നടത്തുന്ന അശ്വമേധയാഗത്തിൽ വ്യാഘ്രപാദമഹർഷി അതിഥിയായി പങ്കെടുക്കണമെന്ന് അഭ്യർത്ഥിക്കാൻ ശ്രീകൃഷ്ണൻ ഭീമസേനനെ നിയോഗിക്കുന്നു. മുഞ്ചിറക്കടുത്ത് താമ്രപർണ്ണിയുടെ കരയിൽ പാറക്കൂട്ടങ്ങളും അവയ്ക്ക് ഇടയിൽ ഗുഹകളുമുള്ള ഒരു പ്രദേശമുണ്ട്. പണ്ട് മുനിമാർ ഇവിടെ തപസ്സു ചെയ്തിരുന്നു. മുനിമാർതോട്ടം എന്നാണ് പേര്. തപസ്സിലായിരുന്ന മഹർഷിയെ ഭീമസേനൻ ഇവിടെവച്ചാണ് കാണുന്നത്. ശിവോപാസകനാണ് മഹർഷി. മഹർഷിയുടെ അടുത്തെത്തുമ്പോൾ വിഷ്ണുനാമങ്ങൾ ഉച്ചരിക്കണമെന്ന് കൃഷ്ണൻ ഭീമസേനനോട് നിർദ്ദേശിച്ചിരുന്നു. ശിവഭക്തനായ മഹർഷി ഭീമൻ തന്റെ മുന്നിൽ വിഷ്ണുനാമങ്ങൾ ഉച്ചരിക്കുന്നത് കേട്ട് കോപിഷ്ഠനായി. മുനികോപം കണ്ട് ഭീമൻ പ്രാണരക്ഷയ്ക്കായി ഓടി. ഓട്ടത്തിനിടയിൽ ശ്രീകൃഷ്ണൻ ഏൽപിച്ചിരുന്ന പന്ത്രണ്ട് ശിവലിംഗങ്ങൾ ഓരോന്നായി ഭീമൻ വഴിയിൽ നിക്ഷേപിക്കുന്നു. ആ ശിവലിംഗങ്ങളെ വ്യാഘ്രപാദൻ പന്ത്രണ്ട് സ്ഥലങ്ങളിലായി പ്രതിഷ്ഠിച്ചുവെന്നും അങ്ങിനെയാണ് ശിവാലയ ഓട്ടത്തിൽപ്പെട്ട പന്ത്രണ്ട് ശിവക്ഷേത്രങ്ങൾ ഉണ്ടായതെന്നുമാണ് ഐതിഹ്യം. ഈ പന്ത്രണ്ട് ക്ഷേത്രങ്ങളിലും ശിവരാത്രിദിവസം ദർശനം നടത്തുന്നത് അതീവ വിശിഷ്ടമാണെന്നാണ് വിശ്വാസം. ക്ഷേത്രങ്ങളെല്ലാം പുരാതനവും പ്രസിദ്ധവുമാണ്.

പ്രസിദ്ധമായ പാർത്ഥിവപുരം ക്ഷേത്രത്തിനു സമീപമുള്ള തിരുമല കോവിലിൽനിന്ന് ഓട്ടക്കാർ രണ്ടാമത് ഓടിയെത്തുന്നത് താമ്രപർണ്ണിതീരത്തെ പ്രകൃതിമനോഹരമായ പ്രദേശത്തുള്ള തിക്കുറിശ്ശി ക്ഷേത്രത്തിൽ. കോതയാറിന്റെ കരയിലാണ് തൃപ്പരപ്പ്. തൃപ്പരപ്പ് വെള്ളച്ചാട്ടത്തിൽ കുളിയും കഴിഞ്ഞ് മൂന്നാമത്തെ മഹാ

ദേവനെ വണങ്ങാം. ഇവിടം ഒരു വിനോദസഞ്ചാരകേന്ദ്രം കൂടിയാണല്ലോ. അടുത്തതായി തിരുനന്തിക്കരക്ഷേത്രം. ജൈനമതക്കാരുടേതായിരുന്ന ഒരു ഗുഹാക്ഷേത്രവും ഇവിടത്തെ മറ്റൊരാകർഷണമാണ്. കൂറ്റൻ പാറ തുരന്നാണ് ഗുഹാക്ഷേത്രമുണ്ടാക്കിയിരിക്കുന്നത്. സ്വയംഭൂവാണ് ഇവിടത്തെ പ്രതിഷ്ഠ. അഞ്ചാമത്തെ ക്ഷേത്രം പൊന്മനയിലാണ്. ആറാമത്തെ ക്ഷേത്രമായ പന്നിപ്പാകത്തിൽ കിരാതമൂർത്തിയുടെയും കാലഭൈരവന്റെയും പ്രതിഷ്ഠയുണ്ട്.

കൽക്കുളം ശിവക്ഷേത്രത്തിൽ ദേവൻ പാർവ്വതിയോടൊപ്പമാണ് കുടികൊള്ളുന്നത്. പന്ത്രണ്ട് ശിവാലയങ്ങളുടെ കൂട്ടത്തിൽ മഹാദേവൻ പത്നീസമേതനായുള്ളത് ഇവിടെ മാത്രമാണ്. എട്ടാമത്തെ ശിവാലയം മേലാങ്കോട് ആണ്. കാലകാലസങ്കല്പ്പത്തിലാണ് ഇവിടെ ശിവന്റെ പ്രതിഷ്ഠ. അടുത്ത് തന്നെ മേലാങ്കോട് യക്ഷിയമ്മനുമുണ്ട്. അത് കഴിഞ്ഞാൽ തിരുവിടൈക്കോട് ശിവക്ഷേത്രം. ഇവിടെ ശിവനെ ചടയപ്പൻ എന്ന് വിളിക്കുന്നു. പത്താമത്തെ ക്ഷേത്രം വേണാടരുടെ ആസ്ഥാനമായിരുന്ന തിരുവിതാംകോട്ടെ ശിവന്റേതാണ്. പതിനൊന്നാമത്തേതാകട്ടെ തൃപ്പന്നിയോടും. പന്ത്രണ്ട് ശിവാലയങ്ങളിൽ അവസാനത്തേത് തിരുനട്ടാലമാണ്. ഇവിടെ ശിവനെ തിരുകണ്ണപ്പൻ എന്നാണ് വിളിക്കുന്നത്.

ഓട്ടക്കാർക്കായി വഴിയിലുടനീളം ഭക്തർ ആഹാരവും വെള്ളവുമായി കാത്തുനിൽക്കും. എല്ലാ ക്ഷേത്രങ്ങളിലും ക്ഷേത്രവഴികളിലും തിരക്കുണ്ടാവുമെങ്കിലും ഓട്ടക്കാർക്ക് പ്രത്യേക പരിഗണനയുണ്ട്. മറ്റുള്ളവർ ഓട്ടക്കാർക്ക് സൗകര്യമൊരുക്കി മാറിനിൽക്കും. ഗ്രാമപ്രദേശങ്ങളിൽ സ്ഥിതി ചെയ്യുന്ന ഈ ക്ഷേത്രങ്ങളിലെല്ലാം ഉത്സവത്തോടനുബന്ധിച്ച് കാർഷിക വിഭവങ്ങളുടെ വിൽപ്പനയും തകൃതിയായി നടക്കും.

പ്രാചീനങ്ങളായ പല തെക്കൻപാട്ടുകളും ഈ ക്ഷേത്രങ്ങളുടെ പഴമയ്ക്ക് സാക്ഷ്യം നിൽക്കുന്നു. ചാമുണ്ഡികഥ ആരംഭിക്കുന്നത് ശിവാലയ ഓട്ടത്തിൽ പെടുന്ന പന്ത്രണ്ട് ശിവാലയങ്ങളെയും സ്മരിച്ചുകൊണ്ടാണ്. അത് ഇങ്ങനെ.

തേശത്തിൽ മുൻപനാം തിരുമലയിൽ മഹാതേവർ
ശിവപാതം തൊഴുവൻ നാരായണാ
തേശത്തൊടുവാഴും തിരുമലയിൽത്തമ്പുരാൻ
നെഞ്ചാരവേ തൊഴുതീടിനേൻ
ഓശാക്കിരുപ്പതാനന്തി ചേരും തൃപ്പരപ്പിൽ ഒന്നാന
തിരുവടിവണങ്കുവോം.
മാശത്തുടനേ തിരുനന്തിക്കരമേവുന്ന മഹാതേവർ
ശിവപാദം പോറ്റുവേൻ

പോറ്റുവേൻ തിപ്പിലാംകുടിയിൽ മഹാതേവരുടെ
പൊൽപ്പാതമെപ്പൊഴുതുമാരവേ
നീറ്റൈഅണിന്തു അടികുമ്പിട്ടുവാഴുന്ന
നെറപന്നിപ്പാകത്തിലീശരേ
ആറ്റവേ കൽക്കുളത്തിൽക്കരയ്ക്കണ്ടരുടെ
അടിയിണ കൈതൊഴുവേനെന്നേരമോ
കുറ്റൈഉതിത്തുവാഴും തിരുകുമ്പത്തെ കോമാനടി
കൂടവേ കുമ്പിടുവെനെപ്പൊഴും
അടിയൻതൊഴും തിരുവിടൈക്കോട്ടു വാഴ്ന്തിരുന്ന
ഐങ്കരേവാഴും ശിവശങ്കരേ
നെടുമാനടിയിലെ തോന്നും തിരുവിതാംകോട്ടു
നാതനെന്റു മെപ്പൊഴുതുമുന്നിയേ
തിടമോടുവാഴും തൃപ്പന്നികോടീശരേ
ചെപ്പമാകകുമ്പിടുക നെഞ്ചമേ
വടിവാനതൊരു തിരുനട്ടാലം മേവുന്നമണിവർണരെ
ത്തൊഴുതുവാഴുക.

നവരാത്രി

ഭാരതത്തിൽ അങ്ങോളമിങ്ങോളം ആചരിക്കുകയും ആഘോഷിക്കുകയും ചെയ്യുന്ന ഉത്സവമാണ് നവരാത്രി. തിരുവിതാംകൂർ രാജാക്കന്മാരുടെ തലസ്ഥാനങ്ങളായിരുന്ന പത്മനാഭപുരത്തും തിരുവനന്തപുരത്തുമായി നടന്നുവരുന്ന നവരാത്രി ഉത്സവം പഴമകൊണ്ടും ആചാരരീതികൊണ്ടും വ്യത്യസ്തമാണ്.

പത്മനാഭപുരം കൊട്ടാരസമുച്ചയത്തിലെ ലക്ഷണയുക്തമായ ചെറുക്ഷേത്രത്തിലാണ് സരസ്വതീപ്രതിഷ്ഠ, കമ്പരാമായണത്തിന്റെ കർത്താവായ മഹാകവി 'കമ്പർ' പൂജിച്ചിരുന്ന വിഗ്രഹമത്രേ ഇത്. ഒൻപതാംനൂറ്റാണ്ടിൽ ജീവിച്ചിരുന്ന കമ്പർ തന്റെ കാലശേഷം ദേവീവിഗ്രഹത്തിന്റെ സംരക്ഷണച്ചുമതല കുലശേഖര പെരുമാളെ ഏൽപ്പിച്ചു. അങ്ങനെ കമ്പരുടെ ആരാധനാമൂർത്തി തിരുവിതാംകൂർ രാജവംശത്തിന്റെ പൂർവ്വികരുടെ കൈയിലെത്തി. പഞ്ചലോഹനിർമ്മിതമാണ് വിഗ്രഹം. ഒരു കൈയിൽ അഭയമുദ്രയും മറ്റുകൈകളിൽ ശംഖ്, പുഷ്പം, ഗ്രന്ഥം എന്നിവയും ഉണ്ട്.

തിരുവിതാംകൂറിലെ രാജഭരണകാലത്തെ രീതിയനുസരിച്ച് രാജാവ് എവിടെയാണോ അവിടെയാണ് തലസ്ഥാനം. നവരാത്രി ആഘോഷത്തെ സംബന്ധിച്ചുള്ള പതിവും അങ്ങനെതന്നെ. കൽക്കുളം തലസ്ഥാനമായിരുന്നപ്പോൾ തിരുവനന്തപുരത്തുവച്ചും കൊല്ലത്ത് വച്ചും ആഘോഷങ്ങൾ നടത്തിയിട്ടുണ്ട്.

വേണാട് രാജാക്കന്മാർ കൽക്കുളത്ത് കൊട്ടാരം നിർമ്മിച്ച് താമസമാക്കിയത് മുതൽ അവിടെ പൂജവയ്പ് നടത്താറുണ്ടായിരുന്നു. പത്മനാഭപുരം കൊട്ടാരത്തിൽ നവരാത്രി മണ്ഡപം നിർമ്മിച്ചത് ഏത് കാലത്തെന്ന് വ്യക്തമല്ല എങ്കിലും മാർത്താണ്ഡവർമ്മ മഹാരാജാവിന്റെ കാലത്തിന് മുൻപ്തന്നെ അവിടെ ഒരു നവരാത്രി മണ്ഡപം ഉണ്ടായിരുന്നു. നാം ഇപ്പോൾ പത്മനാഭപുരം കൊട്ടാര സമുച്ചയത്തിൽ കാണുന്ന ശിലാനിർമ്മിതമായ മണ്ഡപവും സരസ്വതീക്ഷേത്രവും മുൻപ് ഉണ്ടായിരുന്ന മണ്ഡപം പൊളിച്ച് പണി ചെയ്യിച്ചതാണ്. കൊട്ടാരവളപ്പിലുള്ള നിർമ്മിതികളിൽ വശ്യവും മനോഹരവുമാണ് ഇന്ന് കാണുന്നു നവരാത്രിമണ്ഡപം. ഈ മണ്ഡപത്തിന്റെ ഓരോ ഭാഗവും അനുപമമായ നിർമ്മാണ മികവിന്റെ ഉദാഹരണമാണ്. നവരാത്രി ആഘോഷങ്ങളോടനുബന്ധിച്ചുള്ള കലാപരിപാടികൾ അരങ്ങേറിയിരുന്നത് ഇവിടെയാണ്.

തിരുവനന്തപുരത്തെ നവരാത്രി മണ്ഡപത്തിന് കൽക്കുളത്തെ സരസ്വതീമണ്ഡപത്തേക്കാൾ പഴക്കമുണ്ടാകും. ഏറെകാലം തലസ്ഥാനം കൊല്ലത്തായിരുന്നെങ്കിലും ഉത്സവങ്ങളിലും വിശേഷദിവസങ്ങളിലും വേണാട് രാജാക്കന്മാർ തിരുവനന്തപുരത്ത് താമസിക്കാറുണ്ടായിരുന്നു. ആയുധപൂജയും ഗ്രന്ഥപൂജയും സംഗീതനൃത്താദികലാപ്രകടനങ്ങളും തിരുവനന്തപുരത്തെ നവരാത്രി മണ്ഡപത്തിൽ വച്ച് നടത്തിയിരുന്നു. “നവരാത്രി മണ്ഡപത്തിൽ വച്ച് സരസ്വതീപൂജ ആരംഭിക്കുന്നത് ഉദയമാർത്താണ്ഡവർമ്മയുടെ (14-ാം നൂറ്റാണ്ട്) കാലത്തോ അല്ലെങ്കിൽ ഉണ്ണിക്കേരളവർമ്മയുടെ (16-ാം നൂറ്റാണ്ട്) കാലത്തോ ആണെന്നാണ് കേട്ടുകേൾവി.” (അറിയപ്പെടാത്ത അനന്തപുരി എം.ജി. ശശിഭൂഷൺ പുറം 84)

ധർമ്മരാജാവിന്റെ കാലത്ത് പത്മനാഭപുരത്ത് വച്ച് നവരാത്രി ആഘോഷങ്ങൾ നടത്തിയതിന് രേഖയുണ്ട്. പത്മനാഭപുരം കോട്ടയ്ക്കകത്ത് കൊട്ടാരത്തിന് മേക്കുള്ള മഹാനവമി പൂജപ്പുരയിൽ സരസ്വതീ പൂജ നടത്തുന്നതിന് പടിത്തരം ഉൾപ്പെട്ട പണിവക ചെലവ് വകക്ക് അഗസ്തീശ്വരം മണ്ഡപത്തിൽ വാതുക്കൽ കാര്യക്കാർ തിരുമുഖംപിടിച്ച പിള്ളമാർ ശ്രീകാര്യക്കാർ ഉൾപ്പെടെയുള്ളവർ കാണിക്കയിടുന്നതിന്..... (948 ലെ നീട്ട്)

ഇതിനിടയ്ക്ക് കൊ.വ. 984 ൽ പത്മനാഭപുരം കൊട്ടാരത്തിൽ നിന്ന് സരസ്വതീവിഗ്രഹം മോഷണംപോയി. വിഗ്രഹം പാളയം കോട്ടെ മാട്ടുമേസ്തിരി പെരുമാൾ പിള്ളയുടെ വശം ഉണ്ടെന്ന് അന്വേഷണത്തിൽ കണ്ടുപിടിക്കുകയും തിരുവനന്തപുരത്ത് നിന്ന് പുലാമുടയ പിള്ളയെ അയച്ച് അമ്മയെ എഴുന്നള്ളിച്ച് കൊണ്ടുവന്നു (984 ലെ നീട്ട്). തലസ്ഥാനം തിരുവനന്തപുരത്തേക്ക് മാറ്റിയ

ശേഷമാണ് നവരാത്രിയാഘോഷം പൂർണ്ണമായും തിരുവനന്തപുര ത്തായത്. എങ്കിലും നവരാത്രി ഉത്സവം ഇടയ്ക്കിടയ്ക്ക് പത്മനാഭ പുരത്തുവച്ചും തിരുവനന്തപുരത്തുവച്ചും നടന്നു. 991 കന്നിമാസം പൂജവയ്പ് പത്മനാഭപുരം കൊട്ടാരത്തിൽവച്ച് നടത്താൻ നിശ്ചയി ച്ചിരുന്നതിനാൽ തിരുവനന്തപുരത്ത് നിന്ന് സരസ്വതി അമ്മനെ പത്മനാഭപുരത്ത് എഴുന്നള്ളിക്കുന്നതിനും... മുഹൂർത്തച്ചാർത്ത് ഇതിനോടൊപ്പം കൊടുത്തയയ്ക്കുന്നു (കൊ.വ. 991 ചിങ്ങം 8 ലെ നീട്ട്) എന്നും മതിലകം രേഖകളിൽ കാണുന്നു. ഗൗരിപാർവ്വതീ ഭായിയാണ് അപ്പോൾ നാട് ഭരിച്ചിരുന്നത്.

ഏത് ആഘോഷവും ഗംഭീരമാക്കുന്ന സ്വാതിതിരുനാളാണ് നവ രാത്രി ആഘോഷങ്ങളോടനുബന്ധിച്ച് സ്വാതി സംഗീതോത്സവം തുടങ്ങിയത്. തലസ്ഥാനം തിരുവനന്തപുരത്തേക്ക് മാറ്റിയതോടെ തങ്ങളുടെ പ്രശസ്തിക്ക് മങ്ങലേറ്റു എന്ന് വിശ്വസിച്ചിരുന്ന തെക്കൻ തിരുവിതാംകൂറുകാർക്ക് ഒരാശ്വാസമാകട്ടെ എന്ന് കരുതിയായി രിക്കാം പത്മനാഭപുരത്തുനിന്ന് തിരുവനന്തപുരത്തേക്ക് സരസ്വതീ ദേവിയുടെ എഴുന്നള്ളത്ത് തുടങ്ങിയത്. പത്മനാഭപുരവും തിരുവ നന്തപുരവും തമ്മിലുള്ള സഹവർത്തിത്വം നിലനിർത്താനും അദ്ദേഹം ഉദ്ദേശിച്ചിരുന്നിരിക്കാം.

പത്മനാഭപുരം കൊട്ടാരസമുച്ചയത്തിൽ പ്രതിഷ്ഠിച്ചിട്ടുള്ള സര സ്വതീദേവിയെയും വേളിമല കുമാരകോവിലിലെ മുരുകനെയും ശുചീന്ദ്രത്തെ മുന്നൂറ്റിനങ്കയെയുമാണ് പത്മനാഭപുരത്ത് നിന്ന് തിരു വനന്തപുരത്തേക്ക് എഴുന്നള്ളിക്കുന്നത്. സരസ്വതീവിഗ്രഹം എഴുന്ന ള്ളുന്നത് ആനപ്പുറത്താണ്. മുരുകനും മുന്നൂറ്റിനങ്കയും പല്ലക്കിലും.

സരസ്വതീവിഗ്രഹം ആനപ്പുറത്തേറ്റിയുള്ള എഴുന്നള്ളത്തിന് തയ്യാറെടുക്കുന്നതോടെ രാജകീയചിഹ്നമായ പള്ളിവാൾ രാജപ്രതി നിധിയെ ഏൽപ്പിക്കുന്നു. ആ ഉദ്യോഗസ്ഥനും ദേവീദേവന്മാരെ അകമ്പടി സേവിക്കണം. ഉടവാൾ കൈമാറ്റത്തിന് ശേഷം കൊട്ടാര ത്തിന്റെ മുറ്റത്തും തെക്കേ തെരുവിലും വച്ചുള്ള ചടങ്ങുകൾക്ക് ശേഷം ഘോഷയാത്ര ആരംഭിക്കും. ഘോഷയാത്ര കേരള, തമിഴ് അതിർത്തിയായ കളിയിക്കാവിള എത്തുന്നതുവരെ തമിഴ് റവന്യൂ ഉദ്യോഗസ്ഥന്മാരും പോലീസും ഒപ്പമുണ്ടാകും. വഴിയിൽ നെയ്യാ റിൽ ദേവിയെ ആറാടിക്കും. തിരുവനന്തപുരത്തെത്തുന്ന ദേവീദേവ ന്മാരെ മഹാരാജാവ് നേരിട്ട് സ്വീകരിക്കണം. ഇവിടെവച്ച് രാജപ്രതി നിധി പള്ളിവാൾ രാജാവിനെ ഏൽപ്പിക്കും. പത്മനാഭപുരത്തുനിന്ന് എഴുന്നള്ളിച്ചുകൊണ്ടു വരുന്ന വിഗ്രഹങ്ങളെ പത്മതീർത്ഥത്തിലും ആറാടിക്കും. വാളേന്തിയ രാജാവിന്റെ അകമ്പടിയോടെയാണ് സര സ്വതിദേവിയെ നവരാത്രി മണ്ഡപത്തിലേക്ക് ആനയിക്കുന്നത്.

പത്മനാഭപുരത്ത് നിന്ന് ദേവീ വിഗ്രഹം നവരാത്രി പൂജയ്ക്ക് തിരുവനന്തപുരത്തേക്ക് കൊണ്ടുവരുമെങ്കിലും അവിടത്തെ ക്ഷേത്രത്തിൽ സരസ്വതീ സങ്കൽപ്പത്തിൽ പീഠത്തിൽ അഗ്നിനാളംവച്ച് പൂജിക്കും. തിരുവനന്തപുരത്ത് ദേവിയെ ദുർഗ്ഗാസങ്കല്പത്തിലാണ് പൂജിക്കുന്നതെങ്കിലും സമീപം ഒരു പീഠത്തിൽ ഗ്രന്ഥങ്ങൾ വച്ച് സരസ്വതീപൂജയും നടത്തുന്നു. നവരാത്രി മണ്ഡപത്തിലേക്ക് കുമാരസ്വാമിക്കും മുന്നൂറ്റി നങ്കയ്ക്കും പ്രവേശനമില്ല. പകരം കുമാരസ്വാമിയെ ആര്യശാലക്ഷേത്രത്തിലും മുന്നൂറ്റി നങ്കയെ ചെന്തിട്ട കോവിലിലും എഴുന്നള്ളിച്ചിരുത്തും. കുമാരസ്വാമി കുറത്തിയെ തൊട്ട് അശുദ്ധമായി എന്ന് കുണ്ടണിനങ്ക ഏഷണി പറഞ്ഞു പരത്തി. കുറത്തിയെ തൊട്ടതിനാൽ കുമാരസ്വാമിക്കും ഏഷണിക്കാരിയായതിനാൽ കുണ്ടണി നങ്കയ്ക്കും നവരാത്രി മണ്ഡപത്തിൽ പ്രവേശനമില്ല എന്നാണ് കഥ.

നവരാത്രിപൂജ അവസാനിക്കുന്ന ദിവസമാണ് പൂജപ്പുര മണ്ഡപത്തിലേക്കുള്ള രാജകീയഘോഷയാത്ര. സ്വാതിതിരുനാൾ അദ്ദേഹത്തിന്റെ കാലത്ത് നിർമ്മിച്ച ആറുകുതിരകളെ പൂട്ടുന്ന സ്വർണ്ണരഥത്തിലായിരുന്നു ഘോഷയാത്രയിൽ പങ്കെടുത്തിരുന്നത്. ശ്രീചിത്തിരതിരുനാളിന്റെ കാലംവരെ ഈ ഘോഷയാത്ര തുടർന്നു.

വിജയദശമി ദിവസം ദേവീദേവന്മാർക്ക് രാജാവ് കാണിക്കയർപ്പിക്കുന്നതോടെ ചടങ്ങുകൾക്ക് അവസാനമായി. തുടർന്ന് അടുത്ത വർഷം വീണ്ടും രാജധാനി സന്ദർശിക്കാനായി അവർ മടങ്ങും.

തിരുവനന്തപുരത്തെ നവരാത്രി മണ്ഡപം ആദ്യം ചൊക്കട്ടാ മണ്ഡപം എന്നാണ് അറിഞ്ഞിരുന്നത്. ചൊക്കട്ടൻകളി എന്നാൽ ചതുരംഗക്കളി എന്നാണർത്ഥം. ഇതിന് പകിടശ്ശേരി മണ്ഡപം എന്നും പേരുണ്ടായിരുന്നത്രെ. ഈ ചൊക്കട്ടാ മണ്ഡപം പൂജപ്പുരയിലേക്ക് മാറ്റിയതും സ്വാതിതിരുനാൾ തന്നെ.

നവരാത്രി സംഗീതസദസും അതിന്റെ ചിട്ടകളും തുടങ്ങിയതും സ്വാതിതിരുനാളാണ്. തിരുവട്ടാർ, പത്മനാഭപുരം, പാർത്ഥിവപുരം കേരളപുരം, ശുചീന്ദ്രം എന്നിവിടങ്ങളിൽ നിന്നുള്ള നർത്തകിമാരും നവരാത്രി ആഘോഷങ്ങളിൽ പങ്കെടുത്ത് നൃത്തം ചെയ്യാൻ എത്തിയിരുന്നു.

സരസ്വതീദേവിയുടെയും കുമാരസ്വാമിയുടെയും മുന്നൂറ്റിനങ്കയുടെയും തിരുവനന്തപുരം എഴുന്നള്ളത്തിനെക്കുറിച്ച് പല കഥകളുമുണ്ട്.

മുരുകൻ വള്ളിയുമായി പ്രണയത്തിലായിരുന്നകാലം. കുറവരാജാവിന്റെ മകളുമായുള്ള മുരുകന്റെ വിവാഹം സരസ്വതിക്ക് അത്ര

ഇഷ്ടമായില്ല. എങ്ങിനെയും ശ്രീ പത്മനാഭനെക്കണ്ട് വിവാഹം മുടക്കാൻ മുന്നൂറ്റിനങ്കയെയും കൂട്ടി തിരുവനന്തപുരത്തേക്ക് തിരിച്ചു. വിവരമറിഞ്ഞ മുരുകനും അവരുടെ പുറകേ യാത്രയായി. നേമത്തി നടുത്തുവച്ച് അദ്ദേഹം മുൻപേ പോകുന്ന സഹോദരിയെ കണ്ടുമുട്ടുന്നു. മൂവരും ആദ്യം പത്മനാഭസന്നിധിയിലെത്താൻ ഓട്ടം തുടങ്ങി. പക്ഷേ കുമാരസ്വാമിയാണ് മുന്നിലെത്തിയത്. അദ്ദേഹം ശ്രീപത്മനാഭനെക്കണ്ട് കല്യാണത്തിന് സമ്മതം വാങ്ങി. ഈ യാത്രയുടെ ഓർമ്മയ്ക്കാണത്രെ പത്മനാഭപുരത്ത് നിന്ന് തിരുവനന്തപുരത്തേക്കുള്ള എഴുന്നള്ളത്ത്. നേമം കഴിഞ്ഞാൽ പിന്നെ ഓടിയെത്തണം.

കൊല്ലംകോട് തൂക്കം

ഭദ്രകാളിക്കു മുൻപിൽ നടത്തുന്ന നേർച്ചയാണ് തൂക്കം. ദാരികവധവുമായി ബന്ധപ്പെട്ടാണ് തൂക്കത്തിന്റെ ഉത്ഭവം എന്ന് പറയപ്പെടുന്നു. യുദ്ധത്തിൽ ദാരികനെ തോൽപ്പിച്ച ദേവി അയാളുടെ പുറകിൽ കടിച്ച് മതിവരുവോളം രക്തം കുടിച്ചത്രേ.

തെക്കൻതിരുവിതാംകൂറിലെ പ്രധാനപ്പെട്ട അനുഷ്ഠാനങ്ങളിൽ ഒന്നാണ് കൊല്ലങ്കോട് ദേവീക്ഷേത്രത്തിലെ തൂക്കം. തൂക്കം രണ്ട് തരത്തിലുണ്ട്. ഒന്നു ഗരുഡൻതൂക്കവും അടുത്തത് തോണി തൂക്കവും. തോണി തൂക്കത്തിന്റെ ഗണത്തിൽ പെടുന്നതാണ് കൊല്ലങ്കോട്ടെ പിള്ളതൂക്കം. കുട്ടികൾക്ക് വേണ്ടി നടത്തുന്ന തൂക്കമായതിനാൽ പിള്ളത്തൂക്കം എന്ന പേരുകൂടിയുണ്ട്. സന്താനമില്ലാത്ത ദമ്പതിമാർക്ക് സന്താനഭാഗ്യത്തിനും ആരോഗ്യപ്രശ്നങ്ങളുള്ള കുട്ടികൾക്ക് രോഗമുക്തിക്കും വേണ്ടിയാണ് ഈ നേർച്ച. ദേവിയെ വാത്സല്യനിധിയായ അമ്മയായാണ് സങ്കല്പിക്കുന്നത്.

കൊല്ലങ്കോട് പ്രധാനക്ഷേത്രമായ വട്ടവിള ക്ഷേത്രത്തിൽനിന്ന് അടുത്തുള്ള വെങ്കഞ്ഞി മുടിപ്പുരയിലേക്ക് ദേവിയെ എഴുന്നള്ളിച്ച് പച്ചപ്പന്തലിലിരുത്തി അവിടെവെച്ചാണ് തൂക്കം നടത്തുന്നത്. സ്വദേശികളോടൊപ്പം മറ്റു ദേശങ്ങളിൽനിന്നും ധാരാളം ആളുകൾ ഈ നേർച്ച നടത്താനായി ഇവിടെ എത്താറുണ്ട്.

കുട്ടികളുമായുള്ള തൂക്കമായതിനാൽ പ്രതിഫലം കൊടുത്ത് പകരക്കാരനെ ഏർപ്പെടുത്തുകയാണ് പതിവ്. മറ്റുള്ളവരുടെ നേർച്ച ഏറ്റെടുത്ത് നടത്താൻ തയ്യാറായി വരുന്നവരാണ് ഈ പകരക്കാർ. തൂക്കക്കാരെ തെരഞ്ഞെടുക്കുന്നത് ക്ഷേത്രനടത്തിപ്പുകാരാണ്. തൂക്കക്കാരന് ഒരു മാസം വ്രതം വേണം. തൂക്കനാളിന് ഏഴുദിവസം മുൻപുതന്നെ ക്ഷേത്രത്തിലെത്തി കുളിച്ചു തൊഴുത് അവിടെ

താമസിച്ച് വ്രതം നോക്കണം. വ്രതം നോക്കുന്ന സമയത്ത് തൂക്കക്കാരന്റെ ചെലവുകൾ നോക്കി നടത്തേണ്ടത് നേർച്ചക്കാരനാണ്. ഓരോ നേർച്ചയ്ക്കും ഓരോ തൂക്കക്കാരൻ വേണം. ഇവർ തൂക്കം നടത്തേണ്ട ക്രമം നറുക്കിട്ടാണ് നിശ്ചയിക്കുന്നത്.

നാലു ചക്രങ്ങളുള്ള ഒരു വണ്ടിയിൽ മരംകൊണ്ടുള്ള വില്ല് ഉറപ്പിക്കും. വില്ലിന് അൻപത് അടിയോളം നീളംവരും. വില്ല് പൊക്കാനും താഴ്ത്താനും ഉത്തോലകത്തിന്റെ സാങ്കേതികവിദ്യയാണ് ഉപയോഗിക്കുന്നത്. കൊല്ലങ്കോട് ക്ഷേത്രത്തിലെ തൂക്കത്തിന് ഒരു വണ്ടിയിൽ സമാന്തരമായി രണ്ട് വില്ലുകൾ ഉണ്ടാവും. ഓരോ വില്ലിന്റെയും മുകൾഭാഗത്ത് ഒരു തടിക്കഷണം ഘടിപ്പിച്ചിട്ടുണ്ട്. ഈ തടിയുടെ രണ്ട് ഭാഗത്തും ഓരോ ഇരുമ്പ് കൊളുത്ത് ഉറപ്പിക്കും. ഈ കൊളുത്തിലാണ് തൂക്കക്കാരനെ തൂക്കുന്നത്. അങ്ങനെ ഒരേസമയം രണ്ടു വില്ലുകളിലായി നാല് തൂക്കക്കാർ കയറും. തൂക്കം നടത്തുന്നതിന്റെ തലേ ദിവസം തൂക്കക്കാരില്ലാതെ ഒരുവട്ടം തൂക്കവില്ല് ക്ഷേത്രത്തിന് പ്രദക്ഷിണം വയ്ക്കും.

തൂക്കദിവസം തൂക്കക്കാരൻ കുളിച്ച് തൊഴുത് ചന്ദനവും ഭസ്മവും പൂശി കൊഴുന്തുകൊണ്ട് തല അലങ്കരിച്ച് ഹാരവും ചാർത്തി തയ്യാറെടുക്കുന്നു.

കൊല്ലങ്കോടു പിള്ളത്തൂക്കം

പ്രാചീനകാലത്തെപ്പോലെ തൂക്കക്കാരന്റെ മാംസത്തിൽ കൊളുത്തുകൾ തുളച്ച് കയറ്റുന്ന രീതി ഇപ്പോഴില്ല. ഇവിടെ തൂക്കക്കാരന്റെ അരയിലും നെഞ്ചിലും രണ്ട് തോർത്തുകൾ മുറുക്കിക്കെട്ടും. ഈ തോർത്തുകളിലാണ് വില്ലിലെ കൊളുത്തുകൾ പിടിപ്പിക്കുന്നത്. എങ്കിലും തൂക്കക്കാരന്റെ ശരീരത്തിൽ സൂചികൊണ്ട് കുത്തി ചെറിയ ഒരു മുറിവുണ്ടാക്കും. ഇത് രക്തബലിക്ക് സമാനമായ ചടങ്ങാണ്.

തൂക്കം തുടങ്ങാൻ മുഹൂർത്തമായാൽ വില്ലിന്റെ മുൻഭാഗം മെല്ലെ താഴ്ത്തി തൂക്കക്കാരനെ അതിലുള്ള കൊളുത്തിൽ തൂക്കിയിട്ട ശേഷം ഇയാളുടെ കയ്യിൽ നേർച്ച നടത്താൻ കുട്ടിയെ ഏൽപ്പിക്കും. കുഞ്ഞിനെ ഭദ്രമായി പിടിച്ചുവെന്ന് ഉറപ്പുവരുത്തിയാൽ വില്ല് ഉയർത്തുന്നു. നൂറുകണക്കിന് ആളുകൾ ചേർന്നാണ് വില്ല് ഉറപ്പിച്ചിരിക്കുന്ന വണ്ടി വലിച്ച് ദേവിയെ പ്രതിഷ്ഠിച്ചിരിക്കുന്ന പച്ചപ്പന്തലിന് ചുറ്റും പ്രദക്ഷിണം വയ്ക്കുന്നത്. ഒരു വട്ടം വലം വയ്ക്കുന്നതോടെ നേർച്ച പൂർത്തിയാകുന്നു. അങ്ങിനെ ഒറ്റ പ്രദക്ഷിണത്തിൽ നാലു കുഞ്ഞുങ്ങളുടെ നേർച്ച നടക്കും.

14-ാം നൂറ്റാണ്ടിൽ നാട്ടിൽ നിലനിന്നിരുന്ന ഈ അനുഷ്ഠാനത്തെക്കുറിച്ച് ഫ്രിയാർ ജോർഡാനസ് എന്ന വിദേശി രേഖപ്പെടുത്തിയിട്ടുണ്ട്. ആളുകൾ രോഗം കൊണ്ടോ അല്ലാതെയോ ഉള്ള സങ്കടത്തിൽ പെടുമ്പോഴോ ആണ് ഇത്തരം നേർച്ചകൾ നടത്താമെന്ന് സത്യം ചെയ്യുന്നത്. ദേവിയുടെ കോപംകൊണ്ടാണ് തങ്ങൾക്ക് ഈ കഷ്ടതകൾ ഉണ്ടാകുന്നതെന്നും ദേവിപ്രീതികൊണ്ട് എല്ലാം ശരിയാവുമെന്നും അവർ വിശ്വസിച്ചു. തങ്ങളുടെ കഷ്ടതകളിൽ നിന്ന് മോചനം ലഭിച്ചാൽ അവർ നേർച്ച നടത്താൻ ഒന്ന് രണ്ട് വർഷത്തോളം കൊഴുപ്പുള്ള ഭക്ഷണങ്ങൾ കഴിച്ച് തയ്യാറെടുപ്പ് നടത്തും. ഉത്സവസമയമാവുമ്പോൾ സുഗന്ധദ്രവ്യങ്ങൾ പുരട്ടി പുഷ്പങ്ങളാൽ സ്വയം അലംകൃതമായി കഴുത്തിൽ വെള്ളഹാരവും ധരിച്ച് ദേവിയെ സ്തുതിച്ച് പ്രതിഷ്ഠയ്ക്ക് മുന്നിലെത്തുന്നു. അവരുടെ കയ്യിൽ മൂർച്ചയേറിയ വാൾ ഉണ്ടായിരിക്കും. ദേവിക്ക് രക്തം നൽകാനായി രണ്ട് കൈകളിലും വാളുകൊണ്ട് മുറിവുണ്ടാക്കും. ആവേശം കൊണ്ട് കൈകൾ വെട്ടിക്കളയുന്നവരും സ്വയം ശിരസ്വെട്ടുന്നവരുമുണ്ട് എന്നാണ് ജോർഡാനസ് പറയുന്നത്.

നാട്ടിൽ രണ്ട് തരത്തിലുള്ള തൂക്കങ്ങളാണ് ഉണ്ടായിരുന്നത്. ഗരുഡൻതൂക്കവും തോണിത്തൂക്കവും. തൂക്കക്കാരന്റെ മുഖത്ത് പച്ച ചായമടിച്ച് ചുവന്ന കൊക്കും ചിറകുകളും ഘടിപ്പിച്ച് ഗരുഡന്റെ വേഷം കെട്ടി തൂക്കുന്നതാണ് ഗരുഡൻ തൂക്കം. 3, 5, 7, 9, 11 പ്രാവശ്യം വില്ലിൽ തൂങ്ങി ക്ഷേത്രത്തെ പ്രദക്ഷിണം വക്കും. തോണിതൂക്കത്തിന് ഗരുഡന്റെ പക്ഷിവേഷം കെട്ടലുണ്ടാവില്ല. കൊല്ലംകോട്ടെ തൂക്കം

തോണിതൂക്കത്തിൽ പെടുത്താം. തൂക്കക്കാരുടെ കയ്യിൽ വാളും പരിചയും സാധാരണയായി കാണും.

പണ്ടും പകരക്കാരനെ കൊണ്ട് നേർച്ച നടത്തിക്കുന്ന ഏർപ്പാടുണ്ടായിരുന്നു. "വളരെ തുച്ഛമായ പ്രതിഫലമായിരുന്നു ഇവർക്ക് നൽകിയിരുന്നത്. നിസ്സാരമായ പ്രതിഫലത്തിന് ഇത്രയും അപകടം പിടിച്ച അനുഷ്ഠാനത്തിന് ധാരാളം പേർ തയ്യാറായിരുന്നുവെന്നതാണ് അതിശയം" (K.P. Padmanabha Menon, History of Kerala, page 346 Vol. IV)

പഴയകാലത്ത് തൂക്കക്കാരന്റെ മാംസത്തിൽ കൊളുത്തിട്ട് തൂക്കുകയായിരുന്നു ചെയ്തിരുന്നത്. രക്തദാഹിയായ ദേവിക്ക് രക്തം നൽകി തൃപ്തിപ്പെടുത്തുന്നുവെന്നാണ് വിശ്വാസം. തൂക്കക്കാരന്റെ 41 ദിവസത്തെ വ്രതസമയത്ത് മത്സ്യമാംസാദികളും സ്ത്രീസമ്പർക്കവും നിഷിദ്ധമാണ്. ഈ കാലയളവിൽ അയാളുടെ പുറകുവശം കൊളുത്തുകയറത്തക്കവിധത്തിൽ എണ്ണകൊണ്ട് തടവി പരുവപ്പെടുത്തും. കൊളുത്തിടേണ്ട ഭാഗത്തെ തൊലി നേർത്ത് വലിഞ്ഞ് പാകമാകണം. മാംസത്തിൽ കൊളുത്തി തൂക്കുന്ന സമയത്ത് ഉണ്ടാവുന്ന അസാധാരണ വേദന അയാൾ അറിയാതിരിക്കുകയോ പ്രകടിപ്പിക്കാതിരിക്കുകയോ ചെയ്യും.

തേരോട്ടം

നാഞ്ചിനാട്ടെ പല ക്ഷേത്രങ്ങളിലേയും ഉത്സവത്തോടനുബന്ധിച്ചുള്ള ഒരു പ്രധാന ചടങ്ങാണ് തേരോട്ടം അഥവാ രഥോത്സവം. വേണാട്ടിലെ ക്ഷേത്രങ്ങളിലെ ഉത്സവുമായി ബന്ധപ്പെട്ടു നടന്നിരുന്ന തേരോട്ടം കേരളത്തിന്റെ മറ്റു ഭാഗങ്ങളിൽ കാണുന്നില്ല എന്നതും പ്രത്യേകതയാണ്. പാലക്കാട് കല്പാത്തി രഥോത്സവം മറക്കുന്നില്ല. തമിഴ്ബ്രാഹ്മണരുടെ ആചാരവുമായി ബന്ധപ്പെട്ടാണല്ലോ കൽപ്പാത്തിയിലെ ഉത്സവം. ഭഗവാൻ ഭക്തജനങ്ങൾക്ക് ദർശനം നൽകാനും നാടുകാണാനും ക്ഷേത്രംവിട്ടു പുറത്തിറങ്ങി തേരിൽ സഞ്ചരിക്കുന്ന ചടങ്ങാണ് തേരോട്ടം. ഇങ്ങനെ എഴുന്നള്ളിക്കുന്ന ദേവീ-ദേവന്മാരെ വഴിനീളെ പൂജാദ്രവ്യങ്ങളൊരുക്കി സ്വീകരിക്കും.

മരംകൊണ്ടു നിർമ്മിച്ച ഭീമാകാരങ്ങളായ തേരുകളാണ് തേരോട്ടത്തിനുപയോഗിക്കുന്നത്. തേര് ധാരാളം കൊത്തുപണികൾകൊണ്ടലങ്കരിച്ചിരിക്കും. നൂറ്കണക്കിനു ഭക്തന്മാർ ചേർന്നാണ് തേരിന്റെ കയർവലിക്കുന്നത്. പലർക്കും ഇതൊരു വഴിപാടാണ്. മുമ്പ് ഉയർന്ന ജാതിക്കാർക്കു മാത്രമേ തേര് വലിക്കാൻ അവകാശമുണ്ടായിരുന്നുള്ളൂ. ഇപ്പോൾ എല്ലാ ഹൈന്ദവവിശ്വാസികളും പങ്കെടുക്കാറുണ്ട്.

ശുചീന്ദ്രം തേരോട്ടം

നാഞ്ചിനാട്ടിൽ തോവാള, അഗസ്തീശ്വരം എന്നീ താലൂക്കുകളിലെ പത്തോളം ക്ഷേത്രങ്ങളിൽ ക്ഷേത്രത്തിലെ ഉത്സവത്തോടനുബന്ധിച്ചു രഥോത്സവം നടത്തിവരുന്നുണ്ട്. പ്രധാന രഥോത്സവം ശുചീന്ദ്രം സ്ഥാണുമാലയപ്പെരുമാൾക്ഷേത്രത്തിലാണ്. ഇവിടെ വർഷത്തിൽ രണ്ടു പ്രാവശ്യം ഈ ചടങ്ങു നടത്തുന്നു. ഒന്ന് ധനുമാസത്തിലും അടുത്തത് മേടമാസത്തിലും. വാർഷികാഘോഷത്തോടൊപ്പമുള്ള ധനുമാസത്തിലെ രഥോത്സവമാണ് പ്രധാനം. ഈ ഉത്സവത്തിന് പിള്ളയാർതേര്, അമ്മൻതേര്, സ്വാമിത്തേര് എന്നിങ്ങനെ മൂന്നു തേരുകൾ പങ്കെടുക്കും. പിള്ളയാർത്തേര് ഗണപതിക്കുവേണ്ടിയാണ്. കുട്ടികളാണ് തേരുവലിക്കുന്നത്. ഒൻപതാം ഉത്സവത്തിനാണു തേരോട്ടം. അമ്മൻതേരാണ് രണ്ടാമത്തേത്. ഇത് ദേവിക്ക് എഴുന്നള്ളാനാണ്. അമ്മൻതേര് വലിക്കുന്നതിൽ സ്ത്രീപങ്കാളിത്തമാണു കൂടുതൽ. ശിവപാർവ്വതിമാർ ഒരുമിച്ചെഴുന്നള്ളുന്നതാണ് സ്വാമിത്തേര്. പുരുഷന്മാർക്കാണ് തേരു വലിക്കാനുള്ള അവകാശം. ഈ തേരുമാത്രമാണ് രണ്ടുത്സവങ്ങളിലും എഴുന്നള്ളിക്കുന്നത്. നാലാമത് ഒരു തേരുകൂടി ഘോഷയാത്രയെ അനുഗമിക്കുമെങ്കിലും അതിൽ വിഗ്രഹങ്ങളൊന്നുമുണ്ടാകാറില്ല. ഇന്ദ്രതേര് എന്നു വിളിക്കപ്പെടുന്ന ഈ തേരിൽ ഇന്ദ്രനുണ്ടെന്നാണു സങ്കല്പം (തുളസീഹാരം, അശ്വതിതിരുനാൾ ഗൗരിലക്ഷ്മിബായി, പുറം-78).

കന്യാകുമാരി ദേവീക്ഷേത്രം, ശുചീന്ദ്രം സ്ഥാണുമാലയപെരുമാൾക്ഷേത്രം, കൽക്കുളം നീലകണ്ഠസ്വാമിക്ഷേത്രം, പറക്ക മധുസൂദനപെരുമാൾക്ഷേത്രം, നാഗരാജക്ഷേത്രം, ഏഴകരംശിവൻകോവിൽ, വടിവേശ്വരം അഴകമ്മൻകോവിൽ, കൃഷ്ണൻകോവിൽ (നാഗർകോവിൽ), ഭൂതപ്പാണ്ടി ഭൂതനാഥസ്വാമിക്ഷേത്രം, തക്കല കേരളപുരം ക്ഷേത്രം എന്നിവിടങ്ങളിൽ തേരോട്ടം നടത്തുന്നുണ്ട്.

പ്രധാന ഹൈന്ദവക്ഷേത്രങ്ങൾ

(1) വൈഷ്ണവ ക്ഷേത്രങ്ങൾ

1. തിരുവട്ടാർ ആദികേശവക്ഷേത്രം
2. പാർത്ഥിവപുരം (മുഞ്ചിറ) പാർത്ഥസാരഥി ക്ഷേത്രം
3. പറക്ക മധുസൂദനപ്പെരുമാൾ ക്ഷേത്രം
4. തിരുപ്പതിസാരം തിരുമാർവിഴിയപ്പൻ ക്ഷേത്രം
5. പദ്മനാഭപുരം ശ്രീരാമസ്വാമിക്ഷേത്രം
6. തിപ്രമല മഹാവിഷ്ണുക്ഷേത്രം - വിശ്വരൂപം കാണിക്കുന്നതും തെക്കേ ഇന്ത്യയിലെ ഉയരംകൂടിയ വിഗ്രഹമുള്ളതുമായ ക്ഷേത്രം.
7. ആൾവാർകോവിൽ വിഷ്ണു
8. നാഗർകോവിലിലെ കൃഷ്ണൻകോവിൽ
9. ഏഴകലം അഴകിയപെരുമാൾക്ഷേത്രം

(2) ശൈവക്ഷേത്രങ്ങൾ

മഹാദേവനായ ശിവൻ, പത്നിയായ പാർവ്വതി, പുത്രന്മാരായ ഗണപതി, സുബ്രഹ്മണ്യൻ, ശാസ്താവ് എന്നീ ദേവൻമാരുടെ ആരാധനാലയങ്ങളാണ് ഈ വിഭാഗത്തിലുൾപ്പെടുന്നത്.

1. തൃപ്പരപ്പ് മഹാദേവർക്ഷേത്രം
2. തിക്കുറിശ്ശി മഹാദേവൻക്ഷേത്രം
3. കുളപ്പുറം ശിവക്ഷേത്രം
4. മൊട്ടക്കാല ശിവക്ഷേത്രം
5. ഇടയ്ക്കോട് ശിവക്ഷേത്രം
6. പയണം മഹാദേവക്ഷേത്രം
7. തിരുവരമ്പ് ശിവക്ഷേത്രം
8. തളിയൽ ശിവക്ഷേത്രം
9. തിപ്രമല ശിവക്ഷേത്രം

10. കിള്ളിയൂർ ശിവക്ഷേത്രം
11. തിരുനന്തിക്കര ശിവക്ഷേത്രം
12. പൊന്മന ശിവക്ഷേത്രം
13. കേളേശ്വരം ശിവക്ഷേത്രം
14. പന്നിപ്പാകം ശിവക്ഷേത്രം
15. കൽക്കുളം നീലകണ്ഠസ്വാമിക്ഷേത്രം
16. മേലാങ്കോട് ശിവക്ഷേത്രം
17. തിരുവിടയ്ക്കോട് ശിവക്ഷേത്രം
18. കേരളപുരം ശിവക്ഷേത്രം
19. തിരുവിതാംകോട് ശിവക്ഷേത്രം
20. തൃപ്പന്നിയോട് ശിവക്ഷേത്രം
21. ഇരണിയൽ മാർത്താണ്ഡേശ്വരം ശിവക്ഷേത്രം
22. അഗസ്തീശ്വരം ശിവക്ഷേത്രം
23. ബാണത്തിട്ട ശിവക്ഷേത്രം
24. ഭൂതപ്പാണ്ടി ഭൂതനാഥസ്വാമിക്ഷേത്രം
25. ദർശനംകോപ്പ് ശിവക്ഷേത്രം
26. അഴകിയപാണ്ഡ്യപുരം ശിവക്ഷേത്രം
27. തോവാള ശിവക്ഷേത്രം
28. നെല്ലുവേലി (നല്ലൂർ) ശിവക്ഷേത്രം
29. ചെറിയതൊല്ല ശിവക്ഷേത്രം

(3) ദേവീക്ഷേത്രങ്ങൾ

1. കന്യാകുമാരി ദേവീക്ഷേത്രം
2. കോതേശ്വരം ദേവീക്ഷേത്രം
3. മെതുകുമ്മൽ ദേവീക്ഷേത്രം
4. പളുകൽ ദേവീക്ഷേത്രം
5. പയണം കരിപ്പാറ ദേവീക്ഷേത്രം
6. വാൾവച്ചഗോഷ്ഠം ദേവീക്ഷേത്രം (മഹിഷാസുരമർദ്ദിനി)
7. കരിങ്കൽ ഭഗവതിക്ഷേത്രം
8. ആലമ്പാറ ദേവീക്ഷേത്രം
9. വടിവീശ്വരം അഴകമ്മൻകോവിൽ

10. ആരുവായ്മൊഴി മീനാക്ഷിക്ഷേത്രം
11. പുത്തൻചന്ത ഭദ്രകാളിക്ഷേത്രം

(4) സുബ്രഹ്മണ്യക്ഷേത്രങ്ങൾ

1. കുമാരകോവിൽ സുബ്രഹ്മണ്യൻ
2. വെള്ളിമല ബാലമുരുകൻ ക്ഷേത്രം
3. തോവാള ബാലസുബ്രഹ്മണ്യൻ
4. ആഴക്കുടി ബാലസുബ്രഹ്മണ്യൻ

(5) മഹാവിഷ്ണുവിനും മഹാദേവനും പ്രതിഷ്ഠയുള്ള ക്ഷേത്രങ്ങൾ

1. തിരുമല (മുഞ്ചിറ)
2. തിരുവിതാംകോട്
3. നട്ടാലം
4. നെല്ലുവേലി (നല്ലൂർ)

(6) ത്രിമൂർത്തിക്ഷേത്രങ്ങൾ

1. ശുചീന്ദ്രം സ്ഥാണുമാലയപ്പെരുമാൾ ക്ഷേത്രം
2. കുഴിത്തുറ മഹാദേവർ ക്ഷേത്രം

(കടപ്പാട് - ഡോ. തിക്കുറിശ്ശി ഗംഗാധരൻ:
മങ്ങാത്ത ഓർമ്മകൾ മായാത്ത മുഖങ്ങൾ)

■

നാട്ടുയക്ഷികൾ

അസാധാരണ സാഹചര്യങ്ങളിൽ അപമൃത്യുവിന് ഇരയാവുന്ന സ്ത്രീകളുടെ ആത്മാക്കളെയാണ് യക്ഷികളായി സങ്കൽപ്പിച്ച് ആരാധിക്കുന്നത്. ഒരു ജന്മത്തിൽ സഫലീകരിക്കാനാവാത്ത തീവ്രമായ ആഗ്രഹങ്ങളുടെ പൂർത്തീകരണത്തിനാണത്രേ ഇവരുടെ ആത്മാക്കൾ പുനർജനിക്കുന്നത്. ജീവിച്ചിരിക്കുമ്പോൾ സംശുദ്ധവും അനുകരിക്കപ്പെടേണ്ടതുമായ വ്യക്തിത്വങ്ങൾക്ക് ഉടമയായിരിക്കും ഇവർ.

അഗസ്തീശ്വരം താലൂക്കിൽപ്പെട്ട പ്രദേശമാണ് കള്ളിയങ്കാട്. പഴങ്കഥകളിലും പുരാവൃത്തങ്ങളിലും ജീവിക്കുന്ന പുരാണകഥകളുമായി ബന്ധമൊന്നുമില്ല. പ്രചുരപ്രചാരമുള്ള തെക്കൻപാട്ടിലെ യക്ഷികൾക്കൊപ്പം ചില പ്രാദേശിക യക്ഷികളെയും ഇവിടെ പരാമർശിച്ചിട്ടുണ്ട്.

നീലികഥ

തിരുവനന്തപുരം നാഗർകോവിൽ റോഡിൽ കള്ളിയങ്കാട് നിന്ന് പാടങ്ങൾക്ക് നടുവിലൂടെ ഇടത്തേക്ക് ഒരു ചെറിയവഴി. ആ വഴിയിലൂടെ കുറച്ച് മുന്നിലേക്ക് പോയാൽ വിശാലമായ പാടശേഖരത്തിന് നടുവിൽ ഒരു തുരുത്ത്. ശാന്തവും വശ്യവുമായ അന്തരീക്ഷം. ദൂരെ പാടങ്ങൾക്ക് അതിരിട്ടുനിൽക്കുന്ന തെങ്ങുകളും അവർക്ക് പുറകിൽ മലയും. ഇവിടെയാണ് പുരാവൃത്തങ്ങളിലും പഴങ്കഥകളിലും പ്രണയിനിയും പ്രതികാരദാഹിയും സംഹാരരുദ്രയും ഒക്കെയായിരുന്ന നീലിയമ്മന്റെ ഇരിപ്പിടം. പക്ഷേ ഇവിടെ നീലിയമ്മൻ മാതൃരൂപത്തിൽ രക്ഷകയായാണ് കുടികൊള്ളുന്നത്. പ്രത്യേക ശ്രീകോവിലുണ്ട്. അടുത്തായി ഭദ്രകാളിയും ഗണപതിയും മാടൻ തമ്പുരാനും നാഗത്താന്മാരുമൊക്കെയുണ്ട്. ഇനി നീലിക്കഥയിലേക്ക് വരാം.

യക്ഷിക്കഥകൾക്കും യക്ഷിയമ്പലങ്ങൾക്കും പഞ്ഞമില്ലാത്ത നാടാണല്ലോ നാഞ്ചിനാട്. കൂട്ടത്തിൽ പഴകനല്ലൂർ നീലി,

പഞ്ചവൻകാട് നീലി, കള്ളിയങ്കാട് നീലി എന്നീ പേരുകളിൽ അറിയപ്പെടുന്ന യക്ഷിക്കഥകളെല്ലാം സമാനമാണ്.

സേലം ജില്ലയിൽപ്പെട്ട ഗ്രാമപ്രദേശമാണ് പഴകനെല്ലൂർ. പത്മനാഭപുരം എന്ന് ചില കഥകളിൽ കാണുന്നു. പഴകനെല്ലൂരിൽ ഒരു അമ്മയപ്പൻ കോവിലുണ്ട്. ശിവക്ഷേത്രമാണ്. ക്ഷേത്രത്തിലെ പൂജാകർമ്മങ്ങൾ ചെയ്യാൻ അവകാശമുള്ള അറുപത്തിരണ്ട് ബ്രാഹ്മണ കുടുംബങ്ങൾ ക്ഷേത്രത്തിനടുത്തായി താമസിച്ചിരുന്നു. ഒപ്പം ക്ഷേത്രത്തിൽ നൃത്തംചെയ്തിരുന്ന നാല്പത്തിരണ്ട് ദേവദാസി കുടുംബങ്ങളും. ഒരുദിവസം ക്ഷേത്രകാര്യങ്ങൾ കഴിഞ്ഞ് വീട്ടിലേക്ക്

കള്ളിയങ്കാട് - യക്ഷിയമ്മൻ ക്ഷേത്രം

മടങ്ങിപ്പോകുന്ന അതിസുന്ദരിയായ ഒരു ദേവദാസി യുവതിയെ ക്ഷേത്രത്തിലെ ശാന്തിക്കാരനായ നമ്പി കണ്ട് മോഹിച്ചു. ലക്ഷ്മി എന്നായിരുന്നു അവളുടെ പേര്. അവളുടെ അമ്മ ശിവകാമി. ലക്ഷ്മി നമ്പിയെ വീട്ടിലേക്ക് ക്ഷണിച്ചു. വേലൻ എന്നായിരുന്നു നമ്പിയുടെ പേര്. ക്രമേണ അയാൾ ലക്ഷ്മിയുടെ വീട്ടിലെ സ്ഥിരം സന്ദർശകനായി. ആവശ്യപ്പെട്ട സമ്പത്തെല്ലാം അയാൾ ഏതുവിധേനയും സ്വരൂപിച്ച് അവർക്ക് നൽകിക്കൊണ്ടിരുന്നു. അയാൾക്ക് തുടർന്ന് കൊടുക്കാൻ ഒന്നുമില്ലാത്ത അവസ്ഥയായപ്പോൾ 'തായ്കിഴവി' (കഥാനായികയുടെ അമ്മ) വേലനെ നിന്ദിച്ച് വീട്ടിൽനിന്ന് ഇറക്കിവിട്ടു.

"കൊടുക്ക മുതലില്ലാമൽ കൂറിവന്ത മറയോനും
അടുത്ത നാളിൽ വേളയിലെ അവൾ വീട്ടിൽ പോയിരുന്താൻ
കൈപ്പൊരുളുമില്ലാമൽ കാതലിയാൾ കാണവിലൈ.
മറയോനൈക്കണ്ട പിമ്പേ മകളോടേ ചണ്ടയിട്ടാൾ
'അരക്കാശു കിടയാതേ ആൺപിള്ളൈയോടിരുന്തു
ചിരിത്തു വിളയാടുവതും തിനന്തിനമായലക്കൊടുപ്പും
കഴുകടിയിൽ നാപോലെ കാത്തിരുന്തും തൂങ്കുകിറായ്
....
ചെത്തവനേ, പപ്പാനേ, തിണ്ണൈവിട്ട് എഴുന്തിരെടാ"

(പഞ്ചവൻകാട്ടു നീലി പാട്ട്-ഉള്ളൂർ)

വേലനെ വീട്ടിൽനിന്ന് അപമാനിച്ച് ഇറക്കിവിട്ട സംഭവമൊന്നും ലക്ഷ്മി ആദ്യം അറിഞ്ഞില്ല. താൻ സ്നേഹിക്കുന്ന പുരുഷനെ കാണാതെ അവൾ ദുഃഖിച്ചു. അവന്റെ കൈയിൽ ധനമൊന്നുമില്ലെന്നും അതുകൊണ്ട് അവന്റെ ചങ്ങാത്തം ഉപേക്ഷിക്കാനും അമ്മ അവളെ ഉപദേശിച്ചു. ലക്ഷ്മിക്ക് അത് സ്വീകാര്യമായില്ല. അവൾ വേലനെ അന്വേഷിച്ച് വീട്ടിൽനിന്നിറങ്ങി.

വഴിക്കുവച്ച് അവൾ നമ്പിയെ കണ്ടെത്തി. തന്റെ സ്നേഹം അവനെ അറിയിച്ചു. വിജനമായ വഴിയിൽ ക്ഷീണിതയായ അവളെ തന്റെ മടിയിൽകിടത്തി ഉറക്കി. ആ ദാസിതന്നെ വഞ്ചിച്ചുവെന്നും അവളോട് പ്രതികാരം ചെയ്യണമെന്നും ഉറപ്പിച്ച വേലൻ അവളുടെ ആഭരണങ്ങളെല്ലാം കൈക്കലാക്കിയശേഷം ഒരു കല്ലുകൊണ്ട് ഇടിച്ച് കൊലപ്പെടുത്തി. ഈ സംഭവത്തിന് ഒരു കള്ളിച്ചെടിയല്ലാതെ മറ്റാരും സാക്ഷിയുണ്ടായിരുന്നില്ല. മരിക്കുന്നതിന് തൊട്ടുമുമ്പ് ലക്ഷ്മി കണ്ണുതുറന്ന് കള്ളിച്ചെടിയെ ചൂണ്ടിപ്പറഞ്ഞു. 'കള്ളീ, നീയെ സാക്ഷി.'

കഠിനമായ പാപത്തിന്റെ ഫലം നമ്പി ഉടൻതന്നെ അനുഭവിച്ചു. ദാഹംതീർക്കാൻ ഒരു കിണറ്റിൽനിന്ന് വെള്ളം കോരിക്കൊണ്ടിരിക്കെ

ഒരു പാമ്പുകടിച്ച് അയാൾ മരിക്കുകയും ആഭരണപ്പൊതി കിണറിൽവീണ് നഷ്ടപ്പെടുകയും ചെയ്തു. ലക്ഷ്മിയെ അന്വേഷിച്ചിറങ്ങിയ അവളുടെ സഹോദരൻ വനത്തിൽ അവൾ കൊല ചെയ്യപ്പെട്ട അവസ്ഥയിൽ കണ്ട് മനംനൊന്ത് ആത്മഹത്യ ചെയ്തു.

തന്നെ ചതിച്ചുകൊന്ന നമ്പിയോട് പ്രതികാരംചെയ്യാൻ ആ ദേവദാസി ബാധയായി പുനർജ്ജനിക്കുന്നു. ചെമ്പിയൻ എന്ന ചോള രാജാവിന്റെ സന്താനങ്ങളായാണ് ലക്ഷ്മിയും സഹോദരനും പുനർജനിച്ചത്. നമ്പി പുനർജനിച്ചത് മാന്നാകൻ എന്ന ചെട്ടിയുടെ മകനായിട്ടാണ്. പേര് ആനന്ദൻ. പുതിയ ജന്മം സ്വീകരിച്ച ലക്ഷ്മിയുടെ ബാധ തന്റെ പൂർവകാമുകനെ പിന്തുടർന്നു. കൊലയാളിയായ നമ്പിയെ വഴിയിൽ കണ്ടുമുട്ടുന്ന ലക്ഷ്മി അയാളെ വശീകരിച്ച് ഒരു കാട്ടിലേക്ക് കൂട്ടിക്കൊണ്ടുപോയി. സി.വി. രാമൻപിള്ള 'മാർത്താണ്ഡവർമ്മ' നോവലിൽ തുടർന്നുള്ള സംഭവം ഇങ്ങനെ വിവരിക്കുന്നു. "അവൾ എടുത്ത മുറുക്കാൻ വായിൽതന്നെ വാങ്ങുന്നതിന് അവളുടെ സമീപത്ത് നീങ്ങി പട്ടർ ചുണ്ടുവിടർത്തി. അപ്പോൾ-അയ്യോ-അമ്പ്വ! 'ചതിച്ചുപോട്ടാളെ' എന്ന് അലറിക്കൊണ്ട് പഞ്ചവൻകാട് പൊടിയാൻതക്കവണ്ണം (നീലിക്കഥയിൽ പഴലൈനല്ലൂർഗ്രാമം എന്നാണുള്ളത്) പട്ടർ ചാടി എണീറ്റ് ഓടാൻ ഭാവിച്ചു. മുമ്പിൽ ഉപയോഗിച്ച വലിയ കല്ലിന്മേൽതന്നെ കാലു തടഞ്ഞ് നിലത്തുവീണു. സ്ത്രീ ദാസിയുടെ വേഷംമാറ്റി പട്ടരുടെ ഗർഭിണിയായ ഭാര്യയുടെ രൂപമായി. പട്ടർ വീഴുന്നിടത്തുകിടന്ന് സ്ത്രീയുടെ മുഖത്ത് അതിപരവശനായി നോക്കിയപ്പോൾ തന്റെ ഭാര്യയുടെ സ്വരൂപവും മാറിത്തുടങ്ങി. ആകാശംമുട്ടി കാടുനിറഞ്ഞ്, അതിഭയങ്കരമായുള്ള ദംഷ്ട്രകളും രക്തനിറമായി നിലത്തോടു മുട്ടുന്ന നാക്കും ഗുഹപോലെയുള്ള വായും തീപ്പൊരിച്ചിതറുന്ന വട്ടക്കണ്ണുകളും വൃക്ഷങ്ങളെപ്പോലെ തടിച്ചുനിൽക്കുന്ന രോമങ്ങളും - ഇങ്ങനെയുള്ള ആകൃതിയോടുകൂടിയ പഞ്ചവൻകാട്ടിലെ യക്ഷി തന്നെ പട്ടരുടെ മുമ്പിലുണ്ട്. യക്ഷിയുടെ വായിലും മൂക്കിലും കണ്ണിലുംനിന്ന് തീയും പുകയും പിന്നെ അട്ടഹാസവും."

ലക്ഷ്മിയുടെ ആത്മാവായ നീലി ഒടുവിൽ പട്ടരുടെ വയറു പിളർന്ന് അവിടെ ഒരു പന്തം നാട്ടി. താൻ കൈക്കുഞ്ഞാക്കിയിരുന്ന കള്ളിക്കമ്പും അവിടെ നട്ട് ആകാശത്തേക്ക് ഉയർന്നു.

പുനർജന്മവിശ്വാസത്തിൽ അധിഷ്ഠിതമായ കഥയാണിത്. ചെയ്യാനാഗ്രഹിച്ച കാര്യങ്ങൾ ചെയ്തുതീർക്കുന്നതിനുമുമ്പ് ശരീരം നഷ്ടപ്പെട്ടാൽ ആ ആത്മാവ് മറ്റൊരു ശരീരത്തിൽ പുനർജ്ജനിക്കും എന്ന് വിശ്വസിച്ചിരുന്നു. തന്നെ ചതിച്ചുകൊന്ന വേലനോട് പ്രതികാരം ചെയ്യാനാണ് നീലി പുനർജ്ജനിക്കുന്നത്. സമർത്ഥമായി അവൾ അത് നിവർത്തിക്കുകയും ചെയ്തു.

ഐതിഹ്യങ്ങളിൽ അധിഷ്ഠിതമായ കഥകളിലൊന്നാണ് തെക്കൻ കഥാഗാനങ്ങളിൽ പ്രാധാന്യമുള്ള നീലിക്കഥ. ഈ കഥയുടെ പശ്ചാത്തലത്തെക്കുറിച്ച് വിവിധ അഭിപ്രായങ്ങളുണ്ട്. പഞ്ചവൻകാട് നീലിക്കഥ (ഉള്ളൂർ, സി.വി. രാമൻപിള്ള), യക്ഷിയമ്മൻകഥ, പഴകനല്ലൂർ നീലിക്കഥ (ഡോ. തിക്കുറിശ്ശി സുകുമാരൻ), കള്ളിയങ്കാട്ട് നീലിക്കഥ എന്നിങ്ങനെ പലപേരുകളിൽ ഈ കഥ അറിയപ്പെടുന്നു. വില്ലടിച്ചാൻ പാട്ടുരൂപത്തിൽ പ്രസിദ്ധമായിട്ടുള്ള നീലിയുടെ കഥ തെക്കൻതിരുവിതാംകൂറിൽ പരക്കെ വിശ്വസിക്കപ്പെടുന്ന ഐതിഹ്യമാണ്. പ്രാദേശികമായ ചില പാഠഭേദങ്ങൾ ഉണ്ടെങ്കിലും കഥാതന്തുവിൽ കാര്യമായ മാറ്റങ്ങളൊന്നുമില്ല.

ചെമ്പകവല്ലി

ഇതും ഒരു യക്ഷിക്കഥയാണ്.

തെക്കൻ തിരുവിതാംകൂറിലെ പ്രസിദ്ധമായ യക്ഷിയമ്പലമാണ് മേലാങ്കോട്, കുമാരകോവിലിന് പടിഞ്ഞാറ് ഉദയഗിരിക്ക് സമീപമായാണ് ചെമ്പകവല്ലി അമ്മന്റെ അമ്പലം.

ചെമ്പകവല്ലി എന്നൊരു സ്ത്രീ ഭർത്താവിന്റെ അരുംകൊലയെ തുടർന്ന് സതിയനുഷ്ഠിക്കുകയും അവരുടെ ആത്മാവ് ശ്രീപരമേശ്വരനിൽനിന്ന് വരങ്ങൾ സമ്പാദിച്ചശേഷം യക്ഷിയായി അവതരിക്കുന്നതാണ് കഥ.

വള്ളിയൂർ ഗ്രാമത്തിൽനിന്ന് അഭയാർത്ഥികളായി കൽക്കുളത്തെത്തിയ ഏതാനും ബ്രാഹ്മണകുടുംബങ്ങളെ വേണാട് രാജാവ് കൽക്കുളത്ത് നീലകണ്ഠസ്വാമിക്ഷേത്രത്തിന് കിഴക്കുവശത്ത് പാർപ്പിക്കുന്നു. തുണിക്കച്ചവടമായിരുന്നു ഇവരുടെ കുലത്തൊഴിൽ. നാഗർകോവിൽനിന്ന് തുണിവാങ്ങിച്ച് തിരുവിതാംകൂറിലും കോഴിക്കോടുമൊക്കെ സഞ്ചരിച്ച് വിൽപ്പനനടത്തുകയും മടക്കയാത്രയിൽ കുരുമുളക്, അടയ്ക്ക, ഏലം മുതലായവ വാങ്ങിക്കൊണ്ട് വന്ന് നാട്ടിൽ വിൽപ്പനനടത്തുകയും ചെയ്യും. ഈ വ്യാപാരികളുടെ കൂട്ടത്തിൽപ്പെട്ട ഒരു ഗൃഹനാഥനായിരുന്നു അനന്തൻ. അനന്തന്റെ ഭാര്യയാണ് കഥാനായികയായ ചെമ്പകവല്ലി.

ഒരിക്കൽ അനന്തനും കൂട്ടരും കച്ചവടംകഴിഞ്ഞുള്ള മടക്കയാത്രയിൽ കനത്ത മഴയെത്തുടർന്ന് യാത്ര തുടരാനാവാതെ വൈക്കത്തിനുസമീപത്തുള്ള ഉദയനാപുരത്തെ വഴിയമ്പലത്തിൽ രാത്രി വിശ്രമിച്ചു. ഉറക്കത്തിൽ അവരുടെ പണമെല്ലാം കൊള്ളയടിക്കപ്പെട്ടുവെന്ന് മാത്രമല്ല, അനന്തൻ വധിക്കപ്പെടുകയും ചെയ്തു. കൂട്ടുകാർ അനന്തന്റെ ചെറുവിരൽ മുറിച്ചെടുത്ത് സൂക്ഷിച്ചശേഷം മൃതദേഹം അവിടെത്തന്നെ സംസ്കരിച്ചു.

വ്യാപാരത്തിനുപോയിരുന്നവർ പത്മനാഭപുരത്തെത്തി വിവരങ്ങൾ ചെമ്പകവല്ലിയെ അറിയിക്കുന്നതിനോടൊപ്പം മൃതദേഹത്തിൽനിന്നും മുറിച്ചെടുത്ത ചെറുവിരലും ഏൽപ്പിക്കുന്നു.

മൃതദേഹത്തിന്റെ അഭാവത്താൽ ചെറുവിരലിൽ മരണാനന്തര കർമ്മങ്ങൾ നടത്തി. ബ്രാഹ്മണആചാരപ്രകാരം തലമുണ്ഡനം ചെയ്ത വിധവയുടെ വേഷത്തിൽ ചെമ്പകവല്ലി പത്മനാഭപുരത്ത് വസിച്ചിരുന്ന കുലശേഖരപെരുമാളെകണ്ട് തനിക്ക് സതി അനുഷ്ഠിക്കാനുള്ള അനുവാദം നൽകണമെന്ന് അഭ്യർത്ഥിക്കുന്നു. രാജാവ് അവർക്ക് ജീവിക്കാനാവശ്യമുള്ള വസ്തുവകകൾ നൽകാമെന്ന് അറിയിച്ച് അവരുടെ ഉദ്യമത്തിൽനിന്ന് പിന്തിരിപ്പിക്കാൻ ശ്രമിച്ചെങ്കിലും ആ കുലസ്ത്രീ സ്വയം അഗ്നിപ്രവേശനം ചെയ്യാനുള്ള അനുവാദത്തിനായി നിർബന്ധിച്ചു.

ഉദയഗിരികോട്ടയ്ക്കുള്ളിൽ ഒരു അരയാലിന്റെ ചുവട്ടിൽ ചെമ്പകവല്ലിക്ക് ഉടന്തടിയേറുവാനുള്ള ചിതയൊരുക്കപ്പെട്ടു. വ്രതനിഷ്ഠയോടും പൂർണ്ണമനസ്സോടും അവർ അഗ്നികുണ്ഡത്തിനരികിലെത്തി വായ്ക്കുരവയോടെ അഗ്നികുണ്ഡത്തിന് പ്രദക്ഷിണംവച്ച് ശിവനെ സ്തുതിച്ചുകൊണ്ട് ചിതയിൽചാടി സതിയനുഷ്ഠിച്ചു.

നാടുഭരിക്കുന്ന രാജാവിന്റെ മുന്നിൽവച്ച് അദ്ദേഹത്തിന്റെകൂടി അനുവാദത്തോടെ ജീവത്യാഗം ചെയ്യുന്ന ചെമ്പകവല്ലി ഒരു അപൂർവകഥാപാത്രമാണ്. ഇങ്ങനെ സതിയനുഷ്ഠിച്ച മറ്റൊരു കഥാപാത്രം വേണാടിന്റെ ചരിത്രത്തിലില്ല. ദേഹത്യാഗം ചെയ്ത ചെമ്പകവല്ലിയുടെ ആത്മാവ് ശ്രീപരമേശ്വരസമക്ഷത്തിൽ അനുഗ്രഹവും വരവും വാങ്ങി ഉദയഗിരികോട്ടയിലെ അരയാലിൻചുവട്ടിൽ യക്ഷിയായി എത്തി സാന്നിധ്യമറിയിച്ചു. നാട്ടുകാർ മേലാങ്കോട് യക്ഷിയമ്പലമുണ്ടാക്കി ചെമ്പകവല്ലിയെ കുടിയിരുത്തി പൂജകൾ നൽകി പ്രസാദിപ്പിച്ച് വരുന്നു.

മേലാങ്കോട് അടുത്തടുത്തായി രണ്ട് അമ്മൻകോവിലുകളുണ്ട്. ഒന്ന് ചേട്ടത്തി അമ്മനും അടുത്തത് അനുജത്തി അമ്മനും. ചേട്ടത്തി ശാന്തസ്വരൂപിണിയും അനുജത്തിക്ക് രൗദ്രഭാവവും. അനുജത്തിക്ക് മാംസമാണ് നിവേദ്യം.

പുരുഷാദേവി

കന്യാകുമാരി ജില്ലയിൽ മൂന്നു ക്ഷേത്രങ്ങളിൽ ആരാധിക്കപ്പെടുന്ന യക്ഷിയാണ് പുരുഷാദേവി. താഴാക്കുടിയിലും നാഗർകോവിലിന് പതിനഞ്ചു കി.മീ. അകലെ കൊക്കോട്ടൂരും നാഗർകോവിലിനു സമീപത്തെ തെങ്ങിൻപുതൂരിനടുത്തുള്ള കാട്ടുവിളയിലുമാണ് ഈ ആരാധനാലയങ്ങൾ.

പുരുഷാദേവിയമ്മപ്പാട്ട് എന്ന പാട്ടുകഥയാണ് പുരുഷാദേവിയുടെ കഥ പറയുന്നത്. തിരുവണയാരമ്മയുടെ രാജ്യത്ത് രാജ്യകാര്യങ്ങളെല്ലാം നോക്കിനടത്തുന്നത് സ്ത്രീകളാണ്. സേനാംഗങ്ങളും സേനയെ നയിക്കുന്നതും രാജ്ഞിയുടെ അംഗരക്ഷകരുമെല്ലാം സ്ത്രീകൾതന്നെ. അങ്ങിനെ അവിടം പെണ്ണരശ് നാടായി. സമർത്ഥമായി രാജ്യം ഭരിച്ചിരുന്ന രാജ്ഞിക്ക് സന്താനങ്ങളില്ലാതിരുന്നതിനാൽ വളരെ ദുഃഖിതയായിരുന്നു. സന്താനലബ്ധിക്കായി രാജ്ഞി കഠിനവ്രതങ്ങളനുഷ്ഠിച്ചു. അവസാനം വ്രതങ്ങൾക്കും പ്രാർത്ഥനയ്ക്കും ഫലംകണ്ടു. ഒരു ദിവസം കൊട്ടാരത്തിൽ തേനീച്ച കൂടുകെട്ടുന്നതായും പാമ്പ് പത്തിയുയർത്തിയാടുന്നതായും തിരുവണയാരമ്മ സ്വപ്നം കണ്ടു. സ്വപ്നം ശുഭസൂചകമെന്നും ഒരു സത്സന്താനം ലഭിക്കുമെന്നും ആ സന്താനത്തെക്കൊണ്ടു രാജ്യത്തിനു മേന്മയുണ്ടാകുമെന്നും ജ്യോതിഷി പ്രവചിച്ചു.

വൈകാതെ രാജ്ഞി പ്രസവിച്ചു. പുത്രി-പുരുഷാദേവിയെന്നറിയപ്പെട്ടു. പൂർവ്വാചാരപ്രകാരമുള്ള വിദ്യാഭ്യാസവും ആയുധപരിശീലനവും വേദാദ്ധ്യയനവുമൊക്കെ ബാലിക പൂർത്തിയാക്കി. പ്രായപൂർത്തിയായപ്പോൾ സമംഗളം വിവാഹവും നടത്തി. പന്ത്രണ്ടു വർഷം കഴിഞ്ഞപ്പോൾ പുരുഷാദേവി ഗർഭിണിയുമായി.

രാജ്യഭദ്രതയ്ക്കായി രാജ്ഞി രാജധാനിക്കുചുറ്റും ഉയരത്തിലുള്ള കോട്ടകൾ കെട്ടി. ഇതിൽ അയൽരാജാവായ കൂവല്ലൂരിലെ ചെമ്പൻമുടിരാജാവ് ശക്തമായി പ്രതിഷേധിച്ചു. വൈകാതെ രാജോചിതമായ അകമ്പടിയോടെ ചെമ്പൻമുടിരാജാവ് തീർത്ഥയാത്രയ്ക്കു പുറപ്പെട്ടു. പുരുഷാദേവിയുടെ കോട്ടവഴി പോകണമെന്നായിരുന്നു രാജാവിന്റെ ആവശ്യം. ദൂതന്മാർവഴി വിവരമറിഞ്ഞ പുരുഷാദേവി, രാജാവിന് ഏകനായി വേണമെങ്കിൽ തന്റെ കോട്ടവഴി കടന്നുപോകാമെന്നും പെണ്ണരശുനാടുവാഴി സൈന്യസമേതം പോകാനാവില്ലെന്നും അറിയിച്ചു.

> "ഏന്തനുട നാടുവാഴി തീർത്ഥമാടപ്പേണമാനാൽ
> ഏറിവാറ കുതിരൈയിറങ്കിവരവേണം.
> ഇട്ടുവരും മിതിയടി കഴറ്റിവരവേണം;
> കാലാളും തുരൈപതിയും വിട്ടുവൈത്തു മന്നവരും
> കാൽനടയായിങ്കവരലാമേ."

തന്നെ അപമാനിച്ചതിനു പകരംവീട്ടാൻ രാജാവ് പെണ്ണരശ് നാടിനെ ആക്രമിച്ച് കീഴ്പ്പെടുത്താൻ പടയൊരുക്കം തുടങ്ങി. ഇതറിഞ്ഞ പുരുഷാദേവി തന്റെ സേനയെയും തയാറാക്കിനിർത്തി. ചെമ്പൻമുടിരാജാവ് നേരിട്ടു തന്റെ മന്ത്രിമാരോടും ഒരു വലിയ സൈന്യത്തോടും യുദ്ധംതുടങ്ങി. ഗർഭിണിയായിരുന്ന പുരുഷാ

ദേവിയും തന്റെ അമ്മയോടൊപ്പം യുദ്ധരംഗത്തെത്തി. ആദ്യയുദ്ധത്തിൽ കൂവല്ലൂർസേനയ്ക്കു പരാജയമായിരുന്നു. കൂടുതൽ സേനാംഗങ്ങളുമായി ചെമ്പൻമുടിരാജാവ് വീണ്ടും യുദ്ധത്തിനു വന്നു. രാജ്ഞിയും മകളും ആനപ്പുറത്തിരുന്നാണ് ആ യുദ്ധം നയിച്ചത്. ഏറ്റുമുട്ടലിൽ ശത്രുരാജാവിന്റെ മന്ത്രി കൊല്ലപ്പെട്ടതോടെ അവർ പരാജിതരായി പിൻവാങ്ങി. രാജാവ് വീണ്ടും യുദ്ധത്തിനെത്തിയത് അയൽരാജ്യമായ കാടാത്തിനാട്ടിലെ സൈന്യത്തോടൊപ്പമാണ്.

ശക്തമായ ശത്രുസേനയ്ക്കെതിരായി രാജ്ഞിയും മകളും സധൈര്യം പോരാടി. പക്ഷേ, തങ്ങൾക്ക് വിജയം നേടാനാവില്ലെന്നു പെണ്ണരശുനാടിനു മനസ്സിലായി. പരാജയം ബോദ്ധ്യമായതോടെ തോഴിമാർ ആറുപേരും സ്വന്തം വാളുകൊണ്ട് വയറുകീറി മരണം വരിച്ചു. ശത്രുക്കളുടെ പിടിയിൽപെടാതെ രാജ്ഞിയും ജീവത്യാഗം ചെയ്തു. ഇതെല്ലാം കണ്ട് ഹതാശയായ പുരുഷാദേവി ശൂലംകൊണ്ടു വയറുകീറി തന്റെ ഗർഭസ്ഥശിശുവിനെ പുറത്തെടുത്ത് ശത്രുസേനയ്ക്ക് നേരെ എറിഞ്ഞ് വീരമൃത്യു വരിച്ചു.

നിരപരാധികളായ സ്ത്രീകളുടെ അന്ത്യത്തിനു താനാണ് കാരണക്കാരനെന്നു മനസ്സിലായതോടെ പശ്ചാത്താപവിവശനായ ചെമ്പൻമുടിരാജാവ് നിലത്തുറപ്പിച്ച തന്റെ ഉടവാളിലേയ്ക്കു കമിഴ്ന്നുവീണു ജീവനൊടുക്കി. ഈ ദാരുണാന്ത്യങ്ങൾക്കെല്ലാം താനും കൂടി കാരണക്കാരനാണെന്നു മനസ്സിലാക്കിയ കാടാത്തിരാജാവും ആത്മഹത്യ ചെയ്യുന്നു.

പുരുഷാദേവിയും ചെമ്പൻമുടിരാജാവും തമ്മിലുള്ള യുദ്ധാന്ത്യത്തെക്കുറിച്ച് ഉള്ളൂർ കേരളസാഹിത്യചരിത്രത്തിൽ ഇങ്ങനെ രേഖപ്പെടുത്തിക്കാണുന്നു: “പച്ചപ്പാളെ പിളർപ്പതുപോലെ” തന്റെ വയറു പിളർന്ന് കുഞ്ഞിനെ എടുത്തുകൊണ്ട് ആ സ്ത്രീ രാജാവിനെ എറിഞ്ഞു. അപ്പോൾ ആ മാനിയായ ക്ഷത്രിയൻ “പങ്കം ചെയ്താളെ പുരുഷാദേവി” എന്നു പറഞ്ഞുകൊണ്ട് വാൾമുനയിൽ ചാടി ആത്മഹത്യചെയ്തു. അശ്വാരൂഢയായ പുരുഷാദേവിയുടെ മരണവും അപ്പോഴേ കഞ്ഞിരുന്നു.” (വാല്ല്യം-1, പുറം 280)

പാട്ടിൽ ദേശ, കാലങ്ങൾ വ്യക്തമാക്കുന്ന വരികളൊന്നും കാണുന്നില്ല. ആറ്റിങ്ങലിന് “പെണ്ണരശ്നാട്” എന്ന വിളിപ്പേരുമുണ്ടായിരുന്നല്ലോ. അതുകൊണ്ട് പാട്ടിൽ പറയുന്ന പെണ്ണരശ്നാട് ആറ്റിങ്ങലും ചെമ്പൻ മന്നൻ തീർത്ഥാടനത്തിനുപോകുന്നത് വർക്കലയിലുമായിരിക്കുമോ എന്നു ഉള്ളൂർ സംശയിക്കുന്നു. ചെമ്പൻമുടിരാജാവിന്റെ രാജ്യമായ ‘കൂവല്ലൂർ’ നെയ്യാറ്റിൻകര താലൂക്കിലെ ‘കോവല്ലൂർ’ ആണെന്നും വിശ്വസിച്ചുപോരുന്നു.

“വാട്ടം തകരാതെ കൂവല്ലൂരിൽ
വാളരശർ ചെമ്പൻ മുടിമന്നവർ.”

എന്നാണു പാട്ട്. കൂവല്ലൂരിന്റെ അയൽരാജ്യമായിരുന്നു കാടാത്തി രാജ്യം. മൂവരശർ (ചേര, ചോള പാണ്ഡ്യരാജാക്കന്മാർ) ഭരിച്ചിരുന്ന കാലം. പെണ്ണരശുനാട് സ്വതന്ത്രരാജ്യമായിരുന്നു എന്ന സൂചനയുമുണ്ട്.

മറ്റു പാട്ടുകളിൽനിന്ന് വ്യത്യസ്തമാണ് പുരുഷാദേവിയമ്മപ്പാട്ടിലെ സാമൂഹികപ്രസക്തി. രാജ്യം ഭരിച്ച സ്ത്രീകളുടെ ശക്തിയായും വീര്യവും നിശ്ചയദാർഢ്യവും വെളിവാക്കുന്നതാണു കഥ. അപമാനിതയാകാതെ ജീവത്യാഗം ചെയ്യുന്ന പുരുഷാദേവിയുടെയും അമ്മയുടെയും തോഴിമാരുടെയും പ്രവൃത്തി ശത്രുപക്ഷത്തിനുപോലും ആദരവും പശ്ചാത്താപവുമുണ്ടാക്കുന്നു.

ഈ യുദ്ധത്തിൽ ജീവത്യാഗം ചെയ്തവരെല്ലാം ശിവസന്നിധിയിലെത്തി എന്നാണു വിശ്വാസം. ശിവഭഗവാൻ അവർക്ക് ആശിർവാദവും പുതിയ പേരുകളും നൽകി. പുരുഷാദേവിക്ക് ആട്ടുക്കാരി ഇശക്കി എന്ന പേരായിരുന്നു നൽകിയത്. ഈ യക്ഷിയമ്മയ്ക്ക് കാലിൽ അണിയാൻ ചിലമ്പും തണ്ടയും നെറ്റിയിലണിയാനുള്ള ആഭരണവും നൽകി ലോകർ പുകഴ്ത്തത്തക്കവിധത്തിൽ വാഴാനുള്ള അനുഗ്രഹം നൽകി.

വടുവുച്ചി (കന്നടിയാൻപോര്)

ഒരു രാജാവിന്റെ ചിത്രംകണ്ട് അയാളിൽ അനുരക്തയാവുന്ന രാജകുമാരി. ഏതുവിധേനയും അയാളെ സ്വന്തമാക്കാനുള്ള ശ്രമത്തിനിടയിൽ അവസാനം അവൾക്ക് ലഭിക്കുന്നത് അയാളുടെ ജീവനില്ലാത്ത ശരീരമാണ്. ആ ചേതനയറ്റ ശരീരത്തെ പരിണയിച്ച് അഗ്നിപ്രവേശംചെയ്ത് അതിലൂടെ പ്രണയസാക്ഷാത്കാരം നേടുന്ന ഒരു രാജകുമാരിയുടേയും അവൾ പ്രണയിച്ച രാജാവിന്റേയും കഥയാണിത്. ചരിത്രപശ്ചാത്തലമുള്ള ആ കഥ ഇങ്ങനെ.

പൊന്നുപാണ്ഡ്യൻ പാണ്ഡ്യരാജവംശത്തിൽപ്പെട്ടയാളാണ്. അദ്ദേഹം വള്ളിയൂരിൽ കോട്ടകെട്ടി ഒരു രാജ്യം സ്ഥാപിച്ച് കുലശേഖരൻ എന്ന പേരിൽ ഭരണം തുടങ്ങി. തന്റെ കുലദൈവമായ ദുർഗ്ഗാദേവിക്കായി കോട്ടയ്ക്കകത്ത് ഒരു ക്ഷേത്രവും നിർമ്മിച്ചു. കൊ.വ. 441-ാമാണ്ട് (AD 1265) ആണ് സംഭവം.

"നല്ലകൊല്ലം നാന്നൂറു
നാല്പത്തൊന്നാമാണ്ടിൽ
ചെപ്പമുള്ള ചിങ്ങമാസം
പതിനൊന്നാം തേതിയിലേ
നാലുതിക്കും കോട്ടൈകെട്ട
നല്ലമരം മുനൈയറൈന്താർ." എന്നാണ് പാട്ട്.

കാഞ്ചീപുരദേശത്തിന് വടക്കായി കന്നടിയൻ എന്നൊരു വടുക രാജാവുണ്ടായിരുന്നു. അയാൾക്ക് സുന്ദരിയായോരു പുത്രിയും. പണ്ടാരങ്ങൾ വരച്ച വള്ളിയൂർ രാജാവിന്റെ ചിത്രംകണ്ട് രാജകുമാരി അദ്ദേഹത്തെ മോഹിച്ചു. പൊന്നുപാണ്ഡ്യനെയല്ലാതെ മറ്റൊരാളെ വിവാഹം ചെയ്യുകയില്ലെന്ന് അവൾ തന്റെ പിതാവിനെ അറിയിക്കുന്നു.

"നാനിരുന്തു ചടൈത്തിടിലും നരൈത്ത-
കൊണ്ടൈ മുടിത്തിടിലും
ഊനിരുന്തു കളിത്തിടിലുമുയിരിളന്തു പോയിടിലും
കൊറ്റവനാർ പാണ്ടിമന്നൻ കുലശേഖരൻ താനൊഴിയ
മറ്റൊരുവരെന്നൈവന്തു മാലയിട നിനൈപ്പതിലൈ"

പുത്രിയുടെ ഇഷ്ടമറിഞ്ഞ കന്നടിയൻ കുലശേഖരനോട് തന്റെ മകളെ വിവാഹംകഴിക്കണമെന്ന് അഭ്യർത്ഥിച്ചു. അദ്ദേഹത്തിന്റെ കുടുംബം ജാതിയിൽ കുറഞ്ഞതായതിനാൽ ആ യുവതിയെ തനിക്ക് വിവാഹംകഴിക്കാൻ സമ്മതമില്ല എന്നായിരുന്നു കുലശേഖരന്റെ മറുപടി. മാത്രമല്ല ഇരുകൂട്ടരും തമ്മിൽ പലപ്പോഴും യുദ്ധത്തിൽ ഏർപ്പെടുകയും ശത്രുത നിലനിർത്തിയിരുന്നവരുമാണല്ലോ.

ഇതറിഞ്ഞ രാജകുമാരി ദുഃഖപരവശയായി. തന്റെ അപേക്ഷ നിരസിക്കപ്പെട്ടതോടെ കന്നടിയനും ക്രുദ്ധനായി. വള്ളിയൂർ രാജാവിനെ യുദ്ധത്തിൽ തോൽപ്പിച്ച് പിടിച്ചുകെട്ടിക്കൊണ്ടുവന്നെങ്കിലും തന്റെ മകളെ കല്യാണം കഴിപ്പിക്കുമെന്ന് പുത്രിവത്സലനായ രാജാവ് പ്രതിജ്ഞയെടുക്കുകയും, 'ഇണങ്ങിയായാലും പിണങ്ങിയായാലും ഇഷ്ടപുരുഷനെക്കൊണ്ട് മകളെ നിന്നെ മണം (വിവാഹം) ചെയ്യിക്കും' എന്ന് അച്ഛൻ മകൾക്ക് ഉറപ്പ് നൽകുകയും ചെയ്യുന്നു.

മകളുടെ ആഗ്രഹം നിറവേറാനുള്ള കന്നാടിയാന്റെ സൗമ്യവും ശാന്തവുമായ ശ്രമങ്ങളെല്ലാം പരാജയപ്പെട്ടു. പിന്നെ യുദ്ധമാണ്. കന്നടിയാൻ വലിയൊരു സൈന്യത്തോടെ വള്ളിയൂർ കോട്ട വളഞ്ഞു. അദ്ദേഹം തന്റെ പുത്രിയേയും ഒപ്പംകൂട്ടിയിരുന്നു. വള്ളിയൂരിലെ സൈനികർ കന്നടിയന്മാരെ ധീരതയോടെ തടഞ്ഞു. അടുത്തതായി കോട്ടയ്ക്കകത്ത് വെള്ളമെത്തിക്കുന്ന മടയടയ്ക്കുകയാണ് കന്നടിയൻ ചെയ്തത്. പക്ഷേ അതും വിഫലമായി. കോട്ടയ്ക്കുള്ളിൽ ആവശ്യമുള്ള വെള്ളം ലഭിച്ചുകൊണ്ടിരുന്നു. വെള്ളം പായുന്നതിന്റെ രഹസ്യം അന്വേഷിച്ച കന്നടിയാൻ ഒരു ഇടച്ചിയിൽനിന്ന് കോട്ടയ്ക്കകത്ത് വെള്ളമെത്തുന്ന രഹസ്യമാർഗ്ഗം മനസ്സിലാക്കി വെള്ളം തടയുന്നു. കോട്ടയ്ക്കകത്ത് വെള്ളം കിട്ടാതായതോടെ കുലശേഖരൻ തിരുവിതാംകൂർ രാജാവിനെ അഭയം

പ്രാപിച്ചു. പത്മനാഭപുരത്തിന് സമീപത്തെ കേരളപുരമായിരുന്നു അപ്പോൾ തിരുവിതാംകൂറിന്റെ രാജധാനി. തിരുവിതാംകൂർ രാജാവിൽനിന്ന് ലഭിച്ച സൈനികസഹായത്തോടെ കുലശേഖരൻ വീണ്ടും വടുകരാജാവിനോട് ഏറ്റുമുട്ടിയെങ്കിലും പരാജയമായിരുന്നു ഫലം. പരാജയപ്പെട്ട കുലശേഖരനെ ബന്ദിയാക്കി ഒരു മഞ്ചലിൽ കന്നടിയാന്റെ അടുത്തേക്ക് കൊണ്ടുപോകുംവഴി അഭിമാനിയായ വള്ളിയൂർ രാജാവ് സ്വന്തം വാൾകൊണ്ട് കഴുത്തുമുറിച്ച് ആത്മഹത്യ ചെയ്യുന്നു.

താൻ ആഗ്രഹിച്ച രാജാവിന്റെ മൃതശരീരം മാത്രമാണ് തനിക്ക് ലഭിച്ചതെന്നറിഞ്ഞ രാജകുമാരി "എന്നാലേ പാണ്ടിമന്നൻ ഇറന്തുവിട്ടാർ" എന്ന് വിലപിക്കുന്നു. മനസ്സാൽവരിച്ച രാജാവിന്റെ മൃതശരീരത്തിൽ വരണമാല്യം ചാർത്തി അവൾ തന്റെ ആഗ്രഹം നടപ്പാക്കി. അന്ന് ഒരു ചിത്തിരമാസം പതിനെട്ടാംതീയതിയായിരുന്നത്രെ.

താമ്രവർണ്ണിനദിക്കരയിൽ ചന്ദനവും കാരകിലുംകൊണ്ട് ചിതയുണ്ടാക്കി അതിൽ അവൾ അഗ്നിപ്രവേശം ചെയ്തു.

> "വെന്തെഴുന്ത തീക്കുഴിയിൽ മെല്ലിനല്ലാൾതാൻ നടന്താൾ
> മാലൈക്കഴുത്തോടെ മഞ്ചണൈപ്പൂച്ചോടെ"

ഇതാണ് പ്രണയത്തിന്റേയും പ്രണയതിരസ്കാരത്തിന്റേയും കഥ പറയുന്ന ശോകപര്യവസായിയായ കന്നടിയാർ പോരിന്റെ കഥ.

ചെമ്പകവല്ലി അമ്മ

കുലശേഖര തമ്പുരാൻ

ചെമ്പകവല്ലി അമ്മൻ

വഴിപാട് രൂപങ്ങൾ

പ്രധാന കഥയിൽനിന്ന് മാറി ചില ഉപകഥകളും ഇതിൽ കാണാം. കുലശേഖരൻ ഒരു വേശ്യയെകണ്ട് മോഹിക്കുന്നതും തിരികെ പള്ളിയറയിൽ വരുമ്പോഴുള്ള രാജ്ഞിയുടെ പ്രതികരണ വുമൊക്കെയുണ്ട്. അഗ്നിപ്രവേശം ചെയ്ത രാജകുമാരി, അഗ്നി കുണ്ഡത്തിൽനിന്ന് ദുർദേവതയായി ഉയിർത്തെഴുന്നേൽക്കുന്നു. തനിക്കും തന്റെ ഭർത്താവിനും ഓരോ അമ്പലം പണിയണമെന്ന് സ്വപ്നദർശനത്തിലൂടെ അവൾ തന്റെ പിതാവിനോട് ആവശ്യപ്പെട്ടു. അങ്ങനെ രണ്ടുക്ഷേത്രങ്ങൾ നിർമ്മിക്കപ്പെട്ടു. ക്ഷേത്രങ്ങൾ നിർമ്മിച്ച ആ മലയാണ് വടുകച്ചിമല എന്ന് അറിയപ്പെടുന്നത്. സതി യായ ചെമ്പകവല്ലിയുടെ മേലാങ്കോടുള്ള ക്ഷേത്രത്തോടനുബന്ധി ച്ചാണ് ഈ ക്ഷേത്രങ്ങളും. നടുവിൽ കുലശേഖരതമ്പുരാനും ഇരു വശങ്ങളിലായി വടുവച്ചിയമ്മനും ചെമ്പകവല്ലിയമ്മനും പ്രത്യേക ശ്രീകോവിലുകളിൽ കുടികൊള്ളുന്നു. സന്താനലബ്ധിക്കും കുട്ടി കളുടെ അസുഖംമാറാനും ഇവിടെ വഴിപാടുകൾ നടത്താറുണ്ട്. മണ്ണിൽ നിർമ്മിച്ച് ചായമടിച്ച് ഭംഗിയാക്കിയ ചെറിയ മനുഷ്യകോല ങ്ങൾ വഴിപാടായി നടക്കുവയ്ക്കാറുണ്ട്.

കന്നടിയാൻ രാജാവിന്റെ പുത്രിയുടെ പേര് വടിവുക്കരശിയെന്നും അല്ല വടിവുഅമ്മാൾ ആണെന്നും രണ്ട് അഭിപ്രായമുണ്ട്. ഇതിൽ വടിവുക്കരശി എന്ന പേരിനാണ് പ്രസക്തി. വടിവുക്കരശി ലോപിച്ച് 'വടിവുച്ചി'യായി.

ചിതറാൽ യക്ഷി

മഹാവീരനും പാർശ്വനാഥനും ഒപ്പം പത്മാവതിയുടെയുമാണ് 'തിരുച്ചരണത്ത്' മലയിലെ പ്രതിഷ്ഠകൾ. പത്മാവതിദേവിക്കാണ് പ്രാധാന്യം. ചിതറാൽ ഭഗവതിയെന്നും മലയിൽഭഗവതിയെന്നു മൊക്കെ വിളിപ്പേരാവുകയും ചെയ്തു. ഹൈന്ദവാചാരപ്രകാരമാണ് ഭഗവതിയെ ആരാധിക്കുന്നത്. ഉത്സവവും അനുബന്ധപൂജകളു മെല്ലാം ഭഗവതിക്കാണുള്ളത്.

ചിതറാൽ ക്ഷേത്രത്തിൽ ദേവിക്കു മുൻപിലുള്ള വലിയ ബലി ക്കല്ലിന്റെ ചുവട്ടിൽ ഒരു യക്ഷിയെ കുടിയിരുത്തിയിട്ടുള്ളതായി പറയുന്നുണ്ട്. ആ യക്ഷിയുടെ കഥ ഇങ്ങിനെ:

"ചിതറാൽ, കന്യാകുമാരി, കളക്കാട്, നാഗർകോവിൽ എന്നീ ക്ഷേത്രങ്ങളിലെ തന്ത്രത്തിന് അവകാശി ഒരാൾ തന്നെയായിരുന്നു. ശുചീന്ദ്രം ക്ഷേത്രത്തിലെ തന്ത്രികൾക്ക് ഇദ്ദേഹത്തോടു കലശലായ നീരസം ഉണ്ടായിരുന്നത്രേ. ശുചീന്ദ്രം ക്ഷേത്രത്തിലെ തന്ത്രി ഒരു ദുർദ്ദേവതയെ വശീകരിച്ച് തലയിൽ ഒരാണി തറച്ച് ചിതറാൽ ക്ഷേത്രത്തിലെ തന്ത്രിയുടെ വീട്ടിലേയ്ക്കയച്ചു. വിരോധിയെ അപകടപ്പെടുത്തുകയായിരുന്നു ഉദ്ദേശ്യം. വീട്ടിലെത്തിയ സ്ത്രീ വീട്ടുവേലകളെല്ലാം ഭംഗിയായി ചെയ്തുപോന്നു. ആ സമയം തന്ത്രി യുടെ ഭാര്യ പൂർണ്ണഗർഭിണിയായിരുന്നു. ഭർത്താവ് വീട്ടിലില്ലാതി രുന്ന ഒരു ദിവസം കുളിക്കാനായി വേലക്കാരിയുടെ തലയിൽ വീട്ടു കാരി എണ്ണതേച്ചുകൊടുത്തു. എണ്ണതേയ്ക്കുന്നതിനിടയിൽ തലയിൽ മുള്ളുപോലെ എന്തോ തറച്ചിരിക്കുന്നതു കണ്ട് അത് എന്താണെന്നു ചോദിച്ചപ്പോൾ, വിറകു ചുമക്കുന്നതിനിടയിൽ മുള്ളുകൊണ്ടതാ യിരിക്കാമെന്നായിരുന്നു വേലക്കാരിയുടെ മറുപടി. ദയവുതോന്നിയ വീട്ടമ്മ സംശയലേശമെന്യേ തലയിലെ ആണി വലിച്ചെടുത്തു. അതോടെ ആ ദുർദ്ദേവത തന്റെ ഉഗ്രരൂപം പ്രാപിച്ച് ഗർഭിണിയായ തന്ത്രിയുടെ ഭാര്യയുടെ രക്തംകുടിച്ച് കൊന്നു. തന്റെ നിയോഗം പൂർത്തിയാക്കി. ഈ വിവരങ്ങളെല്ലാമറിഞ്ഞെത്തിയ തന്ത്രി ദുർദ്ദേ വതയെ ആവാഹിച്ച് ചിതറാൽദേവീക്ഷേത്രത്തിനു മുമ്പിലുള്ള ബലി ക്കല്ലിന്റെ ചുവട്ടിൽ കുടിയിരുത്തി. ആണ്ടിലൊരു ദിവസം ബലി നടത്തിക്കൊള്ളാമെന്നു സത്യവും ചെയ്തു. അങ്ങിനെയാണ് ദേവീ പ്രതിഷ്ഠയ്ക്കു മുമ്പിൽ കുരുതിയാരംഭിച്ചത്. ഉത്സവത്തിന്റെ എട്ടാം ദിവസമാണ് കുരുതി. ജന്തുബലി നിരോധിച്ചിട്ടുള്ളതിനാൽ കുമ്പ ളങ്ങ മുറിച്ച് ഉരുളിയിൽ അരത്തവെള്ളം നിറച്ച് ചുറ്റും കത്തുന്ന കോൽത്തിരികൾ നിരത്തിവച്ച് കമുകിൻപൂക്കുല കൊണ്ടു കുരുതി തളിച്ചശേഷം ഉരുളി കമഴ്ത്തുന്നു. (അവലംബം - മങ്ങാത്ത ഓർമ്മ കൾ, മായാത്ത മുഖങ്ങൾ - ഡോ. തിക്കുറിശ്ശി ഗംഗാധരൻ, പുറം-37)

എസ്.പി. ഹരികുമാർ

മേലേക്കാവിൽ യക്ഷി

മേലേക്കാവിലെ യക്ഷിയുടെ ഉപദ്രവം നാട്ടുകാർക്ക് സഹിക്കാനാവാത്ത നിലയിലായി. നാട്ടിലെ പല ചെറുപ്പക്കാരെയും ഭയപ്പെടുത്തി രക്തം ഊറ്റിക്കുടിച്ചു കൊന്നു. സ്ഥലവാസികളൊത്തുകൂടി ആലോചിച്ചു. വടക്ക് ഒരു നമ്പൂതിരിയുണ്ട് മഹാമാന്ത്രികൻ. യക്ഷിയെ തളയ്ക്കാൻ അദ്ദേഹത്തെ വരുത്താൻ നിശ്ചയിച്ചു. മാന്ത്രികനെ ക്ഷണിക്കാനവിടെ എത്തിയപ്പോഴാണറിയുന്നത് നമ്പൂതിരി അസുഖമായി കിടപ്പിലാണെന്ന്. യാത്രചെയ്യാനും ബുദ്ധിമുട്ടുണ്ട്. പ്രശ്നത്തിന്റെ ഗൗരവം മനസ്സിലാക്കിയപ്പോൾ മാന്ത്രികന് അവരെ ഒഴിവാക്കാനുമായില്ല. ഇല്ലത്തുനിന്ന് അയയ്ക്കാൻ പ്രായമെത്തിയ ചെറുമകനേയുള്ളൂ. പക്ഷേ, അയാൾക്കു മന്ത്രവാദമൊന്നുമറിയില്ല. എങ്കിലും, വലിയ നമ്പൂതിരി ഒരു മഞ്ഞച്ചരടിൽ മന്ത്രം ജപിച്ച് കൊച്ചുനമ്പൂതിരിയുടെ കയ്യിൽ കൊടുത്ത് യക്ഷിയെ അടക്കാൻ അനുഗ്രഹിച്ചയച്ചു.

മന്ത്രച്ചരടുമായി നമ്പൂതിരി ഒറ്റയ്ക്കു യാത്ര തിരിച്ചു. തിരുവട്ടാർ വഴിയായിരുന്നു യാത്ര. പാതിരാത്രിയായപ്പോൾ ഒരു കാട്ടിലെത്തി. അവിടെയാണ് യക്ഷിയുടെ ആവാസകേന്ദ്രം. കാട്ടിൽ അരുവിയുടെ കരയിൽവച്ച് അദ്ദേഹം യക്ഷിയെ കണ്ടുമുട്ടി. "നാണമുള്ള മുഖവും നാണമറിയാത്ത ഉടലുമായി" അവൾ നിൽക്കുന്നു. അവൾ അയാളെ ക്ഷണിച്ചു കാവിലേയ്ക്കു കൊണ്ടുപോയി. ചന്ദ്രൻ നിലാവു പരത്തിനിന്നു. കാവിലെ മരങ്ങൾ മുഴുവൻ പൂത്തുലഞ്ഞുനിൽക്കുന്നു. പൂക്കളുടെ മദിപ്പിക്കുന്ന ഗന്ധം. ആരെയും ഉന്മത്തരാക്കുന്ന അന്തരീക്ഷം. യക്ഷിയുമായുള്ള സംഭാഷണത്തിനിടയിൽ നമ്പൂതിരി തന്റെ വിരലിൽ കിടന്നിരുന്ന മുദ്രമോതിരം ഊരി അടുത്തുകണ്ട പൊട്ടക്കിണറ്റിലിട്ടു. അയാൾ യക്ഷിയോടു തന്റെ മോതിരമെടുത്തു തരാനാവശ്യപ്പെട്ടു. മോതിരമെടുക്കാനായി യക്ഷി കിണറ്റിലിറങ്ങിയതോടെ നമ്പൂതിരി തന്റെ പക്കലുണ്ടായിരുന്ന മന്ത്രച്ചരട് കിണറ്റിനു മുകളിൽ കെട്ടി. യക്ഷി ചരടു പൊട്ടിച്ചു പുറത്തുവരാൻ ശ്രമിച്ചെങ്കിലും അതിനവൾക്കു കഴിഞ്ഞില്ല. കൊച്ചു നമ്പൂതിരി തന്റെ കയ്യിലുണ്ടായിരുന്ന ശംഖെടുത്ത് ഊതി. ശംഖനാദം കേട്ട് പരിസരവാസികളോടിക്കൂടി. അവരുടെ സഹായത്തോടെ കിണറ്റിനു മുകളിൽ വലിയ കല്ലുകൾ കയറ്റിവച്ചു മൂടിയശേഷം അതിൽ യക്ഷിയുടെ ഒരു ശിലാപ്രതിമയും സ്ഥാപിച്ചു.

യക്ഷിയുടെ ഉപദ്രവം ഒഴിവാക്കി മടങ്ങാൻനേരം എന്നെങ്കിലും തനിക്കു മോചനത്തിനുള്ള വരവുംകൂടിത്തരണമെന്നും, മാത്രമല്ല അതുവരെ തനിക്ക് മിണ്ടാൻ ആരെങ്കിലും കൂട്ടുവേണമെന്നും അവൾ അഭ്യർത്ഥിച്ചു. രാത്രിയും പകലും നിന്നോടു മിണ്ടാൻ

ആയിരം നാവുള്ള ആൽമരമുണ്ടാവും എന്നു പറഞ്ഞ് നമ്പൂതിരി അവിടെ ഒരു അരയാൽ നട്ടു. നിത്യപൂജയ്ക്കും വഴിപാടിനുമുള്ള ഏർപ്പാടുകളും ചെയ്തു. ബന്ധനത്തിൽനിന്നുള്ള മോചനത്തിനായി ഒരു വരംകൂടി അദ്ദേഹം നൽകി. "ഞാനോ, എന്റെ ചോരയിൽ ജനിച്ച മറ്റാരെങ്കിലുമോ ഈ മണ്ണിൽ കാലുകുത്തുകയാണെങ്കിൽ നീ മോചിതയാവും." വീട്ടിലേക്കു മടങ്ങുന്ന വഴി ഒരു ആശാരിക്കുടിയിൽ നിന്ന് ഉളി വാങ്ങി അദ്ദേഹം തന്റെ ലിംഗം ഛേദിച്ച് പുഴയിലേക്കെറിഞ്ഞു. അങ്ങിനെ, സംഹാരരൂപിണിയായ ആ യക്ഷിയുടെ മോചനമാർഗ്ഗവും എന്നെന്നേക്കുമായി അടഞ്ഞു.

യാമിനി

മാർത്താണ്ഡവർമ്മ മഹാരാജാവ് തിരുവട്ടാർ ആദികേശവ ക്ഷേത്രം പുതുക്കിപ്പണിയിക്കുകയാണ്. പണിയുരുപ്പടിയായി ഒരു മൂടു മുറ്റിയ പ്ലാവ് വേണം. വിഗ്രഹത്തിനും ക്ഷേത്രാവശ്യങ്ങൾക്കും മറ്റുമായി പ്ലാവ് ധാരാളമായി ഉപയോഗിച്ചിരുന്നല്ലോ. വിഗ്രഹത്തിനു മുറ്റിയ വരിക്കപ്ലാവിന്റെ തടിയാണുപയോഗിക്കാറ്. കാട്ടിനുള്ളിൽ ഒരു വലിയ പ്ലാവ് കണ്ടുപിടിച്ചു. എട്ടാൾ പിടിച്ചാലും ഒതുങ്ങാത്ത പ്ലാവ്. പക്ഷേ, ഒരു പ്രശ്നം, അത് 'യാമിനി' എന്ന യക്ഷിയുടെ വാസസ്ഥാനമാണ്. മൂത്താശാരിക്കു പ്ലാവ് ഇഷ്ടമായി. യക്ഷി കുടികൊള്ളുന്ന പ്ലാവ് മുറിച്ചാൽ അവളുടെ ശാപം ഏൽക്കേണ്ടിവരും. വെട്ടുന്നവനും പണിയുന്നവനുമൊക്കെ ശാപത്തിന് ഇരയാവും. ആശാരി ധർമ്മസങ്കടത്തിലായി. അയ്യപ്പൻ മാർത്താണ്ഡപ്പിള്ളയായിരുന്നു അപ്പോൾ സർവാധികാര്യക്കാർ. മരം വിട്ടുകളയാൻ മാർത്താണ്ഡപ്പിള്ളക്ക് മനസ്സുവരുന്നില്ല. അദ്ദേഹം തന്നെ ഒരു പോംവഴി കണ്ടെത്തി. യക്ഷിയെ ഒഴിപ്പിക്കാനായി പാണ്ടിയിൽനിന്ന് തീപാഞ്ചപ്പെരുമാളിനെ വരുത്തി. മഹാമാന്ത്രികനാണദ്ദേഹം. മാന്ത്രികന് യക്ഷിയെ ഒഴിപ്പിക്കാൻ എട്ടുദിവസത്തെ പൂജവേണ്ടിവന്നു. ഓരോ ദിവസവും മണ്ണിര, ഓന്ത്, മത്സ്യം, പക്ഷി, ആട്, എരുമ, മനുഷ്യൻ എന്നിങ്ങനെ ഓരോന്നായി യക്ഷിയെ പ്രീതിപ്പെടുത്താൻ ബലി നൽകി. എട്ടാം ദിവസം അദ്ദേഹം സ്വന്തം കൈവിരൽ മുറിച്ച് യക്ഷിക്കു രക്തവും നൽകി. അങ്ങനെ 'യാമിനി' എന്ന യക്ഷിയെ ഒരു മരച്ചില്ലയിൽ ആവാഹിച്ച് തിരുവട്ടാർ ക്ഷേത്രത്തിനടുത്തെ ആറ്റുവക്കിൽ നട്ടു. പ്ലാവ് വെട്ടിയതോടെ മരത്തെ ആശ്രിച്ചു കഴിഞ്ഞിരുന്ന ജന്തുജാലങ്ങളൊക്കെ മറ്റ് അഭയസ്ഥാനങ്ങൾ തേടി സ്ഥലംവിട്ടു. പ്ലാവ് നിന്ന സ്ഥലത്ത് കീഴ്ത്തടം നമ്പൂതിരിയുടെ നേതൃത്വത്തിൽ ഒരു ശിവലിംഗവും പ്രതിഷ്ഠിച്ചു.

ഇരുട്ടിമൂലയക്ഷി

യാമിനിയെ ഒഴിപ്പിച്ച് മരംവെട്ടി ശിവലിംഗപ്രതിഷ്ഠ നടത്തിയ പ്രദേശമൊക്കെ കീഴ്ത്തടം ഇല്ലക്കാരുടെ സ്വത്തായി. ഇല്ലക്കാർ വസ്തുവകകളൊക്കെ നോക്കി നടത്താൻ ശക്തനായ കുണ്ടൻ പിള്ളയെ ചുമതലപ്പെടുത്തി. അദ്ദേഹം അടിമകളെക്കൊണ്ട് കാടാകെ വെട്ടിവെളുപ്പിച്ച് കൃഷിചെയ്തു. കാടു ചെറുതായിച്ചെറുതായി വന്നു. വലിയ തെങ്ങിൻതോപ്പുകളുണ്ടായി. കുണ്ടൻപിള്ള നിർമ്മിച്ച വലിയ ഒരു വീടായിരുന്നു അവിടത്തെ ആദ്യവീട്. തെങ്ങുംമൂട്ടിൽ വീട്. ക്രമേണ അവിടെ മറ്റു നായന്മാരുടെ വീടുകൾ വന്നു. കൂട്ടത്തിൽ അവശ്യവിഭാഗക്കാരായ തൊഴിലാളികളുമെത്തി കുടിൽ കെട്ടി. കുണ്ടൻപിള്ള തെങ്ങുംമൂട്ടിലെ ആദ്യഅധികാരിയായി. പൊന്നുതമ്പുരാൻ വന്ന് അന്തിയുറങ്ങിയതോടെ പിള്ളയുടെ വീട് അമ്മവീടായി. വീട്ടുകാർ തമ്പിമാരും തങ്കച്ചിമാരുമായി.

കാലം കടന്നുപോയി. തെങ്ങിൻമൂട്ടിൽ പിള്ളമാർ കൂടുതൽ കൂടുതൽ സമ്പന്നരായി. ഒരു ദിവസം കുതിരപ്പുറത്ത് നാടുകാണാനിറങ്ങിയ തെങ്ങുംമൂട്ടിൽ പിള്ള ഇരുട്ടിക്കാട്ടിലെത്തി. അവിടെ മലങ്കുടിലിൽ കുഞ്ഞിനു മുലകൊടുത്തുകൊണ്ടിരുന്ന കറുത്ത സ്ത്രീയെക്കണ്ട പിള്ളയ്ക്ക് അവളിൽ മോഹമുദിച്ചു. തന്നെ പിടിക്കാനെത്തിയ അയാളെ തട്ടിമാറ്റി അവൾ കാട്ടിലേക്ക് ഓടിയൊളിച്ചു. പിള്ള കല്ലെറിഞ്ഞു കാട്ടുതേനീച്ചകളെ ഇളക്കിവിട്ടു. തേനീച്ച കുത്തി കുഞ്ഞു കരഞ്ഞപ്പോൾ അവളെ കടന്നു പിടിച്ചു, വഴങ്ങിയില്ലെങ്കിൽ കുഞ്ഞിനെ കൊല്ലുമെന്നു ഭീഷണിയായി. ഭയന്ന് അവൾ വഴങ്ങിയെങ്കിലും അയാൾ കുഞ്ഞിനെ പാറയിലെറിഞ്ഞു കൊന്നു. അതുകൊണ്ടും കലിതീരാതെ തെങ്ങുംമൂടു പിള്ളത്തമ്പുരാനെ അനുസരിക്കാത്ത കുറ്റത്തിന് അവളെ കഴുവേറ്റി. കഴുവിൽക്കിടന്നു മരിക്കുന്നതിനുമുൻപ് അവൾ അയാളെ ശപിച്ചു.

തെങ്ങുംമൂട് പിള്ള പീഡിപ്പിച്ചു കഴുവേറ്റിയ ഇരുട്ടിക്കാട്ടിലെ കാട്ടാളത്തി പ്രതികാരത്തിനായി യക്ഷിയായി പുനർജനിച്ചു. കാട്ടിലെ കാഞ്ഞിരമരത്തിൽ അവൾ തെങ്ങുംമൂട്ടിൽ കുടുംബക്കാർക്ക് ഭീഷണിയായി, പകയോടെ കുടികൊണ്ടു.

പിന്നെയങ്ങോട്ട് തെങ്ങിൻമൂടു തറവാട്ടിനു ക്ഷയമായിരുന്നു. സന്തതികൾ നിരന്തരം മരിച്ചുകൊണ്ടിരുന്നു. സ്ത്രീകളുടെ ഗർഭങ്ങൾ അലസി. പ്രസവിച്ചതെല്ലാം ചാപിള്ളകൾ. തറവാട്ടിൽ ഉഗ്രപ്രതാപികളായ മാന്ത്രികന്മാരും തന്ത്രിമാരും മാറി മാറി വന്നു. വീട്ടിൽ ആളൊഴിഞ്ഞു. ഇരുട്ടുകയറി. കാടുകയറി. "തെങ്ങുംമൂട് വീടിന്റെ ചുറ്റും ഇരുട്ടിൽ യക്ഷികൾ അലഞ്ഞുനടന്നു. കുറെ നാൾ പൂട്ടിയിട്ടിരുന്ന മുറി തുറന്നാൽ ഉള്ളിൽ ഇരുട്ടിന്റെയും പൊടിയുടെയും

മാറാലയുടെയും മണത്തിനൊപ്പം ചെമ്പകപ്പൂവിന്റെ മണവുമുണ്ടാകും. അൽപനേരം മണംപിടിച്ചു നിന്നാൽ അത് അളിഞ്ഞ മാംസത്തിന്റെയോ പഴകിയ മലത്തിന്റെയോ ഗന്ധമായി മാറും. ഇരുട്ടിന്റെ ഉള്ളിൽനിന്നു തിളങ്ങുന്ന കണ്ണുകളിൽ പക! വിറകില്ലാതെ കത്തുന്ന തീ മാതിരി ദേഹമില്ലാതെ തിളങ്ങുന്നതു കാണാം." വീടിന്റെ മേൽക്കൂര നിലംപതിച്ചു. ചുമരുകൾ തകർന്നുവീണു. ശേഷിച്ചത് കുറെ കൽക്കൂമ്പാരം മാത്രം. വലിയ തറവാട്ടിലെ ഏഴ് അവകാശികൾ മാത്രം ശേഷിച്ചു. അവർ വീടും സ്വത്തുക്കളും കുഞ്ഞുമാത്തൻ മുതലാളിക്കു വിറ്റ് പലവഴിക്ക് പിരിഞ്ഞുപോയെങ്കിലും യക്ഷി അവളുടെ പ്രതികാരത്തിന്റെ വല മുറുക്കിക്കൊണ്ടിരുന്നു. നിരപരാധിയായ അവളെ പീഡിപ്പിച്ച് കഴുവേറ്റിയതിന്, തന്റെ പിഞ്ചുകുഞ്ഞിനെ കൊന്നതിന്.

തെങ്ങുംമൂട്ടിൽനിന്നു പല വഴിക്കു പിരിഞ്ഞുപോയ കുടുംബക്കാർ വർഷത്തിലൊരിക്കൽ ഇരുട്ടിക്കാരിക്ക് പൂജയും നിവേദ്യവും ദാഹമടക്കാൻ ഒരു കവിൾ ചോരയുമായി യക്ഷിയെ സംതൃപ്തിപ്പെടുത്താനുള്ള കർമ്മങ്ങൾക്കു നേതൃത്വം നൽകുന്ന വൈരാകിയുടെ പുറകിൽ മലകയറും.

മഞ്ഞച്ചോറും തെറ്റിപ്പൂവും ഇളനീരും കമുകിൻപൂക്കുലയുമായി പടൈച്ച്, കൊമ്പൂതി, ഒറ്റച്ചെണ്ടമുഴക്കി താലമണിയിച്ച് ആരാധന നടത്തിക്കഴിയുമ്പോൾ യക്ഷി വൈരാകിയുടെമേൽ ആവേശിച്ച് തുള്ളും.

"നിങ്ങൾ വന്നു അല്ല്യോടാ? നീയൊക്കെ എവിടെപ്പോകും? ഞാനുണ്ടെടാ ഇവിടെ. കാട്ടിൽ ഞാൻ ഉറങ്ങാതെ കാത്തിരിപ്പുണ്ടെടാ. എവിടെ പോകും നിങ്ങൾ? എന്നെ വിട്ടിട്ട് എവിടെപ്പോകും... (പിന്നെ കരച്ചിലാണ്..)" എന്നെ കൊന്നല്ലോ. എനിക്ക് അന്നവും വെള്ളവുമില്ലല്ലോ. ഞാൻ ഒറ്റയ്ക്കായേ എന്റെ മൂർത്തിയെ... ചോരകൊണ്ടാ, പച്ചച്ചോരകൊണ്ടാ.. എനിക്ക് ചോരകൊണ്ടാ.." അപ്പോഴേക്കും വൈരാകി തളർന്നു വീഴും. പിന്നെ കുടുംബത്തിൽ ഒരാളുടെ തള്ളവിരലിൽ മുറിവുണ്ടാക്കി പച്ചച്ചോര ബലിപീഠത്തിലും വിഗ്രഹത്തിലുമൊക്കെ ഒഴിക്കും. ഇതുകൊണ്ടൊന്നും ഇരുട്ടിമൂലയിലെ യക്ഷിയുടെ കലിയടങ്ങില്ല.

തെങ്ങുംമൂട് കുടുംബത്തിൽനിന്നു തിരുവനന്തപുരത്തേക്കു താമസം മാറിപ്പോയ ആളാണു ശ്രീകണ്ഠൻപിള്ള. അവിടെ അദ്ദേഹം ഏതോ വലിയപദവിയിൽ ഉദ്യോഗം ഭരിച്ചു. ആരോടും ഒന്നും സംസാരിക്കാറില്ല. വർഷങ്ങൾക്കുശേഷം ഉദ്യോഗത്തിൽനിന്നും അടുത്തൂൺ വാങ്ങി ശ്രീകണ്ഠൻപിള്ളയും അദ്ദേഹത്തിന്റെ മകളും

വീണ്ടും നാട്ടിൽത്തന്നെ മടങ്ങിയെത്തി. അവിടെ ഒരു വലിയവീട് വിലയ്ക്കു വാങ്ങി താമസമായി. വീടിനു ചുറ്റും കോട്ടപോലെ മതിൽ കെട്ടി വലിയ ഗേറ്റുമിട്ട്, ഗേറ്റിനുള്ളിൽ ശീമനായ്ക്കളെയും വളർത്തി. നാട്ടുകാരോട് ഒരു സമ്പർക്കവുമില്ലാതെ കഴിഞ്ഞു. ശ്രീകണ്ഠൻ പിള്ളയുടെ മകൾ കേശിനി. അതിസുന്ദരിയായിരുന്നു അവർ. കേശിനി അധികം പുറത്തിറങ്ങാറില്ല. നാട്ടുകാരോടു സമ്പർക്കവുമില്ല.

ഒരു മകരമാസത്തിലെ കൊടുംതണുപ്പിൽ പുലർച്ചയ്ക്ക് കുളത്തിൽ മുങ്ങിക്കുളിക്കാൻ പോയതാണു കേശിനി. ആ കുളത്തിലവർ മുങ്ങിമരിച്ചു. കയ്യും കാലും വള്ളികൊണ്ടു സ്വയം കെട്ടിയശേഷം കേശിനി കുളത്തിൽച്ചാടി മരിച്ചത്രെ. നാട്ടുകാർ ഇരുട്ടിമൂലയിലെ യക്ഷിയെ ഓർത്തു (കടപ്പാട് - ജയമോഹൻ—ഉറവിടങ്ങൾ). ■

സ്ഥലം-ചരിത്രം

കന്യാകുമാരി

മൂവരശ്ശർ വാണ നാട്. മുക്കടലുകളും ഒത്തുചേർന്നൊരു മുനമ്പ്. ലോകനന്മയ്ക്കായി തപസ്സുചെയ്യുന്ന കന്യകയായ ദേവിയുടെ ചൈതന്യം നിറഞ്ഞുനിൽക്കുന്ന പ്രദേശം. വിവേകാനന്ദന്റേയും ഫ്രാൻസിസ് സേവ്യറിന്റേയും പാദമുദ്രകൾ പതിഞ്ഞ തീരം. വിവിധ നിറത്തിലും തരത്തിലുമുള്ള മണൽത്തരികൾ വാരിവിതറി വർണ്ണാഭമാക്കിയ കടലോരം. സമ്പത്തും സംസ്ക്കാരവും പ്രകൃതിസൗന്ദര്യവും ഒത്തൊരുമിക്കുന്ന ഇടം. പാറക്കൂട്ടങ്ങളിൽ തട്ടിത്തെറിച്ച് ഒന്നിനുപുറകെഒന്നായി തീരത്തണയുന്ന തിരമാലകൾക്ക് കന്യാകുമാരിയെക്കുറിച്ച് ഇനിയുമേറെ പറയാനുണ്ടാവും.

'കന്യാകുമാരി' എന്ന സ്ഥലനാമത്തിന്റെ ആഗമവും പഴമയും അന്വേഷിച്ച് ഏറെ അലയേണ്ടതില്ല. ഭാരതത്തിലെ പുണ്യതീർത്ഥങ്ങളുടെ പട്ടികയിൽ മാത്രമല്ല, സാഹസികരായ സഞ്ചാരികളുടേയും പര്യവേഷകരുടേയും കുറിപ്പുകളിലും പുരാലിഖിതങ്ങളിലും പുരാണങ്ങളിലും ഈ പേരുണ്ട്.

കന്യാതീർത്ഥം, കന്യാകൂപം, കുമാരിക്കോട്, കുമരിയാമ്പതി എന്നീ പേരുകളിൽ പ്രസിദ്ധമായിരുന്നു ഈ നാട്. ചില പുരാലിഖിതങ്ങളിൽ പുറത്ത്യനാട്, കഴിക്കുടി എന്നീ പേരുകളും കാണാം. തെൻവർ അഥവാ പാണ്ഡ്യവംശത്തിന്റെ പരദേവതയായിരുന്നല്ലോ കന്യാഭഗവതിയാർ. 11-ാംനൂറ്റാണ്ടിന്റെ അവസാനത്തിലോ 12-ാം നൂറ്റാണ്ടിന്റെ ആരംഭത്തിലോ ജീവിച്ചിരുന്ന പരാന്തകപാണ്ഡ്യന്റെ 9-ാം ഭരണവർഷത്തിൽ സ്വന്തം കുലദേവതയ്ക്ക് നൽകിയ ദാനത്തെക്കുറിക്കുന്ന ശിലാലിഖിതം കന്യാകുമാരിയിലുണ്ട്. പുറത്ത്യനാട്ടിൽ സ്ഥിതിചെയ്യുന്ന 'കുമരികന്യ പകവതിയാർ' എന്നാണ് ലിഖിതം.

ലിഖിതത്തിൽ കുമരിയിലെ ദേവികന്യയ്ക്ക് പുറത്തായ നാട് സമർപ്പിക്കുന്നതായും പറയുന്നുണ്ട്. പുഷ്യനക്ഷത്രത്തിൽ ജനിച്ച

പരാന്തകപാണ്ഡ്യന്റെ ജന്മദിനത്തിൽ ക്ഷേത്രത്തിൽ ഏർപ്പെടുത്തിയിട്ടുള്ള ആഘോഷങ്ങളിൽ പങ്കെടുക്കുന്നവർക്ക് അന്നദാനം നൽകുന്നതിനുള്ള ചെലവിലേക്കാണ് ഈ ദാനം (പരാന്തകപാണ്ഡ്യൻ 9-ാംഭരണവർഷത്തിലെ ലിഖിതം-TAS. No III. Vol.I). കന്യാകുമാരി ക്ഷേത്രത്തിനടുത്തുള്ള പ്രസിദ്ധമായ ഗുഹാനാഥേശ്വരക്ഷേത്രത്തിലെ ചില തമിഴ്ശിലാലിഖിതങ്ങളിൽ കന്യാകുമാരിയെ കഴിക്കുടി എന്ന പേരിലാണ് കുറിച്ചിട്ടുള്ളത്.

കുമരിക്കണ്ടം കടലെടുത്തുപോയി എന്നത് ഇന്ന് ഒരു പുരാവൃത്തമല്ല. കന്യാകുമാരിക്ക് തെക്ക് കരയുണ്ടായിരുന്നുവെന്നും പിൽക്കാലത്ത് ആ കര കടലെടുത്തുപോയി എന്നും കലിത്തൊകയും ചിലപ്പതികാരവും പറയുന്നുണ്ടല്ലോ. പറളിനദിയും അതോടു ചേർന്നുള്ള മലകളോടുകൂടിയ കുമരിക്കോടിയെയും കടൽകൊണ്ടുപോയി എന്നാണ് ചിലപ്പതികാരത്തിലെ പരാമർശം. തമിഴകത്തിന്റെ തെക്കേയറ്റമായ കുമരിക്കണ്ടം മുഴുവനായും കടലാക്രമണത്തിന് വിധേയമായി എന്ന് കലിത്തൊകൈയും പറയുന്നു. കന്യാകുമാരിക്കടുത്തുള്ള കടലിൽ ആറായിരം അടിയോളം പൊക്കമുള്ള പാറകൾ ഗവേഷകർ കണ്ടെത്തിയിട്ടുണ്ട്. ഡയനിഷ്യസിന്റെ ഭൂമിശാസ്ത്രവർണ്ണനയുള്ള പദ്യത്തിൽ 'Towering to a stupendous hight above the waves' (തിരമാലകൾക്ക് മുകളിൽ അത്യുന്നതങ്ങളിലേക്ക് ഉയർന്നുനിൽക്കുന്ന) എന്നാണ് ഈ പാറക്കൂട്ടങ്ങളെക്കുറിച്ച് എഴുതിയിട്ടുള്ളത്. ടോളമിയും പെരിപ്ലസിന്റെ കർത്താവുമുൾപ്പെടെയുള്ള യാത്രികരും ചരിത്രകാരന്മാരും ഇവിടം തെക്കേ ഇന്ത്യയിലെ ഏറ്റവും പ്രധാന മുനമ്പായി മാത്രമല്ല മറ്റ് സ്ഥലങ്ങളിലേക്കുള്ള ദൂരം കണക്കാക്കാനുള്ള അംഗീകൃത അടയാളമായും പരിഗണിച്ചു. കടലെടുത്തുപോയ ഒരു പുരാനഗരത്തിന്റെ സാന്നിധ്യമറിയിച്ച് കടലിൽ അവിടവിടെയായി തലയുയർത്തിനിൽക്കുന്ന പാറക്കൂട്ടങ്ങൾ മാഞ്ഞുപോയ പൂർവസംസ്ക്കാരത്തിന്റെ ഓർമ്മപ്പെടുത്തലുകൾ കൂടിയാണ്.

ക്രിസ്തുവർഷാരംഭംമുതൽക്കുതന്നെ കന്യാകുമാരി വിദേശസഞ്ചാരികളുടെ ശ്രദ്ധ ആകർഷിച്ചു. എ.ഡി. ഒന്നാം ശതകത്തിൽ കന്യാകുമാരീദേവിയുടെ സാന്നിധ്യംകൊണ്ട് ശ്രദ്ധേയമായ തുറമുഖമാണ് 'കൊമരി' എന്നു പറഞ്ഞത് പെരിപ്ലസിന്റെ കർത്താവു കൂടിയായ സഞ്ചാരിയാണ്. എ.ഡി. രണ്ടാംശതകത്തിൽ ഇന്ത്യയിലെത്തിയ ടോളമിയാകട്ടെ ഇവിടം "'അക്രോൺ' എന്ന സ്നാനഘട്ടം" എന്ന് കുറിച്ചു. എ.ഡി. പന്ത്രണ്ടാംശതകത്തിൽ വന്ന മാർക്കോപോളോയും കന്യാകുമാരിയെ രേഖപ്പെടുത്തിയിട്ടുണ്ട്. ഇബ്നുബത്തൂത്തയ്ക്ക് ഇവിടം 'രസ്കുമാരി'യായിരുന്നു. കന്യാകുമാരിയെ

ക്കുറിച്ചുള്ള ആദ്യത്തെ സഞ്ചാരക്കുറിപ്പ് എഴുതിയ വിദേശി ബി.സി. മൂന്നാംനൂറ്റാണ്ടിൽ ജീവിച്ചിരുന്ന ഇറസ്തോത്തനസാണ്.

ചോള, പാണ്ഡ്യ, വേണാട് രാജാക്കന്മാർ എക്കാലവും കന്യാകുമാരിദേവിയുടെ ഭക്തരും സംരക്ഷകരുമായിരുന്നു. 'കന്നികാവലൻ' എന്നത് പാണ്ഡ്യരാജാക്കന്മാരുടെ ബിരുദമായിരുന്നല്ലോ. ചോളരാജാക്കന്മാർ നടത്തിയ ദേവദാനങ്ങളിൽ ചിലതിനെക്കുറിച്ച് ഗുഹാനാഥക്ഷേത്രത്തിലെ ശിലാലിഖിതങ്ങൾ പറയും.

പരാന്തകചോളന്റെ ഒൻപതാംഭരണവർഷത്തെ രേഖയിൽ അദ്ദേഹം കന്യാകുമാരിപടാരിയാർക്ക് നൽകിയ ദേവദാനത്തെക്കുറിച്ച് പറയുന്നു എന്ന് മുൻപ് സൂചിപ്പിച്ചിട്ടുണ്ട്. ഈ ദേവദാനാധാരത്തിൽ പുറത്ത്യ നാടിന്റെ അതിരുകളെ പരാമർശിക്കുന്നു. പതിനൊന്നും പന്ത്രണ്ടും നൂറ്റാണ്ടുകളിൽ കന്യാകുമാരിയിലെയും പരിസരത്തേയും പ്രധാനസ്ഥലങ്ങളെ ഈ ലിഖിതം പരിചയപ്പെടുത്തുന്നുവെന്നതും മറ്റൊരു സവിശേഷതയാണ്.

നാഞ്ചിനാട്, അതിയന്നൂർ, പൂശാൻകുടി, പെരുങ്കുടിമല, ആനമല, തോരണംകുഴി, വിചാരപുരി, വള്ളിയൂർ, കുറത്തിക്കുളം, കരിങ്കുളം, ചിരറ്റെപാറ, നെടുവേലിക്കുഴി, വിളക്കൻകുഴി, ഇരട്ടക്കിണർ, ആതനാർതുറ, ആനയടിപ്പാറ, കീഴ്മല, കരിങ്കൂവളനാട്, കേരളക്കുറിച്ചി, മണക്കുടി എന്നിവയാണ് ദേവദാനഭൂമിയുടെ അതിരുകളിൽ ചിലത്. ഇതിൽ വള്ളിയൂരും വിചാരപുരിയും തെക്കൻ തിരുനെൽവേലിയിലുള്ള സ്ഥലങ്ങളാണ്. ബാക്കിയുള്ള സ്ഥലങ്ങൾ കന്യാകുമാരിക്ക് അടുത്തുള്ള തെക്കൻ തിരുവിതാംകൂർ ഭാഗങ്ങളും.

കന്യാകുമാരി ഭഗവതിക്ക് രാജാക്കന്മാരും മറ്റു പ്രമുഖവ്യക്തികളും നൽകിയ ദേവദാനങ്ങൾ, അവർ നടത്തിയ പുനരുദ്ധാരണങ്ങൾ, നിർമ്മാണങ്ങൾ, ക്ഷേത്രഭരണസംവിധാനങ്ങൾ എന്നിവ വെളിപ്പെടുത്തുന്ന രേഖകൾ പലതുമുണ്ട്. ഇത്തരം രേഖകളിൽനിന്ന് അക്കാലത്തെ ഭരണാധിപന്മാർ, നാട്ടുപേരുകൾ, മലകൾ, കുളങ്ങൾ, രാജകൽപ്പനകൾ എന്നിവയെക്കുറിച്ചുള്ള സൂചനകൾ കാണാം. കന്യാകുമാരിയുടെ പൂർവ്വകാലത്തിലേക്ക് പുരാണങ്ങൾക്കും ഐതിഹ്യങ്ങൾക്കുമൊപ്പം ഇത്തരം രേഖകളും വെളിച്ചംപകരുന്നുണ്ട്.

കന്യാകുമാരിദേവീക്ഷേത്രത്തിലെ ഒരു ശിലാരേഖ രാജേന്ദ്രദേവന്റെ ഭരണകാലത്തെ നികുതിവരുമാനവിനിയോഗത്തെക്കുറിച്ചാണ്. രാജരാജേശ്വരത്തെ ദേവി കന്യാകുമാരിക്ക് ദേവദാനം നൽകിയ ഗ്രാമത്തിൽനിന്ന് വിവിധ സാധനങ്ങൾക്ക് നികുതിയിനത്തിൽ പിരിച്ചെടുക്കുന്ന പണം തുടർന്ന് രാജ്ഞിയുടെ ജന്മനാൾ ആഘോഷങ്ങൾക്കും രാജരാജേശ്വരം ഗ്രാമത്തിൽനിന്ന് കിട്ടുന്ന

നികുതിപ്പണം ക്ഷേത്രത്തിനുവേണ്ടിയും രാജരാജപെരുംചാല യിൽനിന്ന് പിരിച്ചെടുക്കുന്ന പണം അവിടെത്തന്നെയുള്ള ഗ്രാമ ത്തിന്റെ ആവശ്യങ്ങൾക്ക് ഉപയോഗിക്കണമെന്നുമാണ് ഉത്തരവ് (ചോളലിഖിതം III. TAS Vol. I No: VIII). ഈ ലിഖിതത്തിൽ കന്യാകുമാരിയെ ഗംഗൈകൊണ്ട ചോളപുരം എന്ന് പരാമർശിച്ച് കാണുന്നു.

നിറമുള്ള മണൽത്തരികൾ: നിശ്ചയിച്ചുറപ്പിച്ച ദേവിയുടെ വിവാഹം, വരൻ മുഹൂർത്തത്തിന് എത്തിച്ചേരാത്തതിനാൽ മുടങ്ങി. കോപി ഷ്ഠയായ ദേവി വിവാഹസദ്യക്ക് ഒരുക്കിവച്ചിരുന്ന അരിയും മറ്റ് സദ്യവട്ടങ്ങളും കടൽക്കരയിലേക്ക് വലിച്ചെറിഞ്ഞു. അങ്ങനെ വലി ച്ചെറിയപ്പെട്ട വിഭവങ്ങൾ പലനിറങ്ങളിലുമുള്ള മണൽത്തരികളായി മാറി. കുട്ടിയായിരുന്നപ്പോൾ, കന്യാകുമാരി കാണാൻ അവസരം ലഭിച്ചിട്ടുണ്ട്. കടൽക്കരയിൽ വിവിധ വർണ്ണങ്ങളിൽ ചിതറിക്കിട ക്കുന്ന മണൽത്തരികളെക്കുറിച്ച് പറഞ്ഞുകേട്ട കഥ ഇതാണ്. തിരു വനന്തപുരത്തെ കടൽപ്പുറത്തുള്ള പഞ്ചസാരമണൽ കണ്ട് ശീലിച്ച എനിക്ക് പലനിറങ്ങളിലുള്ള മണൽ ഒരു കൗതുകവും ഒപ്പം അത്ഭുത വുമായിരുന്നു. കടൽക്കരയിൽനിന്ന് മടങ്ങുമ്പോൾ കാലിൽ പറ്റി യിരുന്ന വർണ്ണത്തരികൾ കൊഴിഞ്ഞുപോകാതിരുന്നെങ്കിൽ എന്ന് അന്ന് ഞാൻ ആശിച്ചു.

ഐതിഹ്യത്തിൽനിന്ന് നമുക്ക് യാഥാർത്ഥ്യത്തിലേക്ക് വരാം. കന്യാകുമാരി കടൽതീരത്തെ മറ്റ് തീരങ്ങളിൽനിന്നും വ്യത്യസ്ത മാക്കുന്ന പ്രധാന ഘടകം ഇവിടത്തെ പലനിറത്തിലുള്ള മണൽ ത്തരികളാണ്. ദേവിയുടെ ഉടയാടയിൽ തുന്നിപ്പിടിപ്പിച്ച വർണ്ണ അലു ക്കുകൾപോലെ. അവ ചിലപ്പോൾ വർണ്ണനൂലുകൾ ഇഴചേർത്തതു പോലെയും മറ്റുചിലപ്പോൾ കടുംചുവപ്പ്, കരിംചുവപ്പ്, വെള്ള, കറുപ്പ്, ഇളംമഞ്ഞ, തവിട്ട് നിറങ്ങളിലുള്ള കുഞ്ഞ്കുഞ്ഞ് മുത്തുകൾ വാരിവിതറിയപോലെയും തോന്നും.

തെക്കൻ തിരുവിതാംകൂറിൽ കന്യാകുമാരിയിലും സമീപ പ്രദേശ ങ്ങളിലുമുള്ള ധാതുക്കളാണ് കടൽതീരത്തെ ചേതോഹരമാക്കുന്നത്. ഈ പ്രദേശത്തെ പാറകളുടെ ഘടനയിൽ ഗാർനറ്റ് ധാരാളമായി അടങ്ങിയിട്ടുണ്ട്. ഇരണിയലും തോവാളയിലും കാരീയമാണ് കൂടു തലായുള്ളത്. തോവാളയിലെ കുന്നുകളുടെ താഴ്വാരങ്ങളിൽ ക്രിസ്റ്റൽആകൃതിയിലുള്ള അയൺസൽഫേറ്റും നിക്കലും കാണാം. രാജാക്കമംഗലത്തും താമരക്കുളത്തും ഉള്ളത് ഉപ്പും മൈക്കയുമാണ്. മരുത്വാമലയുടെ ചരിവുകളിൽ ഇരുമ്പയിര് കണ്ടെത്തിയിട്ടുണ്ട്. ഇര ണിയലിൽ റൂബിയും ആഷാമ്പുമലയിൽ കൽക്കരിയുടെയും സാന്നി ദ്ധ്യമുണ്ട്.

ഇവയിൽ ഗാർനറ്റ് ഉൾപ്പെടെയുള്ള കടുപ്പമുള്ള പലധാതുക്കളും പാറകളിൽനിന്ന് വേർതിരിച്ചെടുക്കുക എളുപ്പമല്ല. കാലപ്പഴക്കത്താൽ പാറകൾക്ക് സംഭവിക്കുന്ന ജീർണ്ണതയും നദീതീരത്തെ പാറകളിൽ ഉരസിഒഴുകുന്ന വെള്ളത്തിന്റെ സമ്മർദ്ദവും കാരണം ഇവ ചെറിയ തരികളായി അടർന്ന് മാറാറുണ്ട്. നദികളിലൂടെയും ചെറിയ അരുവികളിലൂടെയും ഒഴുകിഅകലുന്ന ഈ തരികൾ ഒഴുക്കുകുറഞ്ഞ തീരങ്ങളിലും ശക്തമായ ഒഴുക്കിൽപ്പെടുന്നവ സമുദ്രവുമായി ചേരുന്ന നദീമുഖങ്ങളിലും നിക്ഷേപിക്കപ്പെടുന്നു. ഇങ്ങനെയാണ് ഈ ധാതുശകലങ്ങൾ സമുദ്രതീരത്ത് എത്തുന്നത്.

ചുവന്നനിറവും തിളക്കവുമുള്ള ഗാർനറ്റ് തരികളാണ് തീരത്തെ വർണ്ണക്കാഴ്ചയിൽ മികച്ചുനിൽക്കുന്നത്. സൂര്യപ്രകാശമേറ്റ് തിളങ്ങുന്ന അഭ്രപാളികൾ ഇടക്കിടയ്ക്ക് ജ്വലിച്ചുനിൽക്കും. ക്രിസ്റ്റൽരൂപത്തിലുള്ള ഇരുമ്പിന്റെയും വെളുത്തപാറയുടെയും പൊടികളാണ് പശ്ചാത്തലശോഭയൊരുക്കുന്നത്. മഞ്ഞസഫയർ, ജസിന്ത്, കൂടാതെ ഇൽമനൈറ്റ്, മാംഗനിസ്, കാൽഷ്യം, സോഡിയം ഉൾപ്പെടെയുള്ള മറ്റ് ധാതുക്കളും കടൽജീവികളുടെ പുറംതോട് പൊടിഞ്ഞുള്ളതരികളും ചേർന്നുനൽകുന്ന വർണ്ണപ്പൊലിമ ചേതോഹരം തന്നെ.

വിശ്രമമില്ലാതെ കരയിലേക്ക് തള്ളിക്കയറിക്കൊണ്ടിരിക്കുന്ന തിരമാലകൾ ചെയ്യുന്നത് ഒരു ചിത്രകാരന്റെ വേലയാണ്. ഈ തിരകൾ മണൽത്തരികളെ പലതായി തിരിക്കുകയും ചിലപ്പോൾ കൂട്ടിക്കലർത്തുകയും ഓരോ നിറവും വേർതിരിച്ചെടുത്ത് ഒരുമിപ്പിക്കുകയും ചെയ്യും. അങ്ങനെ വരച്ചും മായ്ച്ചും കൂട്ടിച്ചേർത്തും കടൽത്തീരത്തിന്റെ വർണ്ണവിതാനവും രൂപവും ഭാവവും നിരന്തരം മാറ്റിക്കൊണ്ടിരിക്കും.

അപൂർവ ധാതുമണലുകളാൽ സമ്പന്നമായ ഈ കടൽതീരത്തെ മണൽ സർക്കാരിന് ഒരു വരുമാനമാർഗ്ഗംകൂടിയായിരുന്നു. മണൽ ചാക്കുകളിലാക്കി കച്ചവടകേന്ദ്രമായ കോട്ടാറിൽ കൊണ്ടുപോയാണ് വിൽപ്പന നടത്തിയിരുന്നത്. കപ്പൽമാർഗ്ഗവും ധാരാളം ധാതുമണൽ വിദേശങ്ങളിലേക്ക് കയറ്റിഅയച്ചിരുന്നു. തരികുറഞ്ഞ പൊടിമണൽ സ്വർണ്ണം മിനുസപ്പെടുത്തുന്നതിനും കട്ടിയേറിയ ഗാർനറ്റ് മണൽത്തരികൾ കടുപ്പമുള്ള ചക്രങ്ങൾ ഉരച്ച് മിനുസപ്പെടുത്തുന്നതിനും കൃത്രിമക്കല്ലുകൾ മിനുക്കുന്നതിനും ഉപയോഗിച്ചുപോന്നു.

വിവിധ ധാതുക്കളടങ്ങിയ മണൽമിശ്രിതത്തിൽനിന്ന് ഗാർനറ്റ് വേർതിരിച്ചെടുക്കാൻ പരമ്പരാഗതമായ നാടൻവിദ്യയുണ്ടായിരുന്നു. കാറ്റുള്ള സമയത്ത് മണൽമിശ്രിതം ഉയരത്തിൽനിന്ന് കുറേശ്ശെ താഴേക്ക് തൂറ്റും. അങ്ങനെചെയ്യുമ്പോൾ ഘനംകൂടിയ ഗാർനറ്റ്തരികൾ തൂക്കായി താഴേക്കുപതിക്കുകയും മറ്റുള്ളവ കാറ്റിന്റെ ശക്തികൊണ്ട് അൽപ്പം അകലേക്ക് വീഴുകയും ചെയ്യും.

കോട്ടാർ വഴിനടന്നിരുന്ന ധാതുമണൽ വിപണനത്തെക്കുറിച്ച് ഇന്ത്യൻ ജിയോളജിക്കൽ സർവേ റിപ്പോർട്ടിൽ ഡോ. കിങ്ങ് കുറിച്ചിട്ടുണ്ട്. കച്ചവടആവശ്യത്തിനുള്ള ധാതുമണൽ മൂന്നായി തരംതിരിക്കും. ആദ്യത്തേത് പരമാവധി ശുദ്ധമായ ചുവന്ന മണൽ. രണ്ടാമത്തേതിൽ ചുവന്ന മണലിനോടൊപ്പം ക്രിസ്റ്റൽരൂപത്തിലുള്ള കട്ടിയേറിയ മിനറലുകളുമുണ്ടാവും. മൂന്നാമത്തെ വിഭാഗത്തിൽ ചുവന്ന മണലിനോടൊപ്പം വേർതിരിക്കപ്പെടാതെ കൂടിക്കലർന്ന മറ്റ് മിനറലുകളും ഉൾപ്പെട്ട മണൽ മിശ്രിതമാണ്. ഇവയ്ക്ക് കോട്ടാറിലെ മാർക്കറ്റിൽ ചാക്കൊന്നിന് യഥാക്രമം 2 രൂ, 16 ചക്രം, 14 ചക്രം എന്നീ ക്രമത്തിൽ വില ലഭിച്ചിരുന്നു. 10 ചാക്കുകൾ ഉൾപ്പെടുന്ന ഒരുവണ്ടി മണൽ മാർക്കറ്റിലെത്തിക്കാൻ 2 രൂപ 3 ചക്രം ചെലവ് വരും. ചില പ്രത്യേക സാഹചര്യങ്ങളിൽ ഈ ചെലവ് 2 രൂപ 7 ചക്രംവരെ ഉയരും. ആദ്യവിഭാഗത്തിൽപ്പെട്ട മണലിന്റെ വിപണനവില ഒരു വണ്ടിക്ക് 20 രൂപയാണ്. ഒരുവണ്ടി മണലിന്റെ കച്ചവടത്തിൽ ലാഭം 17 3/4 രൂപ. രണ്ടാംതരത്തിൽപ്പെട്ട മണൽ മാർക്കറ്റിലെത്തുമ്പോഴുള്ള ചെലവ് 2 രൂപയും ലാഭം 3 രൂപ 20 ചക്രവുമായിരുന്നു. മൂന്നാംതരത്തിൽപ്പെട്ട മണല് തരംതിരിക്കപ്പെടാത്തതിനാൽ ചെലവ് 1 രൂപ 21 ചക്രമായി കുറയുന്നു. ഈ ഇനത്തിൽ കച്ചവടക്കാരന് 2 രൂപ 7 ചക്രം ലാഭം ലഭിക്കും. കന്യാകുമാരി കടൽപ്പുറത്ത് മണ്ണുശേഖരിച്ച് ചെറിയ പ്ലാസ്റ്റിക്ക് കവറുകളിലാക്കി സന്ദർശകർക്ക് വിറ്റ് ഉപജീവനംനടത്തിയിരുന്ന കുട്ടികളും സ്ത്രീകളുമുണ്ടായിരുന്നു. ഈ കച്ചവടമൊക്കെ പഴയകഥ.

കടപ്പുറത്ത് മണൽത്തരികൾകൊണ്ട് പ്രകൃതിയൊരുക്കിയ വർണ്ണജാലം ഭക്തരെയും വിനോദസഞ്ചാരികളെയും പ്രായഭേദമെന്യേ ഇന്നും എന്നും സന്തോഷിപ്പിക്കുന്നു.

മായിയമ്മ: വർഷങ്ങൾക്കുമുൻപ് കന്യാകുമാരിയിലെത്തിയിരുന്ന തീർത്ഥാടകരുടെയും വിനോദസഞ്ചാരികളുടെയും കൗതുകമായിരുന്നു മായിയമ്മ.

മുഷിഞ്ഞ് കീറിപ്പറിഞ്ഞ വേഷം. ഒപ്പം ഒരു കൂട്ടം നായ്ക്കൾ. ചിലപ്പോൾ അവർ കടലിനുള്ളിലെ പാറയിലേക്ക് നീന്തിക്കയറി അവിടെ ധ്യാനനിമഗ്നയായി വളരെ നേരമിരിക്കും. ചിലപ്പോൾ അവർ കടൽക്കരയിലെ ചപ്പ്ചവറുകൾ കൂട്ടിയിട്ടു തീ കത്തിക്കും. ഒപ്പമുള്ള നായ്ക്കൾക്കു വിശക്കുമ്പോൾ കടലിൽനിന്നു മീൻപിടിച്ച് ചുട്ടു നൽകും. ചില നേരങ്ങളിൽ അവിടെയുള്ള ഭക്ഷണശാലകളിലേക്കു കടന്നുചെന്ന് അനുവാദംകൂടാതെ ഭക്ഷണസാധനങ്ങളെടുത്ത് തന്റെ സന്തതസഹചാരികൾക്കു നൽകും. കന്യാകുമാരിയിലുടനീളം അലഞ്ഞുനടന്നിരുന്ന അമ്മ ഒന്നിലും പ്രത്യേകം ശ്രദ്ധ

കാണിച്ചിരുന്നില്ല. ചിലർക്ക് അവർ ഭിക്ഷക്കാരിയും ചിലർക്ക് അവർ ഭ്രാന്തിയുമായി തോന്നിയിരുന്നു. ഭൗതികസുഖങ്ങൾ വെടിഞ്ഞ് മനുഷ്യരോടും മൃഗങ്ങളോടും തുല്യസ്നേഹത്തോടും കരുണയോടും കരുതലോടും ഇടപെട്ടിരുന്ന അവർ ശരിക്കും ഒരു അവധൂതയാണെന്ന് കാലം തിരിച്ചറിഞ്ഞു. ഭക്തന്മാർക്കും യുക്തിവാദികൾക്കും ഒരുപോലെ അത്ഭുതമായിരുന്നു ഈ അമ്മ.

ആരാണ് ഈ മായിയമ്മ? അവരുടെ പ്രായം, സ്വദേശം, ഭാഷ ഇവയൊക്കെ ഇന്നും അജ്ഞാതമാണ്. കടപ്പുറത്ത് നായ്ക്കൾക്കും പശുക്കൾക്കും ഒപ്പം അലഞ്ഞുനടന്നിരുന്ന മായിയമ്മയെ ഭ്രാന്തിയായാണ് ആളുകൾ കരുതിയിരുന്നത്. ആദ്യകാലത്ത് സമീപത്തെ ഭക്ഷണശാലകളിൽ തന്റെ ഒപ്പമുള്ള ജീവികൾക്ക് ഭക്ഷണം ചോദിച്ചെത്തിയ അവരെ ആട്ടിയോടിക്കുകയായിരുന്നു പതിവ്. അവ്യക്തമായ ഏതാനും വാക്കുകൾ മാത്രം അവർ വല്ലപ്പോഴും ഉച്ചരിച്ചു. ആംഗ്യഭാഷയിലായിരുന്നു അവർ നായ്ക്കളോടും മനുഷ്യരോടും ആശയവിനിമയം നടത്തിയിരുന്നത്. ക്രമേണ അവരുടെ ദിവ്യത്വവും ആംഗ്യഭാഷയും നാട്ടുകാർ തിരിച്ചറിഞ്ഞു. അവർ കടകളിലെത്തി ഭക്ഷണങ്ങളെടുത്തുകൊണ്ടുപോകുന്നത് കടക്കാർ ഭാഗ്യമായിക്കരുതി. അവരെ സേവിക്കാനും ശുശ്രൂഷിക്കാനും അവസരം കിട്ടുന്നത് ഭക്തർ പുണ്യമായികണ്ടു.

മായിയമ്മയിലെ ഈശ്വരചൈതന്യം കണ്ടെത്തിയ രാജേന്ദ്രൻ എന്ന ഒരു സ്വാമി അവരെ പിന്തുടർന്നു സേവയും ശുശ്രൂഷയും നടത്തി. 1986-ൽ അദ്ദേഹം മായിയമ്മയെ സേലത്തെ തന്റെ വസതിയിലേക്കു കൂട്ടിക്കൊണ്ടുപോയതായി പറയപ്പെടുന്നു. 1992 ഫെബ്രുവരി 9-ാം തീയതി സേലത്തുവച്ച് അവർ സമാധിയടഞ്ഞു. കന്യാകുമാരിയിൽ മായിയമ്മയുടെ ഓർമ്മയ്ക്കായി മായിയമ്മസമാജവും, സേലത്ത് ആ അമ്മക്കായി ഒരു സ്മൃതിമണ്ഡപവുമുണ്ട്.

ഗുഹാനാഥേശ്വരം ശിലാലിഖിതങ്ങൾ

കന്യാകുമാരി ദേവീക്ഷേത്രത്തിന് സമീപമുള്ള പുരാതനക്ഷേത്രമാണ് ഗുഹാനാഥേശ്വരംക്ഷേത്രം. രാജരാജചോളന്റെ പേരിലാണ് ക്ഷേത്രം അറിയപ്പെട്ടിരുന്നത്. ചോള, പാണ്ഡ്യ, വിജയനഗര, വേണാട് രാജാക്കന്മാരുടേയും തിരുമലനായ്ക്കന്മാരുടേയും ശിലാലിഖിതങ്ങൾ ഇവിടെയുണ്ടായിരുന്നു. ക്ഷേത്രത്തിലെ കൊടിമരത്തറയ്ക്ക് ചുറ്റും കൊത്തിവച്ചിട്ടുള്ള ശിലാശാസനം വിജയനഗരരാജാവിന്റേതാണെന്നാണ് വിശ്വാസം. കൊടിമരത്തിനുസമീപമുള്ള സന്നിധി മണ്ഡപത്തിന്റെ ചുമരിൽ തെലുങ്കുഭാഷയിലുള്ള ലിഖിതങ്ങളുമുണ്ട്.

ശിലാലിഖിതങ്ങളുടെ ഒരു കലവറകൂടിയാണ് ഈ ക്ഷേത്രം. ചരിത്രവിദ്യാർത്ഥികൾക്കും ഗവേഷകർക്കുംവേണ്ടി കാലം കാത്തു വച്ച അമൂല്യനിധി എന്നും വിശേഷിപ്പിക്കാം. ക്ഷേത്രത്തിന്റെ പഴയ പേര് രാജരാജേശ്വരം ക്ഷേത്രം എന്നായിരുന്നു. ചോളസാമ്രാജ്യ ത്തിന്റെ പ്രഗല്ഭനും പ്രസിദ്ധനുമായ രാജരാജന്റെ ഓർമ്മയ്ക്കാ യാണ് ഈ ക്ഷേത്രം നിർമ്മിച്ചത്. ക്ഷേത്രം സ്ഥിതിചെയ്യുന്ന സ്ഥല ത്തിന് രാജരാജേശ്വരം എന്നും പേരിട്ടു. (TAS Vol.I Page - 239)

ഗോപുരം

ക്ഷേത്രത്തിൽ അർദ്ധമണ്ഡപത്തിന്റെ തെക്കുവശത്തെ അസ്ഥി വാരത്തിൽ കൊത്തിവച്ചിട്ടുള്ള ലിഖിതം ഇങ്ങനെ പറയുന്നു.

വിക്രമചോളപാണ്ഡ്യദേവന്റെ ഭരണകാലത്ത് രാജരാജേശ്വരം ക്ഷേത്രത്തിലെ പെരുമാക്കന്മാർ ക്ഷേത്രമുഖമണ്ഡപത്തിൽ യോഗം ചേർന്ന് ഭഗവാന് വിളക്കുവയ്ക്കുന്നതിലേയ്ക്ക് ദാനംകിട്ടിയ ഇരുപത് സ്വർണ്ണനാണയങ്ങൾ, ദേവസ്ഥാനംവക നാഞ്ചിനാട്ടുള്ള 'കണ്ടാർ കുളം' മരാമത്ത് പണിചെയ്ത് ഉപയോഗയോഗ്യമാക്കാനും തല ക്കുടിയിലെ കൃഷിക്ക് വെള്ളം കൊണ്ടുപോകുന്ന കനാലിന്റെ അറ്റ കുറ്റപ്പണിക്കും ചെലവാക്കാൻ തീരുമാനമെടുത്തു. (മാരവർമ്മൻ വിക്ര മചോളപാണ്ഡ്യദേവന്റെ ഗുഹാനാഥസ്വാമിക്ഷേത്രരേഖ TAS No. Vol. I. XIV)

മറ്റൊരു ലിഖിതം. വീരപാണ്ഡ്യനെ വധിച്ച് പ്രശസ്തനായ രാജ കേസരിവർമ്മൻ രാജാധിരാജദേവന്റെ മുൻകാലങ്ങളിൽ ശ്രീവല്ലഭ പെരുഞ്ചാലയ്ക്ക് മണക്കുടി ഉപ്പളത്തിൽനിന്ന് നൽകിക്കൊണ്ടിരുന്ന ഉപ്പുവിതരണം നിർത്തൽചെയ്തത് പുനഃസ്ഥാപിച്ചുകൊണ്ടുള്ള ഉത്തരവാണ് ലിഖിതത്തിൽ. നിർത്തലാക്കിയ ഉപ്പുവിതരണം പുനഃ സ്ഥാപിക്കുന്നതിന് അപേക്ഷ നൽകിയത് രാജപത്നി ഉലകുടയ പിരട്ടിയാരുടെ ഉദ്യോഗസ്ഥനായ തിട്ടയിൽ അരികുലകേസരിയും. രാജരാജതെൻനാട്ടിൽ ഉപ്പളങ്ങളുടെ മേൽനോട്ടത്തിനും നികുതി ചുമത്താനും ചുമതലയുള്ള ഉദ്യോഗസ്ഥനോടാണ് രാജകൽപ്പന. നടുവിലത്തെ ശ്രീകോവിലിന്റെ വടക്കുവശത്തുള്ള അസ്ഥിവാരത്തി ലാണ് ഈ ലിഖിതമുള്ളത് (TAS Vol I No. VIII ചോളലിഖിതം II). അഗസ്തീശ്വരം താലൂക്കിലെ പത്മനാഭപുരം ഡിവിഷനിൽപെട്ട 'മണക്കുടി' തിരുവിതാംകൂറിലെ പ്രധാനഉപ്പളങ്ങളിൽ ഒന്നായിരുന്നു. മഹിപാല-കുലകാല-ഉപ്പളം എന്നായിരുന്നു പേര്. രാജരാജൻ പരാ ജയപ്പെടുത്തിയ നിരവധി രാജാക്കന്മാരിൽ ഒരാളായിരുന്നു മഹി പാലൻ. മഹിപാലനെ പരാജയപ്പെടുത്തിയതിന്റെ ഓർമ്മയ്ക്ക് രാജേ ന്ദ്രൻ മഹിപാല-കുലകാല-രാജേന്ദ്രചോളൻ എന്ന പേരുകൂടി സ്വീക രിച്ചു.

ക്ഷേത്രത്തിലെ നടുവിലുള്ള ശ്രീകോവിലിന്റെ പടിഞ്ഞാറേ അസ്ഥിവാരത്തിലെ ലിഖിതം ക്ഷേത്രംവക ഭൂമി വിറ്റതിന്റെ വിവരം കുറിക്കുന്നതാണ്. രാജരാജന്റെ 31-ാം ഭരണവർഷത്തെ ഈ രേഖ യിൽ പരാമർശിക്കപ്പെടുന്നത് രാജരാജൻ രണ്ടാമനാണെന്ന നിഗ മനം ശരിയാണെങ്കിൽ ഈ ശിലാശാസനത്തിന്റെ കാലം ഏകദേശം AD 1167 ആകാം എന്ന് ടി.എ. ഗോപിനാഥറാവു അഭിപ്രായപ്പെടുന്നു.

കഴിക്കുടിയിൽ രാജരാജേശ്വരന്റെ പേരിലുള്ള ക്ഷേത്രത്തിന്റെ പത്തുകോൽ കിഴക്കുപടിഞ്ഞാറും പന്ത്രണ്ടുകോൽ വടക്കുതെക്കും

അതിരുകളുള്ള സ്ഥലം ക്ഷേത്രാധികാരികൾ ഒരു സ്വകാര്യ വ്യക്തിക്ക് വിൽക്കാൻ നിശ്ചയിക്കുന്നു. പ്രധാനക്ഷേത്രത്തിന് തെക്കു വശത്തുള്ള അയ്യപ്പൻശാസ്താക്ഷേത്രത്തിന്റെ ചുറ്റമ്പലത്തിന് തെക്കുഭാഗത്തായിരുന്നു ഈ സ്ഥലം. ഇതിന് കിഴക്കുഭാഗത്തുള്ള റോഡിലൂടെ ഉത്തമചോളന്റെ പേരിലുള്ള തടാകത്തിന്റെ കിഴക്കേ കരയിലുള്ള ചക്രതീർത്ഥത്തിലേക്ക് പോകാം.

ഈ സ്ഥലംവാങ്ങുന്നയാൾ ജയംകൊണ്ടചോളന്റെ പേരിൽ ഒരു തണ്ണീർപ്പന്തൽ നിർമ്മിച്ച് അതിരുകൾ കെട്ടിത്തിരിച്ച്, ഫലവൃക്ഷ ങ്ങളുംനട്ട് സംരക്ഷിക്കണം എന്ന ഒരു കരാർകൂടിയുണ്ടായിരുന്നു (ചോളശാസനം TAS Vol I, No. VIII-iv).

തെൻകുമരിയിൽ പ്രസിദ്ധമായ ഒരു തണ്ണീർപ്പന്തലുണ്ടായിരുന്നു. ജയംകൊണ്ടചോളന്റെ പേരിലായിരുന്നു ആ തണ്ണീർപ്പന്തൽ. ചോള രാജാവിന്റെ മന്ത്രിയായിരുന്ന അയ്യനമ്പിയാണ് ഇത് നിർമ്മിച്ചത്. ഈ മന്ത്രി മനോഹരമായ പൂക്കൾകൊണ്ടുള്ള ഹാരംധരിച്ചിരുന്നു വത്രേ. അയ്യനമ്പി നിർമ്മിച്ച തണ്ണീർപ്പന്തൽ മുകളിൽപ്പറഞ്ഞ ഭൂമിഇട പാട് കരാറിൽപ്പെട്ടതാണ് എന്നാണ് വിശ്വാസം. തണ്ണീർപ്പന്തലിന്റെ നടത്തിപ്പുചെലവിനായി ദിവസം പത്തുനാഴി നെല്ല് കിട്ടത്തക്കവി ധത്തിൽ മണക്കുടിയിൽ ഭൂമിയും ആ ചോളമന്ത്രി ഏർപ്പാടാക്കി (ചോളശാസനം TAS, Vol. I, No. VIII-vi).

കന്യാകുമാരിക്ഷേത്രത്തിന് അരമൈൽ ദൂരത്തിൽ ഒരു മുക്കുവ ഗ്രാമമുണ്ട്. കോവളം എന്നാണ് പേര്. ഇതിനടുത്തായി വിശാല മായ ഒരു തടാകം കാണാം. മുൻകാലങ്ങളിൽ ഈ പ്രദേശത്തെ കൃഷിയിടങ്ങൾ വെള്ളത്തിനായി ആശ്രയിച്ചിരുന്നത് ഈ തടാക ത്തെയാണ്. തോവാളയിൽ നിന്നുവരുന്ന കനാൽ ഈ ഭാഗങ്ങളി ലേക്ക് വെള്ളമെത്തിച്ചതോടെയാണ് ഈ തടാകം പ്രസക്തിനഷ്ട പ്പെട്ട് ഉപയോഗശൂന്യമായത്. ഉത്തമചോളന്റെ പേരാണ് ഈ തടാക ത്തിന്. ഉത്തമചോളൻ എന്നത് രാജേന്ദ്രൻ ഒന്നാമന്റെ ബിരുദങ്ങളിൽ ഒന്നാണല്ലോ. കന്യാകുമാരി ഭഗവതി തങ്ങിയിരുന്ന സ്ഥലത്തിന്റെ അക്കാലത്തെ പേര് കുമരി എന്നായിരുന്നു. ക്ഷേത്രം നിൽക്കുന്ന ഗ്രാമത്തിലേക്ക് കടക്കുന്ന വഴിയിൽ മനോഹരമായ ഒരു തടാകവും നിർമ്മിച്ചിരുന്നു. ചക്രതീർത്ഥം എന്നായിരുന്നു പേര്.

രാജരാജേശ്വരം ക്ഷേത്രത്തിന്റെ പഴയപ്രതാപമൊന്നും ഇന്ന് കാണാനാവില്ല. പഴയലിഖിതങ്ങളും പുനരുദ്ധാരണങ്ങളെ തുടർന്ന് നശിച്ചുപോവുകയോ ഭാഗികമായി നഷ്ടപ്പെടുകയോ ചെയ്തിട്ടുണ്ട് എന്ന് ഗോപിനാഥറാവു അഭിപ്രായപ്പെടുന്നു. ക്ഷേത്രത്തിൽ ഇപ്പോൾ കാണുന്ന ഇരുണ്ട ഇടനാഴികളാവാം ഗുഹാനാഥസ്വാമി എന്ന പേരിന് നിദാനം.

പഴയ കന്യാകുമാരിഗ്രാമം ഇന്ന് തിരക്കേറിയ പട്ടണമായിമാറിയിരിക്കുന്നു. കന്യാകുമാരി ഭഗവതിയുടെ ക്ഷേത്രമുള്ള ഒരു തീർത്ഥാടനകേന്ദ്രം എന്നതിനൊപ്പം ധാരാളം വിദേശീയരും സ്വദേശീയരുമായ വിനോദസഞ്ചാരികളെ ആകർഷിക്കുന്ന ഭാരതത്തിലെ പ്രധാന വിനോദസഞ്ചാരകേന്ദ്രംകൂടിയാണ് ഇന്ന് ഇവിടം. സ്വാമി വിവേകാനന്ദന്റേയും മഹാത്മാഗാന്ധിയുടെയും തിരുവള്ളുവരുടേയുമൊക്കെ സ്മാരകങ്ങളും എല്ലാംചേർന്ന്, കന്യാകുമാരി ഭാരതീയ നവോത്ഥാനത്തിന്റെ സ്മരണകളുയർത്തുന്ന ഒരു പുണ്യസ്ഥലം കൂടിയാണ്.

ശ്രീരാമകൃഷ്ണപരമഹംസരുടെ മഹാസമാധിക്കുശേഷം ഭാരതം മുഴുവൻ ഒരു പരിവ്രാജകനെപ്പോലെ ചുറ്റിത്തിരിഞ്ഞ സ്വാമി വിവേകാനന്ദൻ തന്റെ യാത്രഅവസാനിപ്പിച്ചത് കന്യാകുമാരിയിലാണ്. അദ്ദേഹം കന്യാകുമാരിയിലേക്ക് തിരിച്ചത് തിരുവനന്തപുരത്ത് നിന്നായിരുന്നല്ലോ. അവിടെ കോട്ടയ്ക്കകത്തുള്ള പ്രൊഫ. സുന്ദരരാമയ്യരുടെ വസതിയിൽ അതിഥിയായി ഒൻപതുദിവസം കഴിഞ്ഞു. 1892 ഡിസംബർ മാസം 24-നാണ് അദ്ദേഹം കന്യാകുമാരിയിലെത്തിയത്. കടലിൽനിന്ന് രണ്ടര ഫർലോങ് ദൂരമുള്ള ശ്രീപാദശിലയിലേക്ക് അദ്ദേഹം നീന്തികയറുകയായിരുന്നു. ദേവി തപസ്സുചെയ്ത പാറയാണ് ശ്രീപാദശില. ഇവിടെ ദേവിയുടെ കാൽപ്പാടുകൾ കാണാം. 24 മുതൽ 26 വരെയുള്ള ദിവസങ്ങളിലായിരുന്നു വിവേകാനന്ദന്റെ ചരിത്രപ്രസിദ്ധമായ കന്യാകുമാരിയിലെ ധ്യാനം. ഇവിടെയാണ് പിൽക്കാലത്ത് സ്വാമിജിക്ക് ഉചിതമായ സ്മാരകം നിർമ്മിച്ചത്. 1970 സെപ്റ്റംബർ 2-ന് ഈ സ്മാരകം സഞ്ചാരികൾക്കായി തുറന്നുകൊടുത്തു. അന്ന് മഹത്തായ ചിക്കാഗോ പ്രസംഗത്തിന്റെ 77-ാം വാർഷികദിനംകൂടിയായിരുന്നു.

1948 ഫെബ്രുവരി 12-ന് രാഷ്ട്രപിതാവിന്റെ ചിതാഭസ്മം മൂന്നു കടലുംകൂടുന്ന പവിത്രമായ കന്യാകുമാരിയിൽ നിമഞ്ജനംചെയ്തു. ഇതിനായി ചിതാഭസ്മം കൊണ്ടുവന്ന് സൂക്ഷിച്ചിരുന്ന സ്ഥലത്താണ് മണ്ഡപം നിർമ്മിച്ചത്. 1954 ജൂണിൽ ആചാര്യ കൃപലാനി മണ്ഡപത്തിന്റെ ശിലാസ്ഥാപനകർമ്മം നിർവ്വഹിച്ചു. 1956 ഒക്ടോബറിൽ പണിപൂർത്തിയായി സന്ദർശകർക്കായി തുറന്നുകൊടുത്തു. ഗാന്ധിജയന്തിദിനത്തിൽ മഹാത്മാവിന്റെ ചിതാഭസ്മം സൂക്ഷിച്ചിരുന്ന പീഠത്തിൽ സൂര്യരശ്മി പതിക്കുന്ന വിധത്തിലാണ് മണ്ഡപത്തിന്റെ നിർമ്മാണം.

സംഘകാലമഹാകവിയായ തിരുവള്ളുവരുടെ 133 അടി ഉയരമുള്ള ശിലാപ്രതിമയും കന്യാകുമാരി കടലിൽ കരയോടടുത്ത്

വിവേകാനന്ദപ്രതിമയ്ക്ക് അടുത്തുള്ള പാറയിലുണ്ട്. തിരുക്കുറലിന്റെ കർത്താവായ ഇദ്ദേഹം പ്രസിദ്ധകവിയും തത്ത്വചിന്തകനുമായിരുന്നു.

പുരാതനമായ കന്യാകുമാരി ക്ഷേത്രത്തോടൊപ്പം ഫ്രാൻസിസ് സേവ്യറുടെ കാലത്ത് സ്ഥാപിച്ച കന്യാമറിയത്തിന്റെ പേരിലുള്ള പള്ളിയും കന്യാകുമാരിയിലുണ്ട്. കന്യാകുമാരി കടൽത്തീരത്ത് പിതൃബലികർമ്മങ്ങൾ നടത്താറുള്ള കൽമണ്ഡപവും വളരെ പഴക്കം ചെന്നതാണ്.

തിരുവിതാംകോട്

കേരളസൃഷ്ടിക്കുശേഷം പരശുരാമൻ ശ്രീവർദ്ധനപുരത്ത് ക്ഷേത്രപ്രതിഷ്ഠനടത്തുകയും അറുപത്തിനാല് ഗ്രാമങ്ങളിലെയും ബ്രാഹ്മണരെ വിളിച്ചുവരുത്തി പുതിയതായി സ്ഥാപിച്ച ദേശത്തിന്റെ തലസ്ഥാനം ശ്രീവർദ്ധനപുരം ആയിരിക്കുമെന്ന് പ്രഖ്യാപിക്കുകയും ചെയ്തു എന്നാണ് കേരളമാഹാത്മ്യം പറയുന്നത്. തിരുവിതാം കോടും വീരകേരളപുരവും ചേർന്നതായിരുന്നത്രേ ശ്രീവാഴുങ്കോട്. ശ്രീവാഴുംകോടിന് അടുത്തായിരുന്നു ശ്രീവർദ്ധനപുരം (പത്മനാഭ പുരം).

"ഇന്നത്തെ തിരുവിതാംകൂറിന് പലപേരുകളുണ്ടായിരുന്നു. 'പരി ശുദ്ധമായ സമൃദ്ധിയുടെ നാട്' എന്ന അർത്ഥത്തിൽ തിരുവാരങ്കോട് എന്നും സമ്പന്നമായ നാട് എന്ന അർത്ഥത്തിൽ വഞ്ചിഭൂമിയെന്നും ഭക്തിയുടേയും, ദയയുടേയും, സത്യത്തിന്റേയും നാട് എന്ന അർത്ഥ ത്തിൽ 'ധർമ്മഭൂമി' എന്നും ജനങ്ങൾ വിളിച്ചുപോന്നു" (റവ: മാറ്റി യേഴ്സ്, ഭൂതദയയുടെ നാട്, പുറം. 370).

തിരുവിതാംകൂർരാജാവിനെ അദ്ദേഹത്തിന്റെ പരിശുദ്ധികൊണ്ട് 'തിരുഅടികൾ' എന്ന് വിളിച്ചിരുന്നുവെന്നും അങ്ങിനെ തിരുഅടി ദേശമാണ് തിരുവിതാംകൂർ ആയതെന്നും ശങ്കുണ്ണിമേനോൻ (തിരു വിതാംകൂർ ചരിത്രം പുറം. 32).

വെല്ലൂരിലെ മഹാരാജാ പ്രതാപരുദ്രൻ എന്ന രാജാവ് കന്നടി യാൻ എന്ന തെലുങ്കുദേശബ്രാഹ്മണന് അളവറ്റ സ്വർണ്ണം ദാനം ചെയ്തു. തിരുഅടിദേശത്ത് ഒരു മലയിൽ കഴിയുകയായിരുന്ന അഗ സ്ത്യമുനിയുടെ നിർദ്ദേശപ്രകാരം ബ്രാഹ്മണൻ ദാനം കിട്ടിയതിൽ നിന്ന് കുറച്ച് പണംകൊണ്ട് താമ്രപർണിയിൽ ഒരു അണക്കെട്ട് നിർമ്മിച്ചു. ഈ വിവരം രേഖപ്പെടുത്തിയിട്ടുള്ള താമ്രശാസനത്തി ലാണ് തിരുവടിദേശത്തെക്കുറിച്ച് പരാമർശമുള്ളത്.

സ്ഥലനാമത്തെക്കുറിച്ച് ചരിത്രപരമായ മറ്റൊരു വ്യാഖ്യാനമു ള്ളത് തിരു-ആതൻ-കോട് തിരുവിതാംകോടായി എന്നതാണ്. ചേര

ചക്രവർത്തിമാരുടെ സ്ഥാനപ്പേരായിരുന്നല്ലോ 'ആതൻ.' AD 9-ാംനൂറ്റാണ്ടിന് മുൻപുതന്നെ തിരുവിതാംകോട് ആയ്‌രാജാക്കന്മാരുടെ ആസ്ഥാനവും വേണാടിന്റെ തലസ്ഥാനവുമായി. 13-ാംനൂറ്റാണ്ടിലെ ശുകസന്ദേശത്തിലും 14-ാംനൂറ്റാണ്ടിലെ ഉണ്ണുനീലി സന്ദേശത്തിലും അക്കാലത്ത് വേണാട് അരചന്മാരുടെ രാജധാനി കൊല്ലം ആയിരുന്നു എന്ന് പരാമർശമുണ്ട്. കൊല്ലത്തുനിന്ന് രാജധാനി മാറ്റിയ കാലത്തെക്കുറിച്ച് വ്യക്തതയില്ല. എങ്കിലും 15-ാംനൂറ്റാണ്ടിന്റെ ആരംഭത്തിൽ തൃപ്പാപ്പൂർ മൂപ്പൻ തിരുവിതാംകോട് താമസമായി. AD 1544-ൽ ആദിത്യവർമ്മ 'ചിറവാമൂപ്പ്' (രാജ്യാധികാരം) ഏറ്റെടുത്തത് തിരുവിതാംകോട് ക്ഷേത്രത്തിൽ ശ്രീ മഹാദേവന്റെ സമക്ഷത്തിലാണ് (എം. രാജരാജവർമ്മ - സം ട്രാവൻകൂർ ഡയ്നാസ്റ്റിക് റെക്കോഡ്സ്). ക്ഷേത്രത്തിന് സമീപത്തുതന്നെ ഒരു കൊട്ടാരവുമുണ്ട്. വേണാട് രാജാക്കന്മാർ സ്ഥാനാരോഹണത്തിന് മുൻപ് തിരുവിതാംകോടിന് സമീപമുള്ള വാൾവച്ചഗോഷ്ഠം ക്ഷേത്രത്തിലെത്തി, നീതിപൂർവകമായി ഭരണംനടത്തിക്കൊള്ളാം എന്ന് പ്രതിജ്ഞ ചെയ്തിരുന്നു.

തിരുവനന്തപുരം നാഗർകോവിൽറോഡിൽ അഴകിയമണ്ഡപത്തിൽനിന്ന് വലത്തേക്കുതിരിഞ്ഞ് നാല് കി.മീ. സഞ്ചരിച്ചാൽ തിരുവിതാംകോടായി. പത്മനാഭപുരം തലസ്ഥാനമായിരുന്നപ്പോൾ കച്ചവടത്തിനെത്തിയ മുസ്ലീങ്ങളുടെ പ്രധാന താവളമായിരുന്നു ഇവിടം. ഇവർ നാട്ടുകാരായ സ്ത്രീകളെ വിവാഹംകഴിക്കുകയും ക്രമേണ ഇവിടത്തുകാരായി മാറുകയും ചെയ്തു. വേണാട് രാജാക്കന്മാർ ഇവർക്ക് ആരാധനാലയം നിർമ്മിച്ച് നൽകിയത് കൂടാതെ കച്ചവടത്തിനും ജീവിതസൗകര്യങ്ങൾ മെച്ചപ്പെടുത്തുന്നതിനുംവേണ്ട സഹായവും നൽകി. ഹിന്ദുക്കളായ നാട്ടുകാരോടൊപ്പം ഇവരും ആവശ്യമായ അവസരങ്ങളിൽ വേണാട് അരചന്മാരുടെ സഹായത്തിനെത്തിയിരുന്നുവെന്നതും സ്മരണീയമാണ്. അരപ്പള്ളി എന്നറിയപ്പെടുന്നതും സെന്റ് തോമസ് സ്ഥാപിച്ചു എന്ന് വിശ്വസിക്കപ്പെടുന്നതുമായ സെന്റ് മേരീസ് ഓർത്തഡോക്സ് പള്ളിയും സെന്റ് ഫ്രാൻസിസ് സ്ഥാപിച്ച അസൻഷൻസ് ജീസസ് ചർച്ചും തിരുവിതാംകൂറിലെ ഏറ്റവും പഴയ പള്ളികളിൽപ്പെട്ടവയാണ്. തിരുവിതാംകൂറിലെ മുസ്ലീം ഭൂരിപക്ഷമുള്ള പ്രദേശമായിരുന്നല്ലോ ഇവിടം. മക്കിടിലബ്ബ എന്നും തിരുവിതാംകോട് ലബ്ബാ എന്നും അറിയപ്പെട്ടിരുന്ന സിദ്ധനും ഇവിടത്തുകാരനാണ്. പുരാതനമായ തിരുവിടക്കോട് ക്ഷേത്രവും ഇവിടെതന്നെ. ശിവാലയഓട്ടത്തിൽപ്പെട്ട ക്ഷേത്രങ്ങളിൽ ഏറ്റവും തെക്കേഅറ്റത്തെ ക്ഷേത്രമാണിത്.

പത്മനാഭപുരം

വേണാട് അരചന്മാർ കൽക്കുളത്ത് ഒരു കോട്ട നിർമ്മിക്കാൻ തീരുമാനിച്ചത് ആ സ്ഥലത്തിന്റെ ഭൂമിശാസ്ത്രപരമായ പ്രത്യേകതകൾ കണക്കിലെടുത്തായിരിക്കണം. സഹ്യപർവതത്തിന്റെ തന്ത്രപരമായ സംരക്ഷണം, ഫലഭൂയിഷ്ഠമായ കൃഷിയിടങ്ങളുടെ സാന്നിധ്യം, ജലസമൃദ്ധി ഇവയായിരുന്നു പ്രത്യേകതകൾ. ഒരു രാജധാനിക്കാവശ്യമായ സുരക്ഷയും സമ്പത്തും നേരത്തേതന്നെ അവിടെ ഉണ്ടായിരുന്നു.

വള്ളിയൂർ, വീരകേരളേശ്വരം, തിരുവിതാംകോട്, പുലിയൂർക്കുറിച്ചി (ഉദയഗിരി) എന്നിവിടങ്ങളിൽ രാജഭവനങ്ങളും ജനവാസകേന്ദ്രങ്ങളും പഴയ കോട്ടകളും, ക്ഷേത്രങ്ങളുമൊക്കെ നേരത്തേതന്നെയുണ്ടായിരുന്നല്ലോ. രാജാക്കന്മാർ താമസിച്ചിരുന്ന മാളികകളൊന്നും കൊട്ടാരങ്ങളായിരുന്നില്ല. ഇവയൊക്കെ കോയിക്കലുകളും പടവീടുകളുമായാണ് അറിയപ്പെട്ടിരുന്നത്. സഞ്ചാരത്തിലായിരിക്കുന്ന രാജാക്കന്മാരുടേയും യുവരാജാക്കന്മാരുടേയും വാസസ്ഥലങ്ങളായിരുന്നു പടവീടുകൾ. യുദ്ധവും സഞ്ചാരവും പതിവായിരുന്നു. ഇവിടെയൊക്കെ വേണാടിന്റെ സൈനികരുമുണ്ടാവും. മധുരനായ്ക്കന്മാരുടെ സ്ഥിരമായ ആക്രമണങ്ങളുണ്ടായിരുന്നതിനാൽ കുറെ പട്ടാളക്കാരെയും ഒരു വെടിമരുന്നുനിർമ്മാണശാലയും കൽക്കുളത്ത് സ്ഥിരമായി ഉണ്ടായിരുന്നു. കൽക്കുളമാണ് പിൽക്കാലത്ത് പത്മനാഭപുരമായി മാറിയത്.

13–14 നൂറ്റാണ്ടുകളിൽ വേണാട് രാജാക്കന്മാരുടെ രാജധാനി കൊല്ലമായിരുന്നല്ലോ. 15–ാംനൂറ്റാണ്ടിന്റെ ആരംഭത്തിൽ യുവരാജാവായിരുന്ന തൃപ്പാപ്പൂർമൂപ്പൻ തിരുവിതാംകോട് ഒരു കൊട്ടാരം പണിയിച്ച് അവിടെ താമസമായി എന്ന് മുൻപ് സൂചിപ്പിച്ചിട്ടുണ്ട്. കുറച്ചുകാലത്തിനുശേഷം കൽക്കുളത്ത് ദർഭക്കുളങ്ങര കോയിക്കൽ കൊട്ടാരം പണിയിച്ച് താമസം അങ്ങോട്ടേക്ക് മാറ്റി. ഇങ്ങിനെ മാറിയ കാലത്തെക്കുറിച്ചും വ്യക്തമായ രേഖകൾ ലഭ്യമല്ല. പക്ഷേ AD 1601–ൽ 186 ഏക്കർ വിസ്തൃതിയിൽ കൽക്കുളംകോട്ട നിർമ്മിച്ചതായി രേഖയുണ്ട്. കോട്ടനിർമ്മിക്കുന്നതിന് മുൻപുതന്നെ കൊട്ടാരം ഉണ്ടായിരുന്നതായാണ് നിഗമനം. കോട്ടയുടെ പടിഞ്ഞാറ് ഭാഗത്തായാണ് കൊട്ടാരം. കോട്ടയുടെ കിഴക്കുഭാഗത്ത് വേളിമലയും പടിഞ്ഞാറ് വള്ളിയാറും.

അനിഴംതിരുനാൾ മാർത്താണ്ഡവർമ്മ മഹാരാജാവ് കൽക്കുളത്ത് വലിയനിരഴി കോയിക്കലാണ് താമസിച്ചിരുന്നത്. ഇതിനെ കൽക്കുളത്ത് ദർഭക്കുളം കോയിക്കൽ എന്നും വിളിച്ചുപോന്നു.

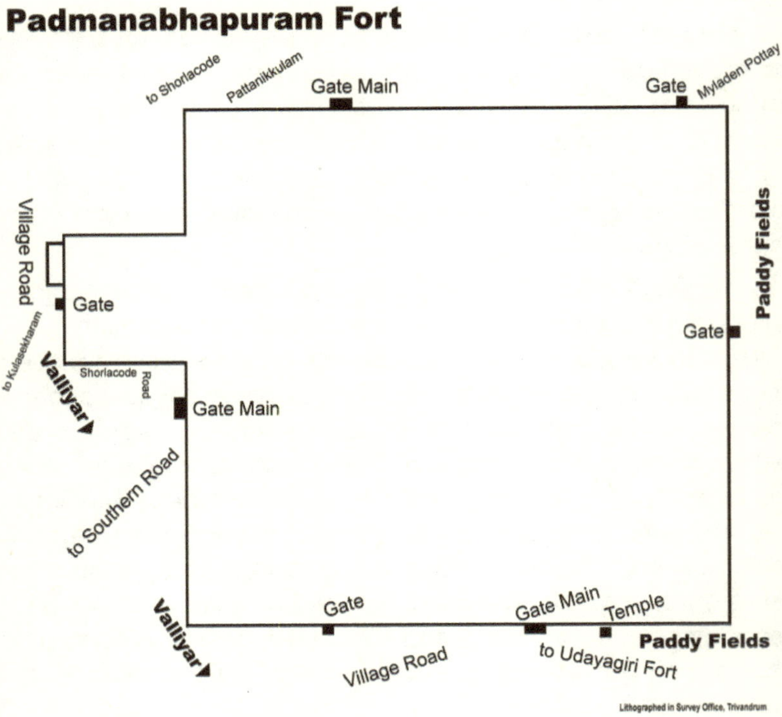

പത്മനാഭപുരം കോട്ട - ഔട്ട്‌ലൈൻ പ്ലാൻ

അക്കാലത്ത് രാജമന്ദിരങ്ങൾ കോയിക്കലുകൾ എന്നാണല്ലോ അറിഞ്ഞിരുന്നത്. മാർത്താണ്ഡവർമ്മയാണ് ദർഭക്കുളം കോയിക്കൽ നവീകരിച്ചത്.

കൽക്കുളത്തെയും ഉദയഗിരിയിലെയും കോട്ടകൾ പൊളിച്ചു പണിയാൻ ഉത്തരവിട്ടതും മാർത്താണ്ഡവർമ്മയാണ്. കൽക്കുളത്തെയും പുലിയൂർക്കുറിച്ചിയിലെയും പഴയകോട്ടകൾ പൊളിച്ച് തൈക്കാട്ട് നമ്പൂതിരിയുടെ കണക്കനുസരിച്ച് ചതുരത്തിലുള്ള കോട്ട കെട്ടുന്നതിനായിരുന്നു തീരുമാനം. ("തൈക്കാട്ട് നംപൂരി പിറമാണത്തിൽപടി പുത്തൻകോട്ട പണിചെയ്യണമെന്ന് കൽപ്പിച്ചു 915 ചിത്തിരമാസം 14ന് വെള്ളിയാഴ്ചയും ചതയവും ഏകാതചിയും പുലിക്കരണവും അന്ന് ഉതിപ്പാൻ ഒരു നാഴികൈക്കു മേടംരാചി കൊണ്ടു നാൾപ്പണിയും തുടങ്ങി." മതിലകം 915 ലെ രാജ്യകാര്യ ചുരുണ)

919 ൽ കോട്ടയുടെ പണി പൂർത്തിയായി. കൽക്കുളത്ത് കോട്ടയെ പത്മനാഭപുരത്ത് കോട്ടയെന്ന് പുനർനാമകരണം ചെയ്തു. ("919-ാം മാണ്ട് തൈമാതം 10ന് തിങ്കളാഴ്ചയും ഉത്തിരവും പൂർവ്വപക്ഷത്ത് ഷഷ്ഠിയും അന്നു മീനം രാചി നേരത്തു കൽക്കുളത്ത് കോട്ടയെ പൽപ്പനാപുരത്തു കൽക്കുളത്ത് കോട്ടയെ പൽപ്പനാപുരത്തു കോട്ടയെന്ന് പേരും കൽപ്പിച്ചു." (മതിലകം രാജ്യകാര്യം 919) അങ്ങനെ കൽക്കുളം ശ്രീപത്മനാഭന്റെ പേരിൽ അറിയാൻ തുടങ്ങി.

കാർത്തികതിരുനാൾ ഉൾപ്പെടെ പന്ത്രണ്ടോളം രാജാക്കന്മാർ കൽക്കുളം ആസ്ഥാനമാക്കി രാജ്യം ഭരിച്ചു. കാർത്തികതിരുനാളിന്റെ കാലത്താണ് ഭരണസൗകര്യങ്ങൾക്കായി തലസ്ഥാനം തിരുവനന്തപുരത്തേക്ക് മാറ്റിയത്.

ഇരവിവർമ്മ കുലശേഖരപെരുമാൾ കൽക്കുളത്ത് കോയിക്കൽ പണിതു എന്നാണ് പഴയ രേഖകളിൽ കാണുന്നത്. "ശ്രീ പത്മനാഭസ്വാമി ക്ഷേത്രത്തിലെ രേഖകളിൽ ഇരവി ഇരവിവർമ്മ കുലശേഖരൻ (കെ.വ. 786-838) കൊല്ലം 787-മാണ്ടു കൽക്കുളത്തുനിന്നു ചിറയൻ കീഴിലേക്കും അവിടെനിന്നും കൊല്ലത്തേക്കും എഴുന്നള്ളിയതായി പറഞ്ഞിരിക്കുന്നു. 788 ഇടവത്തിലെ മറ്റൊരുരേഖയിൽ ആ മഹാരാജാവ് കൽക്കുളത്ത് കോയിക്കലിൽ വസിച്ചിരുന്നപ്പോൾ ഒരു തസ്ക്കരനെ അദ്ദേഹത്തിന്റെ മുൻപിൽ ഹാജരാക്കിയതായി കാണുന്നു. ആ മഹാരാജാവ് 795 മിഥുനം 8ന് കൽക്കുളത്ത് നിന്ന് രാമേശ്വരത്തേക്ക് എഴുന്നള്ളിയ വിവരം മറ്റൊരു രേഖയിൽ പ്രസ്താവിച്ചിട്ടുണ്ട്" (വി.ആർ. പരമേശ്വരൻപിള്ള. പത്മനാഭപുരം കൊട്ടാരം. മാതൃഭൂമി ആഴ്ചപ്പതിപ്പ്. 1954 ജനുവരി 31 പുറം 16).

ഇരവിവർമ്മയുടെ പിൻഗാമിയെ രാമവർമ്മ ഭരിച്ചിരുന്ന കാലത്ത് കൽക്കുളം സന്ദർശിച്ച ഡച്ച് ക്യാപ്റ്റൻ ന്യൂഹാഫ് കൽക്കുളമായിരുന്നു രാജധാനി എന്നും പതിനായിരം പടയാളികൾ ഉൾപ്പെട്ട വമ്പിച്ച ഒരു നായർസൈന്യവും കൽക്കുളത്ത് ഉണ്ടായിരുന്നു എന്നും സാക്ഷ്യപ്പെടുത്തിയിട്ടുണ്ട്. ഒരു വശത്ത് അഗമ്യമായ മലകളും മറുവശത്ത് 24 അടിപൊക്കത്തിൽ കോട്ടകെട്ടി സംരക്ഷിക്കുകയും ചെയ്തിരിക്കുന്ന വലിയ പട്ടണമാണ് കൽക്കുളം എന്നും അദ്ദേഹം പറയുന്നു. അടുത്തതായി വേണാട് ഭരിച്ച ആദിത്യവർമ്മ 852 ൽ തെർപ്പക്കുളങ്ങര കോയിക്കൽ വച്ച് ചരമമടഞ്ഞു. (ഈ രാജാവിനെ തിരുവനന്തപുരത്ത് പുത്തൻകോട്ട കൊട്ടാരത്തിൽ വച്ച് യോഗക്കാരും എട്ടുവീട്ടിൽ പിള്ളമാരും ചേർന്ന് വിഷംകൊടുത്ത് കൊലപ്പെടുത്തി എന്ന് ഒരു കഥ പരക്കെ പ്രചരിച്ചിരുന്നു) ആദിത്യവർമ്മയുടെ മരണസമയത്ത് അടുത്ത കിരീടാവകാശിയായ രവിവർമ്മ പ്രായപൂർത്തിയാകാത്തതിനാൽ ഉമയമ്മറാണി റീജന്റായി ഭരണമേറ്റു. ഈ അവസരത്തിലാണ് പേരകത്തായ് വഴിയിലെ

വീരകേരളവർമ്മ കൽക്കുളത്തെത്തി സ്വയം രാജാവായി പ്രഖ്യാപിച്ചത്. കോട്ടയം കേരളവർമ്മയുടെ സഹായത്തോടെയാണ് ഉമയമ്മ റാണി അധികാരം വീണ്ടെടുത്തത്. 896 മുതൽ 904 വരെ രാജ്യം ഭരിച്ച രാമവർമ്മ താമസിച്ചതും കൽക്കുളത്ത് തന്നെ. തിരുവട്ടാറ്റുവച്ച് ഭരണമേറ്റ അദ്ദേഹം തിരുവിതാംകോടും കേരളപുരത്തുമുള്ള ശിവക്ഷേത്രങ്ങളിൽ ദർശനം നടത്തിയശേഷം കൽക്കുളത്ത് നീരാഴിക്കൽ എത്തി. കൊ.വ 904 മകരമാസത്തിൽ കൽക്കുളത്ത് വച്ച് ദിവംഗതനായി.

AD 1783-ൽ സെപ്റ്റംബറിൽ ഫാദർ ബർത്തലോമിയോ കാർത്തികതിരുനാളിനെ സന്ദർശിച്ചത് പത്മനാഭപുരത്തുവച്ചായിരുന്നു. അപ്പോൾ തലസ്ഥാനം തിരുവനന്തപുരത്തേക്ക് മാറിയിരുന്നില്ല. AD 1809-ൽ ബാലരാമവർമ്മയുടെ കാലത്ത് വേലുത്തമ്പി ബ്രിട്ടീഷുകാർക്കെതിരായി ഉയർത്തിയ കലാപത്തെതുടർന്ന് പത്മനാഭപുരത്തെയും ഉദയഗിരിയിലെയും കോട്ടകൾ ഇംഗ്ലീഷ് സൈനികർ കൈവശപ്പെടുത്തി.

"കിഴക്ക് അഗസ്തീശ്വരവും തോവാളയും പടിഞ്ഞാറ് വിളവൻകോടും തെക്ക് സമുദ്രവും വടക്ക് ഉയർന്ന മലനിരകളും. ഇവയ്ക്ക് നടുവിലായാണ് അന്നത്തെ കൽക്കുളം അഥവാ പത്മനാഭപുരം ജില്ല. ഈ പ്രദേശത്തെ പ്രധാനപട്ടണവും പിൽക്കാലത്ത് പത്മനാഭപുരമായി മാറിയ കൽക്കുളംതന്നെ. കന്യാകുമാരിയിൽനിന്ന് 18 മൈൽ വടക്ക് പടിഞ്ഞാറുമാറിയാണ് ഈ പട്ടണം സ്ഥിതി ചെയ്യുന്നത്. കോട്ടയും കൊത്തളങ്ങളും ഉയർന്ന മലനിരകളും രണ്ടരമൈൽ ചുറ്റളവുള്ള പത്മനാഭപുരത്തിന് സംരക്ഷണമൊരുക്കിയിരിക്കുന്നു. ഒരു കൊട്ടാരവും പ്രശസ്തമായ ക്ഷേത്രവും ധാരാളം വീടുകളുമാണ് ഇവിടത്തെ പ്രത്യേകത.

ജനസംഖ്യയിൽ ഭൂരിഭാഗവും ബ്രാഹ്മണരും നായന്മാരുമാണ് 12 മൈൽ ദൂരത്തുള്ള പൊന്മനയാറിൽനിന്ന് ഗാർഹിക ആവശ്യത്തിനും കൃഷിക്കും ആവശ്യമായ വെള്ളം എത്തിച്ചു. അരമൈൽ തെക്ക് പടിഞ്ഞാറായുള്ള സൈനികകേന്ദ്രമായിരുന്നു ഉദയഗിരിക്കോട്ട. കോട്ടയിൽ പീരങ്കികൾ സ്ഥാപിച്ചിട്ടുള്ളത് കൂടാതെ ഒരു വെടിമരുന്നു നിർമ്മാണശാലയുമുണ്ടായിരുന്നു. പൊതു കെട്ടിടങ്ങളെല്ലാം പട്ടാളക്കാർ താമസിച്ചിരുന്ന ബാരക്കുകളാണ്. ഇതോടൊപ്പം ഒരു കത്തോലിക്കാപള്ളിയും പള്ളിയിൽ ക്യാപ്റ്റൻ ഡിലനോയിയുടെ ശവകുടീരവും കാണാം. അടുത്തുതന്നെയാണ് ബ്രാഹ്മണരുടെ കേന്ദ്രമായ പുതുക്കുറിശ്ശിഗ്രാമം. പത്മനാഭപുരത്തിന്റെ തെക്കുപടിഞ്ഞാറായുള്ള തിരുവിതാംകോട് രാജ്യതലസ്ഥാനമായിരുന്നു. വടക്കുകിഴക്കായി കാണുന്ന കേരളാദിത്യപുരം അറിയപ്പെടുന്നത് അവിടെയുള്ള ക്ഷേത്രത്തിന്റെ പേരിലാണ്. ഇവിടെ ധാരാളം ബ്രാഹ്മണർ താമസിച്ചിരുന്നു.

തെക്ക്പടിഞ്ഞാറ് മുക്കാൽമൈൽദൂരത്തുള്ള തക്കലയുടെ പ്രത്യേകത ആഴ്ചയിലൊരിക്കലുണ്ടായിരുന്ന അവിടത്തെ ചന്തയാണ്." (Memoir of the Survey of the Travancore and Cochin, Ward and Conner)

ആദ്യം തലസ്ഥാനം എന്ന സ്ഥാനവും തുടർന്ന് നവരാത്രിപൂജയുടെ വേദി എന്ന പ്രാധാന്യവും നഷ്ടപ്പെട്ടതോടെ പത്മനാഭപുരത്തിന്റെ പ്രാധാന്യം ക്രമേണ കുറഞ്ഞു എന്ന് പറയേണ്ടതില്ലല്ലോ. കേരളാദിത്യപുരത്തും ചാരോട്ടുമുണ്ടായിരുന്ന രാജമന്ദിരങ്ങളുടെ അവശിഷ്ടങ്ങൾപോലും ഇന്നില്ല. പക്ഷേ ഇരണിയൽ ഉണ്ടായിരുന്ന കോയിക്കൽ നാശോന്മുഖമെങ്കിലും രാജഭരണത്തിന്റെ അടയാളമായി അവശേഷിക്കുന്നു.

ഇരണിയൽ

പതിനേഴാംനൂറ്റാണ്ടുവരെ വേണാടിന്റെ തലസ്ഥാനമായിരുന്നു ഇരണിയസിംഹനല്ലൂർ എന്ന ഇരണിയൽ. കടിയപട്ടണം, കുളച്ചൽ, മുട്ടം എന്നിങ്ങനെ സമീപത്തുണ്ടായിരുന്ന തുറമുഖങ്ങൾ ഇരണിയലിനെ ഒരു കച്ചവടകേന്ദ്രവുമാക്കി. ചേരമാൻ പെരുമാൾ ഐതിഹ്യത്തിലെ പെരുമാൾ അവസാനമായി വിടപറഞ്ഞുപോയത് ഇരണിയൽ ഈ കൊട്ടാരത്തിൽനിന്നാണെന്നാണ് വിശ്വാസം. അദ്ദേഹം കിടന്നിരുന്ന കട്ടിൽ തേവഞ്ചേരി കോയിക്കലിലെ വസന്തമണ്ഡപത്തിൽ സൂക്ഷിച്ചിരിക്കുന്നു. അഞ്ചടി വീതിയും ആറടി നീളവുമുണ്ട് ഒറ്റക്കല്ലിൽ പണിതീർത്ത ഈ കട്ടിലിന്. വൃശ്ചികമാസത്തിൽ കൊട്ടാരഅങ്കണത്തിൽ നാൽപ്പത്തിഒന്നു ദിവസത്തെ കളമെഴുത്തും പാട്ടുമുണ്ട്. തിരുവിതാംകൂർ രാജാക്കന്മാർ സ്ഥാനാരോഹണത്തിനുമുമ്പ് ഇവിടത്തെ വസന്തമണ്ഡപത്തിൽ ഉടവാൾവച്ച് പ്രാർത്ഥിക്കുക പതിവായിരുന്നു.

ചേരമാൻ പെരുമാൾ ഉപയോഗിച്ചിരുന്നു
എന്നു വിശ്വസിക്കുന്ന ഒറ്റക്കൽ കട്ടിൽ

മൂന്നര ഏക്കർ സ്ഥലത്താണ് ഇരണിയൽ കൊട്ടാരസമുച്ചയം. പടിപ്പുര, കുതിരമാളിക, വസന്തമാളിക എന്നീ ഭാഗങ്ങളാണ് ഇപ്പോൾ നാമമാത്രമായെങ്കിലും അവശേഷിക്കുന്നത്. കല്ലുകൊണ്ടും മരം കൊണ്ടുമാണ് കൊട്ടാരത്തിന്റെ നിർമ്മാണം. രണ്ടുനിലയോടും അങ്കണത്തോടുംകൂടിയ കുതിരമാളികയാണ് ഇവിടത്തെ പ്രധാന നിർമ്മിതി. മനോഹരമായ കൊത്തുപണികളോടുകൂടിയതാണ് വസന്തമണ്ഡപം. കൊട്ടാരസമുച്ചയത്തിന്റെ പടിഞ്ഞാറുഭാഗത്ത് ഒരു കെടാവിളക്ക് നിത്യം കത്തിനിന്നിരുന്നു. പത്മനാഭപുരത്ത് പുതിയ കൊട്ടാരം നിർമ്മിച്ച് ആസ്ഥാനം അങ്ങോട്ട് മാറിയതോടെ ഇരണിയൽ കൊട്ടാരത്തിന്റെ പ്രൗഢി മങ്ങിത്തുടങ്ങി.

ആയ്രാജ്യത്തിന്റെയും വേണാടിന്റെയും ഭാഗമായിരുന്ന ഇരണിയൽ ചേര, ചോള പാണ്ഡ്യന്മാരുടെ ആക്രമണത്തിന് വിധേയമായിട്ടുണ്ട്. തിരുവിതാംകൂർ സൈന്യം കുളച്ചലിൽവച്ച് ഡച്ച്സൈന്യത്തെ തോൽപ്പിച്ചതോടെ ഇവിടം ഡച്ചുകാരുടെ ആക്രമണത്തിൽനിന്ന് രക്ഷപ്പെട്ടു. അഞ്ഞൂറുവർഷത്തെ പഴക്കമുള്ള ഈ ചരിത്രസ്മാരകത്തിന്റെ അസ്ഥികൂടംപോലും ഇന്ന് സമ്പൂർണ്ണനാശത്തിന്റെ വക്കിലാണ്. മഹത്തായ ഒരു രാജവംശത്തിന്റെ അടയാളമായ ഈ കൊട്ടാരം സംരക്ഷിക്കാൻ തമിഴ്നാട് സർക്കാർ ശ്രമമാരംഭിച്ചിട്ടുണ്ട് (ഇപ്പോൾ കൊട്ടാരം പൂർണ്ണമായി പൊളിച്ചുമാറ്റിയിരിക്കുന്നു. പുനർനിർമ്മാണത്തിനുള്ള ശ്രമത്തിലാണ്).

അഗസ്തീശ്വരം

തിരുവിതാംകൂർ കൊച്ചി സംസ്ഥാനങ്ങളുടെ സർവേയിൽ (എ.ഡി 1816–1820) വാർഡും കോണറും അന്നത്തെ അഗസ്തീശ്വരം ജില്ലയെ രേഖപ്പെടുത്തിയിട്ടുണ്ട്. അവരുടെ രേഖപ്പെടുത്തലുകളുടെ വെളിച്ചത്തിൽ അഗസ്തീശ്വരത്തിന്റെ വിശേഷങ്ങൾ നോക്കാം.

തിരുവിതാംകൂറിന്റെ തെക്കെ അറ്റത്ത് കന്യാകുമാരിയോട് ചേർന്നുള്ള ജില്ലയായിരുന്നു അഗസ്തീശ്വരം. തെക്ക് കടലും പടിഞ്ഞാറ് കൽക്കുളം ജില്ലയും വടക്ക് തോവാളയും കിഴക്ക് തിരുനെൽവേലിയും പിന്നെ കടലുമായിരുന്നു അതിരുകൾ. ഫലഭൂയിഷ്ഠമായ മണ്ണും മെച്ചപ്പെട്ട കാർഷിക സൗകര്യങ്ങളും ഇവിടെ ജനങ്ങൾ തിങ്ങിപാർക്കാൻ കാരണമായി. 49.9 ച.മ വിസ്തീർണ്ണമുള്ള ജില്ലയിൽ ആറ് സബ്ഡിവിഷനുകളിലായി 59 ദേശങ്ങൾ അഥവാ ഗ്രാമങ്ങൾ ഉൾപ്പെട്ടിരുന്നു.

പല്ലവ രാജാക്കന്മാർ നിർമ്മിച്ച ഒരു ക്ഷേത്രമുണ്ട് ഇവിടെ. അഗസ്തീശ്വരം കോവിൽ. ശിവനും പാർവതിയുമാണ് ഇവിടത്തെ പ്രതിഷ്ഠ. കോവിലിൽ ഒരു അഗസ്ത്യവൃക്ഷമുള്ളതിൽ മഹാമുനിയായ

അഗസ്ത്യരുടെ സാന്നിദ്ധ്യമുണ്ട് എന്നാണ് സങ്കല്പം. നാഞ്ചിനാടിന്റെ പ്രധാന ജില്ലയ്ക്ക് അഗസ്തീശ്വരം എന്ന പേര് ലഭിക്കാൻ കാരണം ഈ കോവിലാണ്. ക്ഷേത്രത്തിന് ചുറ്റും ബ്രാഹ്മണരുടെ വാസസ്ഥലങ്ങളായിരുന്നു. തെക്കുപടിഞ്ഞാറ് പനത്തോട്ടങ്ങളുടെ നടുവിലായി കള്ളുചെത്ത് തൊഴിലാക്കിയ ചാന്നാന്മാർ താമസിച്ചിരുന്നു.

മഴകുറഞ്ഞ പ്രദേശമായിരുന്നു ഇവിടം. കുന്നുകളിൽനിന്നു വരുന്ന ഉറവകളിലെ വെള്ളം കുളങ്ങളിൽ ശേഖരിച്ചാണ് കൃഷി നടത്തിയിരുന്നത്. കുളങ്ങളും തോടുകളും നെൽവയലുകളും നിറഞ്ഞ സ്ഥലങ്ങളിൽ കർഷകർ കൂട്ടമായി താമസിച്ചു.

അഗസ്തീശ്വരം താലൂക്കിലെ കാർഷികപ്രധാനമായ സ്ഥലങ്ങളാണ് മണക്കുടി, മിഠാലം, താമരക്കുളം, ഭൂതപ്പാണ്ടി എന്നിവ. മണക്കുടി ശുദ്ധജലതടാകമാണ്. വലുതും ചെറുതുമായി 130ഓളം കുളങ്ങൾ ജില്ലയിൽ ഉണ്ടായിരുന്നു. അവയിൽ പലതും അതിരുകളും പടികളും കെട്ടി സംരക്ഷിച്ചുപോന്നു, കോവളം, മണക്കുടി, പള്ളം ഇവ തീരപ്രദേശങ്ങളാണ്. ഇവിടെ പ്രധാനമായും മുക്കുവരാണുള്ളത്. കടലിനും തടാകത്തിനും ഇടയിലെ ഭൂപ്രദേശമാണ് മണക്കുടി. ഇവിടെയുള്ള തടാകത്തിന്റെ കിഴക്കെക്കരയിലായിരുന്നു ഉപ്പളങ്ങൾ അധികവും.

അഗസ്തീശ്വരത്തെ ഒരു പ്രധാന സ്ഥലമാണ് ശുചീന്ദ്രം. ഇന്ദ്രൻ തന്റെ പാപങ്ങളിൽനിന്ന് ശുചിയായ സ്ഥലമാണ് ഇവിടം. പഴയ കേരളത്തിലെ വലിയ ക്ഷേത്രസമുച്ചയമായ ശുചീന്ദ്രം ക്ഷേത്രം ഇവിടെയാണ്. ദ്രാവിഡശിൽപ്പകലയുടെ ചാരുത ഈ ക്ഷേത്രത്തിൽ കാണാം. ത്രിമൂർത്തികളെ കൂടാതെ ധാരാളം ഉപദേവതകളും ഇവിടെയുണ്ട്. ബ്രാഹ്മണരുടെ അഗ്രഹാരങ്ങളായിരുന്നു ശുചീന്ദ്രത്ത് കൂടുതൽ ഉണ്ടായിരുന്നത്. വൃത്തിയും വെടിപ്പുമുള്ള തെരുവുകൾ. നഗരത്തിൽ വടക്കുഭാഗത്ത്കൂടി ഒഴുകുന്ന പഴയാറിന് കുറുകെ ഉണ്ടായിരുന്ന കൽപ്പാലങ്ങൾ പലതും തകർന്ന നിലയിലായിരുന്നു. നഗരത്തിനു വടക്ക് ഭാഗത്തായുണ്ടായിരുന്ന ക്രമമല്ലാത്ത തെരുവുകളിൽ, താഴ്ന്ന ജാതിക്കാരായിരുന്നു താമസിച്ചിരുന്നത്. ശുചീന്ദ്രത്തിന് രണ്ട് മൈൽ തെക്കുകിഴക്ക് മാറിയുള്ള ഗ്രാമമാണ് താമരക്കുളം. ഇടുങ്ങിയതും വൃത്തിഹീനവുമായ തെരുവുകൾ ചെറിയ ചെറിയ കുളങ്ങളാലും കൃഷിയിടങ്ങളാലും ചുറ്റപ്പെട്ടിരുന്നു.

ശുചീന്ദ്രം ക്ഷേത്രത്തിന്റെ ഒന്നര മൈൽ തെക്കുകിഴക്കായുള്ള പട്ടണമാണ് പുറകൈ. വിശാലവും ജനങ്ങൾ തിങ്ങിപ്പാർത്തിരുന്നതുമായ തെരുവുകൾ. ഇവിടെ ഒരു പെരുമാൾ ക്ഷേത്രം കാണാം. ചില ഓടിട്ട വീടുകൾ ഉണ്ടായിരുന്നത് സർക്കാർ സ്ഥാപനങ്ങളും ധാന്യപ്പുരകളുമായിരുന്നു. അടുത്തുതന്നെയുള്ള ഗ്രാമമാണ്

കൊട്ടാരം. രാജാക്കന്മാരെ സ്വീകരിക്കാനായി ഇവിടെ ഒരു കൊട്ടാരം നിർമ്മിച്ചു. കന്യാകുമാരിയിലെ പ്രധാന റോഡിനരികിലുള്ള ഈ ഗ്രാമത്തിൽ തിങ്ങിപ്പാർത്തിരുന്നവർ കൃഷിചെയ്തും കച്ചവടസ്ഥാപനങ്ങൾ നടത്തിയും ജീവിച്ചു.

ജില്ലയിലെ പ്രധാന പട്ടണമാണ്, നാഗർകോവിൽ. കച്ചവടസ്ഥാപനങ്ങളും ആരാധനാലയങ്ങളുമുണ്ട്. കേരളത്തിലെ ആദ്യത്തെ പ്രൊട്ടസ്റ്റന്റ് പള്ളിയും ലണ്ടൻമിഷൻ സെമിനാരിയും ഇവിടെ കാണാം. ജനസാന്ദ്രത കൂടിയ ഇവിടെ, ഉപേക്ഷിക്കപ്പെട്ടതും തകർന്നതുമായ കുതിരലായങ്ങളും പട്ടാളക്കാരുടെ കെട്ടിടങ്ങളും ഉണ്ട്. പ്രസിദ്ധമായ നാഗരാജക്ഷേത്രത്തിന്റെ പേരാണ് പട്ടണത്തിന് ലഭിച്ചത്. നാഗർകോവിലിന് വടക്കുമാറിയാണ് വടശ്ശേരിയും കൃഷ്ണൻ കോവിലും. അടുത്തുള്ള പുത്തേരിയിലും ധാരാളം ജനങ്ങൾ താമസിക്കുന്നുണ്ട്. പ്രധാന വാണിജ്യകേന്ദ്രമായിരുന്ന കോട്ടാറും നാഗർകോവിലിന്റെ ഭാഗംതന്നെ.

കന്യാകുമാരിയിലെ പ്രധാന ആകർഷണകേന്ദ്രം കന്യാകുമാരി ക്ഷേത്രമാണ്. സെപ്തംബർ മാസത്തിലാണ് ഇവിടെ ഉത്സവം. ഉത്സവത്തിൽ പങ്കെടുക്കാനെത്തുന്ന ഭക്തജനങ്ങൾക്ക് താമസിക്കാൻ ധാരാളം മഠങ്ങളും വിശ്രമകേന്ദ്രങ്ങളും ക്ഷേത്രത്തിനടുത്തുള്ള തെരുവുകളിൽ ഉണ്ടായിരുന്നു. ഇവിടത്തെ ജനങ്ങളിൽ അധികവും മുക്കുവരോ ക്രിസ്ത്യാനികളായ മീൻപിടുത്തക്കാരോ ആണ്.

തോവാള

ആരുവാമൊഴി കടന്നെത്തുന്നവരെ വരവേൽക്കാനെന്നപോലെ, വൻമലകളെ പശ്ചാത്തലമാക്കി പൂക്കൾകൊണ്ട് അലങ്കരിച്ച ഒരു ദേശം. പൂക്കളുടെ നാടാണല്ലോ തോവാള. പൂകൃഷിയുടെയും വിപണനത്തിന്റെയും പേരിൽ ഈ നാട് ദേശത്തും വിദേശങ്ങളിലും പ്രസിദ്ധമാണ്. ദക്ഷിണേന്ത്യയിലെ ഏറ്റവും വലിയ പൂക്കച്ചവടകേന്ദ്രമെന്ന പ്രസിദ്ധി ഇവിടത്തെ പൂച്ചന്തയ്ക്കുണ്ട്. വെളുത്ത പിച്ചിയാണ് തോവാള പൂക്കളിൽ പ്രധാനം. താമര, ജമന്തി, റോസ്, മുല്ല തുടങ്ങി എല്ലാ ഇനം പൂക്കളും ഇവിടെ കൃഷി ചെയ്യുന്നുണ്ട്. രാവിലെ 5 മണിക്ക് സജീവമാകുന്ന ഇവിടത്തെ പൂച്ചന്തയിലെ തിരക്കിന് 8 മണിയാകുന്നതോടെ ശമനമാവും. അപ്പോഴേക്കും ഗുണവും മേന്മയുമേറിയ പൂക്കൾ രാജ്യത്തിന്റെ വിവിധ ഭാഗങ്ങളിലേക്കും വിദേശങ്ങളിലേക്കും യാത്രതിരിച്ചിട്ടുണ്ടാവും.

നാഗർകോവിൽ-കന്യാകുമാരി റോഡിൽ ആരുവാമൊഴിക്ക് സമീപമായാണ് തോവാള. വിവിധയിനം പൂക്കൾ വിരിഞ്ഞ് പരിലസിക്കുന്ന ഇവിടത്തെ പൂപ്പാടങ്ങളുടെ ഭംഗി കണ്ടുതന്നെ അറിയണം.

തോവാളയിലെ പൂചന്തയ്ക്ക് എതിർവശത്തുള്ള ചെറുകുന്നിൻ മുകളിൽ ചെറുതെങ്കിലും മനോഹരമായ ഒരു മുരുകൻക്ഷേത്രമുണ്ട്. മേയ് മാസം അവസാനത്തിൽ ഇവിടെ നടക്കുന്ന പുഷ്പാഭിഷേകവും പുഷ്പാലങ്കാരവും പ്രസിദ്ധമാണ്. വിവിധയിനം പൂക്കൾ കൊണ്ട് ക്ഷേത്രമാകെ അലങ്കരിക്കും.

പഴയ തിരുവിതാംകൂറിലെ തെക്കുഭാഗത്തുള്ള സമ്പന്നവും ഫലഭൂയിഷ്ഠവുമായ ജില്ലകളിലൊന്നായിരുന്നു തോവാള. വടക്കും കിഴക്കും ദിക്കുകളിൽ തിരുനെൽവേലിയും പടിഞ്ഞാറ് കൽക്കുളവും തെക്ക് അഗസ്തീശ്വരവുമായിരുന്നു അതിരുകൾ. ജലാശയങ്ങൾ, നെൽപ്പാടങ്ങൾ, മലകൾ, കുന്നുകൾ എല്ലാം ഉൾപ്പെടെ 120 ച.മൈ പ്രദേശം. 51 ദേശങ്ങൾ ഉൾപ്പെട്ട 5 ഡിവിഷനുകൾ. ജില്ലാ ആസ്ഥാനമായ തോവാള കന്യാകുമാരിയിൽ നിന്ന് 11¼ മൈൽ ദൂരത്താണ്. തോവാള ജില്ലയുടെ അധികം ഭാഗവും മലകളും കുന്നുകളുമാണ്. കാടുകൾ നിറഞ്ഞതും മനുഷ്യവാസമില്ലാത്തതുമായ കുന്നുകളിലും വടമലയിലും ധാരാളം മേച്ചിൽസ്ഥലങ്ങൾ ഉണ്ടായിരുന്നതിനാൽ തിരുനെൽവേലിയിൽനിന്നും മറ്റും കാലികളെ മേയ്ക്കാനായി ഇവിടെ കൊണ്ടുവന്നിരുന്നു. വടക്ക് വശത്ത് കൂടെ കടന്നുപോകുന്ന പ്രധാന പാതയിലൂടെ അരുവാമൊഴിയിലേക്കും അവിടെനിന്ന് തിരുനെൽവേലിയിലേക്കും പോകാം. ചെറുതെങ്കിലും കാരുണ്യപ്രവർത്തനങ്ങൾക്ക് പേരുകേട്ട സ്ഥലമായിരുന്നു ഇവിടം. വലിയ കെട്ടിടങ്ങൾ പലതും ധർമ്മശാലകളായിരുന്നു. ധാരാളം സാധുക്കൾക്ക് പൊതുചെലവിൽ അന്നദാനം നൽകിയിരുന്നു. പെരുമാൾപുരത്തായിരുന്നു പ്രസിദ്ധമായ വ്യാഴാഴ്ച ചന്ത.

ഒരു രാജ്യതലസ്ഥാനം കൂടിയായിരുന്ന തോവാള ഒരു കാർഷിക പ്രാധാന്യമുള്ള പ്രദേശവുമാണ്. അഗസ്തീശ്വരം തോവാള ഉൾപ്പെടുന്ന ചില പ്രദേശങ്ങൾ ഒരു രാജാവിന്റെ ഭരണത്തിൽ കീഴിലായിരുന്നു. ഇതിന്റെ ഭാഗമായിരുന്ന ചില നിർമ്മിതികൾ നാശാവസ്ഥയിൽ ഇപ്പോഴും കാണാം.

ഈ ജില്ലയിൽ 120 ഓളം കുളങ്ങളുണ്ടായിരുന്നു. ഭൂരിഭാഗവും ജലസേചന ആവശ്യത്തിനുള്ളതാണെങ്കിലും ചില കുളങ്ങൾ കാലികളെ കുളിപ്പിക്കാൻ മാത്രമായി ഉപയോഗിച്ചു. തലകുടി, വിൻപുത്തൂർ, തെൻപുരൈ, തോവാള, ചെമ്പകരാമൻപുത്തൂർ, തിരുപട്ടി, ഉളിയപാണ്ഡവപുരം, കുടക്കര എന്നിവിടങ്ങളിൽ വലിയ കുളങ്ങളാണുണ്ടായിരുന്നത്. തോവാള, ചെമ്പകരാമൻ പുത്തൂർ, ഉളിയ പാണ്ഡവപുരം, കുടക്കര എന്നിവിടങ്ങളിൽ ജലാശയങ്ങൾ കുന്നുകളിൽ നിന്നുള്ള ഉറവകളെയും മഴയെയും ആശ്രയിച്ചുള്ളവയായിരുന്നു. ബാക്കിയുള്ളവ കനാലുകളെ ആശ്രയിക്കുന്നു.

തോവാളയിൽ ഗ്രാവൽ കലർന്ന ചുവന്ന മണ്ണാണുള്ളത്. നെല്ലും പൂവുമാണ് പ്രധാനകൃഷി. മഴവെള്ളം സംഭരിക്കുന്ന കുളങ്ങളെ ആശ്രയിച്ചായിരുന്ന പൂ കൃഷി നടത്തിയിരുന്നത്. ഇടയ്ക്കിടയുള്ള സ്ഥലങ്ങളിൽ പലവിധ ധാന്യങ്ങളും എണ്ണക്കുരുവും കൃഷിചെയ്ത് പോന്നു.

ഇപ്പോൾ തോവാളയിലെ കുന്നിൻചെരുവുകളിൽ വൈദ്യുതി ഉൽപ്പാദനത്തിനായി ധാരാളം കാറ്റാടി യന്ത്രങ്ങൾ സ്ഥാപിച്ചിട്ടുണ്ട്. ഇത് തോവാളയിലെ മറ്റൊരു പ്രധാന വ്യവസായമായി മാറിക്കഴിഞ്ഞു.

മരുത്വാമല

ചരിത്രത്തിലെയും പുരാണത്തിലെയും പരാമർശങ്ങളിലൂടെ പ്രസിദ്ധമായ ഇടമാണ് മരുത്വാമല അഥവാ മരുന്നുവാഴുംമല. രാമരാവണയുദ്ധത്തിൽ ഇന്ദ്രജിത്തിന്റെ ബ്രഹ്മാസ്ത്രമേറ്റ് മോഹാലസ്യപ്പെട്ട ലക്ഷ്മണനുവേണ്ടി മരുന്ന് അന്വേഷിച്ചുപോയ ഹനുമാൻ സഞ്ജീവനീമല അപ്പാടെ പറിച്ചെടുത്തുകൊണ്ടുപോയി. ലങ്കയിലേക്ക് മലയുമായി പോകുന്നവഴി അടർന്നുവീണ മരുന്നുമലയുടെ ഭാഗമത്രേ മരുത്വാമല. ഇന്നും ഔഷധങ്ങളുടെ കലവറയാണിവിടം. നിബിഡമായ അടിക്കിടുക്കൾക്കിടയിലുള്ള ഔഷധസസ്യങ്ങളെ തിരിച്ചറിയാൻ കഴിവുള്ളവരായിരുന്നു ഇവിടത്തെ ഗുഹകളിൽ താമസിച്ചിരുന്ന സന്ന്യാസിമാർ.

മരുത്വാമലയിൽനിന്ന് കന്യാകുമാരി കടലിന്റെ ഉള്ളിലേക്ക് നടന്നുപോയിരുന്ന 'യോഗി'കളെക്കുറിച്ച് ചരിത്രകാരന്മാർ പരാമർശിച്ചിട്ടുണ്ട്. ഇവരിൽ പലരും അത്ഭുതസിദ്ധികൾ ഉള്ളവരായിരുന്നുതാനും. ഇവിടത്തെ ഗുഹകളിലും താൽക്കാലികമായി താമസത്തിന് ഒരുക്കിയിട്ടുള്ള വാസസ്ഥാനങ്ങളിലുമായി ധാരാളം സന്ന്യാസിമാരും ഗോസായിമാരും ഇപ്പോഴുമുണ്ട്.

മലമുകളിൽ ഒരു ശിവക്ഷേത്രവും തീർത്ഥവമുണ്ട്, ഇതിനെ ചുറ്റിയുള്ള ഗുഹകളിലാണ് അധികം സന്ന്യാസിമാരുടെയും താമസം. ക്ഷേത്രത്തിൽനിന്ന് കുറച്ചുകൂടി മുകളിലേക്കുചെന്നാൽ കരിങ്കല്ലിൽ തീർത്ത ഒരു മണ്ഡപം കാണാം. അൻപതോളംപേർക്ക് ഈ മണ്ഡപത്തിൽ വിശ്രമിക്കാൻ സൗകര്യമുണ്ട്. ചട്ടമ്പിസ്വാമികളും ശ്രീനാരായണ ഗുരുവും മരുത്വാമലയിൽ തപസ്സനുഷ്ഠിച്ചിട്ടുണ്ട്. ഈ മലയുടെ മുകളിൽനിന്നാൽ മൂന്ന് കടലുകളും കാണാം.

കോട്ടാർ

ദക്ഷിണേന്ത്യയിലെ ഒരു പ്രധാനജൈനമതകേന്ദ്രം, പ്രസിദ്ധമായ കച്ചവടകേന്ദ്രം എന്നിങ്ങനെയുള്ള വിശേഷണങ്ങളായിരുന്നു കോട്ടാറിനുണ്ടായിരുന്നത്. 12-ാംനൂറ്റാണ്ടിലെ പരാന്തകചോളന്റെ

ശിലാശാസനത്തിൽ അദ്ദേഹം കന്യാകുമാരീദേവിക്ക് നൽകിയ ദേവദാനത്തിൽ കോട്ടാറിലെ ജൈനരുടെ പള്ളിച്ചന്തത്തെ ഒഴിവാക്കിയതായി കാണുന്നു. ജൈനക്ഷേത്രങ്ങളിലേക്ക് നൽകുന്ന സംഭാവനയാണല്ലോ പള്ളിച്ചന്തം എന്ന് അറിയപ്പെട്ടിരുന്നത്. പുവരശ്ശേരി വിഷ്ണുക്ഷേത്രത്തിൽനിന്ന് ലഭിച്ച AD 1196-ലെ രേഖയിലും കോട്ടാർ ജൈനക്ഷേത്രത്തിലേക്ക് നൽകിയ പള്ളിച്ചന്തത്തെക്കുറിച്ച് പരാമർശമുണ്ട്. പ്രസിദ്ധമായ നാഗരാജക്ഷേത്രവും ജൈനക്ഷേത്രമായിരുന്നുവെന്ന് നമുക്കറിയാം. കമലവാഹനപണ്ഡിതന്റേയും ഗുണവീരപണ്ഡിതന്റേയും പേരിൽ നാഗരാജക്ഷേത്രത്തിലേക്ക് നൽകിയിരുന്ന പള്ളിച്ചന്തങ്ങൾക്കും രേഖയുണ്ട്. പ്രസിദ്ധമായ കഴുകുമല ശാസനത്തിൽ കോട്ടാറുനിന്നും ധാരാളം ജൈനഭിക്ഷുക്കൾ ചിതറാലിലേക്ക് പോയതായും പറയുന്നു. കോട്ടാർ ഒരു ജൈനമതകേന്ദ്രമായിരുന്നുവെന്ന് മനസ്സിലാക്കാൻ ഈ രേഖകൾതന്നെ ധാരാളം.

കോട്ടാർ മമ്മുടിചോളനെല്ലൂർ എന്ന പേരിലും അറിയപ്പെട്ടിരുന്നതായി ചോളേശ്വരം ക്ഷേത്രത്തിലെ ശിലാലിഖിതത്തിൽ കാണാം. രാജകേസരിവർമ്മൻ കുലോത്തുംഗചോളൻ അദ്ദേഹത്തിന്റെ 30-ാം ഭരണവർഷത്തിൽ രാജേന്ദ്രചോളനല്ലൂരിലെ അന്തായക്കുടിഗ്രാമം, രാജേന്ദ്രചോളേശ്വരം മഹാദേവക്ഷേത്രത്തിന് ദാനംനൽകി. അക്കാലത്ത് ക്ഷേത്രം സ്ഥിതിചെയ്തിരുന്ന സ്ഥലം കോട്ടാർ അഥവാ മാമ്മുടി ചോളനെല്ലൂർ എന്നാണ് രേഖ (കുലോത്തുംഗചോളന്റെ 1-ാം ചോളപുരംരേഖ. TAS Vol I. No.XIV)

കോട്ടാർ അഥവാ മാമ്മുടി ചോളനല്ലൂരിലെ മഹാദേവക്ഷേത്രത്തിൽ സ്ഥിരമായി വിളക്ക് സ്ഥാപിച്ച് കത്തിക്കുന്നതിന് ആര്യൻ ഗംഗൈകൊണ്ടേടനെന്ന വ്യക്തി ദാനംചെയ്ത അൻപത് ആടുകളുടെ മേൽനോട്ടം കോട്ടാർ താവളമടിച്ചിരുന്ന പട്ടാളത്തിലെ തമിഴൻ മാണിക്കൻ എന്നയാൾക്കായിരുന്നു. ഇയാൾ ദിവസവും ഉഴക്ക് നെയ്യ് ക്ഷേത്രത്തിലേക്ക് നൽകിക്കൊള്ളാം എന്നാണ് കരാർ.

നാഞ്ചിനാടിന്റെ ആസ്ഥാനമായിരുന്നു കോട്ടാർ. വേണാടിന്റേയും പാണ്ഡിനാടിന്റേയും സംഗമസ്ഥാനവുമായിരുന്നു. തോവാള, അഗസ്തീശ്വരം, കൽക്കുളം എന്നീ പ്രദേശങ്ങളുമായും കോട്ടാർ ചേർന്നു കിടക്കുന്നു. കോട്ടാറിനുസമീപമുള്ള പൂവരശ്ശേരിക്ഷേത്രം പ്രസിദ്ധമാണ്. ചതുർവേദിമംഗലമാകട്ടെ, ബ്രാഹ്മണർ കൂട്ടമായി വസിച്ചിരുന്ന ഇടവും.

പഴയാർ 'കോടിയ' (ചുരുങ്ങിയ) ഇടമാണത്രേ കോട്ടാർ. ചോളപാണ്ഡ്യരാജാക്കന്മാരുടെ പോർക്കളവും, തിരുവിതാംകൂർ ആക്രമിക്കാനെത്തിയിരുന്ന പാണ്ടിപ്പടയുടെ താവളവും ഇവിടെയായിരുന്നു.

രാജേന്ദ്രചോളന്റെ ഭരണത്തിനുകീഴിലായതോടെയാണ് കോട്ടാറിന് രാജേന്ദ്രചോളപുരം എന്ന പേര് ലഭിച്ചത്.

കോട്ടാറിന് അതിപുരാതനമായ കച്ചവടപാരമ്പര്യമാണുള്ളത്. കാലാകാലങ്ങളിൽ ഇവിടം ആക്രമിച്ചിരുന്ന ചോളർക്കും പാണ്ഡ്യർക്കും ആർക്കാട് നവാബിന്റെ സൈനികർക്കും കൊള്ളയടിക്കാൻ പാകത്തിലായിരുന്നു കോട്ടാർ സ്ഥിതിചെയ്തിരുന്നത്. AD 150-ൽ കോട്ടാറിൽ നിലനിന്നിരുന്ന കച്ചവടസമൃദ്ധിയെക്കുറിച്ച് ടോളമി രേഖപ്പെടുത്തിയിട്ടുണ്ട്. ശ്രീലങ്കയിലേയും കൊങ്കൺതീരത്തെയും കച്ചവടക്കാർ കോട്ടാറിൽ വന്നിരുന്നതായി ഫാ. ബർത്തലോമിയോ പരാമർശിക്കുന്നു.

തെക്കേ ഇന്ത്യയിലെ പ്രധാന കച്ചവട കേന്ദ്രമാണ് കോട്ടാർ. വ്യാപാരികൾ കച്ചവടസാധനങ്ങളും പണവും കൈമാറ്റം ചെയ്യുന്ന ഒരു പ്രധാന സ്ഥലമാണ് ഇവിടം. ഒരു കച്ചവടകേന്ദ്രത്തിന്റെ അടുക്കും ചിട്ടയുമില്ലായ്മ പ്രകടമായിരുന്നു. ഒന്നര മൈൽ നീളം വരുന്ന നീണ്ട തെരുവുകളിൽ ധാന്യപ്പുരകളും വിപണനകേന്ദ്രങ്ങളും പണമിടപാടു സ്ഥാപനങ്ങളും ധാരാളമുണ്ട്. ബ്രാഹ്മണർ താമസിക്കുന്ന വടുവേശ്വരം ക്ഷേത്രം കേന്ദ്രീകരിച്ചുള്ള ഗ്രാമങ്ങളാണ് ഇതിന് ഒരു അപവാദം. ബ്രാഹ്മണർ തെരുവുകൾ അടുക്കും ചിട്ടയുമായി സംരക്ഷിച്ചിരിക്കുന്നു. തെരുവുകൾ നീണ്ടതും ആവശ്യത്തിന് സ്ഥലസൗകര്യമുള്ളതായും കാണപ്പെട്ടു. കൂടാതെ ഇവിടത്തെ ചന്തയിൽ പച്ചക്കറി ഉൾപ്പെടെയുള്ള അവശ്യസാധനങ്ങൾ എല്ലാം ലഭ്യമാണ്. വീടുകളെല്ലാം ഭംഗിയിൽ നിർമ്മിക്കുകയും വൃത്തിയായി സൂക്ഷിക്കുകയും ചെയ്തിരിക്കുന്നു.

ഇവിടെ ഒരു റോമൻ കത്തോലിക്കാപള്ളിയുമുണ്ട്. ഡിസംബർ മാസത്തിൽ പള്ളിയിലെ ഉത്സവത്തിൽ പങ്കെടുക്കാൻ മധുര, രാമനാട്, കൊല്ലം എന്നിവിടങ്ങളിൽ നിന്ന് ധാരാളം വിശ്വാസികൾ എത്തും. പഴയാർ കനാലിന്റെ ചരിവിലാണ് ഈ പട്ടണം. പടിഞ്ഞാറ് വശത്ത് വിശാലമായ പാടങ്ങളാണ്. ചുറ്റിലും പനമരങ്ങളും കാണാം.

കച്ചവടകേന്ദ്രം എന്ന കോട്ടാറിന്റെ പ്രശസ്തി ഇന്നും മങ്ങാതെ നിലനിൽക്കുന്നു. സ്വതേ ഇടുങ്ങിയ തെരുവുകൾക്ക് ഉൾക്കൊള്ളാവുന്നതിലും അധികം കച്ചവടശാലകൾ ഇന്നും അവിടെ പ്രവർത്തിക്കുന്നുണ്ട്. ഹിന്ദു, മുസ്ലീം, ക്രൈസ്തവർ ഇടകലർന്ന് ജീവിക്കുന്നു എന്നതും ശ്രദ്ധേയമാണ്. അവർണ്ണർക്ക് പൊതു കിണറുകളിൽനിന്ന് വെള്ളം കോരാൻ അനുവാദം നൽകിക്കൊണ്ടുള്ള 654-ലെ പ്രസിദ്ധമായ 'അഞ്ചിനാർപുകളിടം' എന്നറിയപ്പെടുന്ന ശിലാശാസനം കോട്ടാറിലായിരുന്നു സ്ഥാപിച്ചിരുന്നത്. 1545-ൽ സെന്റ് സേവ്യർ സ്ഥാപിച്ച പള്ളിയും ഇവിടെ കാണാം.

ആയ്‌രാജാക്കന്മാരുടെ കാലംമുതൽക്കുതന്നെ കോട്ടാർ ഒരു വാണിജ്യകേന്ദ്രമായി അറിയപ്പെട്ടു. ഒരു നെയ്ത്തുകേന്ദ്രംകൂടിയാണിവിടം. ഇവിടത്തെ ചാലിയാർഗ്രാമം പട്ടുനൂൽവ്യവസായത്തിന് പ്രസിദ്ധമായിരുന്നു. ദിവാനായിരുന്ന രാജാകേശവദാസൻ ഇവിടത്തെ നെയ്ത്തുവ്യവസായം പ്രോത്സാഹിപ്പിക്കുകയും പുറത്തുനിന്ന് നെയ്ത്തുകാരെ കൊണ്ടുവന്ന് താമസിപ്പിക്കുകയും ചെയ്തു. പഴയരീതിയിലുള്ള ഓടിട്ടവീടുകൾ കോട്ടാറിന്റെ പൗരാണികതയ്ക്ക് സാക്ഷിയായി ഇന്നുമുണ്ട്.

മൈലാടി

ശിൽപ്പികളുടെ ഈ ഗ്രാമം പണ്ടേതന്നെ പ്രസിദ്ധമാണ്. പഴയ അഗസ്തീശ്വരം ജില്ലയിൽപ്പെട്ട ഈ ഗ്രാമം മാർത്താണ്ഡപുരം എന്നും അറിഞ്ഞിരുന്നു. കൃഷ്ണശിലയിൽ ജീവസ്സുറ്റ ബിംബങ്ങൾ കൊത്തിയെടുക്കുന്ന ഇവിടത്തെ ശിൽപ്പികൾ അന്യനാട്ടിലും പ്രസിദ്ധരാണ്. AD ഏഴാംനൂറ്റാണ്ടിൽ മഹാബലിപുരത്ത് നിന്നെത്തിയ ശിൽപ്പികളാണത്രേ, ഇവർ. ശുചീന്ദ്രംക്ഷേത്രം നിർമ്മിക്കാൻ ഇവരെ കൊണ്ടുവന്ന് മൈലാടിയിൽ പാർപ്പിച്ചു. കല്ലിൽ ശിൽപ്പങ്ങൾ കൊത്തിയെടുക്കുന്നതിൽ ഇവരുടെ വിരുത് അനിതരസാധാരണമാണ്. മൈലാടിയിലെ ശിൽപ്പികൾ കൊത്തിയെടുക്കുന്ന ശാസ്താവിനേയും ശിവനേയും ദുർഗ്ഗയേയും ഗണപതിയേയും യേശുക്രിസ്തുവിനേയുമൊക്കെ വാങ്ങാൻ കടൽകടന്നും ആളുകളെത്തുന്നു. ഉളികൾകൊണ്ട് കല്ലിൽ ചേതോഹരങ്ങളായ ശിൽപ്പങ്ങൾ തയ്യാറാക്കുന്ന ഇവർ വിശ്വകർമ്മാവിന്റെ പിൻഗാമികളെന്നാണ് അവകാശപ്പെടുന്നത്. തികഞ്ഞ ഭക്തിയോടും വ്രതാനുഷ്ഠാനത്തോടും ഇവർ നിർമ്മിക്കുന്ന ശിൽപ്പങ്ങൾക്ക് ഒരിക്കലും പൂർണ്ണത നൽകാറില്ലത്രേ. പൂർണ്ണമായ ശിൽപ്പങ്ങൾ നിർമ്മിച്ചാൽ തങ്ങൾക്ക് ആപത്ത് സംഭവിക്കും എന്നാണ് ഇവരുടെ വിശ്വാസം. ഒരിക്കൽ പറകൈ മധുസൂദനക്ഷേത്രത്തിലേക്ക് നിർമ്മിച്ച ഗരുഡവിഗ്രഹത്തിന്റെ നിർമ്മാണം പൂർത്തിയാക്കി കണ്ണിൽ സ്വർണ്ണസൂചികൾ കൊണ്ട് സ്പർശിച്ച് ദേവചൈതന്യം ആവാഹിച്ചതോടെ ഗരുഡവിഗ്രഹം ജീവൻവച്ചു പറന്നു എന്നും അത് നിർമ്മിച്ച ശിൽപ്പി ഉളിയെറിഞ്ഞ് ഗരുഡന്റെ ചിറകരിഞ്ഞുവീഴ്ത്തി എന്നും ഒരു ഐതിഹ്യമുണ്ട്. നാനാജാതിമതസ്ഥർ ഇടതിങ്ങിപാർക്കുന്ന ഈ പ്രദേശം നാഗർകോവിലിൽനിന്ന് കന്യാകുമാരിയിലേക്കുള്ള മാർഗ്ഗമദ്ധ്യേയാണ്.

കൊല്ലങ്കോട്

പൂവാർമുതൽ തേങ്ങാപ്പട്ടണംവരെയുള്ള തീരപ്രദേശം കലിംഗരാജപുരം എന്നാണ് അറിയപ്പെട്ടിരുന്നത്. പ്രസിദ്ധമായ കലിംഗ

യുദ്ധത്തിൽ അശോകചക്രവർത്തിയോട് പരാജയപ്പെട്ട ഒരുകൂട്ടം ക്ഷത്രിയർ അന്ന് കേരളംഭരിച്ചിരുന്ന ചേരരാജാവിനെ അഭയം പ്രാപിച്ചു. കേരളരാജാവ് അവർക്ക് അഭയംനൽകുകയും ഈ പ്രദേശത്തെ കടൽത്തീരത്ത് താമസിക്കാൻ അനുവാദം നൽകുകയും ചെയ്തു. അങ്ങനെ ഇവിടം കലിംഗപുരം എന്ന് അറിയപ്പെടാൻ തുടങ്ങി. കാളിയായിരുന്നു ഈ ക്ഷത്രിയരുടെ കുലദേവത. കലിംഗ രാജപുരത്തും അവർ ഒരു ഭദ്രകാളീക്ഷേത്രം നിർമ്മിച്ചു. പഴയ റവന്യൂ റെക്കാഡുകളിൽ കൊല്ലംകോട് എന്ന പ്രദേശം കലിംഗരാജപുരം എന്നാണ് രേഖപ്പെടുത്തിയിട്ടുള്ളത് (പട്ടം ജി. രാമചന്ദ്രൻ നായർ. തിരുവനന്തപുരത്തിന്റെ ഇതിഹാസം. പുറം 392).

16-ാംനൂറ്റാണ്ടിൽ ഇവിടം കലിംഗരാജാവ് ഭരിച്ചിരുന്നുവെന്നും കലിംഗരാജാവ് ആർഭാടമായി നടത്തിയ തന്റെ മകളുടെ വിവാഹത്തിന് കടലമ്മയെ ക്ഷണിച്ചെന്നും കടലമ്മ വിവാഹത്തിൽ പങ്കെടുക്കാൻ തന്റെ പ്രതിനിധിയായി ഒരു സുനാമിയെ അയച്ചുവെന്നും സുനാമിയുടെ വരവോടെ രാജ്യം കടലെടുത്തുപോയെന്നുമാണ് കഥ. ക്ഷേത്രവും പരിസരവും വെള്ളത്തിനടിയിലായി നശിച്ചു. അനേകം മനുഷ്യരും ജീവജാലങ്ങളും ചത്തൊടുങ്ങി. കാലങ്ങൾക്കുശേഷം കടൽ പിൻവാങ്ങി. അപ്പോൾ കൊടുങ്ങല്ലൂർ ആസ്ഥാനമാക്കി കേരളം ഭരിച്ചിരുന്നത് ചേരൻ ചെങ്കുട്ടുവനാണ് (AD 189-244). അങ്ങനെ കടൽ പിറകോട്ട് പോയതിന്റെ ഖ്യാതി ചെങ്കുട്ടുവന് കിട്ടി. അദ്ദേഹം 'കടൽ പിറകോട്ടിയ ചെങ്കുട്ടുവൻ' എന്ന ബിരുദവും സ്വീകരിച്ചു.

അടുത്തകാലത്ത് ക്ഷേത്രപരിസരത്ത് മണ്ണിനടിയിൽനിന്ന് പുരാതനമായ ഒരു ദേവീവിഗ്രഹം കണ്ടെടുക്കുകയുണ്ടായി. ഈ വിഗ്രഹത്തിന് കൊടുങ്ങല്ലൂരെ ദേവീവിഗ്രഹത്തോട് സാമ്യമുണ്ട്. കടലാക്രമണത്തിൽ തകർന്നുപോയ ഏതോ ക്ഷേത്രത്തിലെ വിഗ്രഹമായിരിക്കാം ഇത് എന്നാണ് നിഗമനം.

ഇപ്പോൾ കൊല്ലങ്കോട്ടെ തീരപ്രദേശങ്ങളിൽ ക്രിസ്തീയവിഭാഗത്തിൽപ്പെട്ട മീൻപിടിത്തക്കാരാണ് അധികമായും താമസിക്കുന്നത്. 16-ാം നൂറ്റാണ്ടിൽ സെന്റ് ഫ്രാൻസിസ് സേവ്യറിന്റെ വരവോടുകൂടി ധാരാളംപേർ ക്രിസ്തുമതത്തിലേക്ക് മാറി.

മണലിക്കര

പ്രകൃതിസുന്ദരമായ മണലിക്കര ഗ്രാമം ഇപ്പോൾ കൽക്കുളം താലൂക്കിലെ പത്മനാഭപുരം ഡിവിഷനിലാണ്. തക്കലയ്ക്കും കുലശേഖരം റോഡിനും ഇടയ്ക്കുള്ള മണലിക്കരയുടെ പേര് ഇപ്പോൾ വഴിക്കലംപാട് എന്നായി. ഇവിടെയുള്ളവരിൽ അധികവും മലയാളം സംസാരിക്കുന്നവരാണ്.

മണലിക്കരയുടെ പ്രസിദ്ധിക്ക് മൂന്ന് കാരണങ്ങളുണ്ട്. ഒന്ന് മണലിക്കര മഠം രണ്ട് മണലിക്കര ആഴ്വാർ ശ്രീകൃഷ്ണസ്വാമി ക്ഷേത്രം. മൂന്നാമത്തേത് എ.ഡി 1236 മണലിക്കര ശാസനം.

മണലിക്കരയിലെ ഏറ്റവും പഴക്കമുള്ള കെട്ടിടം മണലിക്കര കൽപ്പകമംഗലത്ത് മഠമാണ്. കൽക്കുളം താലൂക്കിൽ മാത്തൂർ എന്ന സ്ഥലത്ത് താമസിച്ചിരുന്ന ബ്രാഹ്മണകുടുംബമായിരുന്നു മഠത്തിന്റെ സ്ഥാപകർ. കോട്ടൂർ എന്ന സ്ഥലത്ത് ആരാധനയില്ലാതെ കിടന്ന ഒരു ഗണപതി വിഗ്രഹത്തെ അവർ മണലിക്കര മഠത്തിൽ പ്രതിഷ്ഠിച്ച് പൂജിച്ചു. ഗണപതിയെയും മച്ചിൽ ഭഗവതിയെയും ഇപ്പോഴും പൂജിച്ചുപോരുന്നു. താന്ത്രിക വിദ്യയിലും വേദങ്ങളിലും സാഹിത്യത്തിലും നിപുണന്മാരായിരുന്നു. ഈ മഠക്കാർ സ്ഥാപിച്ച കശ്യപ വിലാസം വായനശാല ഇന്നും ദേശക്കാരുടെ ഓർമ്മയിലുണ്ട്.

പുരാതന ശാസ്ത്രീയ ഗവേഷണങ്ങളുടെയും വേദഗ്രന്ഥങ്ങളുടെയും കയ്യെഴുത്ത് പ്രതികൾ പിൽക്കാലത്ത് ഇവിടെ നിന്നും കണ്ടെടുത്തതാണ് മഠത്തിന്റെ പ്രശസ്തി വർദ്ധിപ്പിക്കുന്നത്. അതിൽ പ്രധാനം പ്രാചീന കവിയും നാടകകൃത്തുമായ ഭാസന്റെ സ്വപ്ന വാസവദത്ത തുടങ്ങിയ 13 സംസ്കൃതനാടകങ്ങളാണ്. 1912 ൽ ടി. ഗണപതി ശാസ്ത്രി (1860-1926) കണ്ടെടുത്ത ഈ കയ്യെഴുത്ത് പ്രതികൾ തിരുവിതാംകൂർ സർവകലാശാലയുടെ ഓറിയന്റൽ റിസർച്ച് ആൻഡ് മാനുസ്ക്രിപ്റ്റ് ലൈബ്രറിയിൽ സൂക്ഷിച്ചിട്ടുണ്ട്. ഹസ്ത

മണലിക്കര മഠം

ലിഖിത ഗ്രന്ഥശാലയിലെ ക്യൂറേറ്റർ ആയിരുന്നു ശാസ്ത്രികൾ. പനയോലയിൽ എഴുതി മാലപോലെ കോർത്തിണക്കിയ, സംസ്കൃതത്തിൽ രചിച്ച ദേവീമാഹാത്മ്യവും ഇവിടെനിന്ന് കണ്ടെടുത്തു. 15 മുത്തുകളടങ്ങിയ ജപമാലയുടെ മാതൃകയിലാണ് ഇവ കോർത്തിട്ടുള്ളത്. പരസ്പരം വേർതിരിച്ചെടുക്കാനാവാത്തവിധം അതീവ വൈഭവത്തോടെയാണ് ഇവ ബന്ധിപ്പിച്ചിട്ടുള്ളത്.

ബുദ്ധമതവുമായി ബന്ധമുള്ള ആര്യമഞ്ജു ശ്രീമൂലകൽപ്പം എന്ന അമൂല്യകൃതിയുടെ കയ്യെഴുത്ത് പ്രതിയും ശാസ്ത്രികൾ ഇവിടെനിന്ന് കണ്ടെടുത്തവയുടെ കൂട്ടത്തിൽപെടും. പ്രത്യേകം തയ്യാറാക്കിയ പശ ചേർത്തുള്ള മഷികൊണ്ടാണ് ഗ്രന്ഥം രചിച്ചിട്ടുള്ളത്. ഇതിൽ 307 ഓലകളുണ്ട്. രവികേരളവർമ്മയുടെ മണലിക്കരശാസനവും ഉള്ളൂർ കണ്ടെടുത്ത ഉണ്ണൂലിസന്ദേശത്തിലെ ലിപിയും ഇവിടെ നിന്ന് ലഭിച്ചു.

പതിമൂന്ന് ഭാസ നാടകങ്ങളുടെ കയ്യെഴുത്ത് പ്രതികളാണ് മണലിക്കരയിൽനിന്നും ലഭിച്ചത്. ദൂതവാക്യം, കർണ്ണാഭരണം, ഊരുഭംഗം, ദൂതഘടോൽക്കചം, മദ്ധ്യമവ്യായോഗം, പഞ്ചരാത്രം, പ്രതിമാനാടകം, അഭിഷേകനാടകം, ബാലചരിത്രം, പ്രതിജ്ഞായൗഗന്ധരായണം, സ്വപ്നവാസവദത്തം, അവിമാരകം, ചാരുദത്തം എന്നിവയാണ് ആ നാടകങ്ങൾ. ഇങ്ങനെ കിട്ടിയ നാടകങ്ങൾ കേരളത്തിലെ ചാക്യാന്മാർ ഭാസനാടകാവതരണത്തിൽ ഉപയോഗിച്ച സ്ക്രിപ്റ്റുകൾ ആയിരുന്നു എന്ന് ചിലർ അഭിപ്രായപ്പെടുന്നു. കാളിദാസന് ഒന്നോ രണ്ടോ ശതകങ്ങൾക്ക് മുൻപ് ജീവിച്ചിരുന്ന ഭാസനെക്കുറിച്ച് വ്യക്തമായ അറിവുകളൊന്നുമില്ലെങ്കിലും ഏകദേശം ഇരുപത് ശതകത്തോളം അദ്ദേഹത്തിന്റെ നാടകങ്ങൾ പ്രസിദ്ധങ്ങളായിരുന്നു.

മണലിക്കര മഠത്തിൽ നിന്ന് കണ്ടെടുത്ത 300 ഓളം വർഷങ്ങൾ പഴക്കമുള്ള താളിയോലകളിൽ പത്ത് നാടകങ്ങളും മറ്റൊരു നാടകത്തിന്റെ ഭാഗവുമാണ് ഉണ്ടായിരുന്നത്. ശാസ്ത്രികൾ കണ്ടെടുത്ത 13 നാടകങ്ങളിൽ മൂന്നെണ്ണം ഹരിപ്പാട് ചെങ്ങന്നൂർ ഭാഗങ്ങളിൽനിന്ന് പിന്നീട് അദ്ദേഹം കണ്ടെടുത്തതാണെന്ന് പറയുന്നവരുമുണ്ട്. ഈ 13 പുരാതനകൃതികൾക്കും ഭാഷയിലും ആശയപ്രകടനരീതിയിലും സാമ്യമുണ്ട്.

കാളിദാസന് മുൻപ് ഭാസൻ ജീവിച്ചിരുന്നു എന്നാണല്ലോ നിഗമനം. കാളിദാസന്റെ കാലത്ത് നിലവിലിരുന്ന നാടകരചനയിലെ ചിട്ടകൾ ഭാസന്റെ നാടകങ്ങളിൽ കാണുന്നില്ല എന്നുമാത്രമല്ല വാമനൻ, ദണ്ഡി തുടങ്ങിയ ആചാര്യന്മാർ ഭാസനെ ഉദ്ധരിക്കുന്നുമുണ്ട്. താൻ കണ്ടെടുത്ത കൃതികൾ, പരാമർശങ്ങളിലൂടെ മാത്രം അറിയപ്പെടുന്ന നാടകകൃത്തിന്റേതാണെന്ന് ഗണപതിശാസ്ത്രികൾ

സമർത്ഥിച്ചു. കാലപ്രവാഹത്തിൽപെട്ട് വിസ്മൃതിയിലാണ്ട മഹാനായ ഒരു നാടകകൃത്തിന്റെ കൃതികളുടെ പുനർജനനമാണ് ശാസ്ത്രിയിലൂടെ സംഭവിച്ചത്.

ആഴ്വാർ ശ്രീകൃഷ്ണസ്വാമി ക്ഷേത്രവും മണലിക്കരയിലാണ്. കൊല്ലവർഷം 411 മുൻപ് ഈ വൈഷ്ണവ ക്ഷേത്രം നിർമ്മിച്ചുവെന്ന് വിശ്വസിക്കാം. കെ.വ. 411 ലെ മണലിക്കര ശാസനത്തിൽ ക്ഷേത്രത്തെക്കുറിച്ച് പരാമർശമുണ്ട്. ക്ഷേത്രത്തിന് മുൻപിലുള്ള കൊടിമരം കൊല്ലവർഷം 1141ൽ സ്ഥാപിച്ചു. ശ്രീകൃഷ്ണനാണ് പ്രധാന

മണലിക്കര ശാസനം - പത്മനാഭപുരം കൊട്ടാരത്തിലെ മ്യൂസിയത്തിൽ സൂക്ഷിച്ചിരിക്കുന്നു.

പ്രതിഷ്ഠ. നീളമുള്ള വലിയ പാറകൾകൊണ്ടാണ് ക്ഷേത്രം നിർമ്മിച്ചിരിക്കുന്നത്. വേണാട് ഭരണത്തിൻ കീഴിലായിരുന്നുവെങ്കിലും ക്ഷേത്രനിർമ്മാണത്തിന് തമിഴ് ശൈലിയുമായാണ് സാമ്യമുള്ളത്. കേരളീയപാരമ്പര്യവും സംസ്കാരവും ഇവിടെ പിൻതുടർന്ന് പോരുന്നു. ശ്രീകൃഷ്ണന്റെ ജന്മദിവസമായ മേടത്തിലെ രോഹിണി നാളിൽ കൊടിയേറി തുടർന്നുള്ള ഒൻപത് ദിവസങ്ങളിലാണ് ഉത്സവം. ഒൻപതാം ദിവസം വൈകുന്നേരം പള്ളിവേട്ട. പത്താം ദിവസം ആറാട്ട്. വള്ളിയാറ്റ്മുഖത്താണ് ശ്രീകൃഷ്ണവിഗ്രഹത്തെ ആറാടിക്കുന്നത്.

മണലിക്കര ശാസനം പ്രസിദ്ധമാണല്ലോ (എ.ഡി1236). ഈ ശാസനം ഇപ്പോൾ പത്മനാഭപുരം കൊട്ടാരത്തിൽ സൂക്ഷിച്ചിട്ടുണ്ട്. "വൃശ്ചികവ്യാഴവർഷം കൊല്ലം 411-ാം മാണ്ട് മേടമാസം 27-ാം തീയതി വേണാട് രാജാവ് ശ്രീവീര കേരളഇരവിവർമ്മ തിരുവടിയുടെ അധികാരികളും കോതനല്ലൂർ സഭയും ഊരാരും മേപ്പടിയൂരിന്റെ കരംപിടിച്ച് ചുമതല വഹിക്കുന്ന മരുതകച്ചേരി കണ്ടൻ ത്രിവിക്രമനും കൂടി പറഞ്ഞത്. കരിവുകൊണ്ട് നികുതി കൊടുക്കാനാവില്ല എന്ന് തോന്നുന്നപക്ഷം സഭയാരും ഊരാരും സ്വാമികളോട് പറഞ്ഞാൽ സ്വാമിവന്ന് പറ്റുകണ്ട് അഞ്ചിലോന്ന് സ്വീകരിക്കണം". വട്ടെഴുത്ത് ലിപിയിലാണ് ശിലയിലെ ലിഖിതം. ഭാഷതമിഴും കോതനല്ലൂർ സഭയ്ക്ക് ക്ഷാമകാലത്ത് നികുതി ഇളവ് നൽകുന്നതിനെ സംബന്ധിക്കുന്ന രേഖയാണിത്. രാജാവിന്റെ ജനക്ഷേമ തൽപ്പരത ഈ ലിഖിതത്തിൽ പ്രകടമാകുന്നു. വരൾച്ചകൊണ്ട് കൃഷിനാശമുണ്ടാകുമ്പോൾ നികുതി ഇളവ് അനുവദിച്ച് നൽകിയിരുന്നു എന്നതാണ് ഈ ഉത്തരവ് കൊണ്ട് വെളിവാകുന്നത്.

ചരിത്രത്തിൽ ഇടമുള്ള മണലിക്കരഗ്രാമത്തിന്റെ പ്രശസ്തിയെക്കുറിച്ച് അറിവുള്ളവർ ഇന്ന് വളരെ ചുരുക്കം. ■

ചരിത്രപുരുഷന്മാർ

ഇരവിക്കുട്ടിപ്പിള്ള

"വജ്രപ്പണിയിട്ട കാതഴകും
കൂണ്ടു കസ്തൂരിപ്പൊട്ടഴകും
കാതിൽത്തരിത്തതോർമുത്തഴകും
കൈയിൽ പിടിത്തതോർ വാളഴകും"

വലിയ പടത്തലവൻ ഇരവിക്കുട്ടിപ്പിള്ളയുടെ വിശേഷണങ്ങളാണിത്.

തിരുവിതാംകൂറിന്റെ വീരഗാഥകളിൽ മാർത്താണ്ഡൻ ഇരവിക്കുട്ടിപ്പിള്ള പടത്തലവനും അദ്ദേഹത്തിന്റെ വീരസാഹസികപോരാട്ടങ്ങൾക്കും പ്രമുഖസ്ഥാനമുണ്ട്. മാതൃരാജ്യത്തിനുവേണ്ടി പട നയിച്ച് ചരിത്രപരമായ വിജയം നേടുകയും തുടർന്നുള്ള യുദ്ധത്തിൽ ധീരമായി പോരാടി രക്തസാക്ഷിത്വം വരിക്കുകയും ചെയ്ത ഈ ധീരനായകന്റെ കഥകൾ ഇന്നും നാഞ്ചിനാട്ടുകാർ പാടിപ്പുകഴ്ത്തുന്നുണ്ട്. 'ഇരവിക്കുട്ടിപ്പിള്ള പോര്' എന്ന തെക്കൻപാട്ട് ഇദ്ദേഹത്തിന്റെ കഥ നമുക്ക് വിശദമായി പറഞ്ഞുതരുന്നു. ചരിത്രാധിഷ്ഠിതകഥ എന്ന നിലയിൽ പ്രഥമപരിഗണന ഈ പാട്ടുകഥയ്ക്കുണ്ട്. വേണാടിന്റെ ചരിത്രം അന്വേഷിക്കുന്നവർക്ക് ഈ കഥ സഹായകരവുമാണ്.

തിരുവിതാംകൂറിലെ പ്രസിദ്ധമായ അമ്മവീടുകളിലൊന്നാണല്ലോ കേരളേശ്വരത്തെ അരുമന അമ്മവീട്. അവിടത്തെ പ്രധാന ആരാധനാമൂർത്തിയായിരുന്നു 'ഇലങ്കത്ത് അപ്പൂപ്പൻ.' മൺകുതിരയും അതിനടുത്തായി തലയറ്റ ഉടലും പീഠത്തിൽവച്ച രണ്ട് ജോഡി മെതിയടികളും രണ്ട് വാളുകളുമാണ് ഇവിടെ പൂജിച്ചിരുന്നത്. കൂടാതെ ചുമരിൽവരച്ച ഭദ്രകാളീരൂപവും വെള്ളികെട്ടിയവടിയും കലമാൻ കൊമ്പുംകൂടിയുണ്ടായിരുന്നു. വീരചരമമടഞ്ഞ ഇരവിക്കുട്ടിപ്പിള്ളയുടെ ആത്മാവിനെ ആവാഹിച്ച് ഈ ഇലങ്കത്തിൽ കുടിയിരുത്തി

പൂജിച്ചിരുന്നുവെന്നാണ് വിശ്വാസം. ഇപ്പോൾ അവിടെ ഒരു അമ്മൻ കോവിലാണുള്ളത്.

തെക്കൻതിരുവിതാംകൂറിലെ കേരളപുരം ക്ഷേത്രത്തിന്റെ തെക്കേത്തെരുവിലെ വലിയവീട്ടിലായിരുന്നു AD 1603-ൽ (കെ.വ. 778) ഇരവിയുടെ ജനനം. കേരളപുരത്തിനെ കേരളേശ്വരം എന്നും വിളിച്ചിരുന്നു. ഇരവിക്കുട്ടിപ്പിള്ളയുടെ കഥപറയാൻ വലിയവീടും വലിയവീട്ടിന്റെ അനന്തരഅവകാശികളും ഇന്നില്ല. പിള്ളയുമായി പിൻമുറബന്ധമുള്ളവരാരും പരിസരത്തുമില്ല. വലിയ വീടിന്റെ അവശിഷ്ടങ്ങളും കുളത്തിന്റെ കൽപ്പടികളും അടുത്തകാലംവരെ ഉണ്ടായിരുന്നതായി പഴമക്കാർ പറയുന്നു.

താൻ കണ്ട സ്വപ്നത്തിൽ

"വാതുക്കൽ നീരാഴി

വരമ്പിടിന്തു വിഴവും കണ്ടേൻ" എന്ന് ഇരവിയുടെ അമ്മ കുളത്തെപ്പറ്റി പറയുന്നതും ശ്രദ്ധിക്കാം.

അന്യംനിന്നുപോയ ഇരവിക്കുട്ടിപ്പിള്ളയുടെ കുടുംബസ്വത്തുക്കൾ അരുമന അമ്മവീടിനോട് ചേർത്തു. രാജകുടുംബവുമായി അടുപ്പമുള്ള പ്രമുഖരുടെ തറവാട്ടുസ്വത്തുക്കൾക്ക് അനന്തരാവകാശികൾ ഇല്ലാതാവുമ്പോൾ അവ ഏതെങ്കിലും അമ്മവീടുകളിലേക്ക് ചേർക്കുക അന്നത്തെ പതിവായിരുന്നല്ലോ. അങ്ങനെയൊരു കൂട്ടിച്ചേർക്കലിലാണ് ഇലങ്കത്തപ്പൂപ്പൻ അരുമന വീട്ടിലെത്തിയത്.

ഇരവിക്കുട്ടിപ്പിള്ള വലിയ പടത്തലവന്റെ കഥ പറയുമ്പോൾ അന്നത്തെ ചരിത്രപശ്ചാത്തലംകൂടി മനസ്സിലാക്കണം.

ഭൂതലവീരൻ എന്നുകൂടി പേരുള്ള ഉദയമാർത്താണ്ഡവർമ്മ വേണാട് ഭരിച്ചിരുന്ന കാലം. വേണാടും വിജയനഗരവുമായി അതിർത്തിസംഘട്ടനങ്ങൾ പതിവായിരുന്നു. അച്ചുതരായരായിരുന്നു വിജയനഗരം ഭരിച്ചിരുന്നത്. അച്ചുതരായരെ എതിർത്ത ചെല്ലപ്പ (വീരനരസിംഹൻ) എന്ന വേണാടിന്റെ സാമന്തരാജാവിന് വേണാട് രാഷ്ട്രീയഅഭയം നൽകിയത് അച്ചുതരായരെ ചൊടിപ്പിച്ചു. ഏതുവിധേനയും വീരനരസിംഹനെ വേണാടിൽനിന്ന് പിടിച്ചുകൊണ്ടുവരാൻ വിജയനഗരരാജാവ് തന്റെ പ്രധാനമന്ത്രിയായ ശലാകതിമ്മയെ നിയോഗിച്ചു. തുടർന്ന് താമ്രപർണിയിൽവച്ച് നടന്ന യുദ്ധത്തിൽ പരാജിതരായ വേണാടിന് ചെല്ലപ്പയെ വിട്ടുകൊടുക്കുക മാത്രമല്ല വിജയനഗരത്തിന്റെ മേൽക്കോയ്മ സ്വീകരിക്കേണ്ടിയും വന്നു. പാണ്ഡ്യരിൽനിന്ന് പിടിച്ചെടുത്ത ചിലസ്ഥലങ്ങളും കുറേ ആനകളേയും കുതിരകളേയുംകൂടി വേണാട് വിജയനഗരത്തിന് നൽകി. ഈ യുദ്ധത്തെക്കുറിച്ചുള്ള വിശദാംശങ്ങൾ 'അച്ചുതരായ

ഭൂതദയ' എന്ന കൃതിയിൽ കാണാം. വിജയനഗരത്തിന്റെ ആസ്ഥാന കവിയായിരുന്ന രാജനാഥനാണ് ഈ കൃതിയുടെ കർത്താവ്.

AD 1542-ൽ അച്ചുതരായർ നാടുനീങ്ങി. ഏതാനും വർഷങ്ങൾക്കുള്ളിൽ മധുരനായ്ക്കന്മാർ സ്വതന്ത്രരുമായി. 1553-ൽ വിശ്വനാഥ നായിക്കൻ പാണ്ഡ്യരാജാവിനെ തോൽപ്പിച്ച് നാഞ്ചിനാടിന്റെ അതിർത്തിവരെയെത്തുകയും വിജയനഗരത്തിന്റെ അവകാശികളെന്നനിലയിൽ നാഞ്ചിനാടിൽനിന്ന് കപ്പംപിരിക്കാനുള്ള അവകാശം തങ്ങൾക്കാണെന്ന വാദം ഉന്നയിക്കുകയും ചെയ്തു. വേണാടിനെക്കൊണ്ട് നായ്ക്കരുടെ ആധിപത്യം അംഗീകരിപ്പിക്കുകയും സമൃദ്ധമായ നാഞ്ചിനാട് കൊള്ളയടിക്കുകയുമായിരുന്നു അവരുടെ ഉദ്ദേശ്യം.

ഇനി ഇരവിക്കുട്ടിപ്പിള്ളപോര് അഥവാ 'കണിയാങ്കുളംപോരി'ന്റെ കഥയിലേക്ക് കടക്കാം.

മധുരനായ്ക്കന്മാരിൽ പ്രമുഖനായിരുന്നു തിരുമലനായ്ക്കർ. അപ്പോൾ കൽക്കുളം ആസ്ഥാനമാക്കി വേണാട് ഭരിച്ചിരുന്നതാകട്ടെ രവിവർമ്മകുലശേഖരനും. വേണാട് കീഴടക്കാൻ നായ്ക്കർ വലിയൊരു സൈന്യത്തെ നിയോഗിച്ചു. ഏകദേശം ഇരുപതിനായിരത്തിലധികം പടയാളികൾ നായ്ക്കരുടെ സൈന്യത്തിലുണ്ടായിരുന്നത്രേ. യുവാവായ ഇരവിക്കുട്ടിയെയാണ് രാജാവ് മറവപ്പടയെ തടുക്കാൻ നിയോഗിച്ചത്. മറുതലയ്ക്കൽ പടനയിച്ചത് വേലയ്യനായിരുന്നു. പുലിയൂർക്കുറിച്ചിയിൽവച്ച് നടന്ന യുദ്ധത്തിൽ വിദഗ്ദ്ധമായി പടനയിച്ച് വേണാടിന്റെ വലിയ പടത്തലവൻ നായ്ക്കന്മാരെ പരാജയപ്പെടുത്തുകയും അവരുടെ സേനാനായകനായ വേലയ്യനെ വധിക്കുകയും ചെയ്തു.

സേനാനായകന്റെ നഷ്ടമുൾപ്പെടെയുള്ള തോൽവിക്ക് പകരം വീട്ടാൻ തിരുനെൽവേലിയിലെ പണക്കുടിയിൽ താവളമടിച്ചിരുന്ന വൻപിച്ച നായ്ക്കർസൈന്യം രാമപ്പയ്യന്റെ നേതൃത്വത്തിൽ നാഞ്ചിനാട്ടെത്തി. ഇരവിക്കുട്ടിപ്പിള്ള മധുരസൈന്യത്തോട് അസാമാന്യമായ ധീരതയോടെ പോരാടിയെങ്കിലും വേണാട് സൈന്യത്തെ കണിയാങ്കുളം യുദ്ധത്തിൽ തോൽപ്പിച്ചതായി 'രാമപ്പയ്യൻ അമ്മാന' എന്ന പാട്ടിൽ പറയുന്നു. ഈ യുദ്ധത്തിൽ ഇരവിക്കുട്ടിപ്പിള്ള പടത്തലവൻ വീറോടെ പൊരുതി വീരചരമം പ്രാപിച്ചതാണ് 'ഇരവിക്കുട്ടിപ്പിള്ളപ്പാട്ടിന്റെ' ഇതിവൃത്തം.

ജന്മനാടിനുവേണ്ടി വിദേശീയരോട് പോരാടി രക്തസാക്ഷിത്വം വഹിച്ച ഇരവിക്കുട്ടിപ്പിള്ള പടത്തലവന്റെ ചരിത്രം നമുക്ക് പറഞ്ഞുതരുന്നത് ഇരവിക്കുട്ടിപ്പിള്ളപ്പോരെന്നും കണിയാങ്കുളംപോരെന്നും അറിയപ്പെടുന്ന തെക്കൻപാട്ടാണല്ലോ. തെക്കൻപാട്ടുകളുടെ നിരയിൽ

ഏറ്റവും പ്രചാരമുള്ള പാട്ടും ഇതുതന്നെ. പാട്ടിന്റെ പ്രശസ്തിയിൽ നിന്ന് കഥാനായകന് ജനമനസ്സുകളിലുള്ള സ്ഥാനം ചിന്തിക്കാവുന്നതേയുള്ളൂ.

മധുരപ്പടയെക്കാളും തുലോം ചെറുതായിരുന്നു വേണാട് സൈന്യം. തന്റെ സൈന്യത്തിന്റെ വിജയസാധ്യത പരിമിതമെന്നറിഞ്ഞിട്ടും നാടിനുവേണ്ടി വാളെടുത്ത് പടയ്ക്ക്മുന്നിൽ നിൽക്കാൻ ഇരവിക്ക് ധൈര്യം നൽകിയത് സ്വന്തം നാടിനോടും നാട്ടാരോടുമുള്ള കരുതൽ തന്നെയാണ്.

പടപുറപ്പെടുന്നതിന്റെ തലേദിവസം രാത്രി പിള്ളയുടെ അമ്മയും ഭാര്യയും പലദുഃസ്വപ്നങ്ങളും കണ്ടു. അശുഭലക്ഷണങ്ങൾ കണ്ട അവർ പലവിധത്തിൽ പടനായകനെ പിന്തിരിപ്പിക്കാൻ ശ്രമിച്ചെങ്കിലും ആ ധീരൻ വഴങ്ങിയില്ല.

ഇരവിക്കുട്ടിപ്പിള്ളപോര്പാട്ടിൽ പടയിൽനിന്ന് പിന്തിരിയാനുള്ള അദ്ദേഹത്തിന്റെ ഭാര്യയുടെ അപേക്ഷ ഇങ്ങനെ:

"ഏൻ കാണും പർത്താവേ! നീ രിൻറുപടൈ പോകവേണ്ടാം
നേറ്റിരവു പഞ്ചണൈമേൽ നിത്തിരൈയാലുറങ്കലേ
പാർത്തിരുക്കച്ചനിയൻ വന്തു പർത്താവെക്കൊടുപോകക്കണ്ടേൻ
ആലമരം മൂട്ടോടെ ആടിനകണ്ടു വിഴവും കണ്ടേൻ
....
പൊല്ലാത കനവു കണ്ടാൽപ്പടൈ പോവർക-
ളോപോർ വേന്താ?"

ഏഴുകടലിനപ്പുറത്ത് ഇരുമ്പഴിക്കുള്ളിലിരുന്നാലും കല്ലുകൊണ്ട് കോട്ടകെട്ടി കല്ലറക്കുള്ളിലിരുന്നാലും യമരാജദൂതൻ വന്നാൽ എന്നെ വിട്ടിട്ടുപോകുമോ എന്നായിരുന്നു ഭർത്താവിന്റെ മറുപടി.

യുവരാജാവായ മാർത്താണ്ഡവർമ്മയുടെ അനുവാദവും വാങ്ങി മുത്തുപതിച്ച തലപ്പാവുമണിഞ്ഞ് ദന്തപല്ലക്കിലേറി, ദളവ യുദ്ധത്തിന് പോകുന്നത് നാട്ടിലെ സ്ത്രീകൾ ആനന്ദപാരവശ്യത്തോടെ കണ്ടുനിന്നു. തലമുടി ചീപ്പിട്ട് കോതി ചിങ്കാരകണ്ണിന് മയ്യെഴുതി നങ്ങേലി, കോത, യിരവിക്കുട്ടി, നാണി, നീലമായക്കുട്ടീ എന്നീ തോഴികളെയും കൂട്ടി കാപ്പിട്ട കൈകളിലെ വളകിലുക്കി കുമ്പിട്ട് അവർ കുമ്മിയടിച്ചു. കുമ്മിയടിക്കാൻ വരാത്തവരെ 'യീത്തപ്പടപ്പിലെറിന്തിടുവേൻ' എന്ന് ഭീഷണിപ്പെടുത്തുന്നുമുണ്ടായിരുന്നു.

ശത്രുക്കൾക്കെതിരെ കൈയും മെയ്യുംമറന്ന് പോരാടുന്നതിനിടയിൽ കുതിരപ്പുറത്തുനിന്ന് താഴെയിറങ്ങി ഒരു പട്ടാണിയെ കുത്തുമ്പോൾ അനേകം റാവ്ത്തറന്മാർ ചുറ്റുംവളഞ്ഞ് ഇരവിക്കുട്ടിപ്പിള്ളയെ

വധിക്കുന്നു. അന്ന് കൊല്ലവർഷം 810 മിഥുനം 18 ആയിരുന്നു തീയതി. ആ യോദ്ധാവിന് 32 വയസ്സേ പ്രായമുണ്ടായിരുന്നുള്ളൂ. ശത്രുക്കൾ അദ്ദേഹത്തിന്റെ തല വെട്ടിയെടുത്ത് പട്ടിൽപൊതിഞ്ഞ് തിരുമലനായ്ക്കർക്ക് സമ്മാനിച്ചു. ശത്രുപക്ഷത്തെ വീരനായ പടത്തലവന്റെ ഛേദിക്കപ്പെട്ട തലകണ്ട് ആ രാജാവുപോലും സങ്കടപ്പെട്ടു എന്നാണ് പാട്ട്. ഇരവിയുടെ ഗുണഗണങ്ങൾ വാഴ്ത്തിപ്പാടുന്ന നായ്ക്കർ ഇങ്ങനെ അവസാനിപ്പിക്കുന്നു.

"പോതമറിയാത രാമപ്പയ്യൻ
പോരിൽച്ചതിയാക കൊന്നു പോട്ടാർ"

മകന്റെ ശിരസ്സില്ലാത്ത ശരീരംകണ്ടുള്ള അമ്മയുടെ ഒപ്പാര് ഹൃദയഭേദകമാണ്. (തെക്കൻ തിരുവിതാംകൂർ ഭാഗത്ത് മരിച്ചയാളിന്റെ ഗുണഗണങ്ങൾ പറഞ്ഞുള്ള വിലാപമാണ് ഒപ്പാര്).

"പോർ മകനേ ഉന്നുടയ പുരവിത്തിരൾഅങ്കില്ലയോ
ആരുമറിയാമൽ ഉനൈ ഇൻറു അകപ്പെടുത്തി കൊടുത്താരോ?"

വീരമൃത്യുവരിച്ച പടനായകന് ഉചിതമായ മരണാനന്തരക്രിയകൾ നടത്തണമെങ്കിൽ അദ്ദേഹത്തിന്റെ തലയുംകൂടി വേണമല്ലോ. ശത്രുപാളയത്തിലുള്ള തല വീണ്ടെടുക്കുക എളുപ്പമല്ലതാനും. രാമപ്പയ്യന്റെ പാളയത്തിൽപോയി തന്റെ സേനാനായകന്റെ തല തിരിച്ചു കൊണ്ടുവരുന്നവർക്ക് 'കല്ലുനാട്ടി ഇറൈകൂലി' നൽകുമെന്ന് രാജാവ് പ്രഖ്യാപിച്ചു. അഞ്ചുവയസ്സു മുതൽതന്നെ ഏറ്റെടുത്ത് വളർത്തിയ ഗുരുസ്ഥാനീയനായ പടനായകന്റെ ശിരസ്സ് സ്വന്തംജീവിതം ബലിയർപ്പിച്ചും രാമപ്പയ്യനിൽനിന്ന് വീണ്ടെടുത്ത് കൊണ്ടുവരും എന്ന പ്രതിജ്ഞയോടെ ആ ദൗത്യം കുഞ്ചാകോട്ടു ചക്കാലകാളിനായർ ഏറ്റെടുക്കുന്നു. കാളിനായരുടെ നേതൃത്വത്തിൽ പുറപ്പെട്ട ചാവേറ്റു പടയുടെ ധൈര്യവും ഗുരുഭക്തിയും രാജ്യസ്നേഹവും ചരിത്രത്തിന്റെ ഏടുകളിൽ കണിയാംകുളം പാട്ടിലൂടെ അടയാളപ്പെടുത്തിയിട്ടുണ്ട്.

ശത്രുപാളയത്തിലെത്തിയെ കാളിനായരുടെ ധൈര്യത്തെ രാമപ്പയ്യൻ പ്രശംസിക്കുകയും ഇരവിക്കുട്ടിപ്പിള്ളയുടെ ശിരസ്സ് ബഹുമാനപുരസ്സരം തിരിച്ചേൽപ്പിക്കുകയും ചെയ്യുന്നു. നായകന്റെ തലയുമായി ചാവേർപ്പടയുടെ തിരിച്ചുവരവ് അത്യന്തം വികാരതീവ്രമായാണ് പാട്ടിൽ വർണ്ണിച്ചിട്ടുള്ളത്.

ഇരവിക്കുട്ടിപ്പിള്ള പടത്തലവന്റെ വധത്തിൽ സ്വപക്ഷക്കാരുടെ ചതിയും ഉണ്ടായിരുന്നെന്ന് വിശ്വസിക്കപ്പെടുന്നു. ഇടത്തറത്തേവൻ, കവചപ്പെരുമാൾ, കുളത്തൂർ രാമൻ, ചെറുപള്ളിപ്പിള്ള, പനയറ രാമൻ, കുങ്കുമക്കണ്ണ്, വീരൻകേശവൻ, ഇരവിപ്പിള്ള എന്നിങ്ങനെ എട്ട് മന്ത്രിമാരുണ്ടായിരുന്നു.

പ്രായത്തിൽ പിന്നിലായിരുന്നെങ്കിലും ആയുധാഭ്യാസത്തിലും ബുദ്ധികൂർമ്മതയിലും ഭരണതന്ത്രജ്ഞതയിലും ഇരവിക്കുട്ടിപ്പിള്ള യായിരുന്നു അവരിൽ മുൻപൻ. അതുകൊണ്ടുതന്നെ രാജാവ് വലിയ പടത്തലവൻ എന്ന സ്ഥാനം നൽകി ഇദ്ദേഹത്തെ അംഗീകരിച്ചു. കൂട്ടത്തിൽ അനുഭവസമ്പത്തും പ്രായത്തിൽ മൂപ്പുമുള്ള തങ്ങളെ അവഗണിച്ച് ഒരു ചെറുപ്പക്കാരനെ ആ സ്ഥാനത്ത് അവരോധിച്ചതിൽ സ്വാഭാവികമായും വേണാട്ടിലെ സൈനിക ഉദ്യോഗസ്ഥർക്കിടയിൽ അതൃപ്തിയുണ്ടായിരുന്നുതാനും. 1634 (കൊവ. 810) ൽ തിരുമല നായ്ക്കർ, രവിവർമ്മകുലശേഖരനെ കീഴ്പ്പെടുത്താൻ നടത്തിയ ആക്രമണത്തെ വിജയകരമായി പുലിയൂർകുറിശ്ശിയിൽവച്ച് എതിർത്ത് തോൽപ്പിച്ചതും രാമപ്പയ്യന്റെ നേതൃത്വത്തിലുള്ള സേനതന്നെയാ യിരുന്നല്ലോ. ഇതോടെ രാമപ്പയ്യന്റെ കഴിവ് അംഗീകരിക്കപ്പെട്ടു. വേല യ്യന്റെ തോൽവിക്ക് പകരംവീട്ടാനാണ് പണക്കുടിയിൽ താവളമടി ച്ചിരുന്ന വൻപിച്ച പടയുമായി രാമപ്പയ്യൻ ആക്രമിക്കാനെത്തിയത്. യുദ്ധംനടന്നാൽ തങ്ങൾ പരാജയപ്പെടും എന്ന് അറിയാമായിരുന്ന അസൂയാലുക്കളായ പലമന്ത്രിമാരും പുലിയൂർക്കുറിശ്ശി യുദ്ധത്തിലെ വീരനെ വകവരുത്താൻ ഇത് അവസരമാക്കി. അങ്ങനെ സ്വന്തം സൈന്യത്തിലെ അസന്തുഷ്ടരായ പോരാളികൾതന്നെ അദ്ദേ ഹത്തെ ചതിച്ചുകൊല്ലാൻ പദ്ധതി തയ്യാറാക്കി. നെറ്റിക്കൈയിൽ ഇരവിയും ഇടംകൈയിലും വലംകൈയിലും മറ്റ് മന്ത്രിമാരും പട നയിക്കണമെന്നായിരുന്നു തീരുമാനം. ആക്രമണം ശക്തമാകുമ്പോൾ ഇടംകൈയിലും വലംകൈയിലുമുള്ളവർ പിന്മാറി പടത്തലവനെ വധിക്കാൻ സൗകര്യം ഉണ്ടാക്കിക്കൊടുക്കാമെന്നായിരുന്നു മന്ത്രിമാർ നായ്ക്കരുമായുണ്ടാക്കിയ ധാരണ. യുദ്ധത്തിൽ അസാമാന്യധീരത യോടെ ശത്രുക്കളെ വകവരുത്തിപ്പോന്ന പിള്ളയെ ഒറ്റപ്പെടുത്തി റാവുത്തറന്മാർക്ക് വധിക്കാനുള്ള അവസരം ഉണ്ടാക്കിക്കൊടുത്തു.

"പുകൾപെറ്റ കേരളപുരമെന്നമരും
പുരമതിൽവാഴും മുഖ്യനതാകിയ
രാജൻ തന്നുടെയുറ്റൊരു സുതനായ്
വന്നുജനിച്ച നല്ലിരവപ്പിള്ളൈ"

മാർത്താണ്ഡൻ ഇരവിക്കുട്ടിപ്പിള്ള രാജാവിന്റെ പുത്രനാണെ ന്നാണ് ഈ പാട്ടിലെ സൂചന. ഇരവിക്ക് സ്ഥാനമാനങ്ങൾ നൽകാൻ രാജാവ് കാണിച്ച ശ്രദ്ധയും സ്ഥാനങ്ങൾ കാര്യക്ഷമമായി ഏറ്റുനട ത്താൻ ഇരവികാണിച്ച മികവും ഈ നിഗമനങ്ങൾക്ക് അടിവരയി ടുന്നു. പ്രശസ്തരായ പല ചരിത്രാന്വേഷികളുടെ അന്വേഷണവും എത്തിനിൽക്കുന്നത് ഈ നിഗമനത്തിൽത്തന്നെയാണ്. പാട്ടിൽ ഇരവിക്കുട്ടിപ്പിള്ളയുടെ മാതാപിതാക്കളെക്കുറിച്ച് വ്യക്തതയില്ല

എന്നതും ശ്രദ്ധിക്കണം. അന്നത്തെ സാഹചര്യത്തിൽ പേരുകൾ വെളിപ്പെടുത്തുന്നതിലുള്ള പ്രായോഗികതടസ്സങ്ങളും മനസ്സിലാക്കാം. ഒരു രാജാവിന് സ്വപുത്രന് രാജ്യത്ത് നൽകാവുന്ന ഏറ്റവും വലിയ സ്ഥാനവും പരിഗണനയും നൽകിയതും ഓർമ്മിക്കാം.

പടത്തലവന്റെ മരണവാർത്തയറിഞ്ഞ് രാജാവിന്റെ സ്വാഭാവിക പ്രതികരണങ്ങൾക്കുപരി ഒരു പിതാവിന്റെ വികാരപ്രകടനമാണ് രവിവർമ്മയിൽനിന്നുണ്ടാകുന്നത്. പടനിലത്തിൽ പോയി ഇരവി ക്കുട്ടിപ്പിള്ളയുടെ മൃതദേഹം സ്വയംഎടുക്കുമെന്നും അതിനു കഴി ഞ്ഞില്ലെങ്കിൽ താനും മരിക്കുമെന്നുള്ള വിലാപവും ഇരവിയുടെ മൃതദേഹം സ്വന്തം കൈയിലെടുത്ത് വീരാളിപ്പട്ട് പുതപ്പിച്ച് പരേ തന്റെ കുടുംബത്തിലെത്തിച്ചതും രാമപ്പയ്യനിൽനിന്ന് ഇരവിയുടെ തല വിടുവിച്ച് കൊണ്ടുവരുന്നവർക്ക് വമ്പിച്ച പാരിതോഷികം പ്രഖ്യാ പിച്ചതും കാളിനായർ കൊണ്ടുവന്ന വലിയപടത്തലവന്റെ ശിരസ്സ് മാറോടുചേർത്ത് ഒരു ധീരരക്തസാക്ഷി എന്നതിലുപരി പ്രാധാന്യം നൽകി ശവസംസ്കാരവും മറ്റ് മരണാനന്തരകർമ്മങ്ങൾ നിർവഹി ച്ചതും ഇരവിയുടെ കുടുംബത്തിനും കാളിനായർക്കും ധാരാളം സമ്പത്ത് ചാർത്തിനൽകിയതും പുത്രവത്സലനായ പിതാവിന്റെ വാത്സല്യപ്രകടനമെന്ന് സംശയിച്ചാൽ കുറ്റപ്പെടുത്താനാവില്ലല്ലോ. ഇരവിയുടെ പിതാവിനെക്കുറിച്ചുള്ള ഉള്ളൂരിന്റെ നിഗമനത്തോട് ശൂരനാട് കുഞ്ഞൻപിള്ളയും യോജിക്കുന്നു. എന്നാൽ ഉള്ളൂരിന്റെ കണ്ടെത്തലിന് കാരണമായ "രാജൻ തന്നുടെയുറ്റൊരു സുതനായ് വന്നുജനിച്ചനല്ലിരവിപ്പിള്ളെ" എന്ന വരികൾ ഓട്ടൻതുള്ളൽ ശൈലിയിലുള്ളതാണെന്നും പ്രക്ഷിപ്തമാണെന്നതിൽ തർക്ക മില്ലെന്നും ഡോ. തിക്കുറിശ്ശി ഗംഗാധരൻ പറയുന്നു (തെക്കൻ കഥാ ഗാനങ്ങൾ പേജ്. 72). ഇരവിക്കുട്ടിപ്പിള്ളയുടെ അച്ഛൻ മംഗലത്തു വീട്ടിൽ മാർത്താണ്ഡപ്പിള്ളയാണെന്ന് വി. നീലകണ്ഠപ്പിള്ളയും പട വട്ടത്ത് ആതിച്ചപ്പിള്ളയാണെന്ന് വിദ്വാൻ കെ. കേശവപിള്ളയും വെളിപ്പെടുത്തുന്നുണ്ട്. രാജ്യത്തിനുവേണ്ടി പോരാടി, വീരമൃത്യു വരിച്ച സേനാനായകന്റെ നഷ്ടത്തിൽ മനംനൊന്ത രാജാവിന്റെ പ്രതികരണം സ്വാഭാവികമാണെന്ന് വിശ്വസിക്കുന്നവരുമുണ്ട്.

ഇരവിയുടെ അമ്മയുടെ പേരാകട്ടെ പലപാട്ടുകളിലും, നാടക ങ്ങളിലും പലതാണ്. ഉമ, ഉമയമ്മ, പാർവതിയമ്മ, ഈശ്വരിപ്പിള്ള എന്നൊക്കെ എഴുതിക്കാണുന്നു.

നവവധുവായിരിക്കുമ്പോൾതന്നെ വിധവയായ ഇരവിയുടെ ഭാര്യ അപ്രധാനകഥാപാത്രമാണ്. പാട്ടിലും വിൽപ്പാട്ടിലുമൊന്നും ഇവരുടെ പേര് പരാമർശിക്കപ്പെടുന്നില്ല. കാർത്തികക്കുട്ടി, ദേവകി പ്പിള്ളത്തങ്കച്ചി, മങ്കമ്മ, കല്ലറക്കൽ ദേവകി എന്നീ പേരുകളിൽ ഇവർ നാടകങ്ങളിൽ സ്ഥാനംപിടിച്ചിട്ടുണ്ട്.

മാർത്താണ്ഡൻ ചടയൻ, മാർത്താണ്ഡപ്പിള്ളയണ്ണൻ മാമൻ, കാളിനായർ എന്നിവരാണ് ഈ പാട്ട്കഥയിൽ ഇരവിക്കുട്ടിപ്പിള്ള യോട് ചേർന്നുനിൽക്കുന്ന മറ്റ് കഥാപാത്രങ്ങൾ.

മാർത്താണ്ഡൻ ചടയൻ ഇരവിക്കുട്ടിപ്പിള്ളയുടെ അനന്തരാവ കാശിയായിരിക്കാം എന്ന് ഉള്ളൂർ സംശയിക്കുന്നു. “പക്കനാളായ ഇന്ന് നീ പടയ്ക്ക് പോണ്ട. പടപ്പാളയത്തിൽ ശത്രുക്കളുണ്ട്. അതു കൊണ്ട് നീ പോകണ്ട. അണ്ണൻ രാജാവിനോടൊപ്പം പോയി പൊരുതാം എന്ന് പറഞ്ഞുവല്ലോ” എന്ന് ഇരവിയുടെ മരണത്തിനു ശേഷം മാർത്താണ്ഡൻ വിലപിക്കുന്നുണ്ട്. കാളിനായർ ഇരവിയുടെ തല ശരീരത്തോട് ഒത്തുവയ്ക്കാൻ രാജാവ് മാർത്താണ്ഡനോടാണ് ആവശ്യപ്പെട്ടത്. ഇരവിക്കുട്ടിപ്പിള്ളയുടെ ശവസംസ്കാരത്തിനു ശേഷം മഹാരാജാവ് മാർത്താണ്ഡൻ ചടയനും സമ്മാനങ്ങൾ നൽകി യതായി പാട്ടിലുണ്ട്. ഇദ്ദേഹം ഇരവിക്കുട്ടിപ്പിള്ളയുടെ അണ്ണൻ (ജ്യേഷ്ഠസഹോദരൻ) ആണെന്ന് വിശ്വസിക്കേണ്ടിയിരിക്കുന്നു.

കഥയിലെ മാർത്താണ്ഡപ്പിള്ളയണ്ണൻ ഇരവിയുടെ മാമനാണ്.

“മാർത്താണ്ടപ്പിള്ളയണ്ണർ
മാമനല്ലോ പടൈപോറാർ
മാമനുടെ പടൈപ്പോരൈ
മാതാവേ നാനും പാർത്തുവാറെൻ”

ഇരവി പടയ്ക്കുപോകുന്നത് വിലക്കിയ അമ്മയോട് അമ്മയുടെ അണ്ണനും തന്റെ മാമനുമായ ‘മാർത്താണ്ഡപ്പിള്ളയണ്ണൻ മാമൻ’ന്റെ പടകാണാനാണ് താൻ പോകുന്നതെന്ന് അദ്ദേഹം പറയുന്നു. മരു മക്കത്തായിയായ ഇരവിക്കും അമ്മാവന്റെ മാർത്താണ്ഡൻ എന്ന സ്ഥാനപ്പേര് ഉപയോഗിച്ചിട്ടുണ്ട്.

തേങ്ങാപ്പട്ടണത്തിലെ കീഴ്കുളത്ത് ചേരിയിൽ കുഞ്ചാവോട്ടു ദേശത്ത് മാതിരംപള്ളിവീട്ടിൽ നങ്ങേലിപ്പിള്ളയുടെ മകനാണ് കാളി നായർ. ജീവൻ തൃണവൽഗണിച്ച് ഇരവിയുടെ തലകൊണ്ടുവരാൻ ചെന്ന കാളിനായരോട് രാമപ്പയ്യന് ആദരവാണ് തോന്നിയത്. തന്നോ ടൊപ്പം മാസം മൂന്ന് പൊന്ന് ശമ്പളത്തിന് ജോലിചെയ്യാൻ കാളിനായ രോട് ആവശ്യപ്പെടുന്നെങ്കിലും “ഉചിതമല്ലാത്ത ചോറുമുണ്ട് താൻ ഇവിടെ താമസിക്കുമോ” എന്നായിരുന്നു മറുപടി. രാമപ്പയ്യൻ കാളി നായരെ പ്രശംസിച്ച് കമ്പിളിമേലിരുത്തി സമ്മാനങ്ങൾകൊടുത്ത് വളകളും കാലിൽ വീരത്തണ്ടയും കാതിൽകടുക്കനും പട്ടുതല പ്പാവും അണിയിച്ച് ദന്തപ്പല്ലക്കിൽ ആദരിച്ചു.

കൊല്ലവർഷം ഒൻപതാംനൂറ്റാണ്ടിന്റെ തുടക്കത്തിൽ നടന്ന ഇരവി ക്കുട്ടിപ്പിള്ളപ്പോരിന്റെ കഥയിൽ അക്കാലത്ത് നാട്ടിൽ നിലവിലുണ്ടാ യിരുന്ന രാഷ്ട്രീയ, സാമൂഹിക, സാംസ്ക്കാരികസംഭവങ്ങളെയും

രീതികളെയുംകുറിച്ച് വ്യക്തമായ അറിവ് നമുക്ക് ലഭിക്കുന്നുണ്ട്. രാജാവും സൈനികരും തമ്മിലുള്ള ബന്ധവും പരസ്പരവിശ്വാസവും കൂട്ടത്തിൽനിന്നുള്ള ചതിയും കുടുംബസംവിധാനവും നാട്ടാചാരങ്ങളുമൊക്കെ ഈ പാട്ടുകഥയിൽ പ്രതിപാദിക്കുന്നു.

സെന്റ് ഫ്രാൻസിസ് സേവ്യർ

ഒരു കൈയിൽ കുരിശും മറുകൈയിൽ ഒരുമണിയുമായി കറുത്ത് മുഷിഞ്ഞ ളോഹയണിഞ്ഞ ആ മതപ്രചാരകൻ കന്യാകുമാരിയിലെ കടലോരത്തെരുവുകളിലൂടെ മണികിലുക്കി കുട്ടികളെ വിളിച്ചുവരുത്തി പ്രാർത്ഥിക്കാൻ പഠിപ്പിച്ചു. 1542-ൽ മതപ്രചാരണത്തിനായി കന്യാകുമാരിയിലെത്തിയ ജസ്യൂട്ട് പുരോഹിതനായ ഫ്രാൻസിസ് സേവ്യറായിരുന്നു അത്. തെക്കൻ തിരുവിതാംകൂറിലെ തീരപ്രദേശങ്ങളിൽ നിരന്തരമായ വിദേശ ആക്രമണങ്ങൾക്കും കൊള്ളയടിക്കലുകൾക്കും പ്രകൃതിദുരന്തങ്ങൾക്കും ഉച്ചനീചത്വങ്ങൾക്കും വിധേയരായി ഗതികെട്ട് ദരിദ്രജീവിതം നയിച്ചുവന്നിരുന്ന കടലോരഗ്രാമങ്ങളിലേക്കാണ് ഇദ്ദേഹം കടന്നുവന്നത്. ഇവിടത്തെ പരവരെ കൂട്ടത്തോടെ ജ്ഞാനസ്നാനപ്പെടുത്തി ക്രിസ്തുമതത്തിലേക്ക് ആനയിക്കുന്നതിൽ ഫ്രാൻസിസ് സേവ്യർ വിജയിച്ചു. മതപ്രവർത്തനങ്ങളിൽ അദ്ദേഹത്തെ സഹായിക്കാൻ ഗോവയിൽനിന്ന് രണ്ട് വൈദികർ കൂടി എത്തി. ഹതഭാഗ്യരായ ഈ തീരദേശവാസികളെക്കുറിച്ച് സഹപ്രവർത്തകനായ സേവ്യർ മൻസിലാസിന് അദ്ദേഹം ഇങ്ങനെ എഴുതി. “വടുകപ്പടയാൽ കൊള്ളയടിക്കപ്പെട്ട തീരദേശവാസികളെ സന്ദർശിക്കുന്നതിനായി ഞാൻ കരമാർഗ്ഗം കന്യാകുമാരിയിലേക്ക് പോയി. അത്യന്തം വിഷമകരമായ കാഴ്ചയായിരുന്നു. അവർക്ക് ഭക്ഷിക്കാൻ ഒന്നുമില്ലായിരുന്നു. പല വൃദ്ധജനങ്ങളും മാർഗ്ഗമധ്യേ മരണപ്പെട്ടു. അത്യന്തം ദാരുണജനകമായ സാഹചര്യം” (തിരുവനന്തപുരം ലത്തീൻ അതിരൂപത ചരിത്രത്താളുകളിലൂടെ—പേജ് 21). ഉയർന്ന ജാതിക്കാരുടെ ചൂഷണത്തിന് വിധേയരായിരുന്ന കീഴാളന്മാർക്ക് തുല്യനീതിയുടെ മന്ത്രം പഠിപ്പിച്ച മിഷനറിമാരുടെ പ്രസംഗങ്ങളിലും പ്രവർത്തനങ്ങളിലും ആകൃഷ്ടരായി അവരുടെ ആശ്രയത്തിൻകീഴിൽ ധാരാളംപേരെത്തി.

മിഷനറിമാരുടെ മതപ്രചരണത്തിനും മതംമാറ്റപ്രവർത്തനങ്ങൾക്കും വേണാട് രാജാക്കന്മാരുടെ പൂർണ്ണപിന്തുണയും സഹകരണവുമുണ്ടായിരുന്നത് അവരുടെ പ്രവർത്തനവിജയത്തിന് ഒട്ടൊന്നുമല്ല സഹായിച്ചത്. തീരപ്രദേശത്തെ പരവരെ മിഷനറിമാർ വൻതോതിൽ ക്രിസ്തുമതത്തിൽ ചേർക്കുന്നതും അതിന് വേണാട് രാജാവ് സഹായവും നൽകുന്നതിൽ ശക്തനായ വിജയനഗരം രാജാവ് അസന്തുഷ്ടനായിരുന്നു. ഈ അവസരത്തിൽ വിജയനഗരം വേണാടിനെ

ആക്രമിച്ചു. ശ്രീ വീരകേരളവർമ്മയായിരുന്നു അപ്പോൾ വേണാട് രാജാവ്. വേണാട് വിജയനഗരത്തിന് കപ്പം നൽകിയിരുന്നതിന് വീഴ്ചവരുത്തിയത് കൂടാതെ മതംമാറ്റം തടയുക എന്നതുകൂടിയായിരുന്നു വിജയനഗരത്തിന്റെ ലക്ഷ്യം. രാമരായവിട്ടലന്റെ നേതൃത്വത്തിൽ നാഞ്ചിനാട് ആക്രമിച്ച വിജയനഗരത്തിന്റെ സൈന്യത്തിന് വിജയിക്കാൻ അധികം കഷ്ടപ്പെടേണ്ടിവന്നില്ല. ഈ ആക്രമണത്തിൽ ശുചീന്ദ്രം വരെയെത്തിയ രാമരായരാണ് ശുചീന്ദ്രം ക്ഷേത്ര ഗോപുരത്തിന്റെ നിർമ്മാണം തുടങ്ങിവച്ചത്.

1544 ജൂലൈ മാസത്തിൽ വിജയനഗരത്തിലെ വടുകപ്പട മധുര നായ്ക്കന്മാരുമായി ചേർന്ന് കടലോരം ആക്രമിച്ചപ്പോൾ സ്ഥലവാസികൾ മലയിടുക്കുകളിലേക്ക് കയറി രക്ഷപ്പെട്ടു. ആരുവാമൊഴി കടന്നെത്തിയ വടുകന്മാർ വ്യാപകവും ഭീകരവുമായ കൊള്ളയാണ് നടത്തിയത്. പ്രതിരോധം തീർക്കാനുള്ള വേണാടിന്റെ ശ്രമങ്ങൾ വൃഥാവിലായി. എണ്ണത്തിലും ശക്തിയിലും മുന്നിലായിരുന്ന ശത്രുക്കൾ അനായാസം മുന്നേറി. യുദ്ധത്തിൽ പരാജയം മുന്നിൽക്കണ്ട വേണാട് സേവ്യറിന്റെ സഹായം അഭ്യർത്ഥിച്ചതായി പറയപ്പെടുന്നു. മുന്നേറിക്കൊണ്ടിരുന്ന വടുകപ്പടയോട് കുരിശ് ഉയർത്തിപ്പിടിച്ചുകൊണ്ട് തിരിച്ചുപോകാൻ സേവ്യർ ആജ്ഞാപിച്ചു എന്നും വടുകപ്പട ഭയന്ന് പിന്മാറിയെന്നുമാണ് വിശ്വാസം. തൂങ്ങുന്ന രൂപക്കൂടുമായി കുരിശുംപിടിച്ചുനിൽക്കുന്ന പരദേശിയെക്കണ്ട് ശത്രുക്കൾ ഭയന്ന് പോയത്രേ.

സന്തുഷ്ടനായ വേണാട് രാജാവ് ഫ്രാൻസിസ് സേവ്യർക്ക് 'വലിയ പാതിരി' എന്ന ബഹുമതിയും മതപ്രചാരണത്തിന് കൂടുതൽ സഹായവും നൽകി. 'വേണാടും വിജയനഗരവും തമ്മിലുള്ള ഭിന്നതകൾ തീർക്കുന്നതിന് സെന്റ് സേവ്യർക്ക് ഗണ്യമായ പങ്കുണ്ടായിരുന്നു എന്നാണ് പൊതുവേയുള്ള വിശ്വാസം' എന്ന് ശ്രീധരമേനോൻ കേരളചരിത്രത്തിൽ പറയുന്നു (P. 238).

1544-ൽ ഗോവയിലേക്ക് പോയ ഫ്രാൻസിസ് മടങ്ങിവന്നപ്പോൾ ഒപ്പം മൂന്ന് വൈദികർകൂടി ഉണ്ടായിരുന്നു. മതപരിവർത്തനം നടത്തിയ ഗ്രാമങ്ങളിൽ തുടർപ്രവർത്തനത്തിനായി ഗ്രാമമൂപ്പന്മാരെ നിയോഗിക്കുകയും അവർക്ക് പ്രത്യേക പരിശീലനം നൽകുകയും ചെയ്തു. ഇടയ്ക്ക് അദ്ദേഹം മലയയിലേക്ക് പോയെങ്കിലും വീണ്ടും തെക്കൻതിരുവിതാംകൂറിലെത്തി അവിടത്തെ പ്രവർത്തനങ്ങൾ ഏകോപിപ്പിച്ചു. തെക്കൻതിരുവിതാംകൂറിൽ കടലോരത്ത് കാണുന്ന പള്ളികൾ ഫ്രാൻസിസ് സേവ്യറിന്റെ കഠിനപ്രയത്നത്തിന്റെ ഫലമാണെന്ന് 'ട്രാവൻകൂറിലെ ക്രിസ്ത്യാനികൾ' എന്ന പുസ്തകത്തിൽ അഗൂർ രേഖപ്പെടുത്തിയിട്ടുണ്ട്. സേവ്യർ നിർമ്മിച്ച ആദ്യദേവാലയം

അഞ്ചുതെങ്ങിനടുത്തുള്ള മാമ്പള്ളിയിലാണെങ്കിലും അദ്ദേഹം കൂടുതൽ പ്രവർത്തിച്ചത് കോട്ടാറിലാണ്.

കുമരിമുട്ടം, തിരുവിതാംകോട്, കോട്ടാർ, കന്യാകുമാരി, മരുത്വാമല, കോവളം, മണക്കുടി, തൂത്തൂർ എന്നിവിടങ്ങളിലെല്ലാം സഞ്ചരിച്ച സേവ്യർ പരവരെ മതം മാറ്റുകയും അവർക്ക് ആരാധനയ്ക്കായി പലയിടങ്ങളിലും പള്ളികൾ സ്ഥാപിക്കുകയും ചെയ്തു. അങ്ങനെ പരവരുടെ നേതാവായി മാറിയ ഇദ്ദേഹത്തോടുള്ള ബഹുമാനസൂചകമായി കന്യാകുമാരി പള്ളിക്കുസമീപമുള്ള രണ്ട് വിളക്കുമരങ്ങൾ വെളിച്ചെണ്ണയൊഴിച്ച് ദിവസവും കത്തിക്കുന്നതിന് തിരുവിതാംകൂർ രാജസ്ഥാനം ഒരു പ്രത്യേക ഉദ്യോഗസ്ഥനെ നിയമിച്ചിരുന്നു.

സെന്റ് സേവ്യർ 33000 പേർക്ക് ജ്ഞാനസ്നാനം നൽകി എന്നാണ് കണക്ക്. ഇതിൽ 20000 പേരും പരവസമുദായത്തിൽപ്പെട്ടവരായിരുന്നു. 12000 പേർ മുക്കുവരും. ചൈനയിലേക്കുള്ള യാത്രാമധ്യേ 1552 ഏപ്രിൽ മാസത്തിൽ ഇദ്ദേഹത്തിന് കടൽപ്പനി ബാധിച്ചു. ഡിസംബർ മാസം 3-ാം തീയതി സാൻ ഷിയൻ ദ്വീപിൽവച്ച് അദ്ദേഹം അന്തരിച്ചു. 1506-ൽ സ്പെയിനിലായിരുന്നു ജനനം. മരണസമയത്തും ഒരു കൈയിൽ ക്രൂശിതരൂപവും മറുകൈയിൽ മെഴുകുതിരിയും ഉണ്ടായിരുന്നത്രേ. ദ്വീപിൽതന്നെയായിരുന്നു സംസ്കാരവും. 1554 മാർച്ച് മാസം 15-ാം തീയതി വിശുദ്ധ ഫ്രാൻസിസ് സേവ്യറുടെ ഭൗതികാവശിഷ്ടം ഗോവയിലേക്ക് കൊണ്ടുവന്ന് ബോംജീസസ് ദേവാലയത്തിൽ സ്ഥാപിച്ചു. ഇദ്ദേഹത്തിന്റെ തിരുവസ്ത്രം, കുരിശ്, കൊന്ത എന്നിവ കന്യാകുമാരിപള്ളിയിൽ സൂക്ഷിച്ചിട്ടുണ്ട്.

സെന്റ് സേവ്യർ സ്ഥാപിച്ച പള്ളികളുടെ കൂട്ടത്തിൽ വള്ള വിളയിലും (തലൈവിളൈ), പൂത്തുറ, ആദിച്ചൻതുറ എന്നിവിടങ്ങളിലും പള്ളികൾ സ്ഥാപിച്ചതായി റോമിലേക്ക് അദ്ദേഹം അയച്ച കത്തിൽ നിന്ന് മനസ്സിലാക്കാം (തിരുവനന്തപുരം ലത്തീൻ അതിരൂപത ചരിത്രത്താളുകളിലൂടെ P 46).

കന്യാകുമാരി വില്ലേജിൽ തൃത്തൂർ പഞ്ചായത്തിൽപ്പെട്ട തീരപ്രദേശമാണ് പൂത്തുറ. തെക്ക് അറബിക്കടലും വടക്ക് എ.വി.എം. കനാലുമാണ് എലുകകൾ. ഫ്രാൻസിസ് സേവ്യർ സുവിശേഷ പ്രവർത്തനങ്ങളുടെ ഭാഗമായി AD 1542-ൽ ഈ പ്രദേശത്ത് വന്നപ്പോൾ ഇവിടെ ക്രിസ്തുമതവിശ്വാസികൾ ഉണ്ടായിരുന്നത്രേ. അപ്പോൾ അവിടെ ഒരു ഓലമേഞ്ഞ പള്ളിയും ഉണ്ടായിരുന്നതായും പറയപ്പെടുന്നു. AD 1111-ൽ ഒരു ദേവാലയം ഉണ്ടായിരുന്നതിന്റെ തെളിവുകൾ ഇപ്പോഴും അവശേഷിക്കുന്നുണ്ട്. പഴയദേവാലയം വേമ്പുപനമ്പുകൊണ്ട് മേഞ്ഞതും ചുണ്ണാമ്പിന്റേയും അക്കാനിയുടേയും മിശ്രിതംകൊണ്ട് നിർമ്മിച്ചതുമായിരുന്നു. 1960-ൽ കരിങ്കൽ ഭിത്തിയും ഷീറ്റുംകൊണ്ട് പുനരുദ്ധരിച്ച ശേഷമാണ് പുതിയ

ദേവാലയം ആശീർവദിച്ചത്. പള്ളിയുടെ അൾത്താര നിർമ്മിക്കാനുള്ള കല്ലുകൾ മൈലാടിയിൽനിന്നും കൊണ്ടുവന്നു. 1996-ൽ ഇവിടം വീണ്ടും വിപുലീകരിച്ച് കുരിശുപള്ളിയാക്കി.

ഒരിക്കൽ പ്രകൃതിക്ഷോഭംമൂലം നശിച്ചുപോവുകയും പിന്നീട് പുതുതായി നിർമ്മിക്കപ്പെട്ട ഇടം എന്ന അർത്ഥത്തിലാണ് ഈ പ്രദേശത്തിന് പൂതുത്തുറ എന്ന പേര് ലഭിച്ചത്. ഇടവകയിൽ ധാരാളമായി കാണപ്പെട്ടിരുന്ന റോസ്നിറത്തിലുള്ള പുഷ്പമാണ് പൂതുത്തുറ എന്ന പേരിന് പിന്നിലുള്ളതെന്ന് മറ്റൊരു വിശ്വാസം. ജനങ്ങളുടെ പ്രധാന ഉപജീവനമാർഗ്ഗം മീൻപിടിത്തമാണെങ്കിലും കടൽ പിണങ്ങിയാൽ കയറുപിരിക്കാനും ഇവർ പോയിരുന്നു.

1329-ൽ ഭാരതത്തിലെ ആദ്യരൂപതയായ കൊല്ലം രൂപതയിൽപ്പെട്ടതായിരുന്നു ഈ ഇടവക. 1524-ൽ ഗോവൻരൂപതയ്ക്കുകീഴിലും പിന്നീട് തിരുവനന്തപുരം രൂപതയ്ക്കുകീഴിലും പ്രവർത്തിച്ചു.

തൃത്തൂർ — നൂറ്റാണ്ടുകൾക്കുമുൻപ് വലിയൊരു കടലാക്രമണത്തിൽപ്പെട്ട് നശിച്ചുപോയിടത്ത് ജനങ്ങൾ പുതിയൊരുജീവിതം കെട്ടിപ്പടുത്ത ഇടമാണല്ലോ പുത്തൻതുറ. കടലോരഗ്രാമങ്ങൾ തുറ എന്ന പേരിലാണ് അറിയപ്പെടുന്നത്. പുതിയതുറയിലെ പുതിയ മനുഷ്യരുടെ ജീവിതം അഭിവൃദ്ധിപ്പെട്ടതോടെ അവിടെ ഒരു പുതിയ തീരദേശസംസ്കാരവും ഉടലെടുത്തു. ജനസാന്ദ്രതകൂടിയതോടെ കുറച്ച് ആളുകൾ കിഴക്കോട്ടുമാറി താമസിക്കാൻ തുടങ്ങി. ആ സ്ഥലം ചിന്നത്തുറ എന്ന് അറിയപ്പെട്ടു. ക്രമേണ ജനസംഖ്യ സ്വാഭാവികമായി വർദ്ധിക്കുകയും ജനജീവിതം കുറച്ചുകൂടി ദൂരസ്ഥലങ്ങളിലേക്ക് വ്യാപിക്കുകയും ചെയ്തു. അങ്ങനെ ദൂരേക്ക് മാറി ഉണ്ടായ സ്ഥലമാണ് തുത്തൂർ അഥവാ ദൂരത്ത്തുറ.

ഇന്ന് വിളവൻകോട് താലൂക്കിലെ കടൽത്തീരപ്രദേശമാണ് തുത്തൂർ. പൂർവികർ ഹിന്ദുക്കളായിരുന്നു. AD 1544-ൽ സേവ്യറുടെ സന്ദർശനത്തോടെ ആളുകൾ കൂട്ടമായി ക്രിസ്തുമതത്തിലേക്ക് ആകർഷിക്കപ്പെട്ടു. മത്സ്യബന്ധനമാണ് പ്രധാന ഉപജീവനമാർഗ്ഗം. ആഴക്കടലിൽ പോയി സ്രാവുകളെ പിടിക്കുന്നതിൽ മിടുക്കന്മാരാണ് ഇവിടത്തെ മീൻപിടുത്തക്കാർ. തെങ്ങുകൃഷിയും ഇവരുടെ ആദായമാർഗ്ഗമാണ്.

1544-ൽ സേവ്യറുടെ സന്ദർശനത്തോടെ മതംമാറ്റപ്പെട്ട ക്രിസ്തീയ സമൂഹമാണ് വള്ളവിളയിലുള്ളത്. വിളവൻകോട് താലൂക്കിൽ കൊല്ലങ്കോട് പഞ്ചായത്തിൽപ്പെടുന്ന സ്ഥലമാണ് വള്ളവിള. ഏകദേശം 475 വർഷങ്ങൾക്കുമുമ്പുതന്നെ ഈ ഇടവകയിൽ ക്രിസ്തീയ ദേവാലയം ഉണ്ടായിരുന്നു. ഇവിടെയും മത്സ്യബന്ധനംതന്നെയാണ് ഇടവകക്കാരുടെ തൊഴിൽ. ഇന്ന് കാണുന്ന പള്ളി 1952-ൽ പണി തുടങ്ങിയെങ്കിലും നീണ്ട 35 വർഷം വേണ്ടിവന്നു പണികൾ പൂർത്തിയാവാൻ.

രാമയ്യൻദളവ

അനിഴംതിരുനാൾ മാർത്താണ്ഡവർമ്മ യുവരാജാവായിരുന്ന കാലം. നാഗർകോവിൽ വടിവേശ്വരത്ത് ക്ഷേത്രത്തിൽ വിശ്രമിക്കാനെത്തിയതായിരുന്നു യുവരാജാവ്. മുന്നിലുണ്ടായിരുന്ന തൂക്കുവിളക്കിലെ എണ്ണ തീരാറായത് അദ്ദേഹം ശ്രദ്ധിച്ചു. ചിലപ്പോൾ വിളക്ക് അണഞ്ഞേക്കും. വിളക്കിൽ എണ്ണയൊഴിക്കാൻ അദ്ദേഹം കൽപ്പിച്ചു. ഇതുകേട്ട് മടപ്പള്ളിയിൽനിന്ന് ഓടിവന്നത് ഒരു യുവാവാണ്. അയാൾ കൈയിൽ കരുതിയിരുന്ന ഒരുതിരി തൂക്കുവിളക്കിലെ ദീപത്തിൽനിന്ന് കത്തിച്ചുപിടിച്ചു. പിന്നെ വിളക്കിലേക്ക് എണ്ണപകർന്നു. എണ്ണയൊഴിക്കുമ്പോൾ വിളക്കിലെ തിരി കെട്ടുപോയെങ്കിലോ എന്ന് കരുതിയാണ് ദീപം മറ്റൊരു തിരിയിലേക്കുകൂടി തെളിയിച്ചത്. യുവാവിന്റെ കരുതലും ബുദ്ധിയും യുവരാജാവിനെ സന്തുഷ്ടനാക്കിയെന്ന് മാത്രമല്ല ആ ചെറുപ്പക്കാരനെ തന്റെ ഒപ്പംകൂട്ടുകയും ചെയ്തു. ആ യുവാവ് പിന്നെ മഹാരാജാവിനെ പിരിഞ്ഞത് മരണത്തിനുശേഷമാണ്. മാർത്താണ്ഡവർമ്മയോടൊപ്പം അദ്ദേഹത്തിന്റെ എല്ലാ ആപത്തുകളിലും സങ്കടങ്ങളിലും സന്തോഷങ്ങളിലും ഒപ്പമുണ്ടായിരുന്ന ആ കുട്ടിപ്പട്ടരുടെ പേര് 'രാമയ്യൻ' എന്നായിരുന്നു. രായസമായും ദളവയായും അയാൾ മാർത്താണ്ഡവർമ്മയേയും തിരുവിതാംകൂറിനേയും സേവിച്ചു.

1705-ൽ തിരുനെൽവേലിയിലെ ഏർവാടി ഗ്രാമത്തിൽനിന്നാണ് രാമയ്യന്റെ പൂർവികർ വടിവേശ്വരത്ത് എത്തിയത് എന്നാണ് വിശ്വാസം. ചോഴനാട്ടിൽനിന്ന് കുടിയേറിയ ഇവർ വൈദികകർമ്മങ്ങളിൽ ഏർപ്പെടാറില്ല. ക്ഷേത്രത്തിലെ മടപ്പള്ളിയിലെ ജോലികളാണ് പ്രധാനം. ചാണക്യബുദ്ധിയും സ്വയം വാളെടുത്ത് പടനയിക്കാനുള്ള ധൈര്യവും ശത്രുസംഹാരചാതുരിയും സ്വാമിഭക്തിയും നിശ്ചയദാർഢ്യവുമാണ് ഈ കുട്ടിപ്പട്ടരെ വടിവേശ്വരം ക്ഷേത്രത്തിൽനിന്ന് ദളവാപദവിവരെ എത്തിച്ചത്. അന്നത്തെക്കാലത്ത് നമ്പൂതിരിമാർക്കെതിരെപ്പോലും മുഖംനോക്കാതെ ശിക്ഷണനടപടികൾ കൈക്കൊള്ളാൻ രാമയ്യൻ മടിച്ചിരുന്നില്ല. ചന്ദ്രഗുപ്തന് ചാണക്യനെന്നപോലെ രാമയ്യൻ ഒപ്പമില്ലായിരുന്നെങ്കിൽ അനിഴംതിരുനാളിന്റേയും തിരുവിതാംകൂറിന്റേയും വിജയയാത്ര ഇത്ര സുഗമമാകുമായിരുന്നില്ല.

മാർത്താണ്ഡവർമ്മയെ അപമാനിക്കാൻ ഹുങ്ക് കാണിച്ച ബ്രാഹ്മണരെ കഠിനമായി ശിക്ഷിച്ച ഒരു സംഭവമുണ്ട്. നാഗരാജക്ഷേത്രത്തിലെ ദർശനത്തിനുശേഷം മഹാരാജാവ് ശുചീന്ദ്രത്ത് സ്ഥാണുമാലയപ്പെരുമാളിനെ ദർശിക്കാനെത്തുന്ന വിവരം ഊരാൺമക്കാരെ മുൻകൂട്ടി അറിയിച്ചിരുന്നെങ്കിലും ക്ഷേത്രകാര്യങ്ങളിൽ

രാജാവിനേക്കാളും അധികാരം ഊരാൺമക്കാർക്കാണെന്ന് സ്ഥാപിക്കാൻ രാജാവ് എത്തുന്നതിനുമുൻപേതന്നെ ക്ഷേത്രത്തിന്റെ നടയടച്ചു. അനിഴംതിരുനാൾ ക്ഷേത്രമുറ്റത്തുനിന്ന് തന്നെ ദേവനെ വണങ്ങിമടങ്ങി. ഈ അനാദരവിൽ ക്രുദ്ധനായ രാമയ്യൻ നമ്പൂതിരിമാരെ തിരുവിതാംകൂറിൽനിന്ന് തന്നെ തുരത്താൻ സൈനികരെ നിയോഗിച്ചു. സൈനികർ നമ്പൂതിരിമാരെ നാടുകടത്തുകയും അവരുടെ ഇല്ലങ്ങൾ ഇടിച്ചുനിരത്തുകയും ചെയ്തു. കൂട്ടത്തിലുണ്ടായിരുന്ന വട്ടപ്പള്ളിമഠക്കാരെ മാത്രം ഒഴിവാക്കി. ഈ ഒഴിവാക്കലിന്റെ പിന്നിലും ഒരു കഥയുണ്ട്. ഒരിക്കൽ രാമയ്യൻ ശുചീന്ദ്രക്ഷേത്രദർശനത്തിന് വന്നപ്പോഴുള്ള സംഭവമാണ്. തങ്ങളിലും താണവിഭാഗത്തിൽപ്പെട്ട രാമയ്യന് അവിടത്തെ നമ്പൂതിരിമാർ താമസവും ആഹാരവും നിഷേധിച്ചു. പക്ഷേ വട്ടപ്പള്ളി മഠക്കാർ കുടിക്കാൻ കഞ്ഞിയും വീടിന്റെ തിണ്ണയിൽ വിശ്രമിക്കാൻ അനുവാദവും നൽകി. "രാമയ്യൻ ഇരുന്ന തിണ്ണ" നാട്ടുകാർ ഇപ്പോഴും ഓർക്കുന്നു. ശുചീന്ദ്രത്ത് മാത്രമല്ല തിരുവട്ടാറും പാറശ്ശാലയിലുമൊക്കെ ക്ഷേത്രഭരണം കൈയടക്കിവച്ചിരുന്ന നമ്പൂതിരിമാരെയും രാമയ്യൻ തുരത്തി എന്നതും ശ്രദ്ധേയമാണ്. ബ്രാഹ്മണർക്ക് മേൽക്കോയ്മയും അവരെ ഭയഭക്തി ബഹുമാനത്തോടെ ആദരിക്കുകയും ചെയ്തിരുന്ന കാലമായിരുന്നു അതെന്ന് ഓർക്കണം.

മാർത്താണ്ഡവർമ്മയെയും ഒപ്പം രാമയ്യൻ ദളവയെയും പ്രകീർത്തിക്കുന്ന നാടൻപാട്ടുകളും കർഷകഗാനങ്ങളുമൊക്കെ പഴമക്കാർ ഓർമ്മിക്കുന്നുണ്ടാവും. ഇവയൊക്കെ ഒരുകാലത്ത് കൃഷിക്കാരും തൊഴിലാളികളും വഞ്ചിക്കാരുമൊക്കെ പാടിനടന്നതാണ്. രാജാവിന്റേയും ദളവയുടേയും വീരസാഹസികതകളാണ് ഇവയിലെ ഉള്ളടക്കം. മഹാരാജാവിന്റെ ശരീരഭാഷയിൽനിന്ന് അദ്ദേഹത്തിന്റെ മനസ്സ് വായിക്കാൻ കഴിവുണ്ടായിരുന്ന ദളവയ്ക്ക് മഹാരാജാവിന്റെ ഇടപെടലുകൾ കൂടാതെതന്നെ അധികാരങ്ങൾ ഉപയോഗിക്കാൻ സ്വാതന്ത്ര്യമുണ്ടായിരുന്നു.

ചതിപ്രയോഗവും സൂത്രവുമൊക്കെ യുദ്ധനീതിയാണല്ലോ? ശത്രുനിഗ്രഹത്തിന് ചതുരുപായങ്ങളും പ്രയോഗിക്കാൻ രാമയ്യൻ മടിച്ചിരുന്നില്ല. എട്ടുവീടരോടും മാടമ്പിമാരോടും അവരുടെ വീട്ടിലെ സ്ത്രീകളോടും കുട്ടികളോടുമെല്ലാം ചെയ്ത അധർമ്മവും ദ്രോഹവുമൊക്കെ രാമയ്യൻ തന്റെ യുദ്ധനീതിയുടേയും രാജ്യതന്ത്രജ്ഞതയുടേയും വ്യാഖ്യാനത്തിൽപ്പെടുത്തിയിരുന്നു. സാമ്രാജ്യവിസ്തൃതിക്ക് കായങ്കുളത്തിനെ വരുതിയിലാക്കുകയെന്നത് തിരുവിതാംകൂറിനെ സംബന്ധിച്ച് ഒഴിവാക്കാനാവാത്ത ആവശ്യമായിരുന്നല്ലോ. പക്ഷേ കായങ്കുളം രാജാവിന്റെ തേവാരപ്പുരയിൽവച്ച് പൂജിക്കുന്ന ശ്രീചക്രം

അവിടെയുള്ളിടത്തോളംകാലം കായങ്കുളത്തെ ജയിക്കുക സാധ്യ മല്ലെന്ന് രാമയ്യനറിയാം. രാമയ്യന്റെ ബുദ്ധിയിൽ അതിനും പ്രതി വിധിയുണ്ടായിരുന്നു. ശ്രീചക്രം കൈക്കലാക്കാൻ അദ്ദേഹം സ്വയം ഭ്രാന്തനായി വേഷംകെട്ടി തേവാരപ്പുരയിലെത്തി അവിടത്തെ പൂജാ പാത്രങ്ങൾ കഴുകിയും പുറത്തിടുന്ന നിർമ്മാല്ല്യപൂക്കൾ വട്ടി യിൽവാരി പുറത്തുകൊണ്ടുപോയും കായങ്കുളം രാജാവിന്റേയും അവിടത്തെ കാവൽക്കാരുടേയും പ്രീതി പിടിച്ചുപറ്റി. പൂക്കൾ പുറത്തുകൊണ്ടുപോകുമ്പോൾ പതിവായി, 'ഇതാ ശ്രീചക്രം ഞാൻ കൊണ്ടു പോകുന്നു വേണമെങ്കിൽ പിടിച്ചുകൊൾവിൻ' എന്ന് ഉറക്കെവിളിച്ചുപറയുമായി രുന്നു. ആറുമാസത്തോളം രാമയ്യൻ ഇങ്ങനെ അവിടെ കഴിഞ്ഞു. ഒരുദിവസം പൂജാരി ഇല്ലാതിരുന്ന സമയം ഭ്രാന്തൻ ശ്രീചക്രം കൈക്കലാക്കി പൂക്കളോ ടൊപ്പം വട്ടിയിൽ പുറ ത്തേക്ക് കൊണ്ടുപോയി. അപ്പോഴും അയാൾ വിളിച്ചു പറഞ്ഞു. "ഇത്രനാളും പറ ഞ്ഞതുപോലെയല്ല, ശരിക്കും ശ്രീചക്രം എന്റെ വട്ടിയിലുണ്ട്. വേണമെ ങ്കിൽ പിടിച്ചുകൊൾക" എന്ന് രാജാവും കാവൽ ക്കാരും കേൾക്കെ ഉറച്ച് വിളിച്ചുപറഞ്ഞു. ഭ്രാന്തന്റെ പതിവു തമാശ ആസ്വദിച്ചി രുന്ന കാവൽക്കാർ തമാശ യായി "എന്നാൽ കൊണ്ടു പൊയ്ക്കോൾക" എന്ന് മറു പടിയും നൽകി. ശ്രീചക്രം നഷ്ടപ്പെട്ടതറിഞ്ഞപ്പോ ഴേക്കും രാമയ്യൻ അതുമായി

രാമയ്യൻ ദളവ - രാജാരവിവർമ്മ ചിത്രം

രക്ഷപ്പെട്ടിരുന്നു. രാമയ്യൻ ശ്രീചക്രം കൊണ്ടുപോയത് അനുവാദത്തോടെതന്നെയല്ലേ!

ദളവയായിരുന്ന അറുമുഖൻപിള്ള മരണമടഞ്ഞത് കൊവ. 910-ലാണ്. തുടർന്ന് അദ്ദേഹത്തിന്റെ അനുജൻ താണുപിള്ള ദിവാനായി. താണുപിള്ളയുടെ മരണത്തെത്തുടർന്നാണ് രാമയ്യൻ ദളവയാകുന്നത്.

കൊ.വ. 912 മുതൽ 931 വരെ രാമയ്യൻ ദളവയായി മാർത്താണ്ഡവർമ്മയെ നിഴൽപോലെ പിൻതുടർന്നു. 931-ൽ മാവേലിക്കരവച്ചായിരുന്നു അദ്ദേഹത്തിന്റെ അന്ത്യം. അവസാനകാലം രോഗബാധിതനായി കിടപ്പിലായിരുന്നു. രോഗബാധിതനായ ദളവയുടെ അന്ത്യാഭിലാഷങ്ങൾ അറിഞ്ഞുവരാൻ രാജാവ് തന്റെ അനന്തിരവനായ ഇളയരാജാവിനെ മാവേലിക്കരയ്ക്ക് അയച്ചു. രാജ്യത്തിനും രാജാവിനുംവേണ്ടി ജീവിച്ച ദളവയ്ക്കുവേണ്ടി എന്തുചെയ്യാനും സന്നദ്ധനാണെന്നുള്ള മാർത്താണ്ഡവർമ്മയുടെ സന്ദേശം അറിയിച്ചപ്പോൾ മഹാരാജാവ് നിർദ്ദേശിച്ച കാര്യങ്ങൾ ചെയ്യാൻ കഴിഞ്ഞതാണ് തന്റെ ആത്മസംതൃപ്തി എന്നായിരുന്നു ദളവയുടെ മറുപടി. ഇളയരാജാവ് തിരിച്ചെത്തി വിവരങ്ങൾ മഹാരാജാവിനെ അറിയിച്ചു. ഏറെതാമസിയാതെ വിമർശനങ്ങൾക്കും അഭിനന്ദനങ്ങൾക്കും ഒരുപോലെ പാത്രമായ ദളവയുടെ മരണവാർത്തയുമെത്തി. 8 കൊല്ലം മഹാരാജാവിന്റെ അടുത്ത സേവകനായും 19 വർഷം ദളവയുമായിരുന്ന രാമയ്യന്റെ കർമ്മകാണ്ഡം അങ്ങനെ അവസാനിച്ചു.

രാജ്യകാര്യനിർവഹണങ്ങൾക്കിടയിൽ കുടുംബം എന്ന കെട്ടുപാട് അദ്ദേഹം ഇഷ്ടപ്പെട്ടിരുന്നില്ല. മരണാനന്തരകർമ്മങ്ങൾ നടത്താൻ ഒരു പുത്രനുവേണ്ടിയെങ്കിലും വേളികഴിക്കാനുള്ള സുഹൃത്തുക്കളുടെ നിർബന്ധത്തിനും വഴങ്ങിയില്ല. വേളിയിലൂടെയുള്ള കുടുംബബന്ധങ്ങൾ തന്റെ നിസ്വാർത്ഥമായ രാജ്യസേവനത്തിന് തടസ്സം ഉണ്ടാക്കുമെന്ന് അദ്ദേഹം വിശ്വസിച്ചിരുന്നിരിക്കാം. പക്ഷേ കാർത്തികതിരുനാളിന്റെ ഭരണകാലത്ത് മാവേലിക്കരയിൽനിന്നും ഒരു ശൂദ്രസ്ത്രീ രാജാവിനെ മുഖംകാണിക്കാൻ തിരുവനന്തപുരത്തെത്തി. രാജസന്നിധിയിൽ അവർ ഒരു പൊതി സമർപ്പിച്ചു. പൊതിക്കകത്ത് അന്തരിച്ച രാമയ്യൻ ദളവയുടെ കൈയൊപ്പോടുകൂടിയ ഒരു ഓലയാണ് ഉണ്ടായിരുന്നത്. ഈ ഓലയുമായിവരുന്ന സ്ത്രീ തന്റെ ആശ്രിതയാണെന്നും അവർ മഹാരാജാവിന്റെ കാരുണ്യം അർഹിക്കുന്നുവെന്നും അവർ താമസിക്കുന്ന വീടും ചുറ്റുമുള്ള പുരയിടവും കരമൊഴിവായി പതിച്ച് നൽകണമെന്ന അഭ്യർത്ഥനയായിരുന്നു ഓലയിൽ. രാമയ്യൻ തന്റെ ഭാര്യയായി സ്വീകരിച്ചവരായിരുന്നു ആ സ്ത്രീ. ആവശ്യപ്പെട്ടതിലും അധികം ദാനങ്ങൾ രാജാവ് അവർക്ക് നൽകി. അവർ സന്തുഷ്ടയായി മടങ്ങി.

ദീർഘകാലം തിരുവിതാംകൂറിന്റെ ദളവയായിരുന്ന രാമയ്യൻ ദളവയ്ക്ക് വിലപിടിപ്പുള്ള സ്വകാര്യസ്വത്തുക്കളൊന്നും ഉണ്ടായിരുന്നില്ല. തന്റെ വിശ്വസ്തനായ ദളവയുടെ മരണത്തിൽ ദുഃഖിതനായിരുന്നു മാർത്താണ്ഡവർമ്മ. രണ്ടുവർഷക്കാലം ദളവാപദവി ഒഴിഞ്ഞുതന്നെ കിടന്നു.

സ്വന്തം കർമ്മംതന്നെയായിരുന്നു രാമയ്യന്റെ ധർമ്മം. പടവാളെടുത്ത് കൊല്ലിനും കൊലയ്ക്കും മടിയില്ലാത്ത ബ്രാഹ്മണൻ ദ്രോണാചാര്യരെ ഓർമ്മിപ്പിക്കുന്നു. തിരുവിതാംകൂർ ചരിത്രത്തിൽ ഒരു ആശ്ചര്യംതന്നെയാണ് രാമയ്യൻ.

ഡിലനോയ്

ഒരു രാജ്യത്തിനെതിരായി യുദ്ധംചെയ്യുക, യുദ്ധത്തിൽ പരാജയപ്പെട്ട് ശത്രുരാജ്യത്തിന്റെ തടവുകാരനാവുക, പിന്നെ ക്രമേണ തടവിലാക്കപ്പെട്ട രാജ്യത്തിന്റെ സർവ്വസൈന്യാധിപനാവുക, ആ രാജ്യത്തെ ആത്മാർത്ഥവും സത്യസന്ധവുമായി സേവിക്കുക. ആ സേവനങ്ങൾ അനുസ്മരിക്കാൻ ഒരു സ്മാരകം ഉണ്ടാവുക ഇത് ചരിത്രത്തിലെ അപൂർവതകളിൽ പെട്ടതാണ്.

തിരുവിതാംകൂറിൽ അങ്ങനെയൊരു സൈനികനുണ്ടായിരുന്നു. ബെൽജിയംകാരനായ നാവികൻ ബെനഡിക്ടസ് ഡിലനോയ്. 1741 ആഗസ്റ്റ് 10-ാം തീയതി കുളച്ചൽവച്ച് ഡച്ചുകാരുമായി നടന്ന സുപ്രധാനയുദ്ധത്തിൽ മാർത്താണ്ഡവർമ്മയുടെ സൈന്യം ഗംഭീരവിജയം നേടി. യുദ്ധത്തിൽ ഓഫീസർമാരുൾപ്പെടെ 24 പേരെ മാർത്താണ്ഡവർമ്മ തടവുകാരാക്കി. ബെൽജിയംകാരനായ ഡിലനോയിയും ഡൊനാഡിയുമായിരുന്നു ഇവരിൽ പ്രധാനികൾ. യുദ്ധതടവുകാരെ ഉദയഗിരിക്കോട്ടയിലാണ് പാർപ്പിച്ചത്. തിരുവിതാംകൂർസേനയിൽ ചേർന്നു പ്രവർത്തിക്കാൻ സന്തോഷത്തോടുകൂടി തയ്യാറായ അവരെ മാർത്താണ്ഡവർമ്മ സ്വന്തം സൈന്യത്തിലേക്ക് സ്വാഗതംചെയ്തു. തിരുവിതാംകൂർ സൈന്യത്തിന് യൂറോപ്യൻരീതിയിൽ പരിശീലനം നൽകാൻ ഡിലനോയി പ്രത്യേകം താൽപ്പര്യം കാണിച്ചു. അങ്ങനെ തുടങ്ങിയ സൈനികസേവനം അദ്ദേഹത്തെ തിരുവിതാംകൂറിന്റെ വലിയകപ്പിത്താനും മാർത്താണ്ഡവർമ്മയുടെ വിശ്വസ്തനുമാക്കി.

26-ാം വയസ്സിലാണ് ഡിലനോയി സേനയുടെ നേതൃത്വം ഏറ്റെടുക്കുന്നത്. തുടർന്ന് നീണ്ട 36 വർഷം അദ്ദേഹം തിരുവിതാംകൂറിനുവേണ്ടി പടനയിച്ചു. ഇതോടൊപ്പംതന്നെ ദേശത്തിന്റെ സുരക്ഷയ്ക്കായി പത്മനാഭപുരത്തെയും ഉദയഗിരിയിലെയും കോട്ടകളും വട്ടക്കോട്ടയും ഇദ്ദേഹം നവീകരിച്ചു. പട്ടാളക്കാർക്ക് പുതിയ വേഷം നൽകി. ഡ്രിൽ ചെയ്യിപ്പിച്ച് അവരുടെ ശാരീരികമായ കാര്യക്ഷമത

ഡിലനോയ് - ശവകുടീരം

വർദ്ധിപ്പിച്ചു. വാളും കുന്തവും ഉപയോഗിച്ച് പ്രാകൃതരീതിയിൽ യുദ്ധംചെയ്തിരുന്ന സൈന്യത്തെ പുതിയ യുദ്ധമുറകൾ പഠിപ്പിച്ചു. തോക്കും പീരങ്കിയും ഉപയോഗിക്കാൻ പരിശീലനം നൽകി. മാർത്താണ്ഡവർമ്മ മഹാരാജാവ് നാട്ടുരാജ്യങ്ങളെ കീഴടക്കിയതിന്റെ പിന്നിലെ ശക്തി ഡിലനോയിയും ബുദ്ധി രാമയ്യനുമായിരുന്നല്ലോ. അമ്പലപ്പുഴക്കാരുടെ വിഷംപുരട്ടിയ അമ്പിനുമുമ്പിൽ ആദ്യം പകച്ചു നിന്ന തിരുവിതാംകൂർ സൈന്യത്തിന് ധൈര്യം നൽകി അവരെ പീരങ്കിപ്പടകൊണ്ട് നേരിട്ടത് ഈ സൈന്യാധിപനാണ്.

നിലവിലുള്ള കോട്ടകൾ കൂടുതൽ സുരക്ഷിതമാക്കുക എന്നതായിരുന്നു അദ്ദേഹത്തിന് നൽകിയ അവസാനകാലനിയോഗങ്ങൾ. രാജ്യത്തിന്റെ സുരക്ഷയ്ക്കും അതിർത്തിസംരക്ഷണത്തിനും കൂടുതൽ ശക്തമായ കോട്ടകൾ വേണമെന്ന് അദ്ദേഹത്തിന് അറിയാമായിരുന്നു. ഏറ്റെടുത്ത കോട്ടകൊത്തളങ്ങളുടെ പണി പ്രതീക്ഷിച്ചതിലും വേഗത്തിലും ചുരുങ്ങിയ ചെലവിലും തീർക്കാൻ കഴിഞ്ഞു. പത്മനാഭപുരം കൊട്ടാരത്തിനുചുറ്റും കരിങ്കൽകൊണ്ട് കോട്ടകെട്ടി. ഉദയഗിരിക്ക് ചുറ്റുമായും കന്യാകുമാരിക്ഷേത്രത്തിന് തെക്കുഭാഗത്ത് ആളുവാക്കുറിച്ചികടൽതീരത്തിനടുത്തും ഓരോ കോട്ടകൾകൂടി നിർമ്മിച്ചു. ആളുവാക്കുറിച്ചികോട്ടയിൽനിന്ന് ആരുവാമൊഴിവരെ ബലവത്തായ മതിൽ ഉണ്ടാക്കി. അങ്ങനെ കടലിനും മലയ്ക്കും ഇടയിലുള്ള സ്ഥലം സുരക്ഷിതമാക്കി. ഈ കോട്ടകളിലെല്ലാംതന്നെ കൊത്തളങ്ങൾ, പീരങ്കികൾ നിരത്തുവാനുള്ള സംവിധാനങ്ങൾ, വെടിക്കോപ്പുകളും മറ്റും സൂക്ഷിക്കാനുള്ള അറകൾ എന്നിവയും അവിടവിടെയായി നിർമ്മിച്ചു. കൂടാതെ പുറക്കാട് മുതൽ കന്യാകുമാരി

വരെയുള്ള കടൽതീരത്ത് അവിടവിടെയായി പീരങ്കികൾ വിന്യസിച്ച് കടൽതീരം സുരക്ഷിതമാക്കി. കൊല്ലം, മാവേലിക്കര, ചങ്ങനാശ്ശേരി എന്നിവിടങ്ങളിലെ കോട്ടകളും അറ്റകുറ്റപ്പണികൾ നടത്തി നവീകരിച്ചു. തിരുവിതാംകൂറിലെ പടയാളികളുടെ സംഖ്യ അൻപതിനായിരത്തിന് മുകളിലായി. ഇവരൊക്കെ കൃത്യമായ പരിശീലനം ലഭിച്ചവരുമായിരുന്നു. ഇതിൽ കാലാൾ, കുതിര, പീരങ്കി എന്നീ പടകളോടൊപ്പം ആവശ്യത്തിന് വിളിക്കാൻ പാകത്തിൽ ശിക്ഷണം ലഭിച്ച പട്ടാളക്കാരും ഉണ്ടായിരുന്നു.

അമേരിക്കയിലേക്ക് കുടിയേറുകയും പിന്നെ അവിടത്തെ പ്രസിഡന്റ് ആവുകയും ചെയ്ത റൂസ്വെൽറ്റ്, ഡിലനോയിയുടെ പിൻമുറക്കാരത്രേ. 1990-ൽ ഡച്ച് ചരിത്രകാരൻ മാർക് ഡിലനോയി ഉദയഗിരിക്കോട്ട സന്ദർശിച്ചത് അന്തരിച്ച സേനാനായകന്റെ ജീവിത ചരിത്രം തയ്യാറാക്കാനായിരുന്നു.

അഞ്ചുതെങ്ങിലെ ബ്രിട്ടീഷ് ഓഫീസറുടെ മകളായ മാർഗരറ്റിനെ ഡിലനോയി വിവാഹം കഴിച്ചു. മകൻ ജോൺ. ഇദ്ദേഹം തിരുവിതാംകൂർ പട്ടാളത്തിൽ സേവനമനുഷ്ഠിക്കുകയും 1765-ലെ കളക്കാട്ട് യുദ്ധത്തിൽ വീരചരമം പ്രാപിക്കുകയും ചെയ്തു. 1777-ലായിരുന്നു കർമ്മനിരതവും സംഭവബഹുലവുമായ ജീവിതം നയിച്ച, തിരുവിതാംകൂർ പട്ടാളത്തിന്റെ ശക്തിയും ധൈര്യവുമായിരുന്ന വലിയ കപ്പിത്താന്റെ അന്ത്യം. തന്റെ സേനാനായകന് ആരാധിക്കാനായി തിരുവിതാംകൂർ രാജാവ് മുൻകൈയെടുത്ത് നിർമ്മിച്ച ഉദയഗിരി കോട്ടയിലെ കത്തോലിക്കപ്പള്ളിയിലായിരുന്നു കബറടക്കം. ഭാര്യ മാർഗരറ്റിന്റേയും മകൻ ജോണിന്റേയും ശവകുടീരങ്ങൾ അടുത്തടുത്തുണ്ട്. കൂടാതെ, മതിലിനുപുറത്ത് പ്രിയപ്പെട്ട വളർത്തുനായയുടെ കല്ലറയുമുണ്ട്.

അന്ത്യവിശ്രമം - നടുവിൽ ഡിലനോയ്, ഭാര്യ, മകൻ

പുനച്ചൽ വലിയ യജമാനൻ

വട്ടക്കോട്ട കെട്ടിയ വലിയ യജമാനൻ, നാടിനുവേണ്ടി പൊരുതി മരിച്ച ധീരസേനാനായകൻ; ഇങ്ങനെയൊക്കെയാണ് ചരിത്രം മാർത്താണ്ഡൻ ചെമ്പകരാമൻ എന്ന രക്തസാക്ഷിയെ അടയാളപ്പെടുത്തുന്നത്. അമാനുഷികനും, അതികായനുമായ അദ്ദേഹം നാടിനുവേണ്ടി നൽകിയ മറ്റ് സേവനങ്ങളും മറക്കാനാവില്ല.

കന്യാകുമാരിജില്ലയിലെ പള്ളിയാടിക്കുസമീപമുള്ള പുനച്ചൽ വലിയവീട്ടിൽ കൊല്ലം 903 മേടമാസത്തിലെ ഭരണിനക്ഷത്രത്തിലായിരുന്നു മാർത്താണ്ഡൻ ചെമ്പകരാമന്റെ ജനനം. അമ്മ നീലമ്മപ്പിള്ള. അച്ഛൻ ഇരവിക്കുറുപ്പ്. മാർത്താണ്ഡവർമ്മയുടെ അംഗരക്ഷകനായിരുന്നു ഇരവിക്കുറുപ്പ്. മാർത്താണ്ഡൻ കുട്ടിക്കാലത്തുതന്നെ മികച്ച അഭ്യാസിയും അസാമാന്യബലവാനും ആയിരുന്നു. തിരുവിതാംകൂർസൈന്യത്തിൽ ചേർന്ന ഇദ്ദേഹം തന്റെ കർമ്മശേഷിയും വിശ്വസ്തതയുംകൊണ്ട് ക്രമേണ തിരുവിതാംകൂർ സൈന്യത്തിന്റെ വലിയ യജമാനനായി.

മികച്ച സംഘാടകൻകൂടിയായ ഇദ്ദേഹത്തെ മഹാരാജാവ് വട്ടക്കോട്ടകെട്ടാനുള്ള ചുമതല ഏൽപ്പിച്ചു. 949 തുലാമാസം 6-ാം തീയതി കോട്ടയുടെ നിർമ്മാണം വിജയകരമായി പൂർത്തീകരിച്ചു. ഇദ്ദേഹത്തിന് ഒരു ആനയുടെ ബലമുണ്ടെന്നു പറയുമായിരുന്നു. ചുമടുതാങ്ങിയുടെ പലകക്കല്ല് ഒറ്റയ്ക്ക് എടുത്ത് താഴെവയ്ക്കുകയായിരുന്നു ഈ അഭ്യാസിയുടെ വിനോദം. വട്ടക്കോട്ടയുടെ നിർമ്മാണത്തിന് വലിയ കരിങ്കല്ലുകൾ ഒരു ഭാഗത്ത് ആനയും മറുഭാഗത്ത് മാർത്താണ്ഡൻ ചെമ്പകരാമനും നിന്നാണത്രെ ഉറപ്പിച്ചിരുന്നത്. പത്മനാഭപുരം ഉദയഗിരികോട്ടകളുടെ പുനരുദ്ധാരണത്തിനും ഇദ്ദേഹത്തിന് മേൽനോട്ടച്ചുമതലയുണ്ടായിരുന്നു.

ആരുവാമൊഴികടന്നുള്ള വിദേശആക്രമങ്ങളെ തടയാൻ ഒരു സംഘം സൈനികരുമായി ഈ പടത്തലവൻ ആരുവാമൊഴിയിൽ താമസിച്ചു. അവിടെ ഇദ്ദേഹം താമസിച്ചിരുന്ന കരിങ്കൽകെട്ടിടം അവിടത്തെ ചൗക്കയിൽ ഇപ്പോഴും കാണാം.

മാർത്താണ്ഡവർമ്മയുടെ മാത്രമല്ല ധർമ്മരാജാവിന്റെയും അവിട്ടം തിരുനാളിന്റെയും പ്രീതിക്കുപാത്രമായ സൈനികനാണ് പുനച്ചൽ വലിയ യജമാനൻ. വേലുത്തമ്പിയുമായുള്ള ഈ ദേശസ്നേഹിയുടെ സൗഹൃദം ബ്രിട്ടീഷുകാരുടെ എതിർപ്പ് നേടിക്കൊടുത്തു. പുന്നംകുളംകോട്ട ആക്രമിച്ച ബ്രിട്ടീഷുകാർക്കെതിരായി ഇദ്ദേഹം 80-ാംവയസ്സിലും ആയുധമെടുത്ത് അവരുടെ വെടിയുണ്ടക്ക് ഇരയായി. നാടിനുവേണ്ടി വീരചരമംപ്രാപിച്ച തങ്ങളുടെ വലിയയജമാനനെ

നാട്ടുകാർ പുന്നംകുളത്തു വീരോചിതമായി സംസ്കരിച്ച് വീരക്കല്ലും നാട്ടി. വെടിയേറ്റ് വീണിടത്ത് അദ്ദേഹത്തിന്റെ സ്മാരകംപണിയിച്ച് അവിടെ പ്രതിമയും ഉടവാളും സ്ഥാപിച്ചു. വലിയ യജമാനൻ മാടൻകോവിൽ എന്നാണ് അവിടം അറിയപ്പെടുന്നത്. നേര്യതു കൊണ്ട് തലപ്പാവ് ഉണ്ടാക്കി സമർപ്പിക്കുന്നതാണ് ഇവിടത്തെ പ്രധാനവഴിപാട്. തിരുവിതാംകൂർ സർക്കാർ, കൃഷ്ണൻനായർ ദിവാനായിരുന്ന കാലത്ത് ഇവിടെ പൂജനടത്താനുള്ള ഏർപ്പാടു കൾ ചെയ്തു.

'പുനച്ചൽ വലിയ യജമാനൻ മാടൻകഥ' എന്ന പേരിൽ മാർത്താ ണ്ഡപിള്ളയുടെ കഥപറയുന്ന വിൽപ്പാട്ട് പ്രചാരത്തിലുണ്ട്.

അനന്തപത്മനാഭൻ

മാർത്താണ്ഡവർമ്മയുടെ കാലത്തെ ചില ഐതിഹ്യങ്ങളിലൂ ടെയും പാട്ടുകഥകളിലൂടെയും അറിയപ്പെടുന്ന കഥാപാത്രമാണ് അനന്തപത്മനാഭൻ. വേണാടിന്റെ കഥകളിൽ അനന്തനെയും അനന്തപത്മനാഭൻനാടാരെയും അനന്തപത്മനാഭൻ പടത്തലവ നേയും കാണാം. ഇവർ വ്യത്യസ്ത കഥാപാത്രങ്ങളാണോ അതോ ഒരാൾതന്നെയോ എന്നതിലും വ്യക്തതയില്ല. അറിഞ്ഞോ അറി യാതെയോ ദേശചരിത്രത്തിലിടം പിടിക്കാതെ പോകുന്ന വ്യക്തി കളും സംഭവങ്ങളുമുണ്ട്. തിരുവിതാംകൂർചരിത്രത്തിൽ അനന്തപത്മ നാഭനെക്കുറിച്ചു പരാമർശമൊന്നുമില്ലെങ്കിലും ചില തമിഴ്പാടലു കളിൽ മാർത്താണ്ഡവർമ്മയുടെ സഹായികളുടെ കൂട്ടത്തിൽ അനന്ത പത്മനാഭൻപിള്ള എന്നൊരാളുണ്ടായിരുന്നതായി കാണുന്നുണ്ട്.

ഓട്ടൻകഥയിലെ അനന്തൻ: മാർത്താണ്ഡവർമ്മ യുവരാജാവായി രുന്ന കാലം. അദ്ദേഹത്തെ അപകടപ്പെടുത്തി അധികാരം കൈക്ക ലാക്കാൻ തമ്പിമാർ, മാടമ്പിമാർ, യോഗക്കാർ എന്നിവർ ഒത്തു ചേർന്ന് പ്രവർത്തിക്കുകയായിരുന്നു. ശത്രുക്കളിൽനിന്ന് ജീവൻ രക്ഷിക്കാൻ യുവരാജാവിനു പലപ്പോഴും ഒളിവിൽ കഴിയേണ്ടി വന്നിട്ടുണ്ട്. ഒളിവുജീവിതത്തിനിടയിൽ മാർത്താണ്ഡവർമ്മ കണ്ടെ ത്തുന്ന രണ്ടു സഹായികളാണ് അനന്തനും മുണ്ടൻ എന്നു പേരുള്ള ഓട്ടനും. യുവരാജാവിനോടൊപ്പമുള്ള ഇവരുടെ സാഹസികപ്രവൃ ത്തികളുടെ കഥ പറയുന്ന തെക്കൻപാട്ടുകഥയാണ് 'ഓട്ടൻകതൈ.' ശക്തനും വിശ്വസ്തനും പുറകോട്ടൂർ കളരിയിലെ അഭ്യാസിയുമായ അനന്തൻ, അഗസ്തീശ്വരം താലൂക്കിൽപ്പെട്ട പൊറ്റയടിയിലെ താണു മാലയപ്പെരുമാളിന്റെ മകനാണ്. പ്രബലരായ ശത്രുക്കളിൽനിന്ന് മാർ ത്താണ്ഡവർമ്മയെ രക്ഷിക്കാൻ അനന്തന്റെ നേതൃത്വത്തിലുള്ള അഭ്യാസികളായ ചാന്നാന്മാരും താണുമാലയപ്പെരുമാളിന്റെ അംഗ

രക്ഷകനായ ഓട്ടൻ (മുണ്ടൻ) എന്നിവരുമുണ്ടായിരുന്നു. വീരനായ അനന്തനെക്കുറിച്ച് ഓട്ടൻകതൈയിൽ പറയുന്നതിങ്ങനെ:—

“അനന്തനെന്റെ പേരുടൈയ - അവൻ
യാരൈക്കണ്ടും അഞ്ചമാട്ടാൻ
വാൾകൊണ്ട് അവൻ വീശിനാക്കാൽ
ഇന്ത വൈയകമേ അരങ്ങുവിടും..”

അനന്തൻ മാർത്താണ്ഡവർമ്മയെ സുരക്ഷിതസ്ഥാനങ്ങളിലൊളിപ്പിച്ചു. അദ്ദേഹത്തിനു വേണ്ട ആളും അർത്ഥവും സമാഹരിച്ചു നൽകി.

രാജപദവിയിലേക്കുള്ള ദുർഘടമായ യാത്രയ്ക്കിടയിലും, രാജാവായശേഷം ശക്തമായ ഒരു സാമ്രാജ്യം കെട്ടിപ്പടുക്കുന്നതിനും ഒപ്പം നിന്നവരെ മാർത്താണ്ഡവർമ്മ മഹാരാജാവ് മറന്നില്ല. അദ്ദേഹം കുഴിത്തുറയാറിനു സമീപത്തുള്ള പ്രദേശങ്ങളിലെ ക്രമസമാധാനച്ചുമതല അനന്തനു നൽകി. കൂടാതെ വിരുത്തി ഇറയലി നിലങ്ങൾക്ക് പട്ടയവും അനന്തപത്മനാഭൻ എന്ന പേരും ചാർത്തിക്കൊടുത്തു.

തീരൻ അനന്തനൈ വിരുത്തിഇറൈയിലി
നിലങ്കൾ പട്ടയവും കൊടുത്തു
അനന്തപൽപ്പനാവൻ എന്റ പേയരും ചുട്ടി
അരൺമനയിൽ അവർചൊന്ത
പാതുകാവലാരാക്കിറാൻ.

അനന്തപത്മനാഭൻ സ്മൃതിമണ്ഡപം: തക്കലയ്ക്കടുത്തുള്ള കാട്ടാത്തറയ്ക്കടുത്ത് കണ്ണനൂരിൽ വിജനമായ തച്ചൻവിള. അവിടെ വൃക്ഷങ്ങൾക്കിടയിൽ ഒരു ചെറിയ മണ്ഡപം. വശങ്ങൾ കെട്ടിയടയ്ക്കാത്ത, കോൺക്രീറ്റ് മേൽക്കൂരയുള്ള മണ്ഡപത്തിനു മുൻപിൽ അശ്വാരൂഢനായ ഒരു പടയാളിയുടെ പ്രതിമ കാണാം. മണ്ഡപത്തിൽ തമിഴ് ഭാഷയിൽ എഴുതിവച്ചിരിക്കുന്ന ഒരു ശിലാലിഖിതം ഇങ്ങനെ:

“ചേരകുല അയ്യൻ തിരുവടികൾ പരമ്പര - ശ്രീ വീരതാണു അനന്തപത്മനാഭൻ നാടാർ - വേണാട്ടിന്റെ മഹിമയേറിയ സേനാധിപതി. ശ്രീ. ഇരവിബാലമാർത്താണ്ഡവർമ്മയുടെ മനഃസാക്ഷി സൂക്ഷിപ്പുകാരൻ - ജനനം 873 ആവണി (ചിങ്ങം) മാസം 24. മരണം 925 ആവണിമാസം 28.”

സ്മൃതിമണ്ഡപത്തിലെ രേഖപ്പെടുത്തലുകൾ അദ്ദേഹത്തെ ഇങ്ങനെ പരിചയപ്പെടുത്തുന്നു:

“ചേരകുലമന്നന്മാരുടെ പരമ്പരയിലുള്ള ബ്രഹ്മകുലസത്യചേരമാൻ പെരുമാൾ, കുലശേഖരപെരുമാൾ, താണുമാലയപ്പെരുമാൾ

അനന്തപത്മനാഭൻ നാടാർ - സ്മൃതിമണ്ഡപം

മകൻ അനന്തപത്മനാഭപെരുമാൾ നാടാർ. 1741-ലെ കുളച്ചൽ യുദ്ധത്തിൽ ഡച്ചുകാരെ തോല്പിച്ച് ഡിലെനോയിയെ കയ്യാമംവച്ചു. 108 കളരി ആശാന്മാരുടെ തലവൻ."

തച്ചൻവിളയിൽ അദ്ദേഹത്തിന് പള്ളിമേട എന്നൊരു മേടയും നിരവധി സ്വത്തുക്കളും നൽകി. അനന്തന് രാജാവ് നൽകിയ വസ്തുവകകളുടെ വിവരമടങ്ങുന്ന ചെമ്പുപട്ടയം അടുത്തകാലം വരെ അനന്തപത്മനാഭൻ നാടാരുടെ അനന്തരാവകാശികളുടെ പക്കലുണ്ടായിരുന്നത്രേ.

"ചൊസ്തിശ്രീ അരുളിച്ചെയ്ത ശകാബ്ദം ആയിരത്തി അറുനൂറ്റി എഴുപതിൻമേൽ ചെല്ലാനിന്റെ കൊല്ലം തൊള്ളായിരത്തി ഇരുപത്തിമൂൻറാംമാണ്ട് പൈങ്കുനി മാസം ഇരുപത്തിനാലിന്റെ ചൊവ്വാക്കിഴയും രോകിണിനക്ഷത്രവും പൂർവ്വപക്ഷത്ത് പഞ്ചമിയും ആയുർനാമനിറുത്തിയ യോഗവും ചിമ്മിക്കരണവും പെറ്റ ഇന്നാളാൽ തൃപ്പാപ്പൂർ കീഴ്പേരൂർ ശ്രീ വീര ഇരവിപാല മാർത്താണ്ഡവർമ്മരായ ചിറവായ് മൂത്തവരായ നാം കണ്ണന്നൂർ ദേശത്തും തച്ചൻവിളയിൽ പിരമ്മകുല ക്ഷത്രിയൻ അനന്തപത്മനാഭന് കരമൊഴിവായി വിട്ടുകൊടുത്ത ഭൂമിയാവിത്. നീ നമ്മുടെ ഉറ്റ ബന്ധുവും വലംകൈയുമായിരുന്ന് ഊണും ഉറക്കവുമൊഴിഞ്ഞ് നമ്മുടെ ദോഷങ്ങളിൽ പങ്കുകൊണ്ടും ഒരു മെയ്യായി നിന്റെ ചത്തു നിക്കിരകത്തിനും

പടയോട്ടങ്ങളുക്കും മനശരിന്തു ചകായിച്ചും പലപൊഴുതും നമ്മു ടൈയ ജീവനെ രക്ഷിത്തു നടന്തുവന്തിരുന്ന മകിമൈയേയും തീര തയേയും അടിസ്ഥാനമാകി നമുക്കുണ്ടായ അതിരറ്റ സന്തോഷ ത്തിനാൽ കരമൊഴിവാക വിട്ടു തന്തിരുകിറേൻ" (കടപ്പാട്: നാഞ്ചി നാടിന്റെ രാഷ്ട്രീയചരിത്രം, ഡോ. കെ. ഷിജു, പുറം 89-90).

സത്യസന്ധമായി ക്രമസമാധാനപാലനം നടത്തിയിരുന്ന അനന്ത പത്മനാഭനോട് രാമയ്യൻദളവയ്ക്ക് അപ്രിയമായിരുന്നെന്നും തിരു വട്ടാറിൽവച്ച് ഒരു വിരുന്നിനിടയിൽ അനന്തപത്മനാഭന്റെ ഭക്ഷണ ത്തിൽ വിഷംകലർത്തി മോഹാലസ്യപ്പെടുത്തിയശേഷം മുറിവേൽ പിച്ച് കൊല്ലുകയായിരുന്നു എന്നും നാഞ്ചിനാടിന്റെ രാഷ്ട്രീയചരിത്ര ത്തിൽ ഡോ. ഷിജു രേഖപ്പെടുത്തുന്നു. ഈ കഥയിൽ രാമയ്യൻ ദളവയ്ക്ക് പങ്കുണ്ടാവാൻ വഴിയില്ലെന്നും അനന്തപത്മനാഭന് സഹ സൈനികോദ്യോഗസ്ഥന്മാർക്കുണ്ടായിരുന്ന അസൂയമൂലം തിരുവ ട്ടാറിലെ അരുവിക്കരവച്ച് അവർ കൊലപ്പെടുത്തിയതാകാമെന്നു തിക്കുറിശ്ശി ഗംഗാധരൻ.

സി.വി. രാമൻപിള്ളയും അനന്തപത്മനാഭനും: മാർത്താണ്ഡവർമ്മ യുവരാജാവിന്റെ ഇരുപത് വയസ്സുമാത്രം പ്രായമുള്ള അംഗരക്ഷകൻ, തിരുമുഖത്തുപിള്ളയുടെ മകൻ, പാറുക്കുട്ടിയുടെ കാമുകൻ എന്നി ങ്ങനെയാണു സി.വി. മാർത്താണ്ഡവർമ്മ എന്ന നോവലിന്റെ തുടക്ക ത്തിൽ അനന്തപത്മനാഭനെ അവതരിപ്പിക്കുന്നത്. അനന്തപത്മ നാഭനെ പഞ്ചവൻകാട്ടിൽ വച്ച് വേലുക്കുറുപ്പ് അടിച്ചുകൊന്നു എന്നൊരു കഥ പ്രചരിച്ചുവെങ്കിലും മരണത്തിൽനിന്ന് രക്ഷപ്പെട്ട അയാൾ ഭ്രാന്തൻചാന്നാൻ, കാശിവാസി, ഭിക്ഷു എന്നിങ്ങനെ പ്രച്ഛന്ന വേഷങ്ങളിൽ പ്രത്യക്ഷപ്പെട്ട് യുവരാജാവിനെ പല ആപത്തുകളിൽ നിന്നും രക്ഷിക്കുന്നു. (ഓട്ടൻകതൈയിൽ അനന്തനും തമ്പിമാരും തമ്മിൽ പഞ്ചവൻകാട്ടിൽ വച്ചുണ്ടായ ഏറ്റുമുട്ടലിൽ തമ്പിമാരെ കൊന്നു എന്നാണു പറയുന്നത്.) മാർത്താണ്ഡവർമ്മയിൽനിന്നു ധർമ്മരാജായിലേക്കെത്തുമ്പോഴേക്ക് അനന്തപത്മനാഭൻ പടത്തല വനാകുന്നു. അനന്തപത്മനാഭൻ സി.വി.യുടെ ഒരു കല്പിതകഥാ പാത്രമായാണു കരുതുന്നതെങ്കിലും മാർത്താണ്ഡവർമ്മയുടെ ചരിത്രം അന്വേഷിക്കുന്നതിനിടയിൽ അദ്ദേഹം ഏതെങ്കിലും രൂപ ത്തിൽ അനന്തപത്മനാഭനെ കണ്ടിട്ടുണ്ടാവാം.

അനന്തപത്മനാഭൻതുറ: അനന്തപത്മനാഭനെക്കുറിച്ചുള്ള അന്വേ ഷണത്തിനിടയിൽ ഒരു 'അനന്തപത്മനാഭൻതുറ' കടന്നുവരുന്നുണ്ട്. ഇതും ഒരു ഐതിഹ്യംതന്നെ. കൊല്ലത്തിനു വടക്ക് വീരമാർത്താ ണ്ഡക്കുറുപ്പ് എന്നൊരു സാഹസികനായ അഭ്യാസി ഉണ്ടായിരുന്നു. മാർത്താണ്ഡവർമ്മരാജാവിന്റെ ഒരു പട്ടാളക്കാരൻ കുറുപ്പിന്റെ

സഹോദരിയെ അപഹരിക്കുന്നു. ഇതിനു പ്രതീകമായി കുറുപ്പ് തിരുവനന്തപുരത്തെത്തി ശ്രീവരാഹത്തുള്ള ചില പട്ടാളക്കാരെ വധിച്ചു. സംഭവമറിഞ്ഞെത്തിയ അനന്തപത്മനാഭൻ പടത്തലവൻ കുറുപ്പിനോടേറ്റുമുട്ടിയെങ്കിലും അദ്ദേഹത്തിനു തോറ്റു പിൻവാങ്ങേണ്ടിവന്നു. കുറുപ്പ് വീണ്ടും അക്രമം തുടർന്നു. വിവരമറിഞ്ഞെത്തിയ മാർത്താണ്ഡവർമ്മയെ പിൻതുടർന്നപായപ്പെടുത്തുകയായിരുന്നു അയാളുടെ ലക്ഷ്യം. രാജാവിനെ പിൻതുടർന്ന കുറുപ്പിനെ വഴിയിൽനിന്ന ഒരു നുളയസ്ത്രീ മറ്റൊരു ദിക്കിലേക്കു വഴിതിരിച്ചുവിട്ടു. പിന്നീട് കോട്ടയ്ക്കകത്തെത്തിയ മാർത്താണ്ഡക്കുറുപ്പ്, അഭിമാനം സംരക്ഷിക്കാൻ സ്വയം ജീവനൊടുക്കിയ സഹോദരിയുടെ മൃതദേഹവുമായി മടങ്ങി. ഇതുമായി ബന്ധപ്പെട്ട് മഹാരാജാവ് നുളയസ്ത്രീക്കും അനന്തപത്മനാഭൻ പടത്തലവനും കുറെ ഭൂമി ദാനമായി നൽകി. പടത്തലവനാകട്ടെ, തനിക്കു കിട്ടിയ ദാനഭൂമിയുംകൂടി നുളയസ്ത്രീക്കുതന്നെ ദാനംചെയ്തു. പടത്തലവനോടുള്ള നന്ദിസൂചകമായി ആ സ്ഥലത്തിന് അവർ അനന്തപത്മനാഭൻതുറ എന്നു പേരു നൽകിയത്രേ. തിരുവനന്തപുരം ജില്ലയിൽ ഈ പേരിൽ ഒരു സ്ഥലമുണ്ടായിരുന്നു എന്ന് പഴമക്കാർ പറയുന്നു.

920-ാമാണ്ട് അനന്തപത്മനാഭൻ പടത്തലവന് സർക്കാർ വസ്തുക്കൾ ദാനമായി നൽകിയതിന് കേരളസർക്കാരിന്റെ സെൻട്രൽ ആർക്കൈവ്സിൽ രേഖയുണ്ടെന്ന് പട്ടം രാമചന്ദ്രൻ നായർ രേഖപ്പെടുത്തുന്നു. (തിരുവനന്തപുരത്തിന്റെ ഇതിഹാസം - പുറം-727) ഈ ദാനത്തെക്കുറിച്ച് ദിവാനായിരുന്ന ശങ്കരസുബ്ബയ്യർ ഇങ്ങനെ പറയുന്നു: “മാർത്താണ്ഡവർമ്മയുടെ ഭരണകാലത്തു തന്നെയാണ് ഈ ദാനം. രാജഭക്തിക്കു നൽകിയ സമ്മാനമാകാനേ വഴിയുള്ളൂ. ഈ പടത്തലവരുടെ ഭാര്യവീടായി പറയപ്പെടുന്ന ചെമ്പകശ്ശേരിഭവനം തേടി പല ചരിത്രഗവേഷകരും പോയിട്ടുള്ളതായും “അങ്ങനെ ഒരു ഭവനമില്ലായിരുന്നു” എന്നും പറയുമ്പോൾ അനന്തപത്മനാഭൻ എന്നൊരു പടത്തലവനും ഇല്ലായിരുന്നുവെന്നു പറയേണ്ടിവരുമോ? അതല്ലെങ്കിൽ അനന്തപത്മനാഭന്റെ വകയായി ഒരു ഭവനം ഉണ്ടാകേണ്ടതല്ലേ? ചെമ്പകശ്ശേരിയല്ലെങ്കിൽ മറ്റൊരുശ്ശേരി. അത്തരം ഒരു ഭവനംകൊണ്ട് നശിച്ചുപോയിരിക്കാനാണു സാദ്ധ്യത.” പക്ഷേ 923-ൽ അനന്തപത്മനാഭൻ നാടാർക്ക് നൽകിയ ദാനവും 920-ലെ ദാനവും എന്ത്? എങ്ങിനെ? എന്ന് വ്യക്തമാകേണ്ടതുണ്ട്.

ഏതു ജാതിക്കാർക്കും നൽകിയിരുന്ന ഒരു സ്ഥാനപ്പേരാണ് ‘അനന്തപത്മനാഭൻ’ എന്നു ഡോ. മഹേശ്വരൻ നായർ അഭിപ്രായപ്പെട്ടിട്ടുണ്ട്. മാർത്താണ്ഡവർമ്മയ്ക്കു മുൻപുതന്നെ അനന്തപത്മനാഭൻതുറ ഉണ്ടായിരുന്നെന്നും അനന്തപത്മനാഭനും തുറയ്ക്കും തമ്മിൽ ബന്ധമുണ്ടാകണമെന്നില്ലെന്നുംകൂടി അദ്ദേഹം പറയുന്നു.

ദേവസഹായംപിള്ള

"ആരുവാമൊഴി ചൗക്കക്ക് മുക്കാൽ മൈൽ തെക്കുപടിഞ്ഞാറുള്ള സമതലത്തിൽ റോമൻ കത്തോലിക്കാക്കാരുടെ ഒരു ദേവാലയമുണ്ട്. ഈ ജില്ലയിൽ (തോവാള) ഇത്തരത്തിലുള്ള ഒരു വലിയ കെട്ടിടം ഇതു മാത്രമാണ്. റോമൻ കത്തോലിക്കനായി മതംമാറിയ ഒരു നായർ സമുദായക്കാരന്റെ സ്മാരകമാണ് ഈ ആരാധനാലയം." (വാർഡ് ആൻഡ് കോണർ. വാള്യം 2 പുറം 13) ഇദ്ദേഹത്തിന്റെ പേര് ദേവസഹായം പിള്ള.

ആരാണ് ഈ ദേവസഹായം പിള്ള എന്ന് നോക്കാം. പൂർവനാമം നീലകണ്ഠപ്പിള്ള. അമ്മ തിരുവട്ടാർ സ്വദേശി ദേവകിഅമ്മയും അച്ഛൻ വാസുദേവൻ നമ്പൂതിരിയും. ജനനം 23-4-1712, നായർ സമുദായത്തിൽ ജനിച്ച നീലകണ്ഠപ്പിള്ള ശിവഭക്തനായിരുന്നു. ചെറുപ്പത്തിൽതന്നെ കൊട്ടാരസേവകനായി. പത്മനാഭപുരത്തെ ഭണ്ഡാരം സൂക്ഷിപ്പായിരുന്നു ജോലി.

1741 ലെ കുളച്ചൽയുദ്ധവും യുദ്ധത്തിൽ മാർത്താണ്ഡവർമ്മ നേടിയ വിജയവും യുദ്ധാവസാനം തടവിലാക്കപ്പെട്ട ഡിലനോയി പിൽക്കാലത്ത് മാർത്താണ്ഡവർമ്മ മഹാരാജാവിന്റെ അംഗരക്ഷനും വലിയ കപ്പിത്താനുമായതൊക്കെയാണ് ചരിത്രപശ്ചാത്തലം.

നീലകണ്ഠപ്പിള്ള ഡിലനോയിയുടെകീഴിൽ ജോലിചെയ്യാൻ തുടങ്ങിയതോടെയാണ് അദ്ദേഹത്തിന്റെ ജീവിതത്തിൽ നിർണ്ണായകമായ വഴിത്തിരിവുണ്ടാകുന്നത്. ഡിലനോയിയുമായി സമ്പർക്കത്തിന് അവസരം ലഭിച്ച പിള്ള അദ്ദേഹത്തിന്റെ രീതികളിലും വിശ്വാസത്തിലും ആകൃഷ്ടനാവുകയും ക്രിസ്തുമതവിശ്വാസിയായി മാറുകയും ചെയ്യുന്നു. അങ്ങിനെ നീലകണ്ഠപ്പിള്ള ലാസറായി. നാഞ്ചിനാട് മതപരിവർത്തന പ്രവർത്തനങ്ങളിൽ സജീവരായിരുന്ന കത്തോലിക്കാമിഷനറിമാരുടെ പ്രവർത്തനങ്ങൾക്ക് ഊർജ്ജം പകരുന്നതായിരുന്നു ഒരു സവർണ്ണന്റെ മതംമാറ്റം. സ്വമതത്തിലേക്ക് മടങ്ങാൻ ബന്ധുക്കളിൽ നിന്നും സുഹൃത്തുക്കളിൽ നിന്നും ശക്തമായ സമ്മർദ്ദമുണ്ടായെങ്കിലും നീലകണ്ഠപ്പിള്ള അതിനെയൊക്കെ അതിജീവിച്ച് തന്റെ തീരുമാനത്തിൽ ഉറച്ചുനിന്നുവെന്ന് മാത്രമല്ല നായർ സമുദായ അംഗങ്ങൾക്കിടയിൽ മതപ്രചരണവും ആരംഭിച്ചു. ഭാര്യ ഭാർഗ്ഗവി അമ്മാളെയും ക്രിസ്തുമതത്തിൽ ചേർത്തു. ലാസർ പിന്നെ ദേവസഹായംപിള്ള എന്ന് അറിയാൻ തുടങ്ങി.

ദേവസഹായംപിള്ള സവർണ്ണർക്കിടയിൽ നടത്തിയ മതംമാറ്റശ്രമങ്ങളിൽ പ്രകോപിതരായി അവർ രാജാവിന്റെ മുൻപിൽ പരാതിയുമായെത്തി. മാർത്താണ്ഡവർമ്മ, തന്റെ കീഴിലുള്ള ഒരു

ഉദ്യോഗസ്ഥൻ മതം മാറ്റം രഹസ്യമാക്കിവച്ചു എന്ന കുറ്റം ചുമത്തി ദേവസഹായംപിള്ളയെ തടവിലാക്കി. മൂന്നു വർഷത്തിനുശേഷം വിചാരണ നടത്തി വധ ശിക്ഷ വിധിച്ചു വെടി വച്ചു കൊല്ലാനായിരുന്നു ഉത്തരവ്. ഔദ്യോഗിക പദവിയിലിരുന്നുകൊണ്ട് രാജ്യരക്ഷാരഹസ്യങ്ങൾ ഡച്ചുകാർക്ക് ചോർത്തി ക്കൊടുത്തതാണ് ശിക്ഷ യ്ക്ക് കാരണം എന്ന് പറ യുന്നവരുമുണ്ട്.

ദേവസഹായം പിള്ള

വധശിക്ഷയ്ക്ക് വിധി ക്കപ്പെട്ട പിള്ളയുടെ കൈകാലുകൾ ബന്ധിച്ച് ആരുവാമൊഴി വരെ ശിക്ഷ നടപ്പാക്കാനായി വലിച്ചിഴച്ച് കൊണ്ടുപോ യി. വിശപ്പും ദാഹവും കൊണ്ട് വലഞ്ഞ അദ്ദേ ഹം വഴിയിൽ ഉദയഗിരി കോട്ടയ്ക്ക് സമീപമുള്ള ഒരു പാറയിൽ തളർന്നു വീണു. ദാഹം സഹിക്ക വയ്യാതെ ദേവസഹായം പിള്ള തന്റെ കൈമുട്ട് കൊണ്ട് പാറമേൽ ഇടിച്ചു. പാറയിൽ നിന്ന് ശക്തമായ ഒരു നീരുറവയുണ്ടായി എന്നതാണ് അതിശയം. ഈ പാറ പിന്നെ മുട്ടിടിച്ചാൻ പാറ എന്ന് അറിയപ്പെട്ടു. ഉറവയിലെ വെള്ളം കുടിച്ചാൽ രോഗശമനം ഉണ്ടാവുമെന്നാണ് വിശ്വാസം.

ശിക്ഷ നടപ്പാക്കാൻ ഉദയഗിരിയിൽനിന്ന് പിള്ളയെ കാറ്റാടിമല യിലെത്തിച്ചു. 1752 ജനുവരി 14-ാം തീയതിയായിരുന്നു അത്. കാറ്റാടി മലയിലെ പാറയുടെ മുകളിൽവച്ച് ഭടന്മാർ രാജാജ്ഞ നടപ്പാക്കി. വെടിയേറ്റ അദ്ദേഹത്തിന്റെ ശരീരം താഴെനിന്ന ആൽവൃക്ഷത്തിന്റെ

പുറത്തേക്ക് മറിഞ്ഞു. വെടിശബ്ദം കേട്ടതോടെ ആ വലിയമലയിൽ നിന്ന് ഓട്ടുമണിയുടെ ശബ്ദത്തോടെ ഒരു പാറക്കഷണം അടർന്നു വീണു. ഇന്നും ആ പാറയിൽ മുട്ടിയാൽ മണിശബ്ദം കേൾക്കാം. ദേവസഹായംപിള്ളയുടെ സ്മാരകമായി ശരീരം വീണ ആൽത്തറയിൽ ഒരു അൾത്താരയും താഴ്വാരത്തിൽ ഒരു പള്ളിയും പണികഴിപ്പിച്ചു. ക്രമേണ ഇവിടം കത്തോലിക്കരുടെ വിശുദ്ധ ആരാധനാലയമായി മാറി. വളരെക്കാലത്തിനുശേഷം മതംമാറ്റപ്രവർത്തനങ്ങളുടെ ആദ്യ രക്തസാക്ഷികളിലൊരാളായ ദേവസഹായത്തെ കത്തോലിക്കാസഭ വിശുദ്ധപദവിയിലേക്കുയർത്തി.

മതപരിവർത്തനത്തെ പ്രോത്സാഹിപ്പിക്കുകയും ക്രിസ്ത്യൻ ആരാധനാലയങ്ങൾ നിർമ്മിക്കാൻ സഹായം നൽകുകയും ചെയ്ത മാർത്താണ്ഡവർമ്മ തന്റെ പ്രിയസൈന്യാധിപന്റെ ആശ്രിതനെ വധശിക്ഷക്ക് വിധിച്ചതിന്റെ പൊരുൾ ഒരു ചോദ്യചിഹ്നമായി നിൽക്കുന്നു.

രാജാകേശവദാസൻ

കന്യാകുമാരിജില്ലയിലെ കുന്നത്തൂർ ക്രാവിളാകത്ത് വീട്ടിൽ അടഞ്ഞുകിടക്കുന്ന ഒരു ആയുധപ്പുരയുണ്ട്. സ്നേഹവും ആത്മാർത്ഥതയും ഭരണപാടവും ധീരതയും സ്വാമിഭക്തിയും ജീവിതവ്രതമാക്കിയ, തിരുവിതാംകൂർ രാജ്യത്തിന് അവിസ്മരണീയമായ സംഭാവനകൾ നൽകിയ വലിയ ദിവാൻജി രാജാകേശവദാസന്റെ ഓർമ്മയാണ് ഈ ആയുധപ്പുര. ജന്മനാട്ടിന്റെ പ്രശസ്തി നാടെങ്ങും അറിയിച്ച ഈ ചരിത്രപുരുഷനോടുള്ള ആദരസൂചകമായി ആയുധപ്പുരയ്ക്ക് മുന്നിൽ നാട്ടുകാർ ഇന്നും ദീപം തെളിയിക്കാറുണ്ട്.

ദിവാൻ എന്ന ഔദ്യോഗികനാമം സ്വീകരിച്ച തിരുവിതാംകൂറിലെ ആദ്യത്തെ പ്രധാനമന്ത്രിയാണ് കേശവപിള്ള. ധർമ്മരാജാവിന്റെ പ്രസിദ്ധമായ പല ഭരണപരിഷ്കാരങ്ങളുടേയും ബുദ്ധികേന്ദ്രവും ചാലകശക്തിയും ഇദ്ദേഹംതന്നെയായിരുന്നു. യുദ്ധതന്ത്രജ്ഞൻ, ഭരണതന്ത്രജ്ഞൻ, നയതന്ത്രജ്ഞൻ എന്നീ നിലകളിൽ അസാധാരണമായ പാടവമാണ് ഇദ്ദേഹം പ്രകടിപ്പിച്ചത്. ബ്രിട്ടീഷുകാരും തിരുവിതാംകൂറുകാരും തമ്മിലുള്ള ബന്ധം മെച്ചപ്പെടുത്തിയ കരാറിന്റെ സൂത്രകാരനും ഈ വലിയ ദിവാൻജിതന്നെ. തിരുവിതാംകൂർ ആക്രമിക്കാനെത്തിയ ശക്തനായ ടിപ്പുസുൽത്താനെ പരാജയപ്പെടുത്തി, വിജയസ്മാരകമായി അദ്ദേഹത്തിന്റെ പല്ലക്കും കൊടിയും പടവാളും തൊപ്പിയും പിടിച്ചെടുത്തു. തോൽവി ഉറപ്പായിരുന്ന ഒരു യുദ്ധത്തെ വിജയകരമായ പരിസമാപ്തിയിലെത്തിച്ചത് ദിവാന്റെ നയചാതുരിയും യുദ്ധതന്ത്രജ്ഞതയുംകൊണ്ടുമാത്രമാണെന്നതിന് ചരിത്രം സാക്ഷി.

രാജാകേശവദാസനെ പുതിയ തലമുറയ്ക്ക് പരിചയപ്പെടുത്താൻ സി.വി. രാമൻപിള്ളയുടെ 'ധർമ്മരാജയും, 'രാമരാജാബഹദൂറും' വളരെയധികം സഹായിച്ചിട്ടുണ്ട്. ദിവാനെക്കുറിച്ചുള്ള നാടോടി ക്കഥകളും പുരാവൃത്തങ്ങളും സി.വി. തന്റെ നോവലുകളുടെ സൃഷ്ടിക്ക് സമർത്ഥമായി ഉപയോഗിച്ചു. യുദ്ധരംഗത്ത് തുടക്ക ത്തിലെ പരാജയങ്ങളുടെ പേരിൽ ദിവാന്റെ കഴിവിൽ വെറുതെ യെങ്കിലും സംശയം പ്രകടിപ്പിച്ച് "ദോഷി പടനടത്തിയാൽ....." എന്ന് അർദ്ധോക്തിയിൽ നിർത്തിയ രാജാവിനോട് കുഞ്ചെക്കുട്ടിപ്പിള്ള കാര്യക്കാർ ഇങ്ങനെ പറയുന്നു: "കൊടുത്തുട്ടത് ഒരു ഒടിഞ്ഞ വാളാണ്, വൈഷ്ണവധനുസ്സല്ല. ധരിപ്പിച്ചത് വെള്ളപ്പഞ്ഞിക്കവണി. ബ്രഹ്മകുപ്പാസമല്ല" (രാമരാജബഹദൂർ പുറം 321). ദരിദ്രമായ യുദ്ധ സന്നാഹങ്ങളേ ഉണ്ടായിരുന്നുവെങ്കിലും അവ ഉപയോഗിക്കുന്നതിൽ കാണിച്ച തന്ത്രജ്ഞതയായിരുന്നു യുദ്ധവിജയത്തിന് നിദാനം.

ഭീഷണിക്കും പ്രലോഭനത്തിനും വഴങ്ങാത്ത രാജാകേശവദാസ നെയാണ് ചരിത്രത്തിന്റെ ഏടുകളിൽനിന്ന് സി.വി. ചികഞ്ഞെടുക്കു ന്നത്. 'രാമരാജബഹദൂറിൽ' അദ്ദേഹത്തെ ഭീഷണികൊണ്ടും പ്രലോ ഭനംകൊണ്ടും വശത്താക്കാൻ ടിപ്പുവിന്റെ ദൂതനായെത്തുന്ന അജിത സിംഹനുമായുള്ള സംഭാഷണം ഇതിന് ഉദാഹരണമാണ്. "രാജ സിംഹമായ ടിപ്പുസുൽത്താൻ അദ്ദേഹത്തിന്റെ കുതിരയെ നിങ്ങളുടെ ക്ഷേത്രക്കൊടിമരത്തിൽ തളയ്ക്കാതെ അടങ്ങുകയില്ലെന്ന് പ്രതിജ്ഞ ചെയ്തുപോയി" എന്ന അജിതസിംഹന്റെ ഭീഷണിക്ക് "കെട്ടുന്നത് ശ്രീരംഗപട്ടണത്തെ ഒരു മണ്ഡപത്തിലും കുതിര എന്റേതുമായേക്കാം... ഇതാ, മനോരാജ്യം ആർക്കും വാഴാവുന്ന മണ്ഡലമാണ്. അതു പോലൊരു വീരവാദം ഏത് ജളനും പ്രയോഗിക്കാവുന്ന ആയുധ വുമാണ്" (സി.വി. രാമൻപിള്ള. രാമരാജബഹദൂർ) എന്ന മറുപടി യാണ് ദിവാൻ നൽകിയത്. ഭീഷണിക്കു വഴങ്ങാത്ത രാജാകേശവ ദാസനെ പ്രലോഭിപ്പിക്കാനായി അടുത്തശ്രമം. ഇതിനായി തിരുവി താംകൂറിന്റെ സാമന്തകിരീടപദവും മൈസൂർദിവാൻ സ്ഥാനവു മൊക്കെ നൽകാമെന്നായി വാഗ്ദാനങ്ങൾ. "ഇവനൊരുത്തൻ പോയാൽ തിരുവിതാംകൂർ സമുദ്രത്തിൽ മുങ്ങിപ്പോകുമെന്നോ...? ഇവന്റെ ശവത്തടി മതിയെങ്കിൽ യുദ്ധത്തിൽ വെന്ന് എടുത്തു കൊള്ളുക" എന്നായിരുന്നു ആ ധീര രാജ്യസ്നേഹിയുടെ മറുപടി.

കേശവദാസനെപ്പറ്റി പലപ്രാദേശികകൃതികളുമുണ്ടായിട്ടുണ്ട്. അവയിൽ ഏറ്റവും പ്രധാനം തെക്കൻപാട്ടുകളുടെ കൂട്ടത്തിൽ അറിയ പ്പെടുന്ന 'ദിവാൻവെറ്റി' എന്ന വില്ലടിച്ചാൻ പാട്ടാണ്. ടിപ്പുസുൽത്താ നുമായുള്ള യുദ്ധവും വിജയവുമാണ് ഈ പാട്ടിന്റെ വിഷയം.

1789 ഡിസംബറിലാണല്ലോ പടയോട്ടത്തിന്റെ തുടക്കം. 1790 മെയ്മാസത്തിൽ യുദ്ധം അവസാനിച്ചു. ഈ പടയോട്ടത്തിലേക്ക്

വെളിച്ചംവീശുന്ന കൃതി എന്ന നിലയിൽ ദിവാൻവെറ്റി ശ്രദ്ധേയവുമായി. കന്യാകുമാരി ജില്ലയിൽ തോവാളയ്ക്കടുത്തുള്ള ചെമ്പകരാമപുത്തൂർ ദേശക്കാരനായ 'തിരുവാനന്ത'മാണ് ഈ കൃതിയുടെ രചയിതാവ്. അദ്ദേഹം പാട്ടിലെ വരികളിലൂടെ രാജാകേശവദാസനെ നമുക്ക് പരിചയപ്പെടുത്തുന്നു.

വിഷ്ണുവിനേയും ശിവനേയും മനസ്സിൽ കുടിയിരുത്തിയ "മാർത്താണ്ഡവർമ്മർ മരുമകനെന്നും രാമവർമ്മർ" വേണാട്ടധിപനായിരുന്ന കാലം കേശവപിള്ളയായിരുന്നു ദിവാൻ. ഈ ദിവാന്റെ ഭരണകാലത്ത് ധാരാളം ഭരണനേട്ടങ്ങളുണ്ടായി. "ചാലൈക്കടൈ പടെയത്തായ് (ചാലക്കമ്പോളം) സ്ഥാപിച്ചു. തക്കലൈയിൽ പോട്ടൈ വൈത്തായ് (തക്കല കച്ചവടകേന്ദ്രമാക്കി), ആലപ്പളൈയൈ വളമാക്കി വൈത്തായ് (ആലപ്പുഴനഗരം നവീകരിച്ചു), ചോലൈ വളർ കാട്ടൈ നാടാക്കി വൈത്തായ് (കാടുവെട്ടിത്തെളിച്ച് നഗരങ്ങൾ സ്ഥാപിച്ചു), കരുതിക്കൊട്ടാരം വൈത്തായ് (കൊട്ടാരങ്ങൾ പണിയിച്ചു), അയ്ങ്കരർ കുഞ്ചങ്കരർ കുമാറുമുക വേലവർക്കും, മങ്കലഞ്ചേർ ചേത്തിരങ്കൾ വരവൈത്തായ് (വിഷ്ണുവിനും, ശിവനും, മുരുകനും ക്ഷേത്രങ്ങൾ പണിയിച്ചു), കൂടാതെ കച്ചവടത്തിനായി കപ്പലുകൾ നിർമ്മിച്ചു; പൂവാർ, കുളച്ചൽ, വിഴിഞ്ഞം, പൂന്തുറ, ആലപ്പുഴ തുറമുഖങ്ങൾ നിർമ്മിക്കാൻ ശ്രദ്ധിച്ചു" എന്നിങ്ങനെ ദിവാന്റെ ഭരണപരിഷ്കാരങ്ങൾ പറഞ്ഞുപോകുന്നു.

ടിപ്പുവിന്റെ ആക്രമണം, മലബാറിൽനിന്നുള്ള അഭയാർത്ഥി പ്രവാഹം, അഭയാർത്ഥികൾക്ക് തിരുവിതാംകൂറിൽ അഭയംനൽകിയത്, ടിപ്പു നെടുങ്കോട്ട മുറിച്ചത്, കൊടുങ്ങല്ലൂർകോട്ട പിടിച്ചത്, ആലുവവരെ പടയോട്ടം നടത്തിയത് എന്നിങ്ങനെയുള്ള കാര്യങ്ങളും 'ദിവാൻ വെറ്റിയിൽ' പ്രതിപാദിക്കുന്നുണ്ട്.

തിരുവിതാംകൂർ സേനയുടെ അപ്രതീക്ഷിതമായ ഒളിപ്പോരിൽ ടിപ്പു വിഷമിച്ചു. പിൻതിരിഞ്ഞോടിയ പടയാളികളുടെ തിരക്കിൽപ്പെട്ട് കിടങ്ങിൽവീണ ടിപ്പുവിന്റെ കാലൊടിഞ്ഞു. കൊവ 965 ധനുമാസം 18നാണല്ലോ ഈ സംഭവം.

തിരിഞ്ഞോടിയ ടിപ്പുവിന്റെ പല്ലക്ക്, പടമേളവാദ്യങ്ങൾ, ഉടവാൾ, തൊപ്പി, പീരങ്കികൾ എന്നിവ തിരുവിതാംകൂർ സൈന്യം പിടിച്ചെടുത്തത് 'ദിവാൻ വെറ്റിയിൽ' ഇങ്ങനെ വിവരിക്കുന്നു.

"കുടൈയുങ്കൊടി വിരുതും
തങ്കക്കുല്ലകനക തണ്ടികൈ പല്ലാക്കും
പടൈമേളവാത്തിയവും
പലവായുതങ്കൾ വെടിപീരങ്കികൾ"

ഉടൈവാൾ പരിചൈകളും വന്തു
ഉന്തിയടിപ്പുകൈമന്തിരവാൾ
ടിപ്പുകൈമന്തിരവാൾ പണിനെഞ്ചിൽ
പ്പതൈക്കം ചാപ്പാണികൾ
....
അവൻ വിട്ട വകൈയെല്ലാങ്കട്ടിക്കൊണ്ടാർ"

12-2-1798 ADയിൽ കാർത്തികതിരുനാൾ നാടുനീങ്ങി. അന്ന് ശിവരാത്രിയായിരുന്നു. ചതുർദശി ദിവസത്തെ മരണം ഹിന്ദുക്കൾ കാമ്യമായി കരുതിയിരുന്നില്ലല്ലോ. ഇങ്ങനെയൊരുദിവസം ഇഹലോകം വെടിയേണ്ടിവരുന്നത് ഈ ജന്മത്തിലെ തന്റെ പാപകർമ്മങ്ങളുടെ ഫലമാണെന്ന് അദ്ദേഹം വിശ്വസിച്ചു. യുവരാജാവായിരുന്നപ്പോൾ രാമയ്യനോടൊപ്പം ചെറിയ നാട്ടുരാജ്യങ്ങളെ വെട്ടിപ്പിടിക്കാൻ ചെയ്ത യുദ്ധങ്ങളിൽ കൊടിയപാതകങ്ങൾ ചെയ്യേണ്ടിവന്ന തനിക്ക് മരിക്കാൻ ചതുർദ്ദശിയേക്കാൾ പറ്റിയ ദിവസം വേറെയില്ലല്ലോ എന്ന് മരണക്കിടക്കയിൽവച്ച് അദ്ദേഹം പറഞ്ഞുവത്രേ.

കാർത്തികതിരുനാൾ നാടുനീങ്ങിയതിന്റെ അടുത്തദിവസം ബാലരാമവർമ്മ രാജ്യഭാരം കൈയ്യേറ്റു. അദ്ദേഹത്തിന് അന്ന് പതിനാറ് വയസ്സായിരുന്നു പ്രായം. ദുർബ്ബലനും അപക്വമതിയുമായ രാജാവായാണ് ഇദ്ദേഹത്തെ ചരിത്രം രേഖപ്പെടുത്തിയിട്ടുള്ളത്. കോഴിക്കോട് സാമൂതിരിയുടെ ആശ്രിതനും ദുരാഗ്രഹിയുമായ ജയന്തൻ നമ്പൂതിരി ഭരണസിരാകേന്ദ്രത്തിലെ ശക്തിയായി മാറി. ദിവാൻ പദവിയായിരുന്നു അയാളുടെ ലക്ഷ്യം. ബാലരാമവർമ്മയുടെ കാലം രാജാകേശവദാസന്റെ ഔദ്യോഗികജീവിതത്തിലും ഒരു കറുത്ത അധ്യായമായിമാറി.

ജയന്തൻ നമ്പൂതിരിയുടെ സുഹൃത്തായിരുന്നല്ലോ കൊച്ചിയിലെ തോട്ടപ്പായി നമ്പൂതിരി. ഇവരുടേയും കുതന്ത്രത്തിൽപ്പെട്ട്, രാമയ്യൻ ദളവ ആക്രമിച്ച് പിടിച്ചെടുത്തതും അതിനുശേഷമുള്ള സന്ധിവ്യവസ്ഥയനുസരിച്ച് തിരുവിതാംകൂറിന് അവകാശപ്പെട്ടതുമായ കരപ്പുറം എന്ന സ്ഥലം കൊച്ചിക്ക് മടക്കിക്കൊടുക്കുന്നതായുള്ള കരാറിൽ രാജാവിനെക്കൊണ്ട് ഒപ്പുവയ്പ്പിച്ച് രഹസ്യമായി തോട്ടപ്പായി നമ്പൂതിരി കൊച്ചിക്ക് തിരിച്ചു. ദിവാൻ വൈകിയാണ് ഈ കൈമാറ്റക്കഥയറിഞ്ഞത്. യാത്രയ്ക്കിടയിൽ അദ്ദേഹം നിയോഗിച്ച ആളുകൾ കൊല്ലത്തെ പരവൂരിലെ ഊട്ടുപുരയിൽവച്ച് നമ്പൂതിരിയെ തടഞ്ഞുവച്ച് കൈനീട്ട് പിടിച്ചെടുത്തു.

കാർത്തികതിരുനാളിന്റെ മരണശേഷം ഒരുവർഷംകഴിഞ്ഞ് ഒരു ദിവസം അന്തരിച്ച മഹാരാജാവ് ഉപയോഗിച്ചിരുന്ന പല്ലക്കിൽ രാജാവിന്റെ എഴുന്നള്ളത്തെന്ന് തോന്നിക്കുംവിധം ജയന്തൻ നമ്പൂതിരി

ഒരു ഘോഷയാത്ര നടത്തി. ആ പല്ലക്ക് തന്റെ പ്രിയങ്കരനായ രാജാവിന്റെ സ്മാരകമായി സൂക്ഷിക്കണമെന്നായിരുന്നു രാജാകേശവദാസന്റെ ഉദ്ദേശ്യം. ജയന്തൻനമ്പൂതിരിയുടെ ധിക്കാരത്തിനെതിരെ പരസ്യമായി വിമർശിച്ചതിനെതുടർന്ന് ദിവാന് വിലക്ക്നീട്ട് (ദിവാൻ സ്ഥാനത്തുനിന്ന് പിരിച്ചുവിട്ടുകൊണ്ടുള്ള വിളംബരം) ലഭിക്കുകയാണുണ്ടായത്.

പിരിച്ചുവിടലിനുശേഷം അൽപ്പദിവസത്തിനുള്ളിൽ രാജാകേശവദാസൻ തന്റെ വീട്ടിലെ കിടക്കയിൽ മരിച്ചുകിടക്കുന്നു എന്ന വാർത്തയാണ് തിരുവനന്തപുരത്ത് അദ്ദേഹത്തെ സ്നേഹിക്കുകയും ആദരിക്കുകയും ചെയ്യുന്ന പ്രജകൾ അറിഞ്ഞത്. അന്ന് ആറാട്ട് ദിവസമായിരുന്നു (മേടമാസം 8-ാം തീയതി). വലിയദിവാൻജി വീട്ടുതടങ്കലിലും. കാവൽഭടന്മാരല്ലാതെ മറ്റാരുമില്ലാത്ത വീട്. പത്മനാഭസ്വാമിക്ഷേത്രത്തിലെ പ്രസാദത്തിൽ വിഷംനൽകി അദ്ദേഹത്തെ കൊലപ്പെടുത്തി എന്നാണ് പഴമക്കാർ ഇന്നും വിശ്വസിക്കുന്നത്. തങ്ങളുടെ പ്രിയപ്പെട്ട ദിവാൻജിയുടെ മരണവാർത്തയറിഞ്ഞ് പ്രജകൾ ഇളകി. അവർ കൂട്ടംകൂട്ടമായി തിരുവനന്തപുരത്ത് തടിച്ചുകൂടി. ആറാട്ട് ഘോഷയാത്രയ്ക്കിടയിൽ ക്ഷുഭിതരായ ജനങ്ങൾ ജയന്തൻ നമ്പൂതിരിക്കെതിരെ ആക്രോശിച്ചു. നമ്പൂതിരിക്കെതിരെ ആക്രമണമുണ്ടാവുമെന്ന് രാജസ്ഥാനം ഭയന്നു.

"അങ്ങനെ അവിസ്മരണീയനായ മഹാരാജാവ് മരണമടഞ്ഞ് ഒരുവർഷം കഴിഞ്ഞതോടുകൂടിത്തന്നെ വിശ്വസ്തനും പരിചയസമ്പന്നനുമായ അദ്ദേഹത്തിന്റെ ദിവാൻ ആയുസിന്റെ മധ്യത്തിൽവച്ച് വധിക്കപ്പെടുകയാണ് ഉണ്ടായത്. ശക്തനായ ടിപ്പു സുൽത്താനെന്ന ശത്രുവിൽനിന്നും രാജ്യത്തെ രക്ഷിക്കുകയും അതിന്റെ സുരക്ഷിതമായ നിലനിൽപ്പ് ഇംഗ്ലീഷ് കമ്പനിയുമായുള്ള സമ്പർക്കത്താൽ സുദൃഢമാക്കുകയും ചെയ്ത് തിരുവിതാംകൂറിനെ നിലനിർത്തിയ രാജാകേശവദാസ് എന്ന മഹാനായ വ്യക്തിക്ക് അഭിമുഖീകരിക്കേണ്ടിവന്ന ഈ ദാരുണസ്ഥിതി വിസ്മയകരവും വേദനാജനകവുമാണെന്ന കാര്യത്തിൽ സംശയമില്ല. അദ്ദേഹത്തിന്റെ ഭൗതികാവശിഷ്ടം സാധാരണയൊരു പ്രജയുടേതെന്നപോലെ, രാജബഹുമതികളോ ആചാരങ്ങളോകൂടാതെയാണ് സംസ്കരിക്കപ്പെട്ടതെന്ന വസ്തുതയും പ്രഗത്ഭനായ ആ വ്യക്തിയെ ലജ്ജാകരമാംവണ്ണം വധിക്കുവാനിടയാക്കിയതുപോലെതന്നെ ഖേദകരമായിപ്പോയി" (ശങ്കുണ്ണിമേനോൻ. തിരുവിതാംകൂർ ചരിത്രം. പുറം 249).

ബ്രിട്ടീഷ് സൈനികഉദ്യോഗസ്ഥനായ ലെഫ്റ്റനന്റ് ഹോഴ്സിലിയും അദ്ദേഹത്തിന്റെ തിരുവിതാംകൂർ സ്മരണകളിൽ ഈ നിഗമനത്തോട് യോജിക്കുന്നു. അദ്ദേഹം എഴുതിയത് "മന്ത്രിമാരുടെ

ദുരാഗ്രഹങ്ങളെ മറികടക്കുവാൻ അശക്തനായ തമ്പുരാൻ തന്റെ അധികാരങ്ങളെ അവരുമായി പങ്കുവയ്ക്കാൻ ഒരുങ്ങി" എന്നാണ്.

AD 1800-ൽ തിരുവിതാംകൂർ റഡിഡന്റായിരുന്ന കേണൽ മെക്കാളെ, തിരുവിതാംകൂറിലെ ജനങ്ങളുടെ രോഷം ആളിക്കത്തിയ അവരുടെ പ്രിയപ്പെട്ട വലിയ ദിവാൻജിയുടെ മരണത്തെക്കുറിച്ച് അന്വേഷണം നടത്തി. 29-9-1809-ൽ ഇംഗ്ലീഷ് കോർട്ട് ഓഫ് ഡയറക്ടേഴ്സ് മദ്രാസ് ഗവൺമെന്റിന് ഇങ്ങനെ എഴുതി.

"ജനങ്ങൾ ഏറ്റവും ബഹുമാനിച്ചിരുന്ന അന്തരിച്ച ദിവാൻ രാജാ കേശവദാസിനെ ഔദ്യോഗികജീവിതത്തിൽനിന്ന് വിരമിച്ചിട്ടു പോലും സ്വൈരമായി ജീവിക്കാൻ അനുവദിച്ചില്ല. അദ്ദേഹത്തെ വിഷംകൊടുത്ത് കൊന്നു എന്ന് വിചാരിക്കാൻ ശക്തമായ കാരണങ്ങളുണ്ട്. ഈ വൃത്തികെട്ട കൊലപാതകത്തിന് സമ്പ്രാന്തിയെ പരസ്യമായി കുറ്റാരോപിതനായി കണക്കാക്കുക എന്റെ ചുമതലയായി കണക്കാക്കുന്നു" (സ്റ്റേറ്റ് മാന്വൽ. നാഗമയ്യ പുറം 418). സമ്പ്രാന്തി കുഞ്ഞുനീലൻ പിള്ളയെയുംമറ്റും കുറ്റമാരോപിച്ച് അറസ്റ്റ് ചെയ്തെങ്കിലും തെളിവുകളുടെ അഭാവത്തിൽ വിട്ടയച്ചു.

രാജാകേശവദാസന്റെ മരണത്തിന്റെ നാലാംദിവസം ശങ്കരൻ നമ്പൂതിരി ദളവയായി. മരണപ്പെട്ട ദിവാൻജിയുടെ ഭാര്യയുടെ ആഭരണങ്ങൾ ഉൾപ്പെടെ അദ്ദേഹത്തിന്റെ സകലസ്വത്തുക്കളും കണ്ടുകെട്ടി.

അങ്ങനെ ദുർബലനും പ്രായോഗികപരിജ്ഞാനമില്ലാത്തതും കഴിവില്ലാത്തവനുമായ രാജാവ് ശങ്കരൻനമ്പൂതിരിയെ കൂടാതെ തക്കല ശങ്കരനാരായണൻചെട്ടിയെ വലിയമേലെഴുത്തായും ഉപദേശകനായി മാത്തുത്തരകനേയും നിയമിച്ചു. തിരുവിതാംകൂർ ഒരു ചെറിയ കാലയളവിൽ അജ്ഞരും ധൂർത്തരും ധാർഷ്ട്യക്കാരുമായ ഭരണാധിപന്മാരുടെ പിടിയിലായി.

ഭരണാധിപന്മാർ കൃതഘ്നത കാണിച്ചെങ്കിലും കാലം ധിഷണാശാലിയായ ആ വലിയദിവാൻജിയെ മറന്നില്ല. കാലപ്രവാഹത്തിൽ രാജാക്കന്മാരും ഏഷണിക്കാരും മൺമറഞ്ഞുപോയി. പഴമക്കാർ പാടിപ്പുകഴ്ത്തിയ ഈ പ്രഗത്ഭഭരണാധികാരിയുടെ കഥകൾ കാലത്തെ അതിജീവിച്ച് ഇന്നും ജനഹൃദയങ്ങളിൽ നിലകൊള്ളുന്നു.

വേലുത്തമ്പിദളവ

തമ്പി പെരുമാൾ ചേഴക്കുറുപ്പ് ഇരണിയൽ ദേശത്തെ പ്രഭുവും പ്രമാണിയുമായിരുന്നു. തലക്കുളത്ത് ഇദ്ദേഹത്തിന് രണ്ട് വീടുകൾ ഉണ്ടായിരുന്നതിൽ ഒന്ന് തലക്കുളത്ത് വലിയവീടും വേറൊന്ന്

അടുത്തുതന്നെയുള്ള മാളികമഠവും. കുറുപ്പിന്റെ അനന്തരാവകാശികളിൽപ്പെട്ടയാളാണ് കേശവൻതമ്പി. തമ്പിയുടെ അനന്തിരവൾ വള്ളിയമ്മപ്പിള്ള. തലക്കുളത്ത് മണക്കര കളരിയിലെ അഭ്യാസിയാണ് വള്ളിയമ്മപ്പിള്ളയുടെ ഭർത്താവ് കുഞ്ഞിമായിറ്റിപ്പിള്ള. വള്ളിയമ്മപ്പിള്ളയുടേയും കുഞ്ഞിമായിറ്റിപ്പിള്ളയുടേയും മകനാണ് തലക്കുളത്ത് വേലായുധൻ ചെമ്പകരാമൻ. ഇതാണ് വേലുത്തമ്പിയുടെ ചുരുക്കത്തിലുള്ള കുടുംബചരിത്രം. ചെറുപ്പത്തിൽത്തന്നെ സംസ്കൃതം, ഹിന്ദുസ്ഥാനി, പേർഷ്യൻ എന്നീ ഭാഷകൾ പഠിച്ചു. പതിനെട്ട് വയസ്സായപ്പോൾ ആയോധനവിദ്യയിൽ നിപുണനായി. ക്രമേണ വേലുത്തമ്പി നാട്ടുകൂട്ടങ്ങളുടേയും ഊരുകൂട്ടങ്ങളുടേയും നേതാവായി. പിന്നെ തിരുവിതാംകൂറിന്റെ ദളവയും.

ബ്രിട്ടീഷ് അധീനശക്തിക്ക് എതിരായി രാജ്യത്ത് നടന്ന സമര പ്രഖ്യാപനങ്ങളിൽ പ്രധാനപ്പെട്ട ഒന്നായിരുന്നു 1809 ജനുവരി 11-ാം തീയതി വേലുത്തമ്പി നടത്തിയ കുണ്ടറവിളംബരം. ജന്മനാടിന്റെ സ്വാതന്ത്ര്യത്തിനുവേണ്ടി രക്തസാക്ഷിയായ ആദ്യകാലത്തെ അതികായന്മാരിൽ പ്രമുഖനായിരുന്നു അദ്ദേഹം എന്ന് നിസ്സംശയം പറയാം. അനീതിക്കെതിരെ സന്ധിയില്ലാതെ സമരംചെയ്ത ധീരനായ പോരാളി, രാജ്യതന്ത്രജ്ഞൻ, അനിതരസാധാരണമായ സംഘടനാശേഷിയുള്ള സമരനായകൻ, സമർത്ഥനായ ഭരണകർത്താവ് എന്നിങ്ങനെ വേലുത്തമ്പിയുടെ വിശേഷണങ്ങൾ ഏറെയാണ്. സിംഗപ്പൂരിൽവച്ച് ആസാദ് ഹിന്ദ് ഗവൺമെന്റിന്റെ പ്രഖ്യാപനവേളയിൽ സുഭാഷ്ചന്ദ്രബോസ് ‘ദക്ഷിണേന്ത്യയിലെ വീരനായകൻ’ എന്നാണ് വേലുത്തമ്പിയെ വിശേഷിപ്പിച്ചത്. ഡോ. സുരേന്ദ്രനാഥസെൻ, ഡോ. കൃഷ്ണലാൽ, ഡോ. എസ്.ബി. ചൌധരി, പത്മഭൂഷൺ ശ്രീധരമേനോൻ, ശങ്കുണ്ണിമേനോൻ എന്നീ പ്രശസ്ത ചരിത്രകാരന്മാർ വേലുത്തമ്പിയുടെ രാജ്യസ്നേഹത്തേയും സമരാവേശത്തേയും പ്രകീർത്തിച്ചിട്ടുണ്ട്.

“19-ാംനൂറ്റാണ്ടിന്റെ രണ്ടാമർദ്ധത്തിൽ നടന്ന കർഷകകലാപങ്ങളാരംഭിക്കുന്നതിന് മൂന്ന് വ്യാഴവട്ടക്കാലംമുമ്പ് തിരുവിതാംകൂറിൽ നടന്ന കർഷകകലാപങ്ങളെ ഇവിടെ പ്രത്യേകം അനുസ്മരിക്കേണ്ടതുണ്ട്. രാജാവിന്റെ കീഴിൽ സർവാധിക്കാര്യക്കാരായ നമ്പൂതിരി പ്രഭുക്കന്മാരുടെ കർഷകദ്രോഹങ്ങൾക്കും അക്രമപ്പിരിവുകൾക്കും എതിരായി തെക്കൻതിരുവിതാംകൂറിലെ കൃഷിക്കാർ ഉയിർത്തെഴുന്നേറ്റു. ഈ സമരം അതിവേഗത്തിൽ രാജ്യം വെട്ടിപ്പിടിക്കാൻവന്ന വെള്ളക്കാർക്കെതിരായ ഒരു വിമോചനസമരമായി രൂപാന്തരപ്പെട്ടു.

1801 മുതൽ 1804 വരെ തിരുവിതാംകൂറിലെ ദളവയായിരുന്ന വേലുത്തമ്പിയാണ് ഈ കർഷകകലാപങ്ങളുടെ നേതൃത്വം വഹിച്ചത്.

സർവ്വാധികാര്യക്കാരനായ ജയന്തൻനമ്പൂതിരിയുടെ ഫ്യൂഡൽ തട്ടിപ്പറികൾക്കെതിരായി രാജസന്നിധിയിൽ എത്രതന്നെ നിവേദനം നടത്തിയിട്ടും ഫലമുണ്ടായില്ല. കൃഷിക്കാർക്ക് ലഹളയ്ക്കൊരുമ്പെടുകയല്ലാതെ മറ്റു ഗത്യന്തരമില്ലാതായി. തുടർന്ന് വെള്ളക്കാരുടെ ആക്രമണവും. ഇതു രണ്ടിനേയും എതിർക്കുവാനുള്ള സമരപ്രഖ്യാപനമാണ് കുണ്ടറവിളംബരം" (എ.കെ. ഗോപാലൻ).

1799-ൽ വേലുത്തമ്പിയാണ് ആദ്യമായി ഉപ്പിനുമേൽ ചുമത്തിയിട്ടുള്ള കുത്തക അവസാനിപ്പിക്കണമെന്ന് അധികാരികളോട് ആവശ്യപ്പെട്ടത്. ഗാന്ധിജിയുടെ ഉപ്പ്സത്യാഗ്രഹം 1930-ൽ ആയിരുന്നു എന്ന് ഓർമ്മിക്കണം. ഭരണപരമായ ആവശ്യങ്ങൾക്ക് നിരന്തരം ജില്ലകൾതോറും സർക്കീട്ടിലായിരുന്ന അദ്ദേഹം പൊതുനിരത്തുകളിലും മരച്ചോട്ടിലുമൊക്കെ വച്ചായിരുന്നു കുറ്റവിചാരണചെയ്ത് വിധിനടപ്പാക്കിയിരുന്നത്. നിഷ്പക്ഷമതിത്വവും കൃത്യനിഷ്ഠയും പാലിച്ചിരുന്നതിനൊപ്പം വിധിനടപ്പാക്കുന്നതിൽ നിർഭയനും നിർദ്ദയനുംകൂടിയായിരുന്നു. ഒരു മൊബൈൽ കോടതി സംവിധാനമായിരുന്നു വേലുത്തമ്പിയുടേത് എന്നും വിശേഷിപ്പിക്കാം. ദളവയുടെ ഇത്തരം നടപടികൾക്കെതിരെ സമ്പ്രാന്തികുഞ്ഞുനീലൻപിള്ളയും മുത്തുപിള്ളയും ഒത്തുചേർന്ന് വേലുത്തമ്പിയെ സ്ഥാനഭ്രഷ്ടനാക്കാനും തടവിലാക്കി വധിക്കാനും ഗൂഢാലോചന നടത്തിയെന്നുമാത്രമല്ല, ഇക്കാര്യങ്ങൾക്ക് അനുകൂല രാജകീയവിളംബരം പുറപ്പെടുവിക്കുന്നതുവരെ കാര്യങ്ങൾ പുരോഗമിച്ചു. കേണൽ മെക്കാളെയുടെ സമയോചിതമായ ഇടപെടൽ വേലുത്തമ്പിയുടെ രക്ഷയ്ക്കെത്തി. നീലകണ്ഠൻ ചെമ്പകരാമനെ വലിയ സർവാധിക്കാര്യക്കാരനാക്കുകയായിരുന്നു ഗൂഢാലോചനക്കാരുടെ ലക്ഷ്യം.

തിരുവിതാംകൂർ ഭരിച്ചിരുന്ന രാജാക്കന്മാരിൽ ഏറ്റവും ദുർബലനായിരുന്നല്ലോ ബാലരാമവർമ്മ (1798-1810). ദുരാഗ്രഹം, ദുർവൃത്തി, അജ്ഞത എന്നീ ദുർഗുണങ്ങളാൽ വിളങ്ങിയിരുന്ന ശങ്കരൻനമ്പൂതിരി, ശങ്കരനാരായണൻചെട്ടി, മാത്തുത്തരകൻ എന്നിവരുടെ വലയത്തിൽ അകപ്പെടുകകൂടി ചെയ്തപ്പോൾ നാട് അഴിമതിയുടെ കൂത്തരങ്ങായി. അങ്ങനെയുണ്ടായ ജനരോഷത്തിന് നേതൃത്വം നൽകി സമരംചെയ്ത് വിജയിച്ചാണ് വേലുത്തമ്പി പിൽക്കാലത്ത് തിരുവിതാംകൂറിന്റെ ദളവയായത് (കൊ.വ. 977).

വേലുത്തമ്പിയെ ദളവയായി നിയമിക്കുന്നതിന്, റസിഡന്റിന്റെ അംഗീകാരമുണ്ടായിരുന്നു. ഈ നിയമനത്തെക്കുറിച്ച് കോർട്ട് ഓഫ് ഡയറക്ടേഴ്സ് ഇങ്ങനെ പറയുന്നു: "മഹാരാജാവ് വേലുത്തമ്പിയെ പുതിയ ദളവയായി നിയമിച്ചു. 1799-ലെ കലാപത്തിന്റെ തലവൻ ഈ വ്യക്തിയായിരുന്നു. പക്ഷേ കഴിവുള്ള മനുഷ്യൻ എന്ന് പേരു

കേട്ട ഒരാളെ ആവശ്യമായതിനാൽ റസിഡന്റ് ഈ നിയമനത്തെ അംഗീകരിച്ചു."

തന്റെ ഭരണത്തിന്റെ ആദ്യകാലങ്ങളിൽ റസിഡന്റ് മെക്കാളെയുമായി സൗഹൃദത്തിലായിരുന്ന വേലുത്തമ്പിദളവ ഇംഗ്ലീഷുകാർക്കു നൽകാനുള്ള കപ്പക്കുടിശ്ശികയുടെ പേരിൽ അവരുമായി അകന്നു. കപ്പക്കുടിശ്ശികയെക്കുറിച്ച് റസിഡന്റ് എഴുതിയ കത്തുകൾക്കൊന്നും ദളവ മറുപടി നൽകാതെയായി. ഇതേത്തുടർന്ന് 1807 ഏപ്രിൽ 10-ാം തീയതി റസിഡന്റ് എഴുതിയ കത്തിൽ ദിവാനെപ്പറ്റി 'വക്രഗതിക്കാരനും കവർച്ചക്കാരനും കോപിഷ്ഠനുമായ ചെറുക്കൻ' എന്നാണ് എഴുതിയത്. ഇത്രയും നിന്ദ്യവും നികൃഷ്ടവുമായ രീതിയിൽ താൻ ചിത്രീകരിക്കപ്പെട്ടതിൽ ദിവാൻ ക്ഷുഭിതനായി എന്ന് പറയേണ്ടതില്ലല്ലോ.

ഇതിനിടയിൽ മാത്തുത്തരകന്റെ നികുതി കുടിശ്ശികയുടെ പ്രശ്നത്തിൽ വേലുത്തമ്പിയും മെക്കാളെയും തമ്മിൽ അഭിപ്രായവ്യത്യാസത്തിലായി. 1799-ലെ ലഹളയെ തുടർന്നുള്ള ശിക്ഷയുടെ ഭാഗമായി തരകന്റെ രണ്ട് കാതുകളും മുറിച്ചുകളഞ്ഞിരുന്നല്ലോ. കുഴപ്പങ്ങളൊക്കെ അവസാനിച്ചെങ്കിലും തരകൻ വൻപിച്ച നികുതി കുടിശ്ശിക വരുത്തി. വേലുത്തമ്പി ഇയാളുടെ സ്വത്തുക്കൾ കണ്ടുകെട്ടാനുള്ള നടപടികൾ സ്വീകരിച്ചു. ഈ അവസരത്തിലാണ് മാത്തുത്തരകന് അനുകൂലമായിട്ടുള്ള റസിഡന്റിന്റെ ധിക്കാരപരമായ ഇടപെടൽ ഉണ്ടായത്.

ഈ സാഹചര്യത്തിൽ കമ്പനിക്കെതിരായി സായുധവിപ്ലവമല്ലാതെ മറ്റുമാർഗ്ഗങ്ങളൊന്നുമില്ലെന്ന് തമ്പിക്ക് അറിയാമായിരുന്നു. ഒരു സംഘടിതസമരത്തിലൂടെയുള്ള തിരുവിതാംകൂറിന്റെ മോചനമായിരുന്നു അദ്ദേഹത്തിന്റെ ലക്ഷ്യം. ഇതിനായി കമ്പനിയുമായി ശത്രുതയിലായിരുന്ന മഹാരാഷ്ട്രക്കാരും ഫ്രഞ്ചുകാരുമായുള്ള സഖ്യത്തിന് ശ്രമം തുടങ്ങി. കൊച്ചിമുഖ്യമന്ത്രിയായിരുന്ന പാലിയത്തച്ചനുമായും സൗഹൃദകരാറിൽ ഏർപ്പെട്ടു.

വേലുത്തമ്പി ഒളിഞ്ഞും മറഞ്ഞും ബ്രിട്ടീഷുകാർക്കെതിരെയുള്ള നീക്കങ്ങൾ ത്വരിതപ്പെടുത്തി. പട്ടാളത്തിലേക്ക് ആളുകളെ ചേർത്തു. കോട്ടകൾ ശക്തമാക്കുകയും വെടിമരുന്ന് ശേഖരിക്കുകയും ചെയ്തു.

ബ്രിട്ടീഷ് റസിഡന്റിനേയും അദ്ദേഹത്തിനോടൊപ്പമുള്ള ചെറുസൈന്യത്തേയും കൊച്ചിയിൽവച്ച് കൊല്ലാൻ ഒരുക്കമാണെങ്കിൽ ബ്രിട്ടീഷുകാർക്കെതിരെയുള്ള കലാപത്തിൽ സഹായിക്കാമെന്ന് കൊച്ചിയിലെ പ്രധാനമന്ത്രിയായ പാലിയത്തച്ചനും ഉറപ്പ് നൽകി. കൊച്ചിരാജാവിന്റെ ആശ്രിതനും തന്റെ വിരോധിയുമായിരുന്ന

നടവരമ്പത്ത് കുഞ്ഞികൃഷ്ണമേനോന് സ്വന്തംവസതിയിൽ അഭയം നൽകി എന്നതായിരുന്നു റസിഡന്റിനോടുള്ള പകയ്ക്ക് കാരണം. മേനോനെ ഏതുവിധേനയും നശിപ്പിക്കാനുള്ള പാലിയത്തച്ചന്റെ ശ്രമത്തിനിടയിലായിരുന്നു റസിഡന്റിന്റെ നടപടി.

വേലുത്തമ്പി - കുണ്ടറവിളംബരം

താൻ ദളവാസ്ഥാനമൊഴിഞ്ഞ് കോഴിക്കോട്ടേക്ക് താമസംമാറാൻ ഉദ്ദേശിക്കുന്നുവെന്നും അതിലേക്കായി തനിക്ക് അകമ്പടിക്കുവേണ്ടി ഇംഗ്ലീഷ്സൈന്യത്തെ അയച്ചുതരണമെന്നും വേലുത്തമ്പി മെക്കാളെയോട് ആവശ്യപ്പെട്ടു. കൊച്ചിയിൽനിന്നും റസിഡന്റിന്റെ പ്രധാന സൈനികവിഭാഗത്തെ മാറ്റുകയായിരുന്നു തമ്പിയുടെ ഉദ്ദേശ്യം.

അവിചാരിതമായി റസിഡന്റിന്റെ വസതി ആക്രമിക്കാൻ കഴിഞ്ഞെങ്കിലും മെക്കാളെ കുഞ്ഞികൃഷ്ണമേനോനോടൊപ്പം 'പിയഡ്മോൺട്സി' എന്ന ബ്രിട്ടീഷ് കപ്പലിൽ കയറി രക്ഷപ്പെട്ടു.

ശക്തരായ വിദേശികൾക്കെതിരായ യുദ്ധത്തിൽ എല്ലാവിഭാഗം ജനങ്ങളുടേയും പൂർണ്ണ സഹകരണംകൂടിയേ കഴിയൂ എന്ന് വേലുത്തമ്പിദളവയ്ക്ക് അറിയാമായിരുന്നു. ഇതിനായി അദ്ദേഹം നടത്തിയ ആഹ്വാനമാണ് കുണ്ടറവിളംബരം. ഒരു ജനകീയവിപ്ലവത്തിന്റെ കാഹളമായിരുന്നു അത്. ആയിരക്കണക്കിന് യുവാക്കൾ സമരസന്നദ്ധരായി അണി നിരന്നു. 1809 ഫെബ്രുവരി 5-ന് കലാപകാരികളെ അമർച്ചചെയ്യാനായി തിരുവിതാംകൂറിന്റെ തെക്കേഅതിർത്തിയായ ആരുവാമൊഴിയിൽ കേണൽ ലേഗർ വലിയൊരു സൈന്യവുമായി എത്തി. തിരുവിതാംകൂർ സൈന്യവും ബ്രിട്ടീഷുകാരും തമ്മിൽ നടന്ന യുദ്ധത്തിൽ നേരിട്ട പരാജയം കലാപകാരികളുടെ ആത്മവീര്യം നഷ്ടപ്പെടുത്തി. പാലിയത്തച്ചൻകൂടി തമ്പിയെ കൈവിട്ടതോടെ പരാജയം പൂർണ്ണമായി. തിരുവിതാംകൂറിന്റെ സൈനികകേന്ദ്രങ്ങളായിരുന്ന ഉദയഗിരിയും പത്മനാഭപുരവും ബ്രിട്ടീഷ്സൈന്യത്തിന്റെ കൈയിലായി. സൈന്യം തിരുവനന്തപുരത്തെത്തി പാപ്പനംകോട് താവളമടിച്ചു. കലാപത്തെ അടിച്ചമർത്താൻ ബ്രിട്ടീഷ്സൈന്യം നടത്തിയ നീക്കങ്ങൾ കേണൽ വെൽഷ് തന്റെ 'സൈനികസ്മരണകൾ' എന്ന ഗ്രന്ഥത്തിൽ വിവരിച്ചിട്ടുണ്ട്. ഈ സൈനികനീക്കങ്ങൾക്ക് നേതൃത്വം കൊടുത്തവരിൽ ഒരാളാണ് കേണൽ വെൽഷ്.

തിരുവിതാംകൂറിന്റെ മോചനത്തെക്കുറിച്ചുള്ള സ്വപ്നം ചീട്ടുകോട്ടപോലെ തകരുന്നത് വേലുത്തമ്പി മനസ്സിലാക്കി. ദളവ തിരുവനന്തപുരത്തെത്തി രാജാവിനെ മുഖംകാണിച്ച ശേഷം ഒളിവിൽ പോയി. മഹാരാജാവ് ബ്രിട്ടീഷുകാരുമായി സന്ധിസംഭാഷണത്തിന് ഉമ്മിണിത്തമ്പിയെ നിയോഗിക്കുക മാത്രമല്ല 1809 മാർച്ച് 18-ന് അയാളെ ദളവാസ്ഥാനത്ത് അവരോധിക്കുകയും ചെയ്തു. ഒളിവിൽ പോയ തമ്പിയെ പിടിച്ചുകൊടുക്കുന്നവർക്ക് ബ്രിട്ടീഷുകാർ അൻപതിനായിരം രൂപ പ്രതിഫലം പ്രഖ്യാപിച്ചു. കൊ.വ. 984 മാശിമാസം 15-ന് മഹാരാജാവ് മെക്കാളെക്കെഴുതിയ കത്തിൽ "വേലുത്തമ്പിയുടെ വിചാരദോഷംകൊണ്ട് നമുക്കും ഇംഗ്ലീഷുകാർക്കും തമ്മിൽ ബഹു

കാലമായി കഴിഞ്ഞുപോരുന്ന അന്യോന്യവിശ്വാസത്തിന് ദോഷം വരുത്തി നമ്മുടെ ദേശത്തിന് ദോഷംവരുത്തണമെന്ന് അവൻ വിചാരിക്കകൊണ്ട് അവനെ ഉദ്യോഗത്തിൽനിന്ന് മാറ്റി" (വേലുത്തമ്പി ദളവാ രേഖകൾ. നീട്ടുപകർപ്പ് - നമ്പർ 36) അറിയിച്ചു.

തുടർന്ന് കേണൽ മെക്കാളെ, അനന്തപത്മനാഭൻതുറയിൽവന്ന് ക്യാമ്പ്ചെയ്തിരിക്കുന്നതിനാൽ വേഗം വേലുത്തമ്പിയെ പിടിച്ച് കൈവിലങ്ങുവച്ച്, നടത്തിക്കൊണ്ട് വരാൻ കഴിഞ്ഞില്ലെങ്കിൽ മേനാവിലോ, കുതിരയിലോ കയറ്റി കൊണ്ടുവരണമെന്ന് തമ്പി ഈശ്വരൻ ചെമ്പകരാമന്, രാജാവ് ഉത്തരവ് നൽകി.

രാജ്യത്തിനകത്തും പുറത്തുമുള്ള രാജ്യവിരുദ്ധശക്തികൾക്കെതിരെ പോരാടി രക്തസാക്ഷിയായ വേലുത്തമ്പിദളവയുടെ അന്ത്യം 985-ലെ രാജ്യകാര്യചുരുണയിൽ ഇങ്ങനെ രേഖപ്പെടുത്തിയിരിക്കുന്നു.

"ടി. വേലുത്തമ്പിയെ അന്നഴിച്ചു പിടിച്ചുകൊണ്ടുവരത്തക്കവണ്ണം ആളുകൾക്ക് സമ്മാനങ്ങളും ഒത്തു കുപ്പിണിയിൽ ഒള്ളപേരെയും മറ്റും ചില പേർകളെയും മക്കാളിക്കർണ്ണെലും തിവാനിചിയും കൂട കൽപ്പനയും വരുത്തി ആളുകളെ പറഞ്ഞയക്കെയും വേലുത്തമ്പിയെടെ വീട്ടിൽ ഒള്ള പേരെ കൂട്ടിച്ചു കൊണ്ടു വരത്തക്കവണ്ണവും ആള്യിക്കയും ചെയിതചേഴം വേലുത്തമ്പിയിടെ അനുചൻ കുഞ്ചു പിരാട്ടിത്തമ്പി മുതലേപേർ പുരുഴമ്മാരും പെണ്ണുങ്ങളും, കുഞ്ഞുങ്ങളും ചെരിവരെ പരരാച്ചിയത്തിൽ ഒളിച്ചുപോകെയും (131) വേലുത്തമ്പിയെ കൂട്ടിക്കൊണ്ടുവരത്തെക്കവണ്ണം പറഞ്ഞയച്ച ആളുകെളിൽ നട്ടാലം മല്ലൻപിള്ള കാരിയക്കാറരും ആളുകളുംകൂട പലതിക്കുകെളിലും മലെകളിലും കാടുകെളിലും മടങ്ങൾ വീടുകൾ ഉൾപ്പെടെ തലങ്ങളിലൊക്കെയും വിചാരിച്ചു മണ്ണടിതേചത്തിനകത്തു ചെന്നാറെ വേലുത്തമ്പി ഒരു മഠത്തിൽ പാർക്കുന്ന അവത്ത അറിഞ്ഞു മല്ലൻപിള്ള കാരിയക്കാറരും ആളുകെളും തിരുമേനി. കാവൽ കുപ്പിണിയിൽനിന്നും അയച്ച സുപേതാരും ചിപായികെളും കുട മടത്തിൽചെന്നു മടത്തിനുചുറ്റും ആളുകളെയും നിറുത്തി മല്ലൻപിള്ള കാരിയകാറരും സുപേതരും ഏതാനും ആളുകളും കൂട വേലുത്തമ്പിയും ടിയാന്റെ അനുജൻ ചെമ്പകരാമൻ തമ്പിയുംകൂടി മടത്തിൽ ഒരു പിരമുറിയിൽ പാർക്കുന്നതിനു പിറത്തുചെന്നു കതവു തിറപ്പാൻ വിളിച്ചാറെ കതവുതിറക്കാഴികകൊണ്ടു ആളുകളെ മടത്തിന്റെ ഉയരെക്കേറ്റി ഓലയും വരിച്ചിലും പൊളിപ്പിച്ചു തട്ടുമ്പിറത്തു ഇറങ്ങി തട്ടു ഇളകി ആളുകെൾ പിരക്കകത്തു ഇറങ്ങുവാൻ പാവിക്കുമ്പോൾ വേലുത്തമ്പി പിരക്കകത്തു നിന്നു കുത്തിമരിച്ചുകളകെയും ചെയിതചേഴം ടിയാന്റെ അനുചൻ ചെമ്പകരാമൻ തമ്പിയെടെ കൈയിൽ

ഇരുന്ന ആയുതങ്ങളും പിരക്കുവെളിയിൽ വാങ്ങിച്ചു ആളുകെൾ പിരക്കകെത്തു കടന്നു ചെമ്പകരാമൻതമ്പിയെ പിടിച്ചുകെട്ടി വേലുത്തമ്പി മരിച്ച പിറേതത്തിനെ കിലിൽ ഇട്ടു എടുപ്പിച്ചു തിരുവനന്തപുരത്തു കൊണ്ടുവന്നു തിവാനിചിയെ പോതിപ്പിച്ചു ടിയാന്റെ പിറേതത്തിനെ ചെന്നുകണ്ടു നിച്ചയംവരുത്തി തൂക്കത്തക്കവെണ്ണം നിച്ചയിച്ചു തിരുമനസ്സിലും അറിയിച്ചു മക്കാളിക്കർണ്ണലിനോടും പോതിപ്പിച്ചു പിറേതത്തിനെ (132) ഉള്ളൂർക്കുന്നിൽ കൊണ്ടെ തൂക്കിക്കെയും ചെയിത ചേഴം ചെമ്പകരാമൻതമ്പിയെ വിലങ്ങിൽ ഇട്ടു പാറാവിൽ പാർപ്പിക്കെയും വേലുത്തമ്പിയെടെകൂടെ ഉള്ളായിരുന്ന ചെല്ലം വകകാരിയം വിചാരിച്ച കുഞ്ചാതിച്ചപ്പിള്ളയേയും കായസംലാലാവിനേയും വിലങ്ങിട്ട് പാറാവിൽ പാർപ്പിക്കെയും......."

വേലുത്തമ്പിയുടെ മൃതദേഹം തിരുവനന്തപുരത്ത് കൊണ്ടുവന്നു. ശരീരം ഉള്ളൂർകുന്നിൽ കെട്ടിത്തൂക്കി. തലക്കുളത്തെ വസ്തുവകകളൊക്കെയും കണ്ടുകെട്ടി വീട് ഇടിച്ചുനിരത്തി. ബന്ധുക്കളെ മാലദ്വീപിലേക്ക് നാടുകടത്തി. അടുത്തബന്ധുക്കളെ പലരേയും തൂക്കിലേറ്റി. അനുജൻ പത്മനാഭൻ തമ്പിയെ കൊല്ലത്തുവച്ചും അടുത്ത അനുയായികളായ വൈക്കം പത്മനാഭപിള്ള, ചെമ്പിൻ അരയൻ തുടങ്ങിയവരെ പള്ളാത്തുരുത്തി, പുറക്കാട് എന്നിവിടങ്ങളിൽവച്ചും കഴുവേറ്റി. ആ ധീരന്റെ മൃതദേഹത്തോട് റസിഡന്റ് കാണിച്ച നിന്ദ്യവും ക്രൂരവുമായ അനാദരവ് പിൽക്കാലത്ത് അപലപിക്കപ്പെട്ടു. മെക്കാളെയുടെ പ്രവൃത്തികളെ അന്നത്തെ ഇന്ത്യൻ ഗവർണ്ണർ ജനറലായിരുന്ന മിന്റോപ്രഭു ആക്ഷേപിച്ചതും സ്മരിക്കാം. അന്നേക്ക് നാലുവർഷംമുൻപ് പഴശ്ശിരാജാവിന്റെ മൃതദേഹത്തോട് മലബാർ കളക്ടറായിരുന്ന ബേർ കാണിച്ച മര്യാദപോലും റസിഡന്റിൽനിന്ന് ഉണ്ടായില്ലെന്നത് ദുഃഖകരംതന്നെ.

കേരളത്തിന്റെ ഭരണസിരാകേന്ദ്രമായ സെക്രട്ടേറിയേറ്റ് മന്ദിരത്തിന്റെ മുൻവശത്തുള്ള വേലുത്തമ്പിയുടെ പ്രതിമ, അഴിമതിക്കും സ്വജനപക്ഷപാതത്തിനുമെതിരെ സന്ധിയില്ലാസമരം ചെയ്ത ധീരദേശസ്നേഹിയുടെ ചരിത്രം നമ്മെ വീണ്ടും വീണ്ടും ഓർമ്മിപ്പിക്കുന്നു.

അയ്യാവൈകുണ്ഠസ്വാമി

'ഒരു ചൊൽ, ഒരു കുലം, ഒരു ഇറൈവൻ' ഇതായിരുന്നു വൈകുണ്ഠസ്വാമിയുടെ ദർശനം. വാക്ക് മാററുത്, മനുഷ്യരെല്ലാം ഒരു കുലം, ഒരു ഈശ്വരൻ എന്ന് അർത്ഥം. 'ഒരുജാതി ഒരുമതം ഒരു ദൈവം മനുഷ്യന്' എന്ന് നമ്മെ പഠിപ്പിക്കാൻ ശ്രമിച്ച ശ്രീനാരായണ ഗുരു ജനിച്ചത് വൈകുണ്ഠസ്വാമി അന്തരിച്ച് അഞ്ചുവർഷംകഴിഞ്ഞാണെന്ന് ഓർക്കണം.

സ്വന്തം രൂപം കണ്ണാടിയിൽനോക്കി വണങ്ങാൻ അനുയായി കളോട് ആഹ്വാനം ചെയ്തതും അയ്യാവൈകുണ്ഠസ്വാമിതന്നെ. എല്ലാ മനുഷ്യരിലും ഈശ്വരചൈതന്യം കുടികൊള്ളുന്നുവെന്നും ആ ചൈതന്യത്തെ തിരിച്ചറിയുകയാണ് വേണ്ടതെന്നും അദ്ദേഹം ഉപദേശിച്ചു. അങ്ങനെ സ്വന്തം രൂപത്തെ കണ്ട് വണങ്ങാനും സ്വയം മനസ്സിലാക്കാനും പഠിപ്പിക്കുക എന്നതായിരുന്നു സ്വാമിയുടെ കണ്ണാടി പ്രതിഷ്ഠയുടെ ലക്ഷ്യം. അങ്ങനെ പ്രതിഷ്ഠിച്ച കണ്ണാടി ക്കുമുന്നിൽ ഒരു നിലവിളക്കും കൊളുത്തിവച്ചു. ക്ഷേത്രത്തിൽ കാണിക്കയിടുന്നതും കാവടിയെടുക്കൽ തുടങ്ങിയ വഴിപാടുകളും വിലക്കി. ക്ഷേത്രങ്ങളിൽ സ്ത്രീക്കും പുരുഷനും തുല്യപ്രാധാന്യം നൽകാനും മറന്നില്ല.

പൊന്നുമാടൻ ആയിരുന്നു സ്വാമിയുടെ അച്ഛൻ. അമ്മ വെയി ലാളി. ജനിച്ചത് 1809 മാർച്ച് 26-ാം തീയതി കന്യാകുമാരിയിലെ ശാസ്താൻകോവിൽവിളയിൽ. ഈ സ്ഥലമാണ് പിൽക്കാലത്ത് സ്വാമിതോപ്പ് എന്ന പേരിൽ അറിയാൻതുടങ്ങിയത്. മുടിചൂടുംപെരു മാൾ എന്നായിരുന്നു വൈകുണ്ഠസ്വാമിക്ക് അച്ഛനുമമ്മയും ആദ്യം നൽകിയ പേര്. പൊന്നുമാടന്റെ മകന് പെരുമാൾ എന്ന പേര് നൽകി യത് ജന്മിമാർക്ക് ഇഷ്ടപ്പെട്ടില്ല. താണജാതിക്കാർ പെരുമാൾ എന്ന പേര് ഉപയോഗിക്കാൻ പാടില്ല എന്ന് അവർ ശഠിച്ചു. ജന്മിമാരെ അനുസ്മരിച്ചുമാത്രം ശീലമുള്ള പൊന്നുമാടൻ മകന്റെ പേര് 'മുത്തു ക്കുട്ടി' എന്നാക്കി. പക്ഷേ കാലത്തിന്റെ തീരുമാനം മറ്റൊന്നായി രുന്നു. മുത്തുക്കുട്ടി പിൽക്കാലത്ത് അധഃകൃത വർഗ്ഗക്കാരുടെ മന സ്സുകളിൽ മുടിചൂടാപെരുമാളായി.

1836-ൽ ഇദ്ദേഹം രൂപീകരിച്ച 'സമത്വസമാജം' കേരളത്തിലെ ആദ്യത്തെ സാമൂഹികസംഘടനയായി കണക്കാക്കുന്നു. സ്വാമി രചിച്ച 'അകിലതിരട്ട്', 'അരുൾനൂൽ' എന്നീ കൃതികൾ ചരിത്രപരവും ആത്മകഥാപരവും ദാർശനികവുമായ ഉള്ളടക്കംകൊണ്ട് ശ്രദ്ധേയ മാണ്.

സമൂഹത്തിൽ അത്യാചാരങ്ങൾ കൊടികുത്തിവാണിരുന്ന കാല മായിരുന്നു അന്ന്. ജന്മി-കുടിയാൻബന്ധം 'ഉടമ-അടിമ' ബന്ധമാ യിരുന്നു. താഴ്ന്നജാതിക്കാരുടെ സഞ്ചാരസ്വാതന്ത്ര്യത്തിനും വസ്ത്ര ധാരണത്തിനും വിദ്യാഭ്യാസത്തിനുമൊക്കെ മേൽജാതിക്കാരുടെ നിയന്ത്രണങ്ങളും വിലക്കുകളുമുണ്ടായിരുന്നു. പരിഭവം പറയാനും പരാതി കേൾക്കാനും ആരുമുണ്ടായിരുന്നില്ലതാനും. ഇങ്ങനെ ഒരു സാമൂഹിക ചുറ്റുപാടിലാണ് മുത്തുക്കുട്ടി വളർന്നത്. സമൂഹത്തിലെ എല്ലാഅത്യാചാരങ്ങൾക്കും കാരണം ഉച്ചനീചത്വങ്ങളാണെന്ന് അദ്ദേഹം തിരിച്ചറിഞ്ഞു. മിഷനറിമാരുടെ സ്കൂളിൽ പ്രാഥമിക

വിദ്യാഭ്യാസം നേടാനുള്ള ഭാഗ്യം മുത്തുക്കുട്ടിക്കുണ്ടായി. 17-ാംവയസ്സിൽ വിവാഹംകഴിച്ചു. തുടർന്ന് മാരകമായ അസുഖംപിടിപെട്ട അദ്ദേഹത്തെ വൈദ്യന്മാർ കൈയൊഴിഞ്ഞതോടെ അവസാനശ്രമമെന്നനിലയിൽ തിരുച്ചന്തൂർ മഹാവിഷ്ണുക്ഷേത്രത്തിൽ ഭജനമിരുന്നു. അത്ഭുതമെന്ന് പറയട്ടെ മൂന്നുമാസംകൊണ്ട് രോഗം ഭേദമായി.

സാമൂഹികമായ അവഗണന നേരിടുന്ന തന്റെ സഹോദരങ്ങളുടെ ഉന്നമനത്തിനായി അദ്ദേഹം പ്രവർത്തിച്ചുതുടങ്ങി. അമ്പലം പണിയിച്ചു. പ്രതിഷ്ഠ നടത്തി. പന്തിഭോജനം സംഘടിപ്പിച്ചു. ജാതിവിലക്കുകളില്ലാതെ ആർക്കും ഉപയോഗിക്കാവുന്ന പൊതുകിണറുകൾ കുഴിച്ചു. ജാതിഭേദത്തിനും സാമ്പത്തികഅസമത്വത്തിനും ലിംഗഭേദത്തിനുമെതിരായി ശക്തമായും സമാധാനപരമായും പ്രതികരിച്ചു. വേലചെയ്യുന്നവന് ന്യായമായ കൂലിവേണമെന്ന് അദ്ദേഹം വാദിച്ചു. അങ്ങനെ അധഃകൃതന്റെ ആദ്ധ്യാത്മിക ഭൗതികവിഷയങ്ങളിൽ അവരെ ഉത്തേജിപ്പിക്കാനും നേർവഴിനടത്താനും യത്നിച്ചു.

അക്കാലത്ത് താണ ജാതിക്കാർക്ക് ക്ഷേത്രപ്രവേശനവും വേദപഠനവും സന്യാസവുമൊക്കെ വിലക്കിയിരുന്നല്ലോ. താണവർഗ്ഗക്കാരിൽ ആദ്ധ്യാത്മികചിന്തയുള്ളവർക്ക് സന്യസിക്കുന്നതിനുള്ള അവസരമൊരുക്കാനാണ് അയ്യാവൈകുണ്ഠസ്വാമി 'തൂവൈൽപതി' സ്ഥാപിച്ചത്. മൂന്നുനേരം കടൽവെള്ളത്തിൽ കുളിച്ച് ധ്യാനിക്കണം എന്നായിരുന്നു നിർദ്ദേശം. 'തൂവൈൽ' എന്നാൽ ശുദ്ധിയായി നടക്കുന്നവൻ എന്നർത്ഥം. അങ്ങനെ ശുദ്ധിയും ഭക്തിയും താണജാതിക്കാരിൽകൂടി എത്തിക്കാനുള്ള ശ്രമമായിരുന്നു ഇത്. സ്വാഭാവികമായും ഇതിനെതിരെയും സവർണ്ണരുടെ പ്രതിഷേധമുണ്ടായി.

ഹിന്ദുക്കളായ ചാന്നാർ സ്ത്രീകളുടെ മാറുമറക്കൽ സമരത്തിന്റെ പ്രേരകശക്തി സ്വാമിയായിരുന്നു. സംഘടനയിലൂടെ മാത്രമേ ശക്തി പ്രാപിക്കാനാവൂ എന്ന് അദ്ദേഹം ചാന്നാന്മാരെ പഠിപ്പിച്ചു. അവകാശങ്ങൾ നേടിയെടുക്കാൻ മതംമാറേണ്ടതില്ലെന്നും സ്വയംസംഘടിക്കുകയാണ് വേണ്ടതെന്നും അവർക്ക് കാണിച്ചുകൊടുത്തു. അയിത്തക്കാർക്കുവേണ്ടി ക്ഷേത്രങ്ങൾ സ്ഥാപിച്ചുകൊണ്ട് ക്രിസ്ത്യൻ മിഷനറിമാരുടെ മതംമാറ്റശ്രമങ്ങളെ ഒരുപരിധിവരെ തടഞ്ഞു. മതംമാറ്റക്കാരായ എൽ.എം.എസ് മിഷനറിമാർ സ്വാമിയെ തങ്ങളുടെ പ്രതിയോഗിയായിക്കണ്ടു.

1837-ൽ സ്വാതിതിരുനാളിന്റെ ഭരണകാലത്ത് ബ്രിട്ടീഷ് റസിഡന്റിന്റെ താൽപ്പര്യപ്രകാരം വൈകുണ്ഠസ്വാമിയെ തിരുവനന്തപുരത്ത് ശിങ്കാരത്തോപ്പിൽ തടവുകാരനായി പാർപ്പിച്ചു. പ്രസിദ്ധമായ ശുചീന്ദ്രം തേരോട്ടത്തിൽ പങ്കെടുക്കുവാൻ താണജാതിക്കാർക്ക് അനുവാദമുണ്ടായിരുന്നില്ല. ഇതിനെതിരെ പ്രതികരിച്ച വൈകുണ്ഠ

സ്വാമികൾ അവർണ്ണരെക്കൊണ്ട് തേരിന്റെ കയർ വലിപ്പിച്ച് ആചാരലംഘനം നടത്തി. പ്രകോപിതരായ സവർണ്ണർ സ്വാമിക്കെതിരെ പരാതി നൽകുകയായിരുന്നു. അക്കാലത്ത് ബ്രിട്ടീഷ് റസിഡൻസിയിൽ ഉദ്യോഗസ്ഥനായിരുന്ന കുമാരസ്വാമി വൈകുണ്ഠസ്വാമിയുടെ ആരാധകനായിമാറി. ഇദ്ദേഹമാണ് പിൽക്കാലത്ത് തൈക്കാട് അയ്യാസ്വാമി എന്ന പേരിൽ പ്രസിദ്ധനായത്.

1892-ൽ സ്വാമി വിവേകാനന്ദൻ കന്യാകുമാരിയിലെത്തിയപ്പോൾ സ്വാമിത്തോപ്പു സന്ദർശിച്ചു. വൈകുണ്ഠസ്വാമിയുടെ ആദ്ധ്യാത്മിക സാമൂഹികപ്രവർത്തനങ്ങൾ കണ്ട അദ്ദേഹം താണജാതിക്കാരുടെ ഉന്നമനത്തിനായി പ്രവർത്തിച്ച അയ്യാവൈകുണ്ഠസ്വാമിയെ മറ്റൊരു ബുദ്ധൻ എന്നാണ് വിശേഷിപ്പിച്ചത്.

1851 ജൂൺമാസം രണ്ടാംതീയതി സ്വാമി സമാധിയായി.

നാണുപിള്ള ദിവാൻ

"സാമാന്യവിദ്യാഭ്യാസം കഴിഞ്ഞ് മാന്യമായ തൊഴിലന്വേഷിച്ചു നടക്കുന്ന ഒരു യുവാവാണ് ഈ അപേക്ഷകൻ. ഇയാളുടെ സഹായത്തിന് മൂന്നു ബന്ധുക്കൾ മാത്രമാണുള്ളത്. വേല ചെയ്യാൻ പ്രാപ്തിയുള്ള ദൃഢകായം, വേലചെയ്യിക്കാൻ എപ്പോഴും പ്രേരണനൽകുന്ന മനസ്സ്, അത് തൃപ്തികരമായി ചെയ്യിക്കാൻ കഴിവുള്ള ബുദ്ധി എന്നിവരാണു ബന്ധുക്കൾ. ഇവരുടെ സഹായത്തിലും ദൈവകൃപയിലുമുള്ള ഉത്തമവിശ്വാസത്തോടുകൂടി ജീവിതായോധനത്തിന് ഒരവസരം അന്വേഷിച്ചുകൊണ്ടാണ് സായ്പവറുകളെ കാണാൻ ഈ അപേക്ഷകൻ കാത്തുനിൽക്കുന്നത്." ('ദിവാൻ നാണുപിള്ള, ജീവചരിത്രസംഗ്രഹം', കെ.ആർ. ഇലങ്കത്ത്, പുറം-9)

ജോലിയന്വേഷിച്ചെത്തിയ ഒരു യുവാവ് റസിഡന്റ് ജനറൽ കല്ലനു നേരിട്ടുനൽകിയ അപേക്ഷയാണിത്. കുളച്ചൽനിന്ന് ഉദയഗിരിയിലേക്കു പൊയ്ക്കൊണ്ടിരുന്ന റസിഡന്റിന്റെ കുതിരവണ്ടിക്കു പുറകെ തിങ്കളാഴ്ചച്ചന്തമുതൽ ഉദയഗിരിവരെ ഓടുകയായിരുന്നു ആ യുവാവ്. അപേക്ഷകന്റെ ഇംഗ്ലീഷ് പരിജ്ഞാനത്തിലും ബുദ്ധിശക്തിയിലും ആകൃഷ്ടനായ ജനറൽ കല്ലൻ യുവാവിനെ റസിഡൻസിയിലെ വോളന്റീർ ആയി നിയമിച്ചു. അവിടെനിന്ന് ഔദ്യോഗിക ജീവിതത്തിന്റെ പടവുകൾ അനായാസം നടന്നുകയറി ദിവാൻപദം വരെയെത്തിയ നാണുപിള്ളയായിരുന്നു ആ യുവാവ്. ജീവിതത്തിലുടനീളം കഴിവും ആത്മാർത്ഥതയും പ്രകടിപ്പിക്കുകയും മാനുഷിക മൂല്യങ്ങൾക്കു വിലനല്കുകയും ചെയ്തു.

1827-ൽ നെയ്യൂരിൽ നാഗൻതമ്പിയുടെയും ഇലങ്കംവീട്ടിൽ ഈശ്വരിപിള്ളയുടെയും മകനായി നാണുപിള്ള ജനിച്ചു. നെയ്യൂർ

മിഷൻ സ്കൂൾ, നാഗർകോവിൽ മിഷനറി സ്കൂൾ, തിരുവനന്തപുരം ഫ്രീ സ്കൂൾ എന്നിവിടങ്ങളിലായിരുന്നു വിദ്യാഭ്യാസം.

1865 മുതൽ ദിവാൻ പേഷ്കാരായും 1872 മുതൽ ആക്ടിങ് ദിവാനായും 1877 മുതൽ ആയില്യം തിരുനാളിന്റെ ദിവാനായും രാജ്യത്തെ സേവിച്ച നാണുപിള്ളയുടെ കാര്യശേഷിയും രാജഭക്തിയും ആയില്ല്യംതിരുനാൾ മഹാരാജാവിന്റെ അവസാനകാലഭരണനേട്ടങ്ങളിൽ കാര്യമായ പങ്കുവഹിച്ചിട്ടുണ്ട്. 1880-ൽ ആയില്ല്യം തിരുനാൾ നാടുനീങ്ങിയതോടെ വിശാഖംതിരുനാൾ സ്ഥാനമേറ്റു. അക്കാലത്ത് 'മദ്രാസ് സ്റ്റാൻഡെർഡ്' നാടുനീങ്ങിയ മഹാരാജാവിന്റെ എഴുത്തുകുത്തുകളിലെ ചില കുറിപ്പുകൾ കാരണം മിസ്റ്റർ നാണുപിള്ളയെ താമസിയാതെ ഔദ്യോഗികപദവികളിൽനിന്നു വിടുർത്തുന്നതാണ് എന്നൊരു വാർത്ത വന്നു. 1880 സെപ്തംബർ മാസം 15-ാം തീയതി നാണുപിള്ളയോട് ദിവാൻപദം ഒഴിയാൻ മഹാരാജാവ് ആവശ്യപ്പെട്ടു. ഉദ്യോഗമൊഴിഞ്ഞ നാണുപിള്ള തിരുവനന്തപുരത്തെ വെള്ളയമ്പലത്തുള്ള ഡയമണ്ട് ഹില്ലിൽ താമസിച്ചു.

വിശാഖംതിരുനാളിന് രാജ്യാവകാശം കൊടുത്തുകൂടാ എന്ന ഉദ്ദേശത്തോടെ ആയില്യംതിരുനാൾ എഴുതിയ കത്തുകളൊന്നും ഊർജ്ജിതമാക്കാതെ തടഞ്ഞ് ഈ രാജ്യത്തിന്റെ പരമ്പരാഗതമായ ദായക്രമത്തിനു കുഴപ്പമൊന്നും വരാതെ രാജ്യത്തെയും രാജകുടുംബത്തെയും നിലനിർത്താൻ യത്നിച്ച ദിവാൻ നാണുപിള്ളയെ വിശാഖംതിരുനാൾ ഉദ്യോഗത്തിൽനിന്നും പിരിച്ചയച്ചു. (മാർത്താണ്ഡവർമ്മ, സൃഷ്ടിയും സ്വരൂപവും-ഡോ. പി. വേണുഗോപാലൻ) പിരിച്ചുവിടലിനോടനുബന്ധിച്ചു നാണുപിള്ളയ്ക്കു നൽകിയ കത്തിൽ അദ്ദേഹത്തിന്റെ സേവനങ്ങളെ പ്രകീർത്തിച്ച് വിശാഖംതിരുനാൾ ഇങ്ങനെ എഴുതി: 'I am doing so I will fail in justice and fairness where I not to record in the strongest terms my high sense of your most faithful, devoted and valuable services to myself and to my lamented predecessor in several grades of the public service culminating in the highest office of the state that of Prime Ministers and responsible adviser.' (Travancore State Manual-Nagamayya - Vol.I, p-593)

സാധാരണയായി തിരുവിതാംകൂർ ദിവാൻജിമാർക്കു നിശ്ചയിച്ചിട്ടുള്ള പെൻഷൻ പ്രതിമാസം 500 രൂപ എന്ന നിരക്കിൽനിന്നു വ്യത്യസ്തമായി അദ്ദേഹത്തിന്റെ ദീർഘകാല സ്തുത്യർഹമായ സേവനത്തെ പരിഗണിച്ച് പ്രതിമാസം 750 രൂപയും ഒരു കെട്ടിടം പണിയാൻ പതിനായിരം രൂപയുമനുവദിച്ചു. നാണുപിള്ള ദിവാൻ പദവിയിൽനിന്നു വിരമിച്ചശേഷം തിരുവിതാംകൂർ ചരിത്രത്തിന്റെ

രചനയിലേർപ്പെട്ടുവെങ്കിലും 'മാർച്ച് ഓഫ് പ്രോഗ്രസ് ഓഫ് ട്രാവൻകൂർ' എന്നു നാമകരണം ചെയ്യപ്പെട്ട പ്രസ്തുത ചരിത്രഗ്രന്ഥം പ്രസിദ്ധീകരിച്ചില്ല. ഉന്നതസ്ഥാനങ്ങളിൽ ജോലിചെയ്തിരുന്നപ്പോൾ പ്രധാന രേഖകൾ കൈകാര്യം ചെയ്യാനും പഠിക്കാനും അവസരം ലഭിച്ചിരുന്ന വ്യക്തിയെന്ന നിലയിൽ അദ്ദേഹത്തിന്റെ രേഖപ്പെടുത്തലുകൾ വിലപ്പെട്ടതാകുമായിരുന്നു. 18-ാം നൂറ്റാണ്ടിന്റെ ഉത്തരാർദ്ധം മുതൽക്കുള്ള ചരിത്രമായിരുന്നു ഇതിൽ. ചരിത്രാഖ്യായികകാരനായ സി.വി. രാമൻ പിള്ള, സ്റ്റേറ്റ് മാന്വലിന്റെ കർത്താവ് നാഗമയ്യ, റവന്യു മാന്വലിന്റെ കർത്താവ് തുടങ്ങി ധാരാളം ഗ്രന്ഥകർത്താക്കൾ നാണുപിള്ളയുടെ രചനയോടു കടപ്പെട്ടിട്ടുണ്ട്. രണ്ടു വാല്യങ്ങളായി എഴുതപ്പെട്ട പുസ്തകം പ്രസിദ്ധീകരിച്ചിരുന്നുവെങ്കിൽ തിരുവിതാംകൂർ ചരിത്രാന്വേഷികൾക്കുള്ള വിലപ്പെട്ട സംഭാവനയാകുമായിരുന്നു.

1885-ൽ വിശാഖം തിരുനാൾ നാടുനീങ്ങുകയും ശ്രീമൂലംതിരുനാൾ അധികാരം കൈയേൽക്കുകയും ചെയ്തു. ദിവാൻ രാമയ്യങ്കാരുടെ ഔദ്യോഗികകാലാവധി അവസാനിക്കാറായതിനെത്തുടർന്ന് അടുത്ത ദിവാനെപ്പറ്റി ആലോചന തുടങ്ങി. രാജ്യകാര്യങ്ങളിൽ തഴക്കവും ഭരണകാര്യപഴക്കവുമുള്ള നാണുപിള്ളയെ ഒന്നുകൂടി ദിവാൻജിയായി നിയമിക്കാൻ മഹാരാജാവും ബ്രിട്ടീഷ് ഗവണ്മെന്റുമായി എഴുത്തുകുത്തു നടത്തി. 1061-മാണ്ട് ചിങ്ങമാസം 3 മുതൽ നാണുപിള്ളയെ ദിവാനായി നിയമിക്കാൻ നിശ്ചയിച്ചുവെന്നും അന്ന് നീട്ടുകൊടുക്കുന്നതാണെന്നുമുള്ള തിരുവുള്ളം അനൗദ്യോഗികനിലയിൽ നാണുപിള്ളയെ അറിയിച്ചു.

ദിവാൻജിയായി രണ്ടാംഘട്ടം ചുമതലയെടുക്കേണ്ടിവരുമായിരുന്നതിനു മൂന്നു ദിവസം മുൻപ്, 1886 ആഗസ്റ്റ് 14-ന് തിരുവനന്തപുരത്തുള്ള സ്വവസതിയിൽവച്ച് നാണുപിള്ള അന്തരിച്ചു. പെട്ടെന്നുള്ള മരണകാരണം കാലിലുണ്ടായ ഒരു വ്രണവും തുടർന്നുണ്ടായ ജ്വരവുമായിരുന്നു.

നെയ്യാറ്റിൻകര കിഴക്കേനി കുടുംബത്തിലെ മാധവിപ്പിള്ളയായിരുന്നു ദിവാൻ നാണുപിള്ളയുടെ ഭാര്യ. അഞ്ചു സഹോദരന്മാരും രണ്ടു സഹോദരിമാരുമുണ്ടായിരുന്നു. മകൻ എൻ. രാമൻപിള്ള എക്സൈസ് കമ്മീഷണറും മരുമക്കത്തായ കമ്മിറ്റി സെക്രട്ടറിയുമായി. മന്ത്രിയും പ്രമുഖ സഹകാരിയുമായിരുന്ന കെ.ആർ. ഇലങ്കത്ത് അനന്തിരവനാണ്. ■

സ്മാരകങ്ങൾ

പത്മനാഭപുരം കൊട്ടാരം

ഒരു രാജവംശത്തിന്റെ പൂർവപ്രതാപവും പ്രൗഢിയും വിളിച്ചറിയിക്കുന്ന വാസ്തുശിൽപ്പവിസ്മയമാണ് പത്മനാഭപുരം കൊട്ടാരം. ഗംഭീരമായ എടുപ്പുകളും മുഖപ്പുകളും അനുപമമായ ദാരുശിൽപ്പങ്ങളും ഈ നിർമ്മിതിയുടെ പ്രത്യേകതകളാണ്. കേരളീയവാസ്തുശിൽപ്പകലയുടെ ചാരുതയും ദാരുശിൽപ്പകലാകുശലതയും പ്രകടമാക്കുന്ന പത്മനാഭപുരം കൊട്ടാരത്തിന്റെ അകത്തളങ്ങൾക്ക് വേണാട്ടുരാജാക്കന്മാരുടെ കഥകൾ ഇനിയും ഏറെ പറയാനുണ്ടാവും. നിരവധി വേണാട്ടധിപന്മാരുടെ പാദസ്പർശമേറ്റ ഈ കൊട്ടാരസമുച്ചയം ചരിത്രകാരന്മാരുടെയും വിനോദസഞ്ചാരികളുടെയും വാസ്തുശിൽപ്പവിദഗ്ദ്ധരുടെയും ഇഷ്ടകേന്ദ്രംകൂടിയാണല്ലോ. തച്ചുശാസ്ത്രവിദ്യാർത്ഥികൾക്കും ചുവർചിത്രകലാകാരന്മാർക്കും ഇവിടം എന്നും ഒരു വിസ്മയം തന്നെ. ദാരുനിർമ്മിതമായ ഏറ്റവും വലിയ കൊട്ടാരവും ഇത് തന്നെ.

പത്മനാഭപുരം കൊട്ടാരം മുഖപ്പ്

എ.ഡി 1601-ൽ കൽക്കുളംകോട്ട നിർമ്മിക്കുന്നതിന് മുൻപേ തന്നെ ഇവിടെ ഒരു രാജഭവനം ഉണ്ടായിരുന്നത്രേ. മാർത്താണ്ഡ വർമ്മ മഹാരാജാവ് ഈ രാജകീയമന്ദിരം പുതുക്കിപ്പണിയിച്ചു. വേണാട് രാജാക്കന്മാരുടെ കൊട്ടാരങ്ങളിൽ ഏറ്റവും പഴയത് കൽക്കുളം കൊട്ടാരമാണ്. വലിയ നീരാഴിക്കെട്ട് എന്നായിരുന്നു ഈ തായ്ക്കൊട്ടാരം അറിയപ്പെട്ടിരുന്നത്.

"....കൽക്കുളത്ത് വലിയ നീരാഴി കോയിക്കലിൽ എഴുന്നള്ളി ഇരുന്നും കൽക്കുളത്ത് വലിയ കോയിക്കൽ പഴമയായി അഴിഞ്ഞു കിടന്നതിനെയും കെട്ടിച്ചു പൂയപ്പിരൈ പിരിച്ചു നാടകചാല കൽമണ്ഡപമാക തീർപ്പിച്ചു കൽക്കുളത്ത് കോടൈയുംകെട്ടി മുകിപ്പിച്ചു ടി കോടൈക്കു അകത്തു വടമേൽ മൂലയിൽ രാമച്ചുവാമി കോവിലും കെട്ടിച്ചു. ....ടി ദിവസത്തിൽ (919 തൈമാസം 10-ന്) രാത്തിറി വിറച്ചികം രാചിനേരത്തു കൽക്കുളം ഉടയോർവിളാകം വലിയകോവിക്കലിനെ പാലും കാച്ചിച്ചു പെരുമാൾ ശ്രീ പപ്പനാവ പെരുമാൾക്കു കൊട്ടാരമാക്കുമാറു കൽപ്പിച്ചു...." എന്നാണ് രേഖ (മതിലകം രാജ്യകാര്യരേഖ).

പല വലിപ്പത്തിലുള്ള പല കെട്ടിടങ്ങൾ ഉൾപ്പെട്ടതാണ് കൊട്ടാര സമുച്ചയം. ഇന്നുകാണുന്ന മന്ദിരങ്ങളെല്ലാം പലകാലത്ത് പല രാജാക്കന്മാർ പണികഴിപ്പിച്ചതാണ്. കൂട്ടത്തിൽ ആദ്യത്തേത് തായ്കൊട്ടാരം എന്ന് പറഞ്ഞല്ലോ. സ്വാതിതിരുനാളിന്റെ കാലത്താണ് ഏറ്റവും അവസാനത്തെ നിർമ്മിതി.

രാജാകേശവദാസൻ തിരുവിതാംകൂർ ദിവാനായിരുന്ന കാലത്ത് ഇവിടെ ഒരു കുതിരപ്പന്തിയും ചില അനുബന്ധ കെട്ടിടങ്ങളും നിർമ്മിച്ചത് ഇപ്പോഴില്ല. ആ നിർമ്മിതികളുടെ സ്ഥാനത്താണ് പുരാവസ്തുകാഴ്ചബംഗ്ലാവ് പ്രവർത്തിക്കുന്ന പുതിയ കെട്ടിടം നിർമ്മിച്ചത്. അതുപോലെതന്നെ ഒരു പഴയകെട്ടിടം പൊളിച്ചുമാറ്റിയിട്ടാണ് പുത്തൻകൊട്ടാരം നിർമ്മിച്ചതും. ആറ് ഏക്കറിലായി പരന്നുകിടക്കുന്ന ഈ കൊട്ടാരസമുച്ചയത്തിൽ വാസ്തുവിദ്യാപരവും ദാരുശിൽപ്പപരവും ചരിത്രപരവുമായ ഒട്ടേറെ വിശേഷതകൾ കാണാം. കാലാകാലങ്ങളിൽ രാജ്യം ഭരിച്ചിരുന്ന രാജാക്കന്മാർ അന്നന്നത്തെ ആവശ്യങ്ങൾ പരിഗണിച്ച് ചില കൂട്ടിച്ചേർക്കലുകളും നവീകരണങ്ങളും നടത്തിയിട്ടുണ്ട്. ഒരേ കെട്ടിടത്തിന്റെ പലഭാഗങ്ങൾ പലആവശ്യങ്ങൾക്കായി ഉപയോഗിച്ചുപോന്നു. അങ്ങനെ ഉപയോഗത്തിന്റെയും ആവശ്യങ്ങളുടെയും അടിസ്ഥാനത്തിൽ അവക്ക് ഓരോ പേരുമുണ്ടായി.

ഇനി ഈ കൊട്ടാരസമുച്ചയത്തിലെ പ്രധാനഭാഗങ്ങൾ ഏതെല്ലാമെന്ന് നോക്കാം.

നടനമാളിക, പൂമുഖമാളിക, പ്ലാമൂട്ടിൽ ചാവടി, വേപ്പിൻമൂട് കൊട്ടാരം, തായ്കൊട്ടാരം, വലിയ ഊട്ടുപുര, ഹോമപ്പുര, പുത്തൻ കൊട്ടാരം, ഉപ്പിരിക്കമാളിക, ആയുധശാല, തെക്കെതെരുവ് മാളിക, പന്തടിക്കളം മാളിക, അമ്പാരിമുഖപ്പ്, ചന്ദ്രവിലാസം, ഇന്ദ്രവിലാസം, ചമയപ്പുര, നവരാത്രിമണ്ഡപം, കൊച്ചുമടപ്പള്ളി, കമ്മട്ടം, തേവാരക്കെട്ടു ദേവസ്വം, ആലമ്പാറദേവസ്വം, തെക്കെകൊട്ടാരം എന്നിവയാണ് പത്മനാഭപുരം കൊട്ടാരസമുച്ചയത്തിലെ പ്രധാന മന്ദിരങ്ങൾ.

പൂമുഖമാളിക - പൂമുഖം, മന്ത്രശാല, നാടകശാല, മണിമേട എന്നിവയാണ് പൂമുഖമാളികയിലുള്ളത്. മാളികയുടെ ദർശനം പടിഞ്ഞാറേക്കാണ്. പൂമുഖത്തിന്റെ മൂന്ന് മുഖപ്പുകളിലും മനോഹരങ്ങളായ ദാരുശിൽപ്പങ്ങൾ കാണാം. ആകർഷകങ്ങളായ രണ്ട് അശ്വാരൂഢവിഗ്രഹങ്ങൾ സന്ദർശകരെ സ്വാഗതംചെയ്യാനായി ഇവിടെ നിൽപ്പുണ്ട്. ദാരുനിർമ്മിതങ്ങളാണിവ. ദാരുശിൽപ്പത്തൂണുകളും ബ്രാക്കറ്റുകളും മുഖപ്പുകളും പൂമുഖത്തെ ഗംഭീരമാക്കുന്നു.

പൂമുഖത്തിന്റെ മുകളിലത്തെ നിലയിലാണ് മന്ത്രണശാല. മഹാരാജാക്കന്മാർ രാജ്യഭരണം നിയന്ത്രിച്ചിരുന്നത് ഇവിടെയിരുന്നാണ്. മനോഹരമായ സിംഹാസനം അതിന്റെ പ്രൗഢിക്കനുസൃതമായ ചിത്രപ്പണികൊണ്ട് അലങ്കരിച്ചിരിക്കുന്നു. ഇവിടെയുള്ള പതിനൊന്ന് കിളിവാതിലുകൾ പലനിറത്തിലുള്ള അഭ്രപാളികൾകൊണ്ട്

അലങ്കാരത്തൂണ് - പത്മനാഭപുരം കൊട്ടാരം

വർണ്ണാഭമാക്കിയിട്ടുണ്ട്. നിർണ്ണായകവും തന്ത്രപരവുമായ നിരവധി തീരുമാനങ്ങൾക്ക് വേദിയായിരുന്നു ഇവിടം.

മന്ത്രശാലയുടെ വടക്കുവശത്താണ് മണിമേട. മണിമേടയുടെ മുൻവശത്തെ മുഖപ്പ് കൊത്തുപണികൾകൊണ്ട് സമാലംകൃതമാണ്. മണിമേടയിൽവച്ചിട്ടുള്ള മണി സ്പാനിഷ് സാങ്കേതികവിദ്യയിലായിരുന്നു നിർമ്മിച്ചത്. നാട്ടുകാരനായ ഒരു കൊല്ലൻ, പുരോഹിതന്മാരുടെ സഹായത്തോടെ യൂറോപ്പിൽച്ചെന്ന് നാഴികമണി ഉണ്ടാക്കുന്ന വിദ്യ രഹസ്യമായി പഠിച്ച് തിരിച്ചെത്തി വിജയകരമായി നിർമ്മിച്ചതാണ് ഈ മണി. ഇയാൾ മണിനിർമ്മിച്ച് രാജാവിന് കാഴ്ചവച്ചു. ഭാരത്തിന്റെ ശക്തികൊണ്ട് പ്രവർത്തിക്കുന്ന ഈ മണിയുടെ നാദം മൂന്നുകിലോമീറ്റർ ചുറ്റളവിൽ കേൾക്കുമായിരുന്നത്രേ.

തായ്ക്കൊട്ടാരം - കൊട്ടാരസമുച്ചയത്തിലെ ഏറ്റവും പഴക്കമുള്ള മാളികയാണല്ലോ തായ്ക്കൊട്ടാരം. ചതുരാകൃതിയിൽ രണ്ടു നിലകളുള്ള ഈ കെട്ടിടത്തിലാണ് കല്ലറയും ഗുഹാമാർഗ്ഗവുമുള്ളത്. കൊട്ടാരത്തിലെ നിലവറ കല്ലറയായി അറിയപ്പെടുന്നു. ഗുഹാമാർഗ്ഗം ഇപ്പോഴില്ല. പള്ളിയറ രണ്ടാമത്തെ നിലയിലാണ്. ഇവിടത്തെ ഏകാന്തമണ്ഡപം പ്രധാനവും ആകർഷകവുമാണ്. തിരുവിതാംകൂർ രാജാക്കന്മാർ ആണ്ടുതോറും നാൽപ്പത്തിഒന്നു ദിവസം ഏകാന്തഭജനം നടത്തിയിരുന്നത് ഈ മണ്ഡപത്തിലായിരുന്നു. മഹാരാജാവ് ഭജനമിരിക്കുന്ന കാലയളവിൽ ശാസ്താംപാട്ടുപാടി കളമെഴുത്തുംപാട്ടും നടത്തുമായിരുന്നു. കാർത്തികതിരുനാൾ മഹാരാജാവ് രാജ്യതലസ്ഥാനം തിരുവനന്തപുരത്തേക്ക് മാറ്റിയപ്പോൾ അവിടെ കോട്ടയ്ക്കകത്ത് ഏകാന്തഭജനത്തിനായി പണികഴിപ്പിച്ച കൊട്ടാരമാണ് ഭജനപ്പുര കൊട്ടാരം.

ഉപ്പിരിക്കമാളിക - ശിൽപ്പകലയുടെയും ചിത്രകലയുടെയും നിറസാന്നിദ്ധ്യമാണ് ഈ മാളിക. മാർത്താണ്ഡവർമ്മ മഹാരാജാവ് ശ്രീപത്മനാഭന്റെ പള്ളിയറ എന്ന സങ്കൽപ്പത്തിൽ ഈ മാളിക പണിയിച്ചത് അതീവശ്രദ്ധയോടെയാണ്. നാലുനിലകളുണ്ട് ഈ മാളികയ്ക്ക്. ഒന്നാമത്തെ നില ഖജനാവാണ്. രണ്ടാമത്തെ നിലയിലെ പ്രധാന ആകർഷണം അവിടെയുള്ള, അറുപത്തിനാലിനം ഔഷധത്തടികൾകൊണ്ട് നിർമ്മിച്ച മനോഹരമായ സപ്രമഞ്ചക്കട്ടിലും. ഈ മുറി, മരത്തിൽചെയ്ത് മനോഹരമായ കൊത്തുപണികൾകൊണ്ട് കമനീയമാക്കിയിരിക്കുന്നു.

മരക്കോവേണികയറി മൂന്നാമത്തെ നിലയിലെത്തിയാൽ അവിടെ ശിൽപ്പവേലകൾകൊണ്ട് മനോഹരമാക്കിയതും മേൽക്കട്ടിയുള്ളതുമായ കട്ടിലുണ്ട്. കമനീയമായ ഈ മുറിക്ക് ശ്രീപത്മനാഭന്റെ ശയനമുറി എന്ന സങ്കൽപ്പമാണ്. കട്ടിലിൽ ശ്രീപത്മനാഭൻ പള്ളികൊള്ളുന്നു

എന്നാണ് വിശ്വാസം. പള്ളിയറയുടെ കിഴക്കും പടിഞ്ഞാറും വശങ്ങളിലായി രണ്ട് കെടാവിളക്കുകൾ ജ്വലിച്ചുനിൽക്കുന്നുണ്ട്. മാർത്താണ്ഡവർമ്മ, ഉപ്പിരിക്ക മാളികക്കൊട്ടാരം പെരുമാൾ കൊട്ടാരമായി സങ്കൽപ്പിച്ച് ശ്രീപത്മനാഭന് സമർപ്പിച്ചതുമുതൽ ഈ വിളക്കുകൾ കെടാതെ കത്തുന്നു. പടിഞ്ഞാറുവശത്ത് ഈ പീഠത്തിന്മേൽ പള്ളിവാൾ കാണാം. ഈ വാളാണ് നവരാത്രിഘോഷയാത്രക്കൊപ്പം തിരുവനന്തപുരത്ത് കൊണ്ടുപോകുന്നത്.

ഉപ്പിരിക്കമാളികയുടെ ചുവരുകളിൽ വരച്ചിരിക്കുന്ന അനുപമവും അത്യാകർഷകവുമായ ചുവർചിത്രങ്ങൾ പ്രത്യേക പരാമർശം അർഹിക്കുന്നു. ഇവിടെ ലോകോത്തരനിലവാരത്തിലുള്ള നാൽപ്പത്തിഒന്ന് ചുവർചിത്രങ്ങൾ കാണാം. ഉദാത്തമായ രചനാശൈലിയും നിറങ്ങളുടെ സന്തുലിതമായ ഉപയോഗവും വിന്യാസവും ഈ ചിത്രങ്ങളെ ശ്രദ്ധേയമാക്കുന്നു. അനന്തശയനം, വള്ളിയും ദേവയാനിയുമൊപ്പമുള്ള സുബ്രഹ്മണ്യൻ, ഗോപികമാർക്കൊപ്പമുള്ള വേണുഗോപാലൻ, ശിവപാർവതീപരിണയം, ശ്രീരാമപട്ടാഭിഷേകം, അശ്വാരൂഢശാസ്താവ്, ഗരുഢവാഹനനായ മഹാവിഷ്ണു, ഭദ്രകാളി, നരസിംഹം, ദശാവതാരം എന്നിവയാണ് ഇവിടെയുള്ള പ്രധാന ചുവർചിത്രങ്ങൾ.

അമ്പാരിമുഖപ്പ് - ആനപ്പുറത്തേറ്റുന്ന അമ്പാരിയുടെ മാതൃകയിലുള്ള മുഖപ്പിനെയാണ് അമ്പാരിമുഖപ്പ് എന്ന വിളിപ്പേരുള്ളത്. പന്തടിക്കളം മാളികക്കും ചന്ദ്രവിലാസത്തിനുമിടക്കുള്ള മനോഹരമായ മന്ദിരമാണ് ഇത്. തെക്കെ തെരുവിലേക്ക് തള്ളിനിൽക്കുന്ന ശിൽപ്പമനോഹരമായ ഈ മുഖപ്പിൽനിന്നാണ് മഹാരാജാക്കന്മാർ ഉത്സവദിവസങ്ങളിലെ തേരോട്ടം കാണുന്നതും വിശേഷദിവസങ്ങളിൽ പ്രജകളെ മുഖംകാണിക്കുന്നതും. ഈ മുഖപ്പിന്റെ നിർമ്മാണവും അണിയിച്ചൊരുക്കലും രാജകീയംതന്നെ.

ചന്ദ്രവിലാസവും ഇന്ദ്രവിലാസവും - ചന്ദ്രവിലാസം അമ്പാരിമുഖപ്പിന് തെക്കുവശത്തായി സ്ഥിതിചെയ്യുന്നു. ഇവിടെ ചരിത്രസംഭവങ്ങളെ ആസ്പദമാക്കി വരച്ച നിരവധി എണ്ണച്ഛായാചിത്രങ്ങളുണ്ട്. കുളച്ചൽ യുദ്ധത്തിൽ പരാജിതനായ ഡിലനോയി മാർത്താണ്ഡവർമ്മയുടെ മുമ്പിൽ കീഴടങ്ങുന്നത്, നെടുങ്കോട്ടയിലെ ടിപ്പുവിന്റെ പരാജയം, മാർത്താണ്ഡവർമ്മയുടെ തൃപ്പടിദാനം തുടങ്ങിയ ചിത്രങ്ങൾ ഇവയിൽ പ്രധാനങ്ങളാണ്.

ചന്ദ്രവിലാസത്തിന് കിഴക്കുവശത്തുള്ള വലിയ മന്ദിരമാണ് ഇന്ദ്രവിലാസം. പ്രധാനനിർമ്മിതികളിൽനിന്നും വിട്ടുനിൽക്കുന്നു. രാജാവിനെ സന്ദർശിക്കാനെത്തിയിരുന്ന വിദേശീയരായ അതിഥികൾക്കുവേണ്ടിയാണ് ഇന്ദ്രവിലാസം ഉപയോഗിച്ചിരുന്നതത്രേ. മറ്റു

നിർമ്മിതികളിൽനിന്ന് വ്യത്യസ്തമായ വൈദേശിക വാസ്തുവിദ്യാശൈലിയാണ് ഇവിടെ ഉപയോഗിച്ചിട്ടുള്ളത്.

നവരാത്രിമണ്ഡപം - കൊട്ടാരസമുച്ചയത്തിലെ ഏറ്റവും ഭംഗിയുള്ളതും ആകർഷകവുമായ നിർമ്മിതിയാണ് നവരാത്രിമണ്ഡപം. ഈ മണ്ഡപത്തിന്റെ നിർമ്മാണകാലത്തെക്കുറിച്ച് വ്യക്തമായ രേഖകളൊന്നും ലഭ്യമല്ല. മാർത്താണ്ഡവർമ്മയുടെ കാലത്തിനുമുമ്പ് തന്നെ ഇവിടെ ഒരു മണ്ഡപം ഉണ്ടായിരുന്നുവെന്നാണ് വിശ്വസിക്കുന്നത്. പക്ഷേ ഇപ്പോൾ കാണുന്നത് പഴയമണ്ഡപം പൊളിച്ച് മാർത്താണ്ഡവർമ്മ പണിയിച്ച ശിലാമണ്ഡപവും സരസ്വതീക്ഷേത്രവുമാണ്. ഇവിടെയാണ് നവരാത്രിആഘോഷങ്ങളോടനുബന്ധിച്ചുള്ള കലാപരിപാടികൾ അരങ്ങേറിയിരുന്നത്.

ഉദയഗിരിക്കോട്ട

പത്മനാഭപുരം തിരുവിതാംകൂറിന്റെ തലസ്ഥാനമായിരുന്ന കാലത്ത് രാജ്യത്തിന്റെ സൈനിക-രാജ്യരക്ഷാപ്രവർത്തനങ്ങളുടെ കേന്ദ്രമായിരുന്നു ഉദയഗിരിക്കോട്ട. മുന്നൂറ്അടി പൊക്കമുള്ള ഉദയഗിരിക്കുന്നിന് ചുറ്റുമായാണ് കോട്ടകെട്ടിയിട്ടുള്ളത്. വിസ്തീർണ്ണം എൺപത്തിഒൻപത് ഏക്കർ. പത്മനാഭപുരം കോട്ടയ്ക്ക് തെക്കുമാറി തന്ത്രപ്രധാനമായ ഭാഗത്താണ് ഈ കോട്ട.

വേണാട് ഭരിച്ചിരുന്ന രവിവർമ്മരാജാവിന്റെ ഭരണകാലത്ത് (AD 1595-1609) ചെളികൊണ്ടാണ് ഈ കോട്ട നിർമ്മിച്ചത്. ചോഴരാജാവായ രാജരാജചോഴന്റെ ദൂതനെ ഭാസ്കരരവിവർമ്മൻ എന്ന ചേരരാജാവ് ഈ കോട്ടയിൽ തടങ്കലിൽ പാർപ്പിച്ചു. ഇതേതുടർന്ന് ക്ഷുഭിതനായ രാജരാജചോഴൻ കോട്ടയെ ആക്രമിച്ച് തകർത്തു.

ഉദയഗിരി കോട്ട

പഴയകോട്ടകളെ ബലപ്പെടുത്തുന്നതിന്റെ ഭാഗമായി മാർത്താണ്ഡ വർമ്മ മഹാരാജാവ് കരിങ്കല്ലുകൊണ്ട് കോട്ട പുതുക്കിപ്പണിയിച്ചു. കുളച്ചൽയുദ്ധത്തിൽ തടവുകാരായി പിടിക്കപ്പെട്ട ഇരുപത്തിനാല് സൈനികരെയും തടങ്കലിൽ പാർപ്പിച്ചത് ഉദയഗിരിക്കോട്ടയിൽ തന്നെ. ടിപ്പുസുൽത്താനുമായുള്ള യുദ്ധത്തിൽ പിടിയിലായ തടവു കാരെയും ഇവിടെതന്നെയാണ് സൂക്ഷിച്ചത്. വളരെ വലിയ കരിങ്കല്ലു കൾകൊണ്ട് നിർമ്മിച്ച കോട്ടയുടെ വീതി അഞ്ചുമീറ്ററും പൊക്കം ആറുമീറ്ററുമാണ്. ഇടക്കിടക്കായി പത്ത് കൊത്തളങ്ങളുമുണ്ട്.

പ്രധാന യുദ്ധതന്ത്രകേന്ദ്രമായിരുന്ന ഉദയഗിരിക്കോട്ടയിൽ നിര വധി പടക്കോപ്പുകൾ നിർമ്മിച്ചിരുന്നു. ഇവിടെയുണ്ടായിരുന്ന ലോഹ നിർമ്മിതമായ പീരങ്കിയെക്കുറിച്ച് ബ്രിട്ടീഷ്സൈനികനായ കേണൽ വെൽഷ് തന്റെ സൈനികസ്മരണകളിൽ പരാമർശിക്കുന്നുണ്ട്. പതി നാറ് അടി നീളമുള്ള പിത്തളകൊണ്ട് ഉണ്ടാക്കിയ ഈ പീരങ്കി, പതിനാറ് ആനകൾ ഒത്തുചേർന്ന് ശ്രമിച്ചിട്ടും ഇളക്കാനായില്ലത്രേ. നൂറ് പീരങ്കികളും അൻപതിനായിരം ആയുധധാരികളായ പടയാ ളികളും കോട്ടയ്ക്കുള്ളിൽ ഉണ്ടായിരുന്നു.

വലിയ ദിവാൻജി രാജാകേശവദാസന്റെ അനന്തരവന്മാരായ ജനറൽ കുമാരൻതമ്പിയെയും ഇരയിമ്മൻതമ്പിയെയും വധിച്ച ഗൂഢാലോചനക്കേസിലെ കുഞ്ചുനീലൻപിള്ള, മുത്തുപിള്ള എന്നി വരെ തടവിൽ പാർപ്പിച്ചതും ഈ കോട്ടയിലാണ്. വളരെക്കാലം നാഞ്ചിനാട്ടെ സിവിൽഭരണത്തെ നിയന്ത്രിച്ചിരുന്ന നാട്ടുകൂട്ടങ്ങളുടെ പ്രവർത്തനം നിർത്തൽചെയ്യിച്ചതിനും ഈ കോട്ട സാക്ഷിയാണ്. കേണൽ മൺട്രോയാണ് ഇതിന് നേതൃത്വം നൽകിയത്.

ഇംഗ്ലീഷുകാർക്കെതിരായി വേലുത്തമ്പിദളവ യുദ്ധംപ്രഖ്യാപി ച്ചതിനെ തുടർന്ന് അവർ ഈ കോട്ട കൈക്കലാക്കാനെത്തി. പക്ഷേ, അവരെത്തുന്നതിന് മുൻപുതന്നെ നാട്ടുസൈന്യം അവിടം ഉപേ ക്ഷിച്ചുപോയിരുന്നു. ഇതേക്കുറിച്ച് കേണൽ വെൽഷ് രേഖപ്പെടു ത്തിയിരിക്കുന്നത് ഇങ്ങനെ.

“മുൻനിരയെ നയിക്കേണ്ട ചുമതല എനിക്കായിരുന്നു. ....പത്മ നാഭപുരം കോട്ടയും ഉദയഗിരിക്കോട്ടയും ശത്രുക്കൾ ഉപേക്ഷിച്ചു പോയതായി ആളുകൾ ഞങ്ങളെ അറിയിച്ചു. ഉദയഗിരിയിൽ രണ്ട് കമ്പനിപ്പട്ടാളത്തെ നിർത്തിയശേഷം ഒരുമൈൽ അകലെയുള്ള സാമാന്യം വലുതായ പത്മനാഭപുരം കോട്ടയിലേക്ക് ഞാൻ പുറ പ്പെട്ടു. ....ഈ സ്ഥലത്തുനിന്നും ധാരാളം വിലപ്പെട്ട വാളുകളും കഠാരികളും കൈത്തോക്കുകളും, കുന്തങ്ങളും, വിലപ്പെട്ട തുണി കളും ലഭിച്ചു. സ്വർണ്ണാഭരണങ്ങൾ സൂക്ഷിക്കുന്ന പെട്ടികളും ധാരാള മുണ്ടായിരുന്നു. അവയെല്ലാം തുറന്നുകിടന്നിരുന്നു.” (സൈനിക

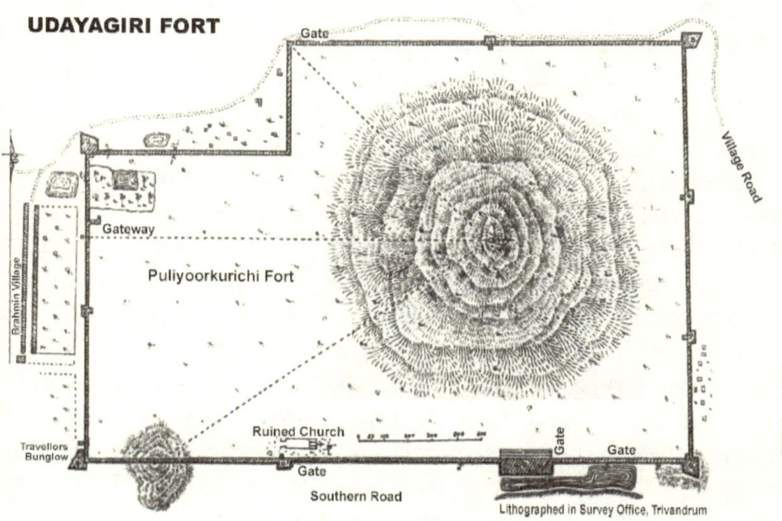

ഉദയഗിരിക്കോട്ട - പ്ലാൻ

സ്മരണകൾ - കേണൽ വെൽഷ്). കോട്ടയ്ക്കകത്ത് കടന്ന സൈന്യം കണ്ണിൽകണ്ടതെല്ലാം തകർത്തു. 19-ാംനൂറ്റാണ്ടിന്റെ അവസാനംവരെ ഈസ്റ്റിന്ത്യാകമ്പനിയുടെ താവളവും ഉദയഗിരിയിലായിരുന്നു.

ഉദയഗിരിക്കോട്ടയിൽ കൂറ്റൻശിലകൾ പലതും ഇളകിപ്പോയിട്ടുണ്ട്. ഡിലനോയിക്കുവേണ്ടി ഡച്ച് വാസ്തുശിൽപ്പമാതൃകയിൽ പണി കഴിപ്പിച്ച പള്ളിയും അദ്ദേഹത്തിന്റെയും കുടുംബത്തിന്റേയും ശവ കുടീരങ്ങളും കോട്ടയ്ക്കകത്തെ മറ്റുനിർമ്മിതികളും നാശത്തിന്റെ വക്കിലാണ്. രാജഭരണകാലത്തെ ശക്തമായ ഈ സൈനികകേന്ദ്രം ഇന്ന് അനാഥമാണ്.

വട്ടക്കോട്ട

മാർത്താണ്ഡവർമ്മ മഹാരാജാവും ഡിലനോയിയും പുനത്തിൽ വല്ല്യയജമാനനുമൊക്കെ ഉൾപ്പെട്ട ഒരു കാലഘട്ടത്തിന്റെ ഓർമ്മ കളെ തൊട്ടുണർത്താനെന്നപോലെ വീണ്ടും വീണ്ടും വട്ടക്കോട്ടയെ തലോടിമടങ്ങുന്ന കടലിലെ ഓളങ്ങൾ. കോട്ടമുകളിൽ നിന്നു നോക്കുമ്പോൾ, പരസ്പരം ചേർന്നും ചേരാതെയും ഇളവെയിലിൽ തിളങ്ങുന്ന കടലുകളുടെ സുന്ദരകാഴ്ച. ഈ കടലോരത്തിന് 18-ാംനൂറ്റാണ്ടിലെ തിരുവിതാംകൂറിന്റെ ചെറുത്തുനിൽപ്പുകളുടെയും പരാക്രമങ്ങളുടെയും ധാരാളം കഥകൾ നമ്മെ ഓർമ്മിപ്പിക്കാനു ണ്ടാവും.

കാസർകോടിന് ബേക്കൽകോട്ടപോലെയാണ് പഴയ തിരുവിതാംകൂറിൽ വേണാട് രാജാക്കന്മാർ 18-ാംനൂറ്റാണ്ടിൽ പണികഴിപ്പിച്ച വട്ടക്കോട്ട. കടലിൽനിന്നുള്ള ആക്രമണങ്ങളെ ചെറുക്കുകയും കടൽയാനങ്ങളുടെ നീക്കങ്ങൾ നിരീക്ഷിക്കുകയുമായിരുന്നു ഉദ്ദേശ്യം. പൂർണ്ണമായും കരിങ്കല്ല് ഉപയോഗിച്ചാണ് കോട്ട നിർമ്മിച്ചിരിക്കുന്നത്. ഒരുഭാഗത്ത് കടലും മറുഭാഗത്ത് പശ്ചിമഘട്ടവുമുള്ള തന്ത്രപ്രധാനമായ ഭാഗത്ത് കോട്ട നിർമ്മിക്കാൻ നിശ്ചയിച്ചത് മാർത്താണ്ഡവർമ്മയാണ്. വലിയ കപ്പിത്താനായിരുന്ന ഡിലനോയിയുടെ നിർദ്ദേശത്താലാണ് രൂപകൽപ്പന. പുനച്ചൽ വലിയ ഏജമാനൻ നിർമ്മാണത്തിന് മേൽനോട്ടം വഹിച്ചു. മൂന്നര ഏക്കറാണ് കോട്ടയുടെ വിസ്തീർണ്ണം. കൂറ്റൻ കോട്ടമതിലിന്റെ ഉയരം 25 അടി. മുൻഭാഗത്ത് 29 അടിയും പിന്നിൽ 6 അടിയും വശങ്ങളിൽ 18 അടിയുമാണ് മതിലിന്റെ കനം. കോട്ടയ്ക്കുള്ളിൽ മൂന്ന് മണ്ഡപങ്ങൾ കാണാം. ചുറ്റിനും ആയുധശേഖരണത്തിനും പട്ടാളക്കാരുടെ വിശ്രമത്തിനുമുള്ള മുറികളുമുണ്ട്. കോട്ടയ്ക്ക് മുകളിലേക്ക് കയറാൻ പടികളും ചരിഞ്ഞപാതകളും ഒരുക്കിയിരിക്കുന്നു. ചരിഞ്ഞപാതയിലൂടെയാണ് മുകളിൽ ഉറപ്പിക്കേണ്ട പീരങ്കികളും മറ്റും എത്തിച്ചിരുന്നത്.

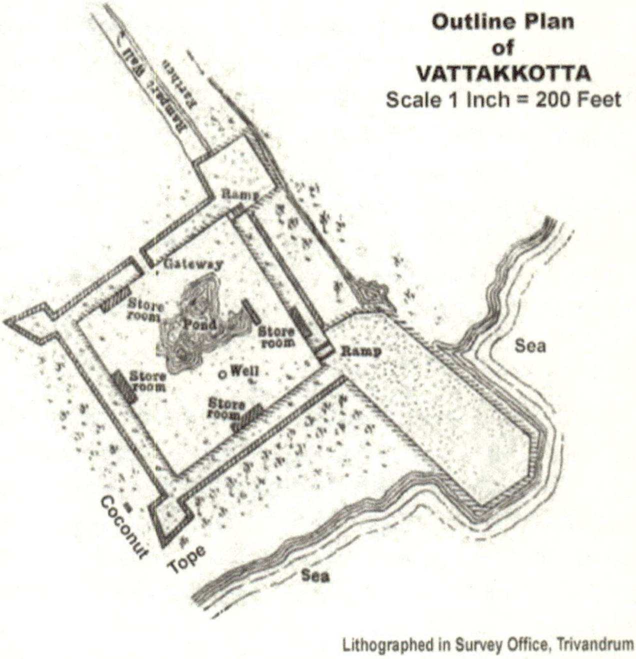

വട്ടക്കോട്ട - പ്ലാൻ

സാധാരണപോലെ കൊത്തളങ്ങളും നിരീക്ഷണസ്ഥലങ്ങളും കാണാം.

കോട്ടയ്ക്ക് മുകളിൽനിന്നുള്ള കാഴ്ച മനോഹരമാണ്. ധാരാളം വിനോദസഞ്ചാരികൾ ഈ കാഴ്ചകാണാൻ ഇവിടെ എത്തുന്നു. അൽപ്പം നിറവ്യത്യാസത്തോടെ, സ്വന്തം വ്യക്തിത്വം കാത്തും എന്നാൽ ചേർന്നും നിൽക്കുന്ന അറബിക്കടലിന്റെയും ബംഗാൾ ഉൾക്കടലിന്റെയും കാഴ്ച അനുപമംതന്നെ.

പാണ്ഡ്യരാജാക്കന്മാരുടെ കാലത്തുതന്നെ ഈ കോട്ട നിലനിന്നിരുന്നതായും ഡെലനോയി കോട്ട ശക്തിപ്പെടുത്തുകമാത്രമാണ് ചെയ്തതെന്നും വിശ്വസിക്കുന്നവരുണ്ട്. തമിഴ്നാട്ടിലെ ഒരു പ്രധാന വിനോദകേന്ദ്രംകൂടിയായ വട്ടക്കോട്ട, കേന്ദ്ര പുരാവസ്തുവകുപ്പിന്റെ കീഴിലുള്ള സംരക്ഷിതസ്മാരകമാണ്.

അമ്മവീടുകൾ

തിരുവിതാംകൂർ രാജാക്കന്മാരുടെ പത്നിമാരെ 'അമ്മച്ചി' എന്നാണ് വിളിച്ചിരുന്നത്. അമ്മച്ചിമാർ താമസിച്ചിരുന്ന വീടുകളാണ് പിൽക്കാലത്ത് അമ്മവീടുകൾ എന്ന് അറിയപ്പെട്ടത്.

തിരുവിതാംകൂറിലെ രാജാക്കന്മാർ സാധാരണയായി വിവാഹം ചെയ്തിരുന്നത് നായർ പ്രഭുകുടുംബങ്ങളിലെ സ്ത്രീകളെയാണ്. മുൻകാലങ്ങളിൽ സഹ്യാദ്രിക്ക് കിഴക്കുള്ള വള്ളിയൂർ, കളക്കാട്, ചേരമാൻദേവി അംബാസമുദ്രം തുടങ്ങിയ പ്രദേശങ്ങളും തിരുവിതാംകൂറിൽ ഉൾപ്പെട്ടതായിരുന്നല്ലോ. കേരളപുരവും പത്മനാഭപുരവുമൊക്കെ തലസ്ഥാനമായിരുന്നുതാനും. സ്വാഭാവികമായും ശൈവവെള്ളാള കുടുംബങ്ങളിൽപ്പെട്ട പെൺകുട്ടികളെയും അക്കാലത്ത് രാജാക്കന്മാർ വിവാഹം കഴിച്ചു.

രാമവർമ്മ മഹാരാജാവ് (1724-1728 എ.ഡി) വടശ്ശേരിയിലെ വെള്ളാള കുടുംബാംഗത്തെയാണ് വിവാഹം കഴിച്ചത്. രാമവർമ്മയ്ക്ക് വെള്ളാള സ്ത്രീയിൽ ജനിച്ച രണ്ട് പുത്രന്മാരാണ് തമ്പിരാമൻ രാമനും തമ്പിരാമൻ ആദിച്ചനും. ഇവർ കുഞ്ചുതമ്പിമാർ എന്ന വിളിപ്പേരിൽ അറിയപ്പെട്ടു. തമിഴ് വെള്ളാളരായിരുന്ന ഇവർ മക്കത്തായികളായിരുന്നു. രാമവർമ്മ മഹാരാജാവ് ഇരണിയൽ കൊട്ടാരത്തിലാണ് അമ്മത്തമ്പുരാട്ടിയെ പാർപ്പിച്ചത്. മക്കത്തായിയായ വെള്ളാള സ്ത്രീയെ വിവാഹം കഴിച്ചതിനെ തുടർന്നുണ്ടായ പ്രശ്നങ്ങൾ ആവർത്തിക്കാതിരിക്കാനാണ് പിൽക്കാലത്ത് മരുമക്കത്തായികളായ നായർ കുടുംബങ്ങളിൽ നിന്നും വധുവിനെ തെരഞ്ഞെടുത്തത്.

രാജാക്കന്മാരുടെ വിവാഹത്തിന് ആഘോഷകരമായ ചടങ്ങുകളൊന്നും ഉണ്ടാവാറില്ല. സ്വന്തം കൈകൊണ്ട് വധുവിന് പുടവ

പോലും കൊടുക്കാറില്ലായിരുന്നത്രേ. ഇത്തരം സംബന്ധങ്ങളിൽ ഉണ്ടാവുന്ന പുരുഷസന്തതികൾ രാജ്യഭരണത്തിന് അവകാശമുന്ന യിക്കരുതെന്ന് അവർക്ക് നിർബന്ധമുണ്ടായിരുന്നു. വിവാഹച്ചടങ്ങ് 'പട്ടും പരിവട്ടവും' നൽകുക എന്നാണ് അറിയപ്പെട്ടിരുന്നത്.

വിവാഹം കഴിക്കുന്ന പെൺകുട്ടിയുടെ വൈകാരിക ഭദ്രതയ്ക്ക് വേണ്ടി, വിവാഹം കഴിക്കുന്ന സ്ത്രീ, അവരുടെ മാതാവ്, മാതാ വിന്റെ സഹോദരങ്ങൾ, സ്വന്തം സഹോദരങ്ങൾ എന്നിവർക്ക് താമ സിക്കാൻ നിർമ്മിച്ചു നൽകിയിരുന്ന വീടുകളാണ് അമ്മവീടുകൾ. ഭാര്യമാർക്കും മക്കൾക്കും ദായക്രമത്തിൽ പരിഗണനയൊന്നുമി ല്ലെങ്കിലും അവർക്ക് വേണ്ട ഭൗതികസാഹചര്യങ്ങളെല്ലാം ഒരുക്കി ക്കൊടുത്തിരുന്നു. നാഞ്ചിനാട് പ്രദേശങ്ങളിൽ അമ്മവീട്ടുകാരുടെ പാടങ്ങളും കെട്ടിടങ്ങളും മറ്റ് വസ്തുവകകളും ധാരാളം ഉണ്ടായി രുന്നു.

വിവാഹം കഴിക്കുന്ന സ്ത്രീയുടെ ദേശത്തിന്റെ പേരിലാണ് അമ്മവീടുകൾ അറിയപ്പെട്ടിരുന്നത്. അങ്ങനെ നിലവിൽ വന്ന വീടു കളാണ് അരുമന അമ്മവീട്, തിരുവട്ടാർ അമ്മവീട്, വടശ്ശേരി അമ്മ വീട്, നാഗർകോവിൽ അമ്മവീട് എന്നിവ. അമ്മവീടുകൾ ധാരാളം ഉണ്ടായിരുന്നെങ്കിലും ഈ നാല് അമ്മവീടുകൾക്കാണ് പ്രാധാന്യം. കാർത്തികതിരുനാൾ മഹാരാജാവിന് നാല് ഭാര്യമാരുണ്ടായിരുന്നു. അവരുടെ വീടുകളാണ് നേരത്തെ സൂചിപ്പിച്ച നാല് അമ്മവീടുകൾ. കാർത്തിക തിരുനാളിന് ഈ ഭാര്യമാരിലുണ്ടായ പെൺമക്കളെ അനന്തിരവനായ അവിട്ടം തിരുനാൾ ബാലരാമവർമ്മ വിവാഹം കഴിച്ചു. പിന്നീട് ഉത്രം തിരുനാൾ മാർത്താണ്ഡവർമ്മയുടെ നാഗർ കോവിൽ അമ്മച്ചിയുടെ മകളെ അനന്തിരവൻ രാമവർമ്മ മഹാരാ ജാവാണ് കല്യാണം കഴിച്ചത്. ആയില്യംതിരുനാളും വിശാഖംതിരു നാളം ശ്രീമൂലംതിരുനാളുമൊക്കെ തങ്ങളുടെ പൂർവികരുടെ പതിവ് തെറ്റിച്ചു.

രവിവർമ്മ കുലശേഖരൻ എന്നുകൂടി പേരുള്ള ശ്രീവീരരവി വർമ്മകുലശേഖരന്റെ (എ.ഡി 1592-1609) കാലം മുതൽക്കേ, വേണാട് രാജാക്കന്മാർ തിരുവട്ടാർ നിന്ന് വിവാഹം കഴിച്ചിരിക്കണം. ഇദ്ദേഹത്തിന്റെ ഭാര്യമാരായ ഇരയിമ്മക്കുട്ടിയമ്മ, ഇളയ ഇരയിമ്മ ക്കുട്ടിയമ്മ എന്നിവർ തിരുവട്ടാർ ആദികേശവക്ഷേത്രത്തിൽ പുന രുദ്ധാരണം നടത്തിയതിന്റെ രേഖയുണ്ട്.

ഏറ്റവും പുരാതനമായ അമ്മവീട് വടശ്ശേരി അമ്മവീട് എന്നാണ് നിഗമനം. സംഘകാല ചോളന്മാരുടെ ഉപശാഖയായ പഴുവേട്ട രയന്മാരുമായി ഇവർക്ക് ബന്ധമുണ്ട്. ഇവർ തിരുവിതാംകോട് നിന്ന്

വടശ്ശേരിയിലെത്തിയെന്നും അവിടെനിന്നും പിൽക്കാലത്ത് തിരുവനന്തപുരത്തെത്തിയെന്നും വിശ്വസിക്കാം.

കാർത്തികതിരുനാളും അവിട്ടംതിരുനാളും വിശാഖംതിരുനാളും വിവാഹം കഴിച്ചത് അരുമന നാലുകെട്ടുവീട്ടിൽ നിന്നാണ്. കേരളവിളാകത്തായിരുന്നു ഈ നാലുകെട്ട്. നാലുകെട്ട് നിന്നിരുന്ന സ്ഥലം നാലുകെട്ട് വിള എന്നാണ് അറിഞ്ഞിരുന്നത്. അങ്കണവും പടിപ്പുരയും കുതിരകളും ലായവും കാവൽക്കാരും മറവരുടെ ആക്രമണത്തിൽ നിന്ന് രക്ഷപ്പെടാനുള്ള ബന്തവസ്സുമൊക്കെയുള്ള വിശാലമായ നാലുകെട്ടായിരുന്നു ഇത്. വിശാഖം തിരുനാൾ അരുമനവീട്ടിലെ പാനപ്പിള്ള ഭാരതി ലക്ഷ്മിപ്പിള്ള കൊച്ചമ്മയെ വിവാഹം ചെയ്തശേഷം അരുമന നാലുകെട്ട് പൊളിച്ച്, വിളവംകോട് ആറ്റൂരിന് സമീപം പുതിയതായി അരുമന അമ്മ വീട് പണികഴിപ്പിച്ചു. സ്വാതിതിരുനാളിന്റെ വിവാഹം മാമൂലുകളെ ലംഘിച്ചുകൊണ്ടായിരുന്നല്ലോ. അമ്മ വീട്ടിൽനിന്നോ നായർ തറവാട്ടിൽ നിന്നോ അനുയോജ്യയായ വധുവിനെ കണ്ടെത്തി അമ്മവീട്ടിലേക്ക് ദത്തെടുത്ത് പട്ടും പരിവട്ടവും കൊടുക്കുക എന്ന പതിവ് ലംഘിച്ച് സ്വാതിതിരുനാൾ തഞ്ചാവൂരിൽനിന്നുവന്ന നർത്തകി സുന്ദരലക്ഷ്മിയെ വടശ്ശേരി അമ്മവീട്ടിലേക്ക് ദത്തെടുക്കുകയായിരുന്നു.

തിരുവിതാംകൂർ രാജാക്കന്മാർ പട്ടും പരിവട്ടവും നൽകുന്നത് അമ്മവീടുകളിൽനിന്ന് വേണമെന്ന് നിർബന്ധമുണ്ടായിരുന്നു. രാജാവ് വിവാഹത്തിനായി തെരഞ്ഞെടുക്കുന്ന പെൺകുട്ടി അമ്മ വീട്ടിലെ തങ്കച്ചിയല്ലെങ്കിൽ ആ പെൺകുട്ടിയെ അമ്മവീട്ടിലേക്ക് ദത്തെടുത്ത് തങ്കച്ചിയാക്കിയശേഷം മാത്രമേ വിവാഹം കഴിച്ചിരുന്നുള്ളൂ. അമ്മവീട്ടിലെ പുരുഷന്മാർക്ക് തമ്പിസ്ഥാനവും സ്ത്രീകൾക്ക് തങ്കച്ചിസ്ഥാനവുമുണ്ടായിരുന്നു.

തിരുവിതാംകൂറിന്റെ രാജധാനി പത്മനാഭപുരത്തുനിന്ന് തിരുവനന്തപുരത്തേയ്ക്ക് വന്നപ്പോൾ പഴയ പേരുകളിൽതന്നെ തിരുവനന്തപുരത്തും അമ്മവീടുകൾ നിർമ്മിച്ചു. പടിഞ്ഞാറേകോട്ട മുതൽ ഈഞ്ചക്കൽ വരെ പോകുന്ന ആറാട്ടുവഴിക്ക് അലങ്കാരമായി ഇരുവശത്തും നിൽക്കുന്ന മാളികകളിൽ പലതും അമ്മവീടുകളാണ്. ■

തെക്കൻപാട്ടുകളും ദേശചരിത്രവും

പാട്ടുകളിലെ തമ്പുരാന്മാർ

കേരളത്തിൽ വ്യാപകമായി പ്രചാരത്തിലുണ്ടായിരുന്ന ആരാധനാസമ്പ്രദായമാണ് ചാവാരാധന. രക്ഷസ്സ്, യോഗീശ്വരൻ, മുനീശ്വരൻ, തമ്പുരാൻ, മന്ത്രമൂർത്തി, മറുത, അറുകൊല, മുത്തപ്പൻ, തമ്പുരാൻ എന്നിങ്ങനെ ആ പട്ടിക നീണ്ടുപോകുന്നു. പഴയ വേണാട്ടിലുൾപ്പെട്ട പ്രദേശങ്ങളിൽ മാത്രം കാണപ്പെടുന്ന ആരാധനാലയങ്ങളാണ് തമ്പുരാൻക്ഷേത്രങ്ങൾ. സാധാരണക്ഷേത്രങ്ങളിൽ മാടൻ തമ്പുരാന് സങ്കല്പപൂജാസ്ഥാനമുണ്ട്. പക്ഷേ, തെക്കൻതിരുവിതാംകൂർ ഭാഗങ്ങളിലെ തമ്പുരാൻക്ഷേത്രങ്ങൾ കളരികളുമായി ബന്ധപ്പെട്ടവയാണല്ലോ. ഇവയൊക്കെ വീരാരാധനാസ്ഥാനങ്ങൾകൂടിയാണ്. ഉലകുടയപെരുമാൾ, കുലശേഖരപെരുമാൾ, കേരളവർമ്മ, വീരമാർത്താണ്ഡപ്പിള്ള, അഴകൻ പെരുമാൾ, സംഗ്രാമധീശൻ (അയണിയൂട്ടു തമ്പുരാൻ), വീരകേരളവർമ്മ എന്നിവരുടെ വീരസാഹസികതകൾ തമ്പുരാൻപാട്ടായി അവതരിപ്പിക്കുന്നു. ഇവരെ ആരാധിക്കുന്ന ആരാധനാലയങ്ങൾ പലതും ഇന്നും തെക്കൻതിരുവിതാംകൂറിൽ കാണാം. പാട്ടുകളിലെ തമ്പുരാന്മാരുടെ കഥകളെല്ലാം തന്നെ ചരിത്രാധിഷ്ഠിതവുമാണ്. ഈ തമ്പുരാന്മാരുടെ കൂട്ടത്തിൽ പ്രധാനി തമിഴ്നാട്ടിലെ വൈകര എന്ന സ്ഥലത്ത് പാണ്ഡ്യരാജാവിന്റെ ബന്ധുവായ മലയമ്മയുടെ പുത്രൻ ഉലകുടയപെരുമാളാണ്. തമ്പുരാൻ ക്ഷേത്രങ്ങളിൽ വാളും പീഠവും വച്ചാണ് ആരാധിച്ചിരുന്നത്. പിൽക്കാലത്ത് ബിംബാരാധന വ്യാപകമായതോടെ വാളിന്റെയും പീഠത്തിന്റെയും സ്ഥാനത്ത് ഊരിപ്പിടിച്ച വാളുമായി നിൽക്കുന്ന യോദ്ധാവിന്റെ വിഗ്രഹങ്ങൾ സ്ഥലംപിടിച്ചു.

ഇപ്പോഴത്തെ കന്യാകുമാരി, തിരുവനന്തപുരം ജില്ലകളിൽ നാൽപ്പതോളം തമ്പുരാൻ ക്ഷേത്രങ്ങൾ കാണാം. കന്യാകുമാരി ജില്ലയിലും തിരുവനന്തപുരം ജില്ലയിലും മാത്രമേ ഇത്തരം തമ്പുരാൻ

ക്ഷേത്രങ്ങളുള്ളൂ. കന്യാകുമാരി ജില്ലയിൽ പതിനൊന്നു തമ്പുരാൻ ക്ഷേത്രങ്ങളുണ്ട്. കടുക്കറ തമ്പുരാൻകോവിൽ (അയനിയൂടു തമ്പുരാൻ), നാഗർകോവിൽ പെരിയതമ്പുരാൻ ആലയം (ഉലകുടയ പെരുമാൾ), ചരൽ വെള്ളമോടി തമ്പുരാൻകോവിൽ (ഉലകുടയ പെരുമാൾ), പെരുമാൾസ്വാമികോവിൽ, പൂത്തുറ ഉലകുടയ പെരുമാൾ തമ്പുരാൻ ക്ഷേത്രം, കരിപ്പുറം തമ്പുരാൻകോവിൽ, ഇട്ടാക്കുളം തമ്പുരാൻ ക്ഷേത്രം, നല്ലൂർക്കോണം തമ്പുരാൻ ക്ഷേത്രം, കള്ളിക്കാട്ട് തമ്പുരാൻക്ഷേത്രം, പൊന്മന തമ്പുരാൻ ക്ഷേത്രം, ആണ്ടൂർ തമ്പുരാൻകോവിൽ (അയനിയൂടുതമ്പുരാൻ) എന്നിവയാണ് അവ.

രാജകുടുംബാംഗങ്ങളല്ലെങ്കിലും പ്രാധാന്യം നൽകി ആരാധിക്കപ്പെടുന്ന ദേശസ്നേഹികളായ രണ്ടു വീരന്മാർക്കൂകൂടി നാഞ്ചിനാട് ഭാഗങ്ങളിൽ ആരാധനയുണ്ട്. അതിലൊരാൾ പുനച്ചൽ വലിയ യജമാനനാണ്. മാർത്താണ്ഡപ്പിള്ള എന്നായിരുന്നു ഇദ്ദേഹത്തിന്റെ പേര്. ആരുവാമൊഴി അതിർത്തി സംരക്ഷണത്തിൽ ഏർപ്പെട്ടിരിക്കവേ അതിർത്തിയിൽക്കൂടി തിരുവിതാംകൂറിലേക്കു കടന്ന ബ്രിട്ടീഷ് പട്ടാളത്തെ നേരിട്ട് രക്തസാക്ഷിത്വംവരിച്ച വീരനായ ഈ സേനാനായകന്റെ സ്മരണയ്ക്കായി ആരുവാമൊഴി ചൗക്കിനു സമീപം ക്ഷേത്രം നിർമ്മിച്ച് കുടിയിരുത്തി നിത്യം പൂജാദികർമ്മങ്ങൾ നടത്തിയിരുന്നു.

മറ്റൊരാൾ ഓട്ടൻകഥയിലെ ഓട്ടൻ എന്നറിയപ്പെടുന്ന മുണ്ടനാണ്. മാർത്താണ്ഡവർമ്മ രാജാവായിരുന്നപ്പോൾ അദ്ദേഹത്തിന്റെ സന്തതസഹചാരിയായി ഒപ്പംനിന്ന് അദ്ദേഹത്തെ പല ആപത്തുകളിൽനിന്നും രക്ഷിച്ചയാളാണ് ഓട്ടൻ. രാജാവായശേഷം മാർത്താണ്ഡവർമ്മ ഓട്ടന്റെ ഓർമ്മയ്ക്കായി ഒരു ക്ഷേത്രം പണികഴിപ്പിച്ച് പൂജയും വാർഷികാഘോഷവും നടത്താനുള്ള ഏർപ്പാടുകളും ചെയ്തു. ഓട്ടൻകോവിൽ എന്ന് അറിയപ്പെട്ടിരുന്ന ഈ സ്മാരകം ദേശീയപാതാവികസനത്തെത്തുടർന്ന് പിൽക്കാലത്തു പൊളിച്ചു മാറ്റി. ക്ഷേത്രമന്ദിരമില്ലെങ്കിലും വിശ്വാസികൾ ഇന്നും ആ സ്ഥലത്ത് പൂജയും പൊങ്കാലയും നിവേദ്യവും മറ്റുമർപ്പിച്ചുപോരുന്നു.

ഉലകുടയപെരുമാൾ പാട്ട്

കൊല്ലവർഷം അഞ്ചാമാണ്ട് കന്നിമാസത്തിൽ പാണ്ഡ്യവംശത്തിൽ ജനിച്ച് പതിനേഴുവർഷം അസാധാരണ വൈഭവത്തോടെ രാജ്യംഭരിച്ച ഉലകുടയപെരുമാളാണ് കഥയിലെ നായകൻ. വീരഗാഥ എന്നതിലുപരി ഭക്തിയുടെയും പ്രതികാരത്തിന്റെയുംകൂടി കഥയാണ് ഉലകുടയപെരുമാൾ പാട്ടിൽ.

പാണ്ഡ്യരാജ്യംഭരിച്ച നീതിമാനായ രാജാവായിരുന്നു ഉലകുടയ പെരുമാൾ. എല്ലാഗുണങ്ങളും ഒത്തിണങ്ങിയ ഭരണാധികാരി.

"ഉലകുടയപെരുമാൾ വാഴുംകാലം
പലകുടിയില്ല ധരിത്രിയിലെങ്ങും
വിലപിടിയാത്ത ജനങ്ങളുമില്ല
ചെലവിടുവാൻ മടിയൊരുവനുമില്ല;
തലമുടി ചൊടിയും പല്ലും മുഖവും
മുലയും കണ്ടാലഴകില്ലാത്തൊരു
ചലനമിഴിമാരിലൊരുത്തരുമില്ല"

(കുഞ്ചൻനമ്പ്യാർ-കിരാതം തുള്ളൽകഥ)

വിലപിടിയാത്ത ജനങ്ങളും സ്ഥലമില്ലാത്ത ഗൃഹങ്ങളും പോത്തില്ലാത്ത കൃഷിക്കാരനും എള്ളും പൊന്നും നെല്ലും പണവുമില്ലാത്ത സ്ഥലങ്ങളുമില്ല എന്നിങ്ങനെയാണ് സമത്വസുന്ദരവും സമ്പന്നവുമായ പെരുമാളിന്റെ കാലത്തെക്കുറിച്ച് കുഞ്ചൻനമ്പ്യാർ പാടിയിട്ടുള്ളത്.

മരണാനന്തരം അമാനുഷഭാവങ്ങൾ പ്രാപിച്ച രാജാവിനെ ദൈവികത്വം കൽപ്പിച്ച് ആരാധിക്കാൻ തുടങ്ങിയെന്നാണ് വിശ്വാസം. തെക്കൻതിരുവിതാംകൂർ ഭാഗത്ത് ധാരാളം തമ്പുരാൻക്ഷേത്രങ്ങളുണ്ട്. ഊരൂട്ടമ്പലം എന്ന പേരിലാണ് ഇവ അറിയപ്പെടുന്നത്. ഈ ക്ഷേത്രങ്ങളിൽ അധിവസിക്കുന്ന മൂർത്തിയാണ് ഉലകുടയ പെരുമാൾ അഥവാ ഉലകുടയതമ്പുരാൻ. ഊരുകാർ നടത്തുന്ന ഊട്ടും പാട്ടുമാണ് 'ഊരൂട്ടും പാട്ടും.'

തമ്പുരാൻ പാട്ട് അഥവാ ഉലകുടയപെരുമാൾ പാട്ടിൽ വൈകത്തായരുടെ പള്ളിക്കെട്ട് കഥ, എഴുത്തും പയറ്റും പഠിച്ച കഥ, തിരുപ്പൂത്തുകഥ, ഭജനമിരുന്നകഥ, കടലിൽപ്പോര്, മുടിവച്ചകഥ, മതിലിടിച്ചകഥ, വാളുവാങ്ങിയകഥ, പടനടപ്പ്, പാലംകെട്ട്, മതിരപ്പോര്, രണ്ടാംപോര്, ദുഃഖകൂറ് എന്നിവയാണ് പ്രധാനഭാഗങ്ങൾ (ഉള്ളൂർ, കേരളസാഹിത്യചരിത്രം, വാല്ല്യം-1, പുറം 277).

മധുരരാജാവും വൈഗരാജാവ് ആദിശേഖരപെരുമാളും തമ്മിലുള്ള യുദ്ധമാണ് കഥയുടെ തുടക്കം. വൈഗരാജാവും നാല് സഹോദരന്മാരും യുദ്ധത്തിൽ വധിക്കപ്പെട്ടു. രക്ഷപ്പെട്ടത് സഹോദരി മലയമ്മ മാത്രം. പെരിയഴകൻ പെരുമാൾ, മുകിൽപ്പെരുമാൾ, മുടിവിളങ്കും പെരുമാൾ, വരോദയപെരുമാൾ, മധുരവീരപെരുമാൾ എന്നീ സഹോദരന്മാരുടെ വധത്തിന് പകരംവീട്ടാനായി മലയമ്മ വൈഗഭഗവതിയെ ഭജിച്ചു. ഭഗവതിയുടേയും പിതാവ് പരമശിവന്റേയും

അനുഗ്രഹത്താൽ മലയമ്മയ്ക്ക് ഉത്രംനക്ഷത്രത്തിൽ ലക്ഷണയുക്തനായ പുത്രൻ ജനിച്ചു. ആ പുത്രനാണ് ഉലകുടയപെരുമാൾ. ബാലൻ വിദ്യാലയത്തിൽ പോയി ഗുരുവന്ദനം നടത്തി മണലിലും ഓലയിലും എഴുതിപ്പഠിച്ചു. അക്ഷരവിദ്യയ്ക്കുശേഷം തുളുനാട്ടിലെ പണിക്കരിൽനിന്ന് ഉടവാൾ പരിശീലിച്ചു. പിന്നീട് ആയിക്കരനാട്ടിൽനിന്നും കുതിരയെ വരുത്തി കുതിരസവാരിയും പഠിച്ചു. പെരുമാൾ ഭദ്രകാളിയെ പ്രീതിപ്പെടുത്തി നാന്ദകംവാൾ, മാല, കിരീടം എന്നിവ സമ്പാദിച്ചു.

"ഇത്തനൈനെനാൾ വളത്തവളേ, തമ്പിരാട്ടി;
ഉൾക്കനത്താൽ മണ്ണുരുവും പിടിച്ചുവച്ചാ-
ലുടയ്ക്കനിനൈന്താലതുക്കൊരുമയുണ്ടോ?
അക്കനത്താലഞ്ചിറവനല്ല നാനും;
അടിയനുക്കിങ്കുടവാൾ തന്തനുപ്പ വേണമെന്നാർ"

(ഉലകുടയപെരുമാൾ പാട്ട്)

പ്രായപൂർത്തിയായപ്പോൾ പെരുമാൾ തന്റെ അമ്മാവന്മാരെ വധിച്ചതിന്റെ പകതീർക്കാനായി മധുരമന്നനോട് യുദ്ധത്തിന് പുറപ്പെട്ടു. യുദ്ധത്തിൽ മധുരരാജാവിന്റെ ആറ് സഹോദരന്മാരെയും വധിച്ചു. ശക്തമായ ഏറ്റുമുട്ടലിൽ രണ്ടുകൂട്ടർക്കും കനത്ത നഷ്ടങ്ങളുണ്ടായി. മധുരസൈന്യം പിൻവാങ്ങിയതോടെ ഉലകുടയപെരുമാൾ ചെറുമധുര പിടിച്ചെടുത്തു. ജനങ്ങൾ നാടുവിട്ടു. രാജാവ് മധുരയിൽ അഭയംതേടി. പരാജിതനായ മധുരരാജാവ് ചൊക്കനാഥസ്വാമിയെ (ശിവൻ) ഭജിച്ച് ചില വിശിഷ്ടവരങ്ങൾ സമ്പാദിച്ച് വീണ്ടും പെരുമാളിനോട് യുദ്ധത്തിന് പുറപ്പെട്ടു. യുദ്ധത്തിനിടയിൽ പെരുമാളിന് ഭദ്രകാളി നൽകിയ വാൾ മുറിഞ്ഞുപോകുന്നു. അത്തരത്തിൽ ഒര പശകുനം കണ്ടാൽ പോര് തുടരരുതെന്ന് ദേവി മുൻകൂർ നിർദ്ദേശിച്ചിരുന്നു. ദേവിയുടെ അരുളപ്പാടനുസരിച്ച് പെരുമാൾ യുദ്ധത്തിൽനിന്ന് പിൻമാറി.

രണ്ടാംയുദ്ധത്തിൽ, ശിവന്റെ അനുഗ്രഹമുണ്ടായിരുന്ന മധുരരാജാവിനോട് തോറ്റ് പിൻമാറേണ്ടിവന്ന പെരുമാൾ പരാജയത്തിന്റെ അപമാനം സഹിക്കാനാവാതെ ശിവക്ഷേത്രത്തിലെത്തി ആത്മഹത്യ ചെയ്യുന്നു. ഭക്തവത്സലനായ ശിവൻ അദ്ദേഹത്തെ നിത്യദേവനായി വാഴിച്ച് അനുഗ്രഹിച്ചു. അന്ന് ആ ധീരയോദ്ധാവിന്റെ മുപ്പത്തിമൂന്നാം ജന്മദിനമായിരുന്നു. മലയമ്മയും പ്രാണത്യാഗം ചെയ്ത് മകനെ അനുഗമിച്ചു.

തെക്കൻതിരുവിതാംകൂറിലെ കൊയ്ത്തുകഴിഞ്ഞ പാടങ്ങളിലാണ് തമ്പുരാന്റെ കഥപറയുന്ന പാട്ടുത്സവം നടത്തുന്നത്. കുംഭ

മാസത്തിലായിരിക്കും ഉത്സവം. കൊടിയേറ്റത്തിൽ തുടങ്ങുന്ന ഉത്സവത്തിൽ ഊരൂട്ടുപാട്ട്, തമ്പുരാൻപാട്ട്, പടുക്കപൂജ, ചിറപ്പ്, പൊങ്കാല, പടയണി, കമ്പംകത്തിക്കൽ എന്നിവയാണ് പ്രധാനചടങ്ങുകൾ. തെക്കൻ തിരുവിതാംകൂറിൽ ഊരൂട്ടമ്പലം, ഊരൂട്ട് മണ്ഡപം എന്നീ പേരുകളിൽ അറിയപ്പെടുന്ന ആരാധനാലയങ്ങൾ ഉലകുടയപെരുമാൾ ക്ഷേത്രങ്ങളാണ്.

ഉത്സവത്തിന്റെ ഏറ്റവും അവസാനത്തേതും രസകരവും ആവേശജനകവുമായ ചടങ്ങാണ് പടയണി, പടപ്പുറപ്പാട്, കമ്പംകത്തിക്കൽ എന്നിവ. തമ്പുരാനും മധുരരാജാവും തമ്മിലുള്ള യുദ്ധത്തിന്റെ പുനരാവിഷ്കാരമാണ് അരങ്ങേറുന്നത്. ശിവന്റെ ഭൂതഗണങ്ങൾ, വേടപ്പട, ഭൂതപ്പട എന്നിവരാണ് പടയാളികൾ. തമ്പുരാന്റെ പടയെ അനുസ്മരിപ്പിക്കുന്നതാണ് ആനപ്പടയും കുതിരപ്പടയും. മധുരാപുരിയെന്ന സങ്കല്പമാണ് കമ്പത്തിന്. കമ്പംകത്തിക്കുന്നതോടെ മധുരകത്തിച്ചാമ്പലാകുന്നതായാണ് സങ്കല്പം.

തമ്പുരാന്റെ കഥ പുരാതനമെങ്കിലും പാട്ടിന് വലിയ പഴക്കം കാണുന്നില്ല എന്നാണ് ഉള്ളൂരിന്റെ അഭിപ്രായം (കേരളസാഹിത്യ ചരിത്രം, പുറം. 279). തമ്പുരാന്റെ ജനനത്തെക്കുറിക്കുന്ന "കേളിപേറുമയ്യാമാണ്ട് കന്നിമാസം പത്തുതന്നിൽ" എന്ന പാട്ടിലെ വരിയിൽ മയ്യാമാണ്ട് എന്നത് അഞ്ഞൂറാമാണ്ടാണെന്ന് തിക്കുറിശ്ശി ഗംഗാധരൻ പറയുന്നു (ഉലകുടയപെരുമാൾ പാട്ടുകഥ, പുറം.64).

പൂർവികർ തുടങ്ങിവച്ച വീരാരാധനയുടെ പ്രതീകങ്ങളാണ് ഉലകുടയതമ്പുരാൻ പാട്ടും, തമ്പുരാൻക്ഷേത്രങ്ങളും. ഇവയ്ക്ക് ചരിത്രപരമായ പ്രാധാന്യമുണ്ട്. തിരുവിതാംകൂറിലെ നായർപടയെ യുദ്ധകാലത്ത് ഉത്തേജിപ്പിക്കാൻ ഈ പാട്ടും തോറ്റവും അനുഷ്ഠാനങ്ങളും പ്രയോജനപ്പെടുത്തിയിരുന്നത്രേ. യുദ്ധത്തിൽ മരിക്കുന്ന യോദ്ധാവിന് ശിവലോകം പ്രാപിക്കാൻ കഴിയുമെന്ന സന്ദേശമാണ് പാട്ട് പ്രചരിപ്പിക്കുന്നത്. ഉലകുടയതമ്പുരാന്റെ കഥയ്ക്ക് ഏകരൂപമാണെങ്കിലും പാട്ടിലും അനുഷ്ഠാനത്തിലും പ്രാദേശിക പാഠഭേദങ്ങൾ കടന്നുകൂടിയിട്ടുണ്ട്.

വലിയതമ്പികുഞ്ചുതമ്പിക്കഥ

കഥ ഇങ്ങനെ. ദേവദാസിയായിരുന്നു അഭിരാമി. യുവതിയായ അഭിരാമിയും സഹോദരൻ കൃഷ്ണനും ഉപജീവനംതേടിയുള്ള യാത്രയ്ക്കിടയിലാണ് ശുചീന്ദ്രം സ്ഥാണുമാലയപ്പെരുമാൾ ക്ഷേത്രത്തിലെത്തിയത്. അവർ ഭക്തവത്സലനായ പെരുമാളിനോട് അഭയത്തിനായി പ്രാർത്ഥിച്ചു.

"ചേരുമിടം ഒൻറുമില്ലേ ചേർപ്പാൻ ആരുമിലൈ
മൂന്റുമുകം ഒരുമുകമായ് മുളൈത്തെഴുന്ത താണുലിങ്കം
താണുലിങ്കം ചന്നതിയിൽ തയ്യൽനല്ലാൾ
കൈതൊഴുതു."

നാടുവാഴുന്ന മഹാരാജാവ് ക്ഷേത്രത്തിലെത്തിയിട്ടുണ്ടെന്നറിഞ്ഞ അഭിരാമി കുളിച്ചൊരുങ്ങി സ്വർണ്ണവർണ്ണപ്പൊട്ടുതൊട്ട് വർണ്ണപ്പട്ടുധരിച്ച് ലാസ്യഭാവത്തോടെ മുഖം കാണിക്കാനെത്തി. ഭഗവാൻ കാണിച്ചുകൊടുത്ത വഴിയാകാം.

സുന്ദരിയും നർത്തകിയുമായിരുന്നു അഭിരാമി. രാജാവ് പ്രഥമ ദർശനത്തിൽത്തന്നെ അവളിൽ അനുരക്തനായി. ശുചീന്ദ്രം തേരോട്ടം കഴിഞ്ഞ ഉടനെ രാജാവ് നാഗർകോവിൽ കൊട്ടാരത്തിൽ എത്തി. താമസിയാതെ അഭിരാമിക്ക് പട്ടും പരിവട്ടവും നൽകി. അഭിരാമിക്ക് കൃഷ്ണമ്മാൾ (കിട്ടിണത്തമ്മാൾ) എന്നും അമ്മത്തമ്പുരാനെന്നും പേരും നൽകി ഇരണിയൽ കൊട്ടാരത്തിൽ പാർപ്പിച്ചു. സഹോദരന് നൽകിയ പേര് കൊച്ചുമാടപിള്ള എന്നായിരുന്നു.

രാമവർമ്മ അഭിരാമി ദമ്പതികൾക്ക് രണ്ട് പുത്രന്മാരും ഒരു പുത്രിയും ജനിച്ചു. പുത്രന്മാർക്ക് വലിയതമ്പി, കുഞ്ചുതമ്പി എന്നും പുത്രിക്ക് കൊച്ചുമണിത്തങ്ക എന്നും പേരിട്ടു. ഇവർക്ക് താഴക്കുടി മുതലായ സ്ഥലങ്ങളും നാടാന്മാരുടെ പലകുടുംബങ്ങളും പലചന്തയിലെ മുതലെടുപ്പുംമറ്റും മഹാരാജാവ് അനുവദിച്ച് നൽകി. അങ്ങനെ തമ്പിമാർ പ്രമാണിമാരായി. ഇവരുടെ പടത്തലവന്മാരായി കുഞ്ചുകേളിനായർ, ഇരവി എന്ന കാങ്കൻ, കുട്ടിമരയ്ക്കാൻ, മുണ്ടക്കണ്ണുപിള്ള, പിച്ചകപ്പള്ളിനായർ തുടങ്ങിയ വീരന്മാരും, ധാരാളം നാടാന്മാരും പണിക്കന്മാരും ഉണ്ടായിരുന്നു. സന്തുഷ്ടമായിരുന്നു അവരുടെ ജീവിതം. അങ്ങനെ വർഷങ്ങൾകഴിയെ കടിയപട്ടണത്ത് തീർത്ഥാടനം കഴിഞ്ഞെത്തിയ മഹാരാജാവിന് ആലസ്യം ബാധിച്ചു. തിരുവുടലിൽ വസൂരിക്കല പ്രത്യക്ഷപ്പെട്ടു. ഇതോടെ തന്റെ അവസാനം മുന്നിൽക്കണ്ട രാജാവ് ആറ്റിങ്ങലിലായിരുന്ന അനന്തിരവൻ മാർത്താണ്ഡവർമ്മയെ വിളിച്ചുവരുത്തി. പാരമ്പര്യരീതിയനുസരിച്ച് രാജ്യഭരണച്ചുമതലകൾ തന്റെ അനന്തിരവനെ ഏൽപ്പിച്ചു. തന്റെ മരണശേഷം അമ്മത്തമ്പുരാനേയും മക്കളേയും പരിപാലിച്ചുകൊള്ളണമെന്ന് അനന്തരാവകാശിയോട് കൽപ്പിക്കുകയും ചെയ്തു.

"........എൻറുചൊല്ലി രാമവർമാ ഏറ്റ വാലവഞ്ചി മന്നരുടൻ
തമ്പിമാർ ഇരുപേരെയും താൻപിടിത്തു തിരുകൈയിനാൽ
വാലവഞ്ചി മാർത്താണ്ഡർ മന്നരുടെ കൈകൊടുത്തു
ചെങ്കോലും മുത്തിരൈയും തിരുമുടിയും താൻകൊടുത്തു"

രാമവർമ്മയുടെ മരണംകഴിഞ്ഞ് ഒരുവർഷമായപ്പോൾ ചെങ്കോലും മുദ്രയുംധരിച്ച് മാർത്താണ്ഡവർമ്മ അധികാരം ഏറ്റെടുത്തു. തമ്പിമാർ രാജാവിന്റെ സഹായികളായി ഒപ്പമുണ്ടായിരുന്നു.

ഒരു ദിവസം അവിചാരിതമായി, രാജാവ് കുളികഴിഞ്ഞ് പട്ടുവസ്ത്രങ്ങളുംധരിച്ച് പരിചാരകസമേതം വരുന്ന ഒരു സുന്ദരിയെ കണ്ടു. അന്വേഷണത്തിൽ ആ യുവതി തമ്പിമാരുടെ സഹോദരിയായ കൊച്ചുമണിതങ്കയാണ് എന്ന് മനസ്സിലായി. രാജാവ് തങ്കയ്ക്ക് പട്ടും പരിവട്ടവും കൊടുക്കണമെന്ന തന്റെ ആഗ്രഹം തമ്പിമാരെ അറിയിക്കുന്നു. എന്നാൽ ഇല്ലക്കാരും സ്വരൂപക്കാരും തമ്മിലുള്ള വിവാഹം നാട്ടുനടപ്പല്ല എന്നായിരുന്നു തമ്പിമാരുടെ മറുപടി. എങ്കിലും മാർത്താണ്ഡവർമ്മയ്ക്ക് തങ്ങളുടെ സഹോദരിയിൽ ജനിക്കുന്ന കുട്ടികൾക്ക് രാജ്യാവകാശം നൽകാമെന്ന ഉറപ്പിന്മേൽ പട്ടും പരിവട്ടവും കൊടുക്കാൻ സമ്മതം എന്നും അവർ അറിയിച്ചു. ക്ഷുഭിതനായ രാജാവ് തമ്പിമാരോട് നാടുവിട്ടുപോകാൻ ആജ്ഞാപിക്കുന്നു. മാത്രമല്ല ഇരണിയൽ കൊട്ടാരത്തിൽനിന്ന് നാടുനീങ്ങിയ രാമവർമ്മ ഉപയോഗിച്ചിരുന്ന പള്ളിക്കട്ടിലും മെത്തയും എടുത്തുകൊണ്ടുവരാൻ മാർത്താണ്ഡവർമ്മ ഉത്തരവിട്ടു. ഇതറിഞ്ഞ തമ്പിമാർ മെത്ത കത്തികൊണ്ട് കീറി തെരുവിലെറിഞ്ഞു. ഈ പ്രവർത്തി രാജാധികാരത്തെ പരസ്യമായി ചോദ്യംചെയ്യുന്നതായിരുന്നു. തമ്പിമാർക്ക് പ്ടാകകളിൽ സ്വാധീനമുള്ളതിനാൽ തന്നെ സ്വൈരമായി ഭരിക്കാൻ അനുവദിക്കില്ലെന്ന് രാജാവിന് ബോധ്യമായി.

രാമവർമ്മരാജാവ് തന്റെ ഭാര്യയ്ക്കും മക്കൾക്കും നൽകിയ സ്വത്തുക്കളെല്ലാം മാർത്താണ്ഡവർമ്മ പിടിച്ചെടുത്തു. നഷ്ടപ്പെട്ട സ്വത്തുക്കൾ വീണ്ടെടുക്കാനും രാജാവിനെ സ്ഥാനഭ്രഷ്ടനാക്കാനും അന്യരാജ്യത്ത് പോയി മറവസൈന്യത്തെ കൊണ്ടുവരാനും തമ്പിമാർ തീരുമാനിച്ചു. തങ്ങളുടെ കൈയിലുണ്ടായിരുന്ന സ്വർണ്ണാഭരണങ്ങളും പാത്രങ്ങളും എല്ലാം ഭാണ്ഡങ്ങളിലാക്കി തമ്പിമാർ അമ്മയേയും സഹോദരിയേയും മാമനേയുംകൂട്ടി ശുചീന്ദ്രത്തെ രാമകൃഷ്ണകുരുക്കളുടെ വസതിയിലെത്തി. അവിടെനിന്ന് സഹായത്തിനായി മറവപ്പടയെ കൂട്ടിക്കൊണ്ടുവരാൻ പുറപ്പെടുന്നു. പടയുമായി വന്ന് പത്മനാഭപുരം കൊട്ടാരം കീഴടക്കി മാർത്താണ്ഡവർമ്മയെ സ്ഥാനഭ്രഷ്ടനാക്കിയാൽ മൂന്നു ദിവസത്തേക്ക് നാഞ്ചിനാട്ടിൽ മറവപ്പടയ്ക്ക് സർവസ്വാതന്ത്ര്യവും അനുവദിക്കാമെന്നായിരുന്നു കരാർ.

വ്യവസ്ഥകൾ അംഗീകരിച്ച അഴകപ്പാമുതലിയാർ വൻപടയുമായി നാഞ്ചിനാടെത്തി. പതിനാറ് മാടമ്പിമാരുടെ പിന്തുണയോടെ എതിരിട്ട രാജാവിന്റെ സൈന്യം മറവപ്പടയോട് തോറ്റ് പത്മനാഭപുരം

കോട്ടയിലേക്ക് പിൻവാങ്ങി. കോട്ടയിൽനിന്ന് രഹസ്യവാതിലിലൂടെ രക്ഷപ്പെടാൻ ശ്രമിച്ച രാജാവിനെ തമ്പിമാർ വളഞ്ഞ് ആക്രമിക്കാൻ തുടങ്ങിയപ്പോൾ രാജാവിനെ വധിക്കുന്നത് ന്യായമല്ലെന്ന് അഴകപ്പാ മുതലിയാർ വാദിച്ചു. മുതലിയാരുടെ അഭിപ്രായത്തിന് തമ്പിമാർക്ക് വഴങ്ങേണ്ടിവന്നു. ഇതിനിടയിൽ അഴകപ്പാമുതലിയാർക്ക് രഹസ്യ മായി പണംനൽകി മാർത്താണ്ഡവർമ്മ അയാളെ വശത്താക്കി.

മുതലിയാർ പിന്നെ സ്വീകരിച്ചത് ഒത്തുതീർപ്പിന്റെ വഴിയാണ്. യുദ്ധം അവസാനിപ്പിച്ച് ഇരുകൂട്ടരെയും ഒരുമിപ്പിക്കാൻ ശ്രമം തുടങ്ങി. പത്മനാഭപുരത്തെ നീലകണ്ഠസ്വാമിക്ഷേത്രത്തിന് മുൻപിൽ രണ്ടുകൂട്ടരെയും കൊണ്ടുവന്ന് ഇനി ഒരിക്കലും രാജാവ് തമ്പിമാരെ ദ്രോഹിക്കയില്ലെന്ന് സത്യംചെയ്യാൻ ആവശ്യപ്പെട്ടു. ഒരു ചെറുജീവിയെ തന്റെ നഖത്തിനിടയിൽ ഒളിപ്പിച്ചുവച്ച് മാർത്താണ്ഡ വർമ്മ "ഈ ഉയിർ ഉള്ളിടത്തോളംകാലം ഞാൻ തമ്പിമാർക്ക് ഒരു ദോഷവും ചെയ്യുകയില്ല" എന്ന് സത്യം ചെയ്യുന്നു. തുടർന്ന് തന്റെ നഖത്തിനിടയിൽ സൂക്ഷിച്ചിരുന്ന ജീവിയെ കൊന്നുകളഞ്ഞു. രാജാ വിന്റെ സത്യം യാഥാർത്ഥ്യമാണെന്ന് തെറ്റിദ്ധരിച്ച തമ്പിമാർ രാജ കൽപ്പന അനുസരിച്ചുകൊള്ളാമെന്നും പ്രതിജ്ഞ ചെയ്തു. തമ്പി മാരും കുടുംബവും ഇരണിയൽകൊട്ടാരത്തിലേക്കും അഴകപ്പാമു തലിയാരും സൈന്യവും സ്വന്തം നാട്ടിലേക്കും മടങ്ങി.

തമ്പിമാർക്ക് ഒരവസരംകൂടിക്കൊടുക്കാൻ കുശാഗ്രബുദ്ധിയായ മാർത്താണ്ഡവർമ്മ തയാറായിരുന്നില്ല. അദ്ദേഹം തമ്പിമാരെ ഇല്ലായ്മ ചെയ്യാൻ ഗൂഢമായി പദ്ധതികൾ ആവിഷ്കരിച്ചു. മുൻനിശ്ചയപ്രകാരം ഒരുദിവസം മഹാരാജാവ് തമ്പിമാരെ മുഖംകാണിക്കാൻ കൽപ്പി ക്കുന്നു. രാജാവിനോട് അനുസരണയോടെ വേണം പെരുമാറാ നെന്ന് ഉപദേശിച്ചാണ് അമ്മത്തമ്പുരാൻ അവരെ യാത്രയാക്കിയത്.

"വന്തുമുകം കാട്ടിനിർക്കും വലിയതമ്പി മുകംപാർത്തു
വാരും വാരും വലിയതമ്പി വാരുമെന്തൻ വലിയതമ്പി
അന്തന്നേരം വലിയമ്പി അടിതൊഴുതു മന്നവരൈ........"

എന്നിങ്ങനെ തമ്പിയെ മാർത്താണ്ഡവർമ്മ സന്തോഷത്തോടെ സ്വീകരിക്കുന്നു. തന്ത്രപൂർവ്വം തമ്പിയുടെ ഉടവാൾ കൈക്കലാക്കിയ ശേഷം മുൻനിശ്ചയപ്രകാരം അംഗരക്ഷകർ ആക്രമിച്ച് വീഴ്ത്തുകയും ശേഷം രാജാവ് തന്നെ തമ്പിയുടെ കഴുത്തറക്കുകയും ചെയ്യുന്നു.

"കൊറ്റവനുക്കു എതിരാളി നീയോടാ എൻ-
തനക്കു എതിരാളി നീയോടാ
പറയെടാ എന്റേ ചൊല്ലിയഴുത്തി പാരാളും
മന്നർ നിമന്തുനിന്റ്

കുഞ്ചുപീചാത്തി തന്നെ എടുത്തല്ലോ കുരവളയെ
അറുത്തുവിട്ടാർ
ആടുകോഴി അറപ്പതുപോലെ അറുത്താരെ
രാചൻ ചങ്കെ."

ജ്യേഷ്ഠന്റെ മരണവാർത്തയറിഞ്ഞ് കോപാകുലനായ കുഞ്ചുതമ്പി കൊട്ടാരത്തിൽ പാഞ്ഞെത്തി രാജാവിനെ ആക്രമിക്കാൻ ശ്രമിക്കുമ്പോൾ അംഗരക്ഷകർ അയാളെയും വെട്ടിവീഴ്ത്തുന്നു. നിലംപതിച്ച ചെറിയ തമ്പിയെയും രാജാവുതന്നെ വധിച്ചു. വിവരമറിഞ്ഞ് അമ്മത്തമ്പുരാനും കൊച്ചുമണിതങ്കയും കൊച്ചുമാടപ്പിള്ളയും രക്തത്തിൽ കുളിച്ചുകിടക്കുന്ന തമ്പിമാരുടെ മൃതദേഹംകണ്ട് അവിടെത്തന്നെ ആത്മഹത്യ ചെയ്യുന്നതോടെ ഈ ചരിത്രകഥ അവസാനിക്കുന്നു.

രാമവർമ്മ മഹാരാജാവ് അഭിരാമിക്ക് പട്ടും പരിവട്ടവും നൽകി രാജപത്നിയാക്കിയത് നാഗർകോവിലിലെ കൊട്ടാരത്തിൽവച്ചായിരുന്നു. അഭിരാമിയുടേയും കുടുംബത്തിന്റേയും ദാരുണമായ അന്ത്യത്തിന് വേദിയായതും ഇതേ കൊട്ടാരംതന്നെ എന്നത് വിധിവൈപരീത്യമാകാം.

മാർത്താണ്ഡവർമ്മയ്ക്ക് രാജ്യാധികാരം നൽകിയതിനുശേഷം രാജ്യം വേണാടിൽനിന്ന് തിരുവിതാംകൂറിലേക്കുള്ള മാറ്റത്തിന്റെ ദശാസന്ധിയിൽപ്പെടുകയായിരുന്നു. അന്നുവരെ കണ്ടിട്ടില്ലാത്ത ആഭ്യന്തരകലാപങ്ങൾക്കും അവ അടിച്ചമർത്താൻ മഹാരാജാവ് കൈക്കൊണ്ട അസാധാരണവും ക്രൂരവുമായ നടപടികൾക്കും രാജ്യം സാക്ഷ്യംവഹിച്ചു. തിരുവിതാംകൂർ എന്ന പ്രബലമായ രാജ്യം കെട്ടിപ്പടുക്കുന്നതിനുള്ള കുതിപ്പിൽ ആദ്യം ഒഴുക്കിയ ചോര സ്വന്തം ബന്ധുക്കളുടേയും അക്കാലംവരെ രാജ്യസംരക്ഷണത്തിന് നേതൃത്വം നൽകിയിരുന്ന മാടമ്പിമാരുടേയും അവരുടെ ഉറ്റവരുടേതുമായിരുന്നല്ലോ. കൊല്ലുംകൊലയുമൊഴിയാത്ത ദിവസങ്ങൾ. ശക്തമായ രാജ്യം കെട്ടിപ്പടുത്ത ശക്തനായ രാജാവിന്റെ മഹിമാതിരേകങ്ങൾക്ക് കാളിമപരത്തുന്ന സംഭവങ്ങളായിരുന്നു അപ്പോഴുണ്ടായത്. ആ ചരിത്രസംഭവങ്ങളെ നോക്കിക്കാണുന്നതിലും വസ്തുനിഷ്ഠമായി രേഖപ്പെടുത്തുന്നതിലും ചരിത്രകാരന്മാർ രാജപക്ഷത്തായിരുന്നു എന്ന അപരാധം പിൽക്കാലത്ത് ചൂണ്ടിക്കാണിക്കപ്പെട്ടിട്ടുണ്ട്. രാജസേവകരായ ചരിത്രകാരന്മാർ തങ്ങളുടെ നിറംപിടിപ്പിച്ച കണ്ണടകളിലൂടെ ചരിത്രത്തെ കണ്ടത് സ്വാഭാവികമായി കരുതാം. ചരിത്രസംഭവങ്ങൾ ശ്രദ്ധയോടെ തിരഞ്ഞെടുത്ത്

ചരിത്രാഖ്യായികകളാക്കിയ സി.വി. രാമൻപിള്ളയാകട്ടെ നിർണ്ണായകമായ പലസംഭവങ്ങൾക്കുംനേരെ കണ്ണടക്കുകയും ചെയ്തു.

“തന്റെ കാലശേഷം രാജ്യാവകാശം മക്കൾക്ക് നൽകിക്കൊള്ളാമെന്ന ഉറപ്പിന്മേൽ അഭിരാമിയെ വിവാഹംചെയ്തെന്നും, ആ ഉറപ്പിന്മേൽ പപ്പുത്തമ്പിയും രാമൻതമ്പിയും രാജ്യാവകാശവാദം പുറപ്പെടുവിച്ചുവെന്നും ഒരു കഥയുള്ളത് സി.വി. പരാമർശിച്ചിട്ടേയില്ല... ഒരു ഭരണാധികാരിക്ക് വേണ്ട യാതൊരു നല്ലഗുണവും സി.വി. ഇയാളിൽ (പപ്പുത്തമ്പി) കാണുന്നില്ല” (മാർത്താണ്ഡവർമ്മ: സൃഷ്ടിയും സ്വരൂപവും. ഡോ. പി. വേണുഗോപാലൻ). കുടമൺ പിള്ളയുടെ അനന്തിരവൾ സുഭദ്രയെക്കൊണ്ട് പപ്പു തമ്പിയെക്കുറിച്ച് സി.വി. ഇങ്ങനെയും പറയിക്കുന്നു. “സത്യമില്ല, മാനമില്ല, മര്യാദയില്ല, മനുഷ്യരെക്കുറിച്ച് ഭയമില്ല, എന്നിട്ടും രാജ്യം കൊതിക്കുന്നു. കോഴിയെ വളർത്താൻ കുറുക്കന്റെ കൈയിൽ ഏൽപ്പിക്കുന്നതുപോലെയാവും അങ്ങേ രാജാവാക്കിയാൽ” പപ്പുത്തമ്പിയെ അഴകിയരാവണനും സ്ത്രീജിതനും അധികാരദുർമോഹിയുമായ ഒരു പ്രതിനായകനായാണ് സി.വി. അവതരിപ്പിച്ചത്. മാത്രമല്ല യുവരാജാവായ മാർത്താണ്ഡവർമ്മയെ ശത്രുക്കൾ അപകടപ്പെടുത്താൻ ശ്രമിക്കുന്നതും അതിൽനിന്നെല്ലാം യുവരാജാവ് രക്ഷപ്പെടുന്നതുമെല്ലാം അദ്ദേഹത്തോടുള്ള സഹതാപം വളർത്താൻ ഉപയോഗിക്കുന്നുണ്ട്. നോവൽ ഭാവനാസൃഷ്ടിയാണെന്നുള്ള മറുപടി ഈ ആരോപണങ്ങൾക്ക് ഉത്തരമാകും.

പക്ഷേ ഈ സംഭവങ്ങൾക്കെല്ലാം നേർസാക്ഷികളായ ഒരു ജനത ഇവിടെ ജീവിച്ചിരുന്നു എന്നതും ഓർക്കണം. നിക്ഷിപ്ത താല്പര്യങ്ങളില്ലാത്ത അവരുടെ സാക്ഷിപത്രമാണ് നാടോടിക്കഥകളിലൂടെയും നാടൻപാട്ടുകളിലൂടെയും തലമുറകൾ കൈമാറി ഇന്നും നിലനിൽക്കുന്നത്.

“ഈ കഥാഗാനം ബോധപൂർവ്വമായോ അല്ലാതെയോ അവഗണിക്കാനുള്ള പരിശ്രമങ്ങളെല്ലാം അതിജീവിച്ച് ഇത്രയുംകാലം നിലനിന്നത് സത്യത്തിന്റെ മുഖം എന്നെങ്കിലും വെളിപ്പെടാതിരിക്കില്ല എന്ന തത്വത്തിന്റെ ഉത്തമദൃഷ്ടാന്തമായി പരിഗണിക്കണം” (ഡോ. തിക്കുറിശ്ശി ഗംഗാധരൻ, തെക്കൻകഥാഗാനങ്ങൾ).

വേണാട് ഭരിച്ചിരുന്ന രാമവർമ്മ മഹാരാജാവിന്റേയും അദ്ദേഹത്തിന്റെ കുടുംബത്തിന്റേയും രാജ്യത്തിന്റെ അനന്തരാവകാശിയായ മാർത്താണ്ഡവർമ്മയുടേയും കഥപറയുന്ന തെക്കൻപാട്ട് കഥയാണ് ‘വലിയതമ്പി കുഞ്ചുത്തമ്പി പാട്ട്കഥ.’ തെക്കൻകഥാഗാനങ്ങളിൽ ദേശചരിത്രവിഭാഗത്തിൽപ്പെടുന്ന ഈ പാട്ടിന് അവഗണിക്കാനാവാത്ത സ്ഥാനമാണുള്ളത്.

ഓട്ടൻ

മാർത്താണ്ഡവർമ്മയും തമ്പിമാരും തമ്മിലുള്ള മത്സരത്തിന്റെയും പോരിന്റെയും കഥപറയുന്ന മറ്റൊരു തെക്കൻപാട്ടാണ് 'ഓട്ടൻകതൈ.' വലിയതമ്പി കുഞ്ചുത്തമ്പി പാട്ടുകഥ തമ്പിമാരെയും മാടമ്പിമാരെയും മഹത്വവൽക്കരിക്കുന്ന കഥയാണെങ്കിൽ ഓട്ടൻകതൈ മാർത്താണ്ഡവർമ്മയുടെയും സഹചാരികളുടെയും പക്ഷംപറയുന്ന കഥയാണ്. മുണ്ടൻ, അനന്തൻ എന്നിങ്ങനെ രണ്ട് കഥാപാത്രങ്ങളാണ് കഥ നയിക്കുന്നത്. ശത്രുക്കളിൽനിന്ന് യുവരാജാവിനെ സംരക്ഷിക്കുവാൻ ഇവർ നിരന്തരം യത്നിക്കുന്നു.

മാർത്താണ്ഡവർമ്മയെ വധിച്ച് രാജ്യാധികാരം കൈക്കലാക്കാൻ തക്കംനോക്കി തമ്പിമാരും കൂട്ടരും അദ്ദേഹത്തിന്റെ പുറകെ കൂടിയകാലം. ഇവരിൽനിന്ന് രക്ഷപ്പെടാൻ യുവരാജാവിന് വേഷം മാറിനടക്കുകയും ഒളിവിൽകഴിയുകയും ചെയ്യേണ്ടിവരുന്നു. ഈ യാത്രക്കിടയിലാണ് മുണ്ടനെയും അനന്തനെയും കൂടെകൂട്ടുന്നത്. ഒരുവശത്ത് മാർത്താണ്ഡവർമ്മ മുണ്ടൻ, അനന്തൻ, അഭ്യാസികളായ ചാന്നാന്മാർ എന്നിവരും മറുവശത്ത് തമ്പിമാരും ഒപ്പം എട്ടുവീടരും യോഗക്കാരും.

ആളിൽ കുറിയവനാണ് മുണ്ടൻ. പക്ഷേ അതീവബലവാനുമായിരുന്നു. അയാളുടെ ഉയരക്കുറവുതന്നെയാണ് മുണ്ടൻ എന്ന പേര് ലഭിക്കാൻ കാരണവും. താണുമാലയപ്പെരുമാളിന്റെ അംഗരക്ഷകൻകൂടിയാണ് ഇയാൾ. തന്റെ ശക്തിയും ബുദ്ധിയും അനീതിക്കെതിരെ പോരാടാൻ മുണ്ടൻ ഉപയോഗിച്ചു. സമൂഹത്തിലെ വിരുദ്ധശക്തികൾക്കെതിരെ ഇയാൾ നിരന്തരം പോരാടിക്കൊണ്ടിരുന്നു. കൊള്ളക്കാരെയും അക്രമികളെയും തന്റെ ശരീരശക്തികൊണ്ട് എതിർത്ത് തോൽപ്പിച്ചു. മുണ്ടന്റെ ആത്മാർത്ഥതയും കഴിവും മനസ്സിലാക്കിയ മാർത്താണ്ഡവർമ്മ അയാളെ തന്റെയൊപ്പംകൂട്ടി. ശത്രുപാളയങ്ങളിൽചെന്ന് അവരുടെ രഹസ്യവിവരങ്ങൾ ചോർത്തിയെടുക്കുക, വാർത്തകൾ കൈമാറുക തുടങ്ങിയ ആവശ്യങ്ങൾക്കാണ് മുണ്ടനെ ഉപയോഗിച്ചത്. കുഞ്ചുക്കൂട്ടം എന്ന തമ്പിമാരുടെ സ്വകാര്യസൈന്യത്തിൽ നുഴഞ്ഞുകയറി അവരുടെ നീക്കങ്ങൾ മനസ്സിലാക്കുന്നതിലും കൽക്കുളം കോട്ടയ്ക്കകത്ത് കടന്ന് അവിടത്തെ രഹസ്യങ്ങൾ അറിയുന്നതിലും സാധാരണജനങ്ങളുടെ മനസ്സറിയുന്നതിലും ഇയാൾ മിടുക്കനായിരുന്നു.

കുഞ്ചിക്കൂട്ടം തന്നിൽ നുളൈന്തു
അവർ കൂടോത്തരങ്കൾ ഊടുരുവി
അവൻ കാലനിലൈ തെരിന്തു വരുവാൻ
ചേറുവാറർ കുഞ്ചുക്കൂട്ടം കൂട്ടുതാനെ.

ഇത്തരം രാജകീയദൗത്യങ്ങൾ ചെയ്തിരുന്നവരെ 'ഓട്ടൻ' എന്നാണ് വിളിച്ചിരുന്നത്.

കുളച്ചൽ, വിളവങ്കോട്, കൽക്കുളം, അഗസ്തീശ്വരം, തോവാള, ഇരണിയൽ, പോറ്റയാടി, ആതാങ്കോട്, നെയ്യാറ്റിൻകര, തിരുവനന്തപുരം എന്നീ സ്ഥലങ്ങളാണ് ഓട്ടൻകഥയുടെ പ്രധാനവേദികൾ.

യുവരാജാവിനുവേണ്ടി പടയൊരുക്കുകയും യുദ്ധംചെയ്യുകയും ആവശ്യത്തിനുള്ള ധനം സമ്പാദിക്കുകയും ഒളിത്താവളങ്ങൾ ഒരുക്കുകയും അദ്ദേഹത്തിന്റെ ജീവന് സംരക്ഷണം നൽകുകയും ചെയ്തുകൊണ്ട് ഒപ്പംനടക്കുന്ന മറ്റൊരു പ്രധാനകഥാപാത്രമാണ് അനന്തൻ. അഭ്യാസികളായ കുറെ ചാന്നാന്മാരും ഇയാളോടൊപ്പം ഉണ്ടായിരുന്നു. ഇയാൾ ശത്രുക്കളുടെ കണ്ണിൽപ്പെടാതെ യുവരാജാവിനെ പലസ്ഥലങ്ങളിലും ഒളിവിൽ പാർപ്പിച്ചു.

അന്ത അനന്തനുടൈയ അണൈപ്പിനിലെ
തമ്പുരാൻ ആറുമാതം വാഴുവാരേ
നാട്ടിലേയാർ ഏവരും അറിയാമൽ
തമ്പുരാൻ കാലമെല്ലാം കടത്തുകിറാർ.

മാർത്താണ്ഡവർമ്മയെ സംരക്ഷിക്കുന്നത് നാടാന്മാരാണെന്ന് മനസ്സിലാക്കിയ തമ്പിമാർ നാടാന്മാരെ നിരന്തരം വേട്ടയാടിത്തുടങ്ങി. യുവരാജാവിനെക്കുറിച്ചുള്ള വിവരങ്ങൾ അറിയാൻ നാടാന്മാരെ പിടിച്ചുകൊണ്ടുപോയി മർദ്ദിക്കുകയും കൊല്ലുകയും ചെയ്തു. ഇതിനെതിരെ അനന്തൻ ചാന്നാർപടയുമായി ചെന്ന് തമ്പിമാരെയും കുഞ്ചുക്കൂട്ടത്തെയും നേരിട്ടു. തമ്പിമാരുടെ ശ്രദ്ധതിരിക്കാൻ മുണ്ടൻ (ഓട്ടൻ) മാർത്താണ്ഡവർമ്മയുടെ വേഷംകെട്ടി പലയിടത്തും സഞ്ചരിച്ചു. തന്നെ തോവാളക്കോട്ടയിൽ കൊണ്ടുവിടാൻ മാർത്താണ്ഡവർമ്മ തന്റെ കൂട്ടുകാരോട് ആവശ്യപ്പെടുന്നു. "എൻമേലേ പിരിയം ഉണ്ടാനാൽ എന്നെ തോവാളൈ കോട്ടൈക്കപ്പാൽ കൊണ്ടു വിടുങ്കളയ്യാ." പക്ഷേ യുവരാജാവിന് കൂടുതൽ സംരക്ഷണം ആവശ്യമെന്ന് മനസ്സിലാക്കിയ അയാൾ അദ്ദേഹത്തെ തന്റെ യജമാനനായ താണുമാലയപ്പെരുമാളുടെ അടുത്ത് എത്തിക്കുന്നു. മുളകൊണ്ടുള്ള പല്ലക്കിലെടുത്തുകൊണ്ടുപോയ യുവരാജാവിനെ ഓട്ടനും അനന്തനും കൂട്ടരും അകമ്പടി പോയി. ഊടുവഴികളിലൂടെയും കാട്ടുവഴികളിലൂടെയും ശത്രുക്കളുടെ കണ്ണിൽപ്പെടാതെ വെപ്പുനാട്, വീരനാരായണച്ചേരി, ആയിരംകാനം, കള്ളിയങ്കാട്, പഞ്ചവങ്കാട്, പറക്ക, ഏത്തൻകാട് വഴിയാണ് പൊറ്റയാടിയിലെത്തിയത്.

താണുമലയൻ മാർത്താണ്ഡവർമ്മക്ക് അഭയംനൽകിയതറിഞ്ഞാൽ ശത്രുക്കൾ അവിടെയെത്തി ആക്രമിക്കാൻ സാദ്ധ്യതയുള്ളതിനാൽ തമ്പിമാരെ തെറ്റിദ്ധരിപ്പിക്കാൻ ഓട്ടൻ യുവരാജാവിന്റെ

വേഷംകെട്ടി തോവാളയിലേക്ക് യാത്രതിരിച്ചു. യാത്രാമദ്ധ്യേ തമ്പിയുടെ സുഹൃത്തായ മാധവൻമാടമ്പി ഓട്ടനെ മാർത്താണ്ഡവർമ്മയെന്നു തെറ്റിദ്ധരിച്ച് തടവിലാക്കി നാഗർകോവിൽകൊട്ടാരത്തിലേക്ക് തിരിച്ചെങ്കിലും വഴിയിൽവച്ച് നാഗർകോവിൽകൊട്ടാരം നാടാർപട കൈക്കലാക്കിയ വിവരം അറിയുന്നു. തുടർന്ന് മാധവൻ മാടമ്പിയും കൂട്ടരും ഓട്ടനുമായി കൺവിഴുങ്കി പോട്ടയിലേക്ക് പുറപ്പെട്ടു. വഴിയിൽ ഇരവിപുത്തൂർകഴിഞ്ഞ് ചാലിക്കുളത്ത് വിശ്രമിച്ചപ്പോൾ അതുവഴിവന്ന ചില നികുതിപിരിവുകാർ പറഞ്ഞ് തമ്പിമാരുടെ മരണവും മാർത്താണ്ഡവർമ്മയുടെ സിംഹാസനാരോഹണവും മാടമ്പിയും കൂട്ടരും അറിഞ്ഞു. തങ്ങൾ തടവിലാക്കിയത് ഓട്ടനെയാണെന്നറിഞ്ഞ മാടമ്പിയും കൂട്ടരും അയാളെ വെട്ടിക്കൊല്ലുന്നു. ഓട്ടന്റെ മരണമറിഞ്ഞ് പൊറ്റയടിനിവാസികൾ വാവിട്ട് നിലവിളിച്ചു. സംഭവിച്ചതറിഞ്ഞ് അനന്തനും താണുമാലയപ്പെരുമാളും പൊറ്റയാടിയിലെത്തി. ഓട്ടന്റെ മൃതദേഹം അവിടെ ഒരു മരുതുവൃക്ഷത്തിന്റെ ചുവട്ടിൽ ആചാരങ്ങളോടെ സംസ്കരിച്ചു.

തന്റെ പൊല്ലാക്കാലങ്ങളിൽ ഒപ്പംനിന്നവരെ മാർത്താണ്ഡവർമ്മ മറന്നില്ല. ഓട്ടന്റെ ഓർമ്മക്കായി ക്ഷേത്രം പണിതു. അനന്തന് അനന്തപത്മനാഭൻ എന്ന പേരും ചാർത്തിക്കൊടുത്തു. ഓട്ടൻകഥയിലെ പ്രധാനഭാഗങ്ങളെല്ലാം ചരിത്രവുമായി ഒത്തുപോകുന്നതു തന്നെ. പാട്ട്കഥാകാരന്റെ ഭാവന ചിലയിടങ്ങളിൽ ചരിത്രവസ്തുതകളിൽനിന്നു വ്യതിചലിക്കുന്നുവെന്നതും സത്യം. പൊറ്റയാടിയിൽ അനന്തന്റെ കളരിത്തറയും സ്മൃതിമണ്ഡപവും ഓട്ടന്റെ ക്ഷേത്രവും കാലം ബാക്കിവച്ച അടയാളങ്ങളായി ഇന്നുമുണ്ട്.

മൂവോട്ടുമല്ലൻ

വീരമൃത്യുവരിച്ചവരുടെ ആത്മാക്കളെ പ്രീതിപ്പെടുത്തുന്ന വാഴ്ത്തുപാട്ടുകൾപോലെതന്നെ സമൂഹത്തിന്റെ പ്രധാനവിഭാഗമായ കർഷകരുടെ ഇടയിലുണ്ടായിരുന്ന അതിക്രമങ്ങളും ദാരിദ്ര്യവും കുടിപ്പകയും അന്ധവിശ്വാസങ്ങളും തെക്കൻപാട്ടുകൾക്ക് വിഷയമായിട്ടുണ്ട്. അങ്ങനെയൊരു പാട്ടുകഥയാണ് മൂവോട്ടുമല്ലൻകഥ. മരുമക്കത്തായവും കൂട്ടുകുടുംബവ്യവസ്ഥിതിയുമൊക്കെ നിലനിന്നിരുന്ന കാലത്തെ കഥയാണിത്. അക്കാലത്തെ തറവാട്ട് കാരണവരുടെ അതിക്രമങ്ങളും മനുഷ്യത്വഹീനമായ പെരുമാറ്റവും അതിനെ അതിജീവിക്കാൻ അനന്തരവർ നടത്തുന്ന ശ്രമങ്ങളും ഒടുവിൽ പ്രതികാരത്തിനായുള്ള അനന്തിരവരുടെ വീണ്ടുവിചാരമില്ലാത്ത പ്രവൃത്തികൾ അവരുടെ മാത്രമല്ല നാട്ടാരുടേയും നാശത്തിലേക്ക് നയിക്കുന്നതുമാണ് കഥ. കഥ തുടങ്ങുന്നത് കുടുംബാന്തരീക്ഷത്തിലും

പ്രധാനകഥാപാത്രങ്ങൾ കുടുംബക്കാരുമാണ്. കുടുംബവിഷയം ക്രമേണ സാമൂഹികപ്രശ്നമായിമാറുകയും അത് ഒരു ദേശസമൂഹത്തിനാകെ ദോഷകരമായി ബാധിക്കുകയും ചെയ്യുന്നു. തെക്കൻ തിരുവിതാംകൂറിലെ ചില പുരാതനകുടുംബങ്ങളിലെ തെക്കതുകളിൽ ഇന്നും മൂവോട്ടുമല്ലൻ പാട്ടുത്സവം നടക്കുന്നുണ്ട്.

കഥയിലെ മൂവോട്ട്മല്ലൻ ഒരു ദുർദേവതയാണ്. കഥാഗതിക്കിടയിൽ അപൂർവ്വമായി പ്രത്യക്ഷപ്പെടുന്ന ദുർദേവതകളുടെ ഈ നേതാവ് തന്റെ സഹായികളോടൊപ്പം ഒരു നാടിന്റെ നാശത്തിന് നേതൃത്വം നൽകുന്നു എന്നതായിരിക്കണം കഥയ്ക്ക് മൂവോട്ട്മല്ലൻ എന്ന പേര് നൽകാൻ കാരണം. വാതപ്പാട്ട് എന്ന വിഭാഗത്തിലാണ് ഈ പാട്ടുകഥയുടെ സ്ഥാനം.

കൃഷിയായിരുന്നു ജനങ്ങളുടെ പ്രധാനജീവിതമാർഗ്ഗം. കൃഷിക്കാര്യത്തിൽ അമ്മാവനും അനന്തിരവന്മാരും തമ്മിൽ ജന്മികുടിയാൻ ബന്ധമേ അന്ന് ഉണ്ടായിരുന്നുള്ളൂ. കാരണവന്മാരുടെ മർക്കടമുഷ്ടിയും ക്രൂരതയും അനന്തരവരുടെ ജീവിതം ദുഃസ്സഹമാക്കിയെന്ന് പറയേണ്ടതില്ലല്ലോ. അങ്ങനെയുള്ള ഒരു കുടുംബാന്തരീക്ഷത്തിൽ അമ്മാവനോട് നേരിട്ട് പകവീട്ടാൻ അശക്തരായ അനന്തരവർ ശക്തരായ ദേവതമാരെ ക്ഷണിച്ചുകൊണ്ടുവരുന്നു. ദേവതയോടൊപ്പം ചില ദുർദേവതകളും അവിചാരിതമായി എത്തിച്ചേരുന്നു. ആ ദുർദേവതകളിൽ പ്രധാനിയാണ് മൂവോട്ട്മല്ലൻ. സാധാരണയായി പാട്ടുകൾക്ക് വിഷയമായിരുന്നത് മതപരവും ചരിത്രപരവുമായ സംഭാവനകൾ നൽകുന്ന വീരന്മാരുടെ കഥകളാണ്. എന്നാൽ അതിൽനിന്നൊക്കെ വ്യത്യസ്തമായി ഒരു സാമൂഹിക പ്രശ്നത്തെ ആധാരമാക്കിയുള്ളതാണ് ഈ കഥ.

ആലിച്ചേരിയിലും ആയിക്കരച്ചേരിയിലും താമസിച്ചിരുന്ന കുറുപ്പന്മാർ ജ്യേഷ്ഠാനുജന്മാരായിരുന്നു. പാരമ്പര്യകൃഷിക്കാരായ ഇവർ സ്വന്തം അമ്മാവന്റെ കുത്സിതപ്രവൃത്തികളാൽ ജീവിതം മുന്നോട്ട് കൊണ്ടുപോകാൻ വയ്യാത്ത സ്ഥിതിയിലായി. നിവൃത്തിയില്ലാതെ തങ്ങൾ പുറപ്പെട്ടുപോകാൻ തീരുമാനിച്ച വിവരം അവർ അമ്മയെ അറിയിച്ചു.

"കേൾക്കയെന്റെ പെറ്റോരമ്മാ
പൊറുപ്പാനേ പൊറുതിയില്ല
പുലരുവാനോ സങ്കടമൊണ്ടേ
കല്ലറയിൽ പണവുമില്ലാ
കഴഞ്ചിയത്തിൽ നെല്ലുമില്ലാ
ഉടുപ്പാനോ മുണ്ടുമില്ല

ഉമ്മാനോ നെല്ലുമില്ലാ
പുറപ്പെട്ടു പ്പോണു ഞാങ്ങളേ
എൻ റൂടൽ മൊഴി ചൊല്ലിയവരേ."

പക്ഷേ കുടുംബനിലത്തിൽ കൃഷിചെയ്ത് ജീവിക്കാൻ അമ്മ അവരെ പ്രേരിപ്പിക്കുന്നു. കുടുംബവകനിലം തരിശായി കിടപ്പുണ്ടെങ്കിലും 'വാരക്കടവും, പാട്ടക്കാണവും' തീർത്തതിനുശേഷമേ കൃഷിയിറക്കാൻ അനുവദിക്കൂ എന്ന് അമ്മാവന്മാർ. നിത്യവൃത്തിക്കുപോലും ഗതിയില്ലാത്ത കുറുപ്പന്മാർ തരിശുനിലത്തിൽ അനുവാദമില്ലാതെ കൃഷിചെയ്യാൻ തീരുമാനിച്ചു. കൃഷി ആരംഭിക്കുന്നതിനുള്ള ദിവസവും നോക്കി. ഉഴവന്മാരെ നിലംവെട്ടാനും കന്നുപൂട്ടാനും നിയോഗിച്ചു. വിവരമറിഞ്ഞ വരിക്കപ്പള്ളിലമ്മാവനും വാഴപ്പള്ളിലമ്മാവനും കുടിശ്ശിക പിരിക്കാനും കൃഷിതടയാനുമയച്ചവരെ കുറുപ്പന്മാർ അടിച്ച് താഴെയിട്ടു. ഇതോടെ കൃഷിതുടങ്ങാനുള്ള സംരംഭം അലങ്കോലമായി. കുറുപ്പന്മാർ അവതാളത്തിലുമായി.

ശക്തരായ അമ്മാവന്മാരെ നേരിടാൻ അനന്തിരവർ പലമാർഗ്ഗങ്ങളും ആലോചിച്ചു. അറ്റകൈപ്രയോഗമെന്നനിലയിൽ കിഴക്കൻ നാട്ടിൽനിന്ന് ഒരു ദേവതയെ കൊണ്ടുവരാൻ തീരുമാനിക്കുന്നു. അങ്ങനെ കുറുപ്പന്മാർ രണ്ടുപേരും ദേവതയെ കൊണ്ടുവരാൻ കിഴക്കൻനാട്ടിലേക്ക് യാത്രയായി. അമ്മാവന്മാരെ ദേവതയെവിട്ട് ഒഴിപ്പിക്കാനായിരുന്നു ഉദ്ദേശ്യം. ശത്രുക്കളോട് പകരംവീട്ടുന്നതിനും കളവ് തെളിയിക്കുന്നതിനുംമറ്റും ആഭിചാരംനടത്തുകയും ദേവതകളെ ഉപാസിക്കുകയും ചെയ്യുക അക്കാലത്ത് സാധാരണയായിരുന്നു. ഉദ്ദേശ്യം രഹസ്യമാക്കിവച്ച് അവർ സ്വന്തം മാതാവിനോട് യാത്രാനുമതി വാങ്ങിപുറപ്പെടുന്നു.

ദേവതയെത്തേടി പലസ്ഥലത്തും അലഞ്ഞ കുറുപ്പന്മാർക്ക് അവസാനം ചേരിക്കണിയാൻ പറയന്റെ കൈയിൽനിന്നും ദേവതയെ കിട്ടി. പ്രതിഫലമായി മൂന്നച്ചു (അച്ച്-തിരുവിതാംകൂറിൽ വ്യാപകമായി പ്രചാരത്തിലുണ്ടായിരുന്ന നാണയം) പണവും മുക്കാൽ കഴഞ്ച് പൊന്നും കൊടുത്തു. 'അടക്കൻ മന്തിരവും' 'ചെവിക്കുമന്തിരവും' പഠിച്ചവർ വേണം ദേവതയെ പ്രവർത്തിക്കേണ്ടിടത്ത് കൊണ്ടുപോകേണ്ടത്. കാറ്റത്തും മഴയത്തും വിട്ടുകളയുകയുമരുത്. വരിക്കച്ചക്ക, നാരങ്ങ, വാഴക്കുല, പീയണിക്ക ഇവയൊക്കെ കളവുപോയാൽ ദേവതയോട് ചോദിക്കാം. പക്ഷേ പള്ളന്റെയും പറയന്റേയും വാക്ക് ദേവത അനുസരിക്കില്ല. ദേവതയെ കുടിയിരുത്താൻ നെല്ലിക്കാമലയിലെ കുഞ്ചുമാതൻ വലിയതമ്പുരാ(വേലൻ)നെ കൊണ്ടുവരണം.

തിരികെ പോകുന്നവഴിക്ക് കുറുപ്പന്മാർ ചടയൻ കണിയാൻ പറയന്റെ, മാട്ടിനെ കൊല്ലുന്ന ദേവതയെയും വാങ്ങി. ചേരിക്കണിയാൻ പറയന്റെ മച്ചുനനായിരുന്നു ഇയാൾ.

ചേരിപറയനിൽനിന്നും ദേവതയുമായി മടങ്ങുംനേരം ഇരുവരും വഴിയിൽ വിശ്രമിച്ചു. ഉറക്കത്തിൽ മൂവോട്ടുമല്ലനും ബന്ധുവായ ചാമുണ്ഡിയും മായായക്ഷിയമ്മയും കുറുപ്പന്മാർക്ക് ദർശനം നൽകിപ്പറഞ്ഞു. "പറയന്റെ ദേവതയെ കൊണ്ടുപോകുമ്പോൾ ഞങ്ങളുംകൂടി വരും; കോവില്ലൂരെന്നദിക്കിൽ ഞങ്ങൾ വന്നാൽ ഞങ്ങൾ മണ്ണുവാരിയെറിയും; പൂവൻ ചാവൽകൂവുംപോലെ കൂവിക്കൊണ്ടുവരും. പെരുംകാക്ക തിരളുംപോലെ കൂട്ടമിട്ടുവരും. പടപ്പുപിടിച്ച് ഉതുക്കും. ചിലങ്കയിട്ട പിള്ളേരെപ്പോലെ വിരണ്ടോടിവരും. ഞങ്ങളിങ്ങനെ മേളിക്കുമ്പോൾ തിരിഞ്ഞുനോക്കുകപോലും ചെയ്യരുത്." ചാമുണ്ഡിയും മായായക്ഷിയും മാത്രമല്ല മൂവോട്ടുമല്ലന്റെ സംഘത്തിൽ അറുകൊലയും വാതയും മാടനുമുണ്ടായിരുന്നു. കൂടാതെ ചടയൻ പറയന്റെ മാടിനെ കൊല്ലുന്ന ദേവതയും. മടക്കയാത്രയിൽ അയ്യനാർക്ക് നേർച്ചയും നൽകി യാത്രതുടർന്നു.

ദേവതകളെ നിലനിർത്താൻ വന്ന കുഞ്ചുമാതൻ വേലൻ നാടു മുടിക്കുന്ന ദേവതകളാണിതെന്നും അങ്ങനെയെങ്ങാനും വന്നാൽ ദേവതയെത്തന്നെ നശിപ്പിക്കാൻ മടിക്കുകയില്ലെന്നും താക്കീത് നൽകി.

"അന്തവാർത്തെകേട്ടപോതെ
കുഞ്ചുമാതൻ വേലനുമോ
തലതെറിച്ചകുറുപ്പുമാർകൾ
വല്ലാത്ത തേവതയെ
വല്ലാത്ത തേവതകളെ
കാണിമലക്കലെ കൊണ്ടുവന്നേ
കാണിമല മുടിക്കലുമോ
വെട്ടിത്തല അറുപ്പമല്ലോ."

കാള വാങ്ങിക്കാൻ പോയ മക്കൾ ദേവതമാരേയും കൊണ്ടുവന്നതറിഞ്ഞ അമ്മ ഭയന്നു. അവർ മക്കൾക്ക് മുന്നറിയിപ്പുനൽകി.

"കേൾക്ക എന്തൻ പൊൻമക്കളെ
ഒന്നുചൊല്ല കേൾപ്പിനെടാ
വല്ലാത്ത തേവതയെ
നിങ്ങൾ താനും കൊണ്ടുവന്നു
തേവതയെ കൊണ്ടുവന്നു

തന്തതി മുടിയുമല്ലോ
തറവാട് മുടിഞ്ഞുപോകും"

ആദ്യമായി മടത്തിപ്പിള്ളയുടേയും മലയിൽപ്പിള്ളയുടേയും നേർക്ക് കുറുപ്പന്മാർ ദേവതയെ നിയോഗിച്ചു. ദേവതമാർ പിള്ളമാരുടെ തലമുടി ചുറ്റിപ്പിടിച്ച് നെഞ്ചത്ത് ചവിട്ടിക്കൊന്നു. ദുർദേവതകളായ മായയക്ഷിയും ശവംതീനിമാടനും ശവസംസ്കാരത്തിനുപോലും അനുവദിക്കാതെ ആഘോഷിച്ചു. അടുത്തത് വരിക്കപ്പള്ളിലമ്മാവ ന്റേതായിരുന്നു ഊഴം. പിന്നെ തിരക്കിട്ട കൊല്ലുംകൊലയുമായി.

"വീട്ടോടെ മാനുഴെരെക്കൊന്നു
തൊഴുത്തോടെ മാടുകൊന്നെ"

ഈ പ്രവൃത്തികളൊക്കെ കണ്ട് നാട്ടുകാർക്ക് ദുഃഖവും അമർഷ വുമായി. ദേവതമാർ കൊല്ലാനും തിന്നാനുമുള്ള വരത്തിനായി തേരി ലേറി ശിവലോകത്ത് പോയി. മൂവാണ്ട് ചെല്ലുവോളം മുട്ട്വരാതെ കൊല്ലാനും മൂവാണ്ട് കഴിഞ്ഞ് ചൊല്ലുകേട്ട് നിൽക്കാനും ശിവൻ വരംനൽകി. വരംവാങ്ങി തിരിച്ചുപോകുമ്പോൾ 'കുമരിവാഴും പക വതി'യെയും വണങ്ങി. പിന്നെ ശുചീന്ദ്രത്ത് ഇറങ്ങി നാടുമുഴുവൻ മുടിച്ചശേഷം അരുമനയിലേക്ക് പോയി. അവിടെ സ്ത്രീകളേയും കുഞ്ഞുങ്ങളേയും മുഴുവൻ കൊന്നൊടുക്കി. മേൽതെരുവും കീഴ് തെരുവും അലക്കുകാരുടെ തെരുവും തുലുക്കരുടെ തെരുവും ചെമ്മാൻ തെരുവും നശിപ്പിച്ചു. ആലിക്കുറുപ്പിനേയും ആലിച്ചേരിക്കുറുപ്പി നേയും വെറുതേവിട്ടില്ല. അവരെയും യമപുരിക്കയച്ചു. അവരുടെ സ്ത്രീകളേയും കുഞ്ഞുങ്ങളേയും കൂടെ അയച്ചു. അവസാനം മായ ത്തേരിൽ ഊട്ടുപുരക്കടുത്തെത്തി. അവിടെ തനിക്കായി ഒരുക്കി വച്ച പൂവും പൂക്കുലയും വറയും പൊരിയും പീഠവുമെല്ലാംകണ്ട് മൂവോട്ട് മല്ലൻ തമ്പുരാൻ തൃപ്തിയടഞ്ഞു എന്നാണ് വിശ്വാസം.

"ദേവതകളെ ആജ്ഞാനുവർത്തികളാക്കുന്ന മനുഷ്യരുടെ കഥ യാണിതിൽ. ദേവതകളെ കൃഷി ആവശ്യങ്ങൾക്കുതന്നെ പ്രയോജ നപ്പെടുത്താൻ ശ്രമിക്കുന്നവരാണ് ഇവിടെ നമുക്ക് പരിചിതരായി ത്തീരുന്ന മനുഷ്യർ. ദിക്പാലകരെക്കൊണ്ട് വീടുപണിചെയ്യിക്കുന്ന മദമത്തനായ രാവണനെ സൃഷ്ടിച്ച നമ്പ്യാരുടെ കാലത്തിനും എത്രയോമുൻപ്, തെക്കൻ തിരുവിതാംകൂറിലെ ജനങ്ങൾ അവർക്ക് അറിയാമായിരുന്ന ദേവതകളെക്കൊണ്ട് മോഷണം തെളിയിക്കുക, മാറ്റാനെ ഒഴിക്കുക തുടങ്ങിയ ജോലികളെല്ലാം നിർവഹിച്ചിരുന്നു. കുറേ പ്രാകൃതമാണവരുടെ വിശ്വാസമെന്ന് സമ്മതിക്കാം. പക്ഷേ ആരാധനയുടേയും ഈശ്വരസങ്കൽപ്പത്തിന്റേയും ആരംഭപാഠങ്ങ ളിൽ ചിലത് അവിടെ കാണാം" (പ്രൊഫ. ജെ. പത്മകുമാരി. മൂവോട്ടു മല്ലൻകഥ).

കാണിപ്പാട്ട്

ഇത് മലയരയരുടെ ഇടയിൽ പ്രചാരത്തിലുള്ള ചാറ്റുപാട്ട് ആണ് (മന്ത്രവാദം). തിരുവിതാംകൂറിലെ മലകളിൽ താമസിച്ചിരുന്ന ആദിമവർഗ്ഗക്കാരിൽപെട്ടതാണ് മലയരയർ എന്നു കൂടി വിളിക്കുന്ന കാണിക്കാർ. അവരുടെ ഇടയിൽ പ്രചാരത്തിലുള്ള ചാറ്റുപാട്ടുകളിൽപെട്ടതാണ് കാണിപ്പാട്ട്. പാണ്ടികളുമായുള്ള വിരോധം തീർക്കാൻ അവർക്കുള്ള വെള്ളം മുട്ടിക്കാനായി ആറ്റിൽ കല്ലണ കെട്ടുന്നതും കല്ലണ ബലപ്പിക്കാൻ കരിമ്പാണ്ടി എന്ന കന്യകയെ ബലികൊടുക്കുന്നതും കാണിക്കാരുടെ നേതാവായ വീരപ്പരായൻ ആറ്റിങ്ങൽ തമ്പുരാന്റെ മുന്നിൽ പല മാന്ത്രീകവിദ്യകളും കാണിച്ച് അദ്ദേഹത്തെ അത്ഭുതപ്പെടുത്തുന്നതും രാജാവ് വീരപ്പനരയന് വീരമാർത്താണ്ഡനരയൻ എന്ന സ്ഥാനപ്പേര് സമ്മാനിക്കുന്നതുമൊക്കെയാണ് കഥ.

മൂന്നുകൊല്ലത്തിലൊരിക്കൽ എഴുപത്തിരണ്ട് കാണിപ്പറ്റുകളിലെ അരയന്മാരും കാണിക്കകളുമായി തമ്പുരാനെ മുഖം കാണിക്കാനെത്തണമെന്നാണ് കീഴ്വഴക്കം. ഒരിക്കൽ ഈ പതിവിന് താമസം വന്നതിനാൽ കാണിക്കാർ എത്രയും വേഗം തന്നെ വന്ന് മുഖം കാണിക്കണമെന്ന് തമ്പുരാൻ മാത്തുക്കുട്ടി വലിയപിള്ളവശം കാണി പ്രമാണിയായ വീരനെല്ലൂർ കോട്ടയിലെ വീരപ്പനരയാന് നീട്ടയച്ചു.

തിരുമേനിയെ മുഖം കാണിക്കാനെത്തിയ വീരപ്പൻ മന്ത്രവാദത്തിലെ തന്റെ പല കഴിവുകളും തമ്പുരാന്റെ മുന്നിൽ പ്രകടിപ്പിക്കുന്നു. ആനപ്പുറത്ത്കേറി ആനയുടെ തലയറുക്കുകയും മരുന്നു പുരട്ടി ആനയെ ജീവിപ്പിക്കുന്ന വിദ്യയുമൊക്കെ കണ്ട് അത്ഭുതപ്പെട്ട രാജാവ് വീരപ്പരായർക്ക് വീരമാർത്താണ്ഡരായർ എന്ന പദവിയും സമ്മാനങ്ങളും നൽകി തിരിച്ചയക്കുന്നു.

“മുറി പൊരുന്തി മരുന്നെടുത്തു ആനമേലേതട്ടവുവാരാം,
അപ്പൊളെങ്കിൽക്കല്പനയായ് വീരമാർത്താണ്ഡരായരെന്ന്”

തന്റെ വീട്ടിലെ കല്യാണത്തിന് വീരപ്പരായൻ പാണ്ടി പ്രമാണികളെ ക്ഷണിക്കുന്നതും അവർ ക്ഷണം നിരസിച്ചതിനാൽ ആറിൽ കല്ലണകെട്ടി പാണ്ടികൾക്ക് കൃഷിക്കുള്ള വെള്ളം തടയുന്നതുമാണ് കഥയുടെ അടുത്തഭാഗം.

“നമ്മുടെ നാട്ടിലെ വെള്ളം ചെന്നു
പാണ്ടിയല്ലോ വിളയുന്നായേ,
കേക്കയെങ്കി കേക്കിനെടാ,
ചിറ്ററയന്മാരാവുന്നവരെ

നമ്മക്കിനിത്തന്നെയിപ്പോ
കല്ലണയൊന്നു കെട്ടവേണം"

അങ്ങനെ അവർ "കോതയാറു പറളിയാറു മണിമുത്തു ചെമ്പരുന്തു നാലാറുമടക്കി" - കല്ലണകെട്ടി. അണകെട്ടിയെങ്കിലും അണ ഉറക്കുന്നില്ല. പരിഹാരമായി വീരപ്പന്റെ സഹോദരിയായ കരിമ്പാണ്ടിയെ ബലികൊടുക്കണമെന്ന് 'കാലമാടൻ' എന്ന ദേവത തുള്ളി അറിയിക്കുന്നു. വള്ളിയൂരിൽ താമസിച്ചിരുന്ന കരിമ്പാണ്ടി അമ്മാവിമാരുടെ കൈകൊണ്ട് താളിയുംതേച്ച് നാത്തുന്മാരുടെ കൈകൊണ്ട് മുണ്ടുചേലയുടുത്ത് അനുജത്തിമാരുടെ കൈകൊണ്ട് മുടികോതി പെറ്റ തള്ളയുടെ കൈകൊണ്ട് ഒരു പിടി ചോറുമുണ്ട് സ്വയം ബലിയർപ്പിക്കാൻ തയ്യാറായി എത്തുന്നു. വെള്ളത്തിലിറങ്ങിയ കരിമ്പാണ്ടിയുടെ തല മച്ചമ്പി വീശി.

അതോടെ കല്ലണ ഉറച്ചു. പാണ്ടികൾക്ക് വെള്ളം കിട്ടാതെയായി. അവർ ആറ്റിങ്ങൽ തമ്പുരാനോട് സങ്കടം പറഞ്ഞു. തമ്പുരാൻ മാത്തുക്കുട്ടിയെ കല്ലണ തുറപ്പിക്കാൻ അയച്ചു. മാത്തുക്കുട്ടിയെ വീരപ്പരായൻ ആഭിചാരം ചെയ്ത് കൊല്ലുന്നു. ഇതാണ് സാഹിത്യചരിത്രത്തിൽ ഉള്ളൂർ രേഖപ്പെടുത്തിയിട്ടുള്ള കാണിപ്പാട്ട് കഥ.

കാണിക്കാരുടെ അന്ധവിശ്വാസങ്ങൾ, ജീവിതരീതി, ഭക്തി, സാമൂഹിക ആചാരങ്ങൾ എന്നിവ വെളിവാക്കുന്നതാണ് ഈ പാട്ട്. കരിമ്പാണ്ടി ഊട്ട്, കരിമ്പാണ്ടി പാട്ട്, കരിമ്പാണ്ടിതോറ്റം, കല്യാണപ്പാട്ട് എന്നിങ്ങനെ വിവിധപേരുകളിൽ പാഠഭേദങ്ങളോടെ ഈ കഥ കാണിക്കാരുടെ ഇടയിൽ പ്രചരിച്ചിരുന്നു. ചില കഥകളിൽ ബലി നൽകപ്പെടുന്ന കരിമ്പാണ്ടി വീരപ്പരായന്റെ മകളാണ് ചിലതിൽ സഹോദരിയും. പാണ്ടികളുമായുള്ള ശത്രുതയ്ക്ക് കാരണം വിവാഹത്തിൽ പങ്കെടുക്കാത്തതെന്നും, കാണിത്തലവനായി നിയോഗിച്ചതിന്റെ ആഘോഷത്തിൽ പങ്കെടുക്കാത്തതെന്നും തെങ്കാശിരാജൻ, വീരപ്പന്റെ കോട്ട ആക്രമിച്ചു ഇടിച്ചുനിരത്തിയതുകൊണ്ടാണെന്നുമൊക്കെ പറയുന്നുണ്ടെങ്കിലും മൂല കഥയിൽ ഏകരൂപം കാണുന്നുണ്ട്.

ഈ പാട്ടിൽ തുമ്പിച്ചിനായ്ക്കൻ എന്ന കൃഷ്ണദേവരായരുടെ പടയെപ്പറ്റി പരാമർശമുള്ളതുകൊണ്ട് മുന്നൂറ്റി അൻപത് കൊല്ലങ്ങൾക്കുമേൽ പഴക്കം കൽപ്പിക്കുവാൻ നിവൃത്തിയില്ലെന്ന് ഉള്ളൂർ കേരളസാഹിത്യചരിത്രത്തിൽ രേഖപ്പെടുത്തിയിട്ടുണ്ട്. (വാല്യം-1, പുറം 219)

'കല്ലണപ്പോർ' എന്ന പേരിലും അൽപ്പംചില വ്യത്യാസങ്ങളോടെ ഈ പാട്ട് പ്രചാരത്തിലുണ്ട്. 'കാണിക്കഥകളുടെ രാഷ്ട്രീയം' എന്ന കെ. ആർ അജയന്റെ പുസ്തകത്തിൽ കല്ലണപ്പോരിന്റെ കഥയുണ്ട്.

ആദികേശവസ്തുതി

ഉമയമ്മറാണി റീജന്റായി തിരുവിതാംകൂർ ഭരിച്ചിരുന്ന കാലം. റാണി ശത്രുക്കളെ ഭയന്ന് നെടുമങ്ങാട് കോയിക്കലായിരുന്നു താമസം. ഈ സമയത്ത് മുകിലൻ എന്ന് അറിയപ്പെട്ടിരുന്ന ഒരു മുഗൾസർദാർ വേണാട് ആക്രമിച്ചു. നാട് കൊള്ളയടിച്ച് ധനം സമ്പാദിക്കുകയായിരുന്നു അയാളുടെ ഉദ്ദേശം. വൻപടകൂട്ടി എത്തിയ മുകിലൻ ആരുവാമൊഴി കടന്ന് നാഞ്ചിനാടും കൊള്ളയടിച്ച് തിരുവനന്തപുരത്ത് മണക്കാട് വരെയെത്തി. വഴിയിൽ കണ്ട ക്ഷേത്രങ്ങളൊക്കെ കൊള്ളയടിച്ചും വിഗ്രഹങ്ങൾ ഉടച്ചും ക്ഷേത്രങ്ങൾ പൊളിച്ചും കാര്യമായ എതിർപ്പൊന്നുമില്ലാതെ യഥേഷ്ടം അയാൾ മുന്നേറി (മുകിലന്റെ കഥ മുൻപ് സൂചിപ്പിച്ചിട്ടുണ്ട്). മാടമ്പിമാരുടെ നിസഹകരണം കൂടിയായപ്പോൾ റാണി ശത്രുസംഹാരത്തിനായി വടക്കൻകോട്ടയത്തെ കേരളവർമ്മയോട് സഹായം അഭ്യർത്ഥിച്ചു. കേരളവർമ്മ രാജാവ് പടകൂട്ടി പലയിടത്തുവച്ചും മുകിലനുമായി പടവെട്ടിയെങ്കിലും വിജയം കണ്ടില്ല. തുടർന്ന് മറ്റ് മാർഗ്ഗങ്ങളൊന്നും കാണാതെ അദ്ദേഹം വേണാടിന്റെ പരദേവതയായ തിരുവട്ടാർ ആദികേശവനെ ശരണം പ്രാപിച്ചു. മഹാപണ്ഡിതനായിരുന്ന കേരളവർമ്മ യുദ്ധവിജയത്തിനായി വട്ടാറ്റിതമൊട്മരുവും കേശവനെ സ്തുതിച്ചു കൊണ്ട് രചിച്ച് പാടിയ കീർത്തനമാണ് ആദികേശവസ്തുതി.

ഈ സ്തുതിയിൽ പതിനാല് ശ്ലോകങ്ങളുണ്ട് മലയാളത്തിലെ അക്ഷരമാലക്രമത്തിൽ തുടങ്ങുന്നവയാണ് ഓരോ ശ്ലോകങ്ങളും.

പതിമൂന്നാം ശ്ലോകത്തിലാണ് വഞ്ചിനാട് നേരിടുന്ന ആപത്തിൽനിന്ന് രക്ഷ നൽകാനുള്ള പ്രാർത്ഥന.

അക്ഷതബലമിയലും രിപുകുലമൊക്കെ
മുടിച്ചിഹ മുരളീശൻ,
വഞ്ചിക്ഷിതി കേരളസംജ്ഞം രക്ഷവിഭോ,
രക്ഷമുദാമാം
പക്ഷീശ്വര വാഹന, സജ്ജന രക്ഷക വിമതക്ഷയകാരണ
അക്ഷയയശ സൽഗുരു മാധവ കേശിമഥന,
നാഥാ, തൊഴുന്നേൻ.

ഈ സ്തുതിയിൽ "കേശിമഥന, നാഥാ, തൊഴുന്നേൻ" എന്ന അപേക്ഷയോടുകൂടിയാണ് അവസാനിക്കുന്നത്. സി.പി. ഗോവിന്ദപ്പിള്ള സമാഹരിച്ചിട്ടുള്ള പഴയപാട്ടുകൾ എന്ന ഗ്രന്ഥത്തിലാണ് ആദികേശവസ്തുതി എന്ന പേര് കാണുന്നത്. ഉള്ളൂർ പടസ്തുതിയെന്നും ഗൗരിലക്ഷ്മിഭായി പടസങ്കീർത്തനമെന്നും ഈ കീർത്തനത്തെ പറയുന്നു.

കേരളവർമ്മ ആദികേശവക്ഷേത്രത്തിൽ നിന്ന് ഭഗവാനെ സ്തുതിക്കുന്നതിനിടയിൽ കുതിരപ്പുറത്ത് വന്ന ഒരു രൂപം എങ്ങോ മറഞ്ഞുപോകുന്നതുപോലെ അദ്ദേഹത്തിനുതോന്നി. ഈ തോന്നൽ പെരുമാളിന്റെ അനുഗ്രഹമെന്ന് മനസ്സിലാക്കിയ കേരളവർമ്മ ശത്രുവിനെതിരെ പടയുമായി പുറപ്പെട്ടു. തുടർന്ന് തിരുവട്ടാറിനടുത്ത് അരുവിക്കര എന്ന സ്ഥലത്തുവച്ച് രണ്ടുകൂട്ടരും തമ്മിൽ നടന്ന യുദ്ധത്തിൽ അടുത്തുണ്ടായിരുന്ന ഒരു മരത്തിലെ കൂട്ടിൽ നിന്നിളകിയ കടന്നലുകൾ മുകിലനെ ആക്രമിക്കുകയും കുതിരപ്പുറത്ത് നിന്ന് നിലംപതിച്ച അയാളെ വേണാട്ടുസൈനികർ വധിക്കുകയും ചെയ്തു. ആദികേശവ പെരുമാൾ രക്ഷിച്ചു എന്നാണ് വിശ്വാസം.

മുകിലന്റെ കബർ: തിരുവട്ടാർ ആദികേശവക്ഷേത്രത്തിൽ തൊഴുത് പടിയിറങ്ങുമ്പോൾ ഒപ്പമുണ്ടായിരുന്ന സുഹൃത്ത് ഓർമ്മിപ്പിച്ചു. "ഇവിടെ ആദികേശവന്റെ മുൻപിലായിരുന്നു കോട്ടയം കേരളവർമ്മ പ്രസിദ്ധമായ തന്റെ പട സങ്കീർത്തനം രചിച്ച് പാടിയത്."

തിരുവട്ടാർ ക്ഷേത്രത്തിൽ നിന്നിറങ്ങി മാർത്താണ്ഡം തൃപ്പരപ്പ് റോഡിൽ അഞ്ഞൂറ് മീറ്റർ സഞ്ചരിച്ചാൽ പ്രധാനറോഡിന് വലത് വശത്തായി ഒരു മൈതാനവും ഇടത് വശത്തായി ഒരു മിഡിൽ സ്കൂളും കാണാം. 'ഖാൻകര' എന്നാണ് സ്ഥലനാമം. മുകളിൽ പറഞ്ഞ മുകിലന്റെ ഓർമ്മക്കാണത്രേ ഈ പ്രദേശത്തിന് ഖാൻകര എന്ന പേര് നല്കിയത്.

തിരുവനന്തപുരത്തെ മണക്കാട് നിന്ന് പിൻവാങ്ങേണ്ടിവന്ന മുകിലൻ വേണാട് സൈന്യവുമായി തിക്കുറിശ്ശിയിൽവച്ച് ഏറ്റുമുട്ടിയ സ്ഥലമാണ് 'തൊഴുവൻവിള'. ഇവിടെവച്ച് മുകിലൻ തോറ്റ് തൊഴുത് പിൻവാങ്ങി എന്നാണ് കഥ. തുടർന്ന് തിരുവട്ടാറ്റേക്ക് പോയത് പടയോടിക്കടവ് കടന്നാണ്. കൽക്കുളം താലൂക്കിലെ തിരുവട്ടാറ് വച്ച് വീണ്ടും രണ്ട് സൈന്യങ്ങളും തമ്മിൽ ഏറ്റുമുട്ടി. കുറ്റിക്കാടുകളും പാറക്കെട്ടുകളും നിറഞ്ഞ സ്ഥലത്ത് വച്ചായിരുന്നു യുദ്ധം ഭൂസ്ഥിതി അക്രമണകാരികൾക്ക് പ്രതികൂലവും വേണാട് സൈന്യത്തിന് അനുകൂലവുമായിരുന്നു. ഇത് തിരുവിതാംകൂർ സൈന്യത്തിന്റെ ആക്രമണത്തിന്റെ മൂർച്ചകൂട്ടി. യുദ്ധത്തിനിടയിൽ ഖാൻ വധിക്കപ്പെടുന്നു. തിരുവട്ടാറ് മുകിലൻ താവളമടിച്ചിരുന്ന സ്ഥലമാണ് ഖാൻകര.

(യുദ്ധത്തിൽ മുകിലൻ മരിച്ചുവീണ സ്ഥലത്തുള്ള ഒരു ചെറിയ നിർമ്മിതി അദ്ദേഹത്തിന്റെ കബറിടം ആണെന്ന് വിശ്വസിക്കുന്നു. ഈ കബർ കാണാനാണ് പിന്നെ പോയത്. സ്കൂളിന് മുൻപിലുള്ള കവലയിൽ കബറിടത്തെക്കുറിച്ച് അന്വേഷിച്ചപ്പോൾ "മുകിലന്റെ കബറാണോ?" എന്ന് അവിടെ ഉണ്ടായിരുന്ന ഒരാൾ ഉത്സാഹത്തോടെ ചോദിച്ചു. അതെ എന്ന് ഞങ്ങൾ മറുപടി പറഞ്ഞു. അയാൾ

'മുകിലന്റെ കബർ' എന്ന പുരാവൃത്തം

വഴികാണിച്ച് മുൻപേ നടന്നു സ്കൂളിന് പുറകിലുള്ള ഒരു പുരയിടത്തിലേക്കാണ് ഞങ്ങളെ കൂട്ടിക്കൊണ്ടുപോയത്. ചെറിയ ഒരു കുന്നിൻ പ്രദേശമാണവിടം. ഒന്നുരണ്ട് പുരയിടങ്ങൾക്ക് കുറുകെ നടന്നു. കുറ്റിച്ചെടികളും വള്ളിപടർപ്പുമൊക്കെയുള്ള ഒരു പ്രദേശം. അധികം ആൾ സഞ്ചാരമുള്ളതായി തോന്നിയില്ല. ഞങ്ങൾ ഒരു സ്വകാര്യവ്യക്തിയുടെ പുരയിടത്തിലെത്തി. ഒരു റബ്ബർതോട്ടമാണത്. ഇരുപത് അടിയോളം നീളത്തിലും അത്രയും തന്നെ വീതിയിലും കരിങ്കല്ലുകൊണ്ട് കെട്ടിത്തിരിച്ച ഒരു പ്ലാറ്റ്ഫോം അതിന് നടുക്ക് വൃത്താകൃതിയിൽ മൂന്ന് തട്ടുകളോടുകൂടിയ ഒരു ചെറിയ നിർമ്മിതി. "ഇതാണ് മുകിലന്റെ കബർ" വഴികാട്ടിയും നല്ലവനുമായ സുഹൃത്ത് പറഞ്ഞു. സാഹസികനായ ഒരു വിദേശി സേനാനായകൻ അന്ത്യവിശ്രമംകൊള്ളുന്ന സ്ഥലം? മാന്യമായി സംരക്ഷിക്കപ്പെട്ടിട്ടില്ല, എങ്കിലും നൂറ്റാണ്ടുകൾക്ക് ശേഷവും നശിപ്പിക്കപ്പെട്ടിട്ടില്ല എന്നതിൽ സമാധാനിക്കാൻ വകയുണ്ട്. കൗതുകകരമായി തോന്നിയത് മുകളിലത്തെ വൃത്താകൃതിയിലുള്ള തട്ടിന്റെ നടുക്കായി ഒരു കുരിശ് സ്ഥാപിച്ചിട്ടുണ്ട് എന്നാണ്. അതിന്റെ പിന്നിലെ പൊരുൾ അജ്ഞാതം.

അൻപതുവർഷം മുൻപ് ഖാൻകരയിലെ സ്കൂളിലെ വിദ്യാർത്ഥിയും ഇപ്പോൾ തിരുവനന്തപുരത്ത് താമസക്കാരനുമായ ഒരു സുഹൃത്ത് സ്കൂളിൽ പഠിക്കുന്ന കാലത്ത് താൻ കണ്ട കബറിടത്തിൽ കുരിശ് ഉണ്ടായിരുന്നില്ല എന്ന് സാക്ഷ്യപ്പെടുത്തുന്നു. തിരുവട്ടാർ വച്ച് കേരളവർമ്മയുമായുള്ള യുദ്ധവും മുകിലന്റെ മരണവും ഒക്കെ ചരിത്രത്തിന്റെ ഭാഗമാണ്. പക്ഷേ, വേണാടിൽ മരിച്ചുവീണ ഒരു വിദേശ സേനാനായകന്റെ കബറിടത്തെക്കുറിച്ച് ഒരിടത്തും രേഖപ്പെടുത്തിയിട്ടുള്ളതായി കണ്ടിട്ടില്ല. എങ്കിലും, നാട്ടുകാർ

തലമുറയായി കൈമാറി സൂക്ഷിക്കുന്ന ഈ വായ്മൊഴി സാക്ഷ്യം ചരിത്രത്തിന്റെ ഭാഗമായിതന്നെ കരുതണോ? ഇത്രയും നാൾ ഇത് ചരിത്രാന്വേഷികളാരും സാക്ഷ്യപ്പെടുത്താത്തതെന്തേ? മുകിലന്റെ കബർ സത്യമോ മിഥ്യയോ? കൂടുതൽ അന്വേഷണം വേണ്ടതാണ്.)

നാഞ്ചിനാട് ഇന്ന്

കാലം കടന്നുപോയി. ഇന്നലെകൾ ഇന്നിന് വഴിമാറി. തിരുവിതാംകൂർ വിഭജിക്കപ്പെട്ടതോടെ നാഞ്ചിനാടിന് കൈമോശം വന്നത് സ്വന്തം അസ്തിത്വമാണ്. 80 കളുടെ തുടക്കത്തിൽ ഞാൻ ആദ്യമായി തിരുച്ചരണത്ത് മല മുകളിലെത്തിയത് തെങ്ങിൻ തോപ്പുകളുടെയും പുരയിടങ്ങളുടെയും നടുവിലൂടെ നടന്ന് കയറിയാണ്. അവിടെയിപ്പോൾ കല്ലുകൾ പാകി വെടിപ്പാക്കിയ നടപ്പാതയുണ്ട്. കന്യാകുമാരി കടപ്പുറത്തും കടലിനുള്ളിലെ പാറയിലുമുള്ള നവനിർമ്മിതികൾ വിശാലമായ കടൽപ്പുറക്കാഴ്ചകളെയും കടൽകാഴ്ചകളെയും മറയ്ക്കുന്നു. ഇപ്പോൾ അവിടെ നിറമുള്ള മണൽപ്പൊതികളും ചിപ്പിയും ശംഖുമൊക്കെ ശേഖരിച്ചു വിറ്റിരുന്ന ദരിദ്രസ്ത്രീകളെയും കുട്ടികളെയും കാണാനില്ല. ശുചീന്ദ്രം ക്ഷേത്രത്തെ ഞെരുക്കിക്കൊണ്ട് വാണിജ്യസ്ഥാപനങ്ങൾ നിരന്ന് നിൽക്കുന്നു. കോട്ടാറിലെ ധാന്യ സംഭരണശാലകൾക്കും പണമിടപാട് കേന്ദ്രങ്ങൾക്കും പഴയ പ്രൗഢി ഇപ്പോഴില്ല. രാജഭരണത്തിന്റെ ശേഷിപ്പുകളായ തകർന്നകോട്ടകൊത്തളങ്ങളും കൊട്ടാരങ്ങളും ഇന്ന് നഷ്ടപ്രതാപത്തിന്റെ ഓർമ്മകൾ മാത്രം. മരുതനിലങ്ങൾ പലതും നികന്നുപോയിരിക്കുന്നു. പനത്തോട്ടങ്ങളും ലോപിച്ചുപോയി. കടുംനിറങ്ങളിലുള്ള ചേലചുറ്റി കാതിലും കഴുത്തിലും കനമുള്ള ആഭരണങ്ങൾ ധരിച്ച് ചേലത്തുമ്പുകൊണ്ട് മാറുമറച്ച് കനകാമ്പരവും കൊഴുന്നും ചൂടി വെറ്റില മുറുക്കിചുവപ്പിച്ച് പൊതു ഇടങ്ങളിൽ പ്രത്യക്ഷപ്പെട്ടിരുന്ന സ്ത്രീകളും 'പേശ'മാത്രമുടുത്ത് കൈലേസ് കഴുത്തിൽ കെട്ടി നടന്നിരുന്ന പുരുഷന്മാരെയും ഇന്ന് വിരളമായേ കാണാനുള്ളൂ. അങ്ങനെ എന്തെല്ലാം മാറ്റങ്ങൾ. എങ്കിലും, സമൃദ്ധമായ നാഞ്ചിനാടൻ കൃഷിയിടങ്ങളും ശിൽപ്പസമൃദ്ധമായ പൂർവപൈതൃകങ്ങളും പഴമനസുകളിൽ ഒരു വികാരമായി ഇന്നും അവശേഷിക്കുന്നു.

ഈ മണ്ണിൽ എവിടെ നോക്കിയാലും ഒരു ചരിത്ര'ശകല'മെങ്കിലും കണ്ണിൽ പെടാതിരിക്കില്ല. അത് ചിലപ്പോൾ ഒരു കോട്ടയുടെയോ കൊട്ടാരത്തിന്റേയോ അവശിഷ്ടമായിരിക്കാം. ചിലപ്പോൾ ഒരു ചരിത്രസ്മാരകമോ പുരാതന ആരാധനാലയമോ ഗതകാല സംഭവങ്ങളിലേക്ക് വെളിച്ചംപകരുന്ന കല്ലെഴുത്തുകളോ ആയിരിക്കാം.

കൽമണ്ഡപമോ ചുമടുതാങ്ങിയോ വഴിയമ്പലമോ വീരക്കല്ലോ പടനിലമോ എന്തുമാവാം. അവ നമ്മെ ഭൂതകാലത്തേക്ക് കൂട്ടിക്കൊണ്ടുപോകും. ആ യാത്ര നമ്മെ വിസ്മയിപ്പിക്കും. ചിലപ്പോൾ അത്ഭുതപ്പെടുത്തിയേക്കാം അല്ലെങ്കിൽ ദുഃഖിപ്പിച്ചേക്കാം. നാഞ്ചിനാടിന്റെ മലകളും കുന്നുകളും ഇപ്പോഴും അതിന്റെ പഴയ ഗാംഭീര്യം കൈവെടിഞ്ഞിട്ടില്ല. പൂക്കൾ അതിന്റെ നിറത്തിനും മണത്തിനും ലോപം വരുത്തിയിട്ടില്ല. ശേഷിച്ച പാടങ്ങളിലെ പച്ചപ്പിന് കോട്ടം സംഭവിച്ചിട്ടുമില്ല. മൊഴിവഴക്കങ്ങളും ശീലുകളും പൂർണ്ണമായി നഷ്ടപ്പെട്ടിട്ടില്ല. പഴയ പ്രൗഢിയും പ്രതാപവുമൊക്കെ ഏറെ ചോർന്നുപോയെങ്കിലും പ്രകൃതി ചന്തത്തിൽ ചമഞ്ഞുതന്നെ നിൽക്കുന്നു. അത് നമ്മെനോക്കി വശ്യമായി പുഞ്ചിരിക്കും. അതാണ് നാഞ്ചിനാട്. ■

ഗ്രന്ഥസൂചി

- Travancore Archaeological Series--T.A. Gopinatha Rao
- Travancore State Manual - Nagamayya
- History of Kerala -- K.P. Padmanabha Menon
- The Illustrated History of South India - K.A. Nilakanta Sastri
- Nanchinadu - Harbinger of Rice and Plough Culture in the Ancient World - V. Sankaran Nair
- Memoir of the Survey of the Travancore and Cochin. Ward and Corner - Vol. 1 & 2
- Temples of Tamil Nadu - R.K. Das
- Census of Travancore - 1881 A.D. - V. Nagamaiya
- A Review of Thirunanthikari Rock cut Shiva Temple - Ajith Kumar
- ഇളംകുളം കുഞ്ഞൻപിള്ളയുടെ തിരഞ്ഞെടുത്ത കൃതികൾ
- കേരള ചരിത്രം - എ. ശ്രീധരമേനോൻ
- തിരുവിതാംകൂർ ചരിത്രം - പി. ശങ്കുണ്ണിമേനോൻ
- നെല്ലും സംസ്കൃതിയും - വി. ശങ്കരൻ നായർ
- നാഞ്ചിനാടിന്റെ സാംസ്കാരിക ചരിത്രം - ഡോ. കെ. ഷിജു
- കേരളസാഹിത്യചരിത്രം - ഉള്ളൂർ
- കേരളചരിത്രത്തിന്റെ അടിസ്ഥാനരേഖകൾ - ഡോ. പുതുശ്ശേരി രാമചന്ദ്രൻ
- നായർമേധാവിത്വത്തിന്റെ പതനം - റോബിൻ ജെഫ്രി
- ചരിത്രകാരന്റെ കേരളദർശനം - എം.ജി.എസ്. നാരായണൻ
- സമ്പൂർണ്ണ മലയാളസാഹിത്യചരിത്രം - എഡിറ്റർ - പ്രൊഫ. പന്മന രാമചന്ദ്രൻ നായർ

- ചരിത്രം കുറിച്ച ശ്രീപത്മനാഭസ്വാമി ക്ഷേത്രം - ഡോ. എം.ജി. ശശിഭൂഷൺ, ഡോ. ആർ. പി. രാജ
- ദേശചരിത്രം കേരളീയക്ഷേത്രങ്ങളിലൂടെ - ഡോ. എം.ജി. ശശിഭൂഷൺ
- തെക്കൻ കഥാഗാനങ്ങൾ - ഡോ. തിക്കുറിശ്ശി ഗംഗാധരൻ
- മങ്ങാത്ത ഓർമ്മകൾ മായാത്ത മുഖങ്ങൾ - ഡോ. തിക്കുറിശ്ശി ഗംഗാധരൻ
- ഇരവിക്കുട്ടിപ്പിള്ളപ്പോര്: ഒരു പഠനം - ഡോ. തിക്കുറിശ്ശി ഗംഗാധരൻ
- ഉലകുടയപെരുമാൾ പാട്ടുകഥ - ഡോ. തിക്കുറിശ്ശി ഗംഗാധരൻ
- മൂവോട്ടു മല്ലൻ കഥ - പ്രൊഫ. ജെ. പത്മകുമാരി
- ഉറവിടങ്ങൾ - ജയമോഹൻ
- തിരുവനന്തപുരത്തിന്റെ ഇതിഹാസം - പട്ടം ജി. രാമചന്ദ്രൻനായർ
- തുളസീഹാരം - തിരുവിതാംകൂറിലെ ക്ഷേത്രങ്ങൾ. അശ്വതി തിരുനാൾ ഗൗരി ലക്ഷ്മീ ബായി
- മാർത്താണ്ഡവർമ്മ - സി. വി. രാമൻ പിള്ള
- രാമരാജാബഹദൂർ - ,,
- ചരിത്രത്തിന്റെ ഏടുകൾ - കിഴക്കേ മഠത്തിൽ ഗോവിന്ദൻ നായർ, ഡോ. ബി. പുഷ്പ
- നെയ്യൂർ - എൻ.പി. സുരേഷ് ബാബു (എഡിറ്റർ)
- തിരുവനന്തപുരം ലത്തീൻ അതിരൂപത - ചരിത്രത്താളുകളിലൂടെ -
- വേലുത്തമ്പി ദളവ ചരിത്രത്താളുകളിലൂടെ - സമ്പാദകൻ ഡോ. ടി.പി. ശങ്കരൻകുട്ടി നായർ
- തോമയാർകോവിൽ - ഡോ. എം. കുര്യൻ തോമസ്
- പത്മനാഭപുരം കൊട്ടാരം - സംസ്ഥാന പുരാവസ്തു വകുപ്പ്
- ദിവാൻ നാണുപിള്ള, ജീവചരിത്രസംഗ്രഹം - കെ.ആർ. ഇലങ്കത്ത്

ലേഖനങ്ങൾ

- പത്മനാഭപുരം കൊട്ടാരം - വി. ആർ. പരമേശ്വരൻ പിള്ള (മാതൃഭൂമി ആഴ്ചപ്പതിപ്പ് 1954 ജനുവരി 31)
- എട്ടുവീട്ടിൽ പിള്ളമാരുടെ കഥ - കെ. ശിവശങ്കരൻ നായർ (വിജ്ഞാന കൈരളി 1993 ജൂൺ)
- കേരളചരിത്രത്തിലെ ചില പ്രശ്നങ്ങൾ - ഇളംകുളം കുഞ്ഞൻ പിള്ള

- നാഞ്ചിനാടിന്റെ ചരിത്രം - ഗോപിനാഥൻ തമ്പി (വിജ്ഞാനകൈരളി 1987 ജൂൺ)
- മാർത്താണ്ഡവർമ്മ: സൃഷ്ടിയും സ്വരൂപവും - ഡോ. പി. വേണു ഗോപാലൻ
- ദിവാൻ വെറ്റി - ഡോ. നടുവട്ടം ഗോപാലകൃഷ്ണൻ
- മുണ്ടനും തണ്ടനും - ഡോ. നടുവട്ടം ഗോപാലകൃഷ്ണൻ